ലോകോത്തര നാടോടിക്കഥകൾ

INSIGHT PUBLICA

Nadakkavu, Kozhikode, Kerala, 673011
www.insightpublica.com
e-mail: insightpublica@gmail.com
Title: **Lokothara Nadodikkathakal**
Translator: **P.K.N Panikker**
(Malayalam)
First Edition: October 2024
Printed and Published by
InsightinPublica Printers & Publishers Pvt. Ltd.
ISBN 978-93-5517-801-5
₹780

ലോകോത്തര നാടോടിക്കഥകൾ

പുനരാഖ്യാനം:

പി. കെ. എൻ. പണിക്കർ

INSIGHT PUBLICA®

1935-ൽ കവിയൂരിൽ ജനനം. കവിയൂർ എൻ.എസ്.എസ് ഹൈസ്കൂൾ, ചങ്ങനാശ്ശേരി എൻ.എസ്.എസ് കോളേജ്, ബനാറസ് ഹിന്ദു യൂണിവേഴ്സിറ്റി (കെമിക്കൽ എൻജിനീയറിംഗ്) എന്നിവിടങ്ങളിൽ വിദ്യാഭ്യാസം. ഇന്ത്യൻ ഇൻസ്റ്റിറ്റ്യൂട്ട് ഓഫ് കെമിക്കൽ എൻജിനീയേഴ്സിന്റെ പ്രസിഡന്റായിരുന്നു. മദിരാശി കേരള സമാജത്തിന്റെയും കെമിക്കൽ ഇൻഡസ്ട്രീസ് അസോസിയേഷന്റെയും. മദിരാശി കേരള വിദ്യാലയത്തിന്റെ കറസ്പോണ്ടന്റും.

കൃതികൾ-ഇംഗ്ലീഷ്: Our Earth, Our Environment, Swami Vivekananda, Random Reflections (poems), Insight (poems), Ultimate Triumph (poems) without Borders (poems), Selected poems of A.Ayyappan, Selected poems of vailoppilli Sreedhara Menon, Selected Poems of Akkitham, Selected Poems of “P” and Selected Poems & Vishnu Narayanan Namboodiri (All English Translations)

കൃതികൾ-മലയാളം: ആൽക്കഹോൾ, ലോഹങ്ങളുടെ ലോകം, പല മുഖങ്ങൾ (ഏകാങ്കങ്ങൾ), സ്വപ്നങ്ങൾ (കവിത), അതിരുകൾക്കപ്പുറം (കവിത), ആഫ്രിക്കൻ നാടോടിക്കഥകൾ, ഏഷ്യൻ ആഫ്രിക്കൻ നാടോടിക്കഥകൾ, അമേരിക്കൻ നാടോടിക്കഥകൾ, കൊറിയൻ നാടോടിക്കഥകൾ, ആഫ്രിക്കൻ ഏഷ്യൻ നാടോടിക്കഥകൾ, അമേരിക്കൻ ഭൂഖണ്ഡത്തിൽ നിന്ന് 16 നാടോടിക്കഥകൾ, ഏഷ്യൻ നാടോടിക്കഥകൾ, ജപ്പാനീസ് നാടോടിക്കഥകൾ, ചൈനീസ് നാടോടിക്കഥകൾ.

E-mail : pknpanicker@gmail.com

പി. കെ. എൻ. പണിക്കർ

ഏതേതോ സരണികളിലൂടെ തിടം വെച്ച കഥകൾ

ഡോ. എ. സി. സുഹാസിനി

ഒരു നാടിന്റെ സഞ്ചിതസംസ്കാരസമ്പന്നതയാണ് നാടോടിക്കഥകൾ സാക്ഷ്യപ്പെടുത്തുന്നത്. വാമൊഴിപാരമ്പര്യത്തിലൂടെ പറഞ്ഞുപറഞ്ഞ് പഴകിയതും ദേശാനുസൃതമായി മാറ്റം വന്നതുമായ കൊച്ചുകൊച്ചു കഥകളുടെ വലിയ ശേഖരമാണ് നാടോടിക്കഥകൾ. നാടുകൾക്കൊപ്പം ഓടിയോടി കഥകൾ ലോകം മുഴുവൻ വ്യാപിച്ച് നാടിന്റെ ജീവിതവഴികളിൽ വേരുറപ്പിച്ചു. നാടോടിക്കഥകൾ ചമച്ചത് ആരാണെന്ന് നമുക്കറിയില്ല; ആർക്കുമറിയില്ല. എഴുത്തിനുമുമ്പുണ്ടായതും തലമുറതലമുറകളായി പകർന്നുകൊണ്ടിരുന്നതുമായ ജീവിതാനുഭവങ്ങളുടെ നിറമാർന്ന, ഭാവനാനിർഭരമായ, മൂല്യബോധത്തിലധിഷ്ഠിതമായ സാംസ്കാരിസങ്കൽപനങ്ങളുടെ ആകെത്തുകയായി രൂപഭാവമാർന്ന് ഉരുത്തിരിഞ്ഞു വന്നതാവാം നാടോടിക്കഥകൾ. ഒരു കാലഘട്ടം വരെ അഥവാ എഴുത്ത് നിലവിൽവരുന്നതുവരെ മനുഷ്യന്റെ ആവിഷ്കാരങ്ങളെല്ലാം നാടോടിസാഹിത്യമായിരുന്നുവെന്നു വേണം കരുതാൻ. അവതരിപ്പിച്ചും പുനരവതരിപ്പിച്ചും ആയിരത്താണ്ടുകളോളം അത് നിലനിർത്തുകയും ചെയ്തു.

കഥ കേൾക്കാനുള്ള ആവേശം പ്രായഭേദമെന്യേ എല്ലാ മനുഷ്യർക്കുമുണ്ട്. നമ്മുടെ ജീവിതവ്യവഹാരങ്ങളെ കഥയുമായി ബന്ധപ്പെടുത്തി നാം വിനിമയം ചെയ്യാറുണ്ടല്ലോ. കഥ കഴിഞ്ഞു, നല്ല കഥയായി,

അക്കഥയൊന്നും പറയണ്ട, അതൊക്കെ ഒരു കഥയാണ് എന്നിങ്ങനെ മനുഷ്യന്റെ വ്യവഹാരലോകം കഥയുമായി അഭേദ്യബന്ധം പുലർത്തുന്നു. കഥയിൽ ചോദ്യമില്ല. 'എന്നിട്ടോ' 'എന്നിട്ടോ' എന്ന ആകാംക്ഷ നിറഞ്ഞ തുടർച്ചയല്ലാതെ എന്തുകൊണ്ട് എന്ന ചോദ്യമുയർന്നാൽ അവിടെ കഥ തീരും. പിന്നെ കഥയ്ക്ക് മുന്നോട്ടു പോകാനാവില്ല. കഥയിലെ 'കഥയില്ലായ്മ' അറിഞ്ഞുകൊണ്ടുതന്നെയാണ് നാം കഥ കേൾക്കുന്നത്. നാടോടിക്കഥകളെക്കുറിച്ചും ഒരു കഥയുണ്ട്. അതിങ്ങനെയാണ്. കഥപറയാൻ പിശുക്ക് കാണിച്ച് ഒരു മനുഷ്യനുണ്ടായിരുന്നു. അയാളുടെ മനസ്സിൽ കിടന്ന് കഥകൾ ശ്വാസം മുട്ടാൻ തുടങ്ങി. അങ്ങനെ കഥകൾ ഒരു തീരുമാനത്തിലെത്തി.ഇയാളെ കൊല്ലുക തന്നെ. കാരണം ഈ മനുഷ്യന് വയസ്സായി. ഇയാൾ മരിച്ചുപോയാൽ ഇയാളോടൊപ്പം നമ്മളും മരിച്ചുപോകും. കഥകൾ മരിയ്ക്കാൻ പാടില്ല. അങ്ങനെ കഥ പറയാൻ പിശുക്ക് കാണിച്ച ആ മനുഷ്യനെ കൊന്ന് കഥകൾ പുറത്തുവന്ന് ലോകമാകെ പരന്നു എന്നാണ് കഥ. കഥകൾ നിലനിൽക്കേണ്ടതിന്റെ അനിവാര്യത ഇതിലുണ്ട്. കാരണം കഥകളില്ലെങ്കിൽ ജീവിതത്തിന്റെ അകത്തളം ശൂന്യമാകും. കഥകളാൽ നിർമിതമാണ് ജീവിതം.

പഞ്ചതന്ത്രം കഥകൾ, കലാസരിത് സാഗരം, ഈസോപ്പുകഥൾ, ബീർബൽകഥകൾ, തെനാലിരാമൻകഥകൾ, ജാതകകഥകൾ, നാടോടിക്കഥകൾ, അറബിക്കഥകൾ, സൂഫിക്കഥകൾ, സെൻകഥകൾ, യക്ഷിക്കഥകൾ, പുരാണേതിഹാസകഥകൾ എന്നിങ്ങനെ കഥകളുടെ സാമ്രാജ്യം വിശാലമാണ്. ലോകരാഷ്ട്രങ്ങളിലെ എല്ലാ നാടുകളിലും നാടോടിക്കഥകളുണ്ട്. കൊടുക്കൽ വാങ്ങലുകളിലൂടെ അവയെല്ലാം ഇന്ന് ലോകജനതയ്ക്കാകെ ലഭ്യവുമായിട്ടുണ്ട്. മറ്റു ഭാഷകളിൽനിന്ന് സ്വീകരിക്കപ്പെട്ട നാടോടിക്കഥകൾ ഇംഗ്ലീഷിലാണ് ധാരാളമായി ഉണ്ടായത്. അങ്ങനെ ഇംഗ്ലീഷിലുണ്ടായ, വിവിധ രാജ്യങ്ങളിലെ ഇരുനൂറ് കഥകൾ പതിനെട്ട് സമാഹാരങ്ങളിലായി പി.കെ.എൻ പണിക്കർ മലയാളത്തിലേക്ക് പരിഭാഷപ്പെടുത്തുകയുണ്ടായി. അവയെല്ലാം ചേർന്നതാണ് നാടോടിക്കഥാ സാഗരം, ലോകോത്തര നാടോടിക്കഥകൾ, വിശ്വപ്രസിദ്ധ നാടോടിക്കഥകൾ എന്നിവ. ഒരു പരിഭാഷയിൽ നിന്ന് മറ്റൊരു ഭാഷയിലേക്ക് വീണ്ടും പരിഭാഷപ്പെടുത്തുമ്പോൾ മൂലകഥകളുടെ സത്തയ്ക്ക് ശോഷണം സംഭവിക്കാൻ സാധ്യതയേറെയാണ്. അത് മറികടക്കാൻ പണിക്കർ സ്വീകരിച്ച മാർഗം സ്വതന്ത്രവിവർത്തനമാണ്. 'നമ്മുടെ വായനക്കാർക്ക്, പ്രത്യേകിച്ച് കുട്ടികൾക്ക് ആസ്വാദ്യകരമാകുന്ന രീതിയിൽ ചെറിയ പാഠഭേദങ്ങൾ വരുത്തിക്കൊണ്ടും സംഭാഷണ രീതി അവലംബിച്ചുകൊണ്ടും തയ്യാറാക്കിയ പുനരാഖ്യാനമാണ്" ഈ

കഥകളെന്ന് വിവർത്തകൻ പറയുന്നുണ്ട്. അവിടെ പരിഭാഷകന്റെ ഉദ്യമത്തിന് ഉത്തരവാദിത്വം കൂടുകയാണ്. കാരണം ഓരോ നാടിന്റേയും സാംസ്കാരികത്തനിമ വ്യത്യസ്തമാണ്. അത് കേരളത്തിന്റെ അഥവാ മലയാളത്തിന്റെ സാംസ്കാരിക പരിസരത്തേക്ക് മാറ്റുമ്പോൾ വരുത്തേണ്ട മാറ്റങ്ങൾ ആസ്വാദ്യകരമായിരിക്കണം, വർണചിത്രാഞ്ചിതമായിരിക്കണം, സൗന്ദര്യാത്മകമായിരിക്കണം. അപ്രകാരം പുനരാഖ്യാനം നിർവഹിക്കാൻ പണിക്കർക്ക് സാധിച്ചിട്ടുണ്ടെന്നതാണ് ഈ കൃതിയുടെ ആദ്യസവിശേഷത. മറ്റൊന്ന്, വായനക്കാരുമായി പ്രത്യേകിച്ച് കുട്ടികളുമായി ചങ്ങാത്തം സ്ഥാപിച്ചുകൊണ്ടാണ് എഴുത്തുകാരൻ കഥ പറയുന്നത്. അവരെക്കൂടി ഉൾപ്പെടുത്തുകയും കൂടെകൊണ്ടു നടക്കുകയും ചെയ്തുകൊണ്ടുള്ള കഥനശൈലി കുട്ടികൾക്ക് പ്രിയംകരമായിരിക്കുമെന്ന കാര്യത്തിൽ സംശയമില്ല. എടുത്തു പറയേണ്ട മറ്റൊരു പ്രത്യേകത ഓരോ രാജ്യത്തിന്റെയും കഥകൾക്കൊപ്പം അതത് രാജ്യത്തിന്റെ ചരിത്രം, ഭൂമിശാസ്ത്രം, ജനസംഖ്യ, സംസ്കാരം തുടങ്ങിയവയെക്കുറിച്ചെല്ലാം സൂക്ഷ്മമായ വിവരണങ്ങൾ നൽകിയിരിക്കുന്നുവെന്നതാണ്. ചിലപ്പോഴെല്ലാം അവ കഥാരംഭത്തിലോ കഥകൾക്കിടയിലോ ആണ്. എങ്കിലും അത് വായനക്ഷമതയെ ഒട്ടും ബാധിക്കുന്നില്ല. മാത്രമല്ല ഈ വിവരണങ്ങൾ വായനക്കാർക്ക് പ്രത്യേകിച്ച് കുട്ടികൾക്ക് ലോകചരിത്രത്തെക്കുറിച്ചും സംസ്കാരത്തെക്കുറിച്ചുമുള്ള സാമാന്യജ്ഞാനം പകർന്നു നൽകും. ഒപ്പം എഴുത്തുകാരനിലെ ശാസ്ത്രകാരൻ ചില സന്ദർഭങ്ങളിൽ കഥകളിൽ നേരിട്ട് ഇടപെടുന്നുണ്ട്. അത് കുട്ടികൾക്ക് നൽകുന്ന ഒരു ദിശാബോധമായിട്ടാണ് കാണേണ്ടതെന്നു പറയാം.

ആഫ്രിക്കൻ നാടോടിക്കഥകൾ, അമേരിക്കൻനാടോടിക്കഥകൾ, ആഫ്രിക്കൻ -ഏഷ്യൻ നാടോടിക്കഥകൾ, ഏഷ്യൻ-ആഫ്രിക്കൻ നാടോടിക്കഥകൾ, അമേരിക്കൻ ഭൂഖണ്ഡത്തിൽനിന്ന് 17 നാടോടിക്കഥകൾ, ഏഷ്യൻ നാടോടിക്കഥകൾ, കൊറിയൻ നാടോടിക്കഥകൾ, ജാപ്പനീസ് നാടോടിക്കഥകൾ, ചൈനീസ് നാടോടിക്കഥകൾ, ആഫ്രിക്കൻ ഭൂഖണ്ഡത്തിൽനിന്ന് പന്ത്രണ്ട് നാടോടിക്കഥകൾ, ജർമൻ നാടോടിക്കഥകൾ, ഐറിഷ് നാടോടിടക്കഥകൾ, സ്പാനിഷ് നാടോടിക്കഥകൾ, ആസ്ട്രേലിയൻ നാടോടിക്കഥകൾ, സ്കോട്ടിഷ് നാടോടിക്കഥകൾ, പേർഷ്യൻ നാടോടിക്കഥകൾ എന്നിങ്ങനെ പതിനാറ് രാഷ്ട്രങ്ങളിലെ കഥകളും സൂര്യൻ കഥകൾ,ചന്ദ്രൻകഥകൾ എന്ന പേരിൽ പൗരാണികകഥകളും നാടോടിക്കഥകളുമടങ്ങിയ രണ്ടു സമാഹാരങ്ങളിൽ സൂര്യ-ചന്ദ്രന്മാരെക്കുറിച്ച് വിവിധ രാജ്യങ്ങളിൽ പ്രചാരത്തിലുള്ള കഥകളുമാണ് ഉൾപ്പെടുത്തിയിരിക്കുന്നത്.

പത്തുമുതൽ പതിനാറുവരെ കഥകളാണ് ഓരോ സമാഹരത്തിലുമുള്ളത്. ആഫ്രിക്കൻ നാടോടിക്കഥകളിൽ 'മരിക്കാൻ വിസമ്മതിച്ച കിളി' എന്ന ഒന്നാമത്തെ കഥ മുതൽ 'അച്ഛൻ നൽകിയ മന്ത്രക്കൊമ്പുള്ള കാള' എന്ന പത്താമത്തെ കഥ വരെ മനുഷ്യജീവിതവുമായി ബന്ധപ്പെട്ട ആത്മബോധം, സത്യസന്ധത, വിവേകം, ബുദ്ധിശക്തി തുടങ്ങി ജീവിതത്തിൽ പുലർത്തേണ്ട ഗുണങ്ങളെ നിഗൂഢതയുടെ പുറംതോടുകൊണ്ട് പൊതിഞ്ഞ് ആവിഷ്കരിക്കുന്നു.

അമേരിക്കൻ ഭൂഖണ്ഡത്തിന്റെ വിവിധ പ്രദേശങ്ങളിൽ പ്രചാരത്തിലുള്ള പത്തു കഥകളാണ് അമേരിക്കൻ നാടോടിക്കഥകൾ. ചെന്നായയും സന്തതിപരമ്പരകളും മനുഷ്യരുടെ സേവകരായി മാറിയതും മനുഷ്യർക്ക് വേണ്ടി നിസ്വാർത്ഥസേവനം ചെയ്യുന്നതും ഒരു ഭർത്താവ് തന്റെ അവിവേകം മൂലം വരുത്തിവെച്ച ആപത്തിൽ മനമുരുകി മരിക്കുന്നതും പഡ്രോ എന്ന മനുഷ്യന്റെ ബുദ്ധിയും അതിബുദ്ധിയും വക്രബുദ്ധിയും ചുരുളഴിയുന്നതും കുറുക്കന്റെ കൗശലവും ആപത്തുമെല്ലാം അടങ്ങുന്നതാണ് കഥകൾ. അധികാരവും ഭാവനയും ഏറ്റുമുട്ടി സൗന്ദര്യാത്മകതലം സൃഷ്ടിക്കുന്നു. ആഫ്രിക്കൻ ഏഷ്യൻ നാടോടിക്കഥകളിൽ കൂടുതൽ രാജ്യങ്ങളിൽ നിന്നുള്ള കഥകളുണ്ട്. ഇൻഡോനേഷ്യയിൽനിന്നുള്ള 'മുത്തശ്ശിയും കൊച്ചുമോളും' നേപ്പാളിൽനിന്നുള്ള 'ചുമട്ടുകൂട', ലിബേറിയയിൽനിന്നുള്ള 'പന്തയത്തിലെ പത്ത്' തുർക്കിയിൽ നിന്നുള്ള 'നസറുദ്ദീൻ ഹോജയുടെ അമ്പെയ്ത്ത്', ഏത്യോപ്യയിൽനിന്നുള്ള 'പേരുകേട്ട ന്യായാധിപൻ', ആഫ്രിക്കയിൽനിന്നുള്ള 'നരഭോജിയും പാട്ടുപാടുന്ന പെൺകുട്ടിയും' അങ്ങനെയങ്ങനെ നീളുന്ന കഥകളിൽ അറിവിന്റെ അത്ഭുതകരമായ കണങ്ങളുണ്ട്, പൊട്ടിപ്പോയ സ്നേഹബന്ധത്തിന്റെ കണികകളുണ്ട്, അതിശയങ്ങളിലേക്ക് തുറക്കുന്ന കാഴ്ചകളുമുണ്ട്. ഏഷ്യൻ-ആഫ്രിക്കൻ നാടോടിക്കഥകൾ പതിനൊന്നെണ്ണമുണ്ട്. സിംഹം, കുറുക്കൻ, എലി, ആന,മുയൽ,കൊതുക്, കാട്ടുപോത്ത് തുടങ്ങിയവർ കഥാപാത്രങ്ങളായി വന്ന് മനുഷ്യന്റെ കഥ പറയുന്നു. അസംബന്ധമെന്നോ അനുചിതമെന്നോ തോന്നാത്ത തരത്തിൽ ഭാവനയുൾച്ചേർന്ന ജീവിതയാഥാർത്ഥ്യത്തെ തുറന്നു കാണിക്കുന്നു. അങ്ങനെ മനുഷ്യജീവിതത്തിന്റെ ഗതിവിഗതികളെ അടയാളപ്പെടുത്തുന്നു. അമേരിക്കൻ ഭൂഖണ്ഡത്തിൽനിന്ന് 16 നാടോടിക്കഥകൾ എന്ന സമാഹാരത്തിലെ 'കോലാസ്നേഹിതൻ' എന്ന സാരോപദേശകഥ അമേരിക്കയിലെ തെക്കൻ ഡക്കോട്ടയിൽ പ്രചാരത്തിലുള്ളതാണ്. 'അദൃശ്യമനുഷ്യർ', 'യെരബമാഷേചായ', 'ഒരു സാഹസികയാത്ര', 'വെളുമ്പൻ എട്ടുകാലി', 'കുയിലിന്റെ കഥ' ഇങ്ങനെ തുടരുന്ന കഥകൾ അമാനുഷമോ അതിമാനുഷമോ എന്നു കരുതാവുന്ന

തരത്തിലുള്ള ഒരുപാട് സംഭവപരമ്പരകൾ നിറഞ്ഞതാണ്. അതിബുദ്ധിയും മടിയും ചിലപ്പോൾ മന്ദബുദ്ധിയും നമ്മെ നഷ്ടത്തിലോ നാശത്തിലോ എത്തിച്ചേക്കും. അതിൽനിന്ന് തിരിച്ചറിവ് ലഭിച്ചേക്കും. മടിയനായ കുറുക്കന്റെയും കൃഷിക്കാരനായ പന്നിയുടെയും കഥയായ 'പങ്കുകൃഷി'' അതാണ് പറയുന്നത്. പത്തുകഥകളുള്ള മറ്റൊരു സമാഹാരമാണ് ഏഷ്യൻ നാടോടിക്കഥകൾ. മനുഷ്യനുണ്ടാകേണ്ട സത്യസന്ധതയും നന്മയും കാരുണ്യവുമെല്ലാം തന്നെയാണ് മനുഷ്യേതരജീവികളുടെ കഥാപാത്രാവിഷ്കാരത്തിലൂടെ ചെയ്തിരിക്കുന്നത്. അവയിൽ ഗുണപാഠങ്ങളുണ്ട്, സാരാംശങ്ങളുണ്ട്, നന്മയ്ക്ക് പ്രതിഫലമായി നന്മയും, തിന്മയ്ക്ക് പ്രതിഫലമായി തിന്മയുമുണ്ട്. പതിവുപോലെ മായാലോകത്തിലെ അത്ഭുതക്കാഴ്ചകളും സൗഭാഗ്യലബ്ധിയുമുണ്ട്. 'പരസ്പരം സഹായിക്കുമ്പോൾ', 'ചന്ദ്രനിലെ മനുഷ്യൻ', 'ശിലയായി മാറിയ മകൾ', 'ആരാണവിടെ?' 'നമ്മളെല്ലാം ഒരുപോലല്ലേ' എന്നിങ്ങനെ പോകുന്നു കഥകൾ. മനുഷ്യർ പലവിധത്തിലാണ്. ചിലർ ഇത്തിരികാര്യങ്ങൾ മനസ്സിലാക്കുമ്പോൾ മറ്റു ചിലർ എല്ലാ വശവും മനസ്സിലാക്കുകയും വിവേകപൂർവ്വം അത് പ്രയോഗിക്കുകയും ചെയ്യും. അത്തരത്തിലുള്ളൊരു കഥയാണ് 'നമ്മളെല്ലാം ഒരുപോലല്ലേ' എന്നത്. ആഹ്ലാദിപ്പിക്കുകയും അത്ഭുതപ്പെടുത്തുകയും ആശ്വസിപ്പിക്കുകയും ചെയ്തുകൊണ്ട് നമ്മെ പ്രത്യക്ഷലോകത്തുനിന്ന് അപരലോകത്തേക്ക് കൂട്ടിക്കൊണ്ടു പോകുന്നവയാണ് കൊറിയാൻ നാടോടിക്കഥകൾ. മഴപെയ്യുമ്പോൾ തവളകൾ ഉച്ചത്തിൽ കരയുന്നതിന് കാരണം പറയുന്ന കഥയാണ് 'കാഗുരി എന്ന തവള'. മക്കളില്ലാത്ത വൃദ്ധദമ്പതിമാർക്ക് യൗവനം തിരിച്ചുകിട്ടിയ അത്ഭുതപ്രതിഭാസവും മറ്റൊരു വൃദ്ധൻ അവരുടെ കുട്ടിയുമായിത്തീർന്ന കഥ പറയുന്ന 'യുവത്വത്തിന്റെ പ്രഭാവം' രസകരമായൊരു കഥയാണ്. 'കുമാരി തുരപ്പന് ഒരു വിവാഹാലോചന' എന്ന കഥ ഒരച്ഛൻ മകൾക്ക് ബലവാനായ വരനെ അന്വേഷിച്ചിറങ്ങുന്നതാണ്. പ്രകൃതിപ്രതിഭാസങ്ങളായ ആകാശം, സൂര്യൻ,മേഘം, കാറ്റ് തുടങ്ങി ഓരോരുത്തരോടും തന്റെ മകളുടെ വരനാവാൻ അപേക്ഷിച്ച് നിരാശനാവുകയും അവസാനം മലപോലും തുരക്കാൻ കഴിയുന്ന ബലവാനായ തുരപ്പനിലേക്ക് തിരിച്ചെത്തുകയും ചെയ്യുന്നു. പ്രണയവും വിയോഗവും ബുദ്ധിശക്തിയും ഉത്സാഹവും അധ്വാനവും ചേർന്ന് രൂപപ്പെട്ട കഥയാണ് 'ചരൻ എന്ന നർത്തകി'. ഇങ്ങനെ എല്ലാ കഥകളും ഒരു തരത്തിലല്ലെങ്കിൽ മറ്റൊരു തരത്തിൽ അനുവാചകരെ ജീവിതത്തിന്റെ മറുകര കാണിക്കുന്നു. ഭാവനയുടെ വിപുലലോകങ്ങളും വർണവൈവിധ്യങ്ങളും ചേർന്ന് രൂപപ്പെട്ടവയാണ് ജാപ്പനീസ് നാടോടിക്കഥകൾ. 'സ്നേഹമുള്ള മരുമകൾ', 'നന്ദിയുള്ള കൊക്ക്' എന്നിങ്ങനെയുള്ള പേരുകൾ

കഥകളുടെ സ്വഭാവത്തിലേക്ക് വിരൽചൂണ്ടുന്നവയാണ്. 'കുമാരി തുരപ്പന് ഒരു വിവാഹാലോചന' എന്ന കൊറിയൻ കഥയും 'എനിക്ക് മനുഷ്യനായാൽ മതി' എന്ന ജാപ്പനീസ് കഥയും തമ്മിൽ സാദൃശ്യം പുലർത്തുന്നതായി കാണാം. സൂര്യനായും മേഘമായും പർവ്വതമായും മാറിയ കല്ലുവെട്ടുകാരൻ വീണ്ടും മനുഷ്യനായ കല്ലുവെട്ടുകാരനായി മാറുന്നു. സ്വന്തം അസ്തിത്വത്തിൽ നിന്ന് അടർന്നുമാറി നടത്തുന്ന പരകായ പ്രവേശം നിലനിൽപ്പിന് ഭൂഷണമായിരിക്കില്ലെന്ന് ഇക്കഥകൾ സാക്ഷ്യപ്പെടുത്തുന്നുണ്ട്. പതിനൊന്നു കഥകളുള്ള ചൈനീസ് നാടോടിക്കഥകളിലെ ഓരോ കഥയും കൗതുകമുണർത്തുന്നതും ചിന്തനീയവുമാണ്. പ്രത്യേക വഴികളിലൂടെ സത്യം പുറത്തുകൊണ്ടുവന്ന് കേസ് തെളിയിക്കുന്ന 'ബുദ്ധിമാനായ ന്യായാധിപൻ',നെയ്ത്തുകാരി തുണയായി മാറിയ 'ഇടയബാലനും നെയ്ത്തുകാരിപ്പെണ്ണും' പ്രേതത്തെ രൂപഭാവങ്ങൾ മാറ്റി വില്പന നടത്തിയ കഥയായ 'പ്രേതത്തെ വിറ്റ മനുഷ്യൻ', തന്റെ ചിത്രങ്ങൾ ജനോപകാരപ്രദമായ രീതിയിൽ വിനിയോഗിച്ച 'മാലിങ്ങ് എന്ന ചിത്രകാരൻ', എത്രമാത്രം ശ്രദ്ധിച്ചാലും ശീലിച്ചപോലെ മാത്രം പാലിക്കുന്ന 'അനൗചിത്യം പറയുന്ന നാക്ക്', ഒരൊറ്റ പദത്തിന്റെ ആവർത്തനത്തിലൂടെ ജീവിതഗതിതന്നെ മാറ്റിമറിച്ച 'തീർച്ചയായും', 'മാന്ത്രികശക്തിയുള്ള മരക്കുതിര' ഇങ്ങനെ എല്ലാ കഥകളും ആസ്വാദ്യകരങ്ങളാണ്. ആഫ്രിക്കൻ ഭൂഖണ്ഡത്തിൽ നിന്ന് പന്ത്രണ്ട് നാടോടിക്കഥകളാണുള്ളത്. മനുഷ്യന്റെ വികാരവിചാരങ്ങളും ചിന്താഗതിയുമെല്ലാം ചേർന്ന മനുഷ്യേതര ജീവികളുടെ കഥകൾ ഏറ്റവും കൂടുതലുള്ള സമാഹാരമാണിത്. 'പാവം സിംഹം', 'സിംഹവും മുയലും, തവളയും പാമ്പും സ്നേഹിതരായപ്പോൾ,' 'പാട്ടുപാടുന്ന ആമ', 'ഒരു കർഷകനും സിംഹവും ഒരു കുറുക്കനും', 'കുരങ്ങന്റെ ഹൃദയം', 'കുരങ്ങൻ പറഞ്ഞ കഥ', 'എന്തുകൊണ്ട് പൂച്ച എലികളെ കൊല്ലുന്നു' തുടങ്ങിയവയെല്ലാം മേൽപ്പറഞ്ഞ തരം കഥകളാണെങ്കിലും ജീവിതം തന്നെയാണ് ഇവയുടെ കേന്ദ്രപ്രമേയം. യൂറോപ്പിന്റെ ഹൃദയം എന്നറിയപ്പെടുന്ന രാജ്യമായ ജർമനിയിൽ നിന്നുള്ള പത്തുകഥകളാണ് ജർമ്മൻ നാടോടിക്കഥകൾ. 'തവളയുടെ പ്രതിശ്രുതവരൻ, 'കരടിത്തോലൻ', 'കുറ്റിച്ചൂൽ', 'നീലവെളിച്ചം', 'കാട്ടുപന്നി', 'മാന്ത്രികന്റെ പക്ഷി' എന്നിങ്ങനെയുള്ള കഥകൾ ഭാവനയും യാഥാർത്ഥ്യവും കുഴമറിയുന്നവയാണെന്നു പറയാം. വൈയക്തികാനുഭവങ്ങൾക്കൊപ്പം സാമൂഹികതലത്തെയും അവ ഉൾക്കൊള്ളുന്നുണ്ട്. യൂറോപ്പിന്റെ വടക്കുപടിഞ്ഞാറായി സ്ഥിതിചെയ്യുന്ന ഒരു ദ്വീപായ അയർലണ്ടിൽ നിന്നുള്ളവയാണ് ഐറിഷ് നാടോടിക്കഥകൾ. സാരോപദേശങ്ങൾക്ക് പ്രാധാന്യം നൽകുന്നവയാണ് 'അച്ഛൻ നൽകിയ വിലപ്പെട്ട ഉപദേശങ്ങൾ, 'യജമാനൻ നൽകിയ മൂന്ന് ഉപദേശങ്ങൾ'

എന്നീ കഥകൾ. സത്യത്തിൽ പൊതിഞ്ഞ സൗന്ദര്യവും സൗന്ദര്യത്തിൽ പൊതിഞ്ഞ സത്യവും കഥകളുടെ അടിപ്പടവാണ്. പൊതുവെ സ്നേഹം, നന്മ, സത്യസന്ധത, വിവേകം എന്നിവയ്ക്കാണ് കഥകൾ ഊന്നൽ നൽകുന്നത്. യൂറോപ്യൻ രാജ്യമായ സ്പെയിനിൽ നിന്നുള്ള കഥകളാണ് സ്പാനിഷ് നാടോടിക്കഥകൾ, സൗന്ദര്യം കുടികൊള്ളുന്നത് രൂപത്തിലലല്ല സുന്ദരമായ പ്രവൃത്തികളിലാണ് എന്നു തെളിയിക്കുന്ന 'വിരൂപിയായ രാജകുമാരി' എന്ന കഥ. മന്ത്രക്കണ്ണാടിയിൽ നോക്കി പരിശുദ്ധി തെളിയിച്ച് രാജാവിന്റെ പത്നിപദം അലങ്കരിച്ച ആടുമേയ്ക്കുന്ന ചെറുപ്പക്കാരിയുടെ കഥയായ 'മാന്ത്രികക്കണ്ണാടി', മത്സ്യമായി മാറി ഒരു ദൗത്യ ം നിറവേറ്റിയശേഷം രാജകുമാരനെ വിവാഹം കഴിച്ച് സന്തോഷത്തോടെ ജീവിച്ച 'പെൺമത്സ്യം', ലോകത്തിന് കൂടുതൽ സൗന്ദര്യം നല്കാൻ തീരുമാനിച്ച പെൺചിത്രശലഭം തനിക്ക് അനുയോജ്യനായ ആൺചിത്രശലഭത്തെ വിവാഹം കഴിച്ച് ധാരാളം കുട്ടികൾക്ക് ജന്മം നൽകി ലോകമെല്ലാം പറന്നു നടന്ന്, ലോകമെല്ലാം സൗന്ദര്യപ്പൂങ്കാവായി മാറുന്നതും കണ്ട് തികഞ്ഞ സന്തോഷത്തോടെയും അഭിമാനത്തോടെയും ജീവിച്ച പൂമ്പാറ്റയുടെ കഥയായ 'ചിത്രശലഭത്തിന്റെ കല്യാണം', സങ്കീർണമായ കുരുക്കുകളിലൂടെ തിടം വെയ്ക്കുന്ന കഥയുടെ കുരുക്കഴിക്കുന്ന 'സത്യപക്ഷി' തുടങ്ങി എല്ലാ കഥകളും ജീവിതസമസ്യകളെ നിർദ്ധാരണം ചെയ്യുന്നു. മറ്റു സ്ഥലങ്ങളെ അപേക്ഷിച്ച് താരതമ്യേന നിഷ്കളങ്കരും മനോവ്യാപാരങ്ങളിൽ വേണ്ടത്ര മുൻപന്തിയിലല്ലാത്തവരുമായ ജനസമൂഹത്തിന്റെ ഭാവനയും ജീവിതാനുഭവങ്ങളും ചേർന്ന് രൂപം കൊണ്ടതാണ് ആസ്ട്രേലിൻ നാടോടിക്കഥകൾ. അവിടത്തെ ആദിവാസികൾക്കിടയിൽ പ്രചാരത്തിലുണ്ടായിരുന്നവയാണ് ഇവയെന്ന് കരുതുന്നതിൽ തെറ്റില്ലെന്നും വിവർത്തകൻ പറയുന്നുണ്ട്. കുശുമ്പന്മാരുടെ കഥ മുതൽ ഒരു മീൻകഥ വരെ പന്ത്രണ്ട് കഥകളും നല്ല വായനാനുഭവം തരുന്നവയാണ്. സൂര്യൻ എങ്ങനെ സൃഷ്ടിക്കപ്പെട്ടു എന്ന കഥ വളരെ രസകരമായ ഭാവനയിൽ മെനഞ്ഞെടുത്തതാണ്. അതിശയോക്തിയുടെ പാരമ്യവും സൗന്ദര്യവും തികഞ്ഞ ഈ കഥ. കഥ തുടങ്ങുന്നതിനുമുമ്പ് സൂര്യനെക്കുറിച്ചുള്ള ശാസ്ത്രീയസത്യം ആധുനികശാസ്ത്രത്തിന്റെ അടിസ്ഥാനത്തിൽ വിവരിക്കുന്നുണ്ട് പണിക്കർ. ആസ്ട്രേലിയയുടെ സ്വന്തം മൃഗമായ കംഗാരുവിന് വയറിനടിയിലെ സഞ്ചികിട്ടിയ കഥയും ഈ സമാഹാരത്തിലുണ്ട്. കംഗാരുവിന്റെ ദീനാനുകമ്പയ്ക്ക് പ്രതിഫലമായി ദൈവം നൽകിയതാണത്. സ്കോട്ടിഷ്നാടോടിക്കഥകളധികവും സംഭാഷണരീതി അവലംബിച്ചുകൊണ്ടാണ് പുനരാഖ്യാനം നിർവ്വഹിച്ചത്. ലളിതമായ വിവരണമാണ് 'മത്സ്യകന്യക ഭാര്യയായപ്പോൾ' എന്ന കഥയുടേത്. 'പക്ഷികളുടെ

യുദ്ധം' ഭൂമിയിൽ ജീവിച്ചിരിക്കുന്നവരും ആകാശത്തിലെ പറവകളും തമ്മിലായിരുന്നു. ഒരു രാജകുമാരനാണ് കഥാപാത്രം. ഒന്നിൽനിന്ന് മറ്റൊന്നിലേക്ക്, അവിടെനിന്ന് വേറൊരിടത്തേക്ക് എന്ന രീതിയിൽ കൗതുകവും അത്ഭുതവും നിലനിർത്തിക്കൊണ്ട് വായനക്കാരെ കൊണ്ടു പോകുന്ന കഥ. കഥ തീരാൻ പോകുന്നുവെന്ന് കരുതുമ്പോഴേക്കും ശാഖോപശാഖകളായി വളർന്നുപോകുന്ന കഥ സാമാന്യം നീണ്ടതാണ്. 'പരുക്ക് ഏല്പിച്ചയാൾ അതിനുവേണ്ട പ്രതിവിധികൾ ചെയ്താൽ മാത്രമേ പരുക്കേറ്റവർ സുഖം പ്രാപിക്കൂ' എന്ന വിശ്വാസത്തിലധിഷ്ഠിതമാണ് 'കടൽനായ പിടിക്കുന്നവനും മത്സ്യനരനും' എന്ന കഥ. പല വഴികളി ലൂടെ സഞ്ചരിച്ച് ശുഭപര്യവസാനത്തിലെത്തുന്ന 'ആകാശത്തിന്റെ പുത്രി,' വല നെയ്യുന്ന ചിലന്തിയിൽ നിന്ന് പ്രചോദനമുൾക്കൊണ്ട് ബ്രിട്ടനെതിരെ യുദ്ധം ചെയ്ത ബ്രൂസ് രാജാവിന്റെ കഥയായ 'റോബർട്ട് എന്ന ബ്രൂസ്', കഠിനപരീക്ഷണങ്ങൾക്കൊടുവിൽ മനോഹരമായ കൊട്ടാരത്തിൽ ദീർഘകാലം സുഖമായി, സന്തോഷമായി ജീവിച്ച കഥ പറയുന്ന 'ഗബോൺസന്യാസി', രാജകുമാരിയായി മാറിയ 'കീറത്തുണി ക്കാരി പെണ്ണ്', ഒരു ചെമ്മരിയാടിന്റെ ബുദ്ധിവൈഭവത്തിലൂടെ രാജകു മാരിയായിത്തീർന്നവളുടെ കഥയായ 'സൂക്ഷ്മദൃഷ്ടിയുള്ള ചെമ്മരിയാട്' എന്നിവയ്ക്ക് പുറമെ വിവർത്തകന്റെ നേരനുഭവങ്ങളും കഥയിലെ പ്രമേയവും തമ്മിൽ ചേർച്ച പുലർത്തുന്ന 'മുട്ട' എന്ന കഥയടക്കം പന്ത്ര ണ്ട് കഥകളുണ്ട് ഈ സമാഹാരത്തിൽ.

പേർഷ്യയിൽനിന്ന് ഇന്ത്യയിലെത്തിയ പാർസികൾ ഇന്ത്യൻ സംസ്കാരത്തോട് ഇഴുകിച്ചേരുകയും മഹത്തായ സംഭാവനകൾ നൽകുകയും ചെയ്തതിനെക്കുറിച്ച് വിവരിച്ചതിനുശേഷമാണ് പരിഭാ ഷകൻ പേർഷ്യൻ നാടോടിക്കഥകളിലേക്ക് കടക്കുന്നത്. മനുഷ്യന്റെ സൂക്ഷ്മബുദ്ധി, ജാഗ്രത, നിഗ്രഹോത്സുകത, കാരുണ്യം തുടങ്ങിയവയെ ല്ലാം കഥകളുടെ ഗതി നിർണയിക്കുന്നവയാണ്. 'നാല്പതുകള്ളന്മാർ' എന്ന കഥ 'ആലിബാബയും നാല്പതു കള്ളന്മാരും' എന്ന പേരിൽ നമുക്ക് പരിചിതമാണ്. കഥയ്ക്കുള്ളിലെ സംഭവവികാസങ്ങൾ അതിനിഗൂഢമായ വഴികളിലൂടെയാണ് നടക്കുന്നത്. ഉത്കണ്ഠയും ഭീതിയും നിലനിർത്തി ക്കൊണ്ട് മുന്നേറുന്ന കഥ ഹൃദ്യവും സരളവുമായ ആഖ്യാനരീതികൊണ്ട് ആകർഷകമാണ്. 'നിധി കിട്ടിയ ആട്ടിടയൻ', 'അബ്ബാസ് രാജാവും ഒരു പാവപ്പെട്ട അമ്മയും', 'റൊട്ടിയുണ്ടാക്കുന്നവനും നന്ദിയുള്ള മത്സ്യങ്ങ ളും', 'ഭാഗ്യം പ്രവചിക്കുന്നവൻ', 'കർഷകന്റെ മകനും മന്ത്രവാദിയും' എന്നീ കഥകളെല്ലാം മായക്കാഴ്ചകൾ , പ്രശ്നങ്ങൾ, പ്രശ്നപരിഹാ രങ്ങൾ, നീതി, ന്യായം, സാഹസികത, ഹാസ്യം തുടങ്ങിയവയാൽ

അലൗകികമായൊരു ലോകത്തേക്ക് നമ്മെ എത്തിക്കുന്നു.

സൂര്യൻകഥകളും ചന്ദ്രൻ കഥകളും വ്യത്യസ്തരാജ്യങ്ങളിൽ സൂര്യചന്ദ്രൻമാരെക്കുറിച്ച് പ്രചാരത്തിലുള്ള പുരാണകഥകളോ നാടോടിക്കഥകളോ ആണ്. 'റേ എന്ന സൂര്യദേവൻ' ഈജിപ്ഷ്യൻ സംസ്കാരവുമായി ബന്ധപ്പെട്ടതാണ്. ഗ്രീൻലണ്ടിൽ പ്രചാരത്തിലുള്ള കഥയിൽ ചന്ദ്രൻ പുരുഷനും സൂര്യൻ സ്ത്രീയുമാണ്. ഇന്ത്യൻ ഇതിഹാസകാവ്യമായ മഹാഭാരതത്തിൽ പ്രതിപാദിക്കുന്നതാണ് 'സഞ്ജനയും ഭർത്താവായ സൂര്യനും', 'സൂര്യപുത്രൻ കർണൻ' എന്നീ കഥകൾ. റഷ്യയിൽനിന്നുള്ള കഥയാവട്ടെ 'സൂര്യനും ചന്ദ്രനും പിന്നെ ഒരു കാക്കമകനും' എന്ന പേരിലാണ്. കഥയിലേക്ക് കടക്കുന്നതിനുമുമ്പ് റഷ്യയിൽ സൂര്യനെക്കുറിച്ചുണ്ടായിരുന്ന വിശ്വാസത്തെക്കുറിച്ചും എഴുത്തുകാരൻ പറയുന്നുണ്ട്. 'രാഹുവും കേതുവും' എന്ന കഥയിൽ ഒരു പുരാണകഥയുമായി ബന്ധപ്പെടുത്തി സൂര്യഗ്രഹണത്തെയും ചന്ദ്രഗ്രഹണത്തെയും പ്രതിപാദിക്കുന്നു. ശേഷം ആര്യഭട്ടനെക്കുറിച്ചും അദ്ദേഹത്തിന്റെ സംഭാവനകളെക്കുറിച്ചുമെല്ലാം സംഗ്രഹിച്ച് യഥാർത്ഥ സൂര്യഗ്രഹണത്തെക്കുറിച്ചും ചന്ദ്രഗ്രഹണത്തെക്കുറിച്ചും ചിത്രസഹിതം വിവരിക്കുന്നു. റഷ്യയിൽ പ്രചാരത്തിലുള്ള മറ്റൊരു സൂര്യകഥയാണ് 'സൂര്യന്റെ സഹോദരിയും ഒരു മന്ത്രവാദിനിയും'. ഉത്കണ്ഠയും ഭയവും ആശങ്കയും നിറഞ്ഞുനിൽക്കുന്ന കഥ. 'ഒരു കടുവയും രണ്ടു കുട്ടികളും സൂര്യനും' എന്ന കഥ കൊറിയയിൽ നിന്നുള്ളതാണ്. ഇതിൽ സൂര്യചന്ദ്രന്മാർ സഹോദരീസഹോദരന്മാരാണ്. 'സൂര്യനും ചന്ദ്രനും ഭാര്യാഭർത്താക്കന്മാരായിരുന്നപ്പോൾ' എന്നത് ഫിലിപ്പയിൻസിന്റെ കഥയാണ്. അവരുടെ മക്കളാണ് നക്ഷത്രങ്ങൾ. ദൈനംദിനജീവിതം നയിക്കുമ്പോൾ വന്നുചേർന്ന ഒരു സംഭവത്തിന്റെ ഭാഗമായി ഭർത്താവായ സൂര്യനിൽനിന്ന് രക്ഷപ്പെട്ടോടിയ ചന്ദ്രന്റെ പിറകെ സൂര്യൻ ഓടിക്കൊണ്ടിരിക്കുന്നു. അതിന്നും അനവരതം തുടരുന്നു. 'സൂര്യൻ കഥകൾ അമേരിക്കയിൽ എന്ന ഭാഗത്ത് അവിടത്തെ ആദിമമനുഷ്യരിൽ പ്രധാനികളായ 'ചെറോക്കി'കളെക്കുറിച്ചും അമേരിക്കൻ ഭൂഖണ്ഡങ്ങളിലെ യൂറോപ്യൻ അധിനിവേശത്തെക്കുറിച്ചും പറഞ്ഞതിനുശേഷം പൗഹത്താൻ എന്ന ആദിവാസി മുഖ്യന്റെ മകളായ 'പൊക്കൊഹൊണ്ടാസി'നെക്കുറിച്ച് വർഷങ്ങൾക്കുമുമ്പ് പണിക്കർ എഴുതിയ ' The hidden pond park' എന്ന കവിതയും മെക്സിക്കോയിൽ നിന്നുള്ള മലിന്ത്സിൻ എന്ന പെൺകുട്ടിയെക്കുറിച്ച് 2009-ൽ അദ്ദേഹമെഴുതിയ 'മലിന്ത്സിൻ' എന്ന കവിതയും ചേർത്തിരിക്കുന്നു.ശേഷം 'ചെറോക്കി'കൾക്കിടയിൽ പ്രചാരത്തിലുള്ള സൂര്യകഥ പറയുന്നു. ഗ്രീക്ക് സംസ്കാരത്തിലെ സൂര്യസങ്കല്പങ്ങൾ ആണ് അവസാന കഥ. ഗ്രീക്ക്

പുരാണങ്ങളിൽ ദൈവങ്ങളെ ശ്രേണികളായി തിരിച്ചതിനെക്കുറിച്ച് പരാമർശിച്ചതിനുശേഷം കഥ പറയുന്നു. സൂര്യനെ സംബന്ധിക്കുന്ന കഥകളെല്ലാം ജീവിതത്തിന്റെ ബഹുതലങ്ങളെ സ്പർശിക്കുന്നവയാണ്. ശാസ്ത്രവും മിത്തും കഥകളും ഇഴചേർന്ന് അഭൗമമായ മാനങ്ങളിലെത്തിച്ചേരുന്നു. ശാസ്ത്രം അതിന്റെ വഴിക്കും മിത്തും കഥകളും അതതിന്റെ വഴിക്കും സ്വയം പൂർണങ്ങളാണ്. അവ പരസ്പരബന്ധിതമാകുമ്പോൾ യാഥാർത്ഥ്യവും കല്പനയും സമന്വയിച്ച് പുതിയൊരു സൗന്ദര്യതലം സൃഷ്ടിക്കപ്പെടുന്നു.

ഈ പുസ്തകത്തിലെ അവസാനഭാഗമാണ് ചന്ദ്രൻ കഥകൾ. ചന്ദ്രനെക്കുറിച്ച് ശാസ്ത്രീയ വിവരങ്ങൾ നൽകിയതിനുശേഷമാണ് കഥകൾ ആരംഭിക്കുന്നത്. 'ചന്ദ്രൻ സൃഷ്ടിക്കപ്പെട്ട കഥ'യാണ് ആദ്യത്തേത്. ലോകം സൃഷ്ടിക്കപ്പെട്ടപ്പോൾ നടന്നത് എന്നു കരുതുന്ന കഥയായതു കൊണ്ട് ഒരു പ്രത്യേക രാജ്യത്തിന്റെയല്ലാതെ ഇത് ലോകജനതയുടെ തന്നെ കഥയാകുന്നു. കാനഡയിൽ പ്രചാരത്തിലുള്ള 'ചന്ദ്രനിലെ മുയൽ', ചൈനക്കഥകളായ 'ചന്ദ്രനിലെ സുന്ദരി', 'ചന്ദ്രൻ എങ്ങനെ ഇത്ര സുന്ദരനായി', റഷ്യയിലും കിഴക്കൻ യൂറോപ്യൻ രാജ്യങ്ങളിലും മറ്റുമുള്ള സ്ലാവ് വംശജർക്കിടയിലെ 'സൂര്യചന്ദ്രന്മാരുടെ യാത്ര', ദക്ഷിണാഫ്രിക്കയിലെ ബാന്റുഭാഷക്കാരുടെ കഥയായ 'ചന്ദ്രന്റെ മകളുടെ കല്യാണം', ആഫ്രിക്കൻ ഭൂഖണ്ഡത്തിലെ അൽജീരിയയിൽ പ്രചാരത്തിലുള്ള 'ചന്ദ്രനിലെ കണ്ണുനീർ', പ്രസിദ്ധരായ ഗ്രീം സഹോദരന്മാരുടെ 'world of tales എന്നപേരിലുള്ള ശേഖരത്തിലെ The moon എന്ന 'മറുപിറവി കിട്ടിയ ചന്ദ്രൻ', ഇന്ത്യയിൽനിന്നുള്ള 'ചന്ദ്രന്റെ ഇരുപത്തിയേഴ് ഭാര്യമാർ' ആഫ്രിക്കയിൽ പ്രചാരത്തിലുള്ള' സൂര്യചന്ദ്രന്മാരുടെ മക്കളുടെ നടക്കാതെ പോയ കല്യാണം', നൈജീരിയയിലെ എഫിക്ക് വംശജർക്കിടയിലുള്ള 'എന്തുകൊണ്ട് സൂര്യനും ചന്ദ്രനും ആകാശത്ത് താമസിക്കുന്നു' എന്നിങ്ങനെ പന്ത്രണ്ട് കഥകളാണ് ഈ സമാഹാരത്തിലുള്ളത്. ഈ കഥകൾക്ക് ശേഷം കൊടുത്തിരിക്കുന്ന ചന്ദ്രനെക്കുറിച്ചുള്ള ആധുനിക സാങ്കല്പികകഥകൾ എന്ന ഭാഗം വളരെ ശ്രദ്ധേയമാണ്. ആധുനികരായ എഴുത്തുകാർ അവരുടെ മനോധർമമനുസരിച്ച് വിഭാവനം ചെയ്തതും ആഖ്യാനം ചെയ്തതുമായ കൃതികളെക്കുറിച്ച് പണിക്കർ സംക്ഷിപ്തമായി പ്രസ്താവിക്കുന്നുണ്ട്. അതായത് ഇന്നും മനുഷ്യഭാവനയെ ഉത്തേജിപ്പിച്ചുകൊണ്ട് ചന്ദ്രൻ പ്രകാശം പരത്തുന്നു.

നാടോടിക്കഥകളുടെ ലോകം വൈവിധ്യം നിറഞ്ഞതും അത്ഭുതകരവുമാണ്. മനുഷ്യരും ജന്തുക്കളും പരസ്പരം സ്നേഹിക്കുക, ബദ്ധവൈരികളെന്നു കരുതുന്ന മൃഗങ്ങൾ ആത്മാർത്ഥസുഹൃത്തുക്കളാവുക,

തവള, എട്ടുകാലി, പക്ഷികൾ തുടങ്ങിയ ജീവജാലങ്ങൾ മനുഷ്യരുടെ പ്രശ്നങ്ങൾക്ക് പരിഹാരം നിർദ്ദേശിക്കുക, മനുഷ്യേതരജീവികൾക്ക് അവയുടെ ജൈവജീവിതമില്ലാതെ എല്ലാ ജീവിതക്രമവും മനുഷ്യന്റേതാവുക, മനുഷ്യജീവിതത്തിന്റെ അനന്തഭേദങ്ങൾ അത്തരം ജീവികളിലൂടെ വിനിമയംചെയ്യുക, സർവചരാചരങ്ങളും കഥാപാത്രങ്ങളായി നന്മതിന്മകളുടെ ഇരുപുറവും തുറക്കുക, മനുഷ്യസ്വഭാവമുള്ള അത്ഭുതജീവികൾ സ്വൈരവിഹാരം നടത്തുക, കടുത്ത ശത്രുതാമനോഭാവം പുലർത്തുക എന്നിങ്ങനെ അവകൾ അനന്ത വൈചിത്ര്യങ്ങളോടെ കഥകളിൽ കർതൃസ്ഥാനത്ത് നിലയുറപ്പിക്കുന്നു.

വാഗ്ദാനവും ലംഘനവും ശിക്ഷയും അതിജീവനവും നിശ്ചയദാർഢ്യവും മിക്ക കഥകളുടെയും സഞ്ചാരപാതകളാണ്. ഉത്തരവുകൾ പുറപ്പെടുവിക്കുക അത് ലംഘിച്ചാൽ വംശനാശം വരുത്തുക ഇങ്ങനെ അധികാരപ്രരൂപങ്ങൾ കഥകളുടെ ഗതി നിർണയിക്കുന്നുണ്ട്. അതുപോലെ വിലപ്പെട്ട കാര്യങ്ങൾ അന്വേഷിച്ചുകൊണ്ടുള്ള യാത്ര, മാർഗതടസ്സം, ലക്ഷ്യത്തിലെത്തിച്ചേരാനുള്ള ബുദ്ധിമുട്ടുകൾ, ഭൂഗർഭ അറകളിലേക്കുള്ള രഹസ്യമാർഗങ്ങൾ, ദുർഗമമായ തുരങ്കങ്ങൾ, അപകടകാരികളായ ഭൂതങ്ങൾ, കൊടുങ്കാട് എന്നിങ്ങനെയുള്ള വിഘ്നങ്ങൾ താണ്ടിയാണ് ചില കഥകൾ അവസാനിക്കുന്നത്. അത്ഭുതങ്ങളോ പരീക്ഷണങ്ങളോ നേരിടേണ്ടി വരുമ്പോൾ അതിനനുസൃതമായ രീതിയിലുള്ള പ്രശ്നങ്ങളും പൂരണങ്ങളുമായിരിക്കും കഥയെ മുന്നോട്ടു നയിക്കുന്നത്. കഥകളുടെ ഒരു പൊതുസ്വഭാവമെന്നത്, അവയെല്ലാം അവസാനിക്കുന്നത് സത്യസന്ധതയുടെയോ നന്മയുടെയോ മറ്റു സദ്ഗുണങ്ങളുടെയോ വിജയത്തോടുകൂടിയാണ്. 'അവർ സ്നേഹത്തോടെ, സന്തോഷത്തോടെ ദീർഘകാലം ജീവിച്ചു' എന്ന മംഗളവചനത്തോടെ കഥയവസാനിക്കുമ്പോൾ മനുഷ്യന്റെ ശുഭാപ്തിവിശ്വാസം ജ്വലിച്ചു നിൽക്കുകയാണ്.

നാടോടിക്കഥകൾ കാലാതിവർത്തികളാണ്. അവയ്ക്ക് ചരിത്രത്തിന്റെ അതിർവരമ്പുകളില്ല. മനുഷ്യരുടെ ആവിർഭാവം തൊട്ട് ഇങ്ങോട്ട് 'ചരിത്രം കുഞ്ഞിക്കണ്ണു തുറക്കു'ന്നതുവരെയുള്ള അനേകകാലത്തെ ജീവിതത്തിന്റെ വിടർച്ചകളിലൂടെയും പടർച്ചകളിലൂടെയും രൂപം കൊണ്ടതാണവ. മനുഷ്യർ കൂട്ടമായി ജീവിക്കുകയും വേട്ടയാടുകയും പ്രകൃതിയോട് മല്ലിടുകയും അതിജീവിക്കുകയും ചെയ്തതിന്റെ അനുഭവജ്ഞാനമായിരുന്നു അവർക്ക് കൈമുതൽ. കാടാണ് ഭൂരിഭാഗം കഥകളുടെയും ഭൂമിക. കാട്ടിൽ ജീവിക്കുമ്പോഴും അവരുടെ ഭാവനയ്ക്ക് നിറമുണ്ടായിരുന്നു, തിളക്കമുണ്ടായിരുന്നു. ആകാശത്ത് വരെ സൗധങ്ങൾ പണിയാനും ഭൂമിയിൽ മഹാമന്ദിരങ്ങൾ വാർക്കാനും ഒപ്പം അടിത്തട്ടു

ജീവിതത്തിന്റെ നാനാവിധമായ പായാരങ്ങൾ പറയാനും അവരുടെ മനോധർമങ്ങൾക്കും കല്പനകൾക്കും അതിരുകളില്ലായിരുന്നു. ഭൂപ്രദേശം, കാലാവസ്ഥ തുടങ്ങിയവയെല്ലാം നാടോടിപാരമ്പര്യങ്ങളിൽ വൈവിധ്യമുണ്ടാക്കിയെങ്കിലും ഏത് ദേശത്തുമുള്ള നാടോടിക്കഥകൾക്ക് ചില സമാനതകളുണ്ട്. എല്ലാവരും പറയുന്നത് മനുഷ്യന്റെ കഥയാണ്; ജീവിതമാണ്. 'പല ദേശത്തിൽ പല ദേശത്തിൽ പല പല ഭാഷയിൽ' പറയുന്നുവെന്നുമാത്രം. അങ്ങനെ നാനാദേശങ്ങളിൽ നാനാതരം ആവിഷ്കാരങ്ങളുണ്ടായി. അവയിൽ നിന്നാണ് ഇരുനൂറ് കഥകൾ പി.കെ.എൻ. പണിക്കർ മലയാളത്തിലെത്തിച്ചത്. നമ്മുടെ ബാലസാഹിത്യശാഖയ്ക്ക് ഇതൊരു മുതൽക്കൂട്ടാണ്. ശാസ്ത്രകാരനായ എഴുത്തുകാരന്റെ ശാസ്ത്രീയവബോധവും സർഗാത്മകസൗന്ദര്യവും ഈ കഥകളിൽ പ്രതിഫലിക്കുന്നുണ്ട്. അതുകൊണ്ട് പ്രായഭേദമെന്യേ എല്ലാ വായനക്കാർക്കും ഈ കൃതി കഥകളുടെ അത്ഭുതകരമായ ഭാവനാലോകവും അറിവിന്റെ വിവേകപൂർവമായ വ്യവഹാരലോകവും തുറക്കുന്നു. ഇവിടെ ഒരു സാംസ്കാരിക രൂപമെന്ന നിലയിൽ പരിഭാഷ സാർത്ഥകമാകുന്നു. നാടോടിക്കഥകൾ ഭിന്നരൂപങ്ങളിലും ഭ്രമങ്ങളിലും പ്രാക്തന സംസ്കാരത്തിന്റെ ജീവിതവഴികളിലൂടെ പല പടവുകൾ കയറി സഞ്ചരിച്ചതാണ്. ഓരോ ദേശത്തിന്റെയും പാരായണ രീതികളും അഭിരുചിവ്യത്യാസങ്ങളും ഉൾക്കൊള്ളുമ്പോൾ അവിശ്വസനീയതയുടെ അമ്പരപ്പിക്കുന്ന വിചിത്രലോകം വായനക്കാരുടെ ഭാവനയെ ഉദ്ദീപിപ്പിക്കുമെന്ന കാര്യത്തിൽ സംശയമില്ല. കാരണം ആദിമ ലോകജനത ജീവിച്ചുണ്ടാക്കിയ വെളിച്ചവും സത്തയുമാണ് നാടോടിക്കഥകൾ.

ഉള്ളടക്കം

അമേരിക്കൻ നാടോടിക്കഥകൾ

സൂര്യൻ കഥകൾ

ചന്ദ്രൻ കഥകൾ

ചൈനീസ് നാടോടിക്കഥകൾ

ചൈന

ഏതാണ്ട് 5000 ത്തിൽ കൂടുതൽ വർഷത്തെ ചരിത്രം അവകാശപ്പെടാൻ കഴിയുന്ന, ഇന്നും ക്ഷയിക്കാതെ പൂർണ്ണതയോടെ നിലനിൽക്കുന്ന, രണ്ട് സംസ്കാരങ്ങളിൽ ഒന്നാണ് ചൈനയുടേത്. മറ്റത് നമ്മുടെ ഇന്ത്യൻ സംസ്കാരവും. നമ്മുടേതുപോലെതന്നെ വളരെയധികം വൈവിധ്യങ്ങൾ ഉൾക്കൊള്ളുന്നതും എല്ലാ തുറകളിലും സംപുഷ്ടവുമായ ഒന്നാണ് ചീനരുടെ സംസ്കാരം. നാലായിരം വർഷങ്ങൾക്കു മുമ്പുതന്നെ നമ്മുടെ രണ്ടു ദേശങ്ങളും തമ്മിൽ സാംസ്കാരിക, സാമ്പത്തിക മേഖലകളിൽ അടുത്ത ബന്ധം നിലനിന്നിരുന്നു എന്നതിന് തെളിവുകളുണ്ട്.

ചൈനയുടെ സാംസ്കാരിക പൈതൃകം ലോകജനതയുടേയും സംസ്കാരത്തിന്റേയും വളർച്ചയ്ക്ക് അനേകമനേകം സംഭാവനകൾ നൽകിയിട്ടുണ്ട്. വെടിമരുന്നിന്റെയും കടലാസ്സിന്റെയും അച്ചടിയുടേയും എല്ലാം തുടക്കം ചൈനയിൽനിന്നുമായിരുന്നു.

ചൈനീസ് ഭാഷ മറ്റ് ലോകഭാഷകളിൽനിന്നും തികച്ചും വിഭിന്നമാണ്. ശബ്ദാധിഷ്ഠിതങ്ങളായ നമ്മുടെ അക്ഷരങ്ങൾക്ക് പകരം അവരുപയോഗിക്കുന്നത് ആശയങ്ങളെ പ്രതിനിധീകരിക്കുന്ന ചിത്രങ്ങളാണ്. നാം അക്ഷരങ്ങളെ ബന്ധിപ്പിച്ച്, ആശയങ്ങളെ പ്രതിനിധാനം ചെയ്യുന്ന വാക്കുകൾക്ക് എഴുത്തുഭാഷയിൽ രൂപം നൽകുന്നതുപോലെ, അവർ ആശയങ്ങളെ പ്രതിനിധീകരിക്കുന്ന ചിത്രങ്ങൾ കൂട്ടിച്ചേർത്ത് എഴുത്തുഭാഷയ്ക്ക് രൂപം നൽകുന്നു. ഉദാഹരണത്തിന് ഒരു മരം എന്ന ആശയത്തിന് രൂപം നൽകാൻ ഒരു പ്രത്യേക, അംഗീകരിക്കപ്പെട്ട രീതിയിൽ ഒരു മരത്തിന്റെ ചിത്രം വരയ്ക്കുന്നു. അത്തരം ഒന്നിൽക്കൂടുതൽ ചിത്രങ്ങൾ

ഒന്നിച്ച് വരയ്ക്കുമ്പോൾ അത് വനം ആകുന്നു. ഇത്തരം 40,000ത്തോളം ചിത്രങ്ങൾ ഉള്ളതാണ് ചൈനീസ് ഭാഷ. എങ്കിലും ദൈനംദിന ജീവിതത്തിൽ കൂടുതലായി ഉപയോഗപ്പെടുന്നത് ഏതാണ്ട് 5000 ചിത്രങ്ങളാണ്.

ബുദ്ധിമാനായ ഒരു ന്യായാധിപൻ

പണ്ട് ചൈനയിൽ ജീവിച്ചിരുന്ന ബുദ്ധിമാനായ ഒരു ന്യായാധിപന്റെ മൂന്ന് നീതിവിചാരണകളുടെ കഥയാണ് ഇത്.

I

അന്നൊരിക്കൽ, ഒരു പിണ്ണാക്ക് കച്ചവടക്കാരൻ കൈവശം ഉണ്ടായിരുന്ന പിണ്ണആക്ക് വിറ്റുതീർത്തതിനു ശേഷം വീട്ടിലേക്ക് മടങ്ങുകയായിരുന്നു. വിറ്റുകിട്ടിയ പണം (നാണയത്തുട്ടുകൾ) തന്റെ പിണ്ണാക്കുസഞ്ചിയിൽ സൂക്ഷിച്ചിരുന്നു. കുറേ ദൂരം നടന്നുകഴിഞ്ഞപ്പോൾ മൂത്രം പോകണമെന്ന് തോന്നിയ അയാൾ, റോഡരുകിൽ ഒരു കുറ്റിക്കല്ലിന്റെ പുറത്ത് സഞ്ചിവെച്ചിട്ട് അല്പദൂരം മാറിനിന്ന് മൂത്രമൊഴിച്ചു. തിരിഞ്ഞ് നോക്കിയപ്പോൾ സഞ്ചിയും പണവും കാണാനില്ല.

ഉടൻതന്നെ അയാൾ അടുത്തുള്ള ന്യാപാലകനെ കണ്ട് വിവരം ബോധിപ്പിച്ചു. ന്യായാധിപൻ ഒട്ടും സമയം കളയാതെ കളവ് നടന്ന വിവരം പരസ്യപ്പെടുത്തുകയും വിചാരണ ആരംഭിക്കുകയും ചെയ്തു. ആദ്യമായി രണ്ട് പരിചാരകരോട് കച്ചവടക്കാരൻ സഞ്ചി വെച്ചിരുന്ന കല്ല് കോടതിയിൽ ഹാജരാക്കാൻ ആജ്ഞാപിച്ചു. കോടതിയിൽ കൊണ്ടുവന്ന കല്ലിനോട് അദ്ദേഹം പലപല ചോദ്യങ്ങൾ ചോദിച്ചു. കല്ല് ഉത്തരം പറയുമോ? ഉത്തരം പറയാത്ത കല്ലിനെ വേണ്ടത്ര മർദ്ദിക്കുവാൻ ന്യായാധിപൻ പരിചാരകരോട് പറഞ്ഞു. ന്യായാധിപന്റെ ആ വിചിത്രമായ ന്യായവിചാരണ ആളുകൾക്കിടയിൽ സംസാരവിഷയമായി.

ധാരാളം ആളുകൾ ഏതാണ്ട് നഗരത്തിലുള്ള എല്ലാവരും, ആ വിചിത്ര വിചാരണ കാണുവാൻ തടിച്ചുകൂടിയിരുന്നു. കല്ലിന് കള്ളൻ ആരെന്ന് പറയുവാൻ കഴിയുമോ? കല്ല് മറുപടി ഒന്നും പറഞ്ഞില്ലെന്ന് മാത്രമല്ല, പല കഷണങ്ങളായി ഉടയുകയും ചെയ്തു. കൂടിയിരുന്നവർ ന്യായാധിപനെ പരിഹസിച്ച് ചിരിച്ചതിൽ അതിശയിക്കാൻ ഒന്നുമില്ലല്ലോ? എങ്കിലും പരിഹാസച്ചിരി കേട്ട ന്യായാധിപന് കോപം വന്നു. അദ്ദേഹം ആജ്ഞാപിച്ചു.

"ആരും കോടതിയിൽ നിന്ന് അനുവാദം ഇല്ലാതെ വെളിയിൽ പോകാൻ പാടില്ല." പിന്നീട് കോടതിമുറിയിൽ ഒരു പരന്ന സ്ഫടികപ്പാത്രത്തിൽ വെള്ളം നിറച്ച് വെയ്ക്കുവാൻ പറഞ്ഞു.

ന്യായാധിപൻ വീണ്ടും കല്പിച്ചു.

"എന്നെ അകാരണമായി പരിഹസിച്ച നിങ്ങൾക്ക്, കോടതിയലക്ഷ്യകുറ്റത്തിന്, ഓരോരുത്തർക്കും ഓരോ ചെമ്പു നാണയം പിഴയായി നിശ്ചയിച്ചിരിക്കുന്നു. ഓരോരുത്തരും ഓരോ ചെമ്പുനാണയം ഇവിടെ വെച്ചിരിക്കുന്ന സ്ഫടികപ്പാത്രത്തിലെ ജലത്തിൽ നിക്ഷേപിച്ചിട്ട് പൊയ്ക്കൊള്ളുക. എല്ലാവരും വരിയായി നിന്ന്, ഓരോരുത്തരായി എനിക്ക് കാണത്തക്കവിധം നാണം നിക്ഷേപിക്കണം."

ന്യായാധിപന്മാരെ ബഹുമാനിക്കുവാനും അനുസരിക്കുവാനും പഠിച്ചിരുന്ന ആ നഗരവാസികൾ ന്യായാധിപന്റെ കല്പനക്കനുസരണം വരിയായി നിന്ന്, നാണയം നിക്ഷേപിച്ച്, ഓരോരുത്തരായി വെളിയിലേക്ക് പോകാൻ തുടങ്ങി.

തികച്ചും അപ്രതീക്ഷിതമായി ന്യായാധിപൻ പറഞ്ഞു.

"നിൽക്ക്. ഇപ്പോൾ നാണയം ഇട്ടയാൾ ഇങ്ങോട്ട് മാറി നിൽക്ക്. നീയാണ് മോഷ്ടാവ്."

അപ്രതീക്ഷിതമായ ആ വിധിപ്രസ്താവന എല്ലാവരേയും അതിശയിപ്പിച്ചു. ന്യായാധിപൻ തുടർന്നു.

"പിണ്ണാക്ക് കച്ചവടക്കാരന്റെ കൈയിൽ ഉണ്ടായിരുന്ന നാണയങ്ങളിൽ എണ്ണമയം ഉണ്ടായിരുന്നിരിക്കണം എന്ന് ഞാൻ ന്യായമായും സംശയിച്ചു. നോക്കു, നീ നാണയം വെള്ളത്തിൽ ഇട്ടപ്പോൾ മാത്രമാണ് ജലത്തിൽ എണ്ണ പ്രത്യക്ഷപ്പെട്ടത്. നിനക്ക് എന്തെങ്കിലും ബോധിപ്പിക്കാനുണ്ടോ?"

അയാൾ തന്റെ കുറ്റം ഏറ്റുപറയുകയും ന്യായാധിപൻ മോഷണത്തിന് അനുയോജ്യമായ ശിക്ഷ നൽകുകയും ചെയ്തു. നഗരവാസികൾക്ക് ന്യായാധിപന്റെ ബുദ്ധിശക്തിയെ പുകഴ്ത്താതിരിക്കാൻ കഴിഞ്ഞില്ല.

II

ഒരു വിറക് കച്ചവടക്കാരൻ വഴിയരികിലുള്ള ഒരു മരത്തിന്റെ തണലിൽ വിശ്രമിക്കാൻ ഇരുന്നു.കൈയിലുണ്ടായിരുന്ന വിറകുകെട്ട് അടുത്തുതന്നെ വെച്ചു. കുറച്ചുസമയം കഴിഞ്ഞ് അതുവഴി വന്ന ഒരു ഉപ്പ് വ്യാപാരിയും വിറക് കച്ചവടക്കാരന്റെ അടുത്തുതന്നെ അല്പം വിശ്രമിക്കാൻ ഇരുന്നു. കൈയിലുണ്ടായിരുന്ന ഉപ്പുചാക്ക് വിറകുകെട്ടിന്റെ അടുത്തുതന്നെ വെയ്ക്കുകയും ചെയ്തു. കുറേ സമയം കഴിഞ്ഞ് രണ്ടുപേരും യാത്ര പുനരാരംഭിക്കാൻ തുടങ്ങിയപ്പോൾ അവർ തമ്മിൽ തർക്കവും വഴക്കും തുടങ്ങി. അവരുടെ കൈയിലുണ്ടായിരുന്ന ഒരു ആട്ടിൻതോൽ പുതപ്പ് തന്റേതാണെന്ന് വിറകു കച്ചവടക്കാരൻ; അല്ല, തന്റേതാണെന്ന് ഉപ്പ് വില്പനക്കാരൻ. വാക്കുതർക്കം വഴക്കിലും അടിയിലും കലാശിച്ചു. ഒടുവിൽ രണ്ടുപേരും കോടതിയെ സമീപിച്ചു.

ന്യായാധിപൻ രണ്ടുപേരോടും വഴക്കിന്റെ വിശദാംശങ്ങൾ തിരക്കി.

വിറക് കച്ചവടക്കാരൻ പറഞ്ഞു: "യജമാനനേ, ഈ വസ്ത്രം എന്റേതാണ്. ഞാനെന്നും ഉപയോഗിക്കുന്ന ഈ വസ്ത്രം ഇയാൾ എന്നിൽനിന്നും അപഹരിക്കാൻ ശ്രമിക്കുകയാണ്."

ഉപ്പ് വ്യാപാരി പറഞ്ഞു: "അല്ല യജമാനനെ. ഇത് എന്റേതാണ്. ഞാൻ ഉപ്പ് ചുമന്നുപോകുമ്പോൾ എന്റെ ദേഹസംരക്ഷണയ്ക്കായി എന്നും പുറത്തിടുന്ന ആട്ടുതോൽ പുതപ്പാണ് ഇത്."

ന്യായാധിപൻ പരിചാരകന്മാരോട് ഒരു വിരിപ്പ് തറയിൽ ഇടാൻ പറഞ്ഞു. പിന്നീട് ഒരു മരക്കൊമ്പുകൊണ്ട്, ആട്ടുതോൽ വസ്ത്രത്തിൽ തുടർച്ചയായി അടിക്കാൻ ഉത്തരവിട്ടു. ആട്ടുതോൽ വസ്ത്രത്തിൽനിന്നും വിരിപ്പിലേക്ക് വീണ ഉപ്പുകണങ്ങൾ കണ്ടവർക്കാർക്കും ആരാണ് സത്യം പറഞ്ഞത് എന്നതിലും ആരുടേതാണ് ആ വസ്ത്രം എന്നതിലും അശേഷം സംശയം ബാക്കി ഉണ്ടായില്ല.

പിന്നീട് എന്തു നടന്നു എന്ന് വിശദീകരിക്കേണ്ട ആവശ്യം ഇല്ലല്ലോ?

III

നഗരവാസികളിൽ ഒരാളിന്റെ വീട്ടിൽ ഒരു ദിവസം കള്ളൻ കയറി. വിലപിടിപ്പുള്ള പല സാധനങ്ങളും എടുത്തുകൊണ്ടുപോയി. അയാൾ വിവരം കോടതിയിൽ ബോധിപ്പിച്ചു. ന്യായാധിപൻ ഒട്ടും വൈകിക്കാതെതന്നെ നടപടികൾ ആരംഭിച്ചു.

മറ്റാരു അറിയാതെ തന്റെ പരിചാരകരെക്കൊണ്ട് കോടതിമുറിയിൽ ഒരു ഓട്ടുമണി കെട്ടിത്തൂക്കാൻ ഏർപ്പാട് ചെയ്തു. മണിയുടെ പുറത്ത് നല്ല

മെഴുകുപോലുള്ള ഒരുതരം മഷി പുരട്ടാനും മണിയുടെ നാക്ക് എടുത്തു മാറ്റാനും പറഞ്ഞു.

അടുത്ത ദിവസം രാവിലെതന്നെ നഗരവാസികൾ എല്ലാവരും കോടതിയിൽ നിർബന്ധമായും ഹാജരാകണമെന്ന് കല്പന പുറപ്പെടുവിച്ചു. രാവിലെതന്നെ കോടതിയിൽ എത്തിച്ചേർന്ന നഗരവാസികളോട് ന്യായാധിപൻ പറഞ്ഞു: "ഇന്നലെ നമ്മുടെ നഗരത്തിലെ ഒരു വീട്ടിൽ കളവ് നടന്നിരിക്കുന്നു. കള്ളനെ പിടികൂടേണ്ടത് നമ്മുടെ ആവശ്യമാണ്. നിങ്ങൾ എല്ലാവരും എന്നോട് സഹകരിക്കണം."

അദ്ദേഹം തുടർന്നു. "എന്റെ കൈവശം ഒരു ഓട്ടുമണി ഉണ്ട്.ഞാൻ ആ മണി ഇവിടെ തൂക്കിയിട്ടുണ്ട്. ഈ മണിക്ക് ഒരു പ്രത്യേകത ഉണ്ട്. സത്യസന്ധർ ഈ മണിയിൽ തൊട്ടാൽ അത് ശബ്ദമുണ്ടാക്കുകയില്ല. മറിച്ച് കളവ് ചെയ്തയാൾ തൊട്ടാൽ മാത്രം മണി അടിക്കും. അതുകൊണ്ട് നിങ്ങൾ വരിയായിനിന്ന്, ഓരോരുത്തരായി മണിയിൽ തൊടണം. അങ്ങനെ തൊട്ടതിനുശേഷം എന്റെ മുമ്പിൽക്കൂടി ഏത് വിരലുകൊണ്ടാണോ മണിയിൽ തൊട്ടത്, ആ വിരൽ മാത്രം എന്നെ കാണിച്ചിട്ട് പോകണം."

എന്തിനാണ് ഈ ന്യായാധിപൻ ഇങ്ങിനെയൊക്കെ ചെയ്യുന്നത് എന്ന് പറഞ്ഞുകൊണ്ട് എല്ലാവരും അദ്ദേഹത്തെ അനുസരിച്ചു. അങ്ങിനെ വരിയായി ന്യായാധിപന്റെ മുമ്പിൽക്കൂടി നടന്നുപോയ ഒരാളിനേമാത്രം അദ്ദേഹം മാറ്റിനിർത്തി എല്ലാവരും തന്റെ മുമ്പിൽകൂടി നടന്ന് കഴിഞ്ഞപ്പോൾ അദ്ദേഹം പറഞ്ഞു: "ഇവനാണ് കള്ളൻ. നോക്കൂ. ഇവന്റെ കൈയിൽ മാത്രം മണിയിൽ ഉണ്ടായിരുന്ന മഷി പുരണ്ടിട്ടില്ല. ഇവൻ മാത്രം മണിയിൽ തൊടാൻ കൂട്ടാക്കിയില്ല."

അയാൾക്ക് കുറ്റം ഏറ്റുപറയാതെ നിവർത്തി ഇല്ലായിരുന്നു. നഗരവാസികൾ ഒന്നടങ്കം ന്യായാധിപന്റെ ബുദ്ധിശക്തിയേ വാനോളം പുകഴ്ത്തി.

ഇടയബാലനും നെയ്ത്തുകാരി പെണ്ണും

പണ്ട് ചൈനയിൽ എവിടെയോ ഒരു ഗ്രാമത്തിൽ ഒരു ചെറിയ പയ്യനും, അവന്റെ ജ്യേഷ്ഠനും ജ്യേഷ്ഠഭാര്യയും താമസിച്ചിരുന്നു. ജ്യേഷ്ഠനും ഭാര്യയും അവനെ അശേഷം ശ്രദ്ധിച്ചിരുന്നില്ല. അവന് സ്വന്തമായി ഒരു പേര് നൽകുവാൻ പോലും അവർ മറന്നുപോയി. അതുകൊണ്ട് എല്ലാവരും അഴനെ ഇടയച്ചെറുക്കൻ എന്നാണ് വിളിച്ചിരുന്നത്. അവന് സ്വയം ജീവിക്കാനുള്ള പ്രായം ആയെന്നു തോന്നിയ ഉടനേ ജ്യേഷ്ഠൻ സ്വത്ത് ഭാഗം ചെയ്ത് അവന്റെ വീതം കൊടുത്തു. വീട്ടിൽനിന്ന് പുറത്താക്കുകയും ചെയ്തു. വീടും സ്ഥലവും എല്ലാം ജ്യേഷ്ഠൻ തനിക്കായി മാറ്റിവെച്ചു. അവന് കൊടുത്തത് ആരോഗ്യമില്ലാത്ത ഒരു പോത്തിനേമാത്രം.

"ഇതാണ് നിന്റെ സ്വത്ത്. ഇതിനേയും കൊണ്ടുപോയി എവിടെ വേണമെങ്കിലും ജീവിച്ചോ. ഇനി ഈ വീട്ടിൽ കണ്ടുപോകരുത്." ജ്യേഷ്ഠൻ പറഞ്ഞു.

അവൻ പോത്തിനെ നല്ലതുപോല സംരക്ഷിച്ചു. നല്ല പുൽപ്രദേശങ്ങളിൽ മേയാൻ കൊണ്ടുപോയി. നല്ല അരുവികളിലും കുളങ്ങളിലും കുടിക്കാനും കുളിക്കാനും കൊണ്ടുപോയി. വല്ലപ്പോഴും മറ്റുള്ളവരുടെ നിലങ്ങളിൽ ഉഴുത് കിട്ടുന്ന വരുമാനംകൊണ്ട് അവൻ ജീവിച്ചു. വഴിയോരത്ത് ഒരു ചെറിയ കുടിൽകെട്ടി അവനും പോത്തും അതിൽ താമസിച്ചു. അവൻ പോത്തിനെ ആകുന്നത്ര സ്നേഹിക്കുകയും സംരക്ഷിക്കുകയും ചെയ്തു. അങ്ങിനെ രണ്ട് ഉറ്റ ചങ്ങാതികളായി അവർ ജീവിച്ചു. എങ്കിലും മനുഷ്യരാരും സ്നേഹിതരായി ഇല്ലല്ലോ എന്ന വിഷമം അവനുണ്ടായിരുന്നു.

പലപ്പോഴും അവന് പറയാനാവാത്ത ഒരു ഏകാന്തത അനുഭവപ്പെ ട്ടിരുന്നു.

അന്നൊരുനാൾ പോത്ത് അവനോട് ചോദിച്ചു: "നിനക്ക് നല്ല ഏകാന്തത തോന്നുന്നു. അല്ലേ? നീ ഒരു കല്യാണം കഴിക്ക്."

"എന്നെപ്പോലെ ഒരുത്തന് ആരു പെണ്ണുതരും?"

"അങ്ങിനെ വിഷമിക്കേണ്ട. നീ ഞാൻ പറയുന്നതു പോലെ ചെയ്യ്." പോത്ത് തുടർന്നു.

"നാളെ വൈകീട്ട് ആ കാണുന്ന മലമുകളിൽ കയറി താഴേക്ക് നോക്കിയാൽ അവിടെയുള്ള പൊയ്കയിൽ ചില അപ്സരകന്യകൾ കുളിക്കുന്നതു നിനക്കു കാണാം. അവർ അവരുടെ വസ്ത്രങ്ങൾ കുളക്ക രയിൽ വെച്ചിട്ടുണ്ടാകും. ആരും കാണാതെ നീ അതിൽനിന്ന് ഒരു നീലവസ്ത്രം എടുത്ത് ഒളിപ്പിച്ച് വെക്കണം. ആരുടെ വസ്ത്രമാണോ നീ ഒളിപ്പിച്ചുവെയ്ക്കുന്നത്, ആ അപ്സര കന്യക നിന്നെ വിവാഹം കഴിക്കും."

അങ്ങിനെയാകട്ടെ എന്ന് അവനും സമ്മതിച്ചു.

അടുത്ത ദിവസം വൈകീട്ട് അവൻ പോത്ത പറഞ്ഞതുപോലെ, ആരുടേയും ശ്രദ്ധയിൽപെടാതെ പൊയികയിൽ കുളിച്ചുകൊണ്ടിരു ന്ന ഒരു പെൺകുട്ടിയുടെ വസ്ത്രം അടുത്ത് നിന്നിരുന്ന ഒരു ചെടിയുടെ പുറകിൽ മറച്ചുവെച്ചു. അവനും അടുത്തുതന്നെ അല്പം മറഞ്ഞ് ഇരുന്നു.

കന്യകകൾ എല്ലാവരും കുളികഴിഞ്ഞ് അവരവരുടെ വസ്ത്രങ്ങൾ ധരിച്ച് അവിടെനിന്ന് അപ്രത്യക്ഷരായി. ഒരു പെൺകുട്ടിമാത്രം തന്റെ വസ്ത്രം തിരഞ്ഞുനടന്നു. അവിടെയുമിവിടെയും നോക്കി, ഒടുവിൽ അവൾ വസ്ത്രം തേടിയെടുത്ത് ധരിച്ചുകൊണ്ടിരുന്നപ്പോൾ അവൻ ചോദിച്ചു:

"നീ ആരാണ്? നിന്റെ പേര് എന്താണ്?" അമ്പരന്ന് തിരിഞ്ഞുനോ ക്കിയ അവൾ അവനേ കണ്ടു. അവൻ അവളേയും. അവൾ സുന്ദരി ആയിരുന്നു.

"ഞാൻ പടിഞ്ഞാറൻ സ്വർഗ്ഗത്തിലെ അമ്മ മഹാറാണിയുടെ പൗത്രി. എന്നെ എല്ലാവരും നെയ്ത്തുകാരി എന്ന് വിളിക്കും. ഈ ആകാ ശമെല്ലാം അലങ്കരിക്കാൻവേണ്ടി ഞാൻ എന്റെ അമ്മൂമ്മയ്ക്ക് നല്ല നല്ല പട്ടുതുണികൾ നെയ്ത്കൊടുക്കും. അവൾ തുടർന്നു: ഞാൻ സ്വർഗ്ഗത്തി ലാണ് താമസിക്കുന്നതെങ്കിലും എനിക്ക് അശേഷം സ്വാതന്ത്ര്യമില്ല. ഞാനും എന്റെ കൂട്ടുകാരും ആ സ്വർഗ്ഗത്തിന് പുറത്തു മനുഷ്യരും മറ്റും എങ്ങിനെ ജീവിക്കുന്നു എന്ന് അറിയാൻ കൊതിക്കാറുണ്ട്. ഇന്ന് അമ്മൂമ്മ അല്പം കൂടുതൽ മദ്യം കഴിച്ച് ഉറങ്ങിയ തക്കം നോക്കി ഞങ്ങൾ ഈ പൊയ്കയിൽ കുളിക്കാൻ വന്നതാണ്. പക്ഷേ ഇപ്പോൾ എന്റെ

കൂട്ടുകാരെല്ലാം തിരികെപോയി. ഞാൻ തനിച്ചായി. ഇനി ഞാനെന്തു ചെയ്യും?"

"എന്റെ കൂടെ താമസിച്ചുകൂടേ?" അവൻ ചോദിച്ചു. അവൾ അല്പം സങ്കോചിച്ചു. അവൻ തുടർന്നു: "എനിക്ക് നിന്നെ വളരെ ഇഷ്ടമായി. നമുക്ക് ഒന്നിച്ച് ജീവിച്ചുകൂടേ?"

അവൾ സമ്മതം മൂളി. അങ്ങിനെ അവർ ഭാര്യാഭർത്താക്കന്മാരായി സന്തോഷത്തോടെ ജീവിച്ചു. കൂട്ടിന് അവന്റെ പോത്തും. താമസിയാതെ അവർക്ക് ഒരു പുത്രനും പിന്നീട് ഒരു പുത്രിയും ജനിച്ചു.

വളരെയധികം അന്വേഷിച്ചിട്ടും തന്റെ പൗത്രിയെ കാണാതായപ്പോൾ അവളുടെ അമ്മൂമ്മയ്ക്ക് കോപം അടക്കാനായില്ല.അവർ എപ്പോഴും പിറുപിറുത്തു.

"ഇവൾ എവിടെപ്പോയി. എന്റെ കൈയിൽ കിട്ടട്ടെ കാണിച്ചുകൊടുക്കാം."

ഏതാണ്ട് കുറേ വർഷങ്ങൾക്കുശേഷം അമ്മൂമ്മ അവളുടെ വാസസ്ഥലം കണ്ടെത്തി. അടക്കാനാവാത്ത ദേഷ്യത്തോടെ അവർ ഭൂമിയിലെത്തി അവളെ ബലമായി പിടിച്ചുകൊണ്ടുപോയി. അവനും അവളും താണുകേണ് അപേക്ഷിച്ചിട്ടും ഒരു ഫലവും ഉണ്ടായില്ല. ആ അമ്മൂമ്മ അവരേ രണ്ടുപേരേയും ഓരോ നക്ഷത്രങ്ങളാക്കി മാറ്റി. നെയ്ത്തുകാരിപ്പെണ്ണ് Vega എന്ന നക്ഷത്രമായി. വേഗ, താരതമ്യേന ഭൂമിയോട് അടുത്തു നിൽക്കുന്ന (ഭൂമിയിൽനിന്ന് 24 light years ദൂരം മാത്രം പ്രകാശമാനമായ ഒരു നക്ഷത്രമാണ്; ഇടയബാലൻ Altairഎന്ന നക്ഷത്രവും. ആൾടയർ നക്ഷത്രവും ഭൂമിയോട് അടുത്തുതന്നെയാണ്. ഏകദേശം 16.8 light years ദൂരത്തിൽ നമ്മുടെ കണ്ണുകൾ കൊണ്ട് കാണാവുന്ന നക്ഷത്രമാണ് ആൾടയർ. എങ്കിലും അമ്മൂമ്മ ആ രണ്ടു നക്ഷത്രങ്ങളേയും കഴിയുന്നത്ര അകറ്റുഇ നിർത്തി, Milky way (ആകാശഗംഗ) യുടെ രണ്ടറ്റത്തുമായി. ജീവിതം മുഴുവനും അവർ കരഞ്ഞുകൊണ്ടേ കാലം കഴിക്കണം. അവരുടെ കണ്ണുനീർ ഭൂമിയിലേക്ക് മഴയായി വീഴുന്നു; പ്രത്യേകിച്ചും വേനൽക്കാല മഴയായി, എന്ന് ചൈനാക്കാർ വിശ്വസിക്കുന്നു.

ഭൂമിയിലുള്ള നമുക്ക് അവരോട് സഹതപിക്കാനല്ലാതെ എന്തുചെയ്യാൻ കഴിയും? അവരുടെ മക്കൾക്ക് എന്തു സംഭവിച്ചു എന്നല്ലേ? ഈ കഥ പറഞ്ഞവരാരും അവരുടെ മക്കളെക്കുറിച്ച് ഒന്നും പറഞ്ഞില്ല എന്നതാണ് സത്യം.

പ്രേതത്തിനെ വിറ്റ മനുഷ്യൻ

നാന്യാഗ് എന്ന പട്ടണത്തിൽ പണ്ട് സോങ്ങ് ദിംഗോ എന്ന ധൈര്യശാലിയും ബുദ്ധിമാനുമായ ഒരു മനുഷ്യൻ ജീവിച്ചിരുന്നു. ഒരു ദിവസം അദ്ദേഹം വാഞ്ചെംഗ് നഗരത്തിലേക്ക് യാത്ര തിരിച്ചു. ദിംഗോ നാന്യാഗിൽനിന്ന് പുറപ്പെട്ടപ്പോൾ തന്നെ നേരം അസ്തമിച്ചിരുന്നു. കുറേ ദൂരെയുള്ള ശ്മശാനഭൂമിക്കടുത്ത് എത്തുമ്പോഴേക്കും കണ്ണു കാണാൻ വയ്യാത്തത്ര ഇരുട്ടായിക്കഴിഞ്ഞു. മുമ്പിലുള്ള വഴിപോലും കാണാൻ ബുദ്ധിമുട്ടി.

പെട്ടെന്ന് തന്റെ മുമ്പിൽ ഒരു രൂപം പ്രത്യക്ഷപ്പെട്ടു. തികച്ചും അപരിചിതമായ ഒരു രൂപം. മനുഷ്യനല്ല.

"നിങ്ങളാരാണ്?" ദിംഗോ ചോദിച്ചു.

"ഞാനൊരു പ്രേതം. നീയോ?" ആ രൂപം തിരക്കി.

അതുകേട്ട ദിംഗോ അമ്പരന്നുപോയി. ഒരു പ്രേതത്തെ നേരിൽകണ്ടുമുട്ടുമെന്ന് ദിംഗോ ഒരിക്കലും വിചാരിച്ചതല്ല. പക്ഷേ, താനിപ്പോൾ എന്തു ചെയ്യും? ഏതായാലും സൂക്ഷിച്ച് സമയോചിതമായി സംസാരിക്കണം? ദിംഗോ വിചാരിച്ചു.

"ഞാനും ഒരു പ്രേതം തന്നെ."

"അതു നന്നായി. അല്ലെങ്കിൽ എനിക്ക് നിന്നെ ഭയപ്പെടുത്തുകയും ഉപദ്രവിക്കുകയും ചെയ്യേണ്ടിവരുമായിരുന്നു. ശരി. നീ ഇപ്പോൾ എങ്ങോട്ട് പോകുന്നു?" പ്രേതം തിരക്കി.

താൻ വാഞ്ചെംഗിലേക്ക് പോകുന്ന വിവരം തല്ക്കാലം പറയണ്ട എന്ന് ദിംഗോ കരുതി.

ഞാൻ കിഴക്കു ദേശത്തേക്ക്? ദിംഗോ പറഞ്ഞു.

കിഴക്കോ? എന്നുപറഞ്ഞാൽ വാഞ്ചെംഗിലേക്ക് ആയിരിക്കും. നന്നായി. ഞാനും അങ്ങോട്ടു തന്നെ. പ്രേതം പറഞ്ഞു.

ഓ. അങ്ങിനെയോ? എങ്കിൽ നമുക്ക് ഒരുമിച്ചു പോകാം. രണ്ട് മനുഷ്യർ ഒന്നിച്ച് പോകുന്നതാണല്ലോ കൂടുതൽ നല്ലത്.

രണ്ട് മനുഷ്യരല്ല. രണ്ട് പ്രേതങ്ങൾ. പ്രേതം തെറ്റുതിരുത്തി.

അതേ.അതെ. രണ്ട് പ്രേതങ്ങൾ. ദിംഗോ ശരിവെച്ചു.

രണ്ടുപേരും കുറേനേരം സംസാരിച്ചുകൊണ്ട് തമാശകൾ പറഞ്ഞ് നടന്നു. അപ്പോൾ പ്രേതം പറഞ്ഞു.

"ഞാൻ ക്ഷീണിച്ചു. ഇനി എനിക്ക് നടക്കാൻ വയ്യ. നിനക്ക് വിരോധമില്ലെങ്കിൽ കുറച്ചുനേരം നീ എന്നെ തോളിൽ കയറ്റി നടക്ക്. എന്റെ ക്ഷീണം മാറിയതിനുശേഷം ഞാൻ കുറേനേരം നിന്നെ എന്റെ തോളിൽ ഏറ്റാം."

ദിംഗോ ആ അഭിപ്രായത്തോട് യോജിച്ചു.

ദിംഗോ പ്രേതത്തിനെ തന്റെ തോളിലേറ്റി കുറേനേരം നടന്നു. പിന്നീട് പ്രേതം ദിംഗോയെ അതിന്റെ തോളിലേറ്റി നടക്കാൻ തുടങ്ങി. അപ്പോൾ പ്രേതം പറഞ്ഞു.

"എന്താ നീ പ്രേതമായിട്ടും നിനക്കിത്ര ഭാരം? ഒരു മനുഷ്യന്റെ ഭാരമുണ്ടല്ലോ നിനക്ക്?"

"കുറച്ചു ദിവസങ്ങൾക്കു മുമ്പു മാത്രമാണ് ഞാൻ മരിച്ചത്. ഒരുപക്ഷേ, അതുകൊണ്ടായിരിക്കാം." ദിംഗോ പറഞ്ഞു.

"ഓ അങ്ങിനെയോ?"

"ഞാൻ പുതിയ പ്രേതമായതുകൊണ്ട് എനിക്ക് നീ ചിലതൊക്കെ ഉപദേശിക്കണം. ഉദാഹരണത്തിന് നാം പ്രേതങ്ങൾ ആരെയൊക്കെയാണ് ഭയക്കേണ്ടത്?"

"നിനക്ക് ഇതുകൂടി അറിഞ്ഞുകൂടേ? പ്രേതം തുടർന്നു. ഏറ്റവും കൂടുതൽ ഭയപ്പെടേണ്ടത് മനുഷ്യരെയാണ്. ഉദാഹരണത്തിന് യാതൊരു കാരണവശാലും മനുഷ്യൻ എച്ചിൽ നമ്മുടെമേൽ പതിയാൻ പാടില്ല."

"അങ്ങിനെ പെട്ടാൽ എന്തു സംഭവിക്കും? ദിംഗോ ചോദിച്ചു.

"മനുഷ്യന്റെ എച്ചിൽ പെട്ടാൽ പിന്നീട് നമുക്ക് നമ്മുടെ അപ്പോഴത്തെ രൂപത്തിൽനിന്ന് സ്വരൂപത്തിലേക്ക് തിരിച്ചുപോകാൻ കഴിയുകയില്ല."

"ഓ! അങ്ങിനെയോ?"

"ശരി, നേരം വെളുക്കട്ടെ, ഞാനിതിനെ ഒരു പാഠം പഠിപ്പിക്കും." ദിംഗോ സ്വയം ചിന്തിച്ചു ഏതാണ്ട് നേരം വെളുക്കാനടുത്തസമയത്ത് ദിംഗോ പറഞ്ഞു.

"നീ ഇത്രയും നേരം എന്നെ ചുമന്നു. ഇനി അല്പനേരം നിന്നെ ഞാൻ എടുക്കാം. അപ്പോഴേക്ക് നേരം വെളുക്കുകയും ചെയ്യും."

പ്രേതം ദിംഗോയുടെ ചുമലിൽ കയറി. നേരം വെളുക്കാൻ തുടങ്ങിയപ്പോൾ പ്രേതം മനുഷ്യരൂപം കളയാൻ തിടുക്കം കൂട്ടി. പക്ഷേ, ദിംഗോ പ്രേതത്തെ ഇറുക്കി പിടിച്ചു. പ്രേതം എത്ര ശ്രമിച്ചിട്ടും ദിംഗോ, പിടിവിട്ടില്ല. കൂടെയുള്ളത് പ്രേതമല്ലെന്നും മനുഷ്യനാണെന്നും മനസ്സിലാക്കിയ പ്രേതം രക്ഷപ്പെടാനായി ഒരു ആടിന്റെ രൂപം സ്വീകരിച്ചു. ആ തക്കം നോക്കി ദിംഗോ പ്രേതത്തിനെ തോളിൽനിന്ന് താഴെ ഇറക്കുകയും ആ ആടിന്റെ പുറത്ത് തുപ്പുകയും ചെയ്തു. പിന്നീട് ആടിനെ ഒരു കയറുകൊണ്ട് ബന്ധിച്ച്, കയറിന്റെ ഒരറ്റം തന്റെ കൈയിൽ ഭദ്രമായി പിടിച്ചു. പാവം പ്രേതം! അതിന് ആടിന്റെ രൂപം കളയാൻ ശക്തി ഇല്ലാതായി.

ആ സമയത്ത് അവിടെ വന്ന ഒരു വണികൻ ആടിന് വില പറയുകയും, ആയിരം നാണയങ്ങൾകൊടുത്ത് ദിംഗോയുടെ പക്കൽ നിന്ന് ആടിനെ വാങ്ങുകയും ചെയ്തു.

അങ്ങിനെ ദിംഗോ പ്രേതത്തിനെ വിറ്റ ആദ്യത്തെ മനുഷ്യനായി. പിന്നീട് ആർക്കെങ്കിലും അങ്ങി#െ ചെയ്യുവാനുള്ള ഭാഗ്യം ഉണ്ടായിട്ടുണ്ടോ എന്ന് നമുക്ക് ഇന്നുവരെ അറിവില്ല.

മാലിങ്ങ് എന്ന ചിത്രകാരൻ

പണ്ടുപണ്ട് ചൈനയിൽ വസിച്ചിരുന്ന മാലിങ്ങിന്റെ കഥയാണ് ഇത്. മാലിങ്ങിന്റെ മാതാപിതാക്കൾ ലിങ്ങിന്റെ ചെറുപ്പത്തിൽതന്നെ മരിച്ചുപോയി. അവൻ ചെറുപ്രായത്തിൽതന്നെ കാട്ടിൽനിന്ന് മരക്കൊമ്പുകളും പുല്ലും മറ്റും ശേഖരിച്ച് ആവശ്യക്കാർക്ക് കൊടുത്ത് ആഹാരത്തിന് വക കണ്ടെത്തിയിരുന്നു. അങ്ങിനെ കഷ്ടപ്പെട്ട് ജീവിക്കുമ്പോഴും ലിങ്ങിന്റെ മനസ്സിൽ ഒരു വലിയ ആഗ്രഹമുണ്ടായിരുന്നു. ഒരു ചിത്രകാരൻ ആകണം. നല്ല നല്ല ചിത്രങ്ങൾ വരയ്ക്കാൻ കഴിയണം. കാണുന്നതെല്ലാം ചിത്രങ്ങളിൽ, ജീവിക്കുന്ന ചിത്രങ്ങൾ എന്ന് ആളുകൾ പറയുന്നതുപോലെ, പ്രതിഫലിപ്പിക്കാൻ കഴിയണം. പക്ഷേ ചിത്രങ്ങൾ

വരയ്ക്കാൻ ഒരു നല്ല ബ്രഷ് വേണം. അന്നന്നത്തെ ആഹാരത്തിനുപോലും ബുദ്ധിമുട്ടായിരിക്കുമ്പോൾ എങ്ങിനെ ഒരു ബ്രഷ് വാങ്ങാൻ കഴിയും? അവൻ പലരോടും സഹായം ചോദിച്ചെങ്കിലും ആരും അവനെ സഹായിച്ചില്ല. എങ്കിലും അവന്റെ ആഗ്രഹം അത്രവേഗം അടങ്ങുന്നതായിരുന്നില്ല.

അങ്ങിനെയിരിക്കുമ്പോൾ ഒരു ദിവസം സ്വന്തം ഗ്രാമത്തിനടുത്ത മറ്റൊരു ഗ്രാമത്തിലെ ഒരു സ്കൂൾ കാണാൻ ഇടയായി. സ്കൂളിൽ അദ്ധ്യാപകൻ കുട്ടികൾക്ക് ചിത്രങ്ങൾ വരയ്ക്കാൻ പഠിപ്പിക്കുന്നത് കണ്ട മാലിങ്ങിന് വളരെ കൗതുകം തോന്നി. "എനിക്ക് ആരെങ്കിലും ഇതുപോലെ പഠിപ്പിച്ച് തന്നിരുന്നെങ്കിൽ"- അവൻ ആഗ്രഹിച്ചു. താനറിയാതെതന്നെ അവൻ ആ ക്ലാസ് മുറിയിലേക്ക് കടന്നു ചെന്നു. ഗുരുവിനോട് അവൻ വിനയപുരസ്സരം ചോദിച്ചു.

"സർ, എനിക്കും ദയവായി ചിത്രം വരയ്ക്കാൻ പഠിപ്പിച്ചുതരുമോ? എനിക്ക് നല്ല ചിത്രങ്ങൾ വരയ്ക്കാൻ ആഗ്രഹമുണ്ട്. എനിക്കും ഒരു ബ്രഷ് വാങ്ങിത്തരാമോ?"

അദ്ധ്യാപകന് ദേഷ്യമാണ് വന്നത്.

"എന്ത്. ഒരു തെണ്ടിച്ചെറുക്കന് ബ്രഷ് വേണമെന്നോ? എന്താ, നിനക്കു ചിത്രകാരൻ ആയെങ്കിലേ മതിയാകൂ- അല്ലേ? പൊയ്ക്കോ ഇവിടുന്ന്. അധികപ്രസംഗി. ഇവിടെയെങ്ങും മേലാൽ കണ്ടുപോകരുത്."

ആ സംഭവം അവനെ വല്ലാതെ വേദനിപ്പിച്ചു. പക്ഷേ, അതുകൊണ്ടൊന്നും അവന്റെ ആഗ്രഹം കെട്ടുപോയില്ല. പകരം, ഒരു ചിത്രകാരൻ ആകാനുള്ള അവന്റെ ആഗ്രഹം കൂടുതൽ ദൃഢമായി. അന്നു മുതൽ അവൻ ദിവസവും അടുത്തുള്ള പാറപ്പുറത്ത് ഉണങ്ങിയ കമ്പുകളുപയോഗിച്ച് ചിത്രങ്ങൾ വരയ്ക്കാൻ തുടങ്ങി. കുളിക്കാൻ പോകുമ്പോൾ പുഴയോരത്തുള്ള മണൽത്തിട്ടയിൽ കൊച്ചുകൊമ്പുകൾ കൊണ്ട് ചിത്രങ്ങൾ വരച്ചു. സ്കൂളിൽ അദ്ധ്യാപകൻ പഠിപ്പിക്കുന്നത് ഒളിഞ്ഞുനിന്നു ശ്രദ്ധിച്ചു. മറ്റുള്ളവർ വരച്ച ചിത്രങ്ങൾ സൂക്ഷ്മമായി ശ്രദ്ധിച്ചു പഠിച്ചു. വന്യമൃഗങ്ങളുടേയും മരങ്ങളുടേയും പുഷ്പങ്ങളുടേയും മീനുകളുടേയും പക്ഷികളുടേയും ചിത്രങ്ങൾ അവൻ വരച്ചു. അവൻ വരച്ച ചിത്രങ്ങൾ കണ്ടവരെല്ലാം അവ ജീവനുള്ള ചിത്രങ്ങൾപോലെ ഉണ്ടെന്ന് പറഞ്ഞു. "പക്ഷേ, ഇനിയും നന്നായി വരയ്ക്കാൻ കഴിയും", അവൻ സ്വയം പറഞ്ഞു. "ഒരു ബ്രഷ് ഉണ്ടായിരുന്നെങ്കിൽ," അവൻ ആഗ്രഹിച്ചു.

അന്നൊരുദിവസം ഗാഢമായ ഉറക്കത്തിൽ അവൻ ഒരു സ്വപ്നം കണ്ടു. വെളുത്തവസ്ത്രം ധരിച്ച ഒരു വയോധികൻ അവന്റെ ചിത്രങ്ങളെ പ്രശംസിച്ച് അവനൊരു സമ്മാനം നൽകി. എന്താണെന്നല്ലേ? ഒരൊന്നാന്തരം മാന്ത്രികശക്തിയുള്ള ഒരു ബ്രഷ്. അവന് വളരെ സന്തോഷമായി ആ വൃദ്ധനെ കാലുതൊട്ട് വന്ദിക്കാൻ അവൻ എഴുന്നേൽക്കുമ്പോഴേക്കും അയാൾ അവിടെനിന്നും പോയിക്കഴിഞ്ഞിരുന്നു. "എന്ത്, താൻ കണ്ടത് വെറും സ്വപ്നം മാത്രം ആയിരുന്നുവോ?" അവൻ വിചാരിച്ചു.

പക്ഷേ, അതിശയമെന്ന് പറയട്ടെ. തനിക്ക് സമ്മാനമായി കിട്ടിയ ബ്രഷ് അവിടെത്തന്നെ ഉണ്ടായിരുന്നു. താൻ കിടന്നിരുന്ന പായയ്ക്ക് സമീപം, സ്വർണ്ണംകൊണ്ടുള്ള കൈപ്പിടിയോടുകൂടിയ ഒരു നല്ല ബ്രഷ്. സന്തോഷം കൊണ്ട് മതിമറന്ന മാലിങ്ങ് ബ്രഷുകൊണ്ട് ആദ്യമായി ഒരു പക്ഷിയെ വരച്ചു. ചിത്രം വരച്ചു തീർത്തപ്പോൾ അവൻ ആ ചിത്രത്തിലേക്ക് നോക്കി വിചാരിച്ചു. "ഈ ചിത്രം തീർച്ചയായും നന്നായിരിക്കുന്നു. ഈ പക്ഷിക്ക് ജീവൻ ഉണ്ടായിരുന്നെങ്കിൽ...?"

മനസ്സിൽ മാലിങ്ങ് അങ്ങിനെ വിചാരിച്ചയുടനേതന്നെ, ചിത്രത്തിലെ പക്ഷി ചിറകുകൾ വിടർത്തി പറന്നുയർന്ന് പോകുന്നത് കണ്ട മാലിങ്ങിനുപോലും ആ സത്യം വിശ്വസിക്കാൻ കഴിഞ്ഞില്ല. "താൻ വരച്ച പക്ഷി ജീവനുള്ളതുപോലെ എന്നതിനപ്പുറം ജീവനുള്ള പക്ഷിതന്നെ ആയിരിക്കുന്നു. എന്തദ്ഭുതം?" പിന്നീട് മാലിങ്ങ് ഒരു മത്സ്യത്തിന്റെ ചിത്രം വരച്ചു. അതും പക്ഷിയേപ്പോലെതന്നെ അടുത്തുള്ള പുഴയിലേക്ക് വഴുതിപ്പോയി.

മാലിങ്ങ് മനസ്സിൽ ഒരു തീരുമാനം എടുത്തു. താൻ ഇനി വരയ്ക്കുന്ന എല്ലാ ചിത്രങ്ങളും പാവപ്പെട്ടവരുടെ ആശ്വാസത്തിനും ഉദ്ധാരണത്തിനും വേണ്ടി മാത്രമേ ഉപയോഗിക്കുകയുള്ളൂ എന്നതായിരുന്നു മാലിങ്ങിന്റെ തീരുമാനം. അവന്റെ ചിത്രങ്ങളെക്കുറിച്ച് ആളുകൾ അറിയാൻ തുടങ്ങി. എല്ലാവരുടേയും പ്രശംസക്ക് പാത്രമായി. ആ ചിത്രങ്ങൾക്ക് നല്ല മതിപ്പും ആവശ്യക്കാരും കൂടുതൽ വിലയും ഉണ്ടായി.

അവൻ വരച്ചുകൊണ്ടേയിരുന്നു. കലപ്പ ഇല്ലാത്ത ഒരു കർഷകന് ഒരു കലപ്പ; റാന്തൽ വിളക്കില്ലാത്ത വീട്ടിലേക്ക് ഒരു വിളക്ക്; വെള്ളം പിടിക്കാൻ ബക്കറ്റില്ലാത്തവന് ഒരു ബക്കറ്റ്; പുസ്തകം വാങ്ങാൻ പണമില്ലാത്ത വിദ്യാർത്ഥിക്ക് നോട്ടുബുക്കുകൾ; പാവപ്പെട്ടവരുടെ ആവശ്യങ്ങൾ നിറവേറ്റിക്കൊടുക്കുന്ന ലിങ്ങിനേക്കുറിച്ചും അവന്റെ അത്ഭുതചിത്രങ്ങളേക്കുറിച്ചും അടുത്തുള്ള വലിയ ഭൂവുടമയും കേൾക്കാനിടയായി. ലിങ്ങിനെ വിളിച്ചുകൊണ്ടുവരുവാൻ അയാൾ രണ്ട് ഭൃത്യന്മാരെ

അയച്ചു. തന്റെ മുമ്പിൽ കൊണ്ടുവരപ്പെട്ട ലിങ്ങിനോട് ആ പണക്കാരൻ ആവശ്യപ്പെട്ടു.

"നിന്റെ ചിത്രകലയേക്കുറിച്ച് ഞാൻ വളരെയധികം കേട്ടിരിക്കുന്നു. നീ എനിക്കുവേണ്ടി രണ്ടു വലിയസ്വർണതട്ടുകളുടെ ചിത്രം വരയ്ക്കുക." ലിങ്ങ്, ആ ചെറിയ പ്രായത്തിലും ധൈര്യശാലി ആയിരുന്നു.യാതൊരു കാരണവശാലും പണക്കാർക്കുവേണ്ടി, പണം ഉണ്ടാക്കുവാൻവേണ്ടി ചിത്രങ്ങൾ വരയ്ക്കുകയില്ല എന്ന തീരുമാനത്തിൽനിന്ന് മാറുവാൻ ലിങ്ങ് തയ്യാറായില്ല. അതുകൊണ്ട് ആ പണക്കാരൻ ആവശ്യപ്പെട്ടതുപോലെ ചിത്രങ്ങൾ വരയ്ക്കാൻ ലിങ്ങ് വിസമ്മതിച്ചു. കോപിഷ്ഠനായ ഭ്രവ്യടമ ലിങ്ങിനെ തടവിലാക്കി. തടവുമുറിക്ക് ചുറ്റിനും തീയിട്ട് പുകയ്ക്കാനും ഭൃത്യന്മാരോട് ആജ്ഞാപിച്ചു. രണ്ടുദിവസം കഴിഞ്ഞ് അവർ ലിങ്ങിനെ പൂട്ടിയിട്ടിരുന്ന മുറി തുറന്ന് നോക്കി. എന്തു സംഭവിച്ചിരിക്കും? ഒരുപക്ഷേ, പുക കാരണം വായു കിട്ടാതെ ലിങ്ങ് മരിച്ചിട്ടുണ്ടാകും; അല്ലെങ്കിൽ, പുകയിൽ കഷ്ടപ്പെട്ട ലിങ്ങ് മനസ്സുമാറി, ഭ്രവ്യടമ പറഞ്ഞതുപോലെ ചിത്രങ്ങൾ വരയ്ക്കാൻ തയ്യാറായിട്ടുണ്ടാകും എന്നാണ് അവർ കരുതിയത്. പക്ഷേ സംഭവിച്ചത് മറ്റൊന്നാണ്. ലിങ്ങ് അവിടെ ഉണ്ടായിരുന്നില്ല. അവൻ ഭക്ഷിച്ച പഴങ്ങളുടെ തൊലിയും മറ്റും മുറിയിൽ കണ്ടു. കൂടാതെ ഭിത്തിയിൽ ചാരിവെച്ചിരുന്ന ഒരു ഏണിയും, ആ ഏണിയിൽ കയറി ലിങ്ങ് രക്ഷപ്പെട്ടതായിരിക്കും എന്ന് കരുതിയ ഭ്രവ്യടമ ഏണിയിൽ കയറാൻ ശ്രമിച്ചുവെങ്കിലും ഏണി ഉടഞ്ഞ് താഴെ വീണു.

ആ സംഭവത്തിനുശേഷം ആ ഗ്രാമത്തിൽ താമസിക്കുന്നത് അപകടം ആണെന്ന് മനസ്സിലാക്കിയ ലിങ്ങ് തന്റെ ഗ്രാമത്തോടും സ്നേഹിതരോടും യാത്ര പറഞ്ഞ് അവിടെനിന്നും യാത്ര പുറപ്പെട്ടു. പക്ഷേ, അധികദൂരം പോകുന്നതിന് മുമ്പുതന്നെ ഭ്രവ്യടമയും ഭൃത്യന്മാരും ഉയർത്തിപ്പിടിച്ച വാളുമായി കുതിരപ്പുറത്ത് തന്നെ പിന്തുടരുന്നത് ലിങ്ങിന് കാണാൻ കഴിഞ്ഞു. ലിങ്ങ് ഒട്ടും ചഞ്ചലനാവാതെ, ഒരമ്പുവും വില്ലും വരച്ചു. "ഈ അമ്പ് എന്നെ രക്ഷിക്കട്ടെ" എന്ന് മനസ്സിൽ വിചാരിച്ചു.

അധിക താമസം ഉണ്ടായില്ല; അമ്പ് അക്രമിയും ക്രൂരനുമായ ഭ്രവ്യടമയുടെ നെഞ്ചിൽ തറയ്ക്കാൻ. ആ ശല്യം തീർന്നു. എങ്കിലും ലിങ്ങ് ആ ഗ്രാമത്തിൽ നിന്ന് കുറേയധികം ദൂരെ മറ്റൊരു ഗ്രാമത്തിലേക്ക് താമസം മാറ്റി. ചുറ്റിനുമുള്ള പാവപ്പെട്ടവർക്ക് തന്നാൽ കഴിയുന്ന സഹായങ്ങൾ ചെയ്തുകൊടുത്തു ജീവിച്ചു. തന്റെ ചിത്രങ്ങൾക്ക് ജീവൻ നല്കാൻ ലിങ്ങ് തുനിഞ്ഞില്ല. അങ്ങിനെ ചെയ്താൽ വീണ്ടും ധനികരും അത്യാഗ്രഹികളും തന്നെ കൂടുതൽ ഉപദ്രവിക്കും എന്ന് ലിങ്ങ് കരുതി. അതുകൊണ്ട്

എപ്പോഴും തന്റെ ചിത്രങ്ങൾക്ക് പൂർണ്ണത നൽകാതിരിക്കാൻ ലിങ്ങ് ശ്രദ്ധിച്ചു. എങ്കിലും ലിങ്ങിന്റെ ചിത്രങ്ങൾ ആളുകൾക്ക് ഇഷ്ടപ്പെട്ടു. ആവശ്യക്കാരും കൂടി. ചിത്രങ്ങളുടെ വില്പനയിൽ നിന്ന് കിട്ടിയ വരുമാനംകൊണ്ട് തന്നാൽ കഴിയുന്നത്ര സഹായം പാവപ്പെട്ടവർക്ക് നൽകി.

ഒരു ദിവസംതാൻ വരച്ച ഒരു കൊക്കിന്റെ ചിത്രത്തിൽ, അറിയാതെ അല്പം ചായം ബ്രഷിൽനിന്ന് വീഴാൻ ഇടയായി. മനപ്പൂർവം വരയ്ക്കാതെ വിട്ട കൊക്കിന്റെ കണ്ണിന്റെ സ്ഥാനത്ത് വീണ ചായം,കൊക്കിന്റെ ചിത്രത്തിന് പൂർണ്ണത നൽകി. ഉടനേതന്നെ കൊക്ക് ചിറകുകൾ വിടർത്തി പറന്നുപോകുകയുംചെയ്തു. ആ സംഭവം എങ്ങിനെയോ ആ ഗ്രമാവാസികളുടെ ശ്രദ്ധയിൽ പെട്ടു. ആ നാടിന്റെ രാജാവിന്റെ ചെവിയിലും ആ വാർത്ത എത്തി. ഉടനേതന്നെ അത്യാഗ്രഹിയും ദുഷ്ടനുമായ ആ രാജാവ് ഭടന്മാരെ അയച്ച് ലിങ്ങിനെ കൊട്ടാരത്തിൽ കൊണ്ടുവന്നു. രാജാവിന്റെ കല്പന പ്രകാരം ചിത്രങ്ങൾ വരയ്ക്കാൻ വിസമ്മതിച്ച ലിങ്ങിനെ രാജഭൃത്യന്മാർ ഉപദ്രവിച്ചു. ലിങ്ങിന്റെ കൈയിൽനിന്ന് മാന്ത്രിക ബ്രഷ് പിടിച്ചുവാങ്ങി രാജാവ് സ്വയം ചിത്രങ്ങൾ വരയ്ക്കാൻ ശ്രമിച്ചു. രാജാവ് ആദ്യം വരച്ചത് ഒരു വലിയ സ്വർണമാല ആയിരുന്നു. രാജാവ് വരച്ച സ്വർണമാലയ്ക്ക് എന്തു സംഭവിച്ചു എന്ന് അറിയേണ്ടേ? അത് കേവലം ഒരു പാറക്കൂട്ടം മാത്രമായി രൂപാന്തരപ്പെട്ടു. രാജാവിന്റെ കൊട്ടാരത്തിന്റെ നടുക്ക് ഒരു വലിയ വൃത്തികെട്ട പാറ. പക്ഷേ, രാജാവ് തോൽവി സമ്മതിക്കാൻ തയ്യാറായില്ല. വീണ്ടും വരച്ചു. രണ്ടാമത് അത്യധികം രോഷത്തോടെ ഒന്നൊന്നായി കുറേയധികം സ്വർണ്ണക്കട്ടകളുടെ പടം വരച്ചു. വരച്ചു തീർന്നപ്പോഴോ? പടത്തിലെ സ്വർണ്ണക്കട്ടകൾ ഒന്നിച്ചു ചേർന്ന് ഒന്നാന്തരം ഒരു പയ്യാനിപാമ്പ്!

ആ പാമ്പിനെ കണ്ട് ഭയന്നുപോയ രാജാവ് ലിങ്ങിനോട് അപേക്ഷിച്ചു; "പാമ്പ് തന്നെ ഉപദ്രവിക്കാതെ രക്ഷിക്കണേ," എന്ന്. പാമ്പ് ഇഴഞ്ഞ് പോയതിനുശേഷം രാജാവ് ലിങ്ങിനെ പുകഴ്ത്തി സംസാരിച്ചു. തനിക്കുവേണ്ടി ഒരു പടം വരയ്ക്കൂ എന്നു അപേക്ഷിച്ചു. താൻ പറയുന്നതുപോലെ ഒരു പടം വരച്ചുകൊടുത്താൽ തന്റെ മകളെ ലിങ്ങിന് വിവാഹം ചെയ്തുകൊടുക്കാമെന്ന് പറഞ്ഞു. രാജാവിന്റെ ഉദ്ദേശ്യം ശുദ്ധമായിരുന്നില്ല. എങ്കിലും, പ്രതിഫലേച്ഛയില്ലാതെ ഒരു ചിത്രം രാജാവിനു വേണ്ടി വരയ്ക്കാൻ ലിങ്ങ് തീരുമാനിച്ചു.

"എന്ത് ചിത്രമാണ് ഞാൻ വരയ്ക്കേണ്ടത്?"

"ഒരു വലിയ വനം വരയ്ക്കൂ." രാജാവ് പറഞ്ഞു. പക്ഷേ, അതു പറഞ്ഞു കഴിഞ്ഞപ്പോൾ രാജാവിന് ഒരു സംശയം. വനത്തിലുള്ള വന്യമൃഗങ്ങൾ

തന്നെ ആക്രമിച്ചാലോ? പകരം ഒരു സമുദ്രം വരച്ചാൽ തനിക്ക് അതിനെ മീനുകളെ പിടിച്ചുവിറ്റ് പണം സമ്പാദിക്കാമല്ലോ?

"വേണ്ട, വേണ്ട. വനം വേണ്ട. പകരം ഒരു സമുദ്രം വരയ്ക്കു." രാജാവ് പറഞ്ഞു. ലിങ്ങ് ഒരു വലിയ സമുദ്രത്തിന്റെ ചിത്രം വരച്ചു.

"ഈ സമുദ്രത്തിൽ മീനുകൾ ഒന്നും ഇല്ലല്ലോ?" രാജാവ് ചോദിച്ചു. ലിങ്ങ് തന്റെ ചിത്രത്തിൽ ധാരാളം മീനുകളേയും വരച്ചു ചേർത്തു. പലപല വിലകൂടിയ ഭംഗിയുള്ള മീനുകളുടെ ചിത്രങ്ങൾ.

"എനിക്ക് സമുദ്രത്തിൽ പോയി മീൻപിടിക്കാൻ ഒരു വള്ളവും." രാജാവ് വീണ്ടും പറഞ്ഞു. ലിങ്ങിന് രാജാവിന്റെ ഉദ്ദേശ്യം മനസ്സിലായി. എങ്കിലും, രാജാവ് ആഗ്രഹിച്ചതുപോലെ ഒരു പായ് വള്ളവും വരച്ചുചേർത്തു.

"ലിങ്ങ്, ഈ വള്ളം എങ്ങിനെ സമുദ്രത്തിലേക്ക് പോകും? കാറ്റില്ലല്ലോ? തിരമാലകൾ ഇല്ലല്ലോ?"

ലിങ്ങ് കാറ്റും തിരമാലകളും വരച്ചു ചേർത്തു. വള്ളം സമുദ്രത്തിലേക്ക് പോകാൻതയ്യാറായി. രാജാവും രാജ്ഞിയും രാജകുമാരന്മാരും പ്രധാനമന്ത്രിമാരും വള്ളത്തിൽ കയറി. രാജാവ് സന്തോഷവാനായിരുന്നു കടലിൽ പോയി തനിക്ക് ആ വിലപിടിപ്പുള്ള മത്സ്യങ്ങളെ പിടിച്ചുകൊണ്ടുവരാൻ തിടുക്കമായിരുന്നു. വള്ളം സമുദ്രത്തിലേക്ക് യാത്ര തിരിച്ചു.

"കുറച്ചുകൂടി വേഗം വള്ളം പോയിരുന്നെങ്കിൽ," എന്ന് രാജാവ് ആഗ്രഹിച്ചു. രാജാവിന്റെ ആഗ്രഹം മനസ്സിലാക്കിയിട്ടെന്നതുപോലെ ലിങ്ങ് തന്റെ ചിത്രത്തിൽ കാറ്റിന്റെ വേഗതയും തിരമാലകളുടെ ശക്തിയും കൂട്ടതലാക്കി ചിത്രീകരിച്ചു. സമുദ്രത്തിൽ കാറ്റ് കൂടുതൽ കൂടുതൽശക്തിയിൽ വീശി. തിരമാലകൾ കൂടുതൽ ഉയരമുള്ളവയായി. അതുകണ്ട് ഭയപ്പെട്ട രാജാവ് വിളിച്ചു പറഞ്ഞു:

"ലിങ്ങ്, മതി, മതി. നിർത്ത്. കാറ്റിന്റെ ശക്തി കുറയ്ക്കൂ."

പക്ഷേ ലിങ്ങ് ഒന്നും കേട്ടില്ല. സുനാമിപോലെ വലിയ വലിയ തിരകളിൽ പെട്ട്, രാജാവിന്റെ വള്ളം നടുക്കടലിൽ മുങ്ങി. പിന്നെ എന്തു സംഭവിച്ചു എന്നു പറയേണ്ടതില്ലല്ലോ.

ആ ദുഷ്ടനും ക്രൂരനുമായ രാജാവിന്റെ മരണശേഷം രാജാവിന്റെ മകൾക്കോ രാജ്യത്തിനോ എന്തു സംഭവിച്ചു എന്ന് ഈ കഥയിൽ പറയുന്നില്ല. ഒരുപക്ഷേ, ലിങ്ങ് സ്വന്തം ഗ്രാമത്തിലേക്ക് തിരിച്ചുപോയിരിക്കാം. അല്ലെങ്കിൽ രാജകുമാരിയെ വിവാഹം കഴിച്ച് അവിടെതന്നെ

താമസിച്ചിരിക്കാം. എന്തായാലും, ചൈനയിലെ ആളുകൾക്ക് ഒരു കാര്യം തീർച്ചയാണ്. ലിങ്ങ് വളരെക്കാലം തന്റെ ചിത്രകലകൊണ്ട് പ്രസിദ്ധനാവുകയും ആ കല ഉപയോഗിച്ച് അനേകമനേകം പാവപ്പെട്ടവരെ സഹായിക്കുകയും ചെയ്തു ന്ന് അവർ ദൃഢമായി വിശ്വസിക്കുന്നു.

അനൗചിത്യം പറയുന്ന നാക്ക്

വാങ്ങ് കുടുംബത്തിൽ ഒരു പുത്രൻ ജനിച്ചു. കുട്ടിക്ക് ഒരു മാസം തികഞ്ഞപ്പോൾ, സമ്പ്രദായപ്പടി വാങ്ങ് കുടുംബം അവരുടെ ബന്ധുക്കളേയും സ്നേഹിതരേയും കുട്ടി ജനിച്ചതിന്റെ സന്തോഷം പങ്കിടാൻ ഒരു വിരുന്ന് ഒരുക്കി. അങ്ങിനെ ക്ഷണിക്കപ്പെട്ടവരുടെ കൂട്ടത്തിൽ ആ ജിന്നും ഉണ്ടായിരുന്നു. പക്ഷേ, ജിന്നിന്റെ കൂട്ടുകാരും അഭ്യുദയകാംക്ഷികളും ജിന്ന് വിരുന്നിന് പോകണ്ട എന്ന് ഉപദേശിച്ചു. കാരണം മറ്റൊന്നുമല്ല. ജിന്നിന് അശുഭകരമായ കാര്യങ്ങൾ സന്ദർഭം മനസ്സിലാക്കാതെ പറയുവാൻ ഒരു പ്രത്യേക കഴിവ് ഉണ്ടായിരുന്നു. എന്നത് എല്ലാവർക്കും അറിയാമായിരുന്നു. വേണമെന്ന് ഉദ്ദേശിച്ച് പറയുന്നതല്ല, അങ്ങിനെ വന്നുപോകുന്നു; അത്രമാത്രം. ഉദാഹരണത്തിന് വളരെ സന്തോഷം നിറഞ്ഞ സന്ദർഭങ്ങളിൽ ജിന്ന് മരണത്തെക്കുറിച്ച് സംസാരിച്ചു എന്നു വരാം. കുട്ടി ജനിച്ച സന്തോഷം പകരുന്ന സന്ദർഭത്തിൽ അത്തരം സംസാരങ്ങൾ ഒഴിവാക്കുന്നതല്ലേ ഉചിതം അതുകൊണ്ടാണ് ജിന്നിന്റെ സ്നേഹിതർ അങ്ങിനെ ഉപദേശിച്ചത്. പക്ഷേ, ജിന്നിന്റെ ആ വിരുന്നിനു പോകാൻ അതിയായ ആഗ്രഹം ഉണ്ടായിരുന്നു. അതുകൊണ്ട് ജിന്ന് തന്റെ സ്നേഹിതരോട് ആണയിട്ടു പറഞ്ഞു: "യാതൊരു കാരണവശാലും ഞാൻ അവിടെ ഒരു വാക്കുപോലും പറയുകയില്ല. നല്ലതും ചീത്തയും ഒന്നും. ഞാൻ സത്യം ചെയ്യുന്നു."

ആ ഉറപ്പിന്റെ പശ്ചാത്തലത്തിൽ സ്നേഹിതർ ജിന്ന് വിരുന്നിന് പോകുന്നതിന് സമ്മതം നൽകി. അവർക്ക് ഒന്നു തീർച്ചയായിരുന്നു. ജിന്ന് ഒരു നല്ല മനുഷ്യനായിരുന്നു. എല്ലാവർക്കും നല്ലതേ ആഗ്രഹിക്കൂ.

വിരുന്ന് സമയം മുഴുവനും ജിന്ന് ആരോടു ഒന്നും സംസാരിച്ചില്ല. ജിന്നിന്റെ സ്നേഹിതർക്ക് സന്തോഷമായി. വിരുന്നുകഴിഞ്ഞ് എല്ലാവരും യാത്ര പറഞ്ഞ് ഇറങ്ങുകയായിരുന്നു. അപ്പോഴാണ് താൻ ആതിഥേയ രോട് നന്ദി പറഞ്ഞില്ലല്ലോ എന്ന് ജിന്ന് ഓർത്തത്.

വാങ്ങ് കുടുംബാംഗങ്ങളേക്കണ്ട് ജിന്ന് യാത്ര പറഞ്ഞു.

"എന്നെ ക്ഷണിച്ചതിൽ വളരെ സന്തോഷവും നന്ദിയുമുണ്ട്. എല്ലാം മംഗളമായി ഭവിക്കട്ടെ."

പടിയിറങ്ങുമ്പോൾ, തിരിഞ്ഞുനിന്ന് ജിന്ന് കൂട്ടിച്ചേർത്തു:

"പിന്നെ ഒരു കാര്യം. ഞാൻ വിരുന്നുസമയം ആരോടും ഒന്നും പറഞ്ഞിട്ടില്ല. അതുകൊണ്ട് ഇനി, നാളെ നിങ്ങളുടെ കുട്ടി വല്ല അപകട ത്തിലോ മറ്റോ പെട്ട് മരിച്ചുപോയാൽ എന്നെ കുറ്റം പറയരുത്. കേട്ടോ."

ഹ്ലയി-യും ചങ്ങ് ഓ-യും

പണ്ടു പണ്ട് ഇന്നത്തെപ്പോലെ ഒരു സൂര്യൻ മാത്രമായിരുന്നില്ല ഉണ്ടായിരുന്നത്. പത്ത് സൂര്യന്മാർ-എല്ലാവരും സഹോദരന്മാർ. ഭൂമിക്ക് വേണ്ടത്ര വെളിച്ചവും ചൂടും ദിവസവും നൽകുന്നത് ആ സഹോദരന്മാരുടെ ചുമതല ആയിരുന്നു. ഒരു ദിവസം ഒരു സഹോദരൻ ജോലി നിർവ്വഹിക്കും. മറ്റ് ഒമ്പതുപേരും വിശ്രമിക്കും. അങ്ങിനെ മാറിമാറി അവർ ഓരോരുത്തരായി അവരുടെ ജോലി ചെയ്തു വന്നു. പക്ഷേ, പത്തുദിവസത്തിനുള്ളിൽ ഒമ്പതു ദിവസങ്ങളും ജോലി ഒന്നും ചെയ്യാതെ വെറുതേ ഇരിക്കുന്നത് ഒരു ബോറടിയാണ്- അല്ലേ? ആ സഹോദരന്മാരും അങ്ങിനെ ബോറടിച്ചു. അതുകൊണ്ട് അവരെല്ലാം എല്ലാ ദിവസവും ജോലി ചെയ്യാമെന്ന് തീരുമാനിച്ചു. പക്ഷേ, ഒന്നാലോചിച്ച് നോക്കൂ. പത്ത് സൂര്യന്മാർ ഒരേ സമയത്ത് ജ്വലിച്ചുനിന്നാൽ ഈ ഭൂമി എങ്ങിനെ ഉണ്ടാകും? ജ്വലിച്ചു നിൽക്കുന്ന ഒരു സൂര്യന്റെ തന്നെ പ്രകാശവും ചൂടും പലപ്പോഴും നമുക്ക് സഹിക്കാനാകുന്നില്ല. പിന്നെയല്ലേ പത്തു സൂര്യന്മാർ ഒന്നിച്ച് ജ്വലിക്കുമ്പോൾ. കൃഷിഭൂമികൾ വരണ്ടു തുടങ്ങി.ചെടികളും മരങ്ങളും ഉണങ്ങി നശിച്ചു. കുടിക്കാൻ വെള്ളം കിട്ടാതെ മനുഷ്യരും മൃഗങ്ങളും പക്ഷികളും നെട്ടോട്ടം പിടിച്ചു. അതുകണ്ട സ്വർഗ്ഗത്തിന്റെ മുഴുവൻ രാജാവായ അച്ഛൻ സൂര്യൻ ഡിജ്ജു-വിന് സഹതാപം തോന്നി. അദ്ദേഹം തന്റെ ശിഷ്യനായ വില്ലാളിവീരൻ ഹ്ലയി-യേ വിളിച്ചുപറഞ്ഞു.

"നോക്ക്. ഭൂമിയിൽ ജീവികൾ കൂട്ടം കൂട്ടമായി ചത്തൊടുങ്ങുന്നു. ജീവിച്ചിരിക്കുന്നവർ പോലും കറുത്ത് കരുവാളിച്ച് പോയിരിക്കുന്നു. അതുകൊണ്ട് നീ പോയി അവരെ സഹായിക്കാൻ വേണ്ടത് ചെയ്യണം."

ഹ്ല ഉടനേതന്നെ തന്റെ ചുവന്ന വില്ലും അമ്പും എടുത്ത് യാത്രയായി. ഒരു അമ്പ് സൂര്യപുത്രന്മാർ ഇരുന്ന സ്ഥലത്തേക്ക് എയ്തു. ഉടനേതന്നെ ഒരു വലിയ എരിയുന്ന അഗ്നികുണ്ഡം ആകാശത്തുനിന്ന ഭൂമിയിലേക്ക് വീണു. മൂന്ന് കാലുകളുള്ള ഒരു കാക്കയുടെ ആകൃതിയിൽ ഭീമിയിൽ വീണ ആ പിണ്ഡം സൂക്ഷ്മപരിശോധനയിൽ, കരിഞ്ഞുപോയ ഒരു സൂര്യപുത്രന്റേതാണെന്ന് മനസ്സിലായി. തുടർന്നും ഹ്ല തന്റെ അമ്പുകൾ എയ്തു. ഓരോ അമ്പ് എയ്തപ്പോഴും ഓരോ സൂര്യകുമാരന്മാർ ഭൂമിയിലേക്ക് ചത്തുവീണു. എല്ലാ സൂര്യകുമാരന്മാരെയും കൊല്ലും എന്നതായിരുന്നു ഹ്ലവിന്റെ ലക്ഷ്യം. പക്ഷേ, അതിനുമുമ്പ് ഭൂമിയുടെ ദേവനായ യാവോ ഹ്ല-യുടെ കയ്യിൽനിന്നും വില്ല് ബലം പ്രയോഗിച്ച് പിടിച്ചുവാങ്ങി. അതുകൊണ്ട് പത്താമത്തെ സൂര്യകുമാരൻ മാത്രം മരണത്തിൽനിന്ന് രക്ഷപ്പെട്ടു.

ഹ്ല ഡിജൂവിന്റെ ആജ്ഞ നിറവേറ്റിയെങ്കിലും തന്റെ ഒൻപതു പുത്രന്മാരെയും നിർദ്ദയം കൊന്നുകളഞ്ഞത് അദ്ദേഹത്തിന് സഹിക്കാൻ ആയില്ല. അതുകൊണ്ട് അദ്ദേഹം ഹ്ല-വിനെ ശിക്ഷിച്ചു. ഇനി ഒരിക്കലും സ്വർഗത്തിലേക്ക് വരേണ്ട എന്നും ഭൂമിയിൽതന്നെ താമസിച്ചാൽ മതി എന്നും ഹ്ല-വിനോട് കല്പിച്ചു.

ഹ്ല-വിന്റെ സുന്ദരിയായ ഭാര്യ ചങ്ങ് ഓ-വിന് ആ കല്പന അത്ര ഇഷ്ടപ്പെട്ടില്ല. എങ്കിലും ചങ്ങ് ഓ-വും ഹ്ല-വിനൊപ്പം ഭൂമിയിൽ എത്തി. ഭൂമിയിലെ ജീവിതം ചങ്ങ് ഓ-വിനേ വളരെ നിരാശപ്പെടുത്തി. എങ്ങിനെയെങ്കിലും ശിക്ഷ ഇളവുചെയ്ത് കിട്ടാൻ ശ്രമിക്കണമെന്ന് അവർ ഭർത്താവിനെ അടിക്കടി നിർബന്ധിച്ചു.

ചങ്ങ്-ഓ പടിഞ്ഞാറൻ പ്രദേശത്തുള്ള കുലുൻ പർവ്വതങ്ങളിൽ താമസിച്ചിരുന്ന അമ്മ മഹാറാണിയേക്കുറിച്ചു കേട്ടിരുന്നു. ആ മഹാറാണിയുടെ കയ്യിൽ മൃത്യുവിനെ അതിജീവിക്കാൻ കഴിയുന്ന ഒരമൃത് ഉണ്ടെന്നും കേട്ടിരുന്നു. അതുകൊണ്ട് ചങ്ങ് ഓ- തന്റെ ഭർത്താവിനെ അമ്മ മഹാറാണിയെ പോയിക്കാണുവാൻ പ്രേരിപ്പിച്ചു. കുറച്ച് അമൃത് ചോദിച്ച് വാങ്ങാൻ നിർബന്ധിച്ചു. സ്വർഗ്ഗത്തിലേക്ക് മടങ്ങിപ്പോകാൻ കഴിയാതെ വന്നാൽക്കൂടി ഭൂമിയിൽ മരണഭയമില്ലാതെ എന്നെന്നും ജീവിക്കാൻ കഴിയുമല്ലൊ. വളപെ ബുദ്ധിമുട്ടി ഹ്ല, കുടെക്കൂടെ പൊട്ടിത്തെറിക്കുന്ന എരിമലകളുടേയും മറ്റും നടുവിൽക്കൂടി അമ്മമഹാറാണിയുടെ താമസസ്ഥലമായ കുലു പർവ്വതങ്ങളിലേക്ക് യാത്ര തിരിച്ചു. ഹ്ല-വിന്റെ ധീരതയേയും, കഴിഞ്ഞകാല ചരിത്രവും കേട്ട മഹാറാണി കുറച്ച് അമൃത് ഹ്ല-വിന് നൽകി. പക്ഷേ, കുറച്ചുമാത്രം. കഷ്ടിച്ച് ഒരാൾക്ക് ഒന്ന് നുണഞ്ഞിറക്കുവാൻ വേണ്ടത്ര മാത്രം.

മഹാറാണി ഷ്ഠ-വിനേ ഉപദേശിച്ചു.

"ഇതു കുറച്ച് അമൃത് മാത്രമാണ്. ഒരാൾ മാത്രം കഴിച്ചാൽ ആ ആളിന് സ്വർഗ്ഗത്തിലേക്ക് മടങ്ങിപ്പോകാം. എങ്കിലും ഉള്ളത് പങ്കിട്ട് രണ്ടുപേർ കഴിച്ചാൽ രണ്ടുപേർക്കും ഭൂമിയിൽ മരണഭയമില്ലാതെ ജീവിക്കാം. എങ്ങിനെ കഴിക്കണമെന്ന് നിങ്ങൾ തീരുമാനിച്ചുകൊള്ളുക." മടങ്ങിയെത്തിയ ഷ്ഠ-വിൽനിന്ന് വിവരങ്ങൾ എല്ലാമറിഞ്ഞ് ചങ്ങ് ഓ സന്തോഷിച്ചു. മാത്രമല്ല, രണ്ടുപേരും അമൃത് പങ്കിട്ട് കഴിച്ച് ഭൂമിയിൽതന്നെ ചിരംജീവികളായി കഴിയാമെന്നും സമ്മതിച്ചു. തന്റെ മുൻകാലങ്ങളിൽ കിട്ടിയിരുന്ന സ്വർഗ്ഗ സുഖങ്ങളെക്കുറിച്ച് ഓർത്തപ്പോൾ, രണ്ടുപേരും ചേർന്ന തീരുമാനത്തിൽനിന്നും പിൻമാറിയാലോ എന്ന് ചങ്ങ് ഓ ആലോചിക്കാൻ തുടങ്ങി.

ഒരു ദിവസം ഷ്ഠ വീട്ടിൽ ഇല്ലാതിരുന്ന സമയം നോക്കി ചങ്ങ് ഓ അമൃത് മുഴുവനും തന്നത്താൻ കുടിച്ചുതീർത്തു. ഉടനേതന്നെ ചങ്ങ് ഓ-വിന് ഭാരക്കുറവ് അനുഭവപ്പെട്ടു. കുറേശ്ശക്കുറേശ്ശ ഭാരം കുറഞ്ഞ് ചങ്ങ് ഓ അന്തരീക്ഷത്തിലേക്ക് ഉയർന്ന്, ഉയരങ്ങളിലേക്ക് പറന്നു പോയി. ഒടുവിൽ എത്തിച്ചേർന്നത്, സ്വർഗ്ഗത്തിന്റെ തന്നെ ഭാഗമായ തണുത്ത ചന്ദ്രനിൽ. അവിടെ അവർക്ക് കൂട്ടിനായി ഒരു മുയലും ഒരു തവളയും ഒരു ചെറിയ കാസ്സിയ മരവും മാത്രമേ ഉണ്ടായിരുന്നുള്ളൂ. പാവം ചങ്ങ് ഓ! അങ്ങിനെ ഒറ്റപ്പെട്ട് മറ്റു കൂട്ടുകാരാരുമില്ലാതെ ഇന്നും ചന്ദ്രനിൽ താമസിക്കുന്നു.

ഷ്ഠ-വിന് പിന്നീട് എന്തുസംഭവിച്ചു എന്ന് ഈ കഥയിൽ പറയുന്നില്ല. ഒരുപക്ഷേ, അദ്ദേഹത്തിന് പിന്നീട് എപ്പോഴെങ്കിലും ഡിജ്ജൂ-വിന്റെ ദാക്ഷിണ്യത്തിൽ സ്വർഗ്ഗത്തിൽ പോകാൻ കഴിഞ്ഞുവോ അല്ലെങ്കിൽ ഭൂമിയിൽ മരിച്ചുപോയോ എന്നൊന്നും നമുക്ക് കൃത്യമായി അറിഞ്ഞുകൂടാ എന്നതാണ് സത്യം.

പക്ഷേ, അതിനുശേഷം മരണത്തിൽനിന്നും രക്ഷപ്പെട്ട ഒരേ ഒരു സൂര്യപുത്രന് മാത്രം ദിവസവും ഭൂമിക്കുവേണ്ട വെളിച്ചവും ചൂടും നൽകുന്നു. എന്നും കൃത്യമായിതന്നെ അദ്ദേഹം ആ ജോലി ചെയ്യുന്നു. പാവം സൂര്യപുത്രൻ! അശേഷം വിശ്രമമില്ലാതെ അദ്ദേഹം പണിയെടുത്തുകൊണ്ടേയിരിക്കുന്നു.

മാന്ത്രികപ്പല്ല്

മാസ്റ്റർ ക്വിൻ ചൈനയിലെ ധനികനായ ഒരു കൃഷിക്കാരനായിരുന്നു. അദ്ദേഹത്തിന് ധാരാളം കൃഷി ഭൂമികളും വീടുകളും ഉണ്ടായിരുന്നു. പക്ഷേ, ക്വിൻ ഒരു പിശുക്കനായിരുന്നു. അതു മാത്രമല്ല, കൃഷി സ്ഥലത്ത് ജോലി ചെയ്യുന്നവരുടെ ശമ്പളം പല കാരണങ്ങളും പറഞ്ഞ് വെട്ടിക്കുറയ്ക്കുകയും ചെയ്യുന്ന സ്വഭാവക്കാരനായിരുന്നു. അതുപോലെ വീട് വാടകക്കാരുടെ അടുക്കൽനിന്നും കൂടുതൽ തുക ഏതെങ്കിലും കാരണങ്ങൾ പറഞ്ഞ് ഈടാക്കുകയും ഒരു പതിവാക്കിയിരുന്നു. അത് അവരെയെല്ലാം അദ്ദേഹത്തിന്റെ ശത്രുക്കളാക്കി എന്നു പറഞ്ഞാൽ തെറ്റാവില്ല.

"ഴു, തന്റെ കോഴി എന്റെ പാടത്തിലെ നെൽമണികൾ കൊത്തി ത്തിന്നുണ്ടായിരുന്നു. അതുകൊണ്ട് നിന്റെ ഈ മാസത്തെ ശമ്പളത്തിൽ നിന്ന് ഞാൻ മുപ്പത് യുവാൻ പിടിക്കുന്നു."

ഫൂ,തന്റെ പട്ടി എന്റെ ചെടികൾക്കിടയിൽ ഓടിനടന്ന് പല ചെടികളും നശിപ്പിച്ചു. നിന്റെ ഈ മാസത്തെ ശമ്പളത്തിൽനിന്നും ഇരുപത് യുവാൻ പിടിക്കുന്നു.

കുറേ നാളുകളായി ക്വിന്നിന്റെ അത്തരം ഉപദ്രവം സഹിച്ച ഴു-വും ഫൂ-വും അയാളെ ഒരു പാഠം പഠിപ്പിക്കുവാൻ തീരുമാനിച്ചു. അവർ ആലോചിച്ച് ഒരു പദ്ധതി ആസൂത്രണം ചെയ്തു.

ഒരു ദിവസം ഴു-വും ഫൂ-വും ഒരു മരത്തിനടിയിൽനിന്ന് കുശുകുശുക്കുന്നത് ക്വിൻ കാണാനിടയായി. അവരോട് ക്വിൻ ചോദിച്ചു.

"നിങ്ങളെന്താ സ്വകാര്യം പറയുന്നത്?"

"ഏ. ഒന്നുമില്ല."

അവരുടെ മറുപടിയിൽ എന്തോ പന്തികേട് ഉണ്ടെന്ന് ക്വിന്നിന് സംശയം തോന്നി. അതുകൊണ്ട് അവരുടെ സംസാരം ഒളിച്ചിരുന്ന് കേൾക്കാൻ ക്വിൻ തീർച്ചയാക്കി.

"ഈ മരത്തിന്റെ മുകളിൽ, ദാ നോക്ക്, ആ കൊമ്പിൽ ഒരു കിളിക്കൂട് കാണുന്നില്ലേ?"

"ഉം."

"ആ കൂട്ടിനകത്ത് ആ കിളി ഒരു മാന്ത്രികപ്പുല്ല് ഒളിപ്പിച്ച് വെച്ചിട്ടുണ്ട്."

"ഓ. അങ്ങിനെയോ? എന്താണ് ഈ മാന്ത്രികപ്പുല്ലിന്റെ സവിശേഷ സിദ്ധി?"

"ആ പുല്ല് കയ്യിൽ പിടിക്കുന്ന ആൾ മറ്റുള്ളവർക്ക് അദൃശ്യനാകും." ളു പറഞ്ഞു. അത്രയും സംഭാഷണം ഒളിച്ചുനിന്ന് കേട്ട ക്വിൻ തീർച്ചപ്പെടുത്തി, "ആ പുല്ല് എന്റെ സ്വന്തമാക്കണം. അതുകൊണ്ട് വളരെ ഗുണം ഉണ്ടാകും."

അന്നു രാത്രി കുറേ ഇരുട്ടുന്നതുവരെ ക്വിൻ ആ മാന്ത്രികപ്പുല്ല് സ്വന്തമായാൽ അതുകൊണ്ട് എന്തെല്ലാം സാധിക്കാൻ കഴിയുമെന്ന് ആലോചിച്ചിരുന്നു. ഏതാണ്ട് അർദ്ധരാത്രി കഴിഞ്ഞതും ക്വിൻ ഒരു ഏണിയുമായി മരത്തിന്റെ അടുത്ത് എത്തി. ഏണി മരത്തിൽ ചാരിവെച്ച്, മരത്തിൽ കയറി ക്വിൻ ആ കിളിക്കൂട് കൈയിലാക്കി അതുണ്ടായിരുന്ന കിളി ഭയന്ന് വെളിയിലേക്ക് പറന്നുപോയി. ആരും തന്നെ ശ്രദ്ധിക്കുന്നില്ലെന്ന് ഉറപ്പുവരുത്തിയ ക്വിൻ കിളിക്കൂടുമായി വീട്ടിലേക്കു മടങ്ങി.

പക്ഷേ, അവർ വഴക്കുണ്ടാക്കാതിരുന്നത് തന്റെ കൈയിലുള്ള പുല്ലിന്റെ മാന്ത്രികശക്തികൊണ്ട് താൻ അദൃശ്യനായതിന്റെ തെളിവായി ക്വിൻ കരുതി. ഇനി തനിക്ക് മറ്റുള്ളവരുടെ കണ്ണിൽപെടാതെ എന്തും ചെയ്യാമെന്ന തോന്നൽ ക്വിന്നിന്റെ മനസ്സിൽ ദൃഢമായി. അടുത്തത് എന്താണ് ചെയ്യേണ്ടതെന്ന് ക്വിൻ ആലോചിച്ചു. "ഈ സന്ദർഭം ഉപയോഗിച്ച് കഴിയുന്നത്ര സ്വത്ത് സ്വന്തമാക്കണം." ക്വിൻ തീരുമാനിച്ചു. വസ്തുക്കൾ രജിസ്റ്റർ ചെയ്യുന്ന ഓഫീസിൽനിന്ന് ഔദ്യോഗിക മുദ്ര തട്ടിയെടുത്താൽ തന്റെ പേരിൽ ധാരാളം പുറംപോക്ക് നിലങ്ങൾ പതിപ്പിച്ച് സ്വന്തമാക്കാം എന്ന് ക്വിൻ പദ്ധതിയിട്ടു.

പുല്ലിന്റെ മാന്ത്രികശക്തികൊണ്ട് താൻ തികച്ചും അദൃശ്യനായിരിക്കുന്നു എന്ന് വിശ്വസിച്ച് ക്വിൻ നേരേ കയറിച്ചെന്നത് ആധാരം പതിവുചെയ്യുന്ന ഓഫീസിലേക്കാണ്.രജിസ്ട്രാരുടെ ഓഫീസിലേക്ക് നേരെ

കയറിച്ചെന്ന ക്വിൻ ഉദ്യോഗസ്ഥൻ അവിടെ ഇരിക്കുന്നതുപോലും ശ്രദ്ധിക്കാതെ അദ്ദേഹത്തിന്റെ മേശപ്പുറത്തുനിന്നും ഔദ്യോഗിക മുദ്രകളും മറ്റ് ആവശ്യമായ സാധനങ്ങളും എടുത്തു പുറത്തേക്ക് നടന്നു. ക്വിന്നിന്റെ ആ പെരുമാറ്റം കണ്ട ഓഫീസറും മറ്റ് ഉദ്യോഗസ്ഥരും അതിശയിച്ചുപോയി.

"ക്വിന്നിന് എന്തു സംഭവിച്ചു?" അവർ പരസ്പരം പറഞ്ഞു. ക്രുദ്ധനായ രജിസ്ട്രാർ സുരക്ഷാ ഉദ്യോഗ്സ്ഥന്മാരോട് ക്വിന്നിനെ പിടിച്ചുകൊണ്ടു വരാൻ ആജ്ഞാപിച്ചു. തന്റെ മുന്നിൽ ഹാജരാക്കപ്പെട്ട ക്വിന്നിനോട് അദ്ദേഹം പറഞ്ഞു.

"സ്വത്തുകാരനെന്ന് കരുതി എന്ത് അധികപ്രസംഗവും കാണിക്കാമെന്നാണോ തന്റെ വിചാരം? അഹങ്കാരം."

അദ്ദേഹം സുരക്ഷാ ഉദ്യോഗസ്ഥരോട് ആജ്ഞാപിച്ചു.

"ഇയാളെ ഓഫീസിന്റെ മുമ്പിൽ കെട്ടിയിട്ട് എല്ലാവരും കാൺകെ അമ്പത് ചാട്ടയടികൾ നൽകുക. ഒട്ടും അമാന്തിക്കേണ്ട. ഉടനേ തന്നെ വേണം."

അപ്പോൾ മാത്രമാണ് ക്വിന്നിന് തന്റെ മണ്ടത്തരം തികച്ചും ബോധ്യമായത്.

മണ്ടൻ മരുമകൻ

ഇത് പണ്ടുപണ്ട് ചൈനയിൽ നടന്ന ഒരു കഥയാണ്. ഒരു ചെറുപ്പക്കാരൻ- വലിയ ബുദ്ധിശക്തിയില്ലെന്ന് എല്ലാവരും കരുതിയിരുന്ന ഒരു ചെറുപ്പക്കാരൻ. അയാൾക്ക് ഭാഗ്യവശാൽ നല്ല സുന്ദരിയും ബുദ്ധിമതിയും ആയ ഒരു ചെറുപ്പക്കാരിയെ വിവാഹം കഴിക്കാൻ കഴിഞ്ഞു. വിവാഹശേഷം തന്റെ ഭർത്താവിനെ വേണ്ടത്ര മതിപ്പോടുകൂടിയല്ല സ്വന്തം വീട്ടുകാർ കരുതുന്നതെന്ന് അവൾ മനസ്സിലാക്കി. അതുകൊണ്ട് വീട്ടിലേക്ക് വിരുന്നിനും മറ്റും പോകുമ്പോൾ ഭർത്താവിന്റെ കൈയിൽനിന്ന് തെറ്റുകൾ ഉണ്ടാകാതിരിക്കാനും ഭാര്യവീട്ടിൽ അപഹാസ്യൻ ആകാതിരിക്കാനും അവൾ ശ്രദ്ധിച്ചിരുന്നു.

അന്നൊരുനാൾ അവർ ഭാര്യവീട്ടിൽ ഒരു വിരുന്നിന് പോകാൻ തയ്യാറായി. വിരുന്നിന് പോകുമ്പോൾ എന്തെങ്കിലും പാരിതോഷികങ്ങൾ എടുത്തുകൊണ്ടുപോകുന്നത് അവിടത്തെ സമ്പ്രദായം ആയിരുന്നു.

ഭാര്യ ഒരു താറാവിനേയും ഒന്നുരണ്ടു വേഷ്ടിമുണ്ടുകൾ അടങ്ങുന്ന ഒരു പൊതിയും, ഒരു പാക്കറ്റ് നൂഡിൽസും ഒരു സഞ്ചിയിലാക്കി ഭർത്താവിനെ ഏല്പിച്ചു.

“ഇതുംകൊണ്ട് നിങ്ങൾ പുറപ്പെടുക. ഞാൻ ഒരല്പം കഴിഞ്ഞ് തിരിക്കാം. നിങ്ങൾ വീട്ടിൽ എത്തുമ്പോഴേക്കും ഞാനും അവിടെ എത്തിക്കൊള്ളാം.” അവൾ പറഞ്ഞു.

“കൂടാതെ വഴിയിൽ ആരെങ്കിലും നല്ല കാര്യങ്ങൾ പറഞ്ഞാൽ അവ മനസ്സിലാക്കാനും മടിക്കരുത്.” അവൾ കൂട്ടിച്ചേർത്തു.

“ശരി,അങ്ങനെയാകട്ടെ.” അയാൾ യാത്ര പുറപ്പെട്ടു. അയാൾ അടുത്തുള്ള ആറ്റുതീരത്തുകൂടി നടക്കുമ്പോൾ കൈയിലുണ്ടായിരുന്ന താറാവ് “ക്വാക്ക്... ക്വാക്ക്...” എന്ന് ശബ്ദം ഉണ്ടാക്കാൻ തുടങ്ങി. അയാൾ വിചാരിച്ചു, പാവം താറാവ്. അതിന് ദാഹിക്കുന്നുണ്ടായിരിക്കണം. അയാൾ മണ്ടനാണെന്ന് മറ്റുള്ളവർ കരുതിയപ്പോഴും സ്നേഹാനുകമ്പ ഉള്ളവനായിരുന്നു എന്നതിൽ സംശയമില്ലായിരുന്നു. താറാവിനെ സഞ്ചിയിൽനിന്നും ഇറക്കിവിട്ടു. താറാവിനോടായി പറഞ്ഞു.

“നീ ഈ നദിയിൽ ഇറങ്ങി വെള്ളം കുടിച്ചിട്ട് തിരികെ വാ.”

സഞ്ചിയിൽനിന്നും രക്ഷപ്പെട്ട താറാവ് വെള്ളത്തിലേക്ക് ചാടി നീന്തി ദൂരത്തേക്ക് പോയി. അയാൾ എത്ര വിളിച്ചിട്ടും തിരികെ വരാൻ താറാവ് കൂട്ടാക്കിയില്ല.

ശരി. പോയത് പോകട്ടെ. അയാൾ സ്വയം പറഞ്ഞു. തന്റെ സഞ്ചിയുമെടുത്ത് അയാൾ യാത്ര തുടർന്നു. കുറേദൂരം മുന്നോട്ട് പോയപ്പോൾ ധാരാളം മത്സ്യമുള്ള ഒരു കുളം കണ്ടു. ആ കുളത്തിലേക്ക് അല്പനേരം നോക്കി നിന്നപ്പോൾ അയാൾക്ക് ഒരാശയം തോന്നി. “താറാവ് പോയെങ്കിൽ പോകട്ടെ. പകരം ഞാനീ കുളത്തിൽനിന്ന് കുറേ മത്സ്യം പിടിച്ചുകൊണ്ട് പോകാം. മത്സ്യം കിട്ടിയാൽ ഭാര്യവീട്ടുകാർക്ക് കൂടുതൽ ഇഷ്ടമാകുകയും ചെയ്യും.” അയാൾ വിചാരിച്ചു.

തന്റെ കൈയിലുണ്ടായിരുന്ന നൂഡിൽസ് എടുത്ത് ഒരു വലപോലെ അടുക്കി വെള്ളത്തിൽ ഇട്ടു. തീർച്ചയായും മീൻ ഈ വലയിൽ കയറാതിരിക്കില്ല. അയാൾക്ക് ഉറപ്പായിരുന്നു. പക്ഷേ, സംഭവിച്ചതോ? നൂഡിൽസ് ക്രമേണ ജലത്തിൽ അലിയാൻ തുടങ്ങി. ആ തക്കം നോക്കി മീൻകൂട്ടം കൂട്ടംകൂട്ടമായി വന്ന് നൂഡിൽസ് കൊത്തിത്തിന്നാനും തുടങ്ങി. അയാൾക്ക് മീനൊന്നും കിട്ടിയില്ല. നൂഡിൽസ് നഷ്ടമായി.

“ശരി, പോയതു പോകട്ടെ,” എന്ന് ആശ്വസിച്ച് അയാൾ വീണ്ടും യാത്ര തുടർന്നു. കുറച്ചു കഴിഞ്ഞപ്പോൾ അടുത്തുള്ള മുളങ്കാട്ടിൽനിന്ന് ദീനരോദനം പോലുള്ള ഒരു ശബ്ദം കേൾക്കാൻ ഇടയായി. ദീനാനുകമ്പനായ അയാൾക്ക് ആ ശബ്ദം എവിടെനിന്നാണെന്ന് തിരക്കാതെ മുന്നോട്ടുപോകാൻ കഴിഞ്ഞില്ല. അന്വേഷിച്ചപ്പോൾ കണ്ടതോ? മുളങ്കാട്ടിൽ കിളിർത്തുവരുന്ന മുളംതൈകളിൽ നിന്നാണ് ആ ശബ്ദം വരുന്നത് എന്ന് അയാൾക്ക് മനസ്സിലായി. “ഒരുപക്ഷേ, ആ സമയത്തെ കൂടിയ തണുപ്പ് സഹിക്കാനാവാതെ അവ കരഞ്ഞതാകണം” അയാൾ വിചാരിച്ചു. തന്റെ പക്കലുണ്ടായിരുന്ന വേഷ്ടികൾകൊണ്ട് അയാൾ ആ മുളംതൈകളെ പുതപ്പിച്ചു. പിന്നീട് അയാൾ യാത്ര തുടർന്നു.

കുറച്ചുകൂടി മുന്നോട്ടുപോയപ്പോൾ വഴിയിൽ ഒരു സ്ഥലത്ത് ചാണകവും ചാണകത്തിന്റെ ചുറ്റും ഒരുപാട് മണിയൻ ഈച്ചകളേയും കാണാൻ ഇടയായി. തനിക്ക് എതിരെ മറ്റൊരാൾ അതുവഴി നടന്ന് വരുന്നുണ്ടായിരുന്നു. അയാൾ ആ സ്ഥലം കടന്നുപോയപ്പോൾ ഈച്ചകൾ പറന്നുപോയി. അപ്പോൾ അയാൾ പറഞ്ഞു,

"ചാണകം തിന്നുന്ന മണിയനീച്ചകൾ എന്നെ കണ്ടതും സ്ഥലം വിട്ടു."

അതുകേട്ട നമ്മുടെ മണ്ടൻ മരുമകൻ വിചാരിച്ചു. "ഇതിനുമുമ്പ് ഇങ്ങിനെ ആരും പറഞ്ഞുകേട്ടിട്ടില്ലല്ലോ. ഏതായാലും ഈ ചൊല്ല് ഓർത്തുവെക്കാം." കുറച്ചുകൂടി മുമ്പോട്ട് പോയപ്പോൾ റോഡരികിൽ ഒരാൾ പഴയവേലി നന്നാക്കുന്നത് കണ്ടു. അതുകണ്ട മണ്ടൻ മരുമകൻ ചോദിച്ചു.

"എന്തിനാ ഈ പഴയവേലി നന്നാക്കുന്നത്? ഇത് പൊളിച്ചുകളഞ്ഞിട്ട് പുതിയ ഒരു വേലി കെട്ടരുതോ?"

"പുതിയ തൂണുകൾ, പഴയ തൂണുകൾ; ഉള്ളതുകൊണ്ട് തൃപ്തിപ്പെടണം." വേലി കെട്ടിക്കൊണ്ടിരുന്നയാൾ മറുപടി പറഞ്ഞു. "ഇതും നല്ല കാര്യമാണല്ലോ. ഭാര്യ ഉപദേശിച്ചതുപോലെ ഇതും ഓർത്തുവെയ്ക്കാം." അയാൾ വിചാരിച്ചു.

വീണ്ടും കുറച്ചുദൂരം പോയപ്പോൾ ഒരു ചെറിയ അരുവി കണ്ടു. അതിൽ നല്ല നിർമ്മലമായ വെള്ളം ഒഴുകുന്നുണ്ടായിരുന്നു. പക്ഷേ, അതോടൊപ്പം അടുത്തുള്ള കുന്നും പുറത്തുനിന്ന് ഒഴുകിവന്ന് മണ്ണുകലർന്ന ചെമ്മണ്ണിന്റെ നിറമുള്ള വെള്ളവും ആ അരുവിയിൽ ഒഴുകിച്ചേരുന്നുണ്ടായിരുന്നു. കണ്ടാൽ ഒരേ അരുവിയിൽ രണ്ടുതരം വെള്ളം ഒഴുകുന്ന ഒരു പ്രതീതി. അങ്ങിനെ നിങ്ങൾ കണ്ടിട്ടില്ലേ? മഴക്കാലത്ത് ചെറിയ ചെറിയ അരുവികളിൽ പലപ്പോഴും ആ കാഴ്ച കാണാൻ കഴിയും. അതുവഴി വന്ന മറ്റൊരാൾ ആ കാഴ്ച കണ്ടിട്ട് പറഞ്ഞു.

"രണ്ടു ചാലുകൾ ഒന്നിച്ച്, പക്ഷേ, വേറെ വേറെ നിറങ്ങൾ." അതും നമ്മുടെ കഥാനായകൻ ഓർമ്മയിൽ സൂക്ഷിച്ചു. അയാൾ ഭാര്യവീട്ടിൽ എത്തുന്നതിന് മുമ്പു തന്നെ ഭാര്യ അവിടെ എത്തിക്കഴിഞ്ഞിരുന്നു. വഴിയിൽ നടന്ന വിവരങ്ങളെല്ലാം അയാൾ സത്യസന്ധമായി ഭാര്യയോടു പറഞ്ഞു.

"സാരമില്ല. പോയത് പോകട്ടെ. ഞാൻ മറ്റൊരു സെറ്റ് പാരിതോഷികങ്ങൾ കൊണ്ടുവന്നിട്ടുണ്ട്. അത് അച്ഛനും അമ്മയ്ക്കും കൊടുത്ത് ആശീർവാദം വാങ്ങിച്ചാൽ മതി." അവൾ തുടർന്നു.

“പക്ഷേ, എല്ലാവരും വിരുന്നിന് ഇരിക്കുമ്പോൾ ആർത്തി കാണിച്ച് എല്ലാം ഒന്നിച്ച് തിന്നരുത്. ഞാൻ പറയുന്നതുപോലെ കഴിക്കണം.” അവൾ അയാളുടെ കാലിൽ മറ്റാരും കാണാതെ ഒരു ചരട് കെട്ടി.

“ഈ ചരടിന്റെ മറ്റേ അറ്റം ഞാൻ എന്റെ കൈയിൽ വെയ്ക്കാം. ഞാനീ ചരട് ചെറുതായി വലിക്കുമ്പോൾ മാത്രമേ നിങ്ങൾ ഭക്ഷണം കഴിക്കാവൂ.”

ഒരനുസരണയുള്ള കുട്ടിയെപ്പോലെ അവൾ പറഞ്ഞതെല്ലാം അയാൾ സമ്മതിച്ചു.

കുറച്ചുകഴിഞ്ഞ് എല്ലാവരും ആഹാരം കഴിക്കാൻ ഇരുന്നു. നമ്മുടെ കഥാനായകനും. പക്ഷേ, നിർഭാഗ്യമെന്ന് പറയട്ടെ, ആ സമയം നോക്കി ഒരു കോഴി അവിടെ എത്തി. എന്തുകൊണ്ടോ, ഒരുപക്ഷേ, താഴെക്കിടക്കുന്നത് പുഴുവോ മറ്റോ ആണെന്ന് കരുതിയാകാം, കോഴി ആ ചരടിൽ ആഞ്ഞ് കൊത്തുവാൻ തുടങ്ങി. നമ്മുടെ മണ്ടൻമരുമകൻ വിചാരിച്ചത് ഓരോ വലിയും ഭക്ഷണം കഴിക്കാനായി ഭാര്യ നൽകുന്ന അടയാളമാണെന്നാണ്. അതുകൊണ്ട് ഓരോ പ്രാവശ്യവും കോഴി ചരടിൽ കൊത്തിയ ഉടനേ അയാൾ ആഹാരം കഴിച്ചു. മറ്റുള്ളവർ ആഹാരം കഴിക്കാൻ തുടങ്ങിയോ ഇല്ലയോ എന്നൊന്നും അയാൾ ശ്രദ്ധിച്ചതേയില്ല. ആർത്തിയോടെ ആഹാരം വാരിവാരിത്തിന്ന അയാളെക്കണ്ട് മറ്റ് അതിഥികളും ബന്ധുക്കളും പരിഹസിച്ച് ചിരിച്ചു. പക്ഷേ, അപ്പോഴേക്കും കോഴി ആ ചരട് കൊത്തി പൊട്ടിച്ചു. അതോടെ മണ്ടൻ മരുമകൻ ആഹാരം കഴിക്കുന്നത് നിർത്തി. പക്ഷ, അയാളെ പരിഹസിച്ചവർ നിർത്താതെ ചിരിച്ചു. ചിലർ തങ്ങളുടെ ഇരിപ്പിടങ്ങളിൽ ഇരുന്ന്; ചിലർ എഴുന്നേറ്റ് നിന്ന്;ചിലർ ചിരിച്ചുചിരിച്ച് താഴെ വീണു. അതുകണ്ട അയാൾ ചിന്തിച്ചു, “താൻ വന്ന വഴിയിൽ കേട്ട ചില ചൊല്ലുകൾ സന്ദർഭോചിതം പറഞ്ഞുനോക്കിയാലോ എന്ന്.”

“ചാണകം തിന്നുന്ന മണിയനീച്ചകൾ എന്നെ കണ്ടതും സ്ഥലം വിടുന്നു.” എല്ലാവരും കേൾക്കെ ഉച്ചത്തിൽ അയാൾ പറഞ്ഞു.

അതുകേട്ട ചിലരെങ്കിലും വിചാരിച്ചു. ഇതു ചിരിച്ചുചിരിച്ച് താഴെവീണ തങ്ങളെ ഉദ്ദേശിച്ച് പറഞ്ഞതല്ലേ എന്ന്. മറ്റു ചിലർ വിചാരിച്ചു, അയാൾ തങ്ങളെ മണിയനീച്ചകൾ എന്നു പുച്ഛിക്കുകയല്ലേ എന്ന്.

ഏതായാലും അല്പസമയത്തിനുള്ളിൽ പരിചാരകൻ ദന്തനിർമിതങ്ങളായ ചോപ്സ്റ്റിക്കുകൾ എല്ലാവർക്കും നല്കി. ചൈനയിൽ എല്ലാവരും ആഹാരം കഴിക്കാൻ ഉപയോഗിക്കുന്നത് ചോപ്സ്റ്റിക്കുകളാണ്; നമ്മൾ സ്പൂൺ ഉപയോഗിക്കുന്നതുപോലെ. പക്ഷേ, അയാൾക്കുമാത്രം

മുളകൊണ്ട് ഉണ്ടാക്കിയ ചോപ്സ്റ്റിക്കുകളാണ് നൽകിയത്. അത് മരുമകനോടുള്ള പുച്ഛം കാണിക്കാൻ ബന്ധുക്കൾ മനപ്പൂർവ്വം ചെയ്തതാണ്. പക്ഷേ, അതൊന്നും മനസ്സിലാക്കാതെ അയാൾ ആ സന്ദർഭത്തിൽ താൻ വഴിയിൽവെച്ച് മനസ്സിലാക്കിയ മറ്റൊരു ചൊല്ല് പറഞ്ഞു.

"പുതിയ തൂണുകൾ, പഴയ തൂണുകൾ ഉള്ളതുകൊണ്ട് തൃപ്തിപ്പെടണം."

അതുകേട്ടപ്പോൾ ബന്ധുക്കൾക്കും പരിചാരകർക്കും സംശയമുണ്ടായില്ല. തന്നെ പുച്ഛിക്കാനാണ് തനിക്കുമാത്രം മുളകൊണ്ടുള്ള ചോപ്സ്റ്റിക്കുകൾ നൽകിയതെന്ന് പരോക്ഷമായി അയാൾ ചൂണ്ടിക്കാണിച്ചതെന്നതിൽ രണ്ടഭിപ്രായം ഇല്ലായിരുന്നു. വിഷണ്ണരായ അവർ ഉടനെതന്നെ അയാൾക്കും ദന്തനിർമ്മിതങ്ങളായ ചോപ്സ്റ്റിക്കുകൾ നൽകി.

അടുത്ത് പരിചാരകർ എല്ലാവർക്കും വീഞ്ഞ് നൽകി. മണ്ടൻ മരുമകന് മാത്രം വിലകുറഞ്ഞ വീഞ്ഞാണ് നൽകിയത്. മറ്റ് ബന്ധുക്കൾക്ക് വിലകൂടിയതും. വീഞ്ഞിന്റെ ഗുണഭേദം മരുമകൻ മനസ്സിലാക്കിയില്ലെങ്കിലു അവയുടെ നിറഭേദങ്ങൾ മനസ്സിലാക്കിയ അയാൾ വഴിയിൽനിന്നും പഠിച്ച മറ്റൊരു ചൊല്ല് അപ്പോൾ പ്രയോഗിച്ചു.

"രണ്ടു ചാലുകൾ ഒന്നിച്ച്

പക്ഷേ, നിറങ്ങൾ വേറെ വേറെ."

അതുകേട്ട ബന്ധുക്കളും സ്നേഹിതരും പരിചാരകരും വിഷണ്ണരായി. രണ്ടുതരം വീഞ്ഞ് നൽകിയതിലുള്ള പ്രതിഷേധം മരുമകൻ പ്രകടിപ്പിച്ചതാണെന്ന് അവർക്ക് സന്ദേഹമേ ഉണ്ടായില്ല. അങ്ങിനെ വിവേചനം കാണിച്ചത് തെറ്റായിപ്പോയി എന്ന് അവർക്കു മനസ്സിലായി. പരിചാരകർ ഉടൻതന്നെ അയാൾക്കും നല്ല വീഞ്ഞ് ഒഴിച്ചുകൊടുക്കുകയും ചെയ്തു. കൂടാതെ മരുമകൻ അത്ര മണ്ടനൊന്നുമല്ലെന്ന് ഭാര്യവീട്ടുകാരും ബന്ധുക്കളും സമ്മതിക്കുകയും ചെയ്തു.

അങ്ങിനെ വിരുന്നുകഴിഞ്ഞ് ആ ദമ്പതിമാർ തികച്ചും സന്തോഷത്തോടെയാണ് സ്വന്തം വീട്ടിലേക്ക് മടങ്ങിയത്.

തീർച്ചയായും

പണ്ടുപണ്ട് ചൈനയിൽ ജീവിച്ചിരുന്ന, ഈ കഥയിലെ നായകനായ, ഒരു ധനികനായ കർഷകനെ എല്ലാവരും അറിഞ്ഞിരുന്നത് "മുളക് തൊലി" എന്ന പേരിലാണ്. അയാളുടെ മറ്റുള്ളവരോടുള്ള പെരുമാറ്റം അത്രമാത്രം കർക്കശ്ശമായിരുന്നു; അനുകമ്പാരഹിതവും. അതുകൊണ്ട് ഗ്രാമവാസികൾ അയാൾക്ക് നൽകിയതാണ് ആ പേര്.

ഷാവോ മുളകുതൊലിക്കുവേണ്ടി വളരെക്കാലം ജോലി ചെയ്തു. പത്തുവർഷത്തിലേറെ അയാളുടെ കൃഷിസ്ഥലങ്ങളിൽ കഠിന അദ്ധ്വാനം ചെയ്ത ഷാവോ പ്രായമായതോടെ അവശനായി. അപ്പോൾ അയാളെ സഹായിക്കുന്നതിനുപകരം മുളകുതൊലി തന്റെ വീട്ടിൽനിന്ന് ഷാവോവിനെ നിർദ്ദയമായി ഇറക്കിവിട്ടു. അതുവരെ ജോലിചെയ്തതിന് പ്രതിഫലം ഒന്നുംതന്നെ നൽകിയില്ലെന്ന് മാത്രമല്ല ഒരു നേരത്തെ ആഹാരത്തിനുപോലും അയാൾ ഷാവോവിനെ സഹായിച്ചില്ല.

ഷാവോയെ ആ നിലയിൽ കണ്ട ഗ്രാമവാസികൾ മുളകുതൊലിയുടെ പെരുമാറ്റത്തിൽ കടുത്ത അമർഷം പ്രകടിപ്പിച്ചു. എന്നുമാത്രമല്ല അവരിൽ ചിലർ ആലോചിച്ച് മുളകുതൊലിയോടു പകരം വീട്ടാൻ ഒരു പദ്ധതി ആവിഷ്കരിക്കുകയും പദ്ധതി നടപ്പിലാക്കാൻ വേണ്ട ഉപദേശങ്ങളും ഒത്താശകളും നൽകുകയും ചെയ്തു. കൂടാതെ ഷാവോവിന്റെ കുറച്ചുനാളത്തെ സംരക്ഷണച്ചുമതല അവരെല്ലാം ചേർന്ന് ഏറ്റെടുക്കുകയും അതിനുവേണ്ട പണം അവർ ശേഖരിക്കുകയും ചെയ്തു. അങ്ങിനെ

ഏതാണ്ട് രണ്ടുവർഷത്തിനുള്ളിൽ ഷാവോവിന് തന്റെ ആരോഗ്യം വീണ്ടെടുക്കാൻ കഴിഞ്ഞു.

അങ്ങിനെയിരിക്കുമ്പോൾ ഒരു നാൾ ഷാവോയുടെ സ്നേഹിതർ അയാൾക്ക് സംസാരിക്കാൻ കഴിവുള്ള ഒരു തത്തയെ സമ്മാനിച്ചു. ആ തത്തയുടെ ചുണ്ടിന് ചുവപ്പു നിറമായിരുന്നു. നല്ല പച്ച നിറത്തിലുള്ള തൂവലുകളും. ആകെക്കൂടി അതിനെ കാണാൻ നല്ല ഓമനത്തം ഉണ്ടായിരുന്നു.

ഒരു ദിവസം ഷാവോ നല്ല കോട്ടും പാന്റ്സും ധരിച്ച്, മുളകുതൊലിയുടെ വീട്ടിൽ ഒരു സന്ദർശകനായി പോയി. തന്റെ തത്തയേയും കൂടെ കൊണ്ടുപോകാൻ ഷാവോ പ്രത്യേകം ശ്രദ്ധിച്ചു. ഷാവോവിനെ ആ നിലയിൽകണ്ട മുളകുതൊലി അമ്പരന്നുപോയി.

"ഞാൻ അടിച്ചിറക്കിവിട്ട ഇവൻ നല്ല നിലയിൽ ആയിരിക്കുന്നു. ഇത് എങ്ങിനെ സംഭവിച്ചു? അവന് പണം ഉണ്ടാക്കുവാൻ കഴിഞ്ഞെങ്കിൽ അതെങ്ങിനെ?" മുളകുതൊലി ആലോചിച്ചു.

"ഷാവോ- നീയാണോ? നിന്നെക്കണ്ടിട്ട് ആളറിയാൻ തന്നെ ബുദ്ധിമുട്ടി. നീ അത്ര നന്നായിട്ടുണ്ട്. കേട്ടോ. പഴയ ഷാവോയെ അല്ല. എങ്ങിനെയുണ്ട് വിശേഷങ്ങളൊക്കെ. കേൾക്കട്ടെ." മുളകുതൊലി തികഞ്ഞ സൗഹൃദത്തോടെയാണ് പെരുമാറിയത്.

"ഞാൻ നന്നായിരിക്കുന്നു, യജമാനനേ. താങ്കളുടെ കൂടെ എട്ടുപത്തുവർഷം ജോലിചെയ്ത എനിക്ക് അങ്ങയെ മറക്കാനാകുമോ? അതുകൊണ്ട് എല്ലാം ഒന്ന് നേരേയായപ്പോൾ ആദ്യം അങ്ങയെത്തന്നെ വന്നു കാണേണ്ടത് എന്റെ കടമയല്ലേ?" ഷാവോയും വളരെ സ്നേഹവും വിനയവും കാണിച്ച് സംസാരിച്ചു. ഷാവോ തുടർന്നു സംസാരിച്ചു.

"എന്റെ എല്ലാ ഐശ്വര്യത്തിനും കാരണം ഇതാ, ഈ തത്തയാണ്. ഞാനെവിടെപ്പോയാലും ഈ തത്തയേയും കൂടെ കൊണ്ടുപോകും."

"ഓ. അങ്ങിനെയോ? കേൾക്കട്ടേ നിന്റെ തത്തയുടെ വിശേഷങ്ങൾ. എല്ലാം പറയ്."

"ഈ തത്തയ്ക്ക് ചില അതിശയ സിദ്ധികൾ ഉണ്ട്. ഞാൻ രണ്ട് ചെമ്പുനാണയം കൊടുത്താണ് ഇതിനെ വാങ്ങിയത്. വാങ്ങിയതിനു ശേഷമാണ് എനിക്കുപോലും ഇവളുടെ അദ്ഭുതസിദ്ധികളേക്കുറിച്ച് മനസ്സിലായത്."

"ങാഹാ. കേൾക്കട്ടെ. എന്തൊക്കെയാണ് നിന്റെ തത്തയുടെ അത്ഭുതസിദ്ധികൾ?"

“ഞാനിപ്പോഴൊക്കെ എന്ത് പ്രധാന തീരുമാനങ്ങളെടുക്കുമ്പോഴും ഇവളുടെ ഉപദേശം കേൾക്കും അതുപ്രകാരമേ ഞാൻ പ്രവർത്തിക്കുകയുള്ളൂ.” ഷാവോ തുടർന്നു.

“പറഞ്ഞാൽ മാത്രം അങ്ങേയ്ക്ക് മനസ്സിലായെന്ന് വരില്ല. ഞാൻ ഒരു കാര്യം അങ്ങയ്ക്ക് നേരിട്ട് ബോധ്യപ്പെടുത്തിത്തരാം. എന്റെ കൂടെ കുറച്ചുനേരം പുറത്തേ മൈതാനത്തിൽ നടക്കാൻ വന്നാലും.”

അവർ രണ്ടുപേരും വീടിന് മുൻപുള്ള ഒരു മൈതാനത്തിൽ കുറച്ചുദൂരം നടന്നു.

“ങ്ങാ. കേട്ടോ. ഞാനിവളെ സുന്ദരിക്കുട്ടീ എന്നാണ് വിളിക്കുക.” ഷാവോ പറഞ്ഞു.

“ഞാനിപ്പോൾ ഇവളോട് ഒരുപദേശം ചോദിക്കാം. അവൾ എന്തു പറയും എന്നറിയാമല്ലോ.”

ഷാവോ തത്തയെ തന്റെ കൈവെള്ളയിൽ നിർത്തി അതിന് ഒരു മുത്തംനൽകി. എന്നിട്ട് ചോദിച്ചു.

സുന്ദരിക്കുട്ടീ, ഞാനീ നിൽക്കുന്ന സ്ഥലത്ത് വെള്ളിയുണ്ടോ?”

“തീർച്ചയായും.” സുന്ദരിക്കുട്ടി ഒട്ടും മടിക്കാതെ ഉത്തരം നൽകി.

ഷാവോ പറഞ്ഞു.

“യജമാനനേ, നമുക്ക് ഈ സ്ഥലം ഒന്നു കുഴിച്ചു നോക്കാം. സുന്ദരിക്കുട്ടി പറഞ്ഞതുപോലെ ഇവിടെ വെള്ളി ഉണ്ടോയെന്ന് അറിയാമല്ലോ?”

മുളകുതൊലി തന്റെ കൂലിക്കാരെ വിളിച്ച് ആ സ്ഥലം കുഴിക്കാൻ പറഞ്ഞു. ഏതാണ്ട് രണ്ടടി താഴ്ചയിൽ കുഴിച്ചപ്പോൾ, അതാ, അവിടെ ഒരു പുതയൽ- നിറയെ വെള്ളിനാണയങ്ങൾ.

“അതിശയം തന്നെ!” മുളകുതൊലി പറഞ്ഞു. മുളകുതൊലിയുടെ കൂലിക്കാരും ഏറ്റു പറഞ്ഞു.

“അതിശയം. സംശയമില്ല.”

ഷാവോ പറഞ്ഞു.

“യജമാനനേ, നമുക്ക് ഇവളുടെ ശക്തി ഒരു പ്രാവശ്യം കൂടി പരീക്ഷിക്കാം.”

അവർ കുറേ ദൂരം നടന്നു. പുറകിൽ മുളകുതൊലിയും കൂലിക്കാരും. ഒരു പ്രത്യേകസ്ഥലത്ത് ചെന്നപ്പോൾ ഷാവോ പറഞ്ഞു.

“നമുക്ക് ഈ സ്ഥലം തന്നെ പരിശോധിച്ചാലോ?”

“അങ്ങിനെയാകട്ടെ.” മുളകുതൊലി സമ്മതം മൂളി.

"സുന്ദരിക്കുട്ടീ. ഇവിടെ കുഴിച്ചാൽ സ്വർണ്ണം കിട്ടുമോ?" ഷാവോ തന്റെ തത്തയോട് ചോദിച്ചു.

"തീർച്ചയായും."

ഒട്ടും താമസിയാതെ അവർ നിന്ന സ്ഥലം കുഴിക്കാൻ മുളകുതൊലി ഭൃത്യരോട് പറഞ്ഞു. അത് തീർച്ചയായും അതിശയം തന്നെയായിരുന്നു. ഏതാണ്ട് ഒന്ന ഒന്നരയടി കുഴിച്ചതും ചിതറിക്കിടക്കുന്ന കുറേ സ്വർണ്ണ നാണയങ്ങൾ. തത്തയുടെ അദ്ഭുത സിദ്ധിയെക്കുറിച്ച് അതിൽക്കൂടുതൽ തെളിവ് ആവശ്യമില്ലെന്ന് മുളകുതൊലിക്ക് ബോദ്ധ്യമായി.

"ഷാവോ. ഞാൻ നമ്മുടെ ഈ സുന്ദരിക്കുട്ടിയെ ഗ്രാമത്തിലുള്ള എല്ലാവർക്കും പരിചയപ്പെടുത്താൻ ഒരു പരിപാടി ഉടനേതന്നെ ഏർപ്പാടുചെയ്യാം. അത്ഭുതസിദ്ധിയുള്ള ഇവളെ എല്ലാവരും അറിഞ്ഞിരിക്കേണ്ടേ? എന്താ നിനക്ക് സമ്മതമല്ലേ?" മുളകുതൊലി തിരക്കി.

"ഞാൻ അങ്ങയുടെ സേവകനായി വളരെക്കാലം ഇവിടെ ജീവിച്ചവനല്ലേ? അങ്ങയുടെ അഭിപ്രായത്തിന് എതിരുനിൽക്കാൻ എനിക്കു കഴിയുകയില്ലല്ലോ." ഷാവോ പറഞ്ഞു. മുളകുതൊലി അടുത്ത ദിവസം തന്നെ തന്റെ വീട്ടിൽ ഒരു വിരുന്നൊരുക്കി. ഗ്രാമത്തിലുളള എല്ലാവരേയും ഗ്രാമത്തലവനേയും ന്യായാധിപനേയും ഉയർന്ന സർക്കാർ ഉദ്യോഗസ്ഥരേയും എല്ലാം ക്ഷണിച്ചു. മുളകുതൊലിയുടെ മനസ്സിലെ രഹസ്യമായ ഉദ്ദേശ്യം എങ്ങിനെയെങ്കിലും ആ തത്തയെ സ്വന്തമാക്കുക എന്നതായിരുന്നു. അതിന് എന്തുവില നൽകിയാലും കൂടുതലാവില്ല എന്നും മനസ്സിൽ കരുതി. അന്ന് രാത്രി അയാൾ തന്റെ ഉദ്ദേശ്യം ഭാര്യയോട് പറഞ്ഞു. അവരും സമ്മതിച്ചു. എന്നു മാത്രമല്ല; എത്ര വിലകൊടുത്താലും തത്തയ്ക്ക് ഈടാവില്ലെന്ന് അവരും പറഞ്ഞു.

അടുത്ത ദിവസം വിരുന്നുസമയത്ത് മുളുതൊലി തത്തയേ എല്ലാവർക്കും പരിചയപ്പെടുത്തി. ഷാവോ തന്റെ കൂടെ ഉണ്ടായിരുന്ന കാലം ഓർത്തുകൊണ്ട് പറഞ്ഞു.

"ഷാവോ എന്റെ വിശ്വസ്തനും സ്നേഹത്തിന് പാത്രീഭൂതനുമായിരുന്നു. എനിക്ക് ഷാവോവിനെക്കുറിച്ചു എന്നും മതിപ്പായിരുന്നു." മുളകുതൊലി തുടർന്നു.

"ഞാനിന്ന് നിങ്ങളുടെയെല്ലാം മുമ്പിൽ ഷാവോവിനോട് ഒരഭ്യർത്ഥന നടത്തുകയാണ്. ഷാവോ എന്റ് അഭ്യർത്ഥന നിരസിക്കുകയില്ല എന്ന് വിശ്വസിക്കുന്നു." അല്പം നിർത്തിയതിനുശേഷം മുളകുതൊലി തുടർന്നു.

"എനിക്ക് ഷാവോവിന്റെ ഈ തത്തയെ വളരെ ഇഷ്ടമായി. എന്റെ ഭാര്യയ്ക്കും. ഷാവോ ഈ തത്തയെ, ഈ സുന്ദരിക്കുട്ടിയെ എനിക്കു

തരണം. പകരം ഞാൻ നിങ്ങൾ നിർദ്ദേശിക്കുന്ന എന്തും ഷാവോവിന് നൽകും."

അതിഥികൾ പരസ്പരം നോക്കി. എന്താണ് പറയേണ്ടതെന്ന് ഓരോരുത്തരും മനസ്സിൽ ആലോചിച്ചിരിക്കണം. ആ സമയത്ത് ഷാവോവിന്റെ അഭ്യുദയകാംക്ഷികളായ ഗ്രാമവാസികളിൽ ചിലർ അഭിപ്രായപ്പെട്ടു.

"ഇത് നല്ല കാര്യമാണ്. ഇതുപോലെ സിദ്ധികളുള്ള ഒരു പക്ഷി മുളകുതൊലിയുടെ പക്കൽ ഉണ്ടായിരിക്കുന്നത് എല്ലാവിധത്തിലും നല്ലതാണ്. പകരം, മുളകുതൊലി അദ്ദേഹത്തിന്റെ ഒരു വീടും സ്വത്തിന്റെ നല്ല ഒരു പങ്കും ഷാവോവിന് നൽകുകയാണെങ്കിൽ അത് അയാൾക്കും ഉപകരിക്കും."

ആ അഭിപ്രായം എല്ലാവരും ശരിവെച്ചു. മുളകുതൊലിക്കും സമ്മതമായിരുന്നു.

"ഷാവോ സമ്മതിക്കുമെങ്കിൽ ഇവിടെ പറഞ്ഞതുപോലെ എന്റെ വീടും വസ്തുക്കളും അദ്ദേഹത്തിന്റെ പേരിൽ രജിസ്റ്റർ ചെയ്തുകൊടുക്കും. അതുകഴിഞ്ഞാൽ ഷാവോ ഈ തത്തയെ എനിക്ക് കൈമാറണം." മുളകുതൊലി പരസ്യമായി പറഞ്ഞു.

"ഞാനെങ്ങിനെ എതിരു പറയും? എല്ലാവർക്കും സമ്മതമായ സ്ഥിതിക്ക് ഞാനും സമ്മതിക്കുന്നു." ഷാവോ പറഞ്ഞു.

അടുത്ത ദിവസംതന്നെ ഇടപാടുകൾ ഔദ്യോഗികമായിത്തന്നെ നടന്നു. ഒരു വീടും കുറേ അധികം വസ്തുക്കളു മുളകുതൊലി ഷാവോവിന്റെ പേരിൽ ഇഷ്ടദാനമായി രജിസ്റ്റർ ചെയ്തു. ഷാവോ തന്റെ സുന്ദരിക്കുട്ടിയെ മുളകുതൊലിക്ക് കൈമാറുകയും ചെയ്തു.

അടുത്ത ദിവസം മുളകുതൊലി കുറേ അധികം കൂലിക്കാരുമായി കുറേ ദൂരം നടന്നതിനുശേഷം ഒരു സ്ഥലത്ത് ഇരുന്നു. സുന്ദരിക്കുട്ടിക്ക് ഒരു മുത്തം നൽകിയതിനുശേഷം അവളോട് ചോദിച്ചു.

"സുന്ദരിക്കുട്ടീ, ഇവിടെ സ്വർണ്ണഖനി ഉണ്ടോ?"

"തീർച്ചയായും."

മുളകുതൊലിയുടെ സന്തോഷത്തിന് അതിരില്ലായിരുന്നു. ഉടനേതന്നെ അയാൾ തന്റെ കൂലിക്കാരോട് ആ സ്ഥലം കുഴിക്കാൻ ആജ്ഞാപിച്ചു. പക്ഷേ, ഭൃത്യന്മാർ ഉത്തരവിന് കാത്തുനിൽക്കാതെതന്നെ കുഴിക്കാൻ ആരംഭിച്ചുകഴിഞ്ഞിരുന്നു. പക്ഷേ, വളരെയധികം കുഴിച്ചിട്ടും ഒന്നും കാണാൻ കഴിഞ്ഞില്ല. രണ്ടടി, നാലടി, പത്തടി, എന്നിട്ടും സ്വർണ്ണഖനിയെന്നല്ല, പ്രത്യേകിച്ച് ഒന്നും അവിടെ കണ്ടില്ല.

(എങ്ങിനെ കാണാനാണ്? ഷാവോവിന്റെ സ്നേഹിതർ അവിടെ ഒന്നും കുഴിച്ചിട്ടിരുന്നില്ല എന്നത് നമ്മുടെ മാത്രം രഹസ്യം-അല്ലേ? അതങ്ങിനെ തന്നെ ഇരിക്കട്ടെ.)

മുളകുതൊലി തീരെ നിരാശനായില്ല. ഒന്നുകൂടി പരീക്ഷിച്ചുനോക്കാൻ തീർച്ചയാക്കി. പക്ഷേ, രണ്ടാമത്തേയും മൂന്നാമത്തേയും പരീക്ഷണങ്ങൾ തോൽവിയിൽ കലാശിച്ചപ്പോൾ മുളകുതൊലി താൻ കബളിപ്പിക്കപ്പെട്ടു എന്ന് മനസ്സിലാക്കി.

“ഇനി എന്തു ചെയ്യാൻ കഴിയും.” സ്വയം കുഴിച്ച കുഴിയിൽ എല്ലാ ഗ്രാമമുഖ്യൻമാരുടേയും മുമ്പിൽ സ്വയം ചാടുകയായിരുന്നു എന്ന് അയാൾക്ക് പൂർണമായും ബോദ്ധ്യമായി. അയാൾ തത്തയെ നോക്കി ആക്രോശിച്ചു.

“നീ എന്നെ ചതിച്ചു.”

“തീർച്ചയായും.”

അയാൾ തത്തയെ ദൂരേക്കെറിഞ്ഞുകൊണ്ട് അലറി.

“നീ എന്നെ നശിപ്പിച്ചു. നീയാണ് എന്റെ ഘാതകി.”

“തീർച്ചയായും.”

സ്വർഗ്ഗവും ഭൂമിയും

വളരെ പണ്ട് ഈ ലോകം ഇന്നത്തേതുപോലെ ആയിരുന്നില്ല. അന്ന് സ്വർഗ്ഗവും ഭൂമിയും എല്ലാം ചേർന്ന് അണ്ഡാകൃതിയിലുള്ള ഒരു വലിയ പിണ്ഡം മാത്രമായിരുന്നു. ആകാശവും ഭൂമിയും സ്വർഗ്ഗവും എല്ലാം ആ അണ്ഡത്തിൽ തന്നെയായിരുന്നു. അതിൽ പാൻഗോ എന്ന പേരിൽ ഒരാൾമാത്രം ജീവിക്കുന്നുണ്ടായിരുന്നു. ഒരാൾ എന്നു പറഞ്ഞതുകൊണ്ട് അയാൾ മനുഷ്യനായിരുന്നു എന്നു തെറ്റിദ്ധരിക്കേണ്ട-അയാൾ മനുഷ്യനായിരുന്നില്ല. ഏതോ ഒരു ഭൂതംപോലെ ഒരു വലിയ ജന്തു- അത്രതന്നെ. പാൻഗു ആ അണ്ഡത്തിനകത്ത് വളർന്ന് വലുതായി; വളർന്നുകൊണ്ടേയിരുന്നു. ഏതാണ്ട് 90 കാതം വലിപ്പമുള്ള ഒരാളായി അയാൾ വളർന്നുകഴിഞ്ഞപ്പോൾ അണ്ഡത്തിന് അയാളെ ഉൾക്കൊള്ളാൻ കഴിഞ്ഞില്ല.

പാൻഗോവിന് ചുറ്റും ഇരുട്ടായിരുന്നു. എങ്കിലും അയാൾ ഒരു മഴു എടുത്ത് അണ്ഡത്തിന്റെ ഭിത്തിയിൽ വെട്ടിയപ്പോൾ അണ്ഡം രണ്ടായി പിളർന്നു. മുകളിലത്തേഭാഗം മേലോട്ട് ഉയർന്നുപോയി. വളരെ മുകളിൽ എത്തിച്ചേർന്ന ആ ഭാഗം സ്വർഗ്ഗമായി. താഴത്തേഭാഗം കീഴോട്ടുപോയി ഭൂമിയായി. എങ്കിലും, എപ്പോഴെങ്കിലും സ്വർഗ്ഗം താഴേക്കും ഭൂമി മുകളിലേക്കും തിരികെവന്നാൽ താൻ അവയുടെ രണ്ടിനും നടുവിൽപ്പെട്ട് പണ്ടത്തേതുപോലെ അണ്ഡത്തിനുള്ളിൽ അകപ്പെട്ടുപോകും എന്ന് പാൻഗോ ഭയപ്പെട്ടു. അതുകൊണ്ട് അയാൾ സ്വർഗം തന്റെ ചുമലിൽ ചുമന്നു. ഭൂമി കാലിനടിയിലും. അങ്ങിനെ നിലയുറപ്പിച്ച് പാൻഗോ വളരെ നാളുകൾ നിന്നു. വളരെ നാളുകൾ അങ്ങിനെ നിന്ന പാൻഗോ ക്ഷീണിച്ച്

അവശനായി തളർന്ന് വീണു മരിച്ചു. പാൻഗോയുടെ ഇടതുകണ്ണ് സൂര്യനായി ഭവിച്ചു; വലതുകണ്ണ് ചന്ദ്രനായും. ദേഹം കുന്നുകളും മലകളുമായി. ദേഹത്തിലെ രക്തധമനികളും രക്തവും നദികളായി. എല്ലുകൾ ലോഹങ്ങളും കല്ലുകളും. സ്വേദകണങ്ങൾ മുത്തുകളും മഴയുമായി മാറി. ശരീരത്തിലുണ്ടായിരുന്ന ചെറിയ ചെറിയ മുടികൾ മരങ്ങളും, ചെടികളും പൂക്കളുമായി.

കുറേ നാളുകൾക്കുശേഷം നുവാ എന്ന ദേവത പാൻഗോയിൽ നിന്ന് ഉണ്ടായ പുതിയ ഭൂമി സന്ദർശിക്കാൻ തീരുമാനിച്ചു. നുവാ ഭൂമിയിലെ മലകളും നദികളും മരങ്ങളും പൂക്കളും കണ്ട് അതീവ സന്തുഷ്ടയായി. എങ്കിലും ഏതോ കുറവ് മനസ്സിൽ തോന്നി. അവർ ആലോചിച്ച് ഭൂമിയിൽ തന്റെ സ്വന്തം രൂപത്തിൽ ചില പുതിയ ജീവികളെ സൃഷ്ടിക്കാൻ തീരുമാനിച്ചു. നുവാ കുറച്ച് കളിമണ്ണുകുഴച്ച് സ്വന്തം രൂപത്തിൽ ഒരു പ്രതിമ നിർമ്മിച്ചു. ആ പ്രതിമയ്ക്ക് ജീവൻ നൽകി. ജീവൻ കിട്ടിയ പ്രതിമ ചാടാനും ഓടാനും സംസാരിക്കാനും തുടങ്ങി. നുവാ ആലോചിച്ചു, ഈ ജീവനുള്ള പ്രതിമയ്ക്ക് എന്തുപേര് നൽകണം? നുവ വളരെ ആലോചിച്ച് നൽകിയ പേരാണ് മനുഷ്യൻ. നുവാ വീണ്ടും തന്റെ കൂട്ടുകാരായ മറ്റ് ദൈവങ്ങളുടെ ആകൃതിയിൽ കുറേ ബൊമ്മകൾ കൂടി നിർമ്മിച്ച് ജീവൻ നൽകി. അക്കൂട്ടത്തിൽ ആൺപ്രതിമകളും പെൺപ്രതിമകളും ഉണ്ടായിരുന്നു എന്ന് എടുത്തുപറയേണ്ടതില്ലല്ലോ. കൂടാതെ, മനുഷ്യന് കൂട്ടിനായി നുവാ കുറേ മൃഗങ്ങളേയും പക്ഷികളേയും ജല ജീവികളേയും സൃഷ്ടിച്ച് ജീവൻ നൽകി. ആ ജോലികളെല്ലാം വളരെ ദിവസങ്ങൾ നീണ്ടുനിന്നു. അതുകൊണ്ട് നുവാ ക്ഷീണിച്ചു. ഒടുവിൽ ബാക്കി ഉണ്ടായിരുന്ന കുഴച്ച മണ്ണും അപൂർണ്ണമായിരുന്ന ബൊമ്മകളും എല്ലാം താഴേക്ക് എറിഞ്ഞു. അതെല്ലാം ഭൂമിയിൽ പല സ്ഥലങ്ങളിലായി വീണു. അങ്ങിനെ വീണ അപൂർണ്ണ ബൊമ്മകളും കുറേ കളിമൺ ഉണ്ടകളും തരികളും ഓരോ മനുഷ്യരായി മാറി. പക്ഷേ, ഒരു കാര്യം. ആദ്യം നുവാ ശരിയായി ഉണ്ടാക്കി ജീവൻ നൽകിയ മനുഷ്യർ ആഢ്യത്വം ഉള്ളവരായിരുന്നു. പിന്നീട് തരികളും മറ്റുമായി വീണ് മനുഷ്യരായവർ സാധാരണക്കാരും. അതുകൊണ്ടാണ് നമ്മുടെ സമൂഹത്തിൽ ആഢ്യന്മാരുടെ എണ്ണം കുറവും സാധാരണക്കാരുടെ എണ്ണം കൂടുതലും ആയിരിക്കുന്നത് എന്നാണ് ഈ കഥയിൽ പറയുന്നത്.

ഏതാണ്ട് ഇതൊക്കെ സംഭവിച്ച കാലത്ത് ജലത്തിന്റെ ദൈവമായ ഗോങ്ഗോ തീയുടെ ദൈവമായ സുറോങ്ങുമായി യുദ്ധം പ്രഖ്യാപിച്ചു. നദികളിലേയും സമുദ്രങ്ങളിലേയും മത്സ്യങ്ങളും മറ്റു ജന്തുക്കളും ഗോങ്ഗോവിനെ സഹായിച്ചു. എങ്കിലും സുറോങ്ങിന്റെ ഭടന്മാരെ ജയിക്കുവാൻ

അവർക്ക് കഴിഞ്ഞില്ല. ഗോങ്ങഗോ തോറ്റുപോയതിൽ കുപിതനായി പടിഞ്ഞാറ് ദിശയിലേക്ക് പോകുകയും ആകാശം താങ്ങി നിർത്തി യിരുന്ന നാല് പർവ്വതത്തൂണുകൾ ഉടയ്ക്കുകയും ചെയ്തു. അതുകൊണ്ട് ആകാശത്തിന്റെ പടിഞ്ഞാറൻ ഭാഗം താഴേക്ക് ചാഞ്ഞ് ഭൂമിയെ തൊടുന്നതുപോലെ നമുക്ക് കാണാം. അതുപോലെ ഭൂമിയുടെ കിഴക്കു ഭാഗം മുകളിലേക്ക് വളഞ്ഞ് ആകാശം തൊട്ടുനിൽക്കുന്നു. അങ്ങിനെ സംഭവിച്ചതു കാരണമാണ് ആകാശങ്ങൾക്കപ്പുറം വിദൂരതയിലുള്ള സൂര്യനും ചന്ദ്രനും നക്ഷത്രങ്ങളുമെല്ലാം കിഴക്കുനിന്ന് പടിഞ്ഞാറേക്ക് ഓടുന്നതെന്ന് അവർ വിശ്വസിക്കുന്നു. ചൈനയിലെ വലിയ നദികൾ എല്ലാം പടിഞ്ഞാറുനിന്ന് കിഴക്കോട്ടാണ് ഒഴുകുന്നത്. ഇങ്ങനെ വലിയ നദികളെല്ലാം കിഴക്കോട്ടൊഴുകുന്നതും ആ കാരണം കൊണ്ടുതന്നെയെ ന്നാണ് അവരുടെ വിശ്വാസം.

മരക്കുതിര

ചൈനയിൽനിന്നുള്ള കഥകൾ എപ്പോഴും രസകരങ്ങളാണ്. ഒരു മരക്കുതിരയുടെ പുറത്ത് സവാരി ചെയ്ത ഒരു രാജകുമാരന്റെ കഥയാണ് ഇത്. കഥ ആരംഭിക്കുന്നത് രണ്ട് വിദഗ്ദ്ധ പണിക്കാർ തമ്മിലുള്ള വഴക്കിലാണ്. വഴക്ക് എന്നു പറഞ്ഞാൽ ആരുടെ ജോലിയാണ് മെച്ചപ്പെട്ടത് എന്ന തർക്കം. ഒന്ന് ഒരാശാരി. മറ്റത് ഒരു കൊല്ലൻ. രണ്ടുപേരും പേരുകേട്ട പണിക്കാരായിരുന്നു. ഒരു ദിവസം ആ രണ്ട് സ്നേഹിതരും വർത്തമാനം പറഞ്ഞുകൊണ്ടിരുന്നതിനിടയിൽ കൊല്ലൻ പറഞ്ഞു:

"ചങ്ങാതീ, എന്റെ തൊഴിൽ നിന്റേതിനേക്കാൾ വളരെ മേന്മയേറിയതാണ്."

അതുകേട്ട ആശാരി ചൊടിച്ചു.

"നീയെന്താ, തമാശ പറയുകയാണോ? എന്റെ തൊഴിൽ നിന്റേതിനേക്കാൾ വളരെ മെച്ചപ്പെട്ടതാണെന്ന് എല്ലാവർക്കും അറിയാവുന്നതല്ലേ?" രണ്ടുപേരും വളരെനേരം അതേച്ചൊല്ലി തർക്കിച്ചു വഴക്കായി എന്നു പറഞ്ഞാലും തെറ്റാവില്ല. ഒടുവിൽ രണ്ടുപേരും വഴക്കിന് ഒരന്ത്യം ഉണ്ടാക്കാനുള്ള ഉപാധി ആലോചിച്ചു. ആ രാജ്യത്തെ രാജാവ് വളരെ അറിവും വലിയ ബുദ്ധിശക്തിയും ഉള്ളവനായിരുന്നു. തങ്ങളുടെ തർക്കം രാജാവിന്റെ തീരുമാനത്തിന് സമർപ്പിക്കാൻ അവർ രണ്ടുപേരും സമ്മതിച്ചു. രാജാവിന്റെ കൊട്ടാരത്തിൽ അവർ രണ്ടുപേരും അവരുടെ ആഗ്രഹപ്രകാരം രാജസന്നിധിയിൽ ആനയിക്കപ്പെട്ടു. രണ്ടുപേരും രാജാവിനെ താണുവണങ്ങി. അദ്ദേഹം അവരോട് ചോദിച്ചു.

"പറയൂ. നിങ്ങളുടെ പരാതി എന്താണ്?"

ആദ്യം സംസാരിച്ചത് ആശാരിയാണ്. അയാൾ പറഞ്ഞു.

"മഹാരാജാവേ. അങ്ങയ്ക്ക് ഞങ്ങൾ ദീർഘായുസ്സ് നേരുന്നു. ഞങ്ങൾ വന്നത് പ്രത്യേകിച്ച് ഒരു പരാതിയുമായല്ല. പക്ഷേ ഞങ്ങളുടെ ഒരു സംശയത്തിന് ഉത്തരം തേടിയാണ് അങ്ങയുടെ സമക്ഷം വന്നിരിക്കുന്നത്."

"ശരി. കേൾക്കട്ടെ. നിങ്ങളുടെ സംശയം എന്താണ്?"

കൊല്ലനാണ് സംസാരിച്ചത്.

"അങ്ങത്തെ, ഇവിടെ നിൽക്കുന്ന എന്റെ സ്നേഹിതന്റെ അഭിപ്രായത്തിൽ അവന്റെ കുലത്തൊഴിലായ മരപ്പണിയാണ് ഏറ്റവും മേന്മയേറിയ തൊഴിൽ. അത് എനിക്ക് സമ്മതമല്ല. ഞാൻ പറഞ്ഞു, എന്റെ കുലത്തൊഴിലായ കൊല്ലപ്പണിയാണ് മേന്മ കൂടിയതെന്ന്. ഞങ്ങളുടെ ഈ തർക്കം തീർത്തുവെയ്ക്കാൻ അങ്ങയ്ക്കുമാത്രമേ വേണ്ടത്ര അറിവും പരിചയവും ഉള്ളൂ എന്നാണ് ഞങ്ങളുടെ അഭിപ്രായം."

രാജാവിന് അതിശയം തോന്നി. ഇങ്ങിനെയൊരു തർക്കം തന്റെയടുക്കൽ തീർപ്പിനായി എത്തും എന്ന് അദ്ദേഹം വിചാരിച്ചിരുന്നതേയില്ല. ഏതായാലും വളരെ ആലോചിച്ചതിനുശേഷം അദ്ദേഹം രണ്ടുപേരോടുമായി പറഞ്ഞു.

"നിങ്ങൾ പോയി ഓരോരുത്തരും അവരവരാൽ കഴിയുന്നത്ര വൈദഗ്ധ്യം കാണിക്കുന്ന ഏതെങ്കിലും ഒരു സാമഗ്രി ഉണ്ടാക്കണം. പത്ത് ദിവസങ്ങൾക്കുശേഷം നിങ്ങൾ ഉണ്ടാക്കുന്ന സാമഗ്രികളുമായി എന്നെ വന്നു കാണണം. അപ്പോൾ നിങ്ങളുടെ സംശയത്തിന് ഒരു തീരുമാനം ഉണ്ടാക്കാൻ ശ്രമിക്കാം."

രാജാവിന്റെ നിർദ്ദേശപ്രകാരം അവർ തിരികെ പോയി. രണ്ടുപേരും അവരവരുടെ കഴിവിന് അനുസരണം ഓരോ സാമഗ്രി ഉണ്ടാക്കി. അവർ രണ്ടുപേരും ഒന്നിച്ച് പത്തുദിവസങ്ങൾക്കുശേഷം രാജസന്നിധിയിൽ എത്തി. രണ്ടുപേരും രാജാവിനെ വണങ്ങിയതിനുശേഷം കൊല്ലൻ തന്റെ സൃഷ്ടിയായ ഒരു വലിയ ഇരുമ്പുമത്സ്യത്തെ രാജസമക്ഷം പ്രദർശിപ്പിച്ചു. അദ്ദേഹം ചോദിച്ചു.

"ഇതിന്റെ ഉപയോഗം എന്താണ്?"

"ഈ മത്സ്യത്തിന് അതിന്റെ പുറത്ത് വലിയ ഭാരം വഹിച്ചുകൊണ്ട് നീന്താൻ കഴിയും. ഒരായിരം ചാക്ക് അരിപോലും നിസ്സാരമായി എടുത്തുകൊണ്ട് നീന്താൻ ഇതിനു കഴിയും."

"ശരി. നമുക്കൊന്ന് പരീക്ഷിച്ചു നോക്കാം." രാജാവിന്റെ കല്പനപ്രകാരം അദ്ദേഹത്തിന്റെ സേവകർ ആ മത്സ്യത്തിന്റെ പുറത്ത് ആയിരം

ചാക്ക് അരി കയറ്റി. ശരിയായിരുന്നു. കൊല്ലൻ പറഞ്ഞതുപോലെ യാതൊരു പ്രയാസവും ഇല്ലാതെ മത്സ്യത്തിന് നീന്താൻ കഴിഞ്ഞു. രാജാവിന് കൊല്ലന്റെ വൈദഗ്ദ്ധ്യത്തിൽ വലിയ മതിപ്പ് തോന്നി. അദ്ദേഹം അയാൾക്ക് ഒരു ഉയർന്ന അംഗീകാരം നല്കാനും മറന്നില്ല.

പിന്നീട് ശ്രദ്ധ പതിഞ്ഞത് ആശാരിയുടെ സാമർത്ഥ്യത്തിലാണ്. ആശാരി കാഴ്ചവെച്ചത് മരംകൊണ്ടുണ്ടാക്കിയ ഒരു കുതിരയാണ്. കുതിരയെ കണ്ടാൽ ജീവനുള്ള കുതിരയേപ്പോലെ തോന്നുമായിരുന്നു. അത്ര ആകർഷകമായിരുന്നു അതിന്റെ പണി. രാജാവ് പറഞ്ഞു.

“കുതിര കാഴ്ചയ്ക്ക് വളരെ കൗതുകം ഉള്ളതായിട്ടുണ്ട്. എന്നാലും കൊല്ലന്റെ മത്സ്യത്തിനൊപ്പം വരുമോ എന്നത് സംശയം. ഏതായാലും ഇതിന്റെ പ്രയോജനം എന്താണെന്നു കൂടി മനസ്സിലാക്കിയിട്ടല്ലേ ഒരഭിപ്രായം പറയാനാകൂ. ആശാരി തന്റെ കുതിരയുടെ കഴിവുകൾ വർണിക്കാൻ തുടങ്ങി. ആ സമയത്ത് രാജാവിന്റെ ചെറുപ്പക്കാരനായ മകനും അവിടെ എത്തി. ആശാരി പറഞ്ഞതെല്ലാം ആ രാജകുമാരനും ശ്രദ്ധിച്ചു. ആശാരി പറഞ്ഞു.

“രാജാവേ, സത്യത്തിൽ ഈ കുതിര ആ മത്സ്യത്തെക്കാൾ വളരെ ക്കൂടുതൽ നല്ലതാണ്. ഈ പിടി (കുതിരയുടെ പുറത്തുണ്ടായിരുന്ന ചില പിടികൾ കാണിച്ചുകൊണ്ട് ആശാരി വിശദീകരിക്കുകയായിരുന്നു.) തിരിച്ചാൽ കുതിര പറക്കാൻ തുടങ്ങും. (മറ്റൊരു പിടി കാണിച്ചുകൊണ്ട്) ഇത് തിരിച്ചാൽ കുതിര കൂടുതൽ വേഗത്തിൽ പറക്കും. (മറ്റൊന്ന് കാണി ച്ചുകൊണ്ട്) താഴെയിറങ്ങാൻ ഇതാണ് തിരിക്കേണ്ടത്.”

മരക്കുതിരയുടെ പറക്കാനുള്ള ശക്തിയേക്കുറിച്ച് കേട്ട രാജകുമാരന് അതിന്റെ പുറത്ത് പറക്കാൻ മോഹം. അയാൾ രാജാവിനോട് കേണ പേക്ഷിച്ചു. പക്ഷേ, രാജാവിന്റെ മനസ്സിൽ ഭയം. ആ കുതിരയുടെ പുറത്ത് പറക്കുമ്പോൾ എന്തെങ്കിലും അപകടം സംഭവിച്ചാൽ! പക്ഷേ, മകന്റെ നിർബ്ബന്ധത്തിന്റെ മുമ്പിൽ രാജാവിന് ഒരളവിൽക്കൂടുതൽ മറുത്തു പറയാൻ കഴിഞ്ഞില്ല. മനസ്സില്ലാമനസ്സോടെ രാജകുമാരനെ പറക്കാൻ അനുവദിച്ചു. അനുവാദം കിട്ടിയതും കൂടുതലൊന്നും ആലോചിക്കാതെ രാജകുമാരൻ കുതിരപ്പുറത്ത് കയറി പിടി തിരിച്ചു. കുതിര മുകളിലേക്ക് ഉയർന്ന് പറക്കാൻ തുടങ്ങി. ചെറുപ്പക്കാരനായ രാജകുമാരന് കൂടുതൽ ഉയരത്തിൽ, കൂടുതൽ വേഗത്തിൽ പറക്കാനുള്ള അടക്കാനാവാത്ത ആവേശം. അയാൾ അതിനായുള്ള പിടികൾ തിരിച്ചു. കുതിര മരങ്ങ ളുടേയും കുന്നുകളുടേയും പർവ്വതങ്ങളുടേയും മേഘങ്ങളുടേയുമെല്ലാം മുകളിൽ കൂടുതൽ കൂടുതൽ വേഗത്തിൽ പറന്ന് വളരെ വളരെ ദൂരം പോയി. ക്രമേണ ഇരുട്ടാൻ തുടങ്ങിയപ്പോൾ രാത്രി എവിടെ തങ്ങണം

എന്ന് രാജകുമാരൻ ആലോചിച്ചു. താഴെ ഒരു പട്ടണം കണ്ടപ്പോൾ രാജകുമാരൻ കുതിരയെ താഴെയിറക്കി പട്ടണത്തിൽ കണ്ട ഒരു സത്രത്തിൽ രാത്രി കഴിച്ചുകൂട്ടി. കാലത്ത് ഉണർന്നതിനുശേഷം വീട്ടിലേക്ക് മടങ്ങുന്നതിനുമുമ്പ് പുതിയ പട്ടണത്തിൽ ഒന്ന് ചുറ്റിക്കറങ്ങാം എന്ന് രാജകുമാരൻ തീർച്ചയാക്കി.

അങ്ങിനെ ആ പട്ടണത്തിൽ ചുറ്റിക്കറങ്ങുമ്പോൾ ഒരു സ്ഥലത്ത് ഒരാൾക്കൂട്ടം കണ്ടു. എന്തായിരിക്കും കാര്യമെന്ന് അറിയാം എന്നു കരുതി അദ്ദേഹം ആ സ്ഥലത്തെത്തി. എല്ലാവരും ആകാശത്തേക്ക് നോക്കി നിൽക്കുന്ന കാഴ്ച കൗതുകകരമായി തോന്നി. അവിടെയുണ്ടായിരുന്ന ഒരാളിനോട് വിവരം ചോദിച്ചു. അയാൾ പറഞ്ഞു.

"ഞങ്ങളുടെ രാജാവിന് സുന്ദരിയായ ഒരു മകൾ ഉണ്ട്. ആ മകൾ ഉണ്ട്. ആ മകൾ അതീവ സുന്ദരിയും ബുദ്ധിശാലിയുമാണ്. രാജകുമാരി താനറിയാതെ ആരേയും സ്നേഹിക്കുവാനും കല്യാണം കഴിക്കുവാനും പാടില്ലെന്ന് രാജാവ് ആഗ്രഹിക്കുന്നു. അതുകൊണ്ട് രാജാവ് രാജകുമാരിയെ ആകാശത്തുള്ള തന്റെ കൊട്ടാരത്തിൽ താമസിപ്പിച്ചിരിക്കുകയാണ്. ഞങ്ങളുടെ രാജാവ് മകളെ കാണാൻ ആകാശത്തിലേക്ക് പോയിരിക്കുന്നു. അദ്ദേഹം തിരിച്ചു വരുന്നത് കാണാനാണ് എല്ലാവരും മുകളിലേക്ക് നോക്കിനിൽക്കുന്നത്."

അത് വളരെ രസമുള്ള ഒരു കെട്ടുകഥ പോലെയാണ് രാജകുമാരന് തോന്നിയത്. ഔത്സുക്യത്തോടെ രാജകുമാരൻ ചോദിച്ചു.

"എന്ത്? നിങ്ങളുടെ രാജാവിന് ആകാശത്ത് ഒരു കൊട്ടാരം ഉണ്ടെന്നോ? ആരാണാവോ ആ കൊട്ടാരം പണിതത്?"

"ഒരു ദേവനാണ് ആ കൊട്ടാരം പണിഞ്ഞ് ഞങ്ങളുടെ രാജാവിന് സമ്മാനിച്ചത്."

രാജകുമാരന് ആ കൊട്ടാരം കാണാൻ അതിയായ ആഗ്രഹം. ഉടൻതന്നെ തന്റെ കുതിരപ്പുറത്ത് ആ കൊട്ടാരം ഉണ്ടെന്ന് അവിടത്തുകാർ കാണിച്ച ദിശനോക്കി യാത്ര പുറപ്പെട്ടു. അന്നേവരെ രാജാവും മകളുമല്ലാതെ ആരും ആ കൊട്ടാരം സന്ദർശിച്ചിട്ടില്ല. അതുകൊണ്ട് വാതിക്കൽ ആരോ മുട്ടുന്നത് കേട്ടപ്പോൾ രാജകുമാരി അതിശയിച്ചു. ഒരുപക്ഷേ, ഇപ്പോൾ വന്നിരിക്കുന്ന അതിഥി ഒരു ദേവനായിരിക്കുമോ എന്ന് കുമാരി സംശയിച്ചു. കതക് തുറന്നപ്പോൾ കണ്ടത് സുന്ദരനായ ഒരു ചെറുപ്പക്കാരനാണെന്ന് മനസ്സിലായപ്പോൾ അവൾക്ക് സന്തോഷമായി. അതേപോലെ രാജകുമാരനും. ആ സൗന്ദര്യ തികഞ്ഞ രാജകുമാരിയെ കണ്ടപ്പോൾ തന്നെ അവളോട് സ്നേഹം തോന്നി. അവൾ

തന്റെ ഭാര്യയാകുമെങ്കിൽ എന്ന് ആഗ്രഹിച്ചു. മാത്രവുമല്ല, രാജകുമാരൻ തന്നെക്കുറിച്ചുള്ള സത്യാവസ്ഥയെല്ലാം അവളോട് പറയുകയും ചെയ്തു. രാജകുമാരിയ്ക്കും രാജകുമാരനോട് സ്നേഹം തോന്നുകയും ആ യുവാവിനെ തന്റെ ഭർത്താവായി കിട്ടിയിരുന്നെങ്കിൽ എന്ന ആഗ്രഹം ഉണ്ടാകുകയും ചെയ്തു. രാജകുമാരി ആകാശത്തിന്റെ നടുവിലുള്ള ആ കൊട്ടാരത്തിൽ ഒറ്റയ്ക്ക് താമസിച്ച് മുഷിഞ്ഞിരുന്നു. സംസാരിച്ചിരിക്കാൻ ഒരു ചെറുപ്പ ക്കാരൻ അടുത്തുള്ളത് അവൾ ഒരു മഹാഭാഗ്യമായി കരുതി. അവർ രണ്ടുപേരും അന്നു രാത്രി കുറേനേരം കൊട്ടാരത്തോട് ചേർന്നുള്ള ഉദ്യാനത്തിൽ സംസാരിച്ചുകൊണ്ടിരുന്നു. നേരം വെളുക്കാറായപ്പോൾ രാജകുമാരൻ കുതിരപ്പുറത്ത് ഭൂമിയിലേക്ക് മടങ്ങി.

അന്ന് രാജാവ് മകളെ സന്ദർശിക്കാനെത്തിയപ്പോൾ അവളുടെ നോട്ടത്തിൽനിന്നുതന്നെ അവളിൽ ചില മാറ്റങ്ങൾ അദ്ദേഹം കണ്ടു. അവൾ സാധാരണയിൽ കൂടുതൽ സന്തോഷവതിയും ഉന്മേഷവതിയും ആയി കാണപ്പെട്ടുഅവളുടെ പെരുമാറ്റത്തിൽ നിന്ന് അവൾ ആരെ യെങ്കിലും സ്നേഹിക്കുവാൻ തുടങ്ങിയിരിക്കുന്നുവോ എന്ന് അദ്ദേഹം സംശയിച്ചു. അങ്ങിനെ സംഭവിക്കുവാൻ വഴിയൊന്നുമില്ല. എന്നാലും ഒരു മനസ്സമാധാനത്തിനായി അദ്ദേഹം കൊട്ടാരത്തിന് ചുറ്റും ഭൂമിയിൽ നിന്ന് കൊണ്ടു വന്ന നാല് കാവൽക്കാരെ നിയമിച്ചു. മകൾക്ക് ഒരു കാമുകനുണ്ടെങ്കിൽ അതാരെന്ന് ഒന്നറിയണമല്ലോ. കാവൽക്കാർ കൊട്ടാരത്തിന്റെ ഓരോ വശത്തായി നില ഉറപ്പിച്ചു. അന്നു വൈകീട്ട് രാജകുമാരൻ കൊട്ടാരത്തിലേക്ക് വന്നുകൊണ്ടിരുന്നപ്പോൾ, കുറച്ച് അകലെ വെച്ചുതന്നെ പുതിയ കാവൽക്കാരെ കണ്ടു. അതുകൊണ്ട് തന്റെ കുതിരയെ കൊട്ടാരത്തിനും ഉയരത്തിലേക്ക് പറത്തിയിട്ട് കാവൽക്കാർ കാണാത്തവിധം അദ്ദേഹം കുതിരയെ കൊട്ടാരത്തിന്റെ മട്ടുപ്പാവിൽ ഇറക്കി. പിന്നീട് മുകളിലുള്ള ഓടുകൾ ഇളക്കി അതിനുള്ളിൽ ക്കൂടി ആരും കാണാതെ അകത്തുകയറി. രാജകുമാരിയോടൊപ്പം അന്നു രാത്രിയും കഥകൾ പറഞ്ഞ് സന്തോഷമായി സമയം ചെലവഴിച്ചു. വെളു പ്പാൻകാലത്ത് വന്നവഴിയേ തന്നെ ഭൂമിയിലേക്ക് മടങ്ങുകയും ചെയ്തു.

രാജാവ് അന്നും പകൽസമയത്ത് മകളെ കാണാൻ വന്നപ്പോൾ അവൾ മുമ്പത്തേക്കാളും കൂടുതൽ സന്തോഷവതിയായി കാണപ്പെട്ടു. ഒരുപക്ഷേ, മകളുടെ കാമുകൻ രാത്രിസമയങ്ങളിൽ അവളെ കാണാൻ വരുന്നുണ്ടെങ്കിൽ? അദ്ദേഹത്തിന് സംശയം വർദ്ധിച്ചു. എങ്ങിനെയാണ് ആ അജ്ഞാത സന്ദർശകനെ പിടികൂടേണ്ടത്? അദ്ദേഹം തന്റെ മന്ത്രി മാരുമായി കൂടിയാലോചിച്ചു. ഒരു മന്ത്രി ഉപദേശിച്ചത് ഇങ്ങനെയാണ്.

“നമുക്ക്, രാജകുമാരിയുടെ കൊട്ടാരത്തിലെ കസേര, കട്ടിൽ

മുതലായ എല്ലാ ജംഗമവസ്തുക്കളിലും ആരുമറിയാതെ പ്രത്യേകതരത്തിലുള്ള ഒരു ചായം പുരട്ടാം. രാജകുമാരിയുടെ കാമുകൻ കൊട്ടാരത്തിൽ സന്ദർശകനായി വരുമ്പോൾ കസേരയിലും മറ്റും ഇരിക്കാതെ വരില്ല. അപ്പോൾ അയാളുടെ വസ്ത്രത്തിൽ ചായം ഒട്ടിപ്പിടിക്കുന്നത് അയാൾ അറിയില്ല. അടുത്ത ദിവസം നമ്മുടെ പ്രത്യേകതരം ചായം പുരണ്ട വസ്ത്രം ധരിക്കുന്ന ആളിനെ തേടി കണ്ടുപിടിക്കാൻ പ്രയാസം ഉണ്ടാകുകയില്ല." അതു ഒരു നല്ല നിർദ്ദേശമായി എല്ലാവരും അംഗീകരിച്ചു. അടുത്തദിവസം തന്നെ കൊട്ടാരത്തിലെ എല്ലാ സാമഗ്രികളിലും രാജകുമാരി അറിയാതെ ചായം അടിക്കുകയും ചെയ്തു.

പതിവുപോലെ അടുത്ത ദിവസം വെളുപ്പിന് രാജകുമാരൻ കൊട്ടാരത്തിൽനിന്ന് മടങ്ങിപ്പോകുമ്പോൾ തന്റെ വസ്ത്രങ്ങളിൽ ചായം പുരണ്ടിരിക്കുന്നത് കാണാൻ ഇടയായി. അതിൽ എന്തോ പന്തികേടുണ്ടെന്ന് കരുതിയ കുമാരൻ ചായം പുരണ്ട തന്റെ മേൽവസ്ത്രങ്ങൾ കുതിരപ്പുറത്തുനിന്ന് താഴേക്ക് എറിഞ്ഞു. അവ വീണത് ഒരു പാവപ്പെട്ട വൃദ്ധന്റെ വീടിന് മുമ്പിലായിരുന്നു. ആ വൃദ്ധൻ ഭാഗ്യത്തിന് വീണുകിട്ടിയ വസ്ത്രങ്ങൾ ധരിച്ചു. പകൽ സമയത്ത് ചായം പുരണ്ട വസ്ത്രങ്ങൾ ധരിച്ചിരുന്ന ആ വൃദ്ധനെ രാജഭടന്മാർ ബന്ധനസ്ഥനാക്കി രാജാവിന്റെ മുമ്പിൽ എത്തിച്ചു. രാജാവ് അയാളാണ് തന്റെ മകളുടെ സന്ദർശകൻ എന്ന് തെറ്റിദ്ധരിച്ചു. താൻ നിരപരാധിയാണെന്നും രാജകുമാരിയെ കണ്ടിട്ടേയില്ലെന്നും അയാൾ പറഞ്ഞതൊന്നും രാജാവ് വിശ്വസിച്ചില്ല. ആ പാവത്തിനെ തൂക്കിക്കൊല്ലാൻ രാജാവ് കല്പനയിട്ടു. ആ വിവരമെല്ലാം രാജകുമാരന്റെ കാതുകളിലും എത്തി. താൻമൂലം ഒരു സാധുമനുഷ്യൻ കൊല്ലപ്പെടുന്നത് രാജകുമാരന് സഹിക്കാവുന്നതായിരുന്നില്ല. കുമാരൻ തിടുക്കത്തിൽ അയാളെ തൂക്കിലിടാൻ ഒരുക്കങ്ങൾ നടന്നുകൊണ്ടിരുന്ന സ്ഥലത്തേക്ക് ഓടി. അവിടെ ചെന്നതുംകുമാരൻ ഉച്ചത്തിൽ എല്ലാവരും കേൾക്കത്തവിധം പറഞ്ഞു.

"ആ സാധുവിനെ തൂക്കിക്കൊല്ലരുത്. അയാൾ തെറ്റുകാരനല്ല. അയാളിട്ടിരുന്ന ചായം പുരണ്ട വസ്ത്രങ്ങൾ എന്റേതാണ്. വേണമെങ്കിൽ നിങ്ങൾ എന്നെ തൂക്കിലിട്ടു കൊള്ളുക. ആ സാധുവിനെ വെറുതേ വിട്ടേക്കുക."

അതുകേട്ട രാജഭടന്മാർ തല്ക്കാലത്തേക്ക് ആ വൃദ്ധനെ തൂക്കിലിടാനുള്ള നടപടികൾ നിർത്തിവെച്ചു. ഒരു ദൂതനെ രാജാവിന്റെ അടുക്കലേക്ക് വിവരങ്ങൾ അറിയിക്കുവാൻ അയയ്ക്കുകയും ചെയ്തു. വിവരങ്ങൾ അറിഞ്ഞ രാജാവ് വൃദ്ധനെ വെറുതെ വിടാനും പകരം ആ ചെറുപ്പക്കാരനെ തൂക്കിലിടാനും കല്പനയായി. രാജഭടന്മാർ വൃദ്ധനെ വിട്ടയച്ചു. പക്ഷേ,

ളുക്കിലിടാനായി കുമാരനെ പിടിക്കാൻ തുടങ്ങുമ്പോഴേക്കും അയാൾ തന്റെ മരക്കുതിരയുടെ പുറത്ത് ആകാശത്തേക്ക് ഉയർന്ന് പറന്ന് അപ്രത്യക്ഷനായി.

രാജകുമാരൻ നേരെപോയത് രാജകുമാരിയുടെ അടുത്തേക്കായിരുന്നു.അവിടെ എത്തിയതും കുമാരൻ വിവരങ്ങളെല്ലാം കുമാരിയെ അറിയിച്ചു.

"നിന്റെ അച്ഛൻ നമ്മുടെ വൃത്താന്തങ്ങൾ എല്ലാം അറിഞ്ഞിരിക്കുന്നു. ഇനി നമുക്ക് ഇവിടെ രക്ഷയില്ല. ഏതു സമയവും അദ്ദേഹം ഇവിടെ എത്തും. അതുകൊണ്ട് നമുക്ക് ഇവിടെനിന്നും രക്ഷപ്പെടാം. ഞാൻ നിന്നെ എന്റെ രാജ്യത്തിലേക്ക് കൊണ്ടുപോകാം. അവിടെ നമുക്ക് സന്തോഷമായി ജീവിക്കാം."

രാജകുമാരിക്കും ആ അഭിപ്രായം സ്വീകാര്യമായിരുന്നു. അവർ രണ്ടുപേരും മരക്കുതിരയുടെ പുറത്ത് യാത്രതിരിച്ചു. പക്ഷേ, കുറച്ചുദൂരം ചെന്നപ്പോൾ കുമാരി പറഞ്ഞു.

"ഓ, എന്റെ അമ്മ എനിക്കായി ഒരു നല്ല വിശേഷപ്പെട്ട വിവാഹമോതിരം തന്നിരുന്നു. അതെനിക്ക് വളരെ ഇഷ്ടമാണ്. അതെടുക്കാൻ ഞാൻ മറന്നുപോയി. നമുക്ക് തിരികെപ്പോയി അതെടുക്കാം."

"പക്ഷേ, ഇനി തിരികെപ്പോയാൽ നമ്മൾ താമസിച്ചുപോകും. പിടിക്കപ്പെടുകയും ചെയ്യും. പിന്നീട് നമുക്ക് ഇവിടെനിന്ന് രക്ഷപ്പെടാൻ കഴിഞ്ഞെന്ന് വരുകയില്ല."

എങ്കിലും രാജകുമാരി നിർബന്ധിച്ചു. കുമാരൻ സ്നേഹിതയുടെ നിർബന്ധത്തിന് വഴങ്ങി. തിരികെ വീട്ടിലേത്തിയ കുമാരി മോതിരം എടുക്കാൻ കൊട്ടാരത്തിനുള്ളിലേക്ക് പോയി. കുമാരൻ വെളിയിൽതന്നെ നിന്നു. രാജകുമാരി കൂടുതൽ താമസിച്ചപ്പോൾ കുമാരൻ കൂടുതൽ ആകാംക്ഷാഭരിതനായി. എന്നു മാത്രമല്ല തന്റെ കുതിരയെ താൻ നിർത്തിയിരുന്ന സ്ഥലത്ത് കണ്ടില്ല. ഒരു പക്ഷേ, രാജഭടന്മാർ അതിനെ പിടികൂടിയിട്ടുണ്ടാകുമോ? കുമാരൻ പരിഭ്രാന്തനായി. രാജകുമാരൻ കുറേദൂരം കുതിരയെ അന്വേഷിച്ച് നടന്നു. സമയം പോയത് അറിഞ്ഞില്ല. കുറച്ച് ക്ഷീണം തോന്നിയ കുമാരൻ അടുത്തുണ്ടായിരുന്ന പീച്ച് ചെടിയിൽ നിന്നും ഒന്നുരണ്ട് പഴങ്ങൾ പറിച്ചെടുത്ത് തിന്നു. അവ തിന്നതും കുമാരന് നല്ല ഉറക്കം വന്നു. ഉദ്യാനത്തിന്റെ ഒരു മൂലയിൽ കിടന്ന ഒരു ബെഞ്ചിൽ കിടന്ന് കുമാരന് നന്നായി ഉറങ്ങി. ഉറക്കം ഉണർന്നപ്പോൾ കുമാരന് നീണ്ട താടിയും രണ്ടു കൊമ്പുകളും വളർന്നിരുന്നു. അതുകണ്ട കുമാരൻ വിഷണ്ണനായി.

ഏതായാലും വരുന്നതു വരട്ടെ. എന്തു ചെയ്യാൻ കഴിയും എന്ന്

വിചാരിച്ച് മുന്നോട്ട് നടന്നു. അടുത്തു നിന്ന ആപ്പിൾ മരത്തിൽ നിന്നും ഒന്നുരണ്ടു ആപ്പിൾ പറിച്ചുതിന്നു. അതിശയമെന്ന് പറയട്ടെ, ഉടൻതന്നെ കുമാരന്റെ താടിയും കൊമ്പുകളും അപ്രത്യക്ഷമായി. "ഈ ഉദ്യാന ത്തിലെ പഴങ്ങൾക്ക് മാന്ത്രികശക്തി ഉണ്ട്. ഒരു പക്ഷേ, ഈ പഴങ്ങൾ കുറേ കയ്യിലിരിക്കുന്നതു നന്നായിരിക്കും! കുമാരൻ വിചാരിച്ചു." കുറേ പീച്ചും ആപ്പിളും പഴങ്ങൾ പറിച്ച് തന്റെ സഞ്ചിയിൽ ഇട്ടു.

കുറേനേരം മുന്നോട്ടു നടന്നപ്പോൾ ഒരുകൂട്ടം ആളുകളെ കാണാൻ ഇടയായി. അവരെല്ലാം എങ്ങോട്ടോ യാത്ര ചെയ്യുകയായിരുന്നു. അവരോട് അവർ എങ്ങോട്ട് പോകുന്നുവെന്നും എന്തിന് പോകുന്നുവെ ന്നും തിരക്കിയപ്പോൾ അവർ പറഞ്ഞു:

"ഞങ്ങളുടെ രാജകുമാരനും അടുത്തുള്ള രാജ്യത്തിലെ രാജകുമാരിയും തമ്മിലുള്ള വിവാഹമാണ്. വിവാഹചടങ്ങിൽ പങ്കുചേരാൻ പോകുന്നു. ഞങ്ങളെല്ലാം കുമാരനുമൊത്ത് കുമാരിയുടെ കൊട്ടാരത്തിലേക്ക് പോകുകയാണ്." അപ്പോൾ കുമാരൻ ചോദിച്ചു.

"ആ രാജകുമാരിയുടെ കൊട്ടാരം എവിടെയാണ്?"

"ആ രാജകുമാരിയെ, കുമാരിയുടെ അച്ഛൻ ആകാശത്തുള്ള ഒരു കൊട്ടാരത്തിൽ താമസിപ്പിച്ചിരിക്കുകയാണ്. ഏതാണ്ട് തടങ്കലിൽ എന്നുതന്നെ പറയാം. ഞങ്ങളുടെ രാജകുമാരനും ഒത്ത് ഞങ്ങൾ കുമാരിയുടെ അച്ഛന്റെ കൊട്ടാരത്തിൽ എത്തുമ്പോൾ മാത്രമേ രാജകുമാരി ഭൂമിയിലേക്ക് വരികയുള്ളൂ."

"ഓ, അപ്പോൾ വിവാഹം കഴിക്കാൻ പോകുന്ന കുമാരൻ നിങ്ങളോ ടൊപ്പം ഉണ്ട്.അല്ലേ?"

"അതേ. ഉണ്ട്."

തന്റെ കാമുകിയെ തടങ്കലിൽ നിന്ന് മോചിപ്പിച്ച് കൂട്ടിക്കൊണ്ടു പോകണം. എങ്ങിനെ? അങ്ങിനെ ചിന്തിച്ചപ്പോൾ, തന്റെ പക്കലുള്ള പഴങ്ങളേക്കുറിച്ച് കുമാരൻ പെട്ടെന്ന് ഓർത്തു. കുമാരൻ കൂടെയുള്ളവ രോട് സ്നേഹത്തോടുകൂടി പെരുമാറി സംസാരിച്ചു. അവരോട് വേണ്ടത്ര സൗഹൃദം ഉണ്ടാക്കി. എന്നിട്ട് ഒരു സമയത്ത് തന്റെ കയ്യിലുള്ള പീച്ച് പഴത്തിൽനിന്ന് അവർക്ക് കൊടുത്തിട്ട് പറഞ്ഞു:

ഈ പഴം നിങ്ങളുടെ രാജകുമാരന് ഒരു സമ്മാനമായി കൊടുക്കൂ. യാത്രാക്ഷീണം നല്ലതുപോലെ ഉണ്ടാകും. ഇതു കഴിച്ചാൽ യാത്രാ ക്ഷീണം ഉടനേ മാറും.

അവർ ആ പഴം രാജകുമാരന് നൽകി. പഴം കഴിച്ചതും രാജകുമാരൻ നന്നായി ഉറങ്ങി. കുറേ നേരം കഴിഞ്ഞ് ഉറക്കത്തിൽനിന്നും ഉണർന്ന

രാജകുമാരന് കൊമ്പുകളും താടിയും മുളച്ചിരുന്നു. അതെങ്ങിനെ സംഭവിച്ച എന്ന് ആർക്കും മനസ്സിലായില്ല. ആരും പീച്ച് പഴം കഴിച്ചതു കൊണ്ടായിരിക്കും അങ്ങനെ സംഭവിച്ചതെന്ന് സംശയിച്ചതുമില്ല. ആ രാജകുമാരന്റെ കൂടെയുണ്ടായിരുന്നവർ ധർമ്മസങ്കടത്തിലായി. താടിയും കൊമ്പുകളും ഉള്ള ഒരാൾക്ക് ആരെങ്കിലും മകളെ വിവാഹം കഴിച്ചു കൊടുക്കുമോ? അതും ഒരു ഉന്നതകുലജാതയായ രാജകുമാരിയെ?

അതേസമയം തങ്ങളുടെ രാജകുമാരന്റെ വിവാഹം മുടങ്ങിപ്പോയി എന്നു പറഞ്ഞ് തിരികെ ചെന്നാൽ അത് തങ്ങളുടെ രാജാവിനും രാജ്യത്തിനും അപമാനകരമായിരിക്കും. എന്താണ് പോംവഴി? മന്ത്രിമുഖ്യന്മാർ ആലോചിച്ച് തീരുമാനിച്ചു. തങ്ങളുടെ താടിയും കൊമ്പുകളും ഉള്ള രാജകുമാരന് പകരം മറ്റൊരു സുമുഖനായ ചെറുപ്പക്കാരനെക്കൊണ്ട് രാജകുമാരിയെ വിവാഹം കഴിപ്പിക്കുക. വിവാഹശേഷം, സ്വന്തം രാജ്യത്തിലെ കൊട്ടാരത്തിൽ എത്തിയതിനുശേഷം രാജാവിനേയും വധുവിനേയും വിവരങ്ങൾ പറഞ്ഞു മനസ്സിലാക്കുക. തങ്ങളുടെ രാജകുമാരനെ എങ്ങനെയെങ്കിലും ചികിത്സിച്ച് പൂർവ്വരീതിയിൽ കൊണ്ടുവരാം. അതല്ലാതെ മറ്റൊരു വഴിയും അവർക്ക് ചിന്തിക്കാൻ കഴിഞ്ഞില്ല.

ആ തീരുമാനം എടുത്തതിനുശേഷം പറ്റിയ നല്ല ഒരു ചെറുപ്പക്കാരനെ കണ്ടെത്തുവാനുള്ള ശ്രമം തുടങ്ങി. തങ്ങളുടെ കൂടെ പുതുതായി വന്നുചേർന്ന ചെറുപ്പക്കാരൻ യോജിച്ചയാളാണെന്ന് പലരും അഭിപ്രായപ്പെട്ടു. ആ വിവരങ്ങൾ കേട്ട നമ്മുടെ ചെറുപ്പക്കാരനും സസന്തോഷം ആ അഭിപ്രായത്തോട് യോജിക്കുകയും ചെയ്തു.

അങ്ങിനെ അവരെല്ലാം വധുഗൃഹമായ കൊട്ടാരത്തിൽ എത്തിച്ചേർന്നു. രാജകുമാരിയുടെ അച്ഛൻ അവരെയെല്ലാം സന്തോഷത്തോടെ വരവേൽക്കുകയും ചെയ്തു.

രാജകുമാരി ആദ്യം ആ വിവാഹത്തിന് എതിർപ്പ് പ്രകടിപ്പിച്ചു. എങ്കിലും വരനായി വന്നിരിക്കുന്നത് തന്റെ സ്നേഹിതൻ തന്നെയാണെന്ന് മനസ്സിലായപ്പോൾ വിവാഹത്തിന് സമ്മതിച്ചു. പക്ഷേ, അവർക്ക് പരസ്പരം അറിയാമെന്ന യാതൊരു സൂചനയും ആർക്കും നൽകിയില്ല. വിവാഹ ചടങ്ങുകൾ നല്ലവിധം നടന്നു. അടുത്തദിവസം തന്നെ വരന്റെ കൂട്ടർ കുമാരിയുമൊത്ത് മടക്കയാത്ര ആരംഭിച്ചു. പക്ഷേ, യാത്ര തുടങ്ങുന്നതിനു മുമ്പ് കുമാരി അച്ഛനോട് ഒരു സമ്മാനം ആവശ്യപ്പെട്ടു. അച്ഛൻ പിടിച്ചുവെച്ചിട്ടുള്ള മരക്കുതിര ഒരു സമ്മാനമായി തനിക്കു തരണം. ആദ്യം അച്ഛൻ വിസമ്മതിച്ചുവെങ്കിലും മകളുടെ നിർബന്ധത്തിനു വഴങ്ങി മരക്കുതിരയെ സമ്മാനമായി നൽകി. യാത്രയുടെ അവസാനം അവരെല്ലാം താടിയും കൊമ്പുകളുമായി കഴിഞ്ഞിരുന്ന രാജകുമാരന്റെ

കൊട്ടാരത്തിൽ എത്തിച്ചേർന്നു. കൊട്ടാരവാതിലിനുള്ളിൽ പ്രവേശിക്കു ന്നതിന് മുമ്പ് കുമാരനും കുമാരിയും ആലോചിച്ച് ഒരു സൂത്രം പ്രയോഗിച്ചു. തന്റെ കൂടെ വന്ന അനുയായികളെ വിളിച്ച ഭർതൃഗൃഹത്തിൽ കയറുന്ന തിനു മുമ്പ് തന്നെ കാണാനായി അവിടെ കൂടിയിരുന്ന ആ രാജ്യത്തിലെ ജനങ്ങൾക്ക് ഒരു സമ്മാനം നൽകാൻ താൻ ആഗ്രഹിക്കുന്നതായി രാജകുമാരി അറിയിച്ചു. തന്റെ അച്ഛന്റെ കയ്യിൽനിന്നും കിട്ടിയ കുറേ അധികം സ്വർണനാണയങ്ങൾ ആൾക്കൂട്ടത്തിന് നടുവിൽ വിതറാൻ രാജകുമാരി നിർദ്ദേശിച്ചു. അങ്ങിനെ ചെയ്തപ്പോൾ അവിടെ ഉണ്ടായ കോലാഹലം എങ്ങിനെയായിക്കുമെന്ന് നിങ്ങൾക്ക് ഊഹിക്കാൻ കഴി യുമല്ലൊ. ആ തക്കം നോക്കി രാജകുമാരനും കുമാരിയും മരക്കുതിരയുടെ പുറത്തുകയറി മേൽപോട്ടു ഉയരാൻ തുടങ്ങി. ആ നാട്ടിലെ ഭടന്മാർക്ക് തങ്ങളെ പിടിക്കാൻ കഴിയാത്തത്ര ഉയരത്തിൽ ആയിയെന്ന ബോധ്യം വന്നപ്പോൾ രാജകുമാരൻ വിളിച്ച പറഞ്ഞു.

"എന്റെ സഞ്ചി അവിടെയുണ്ട്. അതിൽ ഉള്ള ആപ്പിൾ പഴം നിങ്ങളുടെ രാജകുമാരന് കൊടുക്കൂ. ആ പ്പിൽ തിന്നാൽ രാജകുമാരന്റെ താടിയും കൊമ്പുകളും താനെ പൊയ്ക്കൊള്ളും."

പിന്നീട് അവർ രണ്ടുപേരും അതിവേഗം പറന്ന് രാജകുമാരന്റെ അച്ഛന്റെ കൊട്ടാരത്തിൽ എത്തിച്ചേർന്നു. അപ്പോൾ അവിടെ കണ്ട കാഴ്ചയോ? രാജാവും പ്രജകളുമെല്ലാം രാജകുമാരൻ അപ്രത്യക്ഷനായ തിൽ ദുഃഖിച്ച് ഇരിക്കുന്നു. മാത്രമല്ല, മരക്കുതിര ഉണ്ടാക്കിയ ആശാരിയെ ബന്ധനസ്ഥനാക്കിയിരുന്നു. മരക്കുതിര അപകടത്തിൽപെട്ടിരിക്കാം എന്നും രാജകുമാരന് അപകടമുണ്ടായിരിക്കാം എന്നുമെല്ലാം അവർ സംശയിച്ചു. രാജാവ് കോപാകുലനായി ആശാരിയെ തൂക്കിലിടാൻ കല്പന നൽകിക്കഴിഞ്ഞിരുന്നു. ആ സമയത്താണ് കുമാരനും കുമാരിയും അവിടെ എത്തിച്ചേർന്നത്. ചെന്നതും രാജകുമാരൻ അച്ഛനോട് ആശാരിയുടെ ശിക്ഷ ഇളവുചെയ്യാൻ അഭ്യർത്ഥിച്ചു. പിന്നീട് നടന്ന വിവരമെല്ലാം വിശദമായി അദ്ദേഹത്തോടും മറ്റുള്ളവരോടും പറഞ്ഞു. ആശാരിക്ക് വളരെ വിലപിടിപ്പുള്ള സമ്മാനങ്ങൾ നൽകണമെന്ന് അഭിപ്രായപ്പെടുകയും ചെയ്തു.

രാജാവ് കഥകളെല്ലാം കേട്ടതിനുശേഷം മരുമകളെ സ്നേഹത്തോടെ സ്വീകരിച്ചു. ആശാരിയുടെ ശിക്ഷ ഇളവു ചെയ്തു എന്നു മാത്രമല്ല വളരെയ ധികം ശ്ലാഘിക്കുകയും സമ്മാനങ്ങളും സ്ഥാനമാനങ്ങളും നൽകുകയും ചെയ്തു.

അങ്ങനെ കൊല്ലനും ആശാരിയും അവരവരുടെ വൈദഗ്ധ്യം വിദഗ്ധമായി പ്രദർശിപ്പിച്ചു. രണ്ടുപേരും പുകഴ്ത്തപ്പെട്ടു. പക്ഷേ, അവർ

തർക്കിച്ച വിഷയം ഇന്നും ചോദ്യമായി നിലനിൽക്കുന്നു എന്നത് അവർ മറന്നുപോയി. കാരണം അവർ അത്രമാത്രം സന്തോഷഭരിതരായിരുന്നു. ഒരുപക്ഷേ, ആരുടെ തൊഴിലാണ് കൂടുതൽ മേന്മയേറിയത് എന്ന ചോദ്യം അപ്രസക്തമായി മാത്രം തുടരുന്നു എന്ന് നാം കരുതിയാൽ അത് തെറ്റായിരിക്കുമോ?

●

ജപ്പാനീസ് നാടോടിക്കഥകൾ

ജപ്പാൻ

ജപ്പാൻ എന്നു പറഞ്ഞാൽ അറിയാത്തവരായി ആരും ഉണ്ടായിരിക്കുകയില്ല. ജപ്പാൻ, നിപ്പോൺ (Nippon) അല്ലെങ്കിൽ നിഹോൺ (Nihon) എന്നെല്ലാം ആ രാജ്യത്തിന്റെ പേരുകളായി ഉപയോഗിക്കുമെങ്കിലും,ഒടുവിൽകൊടുത്തിരിക്കുന്ന രണ്ടു പേരുകളാണ് ഔദ്യോഗികമായി അംഗീകരിക്കപ്പെട്ടവ. ഏതാണ്ട് 377500 ചതുരശ്ര കി.മീറ്റർ വിസ്തൃതിയുള്ളതും പന്ത്രണ്ട് കോടിക്കടുത്തുമാത്രം ജനസംഖ്യയുള്ളതുമായ ജപ്പാൻ സാമ്പത്തിക, സാങ്കേതിക വളർച്ചയിൽ ലോകരാഷ്ട്രങ്ങളുടെ മുൻപന്തിയിലാണ്. സാമ്പത്തികരംഗത്ത് ജപ്പാന് മൂന്നാം സ്ഥാനമാണ് ഉള്ളത്.

ജപ്പാന്റെ സാംസ്കാരിക ചരിത്രവും വളരെ പഴമയുള്ളതാണ്. പണ്ട് ഈജിപ്റ്റിൽ പ്രചാരത്തിലുണ്ടായിരുന്ന ഒരു കഥയുണ്ട്. ഫീനിക്സ് (Phoenix) പക്ഷിയെക്കുറിച്ച്. ഫീനിക്സ് വളരെ വലുതും അതേസമയം അഴകുള്ളതും ആയിരുന്നു. അത് പലനൂറു വർഷങ്ങൾ ജീവിച്ചിരുന്നതിനുശേഷം ആത്മാഹുതി ചെയ്യും. പക്ഷേ, സ്വന്തം ചാമ്പലിൽനിന്നും മറ്റൊരു ഫീനിക്സ് ജനിക്കുകയും ചെയ്യുമായിരുന്നു; മുൻപുണ്ടായിരുന്നതിനേക്കാൾ വലുതും സൗന്ദര്യമുള്ളതുമായ ഒരു പുതിയ ഫീനിക്സ്. ജപ്പാന്റെ ചരിത്രം ഏതാണ്ട് അതുപോലെയാണെന്നു പറയാറുണ്ട്.

രണ്ടാം ലോകമഹായുദ്ധത്തിനുശേഷം, അണു ആയുധങ്ങളാൽ അടിച്ചമർത്തപ്പെട്ട ജപ്പാൻ, ഏതാണ്ട് എല്ലാ അർത്ഥത്തിലും നശിപ്പിക്കപ്പെട്ട ജപ്പാൻ ഏതാണ്ട് 50 വർഷത്തിനുള്ളിൽ ലോകരാഷ്ട്രങ്ങളുടെ മുൻനിരയിലേക്ക് വളർന്നു. വളരെ ചുരുങ്ങിയ കാലയളവിൽത്തന്നെ ആ നാട് പുരോഗമനപാതയിൽ മുന്നോട്ടു പോകുകയും ഫീനിക്സ്

പക്ഷിയേപ്പോലെ ലോകരാഷ്ട്രങ്ങളുടെ മദ്ധ്യത്തിൽ തന്റേതായ സ്ഥാനം ഉറപ്പിക്കുകയും ചെയ്തു. പുരോഗമന പാതയിൽ മുന്നിൽ നിൽക്കുന്ന ജാപ്പനീസ് ജനത തങ്ങളുടെ പാരമ്പര്യവും സംസ്കാരവും വിശ്വാസങ്ങളും ഒരളവുവരെ ജീവിതരീതിയിലും മാനുഷിക മൂല്യങ്ങളും കാത്തുസൂക്ഷിക്കുന്നു. ലോകത്തിലെ അതിവേഗ ട്രെയിനുകൾക്ക് പ്രസിദ്ധിപെറ്റ ജപ്പാനിൽ, അതിവേഗ ട്രെയിനുകളിൽ നെൽപാടങ്ങൾക്ക് നടുവിൽക്കൂടി യാത്ര ചെയ്യുമ്പോൾ ഇന്നും കാണാൻ കഴിയുന്നത് പൈതൃകമായി കിട്ടിയ കാർഷിക സമ്പ്രദായങ്ങൾ ഉപയോഗിച്ച് നടക്കുന്ന നെൽകൃഷിയാണ്. ബുദ്ധവിഹാരങ്ങളും പാശ്ചാത്യരീതിയിലുള്ള നാഗരീകതയും ഒന്നിച്ചിണങ്ങിപോകുന്നവയാണ് ജപ്പാനിലെ എല്ലാ നഗരങ്ങളും

ജപ്പാനിലെ പ്രധാന നഗരങ്ങൾ:ടോക്കിയോ, യാക്കോഹോമ, ഒസാക, ക്യോട്ടോ, കോബേ, നാഗോയ. ടോകിയോ ആണ് തലസ്ഥാന നഗരം. ഏറ്റവും കൂടുതൽ പ്രചാരത്തിലുള്ളത് ബുദ്ധമതക്കാരാണ്. ബുദ്ധമതം കൂടാതെ ക്രിസ്തുമതവും, ഷിന്റോ (Shinto) മതവും പ്രചാരത്തിലുണ്ട്. ജപ്പാനീയർ പൂക്കളും ചെടികളും, കണ്ണിനും മനസ്സിനും ഇമ്പം തരുന്ന രീതിയിൽ അടുക്കിവെയ്ക്കുന്നതിൽ കാണിക്കുന്ന കലാനൈപുണ്യം ആകർഷണീയമാണ്. അതുപോലെ അവർ സ്വന്തമായി വികസിപ്പിച്ചെടുത്ത തങ്ക, ഹൈയ്ക്കു എന്ന പേരുകളിൽ അറിയപ്പെടുന്ന കവിതയെഴുത്തുമാതൃകയും കിമോണ എന്നറിയപ്പെടുന്ന വസ്ത്രങ്ങളും ലോകത്തിൽ മറ്റെവിടെയും ഉള്ളതിൽനിന്ന് വേർപെട്ടതു അതേസമയം എല്ലാവർക്കും സ്വീകാര്യവും മാതൃകയും ആയി വികസിച്ചിരിക്കുന്നു. വ്യവസായരംഗത്ത് ജപ്പാനുണ്ടായ വളർച്ച ഏഷ്യയിലെ മറ്റെല്ലാ രാഷ്ട്രങ്ങൾക്കും മാതൃകയാണ്; അത്ഭുതപൂർവ്വമാണ്.

ഏഷ്യയിലെ, പലതുകൊണ്ടും, മുൻപന്തിയിലുള്ള ചൈനയും ഇന്ത്യയും ഇപ്പാനും സാമ്പത്തിക സാങ്കേതിക രംഗങ്ങളിൽ ഒന്നിച്ചു പ്രവർത്തിച്ചാൽ ഇന്ന് ഏറ്റവും കൂടുതൽ പട്ടിണിക്കാർ ജീവിക്കുന്ന ഏഷ്യാഭൂഖണ്ഡത്തിന്റെ മുഖച്ഛായ വിദൂരമല്ലാത്ത ഭാവിയിൽ മാറ്റിയെടുക്കാൻ കഴിയും എന്നതിൽ സംശയമില്ല.

ഏഷ്യൻനാട്ടുകളുടെ സാംസ്കാരിക സ്വത്വം വൈവിധ്യമാർന്നതാണെങ്കിലും, മാനുഷികമൂല്യങ്ങളിലും ആത്മബോധത്തിലും ഊന്നിനില്ക്കുന്ന ഒരു ചേതന ആ വൈവിധ്യങ്ങളെയെല്ലാം കൂട്ടിയിണക്കുന്ന ഒരു കണ്ണിയായി ഉണ്ടെന്ന സത്യം മറക്കാനോ നിഷേധിക്കാനോ ആകുകയില്ലല്ലോ.

ഈ ഏഷ്യൻ വൈകാരികത, ഏഷ്യൻ നാട്ടുകളിൽനിന്നുള്ള നാടോടിക്കഥകളിലും പ്രതിഫലിക്കുന്നു. ജാപ്പാനീസ് ഭാഷയിലുള്ള നാടോടിക്കഥകളിലും ജാപ്പാനീസ് ഭാഷയിലും സാഹിത്യത്തിലും ജീവിതരീതിയിലും ഈ ഏഷ്യൻ വൈകാരികത നിറഞ്ഞുനില്ക്കുന്നു.

സ്നേഹമുള്ള മരുമകൾ

നമ്മുടെ നാട്ടിൽ പണ്ട് കൂട്ടുകുടുംബങ്ങൾ ഉണ്ടായിരുന്നല്ലോ. അച്ഛനും അമ്മയും, അവരുടെ മക്കളും, മക്കളുടെ മക്കളും എല്ലാം ഒന്നിച്ച് ഒരേ വീട്ടിൽ താമസിക്കുന്ന സമ്പ്രദായം. അതുപോലെ പണ്ടു കാലത്ത് ജപ്പാനിലും കൂട്ടുകുടുംബങ്ങൾ ഉണ്ടായിരുന്നു. കുടുംബത്തിലെ മൂത്തമകന്റെ ചുമതലയായിരുന്നു അയാളുടെ അച്ഛനേയും അമ്മയേയും നല്ലവിധത്തിൽ സ്നേഹത്തോടെ സംരക്ഷിക്കുന്നത്. അങ്ങിനെ കുടുംബ ത്തലവനായ മൂത്ത മകനും അയാളുടെ അച്ഛൻ, അമ്മ, ഭാര്യ, മക്കൾ എന്നിങ്ങനെ എല്ലാവരും ഒന്നുചേർന്ന് താമസിച്ചിരുന്ന ഒരു കൂട്ടുകുടും ബത്തിന്റെ കഥയാണ് ഇത്.

അതുപോലെ നാം പലപ്പോഴും കേൾക്കാറുള്ള ഒന്നാണ് അമ്മായിയ മ്മപ്പോര്. അതായത്, കുടുംബത്തലവന്റെ അമ്മയും ഭാര്യയും തമ്മിലുള്ള പോര്. ഇത് പലപ്പോഴും പറയുന്ന ഒന്നാണെങ്കിലും എപ്പോഴും എല്ലാ വീടുകളിലും അമ്മായിഅമ്മയും മരുമകളും എപ്പോഴും വഴക്കടിക്കുന്ന വരാണ് എന്നു ധരിക്കുന്നതു തെറ്റായിരിക്കും. എത്രയോ വീടുകളിൽ അമ്മായിയമ്മ മരുമകളെ സ്വന്തം മകളായിത്തന്നെ സ്നേഹിച്ചു ജീവി ക്കുന്നു; അതുപോലെ അമ്മായിയമ്മമാരെ സ്നേഹിക്കുന്ന മരുമക്കളും ധാരാളമാണ്. എങ്കിലും ചിലപ്പോഴൊക്കെ അമ്മയും മകളും എന്നതു പോലെ അമ്മായിയമ്മയും മരുമകളും തമ്മിലും ചില അഭിപ്രായവ്യത്യാ സങ്ങളും നീരസങ്ങളും ഉണ്ടായിയെന്നു വരാം.

ഇത് പണ്ട് ജപ്പാനിൽ നടന്ന അത്തരം ഒരു കഥയാണ്. നേരത്തെ സൂചിപ്പിച്ചതുപോലുള്ള ഒരു കൂട്ടുകുടുംബത്തിൽ അമ്മായിയമ്മക്കും

മരുമകൾക്കും ഇടയിൽ നടന്ന ഒരു സംഭവ കഥ. ഈ കഥയിലെ അമ്മായിയമ്മയും മരുമകളു തമ്മിൽ പല അഭിപ്രായവ്യത്യാസങ്ങളും ചേർച്ചയില്ലായ്മകളും ഉണ്ടായിരുന്നു.

ഒരുദിവസം ചെറുപ്പക്കാരിയായ മരുമകൾ കുറേ കൊഴുക്കട്ട (മോച്ചി) ഉണ്ടാക്കി. ജപ്പാനിൽ അക്കാലത്ത് സന്ന്യാസിമാർ ഭിക്ഷ കിട്ടിയ ഭക്ഷണം മാത്രമാണ് കഴിക്കാറുണ്ടായിരുന്നത്. നമ്മുടെ നാട്ടിലും അങ്ങനെ ഒരു സമ്പ്രദായം ഉണ്ടായിരുന്നല്ലോ. ആ വഴിവന്ന ഒരു സന്ന്യാസിക്ക് മരുമകൾ കുറച്ചു കൊഴുക്കട്ടകൾ ഭിക്ഷയായി നല്കി. അദ്ദേഹം അത് സ്വീകരിച്ച് തന്റെ ഭിക്ഷാപാത്രത്തിൽ ഇട്ട് നടന്നുപോകുകയും ചെയ്തു.

ആ വിവരം അറിഞ്ഞപ്പോൾ അമ്മായിയമ്മ തട്ടിക്കയറി വഴക്കുപറഞ്ഞു.

"നീയെന്താ വിചാരിച്ചത്?അരിപ്പൊടി വെറുതെ കിട്ടുമെന്നോ? എന്റെ മകൻ പ്രയാസപ്പെട്ട് ഉണ്ടാക്കുന്ന പണം മോച്ചിയുണ്ടാക്കി വല്ല സന്ന്യാസിമാർക്കും കൊടുക്കാനുള്ളതല്ല." അവർ തുടർന്നു.

"ഹും, നാണമില്ലല്ലോ. പോയി ആ സന്ന്യാസിയുടെ പക്കൽനിന്നും മോച്ചി തിരിച്ചു ചോദിക്ക്. ഉം. നോക്കി നില്ക്കാതെ പോ വേഗം."

മരുമകൾ മനസ്സില്ലാമനസ്സോടെ ആ സന്ന്യാസി പോയ വഴിയേ പോയി. സന്ന്യാസി അധികദൂരം പോയിട്ടില്ലായിരുന്നു. അവൾ സന്ന്യാസിയോട് വിവരങ്ങൾ പറഞ്ഞു. അയാൾ ഒരു നല്ല മനുഷ്യനായിരുന്നു. മോച്ചി തിരികെ കൊടുത്തു; അതോടൊപ്പം അവൾക്ക് ഒരു തുവാല സമ്മാനമായും സന്ന്യാസി കൊടുത്തു. ആ തുവാലയ്ക്ക് ഒരു മാന്ത്രികശക്തിയുണ്ടെന്നും അദ്ദേഹം അവളോടു പറഞ്ഞു.

അവൾ അതിനുശേഷം ദിവസവും ആ തുവാലകൊണ്ടു മുഖം തുടയ്ക്കുമായിരുന്നു. അതുകാരണം അവളുടെ മുഖത്തിന്റെ സൗന്ദര്യം നാൾക്കുനാൾ വർദ്ധിച്ചു. ആ രഹസ്യം മനസ്സിലാക്കിയ അമ്മായിയമ്മ തുവാല മരുമകളുടെ കൈയിൽനിന്നും നിർബന്ധമായി തട്ടിയെടുത്തു. അവരും ദിവസവും തുവാലകൊണ്ട് മുഖം തുടയ്ക്കാൻ തുടങ്ങി. പക്ഷേ, അവരുടെ മുഖം ദിവസംതോറും കൂടുതൽ കൂടുതൽ വികൃതമായിക്കൊണ്ടേയിരുന്നു. കുറേ ദിവസങ്ങൾ കഴിഞ്ഞപ്പോഴേക്കും മറ്റാളുകൾ പരിഹസിക്കുന്നത്ര അവരുടെ മുഖം വികൃതമായി. അതുകണ്ട് സഹതാപം തോന്നിയ മരുമകൾ ആ സന്ന്യാസിയെ പോയി കണ്ടു. അദ്ദേഹത്തോട് എല്ലാ വിവരങ്ങളും വിശദമായി പറഞ്ഞു. തന്റെ അമ്മായിയമ്മയെ എങ്ങനെയെങ്കിലും രക്ഷിക്കണമെന്ന് അഭ്യർത്ഥിച്ചു. ആ നല്ലവളായ മരുമകളോടു

മതിപ്പ തോന്നിയ സന്ന്യാസി ഉപദേശിച്ചു:

"മകളെ, നീ വിഷമിക്കേണ്ട. നീ തിരികെപ്പോയി നിന്റെ അമ്മായിയമ്മയോട് നാളെമുതൽ തുവാലയുടെ മറുവശം ഉപയോഗിച്ച മുഖം തുടയ്ക്കാൻ ഉപദേശിക്ക്, എല്ലാം ശരിയാകും."

മരുമകളുടെ ഉപദേശം അനുസരിച്ച് അമ്മായിയമ്മയുടെ മുഖം ചില ദിവസങ്ങൾക്കുള്ളിൽ പഴയപടിയായി.

അമ്മായിയമ്മയ്ക്കും സന്തോഷമായി. അവർക്ക് ആ മരുമകളോടുണ്ടായിരുന്ന നീരസമെല്ലാം പമ്പകടന്നു. മറിച്ച് അവളെ ഒരു സ്നേഹമുള്ളഅള മരുമകളായി, ഒരു മകളായി അവർ കാണാൻ തുടങ്ങിയത് ആ കുടുംബത്തിലെ എല്ലാവർക്കും കൂടുതൽ സന്തോഷത്തിനു വകനല്കി.

നന്ദിയുള്ള കൊക്ക്

വളരെപണ്ട് ജപ്പാനിലെ മലമ്പ്രദേശത്തുള്ള ഒരു ഗ്രാമത്തിൽ ഒരു വൃദ്ധനും വൃദ്ധയും ജീവിച്ചിരുന്നു. അവർക്ക് മക്കളാരും ഇല്ലായിരുന്നു. വേണ്ടത്ര പണവും സൗകര്യങ്ങളും ഇല്ലായിരുന്നു. താമസിച്ചിരുന്ന വീടും വളരെ ചെറിയതായിരുന്നു. മഞ്ഞുകാലത്ത്, നല്ല തണുപ്പുണ്ടായിരുന്ന ഒരു ദിവസം വൃദ്ധൻ തന്റെ വീട്ടിനടുത്തുള്ള കാട്ടുകളിൽ തീ കത്തിക്കാനായി ഉണങ്ങിയ മരക്കൊമ്പുകൾ ശേഖരിക്കുകയായിരുന്നു. അപ്പോൾ അടുത്തെവിടെയോ ഒരു കൊക്കിന്റെ ദയനീയമായ കരച്ചിൽ കേട്ടു. അവിടെയെല്ലാം അയാൾ തിരഞ്ഞു. കുറച്ച ദൂരത്തായി ഭംഗിയുള്ള ഒരു കൊക്ക് ചെടികളുടെയും വള്ളികളുടെയും നടുവിൽ കുരുങ്ങിക്കിടക്കുന്നത് അയാൾ കണ്ടു. അയാളെ കണ്ടപ്പോൾ കൊക്ക് കൂടുതൽ ഭയപ്പെട്ടു. കൂടുതൽ ദയനീയമായി കരഞ്ഞു. അയാളെങ്ങാനും തന്നെ പിടിച്ച കൊന്നുതിന്നുമോ? അതു കുരുക്കിൽനിന്നു രക്ഷപ്പെടാൻ കഴിയുന്നത്ര ശ്രമിച്ചു. പക്ഷേ, കഴിഞ്ഞില്ല. ആ വൃദ്ധൻ അതിന്റെ അരികിൽ ചെന്നു സാന്ത്വനവാക്കുകൾ പറഞ്ഞു. അയാൾ അതിനെ ശ്രദ്ധയോടെ ആ കുരുക്കിൽനിന്നും വിടുവിച്ചു. കൊക്ക് ആ നിമിഷം വിശ്വസിക്കാനാവാതെ അയാളെത്തന്നെ സൂക്ഷിച്ചു നോക്കിനിന്നു. അതിനുശേഷം അത് ആകാശത്തിലേക്ക് പറന്നുപോയി.

അന്നുരാത്രി ശക്തിയായ കാറ്റടിക്കുന്നുണ്ടായിരുന്നു. ജപ്പാനിൽ മഞ്ഞുകാലത്ത് മഞ്ഞുമഴ (Snowfall) ഉണ്ടാകുമെന്ന് എല്ലാവർക്കും അറിയാം. അന്നു രാത്രിയും പതിവുപോലെ മഞ്ഞുമഴ പെയ്യുന്നുണ്ടായിരുന്നു. അപ്പോഴാണു കതകിൽ ആരോ മുട്ടുന്ന ശബ്ദം കേട്ടത്. വൃദ്ധൻ

കതക് തുറന്ന് നോക്കിയപ്പോൾ കണ്ടത് വീടിനുമുൻപിൽ നില്ക്കുന്ന അതിസുന്ദരിയായ ഒരു ചെറുപ്പക്കാരിയെയാണ്. അവൾ തണുത്തു വിറയ്ക്കുന്നുണ്ടായിരുന്നു. അദ്ഭുതത്തോടെ നോക്കിനിന്ന ആ വൃദ്ധനോട് അവൾ വളരെ ദയനീയമായ സ്വരത്തിൽ പറഞ്ഞു:

“എനിക്ക് സ്നേഹിതരോ സ്വന്തക്കാരോ ആരും ഇല്ല. പോകാൻ ഒരിടവും ഇല്ല.കയ്യിൽ പണമോ വിലപിടിപ്പുള്ള ആഭരണങ്ങളോ ഒന്നുമില്ല. തണുപ്പ് സഹിക്കാനാവുന്നുമില്ല. വിരോധമില്ലെങ്കിൽ ഞാനിന്നു രാത്രി നിങ്ങളുടെ കൂടെ വീട്ടിൽ താമസിച്ചുകൊള്ളട്ടെ.” അവളുടെ ദയനീയസ്ഥിതി മനസ്സിലാക്കിയ അയാൾക്ക് അവളെ അകത്തേക്ക് ക്ഷണിക്കാനല്ലാതെ മറ്റൊന്നും കഴിയുമായിരുന്നില്ല. എന്നുമാത്രമല്ല, അയാൾ കരുതിവെച്ചിരുന്ന ഭക്ഷണത്തിന്റെ ഒരു പങ്ക് അവൾക്കു നല്കി. വിരോധമില്ലെങ്കിൽ തങ്ങളുടെ കൂടെ തുടർന്നു താമസിക്കാൻ ക്ഷണിക്കുകയും ചെയ്തു.

ആ പെൺകുട്ടി അവരുടെ ക്ഷണം സ്വീകരിച്ച് അവിടെ താമസിക്കാൻ തുടങ്ങി. ആ പെൺകുട്ടിയുടെ അവരോടുള്ള പെരുമാറ്റം ശ്ലാഘനീയമായിരുന്നുവെന്ന് പറയാം. അവരും അവളോട് സ്നേഹത്തോടെ പെരുമാറി; സ്വന്തം മകളോട് എന്നതുപോലെ. അവർ മൂന്നുപേരും വളരെ സന്തോഷത്തോടെ ആ വീട്ടിൽ ദിവസങ്ങൾ കഴിച്ചു.

അങ്ങനെയിരിക്കുമ്പോൾ ഒരു ദിവസം വീട്ടിൽ ആഹാരസാധനങ്ങൾ ഒന്നും ഇല്ലാതായി. അക്കൊല്ലത്തെ മഞ്ഞുകാലം പതിവിലും കൂടുതൽ തണുപ്പുള്ളതായിരുന്നു. ആ വൃദ്ധദമ്പതികൾ എന്തുചെയ്യണമെന്ന് ആലോചിക്കാൻപോലും കഴിവില്ലാത്ത ഒരവസ്ഥയിലായിരുന്നു. വീട്ടിലെ കഷ്ടസ്ഥിതിയെക്കുറിച്ച് ആ പെൺകുട്ടിക്കും നല്ല ബോധ്യമുണ്ടായിരുന്നു. എന്തു ചെയ്യാൻ കഴിയും? എന്തെങ്കിലും ഒരു വഴി കണ്ടെത്തേണ്ടത് തന്റെ കടമയാമെന്ന് അവൾക്കു തോന്നി. അവൾ അവരോടായി പറഞ്ഞു:

ഞാൻ ഈ മുറിയിൽ ഇരുന്നു കുറേ പരവതാനികൾ നെയ്തെടുക്കാം. എനിക്ക് നെയ്യാൻ നല്ല വശമാണ്. ഞാനുണ്ടാക്കുന്ന പരവതാനികൾ കാണാൻ കൗതുകമുള്ളവയായിരിക്കും. അച്ഛൻ ഞാനുണ്ടാക്കുന്ന പരവതാനികൾ ചന്തയിൽ കൊണ്ടുപോയാൽ നല്ല വില കിട്ടുമെന്നതിൽ സന്ദേഹമേ വേണ്ട. അവൾ തുടർന്നു.

“പക്ഷേ, നിങ്ങൾ എനിക്ക് ഒരു ശപഥം ചെയ്യണം. എന്താണെന്നല്ലേ? ഞാൻ പരവതാനി നെയ്യുമ്പോൾ യാതൊരു കാരണവശാലും ഞാൻ ഇരിക്കുന്ന മുറിയിലേക്ക് ആരും വരാനോ നോക്കാനോ പാടില്ല. എന്താ, സമ്മതമല്ലേ?” അത്രയും പറഞ്ഞിട്ട് അവൾ അവളുടെ

മുറിക്കുള്ളിൽപോയി കതക് അടച്ചു. ആ വൃദ്ധദമ്പതികൾക്ക് അവൾ പറഞ്ഞത് ഏതോ ഒരു കടങ്കഥപോലെയാണ് തോന്നിയത്. എന്തേ അവരാരും നോക്കരുതെന്നു പറയാൻ? അവർക്ക് ആ സംശയം. ഏതായാലും ശപഥം ചെയ്തതല്ലേ? അവർ അവളുടെ മുറിയിലേക്ക് നോക്കാൻ പോയില്ല.

അന്ന് രാത്രി മുഴുവനും അവളുടെ മുറിയിൽ തട്ടുകയും മുട്ടുകയുമൊക്കെ ചെയ്യുന്ന ശബ്ദം കേൾക്കാമായിരുന്നു. രാത്രി മുഴുവനും വളരെയേറെ ജോലിചെയ്ത് ക്ഷീണിതയായി അവൾ രാവിലെ മുറി തുറന്നു പുറത്തുവന്നു. അവളുടെ കൈയിൽകാണാൻ കൗതുകമുള്ള ഒന്നുരണ്ട് പരവതാനികൾ ഉണ്ടായിരുന്നു. അവൾ അത് ആ വൃദ്ധന്റെ കൈയിൽ കൊടുത്തിട്ടു പറഞ്ഞു:

" അച്ഛൻ ഇവ ചന്തയിൽ കൊണ്ടുപോയി വിറ്റുകിട്ടുന്ന പണംകൊണ്ട് വീട്ടിലെ ആവശ്യത്തിനുള്ള സാധനങ്ങൾ വാങ്ങിക്കൊണ്ട് വരണം." അത്രയും പറഞ്ഞിട്ട് അവൾ വിശ്രമിക്കാനായി കിടന്നു. അവൾ തീരെ ക്ഷീണിതയായിരുന്നു. ആ വൃദ്ധ അവൾക്കുവേണ്ട ശുശ്രൂഷകൾ ചെയ്തു. ചായ ഉണ്ടാക്കി കൊടുത്തു. വൃദ്ധൻ പരവതാനികളുമായി ചന്തയിലേക്ക് പോയി. അവൾ പറഞ്ഞതുപോലെ ആ പരവതാനികൾ എല്ലാവർക്കും ഇഷ്ടമായി. അതുകൊണ്ട് അയാൾ പ്രതീക്ഷിച്ചതിനേക്കാളും കൂടിയ വിലയ്ക്കുതന്നെ അവയെല്ലാം വില്ക്കാനും കഴിഞ്ഞു. കിട്ടിയ പണംകൊണ്ട് അയാൾ അവർക്ക് അടുത്ത കുറേ ദിവസത്തേക്ക് വേണ്ട ആഹാരസാധനങ്ങൾ വാങ്ങി വീട്ടിലേക്കു മടങ്ങി.

മഞ്ഞുകാലം മാറേണ്ട സമയമായി എങ്കിലും ആ വർഷം പതിവില്ലാതെ തണുപ്പ് നീണ്ടുനിന്നു. അതുകാരണം വാങ്ങിയ ആഹാരസാധനങ്ങൾ തീർന്നുകഴിഞ്ഞപ്പോൾ അവർ മുൻപത്തേപോലെതന്നെ വീണ്ടും കഷ്ടത്തിലായി. അവരുടെ സ്വീകാരപുത്രി അപ്പോഴും പറഞ്ഞു:

"നിങ്ങൾ വിഷമിക്കേണ്ട. കഴിഞ്ഞപ്രാവശ്യം ചെയ്തതുപോലെ ഞാൻ കുറേ പരവതാനികൾ നെയ്യാം. പക്ഷേ, കഴിഞ്ഞപ്രാവശ്യം ചെയ്തതുപോലെ ഒരു ശപഥം ഇപ്രാവശ്യവും ചെയ്യണം. മറ്റൊന്നുമല്ല, ഞാൻ മുറിക്കകത്ത് ജോലി ചെയ്യുമ്പോൾ ആരും എന്നെ വിളിക്കുകയോ മുറി തുറന്നു നോക്കുകയോ ചെയ്യരുത്." അത്രയും പറഞ്ഞ് അവൾ മുറിയിൽ കയറി വാതിലടച്ചു.

രാത്രി മുഴുവൻ അവൾ ആ മുറിയിൽ ജോലി ചെയ്യുകയായിരുന്നു. രാത്രി മുഴുവൻ ജോലിയുടെ ഭാഗമായി തട്ടുംമുട്ടുമെല്ലാം കേൾക്കുന്നുമുണ്ടായിരുന്നു. പക്ഷേ, വെളുപ്പാൻകാലമായപ്പോൾ ആ മുറിയിൽനിന്നും വളരെ ദയനീയമായ ഒരു കരച്ചിൽ ശബ്ദം കേൾക്കാൻ തുടങ്ങി.

കരച്ചിൽ കേട്ടപ്പോൾ ആ വൃദ്ധദമ്പതികൾക്ക് ആകെ പരിഭ്രമമായി. അവർ അവളെ സ്വന്തം മകളായിട്ടാണ് കരുതിയിരുന്നത്. അവളുടെ കരച്ചിൽ കേട്ടാൽ അവരെങ്ങിനെ സഹിക്കും. മറ്റൊന്നും ആലോചി ക്കാതെ അവർ അവളുടെ മുറിയുടെ കതക് അല്പം തുറന്ന് ഉള്ളിലേക്കു നോക്കി. അതേ, അവർ കണ്ട കാഴ്ച തികച്ചും അവിശ്വസനീയമായിരുന്നു. അവിടെ അവൾക്കു പകരം ഒരു കൊക്ക് സ്വന്തം തൂവലുകൾ പറിച്ചെടു ത്ത് അതുകൊണ്ടു സാവധാനം പരവതാനി നെയ്യുന്നു. ഓരോ തൂവലും പറിച്ചെടുക്കുമ്പോൾ കൊക്ക് സഹിക്കാനാവാത്ത വേദനകൊണ്ട് കരയുന്നുണ്ടായിരുന്നു. ആ വൃദ്ധന് മറ്റൊന്നുകൂടി ബോദ്ധ്യമായി, താൻ പണ്ട് കുറ്റിക്കാട്ടുകളിൽനിന്ന് രക്ഷിച്ച അതേ കൊക്കാണ് മുറിയിലിരി ക്കുന്നത്. എന്താണിതിന്റെയൊക്കെ അർത്ഥം. അയാൾ തലപുകഞ്ഞ് ആലോചിച്ചു.

അപ്പോഴാണ് ആ കൊക്ക് തല പൊക്കി കതകിനുനേരെ നോക്കിയത്. കൊക്ക് അവരെ കണ്ടയുടനെ മറ്റൊരതിശയം. അതു രൂപം മാറി അവരുടെ വളർത്തുമകളായി മുന്നിൽ നില്ക്കുന്നു. ആ വൃദ്ധൻ ക്ഷമാപണസഹിതം പറയാൻ തുടങ്ങി:

"മകളേ, നിന്റെ കരച്ചിൽ..."

"വേണ്ടാ, അച്ഛൻ ഒന്നും പറയേണ്ട." അവൾ തുടർന്നു.

"എനിക്കറിയാം, നിങ്ങൾ എന്നെ എത്രമാത്രം സ്നേഹിക്കുന്നുവെന്ന്. എന്നോട് വളരെയധികം സ്നേഹവും ദയയും കാണിച്ചതുകൊണ്ടാണ് ഞാൻ നിങ്ങളോടൊപ്പം താമസിച്ചത്." അല്പം നിർത്തിയിട്ട് അവൾ വീണ്ടും പറഞ്ഞു:

"അച്ഛാ, ഇതാ ഞാൻ കുറേ നല്ല പരവതാനികൾ നെയ്തുവെച്ചിട്ടുണ്ട്. ഇവ കൊണ്ടുപോയി വിറ്റ് വേണ്ട സാധനങ്ങൾ വാങ്ങണം." അവൾ ആ പരവതാനികൾ അദ്ദേഹത്തിന്റെ കൈയിൽ കൊടുത്തു. പിന്നീട് അവൾ വളരെ സങ്കടത്തോടെ തുടർന്നു.

"വളരെ വിഷമത്തോടെയാണ് ഞാനിനി ഒരു കാര്യം പറയുന്നത്. അച്ഛനും അമ്മയും ഇതുകേട്ട് വിഷമിക്കുമെന്നും അറിയാം. നിങ്ങൾ എന്റെ തനിരൂപം കണ്ടതുകൊണ്ട് എനിക്ക് നിങ്ങളുടെ കൂടെ തുടർന്നു താമസിക്കാൻ കഴിയുകയില്ല. എന്നോട് ക്ഷമിക്കണം. ഞാൻ തീരാദുഃ ഖവുമായി നിങ്ങളെ വിട്ടുപിരിയുകയാണ്." അത്രയും പറഞ്ഞ് അവൾ മുറിയിൽനിന്ന് വെളിയിൽ വന്നു.

"മകളേ...." അവർ രണ്ടുപേരും ഒന്നിച്ചാണ് വിളിച്ചത്. പക്ഷേ, ആ വിളി കേൾക്കാൻ ആ മകൾ അവിടെ ഉണ്ടായിരുന്നില്ല. അവൾ

കൊക്കിന്റെ രൂപം സ്വീകരിച്ച പറന്നു തുടങ്ങിയിരുന്നു. നൊടിയിടയിൽ ആ കൊക്കു പറന്നുപറന്ന് വിദൂരതയിൽ മാഞ്ഞുപോയി.

പക്ഷേ, അതിനുശേഷം ആ വൃദ്ധദമ്പതികൾ സന്തോഷമായിട്ടാണ് ജീവിതം നയിച്ചത്. അവളെക്കുറിച്ചുള്ള, അവരുടെ ഓമന മകളെക്കുറിച്ചുള്ള ഓർമ്മകൾ മാത്രം മതിയായിരുന്നു അവരുടെ ജീവിതത്തിനു സന്തോഷം പകരുവാൻ.

കടലിലെ ഉപ്പ്

ജപ്പാനിലെ ഏതോ ഒരു ഗ്രാമത്തിൽ പണ്ടുപണ്ട് താമസിച്ചിരുന്ന രണ്ടു സഹോദരന്മാരുടെ കഥയാണിത്. നിങ്ങൾ എപ്പോഴെങ്കിലും സമുദ്രം കണ്ടിട്ടുണ്ടോ? സമുദ്രത്തിലെ ജലം രുചിച്ചുനോക്കിയിട്ടുണ്ടോ? കടൽവെള്ളത്തിൽ എത്ര ഉപ്പ് കലർന്നുചേർന്നിരിക്കുന്നു? എവിടെനിന്ന് അത്രയും ഉപ്പ് കടലിൽകലർന്നു? ഈ കഥ വായിച്ചുകഴിയുമ്പോൾ നിങ്ങൾക്ക് മനസ്സിലാകും. (ഇത് വെറും ഒരു കഥയാണ്. ശാസ്ത്രീയമായ സത്യമല്ല.)

മൂത്ത സഹോദരൻ ഒരു മുരടൻ പ്രകൃതക്കാരനായിരുന്നു. ആരോടും സന്തോഷമായി സംസാരിക്കുകയില്ല. ഇടപഴകുകയില്ല. പക്ഷേ, ഇളയ സഹോദരൻ അങ്ങനെ ആയിരുന്നില്ല. എല്ലാവരോടും സ്നേഹത്തോടും സന്തോഷത്തോടുംകൂടി സംസാരിക്കും. പെരുമാറും. മൂത്ത സഹോദരന് അനുജനെ എങ്ങനെയെങ്കിലും കല്യാണം കഴിപ്പിച്ച് ഭാര്യവീട്ടിൽ സ്ഥിരതാമസമാക്കുന്ന ഒരു ഭർത്താവായി (വീട്ടുമാപ്പിളയായി) പറഞ്ഞയക്കാൻ തിടുക്കമായിരുന്നു. കാരണം അങ്ങനെ പറഞ്ഞയച്ചാൽ പിന്നീട് താൻ അവന്റെ ചുമതലകളൊന്നും വഹിക്കേണ്ടതില്ല എന്നതായിരുന്നു.

ആദ്യമൊക്കെ ഇളയ സഹോദരൻ വിവാഹത്തിന് താത്പര്യം കാണിച്ചില്ലെങ്കിലും, കുറേ കാലങ്ങൾക്കു ശേഷം, വിവാഹം കഴിക്കുകയും ഭാര്യയോടൊപ്പം മറ്റൊരു വീട്ടിലേക്ക് താമസം മാറുകയും ചെയ്തു. അവർ വാടകയ്ക്ക് എടുത്തത് ഒരു ചെറിയ വീടായിരുന്നു. അവർക്ക് വേണ്ടത്ര സ്വത്ത് ഇല്ലാതിരുന്നതുകൊണ്ട് നന്നായി ജോലി ചെയ്യേണ്ടിവന്നു. എന്നാൽപ്പോലും നല്ല ബുദ്ധിമുട്ടിലായിരുന്നു. മഞ്ഞുകാലമായപ്പോൾ

ജോലി കിട്ടാൻ കൂടുതൽ പ്രയാസമായി.അവർ തികഞ്ഞ കഷ്ടപ്പാടിലും ആയി.

അന്ന് ആ വർഷത്തിന്റെ അവസാന ദിവസമായിരുന്നു. അവരുടെ ആചാരപ്രകാരം വർഷങ്ങളുടെ ദേവതയായ "തോഷിഗമ"യ്ക്കു പൂജ ചെയ്യേണ്ട ദിവസം. പക്ഷേ, ആ ദമ്പതികളുടെ കൈയിൽ ധാന്യങ്ങൾ ഒട്ടും ഇല്ലാതെയായി; ധാന്യങ്ങൾ വാങ്ങാൻ പണവും. എങ്കിലും ദേവതയ്ക്ക് പൂജ മുടക്കാൻ പാടില്ലല്ലോ. ആ സഹോദരൻ തന്റെ മൂത്ത സഹോദരനെക്കണ്ട് കുറച്ചു ധാന്യം കടമായി ചോദിക്കാൻ തീരുമാനിച്ചു. മൂത്ത സഹോദരന്റെ വീട്ടിൽപോയി കുറച്ചു ധാന്യം ചോദിച്ചപ്പോൾ അദ്ദേഹത്തിന്റെ പ്രതികരണം പ്രതീക്ഷിച്ചതിലും കർക്കശവും ദാക്ഷിണ്യരഹിതവും ആയിരുന്നു.

"എന്തു വിഡ്ഢിത്തമാ നീ പറയുന്നത്? വർഷാവസാനം ദേവീപൂജയ്ക്കു പോലും നിന്റെ കയ്യിൽ ധാന്യം ഇല്ലെന്നോ? നിന്റെ കള്ളത്തരം ഞാൻ വിശ്വസിക്കുമെന്ന് നീ കരുതുന്നുണ്ടോ? അല്ലെങ്കിൽത്തന്നെ നീ നിന്റെ ഇഷ്ടത്തിന് വിവാഹം കഴിച്ചവനല്ലേ? ഞാനെന്തിന് നിന്നെ സഹായിക്കണം. പൊക്കോ, എന്റെ മുൻപിൽനിന്ന്."

നിരാശനായി അയാൾ വീട്ടിലേക്കു മടങ്ങുകയായിരുന്നു. വഴിയിൽ വിജനമായ ഒരു മലമ്പ്രദേശത്തുകൂടി നടന്നുപോകുമ്പോൾ നീണ്ടു നരച്ച താടിയുള്ള ഒരു വൃദ്ധനെ കാണാനിടയായി.

"നീ എവിടേക്കാണ് പോകുന്നത്?" വൃദ്ധൻ ചോദിച്ചു.

"ഇന്ന് വർഷാവസാനമല്ലേ? വർഷദേവതയ്ക്ക് പൂജയ്ക്കു നിവേദിക്കാൻ ഞങ്ങളുടെ പക്കൽ അല്പംപോലും ധാന്യം ഇല്ല. എന്റെ ജ്യേഷ്ഠനോട് അല്പം കടം ചോദിക്കാൻ പോയതാണ്. പക്ഷേ, ജ്യേഷ്ഠൻ എന്റെ അഭ്യർത്ഥന നിരസിച്ചു. ഇനി എങ്ങോട്ടുപോകണം, എന്തു ചെയ്യണം എന്നറിയാതെ നടക്കുന്നു." അയാൾ മറുപടി പറഞ്ഞു.

"ഓ, അങ്ങിനെയോ?" വൃദ്ധൻ ചോദിച്ചു. അതു മോശമായിപ്പോയല്ലോ!" കുറച്ചുനേരത്തെ നിശ്ശബ്ദതയ്ക്കുശേഷം വൃദ്ധൻ പറഞ്ഞു:

"ശരി, അനുജൻ ഒരു കാര്യം ചെയ്യ്." ഗോതമ്പുകൊണ്ടുണ്ടാക്കിയ ഒന്നുരണ്ട് മഞ്ഞു (കൊഴുക്കട്ട) അയാളുടെ കൈയിൽ കൊടുത്തിട്ട് വൃദ്ധൻ തുടർന്നു:

"ദാ, അവിടെ നോക്ക്. ആ കാണുന്ന ക്ഷേത്രമില്ലേ? അതിന്റെ പുറകിൽ ഒരു ചെറിയ ഗുഹാദ്വാരം കാണും. ആ ഗുഹയ്ക്കുള്ളിലേക്ക് പോയാൽ അതിനുള്ളിൽ വസിക്കുന്ന വളരെ ചെറിയ ആകാരമുള്ള കൊബിതോ മനുഷ്യരെ കാണാം. കൊബിതോ മനുഷ്യർക്ക് ഈ

കൊഴക്കട്ടകൾ വളരെ ഇഷ്ടമാണ്. മജ്ഞു കിട്ടാനായി അവർ എന്ത് ത്യാഗവും സഹിക്കും. നീ ആ ഗുഹയ്ക്കുള്ളിൽ പോയി ഈ കൊഴക്കട്ടകൾ അവരെ കാണിക്കണം. അവർ ഈ മജ്ഞുവിനു പകരം എന്തു പ്രതി ഫലമാണ് നല്കേണ്ടതെന്നു ചോദിക്കുമ്പോൾ അവരുടെ പക്കലുള്ള തിരിക്കല്ല് വേണമെന്ന് നിർബന്ധമായി പറയുക. മറ്റെന്ത് തരാമെന്നു പറഞ്ഞാലും നീ വഴങ്ങരുത്." അയാൾ കൊഴക്കട്ടകൾ വാങ്ങി യാത്ര തിരിക്കാൻ തുടങ്ങിയപ്പോൾ വൃദ്ധൻ വീണ്ടും പറഞ്ഞു:

"നീ തിരികെ വരുമ്പോൾ ഞാനിവിടെത്തന്നെ കാണും. എന്നെ കണ്ടിട്ടേ പോകാവൂ. ഞാൻ ഈ വൃക്ഷത്തിന്റെ തണലിൽ അല്പം വിശ്ര മിക്കാൻ പോകുകയാണ്." അയാൾകൊഴക്കട്ടയുമായി അമ്പലത്തിന്റെ പുറകിലേക്കു നടന്നു. വൃദ്ധൻ പറഞ്ഞതു ശരിയായിരുന്നു. അവിടെ ഒരു ചെറിയ ഗുഹാദ്വാരം. അയാൾ ബുദ്ധിമുട്ടി അതിനുള്ളിലേക്കു കയറി, കുറേ ദൂരം നടന്നപ്പോൾ ഒരു കൂട്ടം ചെറിയ മനുഷ്യർ. കഷ്ടിച്ച് ഇരുപതോ,ഇരു പത്തഞ്ചോ സെന്റീമീറ്റർ മാത്രം ഉയരമുള്ള ആ കൊബിതോ മനുഷ്യർ ഒരു ചെറിയ മരത്തിന്റെ മുകളിൽ കയറാനുള്ള ശ്രമത്തിലായിരുന്നു. പക്ഷേ, കഴിയുന്നില്ല. അതുകണ്ട നമ്മുടെ കഥാനായകൻ പറഞ്ഞു:

"കുട്ടരേ, ഞാൻ നിങ്ങളെ സഹായിക്കാം." അയാൾ കൊബിതോകളെ ഓരോരുത്തരെയായി തൂക്കിയെടുത്ത് ആ മരത്തിൽ കയറാൻ സഹായിച്ചു.

"ഓ, നിങ്ങൾ എത്ര വലിയ മനുഷ്യനാണ്. എത്ര ശക്തിയാ നിങ്ങൾ ക്ക്. ഉപകാരത്തിന് വളരെ നന്ദി."

മറ്റൊരു കൊബിതോ ചോദിച്ചു:

"എന്താ നിങ്ങളുടെ കൈയിൽ? അത് മജ്ഞു അല്ലേ?"

"അതേ, മജ്ഞു തന്നെ."

"ആ മജ്ഞു ഞങ്ങൾക്ക് തരാമോ?"

"മജ്ഞു തന്നാൽ പകരം എനിക്ക് എന്തു തരും?" അയാൾ ചോദിച്ചു. അവരെല്ലാവരും ഒറ്റ സ്വരത്തിൽ പറഞ്ഞു:

"എന്തു വേണമെങ്കിലും തരാം. ഞങ്ങൾക്ക് മജ്ഞു വലിയ ഇഷ്ടമാ."

"എനിക്കു നിങ്ങളുടെ തിരികല്ല് തരുമോ?"

"തിരികല്ലോ?" കൊബിതോക്കൾ അദ്ഭുതം പ്രകടിപ്പിച്ചു.

"അതെ, തിരികല്ലുതന്നെ." അയാൾ ഉറപ്പിച്ചു പറഞ്ഞു. കൊബിതോ ക്കൾ എല്ലാവരുംകൂടി ആലോചിച്ചതിനു ശേഷം പറഞ്ഞു:

“ശരി തരാം. പക്ഷേ, നിങ്ങളുടെ കൈയിലുള്ള മജ്ഞു മുഴുവനും ഞങ്ങൾക്ക് തരണം.”

“ശരി, സമ്മതം.” അയാൾ പറഞ്ഞു. മജ്ഞു കൊടുത്തിട്ടു പകരം തിരികല്ലു വാങ്ങി അയാൾ ആ വൃദ്ധൻ വിശ്രമിച്ചിരുന്ന സ്ഥലത്തേക്കു തിരികെ പോന്നു. അയാൾ തിരികെ വരുന്നതുകണ്ടു വൃദ്ധൻ പറഞ്ഞു:

“നല്ലത്. നിനക്കു തിരികല്ല് കിട്ടി, അല്ലേ? ഇനി ഞാൻ നിനക്ക് ഒരുപായം പറഞ്ഞുതരാം. ഞാൻ നിനക്കു നല്കുന്ന ഉപദേശം അതുപോലെ പാലിച്ചാൽ നിനക്കു നല്ലതുവരും.” വൃദ്ധൻ തുടർന്നു.

“നീ ഈ തിരികല്ല് വീട്ടിൽ കൊണ്ടുപോയി ഭദ്രമായി ഒരു സ്ഥലത്തു വെയ്ക്കണം. കഴിയുന്നതും അധികം ആളുകളെ തിരികല്ല് കാണിക്കുകയോ അതിനെക്കുറിച്ച് അധികം ആളുകളോടു സംസാരിക്കുകയോ ചെയ്യരുത്.” അയാൾ തലകുലുക്കി സമ്മതിച്ചു.

“ഈ തിരികല്ലിന്റെ മുൻപിൽനിന്നുകൊണ്ട് നീ ഏതു ധാന്യം അല്ലെങ്കിൽ ആഹാരപദാർത്ഥം വേണമെന്ന് ആഗ്രഹിച്ചുകൊണ്ട് കല്ല് ഇടതു വശത്തേക്ക് തിരിച്ചാൽ നിനക്ക് ആഗ്രഹിച്ച പദാർത്ഥങ്ങൾ വേണ്ടത്ര അളവിൽ കിട്ടും. പിന്നീട് നീ ഇത്രമതി എന്നു മനസ്സിൽ വിചാരിച്ചു കല്ല് വലതുവശത്തേക്കു തിരിച്ചാൽ മാത്രമേ കല്ല് നില്ക്കൂ. അതുവരെയും നീ ആഗ്രഹിച്ച സാധനങ്ങൾ കല്ല് ഉത്പാദിപ്പിച്ചുകൊണ്ടേയിരി#കും. ആ വൃദ്ധൻ പറഞ്ഞതെല്ലാം അയാൾ സമ്മതത്തോടും വിനയത്തോടുംകൂടി കേട്ടു. വൃദ്ധൻ വീണ്ടും പറഞ്ഞു:

ഇനി ഈ കല്ലുമായി നീ വീട്ടിൽ പോയി വേണ്ടതു പോലെ ചെയ്തോളൂ. പക്ഷേ, ഒരിക്കലും ഒരത്യാഗ്രഹിയായി മാറരുത്. വൃദ്ധൻ അയാളെ അനുഗ്രഹിച്ചു പറഞ്ഞയച്ചു.

തിരികല്ലുമായി വീട്ടിലെത്തിയ അയാളോട് ഭാര്യ ചോദിച്ചു:

നിങ്ങൾ ഇതുവരെ എവിടെയായിരുന്നു. ജ്യേഷ്ഠൻ ധാന്യം തന്നില്ലേ? ഇനിഎപ്പോഴാണ് തോഷിഗോയിക്ക് പൂജ നടത്തുക? എപ്പോഴാണ് നാം വല്ലതും കഴിക്കുക?

അയാൾ പറഞ്ഞു: ജ്യേഷ്ഠൻ ഒട്ടും സഹായിച്ചില്ല. മാത്രമല്ല, വളരെ ക്രൂരമായി സംസാരിക്കുകയും ചെയ്തു. പക്ഷേ, നീ ഒട്ടും വിഷമിക്കേണ്ട. ഞാനെല്ലാം വിശദമായി നിനക്ക് പറയാം. നമ്മുടെ കഷ്ടകാലം തീർന്നു എന്നുതന്നെ കരുതിക്കോ ആദ്യം നീ ഈ മുറിയിലെ തറയിൽ നല്ല വൃത്തിയുള്ള ഒരു വിരിപ്പ് വിരിക്ക്.

അവൾ അയാൾ പറഞ്ഞതുപോലെ ഒരു വിരിപ്പ് തറയിൽ വിരിച്ചു. അയാൾ തിരികല്ല് വിരിപ്പിന്മേൽ വെച്ചു. എന്നിട്ടു മനസ്സിൽ ഗോതമ്പ്

എന്നു വിചാരിച്ച് തിരികല്ല് ഇടത്തേക്കു തിരിച്ചു. കല്ലിൽനിന്നും ഗോതമ്പുപൊടി വിരിപ്പിലേക്കു വീഴാൻ തുടങ്ങി. ആ അദ്ഭുതം കണ്ടുനിന്ന ഭാര്യയോട് അയാൾ എല്ലാ കാര്യങ്ങളും വിശദമായി പറഞ്ഞു.

കുറേ അധികം ധാന്യം കിട്ടിക്കഴിഞ്ഞപ്പോൾ അയാൾ മതി എന്നു പറഞ്ഞു കല്ല് വലത്തോട്ട് തിരിച്ചു. അതോടെ കല്ല് ഉത്പാദനം നിർത്തി. അപ്പോൾ ഭാര്യ പറഞ്ഞു.

"നമുക്ക് അല്പം മത്സ്യംകൂടി കേൾക്കരുതോ?" അയാൾ ഭാര്യ പറഞ്ഞതുപോലെ സാൽമൺ മീൻ വേണമെന്ന് ആഗ്രഹിച്ചു കല്ലിൽനിന്നും കിട്ടിയത് ഒന്നാന്തരം സാൽമൺ കഷ്ണങ്ങളായിരുന്നു. വേണ്ടത്ര കഷ്ണങ്ങൾ കിട്ടിക്കഴിഞ്ഞപ്പോൾ അയാൾ കല്ല് വലത്തോട്ടു തിരിച്ചുനിർത്തി. കൂടാതെ അടുത്ത ദിവസം, അതായത് വർഷപിറപ്പിനു തോഷിഗോയ്ക്കു പൂജ നടത്താൻ തീരുമാനിച്ചു. അല്പം ആഡംബരമായിത്തന്നെ പൂജ നടത്തണമെന്നും അവർ ആലോചിച്ചു. അടുത്ത വീട്ടുകാരേയും സ്നേഹിതരേയും പൂജയ്ക്കു ക്ഷണിച്ചു. കൂട്ടത്തിൽ അയാളുടെ ജ്യേഷ്ഠനേയും കുടുംബാംഗങ്ങളേയും ക്ഷണിച്ചു.

പൂജയ്ക്കു വന്നിരുന്നവർക്കെല്ലാം അയാൾക്ക് ഇത്ര പെട്ടെന്ന് അത്ര സൗകര്യം ഉണ്ടായി എന്ന് അതിശയം തോന്നി. അയാൾ എല്ലാവർക്കും വേണ്ടത്ര ആഹാരം നല്കുന്നതിൽ ഒരു ലോഭവും കാണിച്ചില്ല. കൂടാതെ ദേവന് പൂജയ്ക്കുവെച്ച നിവേദ്യത്തിന്റെ പങ്കും. വിരുന്നുകാരിൽ ആരോ പറഞ്ഞു-

"സദ്യ കേമമായി, കേട്ടോ. ഒരല്പം സാക്കേയുംകൂടി ഉണ്ടായിരുന്നെങ്കിൽ കെങ്കേമമായിരുന്നേനെ." അപ്പോൾ മറ്റാരോ പറഞ്ഞു:

"സാക്കേയെല്ലാം നമ്മളെപ്പോലെയുള്ള സാധുക്കളുടെ വീടുകളിൽ പ്രതീക്ഷിക്കാൻ കഴിയുകയില്ലല്ലോ. അതൊക്കെ പണക്കാരുടെ വീടുകളിൽമാത്രം കിട്ടുന്ന വിലപിടിപ്പുള്ള വീഞ്ഞുവകയിൽ പെട്ടതല്ലേ..."

പക്ഷേ, അതിഥികൾ തമ്മിലുള്ള ആ സംസാരത്തിനിടയ്ക്കു നമ്മുടെ കഥാനായകൻ അകത്തെ മുറിയിൽ പോയി സാക്കേ, സാക്കേ എന്നു വിചാരിച്ച് തിരികൽ ഇടത്തേക്കു തിരിച്ചു. ഉടനെ വെളിയിലേക്ക് ഒഴുകിത്തുടങ്ങിയ സാക്കേ അയാൾ കുപ്പിയിൽ പിടിച്ചു. പിന്നീട് അതിഥികൾ ആഗ്രഹിച്ചതുപോലെ അവർക്കു സാക്കേ നല്കി സന്തോഷിപ്പിച്ചു വിട പറഞ്ഞു.

ആ സമയമെല്ലാം അയാളുടെ ജ്യേഷ്ഠൻ തന്റെ അനുജന് അത്രയധികം സൗകര്യങ്ങൾ എങ്ങനെ കിട്ടി എന്ന് അതിശയിക്കുകയായിരുന്നു. തലേന്നുപോലും ധാന്യം യാചിച്ചുവന്ന അവന് ഇന്ന് എങ്ങനെ സദ്യ

നടത്താനായി? അയാൾ തലപുകഞ്ഞ് ആലോചിച്ചു. ഏതോ രഹസ്യം ഉണ്ടെന്ന് ആ ജ്യേഷ്ഠന് തീർച്ചയായിരുന്നു. ആ രഹസ്യം കണ്ടുപിടിക്കാൻ നിശ്ചയിച്ച ജ്യേഷ്ഠൻ അയാൾ അകത്തേ മുറിയിൽ പോയി സാക്ഷേ ഉണ്ടാക്കിയത് ഒളിഞ്ഞിരുന്നു കണ്ടു. "ഓ, ഇതാണ് അവന്റെ രഹസ്യം" അയാൾ വിചാരിച്ചു. "ആ തിരികല്ല് തന്റെ സ്വന്തമാക്കണം." അയാൾ തീരുമാനിച്ചു.

ആരും ശ്രദ്ധിക്കാത്ത ഒരു സമയം നോക്കി ജ്യേഷ്ഠൻ അകത്തെ മുറിയിൽ കയറി ആരും കാണാതെ ആ തിരികല്ല് മോഷ്ടിച്ചുകൊണ്ട് സ്ഥലം വിട്ടു. ആ നാട്ടിൽനിന്നു തന്നെ തിരികല്ലുമായി കടന്നുകളയാൻ തീരുമാനിച്ച ആ ജ്യേഷ്ഠൻ കടൽതീരത്തെത്തിയപ്പോൾ അവിടെ ഒരു വള്ളം കിടക്കുന്നതു കണ്ടു. മറ്റൊന്നും ആലോചിക്കാതെ ആ വള്ളത്തിൽ കയറി രക്ഷപ്പെടാമെന്ന് അയാൾ ചിന്തിച്ചു. കഴിയുന്നത്ര വേഗം രക്ഷപ്പെട്ടില്ലെങ്കിൽ ആരെങ്കിലും അയാളെ തിരക്കി വന്നാലോ? അയാൾ തിരികല്ല് മോഷ്ടിച്ച വിവരം ആരെങ്കിലും അറിഞ്ഞാൽ? അയാൾ ധൃതിയിൽ വള്ളത്തിൽ കയറി തുഴയാൻ ആരംഭിച്ചു. ദൂരം കുറേ പോയി. സമയം വൈകി. കടുത്ത വിശപ്പ്. നല്ല കാലത്തിനു സദ്യയുടെ വിഭവങ്ങളിൽ ചിലതെല്ലാം അയാൾ ഒരു പൊതിയിൽ സൂക്ഷിച്ചിരുന്നു. ആ പൊതി നിവർത്തി അല്പം ആഹാരം കഴിക്കാൻ തുടങ്ങി. പക്ഷേ, ആഹാരത്തിനുവേണ്ടത്ര ഉപ്പില്ലായിരുന്നു എന്നു തോന്നി.അപ്പോഴാണ് അയാൾക്കു തോന്നിയത്, തന്റെ കൈയിലുള്ള തിരികല്ലുകൊണ്ട് ഒരു പരീക്ഷണമെന്ന നിലയിൽ അല്പം ഉപ്പ് ഉണ്ടാക്കിയാലോ എന്ന്.

പരീക്ഷണം തികച്ചും വിജയകരമായിരുന്നു. തിരികല്ല് അയാളുടെ ആഗ്രഹപ്രകാരം ഉപ്പുണ്ടാക്കാൻ തുടങ്ങി. അയാൾക്കു സന്തോഷമായി. കൂടാതെ അയാൾ മനസ്സിൽ ചിന്തിച്ചു, "ഞാൻ ഈ കടലിനപ്പുറത്തെത്തിക്കഴിഞ്ഞാൽ, ഈ തിരികല്ലുകൊണ്ട് എല്ലാവിധ സാധനങ്ങളും നിഷ്പ്രയാസം ഉണ്ടാക്കും. ഒരു വലിയ വിപണി തുടങ്ങി എല്ലാ സാധനങ്ങളും വില്ക്കും. അങ്ങിനെ ഞാനീലോകത്തിലെതന്നെ ഏറ്റവും വലിയ ധനികനാകും." അയാൾ സന്തോഷംകൊണ്ടു മതിമറന്നു ചിരിച്ചു. പക്ഷേ, അപ്പോഴാണ് തിരികല്ല് ഉപ്പുണ്ടാക്കിക്കൊണ്ടിരുന്നത് വീണ്ടും അയാളുടെ ശ്രദ്ധയിൽ പെട്ടത്. പക്ഷേ തിരികല്ല് നിർത്തേണ്ടത് എങ്ങിനെയാണെന്നു തനിക്കറിയില്ലെന്ന പരമാർത്ഥം അപ്പോൾ മാത്രമാണ് അയാൾ ഓർത്തത്.

"നിർത്ത്. നിർത്ത്. ഉപ്പു മതി." അയാൾ ആ തിരികല്ലിനോട് ശബ്ദം എടുത്തു പറഞ്ഞു. പക്ഷേ തിരികല്ലുണ്ടോ കേൾക്കുക. അത് ഉപ്പ് ഉണ്ടാക്കിക്കൊണ്ടേയിരുന്നു. ഉപ്പിന്റെ ഭാരംകൊണ്ട് വള്ളം മുങ്ങുമോ എന്ന

ഭയം അയാളുടെ മനസ്സിൽ തോന്നിയപ്പോൾ അയാൾ ഉപ്പ് വാരി വാരി വെള്ളത്തിലേക്ക് എറിഞ്ഞു. പക്ഷേ, അയാൾക്ക് വാരിക്കളയാൻ കഴിയുന്നതിനേക്കാൾ കൂടുതൽ വേഗത്തിലാണ് കല്ല് ഉപ്പ് ഉത്പാദിപ്പിച്ചത്. കൂടാതെ വള്ളം തുഴയേണ്ട പ്രയാസവും. അയാൾ ആകെപ്പാടെ പരിഭ്രാന്തനായി. എന്തു ചെയ്യാം തന്നത്താനെ വരുത്തിവെച്ച വിന.

ഒടുവിൽ വള്ളവും തിരികല്ലും ആ ജ്യേഷ്ഠനും നടുക്കടലിൽ മുങ്ങി. അയാൾ മരിച്ചു. പക്ഷേ, തിരികല്ല് ഉപ്പ് ഉത്പാദിപ്പിച്ചുകൊണ്ടേയിരിക്കുന്നു. ഇപ്പോഴും. ഇപ്പോൾ മനസ്സിലായല്ലോ സമുദ്രജലത്തിൽ ഇത്രയധികം ഉപ്പ് എങ്ങിനെ വരുന്നു എന്ന്? എന്താ സംശയമുണ്ടോ?

രണ്ട് തവളകൾ

പണ്ടൊരുകാലത്തു ജപ്പാനിൽ രണ്ട് തവളകൾ താമസിച്ചിരുന്നു. ഒന്ന് ഒസാകാ നഗരത്തിന് അടുത്ത ചതുപ്പുനിലത്തിനരികിലായി; മറ്റേത് ക്യോട്ടോ നഗരത്തിൽ.

ജനസംഖ്യാടിസ്ഥാനത്തിൽ ജപ്പാനിൽ മൂന്നാം സ്ഥാനത്തുള്ള ഒസാകാ, അവിടുത്തെ പ്രധാന ദ്വീപായ ഹോൻഷു വിലെ കാൻസി പ്രദേശത്തു സ്ഥിതിചെയ്യുന്നു. ഇപ്പോൾ ഏതാണ്ട് 1.8 കോടി ജനസംഖ്യയുള്ള ഒസാകാ യോദോ നദിയും ഒസാകാ ഉൾക്കടലും സന്ധിക്കുന്ന സ്ഥലത്താണ്. വാണിജ്യപരമായി വളരെ പ്രാധാന്യമർഹിക്കുന്ന ഒരു നഗരമാണ് ഒസാകാ. ഇപ്പോൾ ഏതാണ്ട് 1.5 കോടി ജനസംഖ്യയുള്ള ക്യോട്ടോ അതീവ സുന്ദരമായ ഒരു താഴ് വരയിൽ സ്ഥിതിചെയ്യുന്നു. വളരെ പുരാതനമായ ക്യോട്ടോ പണ്ട് ജപ്പാന്റെ സാംസ്കാരിക തലസ്ഥാനമായി അറിയപ്പെട്ടിരുന്നു.

പരസ്പരം അറിയുകയോ പരിചയപ്പെടുകയോ ചെയ്തിട്ടില്ലാത്ത ആ രണ്ട് തവളകളുടെ മനസ്സിലും ഒരേ സമയത്ത് ഒരാഗ്രഹം തോന്നി. ഒസാകാ-യിൽ താമസിച്ചിരുന്ന തവളയ്ക്ക് താൻ കേട്ടിട്ടുള്ള പക്ഷേ, കണ്ടിട്ടില്ലാത്ത ക്യോട്ടോ നഗരം സന്ദർശിക്കണം. ക്യോട്ടോ കാണാൻ അടക്കാനാവാത്ത ഒരാഗ്രഹം. അതേപോലെ ക്യോട്ടോയിൽ താമസിച്ചിരുന്ന തവളയ്ക്ക് തന്റെ സ്വന്തം രാജ്യത്തിലെ താൻ വസിക്കുന്ന ക്യോട്ടോ പോലെതന്നെ പേരു കേട്ട ഒസാകാ കണ്ടിട്ടില്ല എന്നത് ഒരു വലിയ കുറവുതന്നെയെന്ന തോന്നലുണ്ടായി. അങ്ങിനെ അവർ രണ്ടുപേരും യാത്ര തിരിച്ചു. ഒരാൾ ഒസാകാ-യിൽനിന്നു ക്യോട്ടോ-വിലേക്കും

മറ്റേയാൾ ക്യോട്ടോ-വിൽനിന്ന് ഒസാകാ-യിലേക്കും. രണ്ടുപേരും ഒരേ ദിവസം തന്നെയാണ് യാത്രതിരിച്ചത്.

ക്യോട്ടോയിൽനിന്ന് ഒസാകായിലേക്കുള്ള പ്രധാനവീഥിയിൽ ക്കൂടിയായിരുന്നു രണ്ടുപേരുടേയും യാത്ര; ഒരാൾ ഒസാകയിൽനിന്ന് വടക്കുപടിഞ്ഞാറ് ദിശയിലും മറ്റേയാൾ ക്യോട്ടോയിൽ നിന്ന് തെക്കു കിഴക്ക് ദിശയിലും. യാത്ര അവർ വിചാരിച്ചതിനേക്കാൾ നീണ്ടതും ബുദ്ധിമുട്ടുള്ളതും ആയിരുന്നു. കൂടാതെ ഏതാണ്ട് മദ്ധ്യത്തിലായി ഒരു വലിയ മല കയറിയിറങ്ങേണ്ടതായും ഉണ്ടായിരുന്നു. ഏതായാലും രണ്ടുപേരും ബുദ്ധിമുട്ടി ആ മല കയറി മുകളിലെത്തിയത് ഏതാണ്ട് ഒരേ സമയത്തായിരുന്നു. അതുകൊണ്ടുതന്നെ തികച്ചും അപ്രതീക്ഷിതമായി അവർക്ക് രണ്ടുപേർക്കും ആ മലമുകളിൽ കണ്ടുമുട്ടാനും പരിചയപ്പെടാനും അവസരം ലഭിച്ചു.

"എന്ത്, എന്നേപ്പോലെത്തന്നെ മറ്റൊരു തവളയോ?" അതായിരുന്നു അവരുടെ രണ്ടുപേരുടേയും മനസ്സിൽ ഒരേ സമയം ഉണ്ടായ ചോദ്യം. രണ്ടുപേരും അതിശയത്തോടെ പരസ്പരം നോക്കി. പിന്നീട് പുഞ്ചിരിതൂകി സ്നേഹിതരായി. സംസാരിച്ചു. അവരുടെ യാത്രോദ്ദേശ്യം വിശദീകരിച്ചു. അവരവരുടെ വാസസ്ഥലങ്ങളിൽനിന്നു വിദൂരമായ ആ മലമുകളിൽ കണ്ടുമുട്ടാനും സ്നേഹിതരാകാനും കഴിഞ്ഞതിൽ അവർ സന്തോഷിച്ചു. രണ്ടുപേരും സ്വന്തം രാജ്യത്തെ കൂടുതൽ മനസ്സിലാക്കാൻ മാതൃരാജ്യത്തോടുള്ള സ്നേഹം ഒന്നുകൊണ്ടുമാത്രം ആ വിഷമം പിടിച്ച യാത്രയ്ക്ക് തുനിഞ്ഞുപുറപ്പെട്ടതിൽ പരസ്പരം ശ്ലാഘിച്ചു.

രണ്ടുപേരും അടുത്തുള്ള, തണുപ്പും ഈർപ്പവും ഉള്ള ഒരു പ്രദേശം തിരഞ്ഞെടുത്ത് അല്പം വിശ്രമിക്കാൻ തീർച്ചയാക്കി. "ഇനിയത്തെ യാത്ര വിശ്രമത്തിനുശേഷം," അവർ പരസ്പരം പറഞ്ഞു. വിശ്രമിക്കുന്നതിനിടയിൽ ഒസാകാ തവള പറഞ്ഞു:

"നമുക്ക് അല്പംകൂടി നീളം ഇല്ലാതെ പോയല്ലോ. അല്പംകൂടി ഉയരം ഉണ്ടായിരുന്നെങ്കിൽ ഒരുപക്ഷേ, നമുക്ക് ഇവിടെ നിന്നുകൊണ്ടുതന്നെ രണ്ടു നഗരങ്ങളും കാണാൻ കഴിയുമായിരുന്നു."

"അതേ, അതു ശരിയാണ്. അങ്ങിനെ ഇവിടെനിന്നു നോക്കിക്കണ്ടിട്ട്, അടുത്തുപോയി കാണാൻമാത്രം വേണ്ട പ്രത്യേകതകൾ ഉണ്ടോ എന്നു മനസ്സിലാക്കാമായിരുന്നു. പ്രത്യേകമായി ഒന്നും ഇല്ലെങ്കിൽ ഇനിയുള്ള ദൂരയാത്ര ഒഴിവാക്കി നമുക്ക് സ്വന്തം സ്ഥലങ്ങളിലേക്കു തിരിച്ചു പോകുകയും ചെയ്യാമായിരുന്നു."

"അതും നേരാണ്.

“ങ്ങാ. ഞാനൊരുപായം പറയാ. ക്യോട്ടോ തവള പറഞ്ഞു:

“നമുക്ക് നമ്മുടെ പിൻകാലുകളിൽമാത്രം ഉയർന്നു നേരേ നില്ക്കാം. ഒരാൾ മറ്റേയാളുടെ തോളിലും. അപ്പോൾ നമുക്ക് വേണ്ടത്ര ഉയരം കിട്ടുമല്ലോ.”

“ഓ, അതു ശരിയാണല്ലൊ. ഞാനോർത്തില്ല.”+ അത്രയും പറഞ്ഞു നിർത്തുന്നതിനോടൊപ്പം തന്നെ ഒസാകാ തവള ക്യോട്ടോ തവളയുടെ തോളിൽ ചാടിക്കയറി പിൻകാലുകളിൽ നിവർന്നുനിന്നു. ക്യോട്ടോ തവളയും സ്വയം പിൻകാലുകളിൽ നിവർന്നുനിന്നു. രണ്ടുപേരും ഒരു വിധത്തിൽ കഴിയുന്നത്ര മുറുകെപ്പിടിച്ചു ബാലൻസ് ചെയ്തുനിന്നു എന്നു പറഞ്ഞാൽ മതിയല്ലോ.

അങ്ങിനെത്തന്നെ. ഞാനും യോജിക്കുന്നു. അത്രയും പറഞ്ഞുനിർത്തിയപ്പോൾ അല്പം ശ്രദ്ധക്കുറവുകൊണ്ടാണെന്നു തോന്നുന്നു, ക്യോട്ടോ തവള ഒസാകോ തവളയുടെ പിടിവിട്ടു. ഒസാകോ തവള താഴെ വീണു. ഒപ്പം തന്നെ ക്യോട്ടോ തവളയും ബാലൻസ് തെറ്റി താഴെ വീണു. ഏതായാലും ഭാഗ്യം എന്നു പറയാം, രണ്ടുപേർക്കും കാര്യമായ പരിക്കുകളൊന്നും ഉണ്ടായില്ല. രണ്ടുപേരും കെട്ടിപ്പുണർന്നു സ്നേഹം പങ്കുവെച്ച് അനതിവിദൂരമല്ലാത്ത ഒരു സന്ദർഭത്തിൽ അതുപോലെ ഒത്തുചേരാമെന്നു പരസ്പരം സമ്മതിച്ചു ഒസാകാ തവള ഒസാകാ-യിലേക്കും ക്യോട്ടോ തവള ക്യോട്ടോയിലേക്കും അവരുടെ മടക്കയാത്ര ആരംഭിച്ചു.

പീച്ച് കുട്ടി

ആറുനൂറു വർഷങ്ങൾക്കു മുൻപ് ജീവിച്ചിരുന്ന സത്യസന്ധനായ ഒരു വിറകുവെട്ടിയുടേയും അയാളുടെ ഭാര്യയുടേയും കഥയാണിത്. ഒരു ദിവസം രാവിലെ വിറകുവെട്ടി മലച്ചെരിവുകളിലേക്ക് വിറകു ശേഖരിക്കുവാനായി പോയി. അയാളുടെ ഭാര്യ അടുത്തുള്ള ആറ്റിൽ തുണി അലക്കാനും. അവൾ ആറ്റുകരയിൽ എത്തിയപ്പോൾ ആറ്റുവെള്ളത്തിൽ ഒരു പീച്ച് പഴം ഒഴുകിവരുന്നത് കണ്ടു. അവൾ അതു ശ്രദ്ധാപൂർവ്വം വെള്ളത്തിൽനിന്നു എടുത്തു. ഭർത്താവ് തിരികെ വരുമ്പോൾ രണ്ടുപേർക്കും ഒന്നിച്ചു പങ്കിട്ടുകഴിക്കാമെന്നു കരുതി സൂക്ഷിച്ചുവെച്ചു.

കുറേനേരം കഴിഞ്ഞ് ഭർത്താവ് തിരികെ എത്തിയപ്പോൾ അവൾ ആ പീച്ച പഴം അദ്ദേഹത്തെ കാണിക്കുകയും, “ഇത് നമുക്ക് വീതിച്ചുതിന്നാം” എന്നു പറഞ്ഞ് പഴം മേശപ്പുറത്തു വെച്ചു. അപ്പോൾ ആ പഴം തനിയേ രണ്ടായി പിളരുകയും അതിൽനിന്നു ഒരു ചെറിയ ശിശു ജനിക്കുകയും ചെയ്തു. അവർ രണ്ടുപേരും ആ കുട്ടിയെ സ്വന്തം കുട്ടിയായി സ്വീകരിച്ചു വളർത്തി. പീച്ച് പഴത്തിൽനിന്നു ജനിച്ചതുകൊണ്ട് അവർ കുട്ടിക്ക് മോമോ താരേ (Momotaro)അല്ലെങ്കിൽ പീച്ചുകുട്ടി എന്നു പേരിട്ടു.

ജനിച്ചപ്പോൾ ഒരു വെറും കുരുട്ടുപോലെ മാത്രം ഉണ്ടായിരുന്ന ആ കുട്ടി ക്രമേണ നല്ല ശക്തിയും ധൈര്യവും ഉള്ള ഒരു ചെറുപ്പക്കാരനായി വളർന്നു.

ഒരു ദിവസം അവരുടെ പീച്ചുകുട്ടി വളർത്തച്ഛന്റേയും അമ്മയുടേയും അടുത്തുചെന്നു പറഞ്ഞു:

ഞാൻ രാക്ഷസന്മാരുടെ നാട്ടിലേക്കു പോകുകയാണ്. അവർ ചേർത്തുവെച്ചിട്ടുള്ള സ്വത്തിന്റെ ഒരു ഭാഗം ഞാൻ എടുത്തുകൊണ്ടുവരും. നിങ്ങളെന്നെ സന്തോഷത്തോടെ അനുഗ്രഹിച്ചു യാത്രയാക്കണം. കൂടാതെ എനിക്കു വഴിയിൽ ഭക്ഷിക്കാനായി കുറേ നല്ല കൊഴുക്കട്ട ഉണ്ടാക്കിത്തരണം-പഞ്ഞപ്പുല്ല് കൊഴുക്കട്ട.

ഒരു സഞ്ചിയിൽ അമ്മ ഉണ്ടാക്കിക്കൊടുത്ത കൊഴുക്കട്ടയുമായി പീച്ചുകുട്ടി യാത്ര തിരിച്ചു. വഴിയിൽ കണ്ട ഒരു കുരങ്ങൻ അവനെ കളിയാക്കി. പല്ലിളിച്ചു കാണിച്ചു. ആംഗ്യങ്ങൾ കാണിച്ച് അവനെ ഭയപ്പെടുത്താൻ നോക്കി.

"ക്യാ, ക്യാ, ക്യാ." കുരങ്ങ് ചോദിച്ചു: "ഏ പീച്ചുക്കുട്ടീ, നീ എങ്ങോട്ടാ യാത്ര?"

"ഞാൻ രാക്ഷസന്മാരുടെ ദ്വീപിലേക്ക്". പീച്ചുകുട്ടി മറുപടി പറഞ്ഞു.

"എനിക്ക് അവരുടെ അപാരമായ സ്വത്തിന്റെ ഒരു ഭാഗം സ്വന്തമാക്കണം.

"ശരി, ശരി. നിന്റെ സഞ്ചിയിൽ എന്താ?"

"എന്റെ അമ്മ വഴിയിൽ തിന്നാനായി ഉണ്ടാക്കിത്തന്ന കൊഴുക്കട്ട. നല്ല ഒന്നാന്തരം പഞ്ഞപ്പുല്ല് കൊഴുക്കട്ട. എന്റെ അമ്മ ഉണ്ടാക്കുന്ന കൊഴുക്കട്ടപോലെ സ്വാദുള്ള കൊഴുക്കട്ട ജപ്പാനിൽ വേറൊരിടത്തും കിട്ടുകയില്ല."

"എനിക്ക് ഒരു കൊഴുക്കട്ട തരാമെങ്കിൽ ഞാനും നിന്റെ കൂടെ രാക്ഷസദ്വീപിലേക്കു വരാം. നിന്നെ സഹായിക്കുകയും ചെയ്യാം."

"ഓ, വളരെ സന്തോഷം. ഇതാ ഒരു കൊഴുക്കട്ട. നീ തിന്നുനോക്ക്." അവൻ സഞ്ചിയിൽനിന്നും ഒരു കൊഴുക്കട്ടയെടുത്ത് കുരങ്ങനു നല്കി. അതും തിന്നുകൊണ്ട് കുരങ്ങനും പീച്ചുകുട്ടിയോടൊപ്പം യാത്ര തുടർന്നു. കുറേ ദൂരം മുന്നോട്ടു പോയപ്പോൾ ഒരു കാട്ടുകുരുവി പീച്ചുകുട്ടിയെ വിളിച്ചു.

"ക്വി, ക്വി, ക്വി...."

പീച്ചുകുട്ടിയും കാട്ടുകുരുവിയും തമ്മിൽ തുടർന്നു നടന്ന സംഭാഷണം ഏതാണ്ടു കുരങ്ങനും കുട്ടിയും തമ്മിലുണ്ടായതുപോലെ ആയിരുന്നു. പീച്ചുകുട്ടിയുടെ കൈയിൽനിന്നും വാങ്ങിയ കൊഴുക്കട്ട അല്പാല്പം കൊത്തിത്തിന്ന, അതിന്റെ സ്വാദാസ്വദിച്ചു കുരുവിയും അവനോടൊപ്പം യാത്രയായി. കുറച്ചു ദൂരംകൂടി മുന്നോട്ടു പോയപ്പോൾ കേട്ട ശബ്ദം നിങ്ങൾക്കും പരിചയം ഉള്ള തായിരുന്നു.

"ബൗ, ബൗ, ബൗ..."

ആ നായയും പീച്ചുകുട്ടിയുടെ കൂടെ രാക്ഷസദ്വീപിലേക്കു നടന്നു. പക്ഷേ, അതിനുമുൻപ് അവനും ഒരു കൊഴുക്കട്ട ചോദിച്ചുവാങ്ങി എന്നത് ഊഹിക്കാവുന്നതല്ലേയുള്ളൂ.

അവർ നാലുപേരും അധികം താമസിയാതെ രാക്ഷസദ്വീപിൽ എത്തിച്ചേർന്നു. അവിടെ രാക്ഷസരാജാവിന്റെ കൊട്ടാരത്തിനു ചുറ്റും വളരെ ഉയരത്തിലുള്ള മതിലുകളും അകത്തുനിന്നു ബന്ധിച്ചിട്ടുള്ള ഗെയിറ്റുകളും ഉണ്ടായിരുന്നു. അവർ കൂട്ടുകാരെപ്പോലെ ഒന്നിച്ചാലോചിച്ചു രാക്ഷസന്മാരുടെ കൊട്ടാരത്തിൽ എങ്ങിനെ പ്രവേശിക്കാമെന്നും, പിന്നീട് അവരെ എങ്ങിനെ നേരിടാമെന്നും ചില പദ്ധതികൾ തയ്യാറാക്കി.

കുരുവി ഗെയിറ്റിനു മുകളിൽക്കൂടി പറന്ന് എല്ലാ സ്ഥലങ്ങളും നിരീക്ഷിച്ചു വിവരങ്ങൾ നല്കി. കുരങ്ങ് ഗെയിറ്റ് ചാടിക്കടന്ന് അകത്ത് എത്തുകയും, അകത്ത് ഗെയിറ്റ് ബന്ധിച്ചിരുന്ന സാക്ഷ തുറക്കുകയും ചെയ്തു. പീച്ചുകുട്ടിയും നായും ശബ്ദമുണ്ടാക്കാതെ കൊട്ടാരത്തിനുള്ളിൽ കയറി. പിന്നീട് നടന്ന പോരാട്ടത്തിൽ, ചെറിയ യുദ്ധത്തിൽ എന്നു വേണമെങ്കിലും പറയാം, രാക്ഷസന്മാർ തോല്പിക്കപ്പെട്ടു. അവരുടെ രാജാവിനെ പീച്ചുകുട്ടിയും കൂട്ടുകാരും ബന്ധനസ്ഥനാക്കി. പിന്നീടു രാക്ഷസന്മാരുമായി സംസാരിച്ച് ഒത്തുതീർപ്പിലെത്തി. അവരേയും അവരുടെ രാജാവിനേയും മോചിപ്പിക്കുന്നതിന്റെ ഭാഗമായി അവരുടെ സ്വത്തിന്റെ നല്ലൊരു ഭാഗം കാഴ്ചദ്രവ്യമായി പീച്ചുകുട്ടിക്കു നല്കാൻ അവർ സമ്മതിച്ചു. വിജയികളായ പീച്ചുകുട്ടിയും കൂട്ടുകാരും തങ്ങൾക്കു കിട്ടിയ വിലപിടിപ്പുള്ള കാഴ്ചദ്രവ്യങ്ങൾ സഞ്ചിയിൽ എടുത്തുകൊണ്ടു രാക്ഷസന്മാരോടു വിടപറഞ്ഞു മടക്കയാത്ര തുടങ്ങി.

വീട്ടിലെത്തിയ പീച്ചുകുട്ടി ആ സ്വത്തെല്ലാം വളർത്തച്ഛനേയും അമ്മയേയും ഏല്പിച്ചു. അമ്മയോടു പറഞ്ഞു കൂടുതൽ കൊഴുക്കട്ട ഉണ്ടാക്കി അതു തന്റെ കൂട്ടുകാരോടൊത്തു പീച്ചുകുട്ടി തിന്നു. കൂടാതെ വളരെക്കാലം അവരെല്ലാം ഒന്നിച്ചു സന്തോഷത്തോടെ ആ വീട്ടിൽ ജീവിച്ചു.

മാത്സുയാമയുടെ കണ്ണാടി

വളരെ പണ്ടുകാലത്തു ജപ്പാനിലെ ഒരു ഉൾപ്രദേശത്ത് ഒരാളും അയാളുടെ ഭാര്യയും ജീവിച്ചിരുന്നു. അവർ ജീവനുതുല്യം സ്നേഹിച്ചിരുന്ന അവരുടെ മകളും. ഏതോ ഒരു സമയത്ത് അയാൾ ജോലിസംബന്ധിച്ച് ദൂരെയുള്ള ക്യോട്ടോ നഗരത്തിലേക്കു പോയി. പോകുന്നതിനു മുൻപ് അയാൾ മകളോടു പറഞ്ഞു:

“മോളേ, അച്ഛൻ കുറച്ചു ദിവസങ്ങൾ കഴിഞ്ഞേ മടങ്ങിവരികയുള്ളൂ. അച്ഛൻ ഇവിടെ ഇല്ലാതിരിക്കുമ്പോൾ മോൾ അമ്മ പറയുന്നതൊക്കെ അനുസരിച്ചു നല്ല കുട്ടിയായിരിക്കണം, കേട്ടോ. അങ്ങിനെ നല്ല കുട്ടിയായിരുന്നാൽ തിരികെ വരുമ്പോൾ അച്ഛൻ മോൾക്ക് നല്ല, നിനക്കിഷ്ടപ്പെടുന്ന ഒരു സമ്മാനം വാങ്ങിക്കൊണ്ടു വരാം.”

“ശരി, അച്ഛാ.”

അയാളെ അമ്മയും മകളും സന്തോഷത്തോടെ യാത്രയാക്കി.

കുറേ ദിവസങ്ങൾക്കുശേഷം അയാൾ മടങ്ങിവന്നു. അയാളുടെ വലിയ തൊപ്പിയും ചെരുപ്പും അമ്മയും മകളും ചേർന്ന് അകത്തേക്കു കൊണ്ടുവച്ചു. എന്താണു അച്ഛൻ തനിക്കുവേണ്ടി കൊണ്ടുവന്ന പ്രത്യേക സമ്മാനം എന്നു മകൾ ശ്രദ്ധിച്ചു നോക്കുന്നതു മനസ്സിലാക്കിയ അയാൾ അവളുടെ കൈയിലേക്ക് ഒരു വിശേഷപ്പെട്ട ബൊമ്മയും ഒരു കടലാസ്സുകൂട നിറയെ ചോക്കലേറ്റും കൊടുത്തു. അവൾക്കു വളരെ സന്തോഷമായി. പിന്നീട് അയാൾ തന്റെ കൂടയിൽനിന്നും വെളിയിലെടുത്തത് ഒരു കണ്ണാടിയായിരുന്നു. ലോഹനിർമ്മിതമായ ഒരു കണ്ണാടി. നിങ്ങൾ

ലോകപ്രസിദ്ധമായ നമ്മുടെ നാട്ടിൽ ഉണ്ടാക്കുന്ന ആറന്മുള കണ്ണാടി കണ്ടിട്ടുണ്ടോ? കേൾക്കുകയെങ്കിലും ചെയ്തിട്ടുണ്ടോ? ഉണ്ടായിരിക്കണം. അതുപോലെ ഒരു കണ്ണാടിയാണ് അയാൾ ഭാര്യയ്ക്കു സമ്മാനിച്ചത്. അവർ അതിനുമുൻപ് ഒരു കണ്ണാടി കണ്ടിട്ടുണ്ടായിരുന്നില്ല. അങ്ങിനെ ഒന്നിനേക്കുറിച്ചു പറഞ്ഞുകേട്ടിട്ടുകൂടി ഉണ്ടായിരുന്നില്ല. അതുകൊണ്ട്, ആ കണ്ണാടിയിൽ ആദ്യമായി നോക്കിയപ്പോൾ മാത്സുയാമ അതിശയിച്ചു പോയി. "എന്ത്, തന്റെ ഭർത്താവ് മറ്റൊരു ചെറുപ്പക്കാരിയായ സ്ത്രീയെ ഈ ചെപ്പിലാക്ക് കൊണ്ടുവന്നിരിക്കുകയാണോ" എന്നു പോലും അവർ സംശയിച്ചു. ഏതായാലും ഒരു കലഹം ആരംഭിക്കുന്നതിനു മുൻപുതന്നെ അയാൾ കണ്ണാടിയുടെ പ്രത്യേകതയെക്കുറിച്ചും അതിൽ കാണുന്ന പ്രതിച്ഛായ സ്വന്തം മുഖംതന്നെയാണെന്നും മറ്റും ഭാര്യയെ പറഞ്ഞു മനസ്സിലാക്കി. കണ്ണാടി ഉപയോഗിച്ച് എങ്ങനെ സ്വന്തം മുഖം കൂടുതൽ സുമുഖമാക്കാമെന്നും അതിന്റെ മുൻപിൽനിന്നു കൂടുതൽ വൃത്തിയായി വസ്ത്രധാരണം ചെയ്യാമെന്നും എല്ലാം അയാൾ വിശദീകരിച്ചു. അതുകേട്ട അയാളുടെ ഭാര്യ അതീവ സന്തുഷ്ടയായി. ആ ഗ്രാമത്തിലെ മറ്റു സ്ത്രീകൾക്കാർക്കും ഇല്ലാത്ത ഒരതിവിശിഷ്ടവസ്തുവായി മാത്സുയാമ ആ കണ്ണാടി സൂക്ഷിച്ചുവെച്ചു.

പക്ഷേ, നിർഭാഗ്യവശാൽ കുറേ മാസങ്ങൾക്കുശേഷം അവർ ഭേദമാക്കാൻ കഴിയാതെപോയ ഒരു ജ്വരം പിടിച്ചു മരിച്ചു. മരിക്കുന്നതിനു മുൻപു മകളെ അരികിൽ വിളിച്ചു മാത്സുയാമ പറഞ്ഞു:

"മോളേ, ഞാൻ മരിച്ചുകഴിഞ്ഞാൽ നീഅച്ഛനെ നന്നായി നോക്കണം. നിനക്കു ഞാൻ പോകുന്നതിനു നല്ല വിഷമം ഉണ്ടാകുമെന്നറിയാം. പക്ഷേ, എന്തു ചെയ്യാം, വിധി ഇങ്ങനെയാണ്. നിന്റെ അച്ഛൻ എനിക്കുതന്ന ഒരു സമ്മാനം എന്റെ കൈയിൽ ഉണ്ട്. ഒരു കണ്ണാടി. നിനക്കോർമ്മയില്ലേ. ഞാനതിൽ നോക്കുമ്പോഴെല്ലാം എന്റെ മുഖം അതിൽ കാണാം. ആ കണ്ണാടി ഞാൻ നിനക്കു തരുന്നു. നിനക്ക് എന്നെ കാണണമെന്നു തോന്നുമ്പോഴെല്ലാം നീ ഈ കണ്ണാടിയിൽ നോക്കിയാൽ മതി. നിന്നോടു എനിക്കു സംസാരിക്കാൻ കഴിയുകയില്ലെന്നുമാത്രം. പക്ഷേ, കാണുകയെങ്കിലും ചെയ്യാമല്ലോ..."

അത്രയും പറഞ്ഞു മകളെ ആശീർവദിച്ചതിനുശേഷം മാത്സുയാമ മരിച്ചു. കുറച്ചു നാളുകൾ കഴിഞ്ഞ് അയാൾ മറ്റൊരു സ്ത്രീയെ വിവാഹം കഴിച്ചു. അങ്ങനെ അച്ഛൻ വിവാഹം കഴിച്ചുകൊണ്ടുവന്ന ചിറ്റമ്മ ആ മകളോട് അത്രയൊന്നും സ്നേഹത്തിലല്ലായിരുന്നു. അതുകൊണ്ട് അവൾ ഇടയ്ക്കിടയ്ക്കു വീടിന്റെ ഒഴിഞ്ഞ കോണുകളിൽ പോയിരുന്ന് ആരും കാണാതെ ആ കണ്ണാടിയിൽ നോക്കുന്നത് ഒരു പതിവാക്കി.

ആ കണ്ണാടിയിൽ നോക്കുമ്പോൾ കാണുന്ന പ്രതിബിംബം അവളുടെ അമ്മയുടെ ചെറുപ്പകാലത്തെ രൂപമാണെന്ന് അവൾ വിശ്വസിച്ചു. അവളുടെ അമ്മ ചെറുപ്പത്തിൽ ചുറുചുറുക്കുള്ള ഒരു സുന്ദരിയായിരുന്നു എന്ന് അവൾ വിചാരിച്ചു. കണ്ണാടിയിൽ കാണുന്നതു തന്നെത്തന്നെയാണെന്നു മനസ്സിലാക്കിയിരുന്നിട്ടില്ലാത്ത അവൾ, ഒരുപക്ഷേ, അമ്മയെപ്പോലും താനും ഒരു സുന്ദരിയായിരിക്കുമെന്ന് ആഗ്രഹിക്കുകയും ചെയ്തു.

അവൾ ഒളിഞ്ഞിരുന്ന കണ്ണാടിയിൽ നോക്കുന്നതു പലപ്പോഴും ചിറ്റമ്മയുടെ ശ്രദ്ധയിൽപെട്ടു. ആ കണ്ണാടിയെക്കുറിച്ച് ഒരു വിവരവും ഇല്ലാതിരുന്ന ചിറ്റമ്മ, മകൾ ഒരുപക്ഷേ, തനിക്കെതിരായി എന്തെങ്കിലും കൂടോത്രം ചെയ്യുകയായിരിക്കുമോ എന്നു സംശയിച്ചു. ചിറ്റമ്മ അയാളുടെ അടുക്കൽ തന്റെ സംശയങ്ങൾ വളരെ വിശദമായി, വേണമെങ്കിൽ കുറച്ചു പൊലിപ്പിച്ചുതന്നെയെന്നു പറയാം, പറഞ്ഞുകൊടുത്തു. അതെല്ലാം കേട്ട അയാൾക്കു ന്യായമായും കുറച്ചു കോപം വന്നു. ഏതായാലും മകളെ ശകാരിക്കുന്നതിനുമുൻപ്, അവൾ വാസ്തവത്തിൽ അങ്ങനെയൊക്കെ ചെയ്യുന്നുണ്ടോ എന്നു പരിശോധിക്കണമെന്ന് അയാൾ തീർച്ചയാക്കി. യാതൊരു മുന്നറിയിപ്പും കൂടാതെ അയാൾ മകളുടെ കിടപ്പുമുറിയിലേക്കു കടന്നുചെന്നു.

ചിറ്റമ്മ പറഞ്ഞതുപോലെ അവൾ ഏതോ ഒരു സാധനത്തിൽ നോക്കിക്കൊണ്ട് എന്തൊക്കെയോ സ്വയം പറഞ്ഞുകൊണ്ടിരിക്കുകയായിരുന്നു. അയാൾ മുറിയിൽകയറി ചെന്നതുപോലും അവൾ ശ്രദ്ധിച്ചില്ല. അയാൾക്കു ചിറ്റമ്മ പറഞ്ഞതു ശരിയായിരിക്കും എന്നു തോന്നി. ദേഷ്യത്തിൽ, ഒച്ചയെടുതത് അയാൾ മകളോടു ചോദിച്ചു:

"നീ എന്താണു ചെയ്യുന്നത്?അസത്ത്. നിന്റെ ചിറ്റമ്മ പറഞ്ഞപ്പോൾ ഞാനാദ്യം വിശ്വസിച്ചില്ല. പക്ഷേ, ഇപ്പോൾ ബോധ്യമായി. നീ തനിച്ചിരുന്ന് എന്തു മന്ത്രമാ ഉരുവിടുന്നത്.നീ ചിറ്റമ്മയ്ക്കെതിരെ കൂടോത്രം ചെയ്യുകയാണ്, അല്ലേ?" അതുകേട്ട മകൾ തികച്ചും ഞെട്ടിപ്പോയി. കരഞ്ഞുകൊണ്ടു അവൾ പറഞ്ഞു:

"ഇല്ലച്ഛാ, ചിറ്റമ്മ പറഞ്ഞതെല്ലാം തെറ്റാണ്. ഞാൻ ചിറ്റമ്മയ്ക്കെതിരായി ചിന്തിക്കുകപോലും ചെയ്തിട്ടില്ല. അച്ഛൻ വിശ്വസിക്കണം."

"വിശ്വസിക്കണം, അല്ലേ? നീ ഒന്നും ചെയ്തില്ലെങ്കിൽ പിന്നെ നിന്റെ കൈയിലിരിക്കുന്ന ആ തകിട് ഏതു ദുർദേവന്റെയാണ്. കാണട്ടെ."

അയാൾ കണ്ണാടി അവളുടെ കൈയിൽനിന്നും ശക്തിയായി പിടിച്ചു വാങ്ങി നോക്കി. അയാൾ അതിശയിച്ചു പോയി. അതിൽകണ്ടതു സ്വന്തം മുഖം തന്നെയായിരുന്നു.

അവൾ കരഞ്ഞുകൊണ്ടു പറഞ്ഞു:

"അച്ഛാ, ഇത് അച്ഛൻ എന്റെ അമ്മയ്ക്കു സന്തോഷത്തോടെ കൊടുത്ത സമ്മാനമല്ലേ? അതു അമ്മ മരിക്കുന്ന സമയത്ത് എനിക്കു നല്കി. അതിൽ ഞാനെന്റെ അമ്മയെ കാണും; ഞാനെന്റെ അമ്മയോടു ചിലപ്പോഴൊക്ക സംസാരിക്കും." അയാൾ അതിശയത്തോടെ മകളെ ഉറ്റുനോക്കി. മനസ്സിൽ വിചാരിച്ചു, "പാവം, നിഷ്കളങ്കയായ കുട്ടി." അവൾ തുടർന്നു പറഞ്ഞു:

"അച്ഛാ, ഞാനെന്റെ അമ്മയുടെ മുഖം നോക്കി ആശ്വാസം തേടുന്നതു തെറ്റാണോ അച്ഛാ. പറയൂ..."

അയാൾ അവളെ കെട്ടിപ്പിടിച്ച് ഉമ്മവെച്ചു. പിന്നീട് അയാൾ തന്റെ ഭാര്യയ്ക്കും എല്ലാ കാര്യങ്ങളും വ്യക്തമാക്കിക്കൊടുത്തു. അതിനുശേഷം ആ വീട്ടിൽ എന്നും സന്തോഷം നിറഞ്ഞുനിന്നു.

ആ അച്ഛൻ മകളോട് അവൾ കണ്ണാടിയിൽ കാണുന്നത് അവളുടെ തന്നെ മുഖമാണെന്നും അവൾ തികച്ചും സുന്ദരിയാണെന്നും നല്ല ഒരു ഭാവി അവൾക്കായി കാത്തിരിക്കുന്നു എന്നും പറഞ്ഞു മനസ്സിലാക്കിയുണ്ടാകുമോ? ആർക്കറിയാം, അല്ലേ? പറഞ്ഞുകൊടുത്തിരിക്കും എന്നു നമുക്ക് വിശ്വസിക്കാം.

ഏതായാലും ഈ കഥ ഇന്നും ജപ്പാനിലെ പെൺകുട്ടികളുടെ ഹിനാമത്സുരി (Hinamatsuri) ഉത്സവദിവസമായ മാർച്ചമാസം മൂന്നാം തീയതി കുട്ടികളോടു പറയുന്ന പതിവു തുടരുന്നു.

വിസു എന്ന മരംവെട്ടുകാരൻ

ജപ്പാനിലെ സുരുഗ എന്ന ഗ്രാമപ്രദേശത്ത് പണ്ടു പണ്ടൊരുകാലത്ത് വിസു എന്ന പേരിൽ ആജാനുബാഹുവായ ഒരാൾ അയാളുടെ ഭാര്യയും കുട്ടികളുമൊത്ത് ഒരു ചെറിയ കുടിലിൽ താമസിച്ചിരുന്നു. ഒരു ദിവസം വയോധികനായ ഒരു സന്ന്യാസി വിസുവിന്റെ വീട്ടിൽ ചെല്ലാൻ ഇടയായി. വിസുവിനെ കണ്ടയുടനെ ആ സന്ന്യാസി വിസുവിനോടു പറഞ്ഞു:

"ഹേ, ബഹുമാന്യനായ മരംവെട്ടുകാരാ, താങ്കൾ ദൈവത്തോടു പ്രാർത്ഥിക്കുന്ന സ്വഭാവക്കാരൻ അല്ലെന്നു തോന്നുന്നു. ശരിയാണോ?"

"ഒരു ഭാര്യയും കുട്ടികളും ഒക്കെയുള്ള ഒരു വലിയ കുടുംബം സംരക്ഷിക്കുന്നതിനിടയിൽ പ്രാർത്ഥിക്കാൻ ആർക്കാ നേരം കിട്ടുക?" വിസു മറുപടിയായി ചോദിച്ചു.

പക്ഷേ, ആ ഉത്തരം സന്ന്യാസിയെ കോപിഷ്ഠനാക്കി. സന്ന്യാസി വിസുവിനോടു പ്രാർത്ഥിക്കാത്തവൻ നേരിടേണ്ടിവരുന്ന വൈഷമ്യങ്ങളെക്കുറിച്ചും അവർക്കു ഉണ്ടാകാവുന്ന തിക്താനുഭവങ്ങളെക്കുറിച്ചും ദീർഘമായി സംസാരിച്ചു. മരണശേഷം തവളയായി അല്ലെങ്കിൽ എലിയായി അതുമല്ലെങ്കിൽ ഏതെങ്കിലും ഒരു കീടമായി മറുജന്മം എടുത്താലുണ്ടാകുന്ന അനുഭവങ്ങളെക്കുറിച്ചു സന്ന്യാസി വിവരിച്ചു. അതൊന്നും അത്ര സുഖകരമല്ലെന്ന് വിസുവിനു മനസ്സിലായി. ഇനിമേൽ താൻ ദിവസവും പ്രാർത്ഥിക്കാമെന്നു വിസു സന്ന്യാസിയോടു പറഞ്ഞു.

"ജോലിയും പ്രാർത്ഥനയും ചെയ്യണം". എന്നു പറഞ്ഞു സന്ന്യാസി അവിടെനിന്നു പോയി.

പക്ഷേ, സംഭവിച്ചതു മറ്റൊന്നായിരുന്നു. പ്രാർത്ഥിച്ചു തുടങ്ങിയപ്പോൾ ജോലിയിൽ ശ്രദ്ധ പതിക്കാതെയായി. കുറേശ്ശെക്കുറേശ്ശെ എല്ലാ സമയത്തും പ്രാർത്ഥന മാത്രമായി. ജോലി നിശ്ശേഷം വേണ്ടെന്നുവെച്ചു. അയാളുടെ പാടത്തുണ്ടായിരുന്ന നെൽച്ചെടികൾ വെള്ളം കിട്ടാതെ ഉണങ്ങ്ഹി. മരംവെട്ട് തീർത്തും ഉപേക്ഷിച്ചു. വരുമാനം ഒന്നുമില്ലാതെ വീട്ടു സാധനങ്ങൾ വാങ്ങാൻ കഴിയാത്ത അവസ്ഥയിൽ കുട്ടികളും ഭാര്യയും അയാളും പട്ടിണിയായി. ഭാര്യ വിസുവിനോടു പലപ്പോഴും ദേഷ്യപ്പെട്ടു.

"ഹേ മനുഷ്യാ, ഇങ്ങനെ പ്രാർത്ഥന മാത്രമായി ഇരിക്കാതെ മഴുവെടുത്തു വനത്തിലേക്കു പോ. അല്ലെങ്കിൽ ഇന്നും പട്ടിണിയാകും."

പക്ഷേ, വിസു അതൊന്നും കാര്യമാക്കിയില്ല. ഭാര്യയുടെ ശകാരം കൂടുതലായിത്തുടങ്ങിയപ്പോൾ അയാളും മറുപടി പറഞ്ഞു:

"ഏ, ഭാര്യേ, നിനക്കറിയില്ലെങ്കിൽ മിണ്ടാതിരിക്കണം. ഏതിനേക്കാളും പ്രാധാന്യം ദൈവത്തിനാണ്. ആരേക്കാളും. ഭാര്യയും മക്കളുമെല്ലാം ദൈവത്തിനുശേഷം മാത്രം. ഇതൊന്നും തലയിൽ കേറാത്ത ഒരു പമ്പരവിഡ്ഢിയോടൊപ്പം താമസിക്കാൻ എനിക്കു ബുദ്ധിമുട്ടാണ്. ഞാൻ ഈ ക്ഷണം ഇവിടം വിട്ടുപോകുന്നു."

അയാൾ ദേഷ്യത്തോടെ തന്റെ മഴുവുമെടുത്തു പടിയിറങ്ങി ഫുജിയാമ പർവ്വതത്തിന്റെ മുകളിലേക്കു നടന്നു. കുറേ ദിവസങ്ങൾ നടന്ന് അയാൾ ഫുജിയാമയുടെ നേരിയ മഞ്ഞുകൊണ്ടു മൂടിയ ഒരു ശിഖരത്തിൽ എത്തി. അതിനു ചുറ്റിനും ധാരാളമായി വളർന്നുനിന്ന ചെടികളുടെ നടുവിൽ കാണാൻ സുന്ദരമായ ഒരു പ്രദേശത്ത് ഇരുന്ന് അല്പം വിശ്രമിക്കാൻ തുടങ്ങി.

അങ്ങനെയിരിക്കുമ്പോൾ, അടുത്തു കരിയിലകൾ അനങ്ങുന്ന ശബ്ദം കേട്ടു തിരിഞ്ഞുനോക്കിയപ്പോൾ കണ്ടത് ഒരു കുറുനരി കാട്ടിൽക്കൂടി ഓടിമറയുന്നതാണ്. കുറുക്കനെ കാണുന്നതു ശുഭസൂചകമായിട്ടാണു ജപ്പാൻകാർ കരുതിയിരുന്നത്. തനിക്കു ആ സമയത്ത് ഒരു കുറുക്കനെ കാണാൻ ഭാഗ്യമുണ്ടായല്ലോ എന്നു സന്തോഷിച്ച വിസു, പ്രാർത്ഥനയെക്കുറിച്ചും വിശ്രമത്തേക്കുറിച്ചും മറന്ന് ആ കുറുക്കൻ പോയ ദിക്കിലേക്കു ധൃതിയായി നടന്നു. "ആ നീണ്ടമൂക്കുള്ള കുറുനരിയെ ഒരു പ്രാവശ്യംകൂടി കാണാൻ കഴിഞ്ഞെങ്കിൽ" എന്നു വിസു ആഗ്രഹിച്ചു.

പക്ഷേ, കുറേ ഓടിയിട്ടും പ്രയോജനമുണ്ടായില്ല. നിരാശനായി ആ ഉദ്യമത്തിൽനിന്നും പിന്മാറാൻ തീർച്ചയാക്കിയപ്പോഴാണ് അയാൾ കണ്ടത്, ആ കുറ്റിച്ചെടികൾക്കു നടുവിൽ രണ്ടു സ്ത്രീകൾമാത്രം ഇരുന്നു "പകിട" കളിക്കുന്നു. അവർ വിസുവിനെ ശ്രദ്ധിച്ചതേയില്ല. കളിയിൽ

അത്രകണ്ട് ആകൃഷ്ടരായിരുന്നു. വിസു കുറച്ചുനേരം അവർ കളിക്കുന്നതു നോക്കിനിന്നു. പിന്നീട് അവർക്കു പുറകിലായി ശബ്ദം ഉണ്ടാക്കാതെ ഇരുന്നു. അവർ രണ്ടുപേരും അങ്ങനെ എല്ലാം മറന്നു കളിച്ചുകൊണ്ടേയിരുന്ന കാഴ്ച തികച്ചും കൗതുകകരമായിരുന്നു.

സമയം പോയതു വിസു അറിഞ്ഞില്ല. സമയം എന്നു പറഞ്ഞാൽ ശരിയാവില്ല. കാലം പോയത് എന്നുതന്നെ പറയണം. എത്ര കാലമെന്നോ? പറഞ്ഞാൽ നിങ്ങൾ അതിശയിച്ചുപോകും, തീർച്ച. ഏതാണ്ട് മുന്നൂറു വർഷങ്ങൾ വിസു ആ കളിയിൽ രസിച്ച് അവിടെയിരുന്നു എന്നു പറഞ്ഞാൽ വിശ്വസിക്കാമോ? പക്ഷേ,അതാണു സംഭവിച്ചത്. പെട്ടെന്നാണ് ആ സംഭവം. അതിൽ ഒരു സ്ത്രീ കളിയിൽ ഒരു തെറ്റു കാണിച്ചു. എല്ലാം മറന്നു കളികണ്ടുകൊണ്ടിരുന്ന വിസു ഉറക്കെ വിളിച്ചുപറഞ്ഞു:

“സുന്ദരീ, നിങ്ങൾക്കുതെറ്റി. കളിയിൽ തെറ്റുപറ്റി.”

ആ ശബ്ദം കേട്ടതും ആ രണ്ടു സുന്ദരികളും കുറുക്കന്റെ രൂപത്തിൽ അവിടെനിന്ന് ഓടിമറഞ്ഞു. വിസു അവരുടെ പുറകെ ഓടാൻ ശ്രമിച്ചപ്പോഴാണ് മനസ്സിലായത്, തന്റെ കാലുകൾക്കു ഓടാനുള്ള ശക്തിയില്ലെന്ന്. കൂടാതെ തന്റെ താടിമീശ വളരെയധികം നീളത്തിൽ,ഏതാണ്ടു തറയിൽ മുട്ടുന്നത്ര വളർന്നിരിക്കുന്നു. അതുപോലെത്തന്നെ തലമുടിയും, നഖങ്ങളും. മഴുവിന്റെ കൈപ്പിടി ദ്രവിച്ചു പൊടിഞ്ഞുപോയിരിക്കുന്നു. കുറേയധികം വിഷമിച്ചാണ് ഒന്നെഴുന്നേറ്റു നില്ക്കാൻ കൂടി കഴിഞ്ഞത്. ഇതെല്ലാം എങ്ങനെ സംഭവിച്ചു എന്ന് വിസുവിനു മനസ്സിലായില്ല.

അയാൾ സാവധാനം നടന്ന്, വളരെ ശ്രദ്ധയോടെ മലയിറങ്ങി തന്റെ വീട്ടുമുറ്റത്ത് എത്തി. അവിടെയും വിസുവിനെ കാത്തിരുന്നതു കൂടുതൽ ആശ്ചര്യങ്ങളാണ്. അവിടെ ഉണ്ടായിരുന്ന തന്റെ വീട് കാണാനില്ല. പകരം പുതുതായി പണിഞ്ഞ ഒരു വലിയ വീട്. വിസു വീട്ടുമുറ്റത്തുനിന്നു നീട്ടിവിളിച്ചു:

“ഇവിടെ ആരുമില്ലേ? ആരുമില്ലേ?” കതകു തുറന്നതു പ്രായമായ ഒരു സ്ത്രീയാണ് അവർ ചോദിച്ചു.

എന്തുവേണം?”

“എന്റെ ഭാര്യയും കുട്ടികളും?”

“എന്ത്? തന്റെ ഭാര്യയോ? താനാരാ?”

“എന്റെ പേര് വിസു. ഞാൻ ഇന്നു രാവിലെ ഇവിടെനിന്നും പോയതാണ്. ഇപ്പോൾ എന്റെ വീട് ഇവിടെ കാണാനില്ലല്ലോ?”

“ഓ, താനാണോ ആ അയോഗ്യൻ, വിസു. തന്നെപ്പറ്റി ധാരാളം

കഥകൾ പലരും പറഞ്ഞുകേട്ടിട്ടുണ്ട്." "ഒരു പാവം പിടിച്ച സ്ത്രീയേയും അവരുടെ കുട്ടികളേയും പട്ടിണിയിലാക്കി കൊന്നൊടുക്കിയ ഒരു കൊള്ളരുതാത്തവൻ! താനെന്താ അയാളുടെ പ്രേതമോ മറ്റോ ആണോ?"

ആ സ്ത്രീ വളരെ പരുഷമായിട്ടാണു സംസാരിച്ചത്. എങ്കിലും വിസു പറഞ്ഞു മനസ്സിലാക്കാൻ ശ്രമിച്ചു:

"അങ്ങനെയല്ല. ഞാനിന്നു രാവിലെയാണ് ഇവിടെ നിന്നും..." കൂടുതൽ പറയുന്നതിനു മുൻപുതന്നെ ആ സ്ത്രീ വീണ്ടും പറഞ്ഞു:

"താനാണു വിസുവെങ്കിൽ തന്റെ ഭാര്യയും കുട്ടികളും പട്ടിണിക്കിടന്നു മരിച്ചിട്ടു വർഷങ്ങൾ പലതായി. അവർ മാത്രമല്ല, തന്റെ മക്കളുടെ മക്കളും മരിച്ചുകഴിഞ്ഞു എന്നു തന്നെ വിചാരിച്ചോളൂ. ഒന്നു തീർച്ചയാ. താനാണു വിസുവെങ്കിൽ തന്റെ ദുഷ്ടതക്കെല്ലാം ശിക്ഷ അനുഭവിക്കാൻ വേണ്ടി ദൈവം തന്നെ വിട്ടുവെച്ചിരിക്കുയായിരിക്കും." അത്രയും പറഞ്ഞിട്ട് അവർ വീട്ടിനുള്ളിലേക്കു മടങ്ങിപ്പോയി. പക്ഷേ, കതക് അടയ്ക്കുന്നതിനു മുൻപ് അവർ ഇത്രയുംകൂടി കൂട്ടിച്ചേർത്തു:

"മുന്നൂറു വർഷങ്ങൾ കഴിഞ്ഞിട്ടും ശാന്തികിട്ടാതെ അലയുന്ന പ്രേതം."

വിസുവിനു കൂടുതലൊന്നും പറയാനുണ്ടായിരുന്നില്ല. അയാളുടെ കണ്ണുകൾ നിറഞ്ഞൊഴുകി. അയാൾ സ്വയം പിറുപിറുത്തുകൊണ്ട് അവിടെനിന്നും പോയി.

ഒരു ഭ്രാന്തനെപ്പോലെ തെരുവുകൾതോറും അലഞ്ഞുതിരിഞ്ഞ വിസു ഇടവിടാതെ പറഞ്ഞുകൊണ്ടേയിരുന്നു

"ഞാനെന്റെ മനുഷ്യത്വം കളഞ്ഞുകുളിച്ചു. ഞാനെന്റെ മക്കളേയും ഭാര്യയേയും വേണ്ടവിധം സ്നേഹിക്കുന്നതിലും സംരക്ഷിക്കുന്നതിലും അലക്ഷ്യം കാണിച്ചു...."

അയാൾ വഴിയിൽ കണ്ട എല്ലാ ചെറുപ്പക്കാരേയും ആവർത്തിച്ചാവർത്തിച്ച് ഉപദേശിച്ചു:

"പ്രാർത്ഥന നല്ലതുതന്നെ. പക്ഷേ ജോലിയാണു മുഖ്യം. കുട്ടികളേ നിങ്ങൾ മറക്കരുത്. ജോലിയാണ് മുഖ്യം..."

വിസു പിന്നീട് എത്രനാൾ ജീവിച്ചിരുന്നു എന്നു നമുക്ക് അറിയുകയില്ല. പക്ഷേ, വിസുവിന്റെ ആത്മാവ് നല്ല നിലാവുള്ള രാത്രികളിൽ, ഇന്നും ഫിജിയാമയിലും പരിസരത്തും അലഞ്ഞുനടന്ന്,

"ജോലിയാണ് മുഖ്യം" എന്ന സന്ദേശം എല്ലാ ചെറുപ്പക്കാരുടേയും അടുത്ത് എത്തിക്കുന്നു എന്ന് ഫുജിയാമയിലും പരിസരത്തുമുള്ള ആളുകൾ വിശ്വസിക്കുന്നു.

മുറിനാക്കൻ തത്ത

വളരെ വളരെ പണ്ടു ജപ്പാനിലെ ഒരു ഗ്രാമത്തിൽ ജീവിച്ചിരുന്ന ഒരു വൃദ്ധന്റേയും അയാളുടെ ഭാര്യയുടേയും കഥയാണ് ഇത്. എങ്കിലും ഇതിലെ പ്രധന കഥാപാത്രങ്ങളിൽ ഒരാൾ വൃദ്ധൻ സ്നേഹിച്ചുവളർത്തിയുരുന്ന അദ്ദേഹത്തിന്റെ തത്തയാണ്. ആ വൃദ്ധൻ എല്ലാവരോടും ദയയും സ്നേഹവും ഉള്ളവനായിരുന്നു. എല്ലാവരും എന്നു പറയുമ്പോൾ മനുഷ്യരോടു മാത്രം എന്നു ധരിക്കേണ്ട. മനുഷ്യരോടും മൃഗങ്ങളോടും പക്ഷികളോടും, ചുരുക്കിപ്പറഞ്ഞാൽ എല്ലാ ജീവികളോടും. പക്ഷേ, അദ്ദേഹത്തിന്റെ ഭാര്യ ഒരു ദേഷ്യക്കാരിയും അത്യാഗ്രഹിയുമായിരുന്നു.

അന്നൊരു ദിവസം ആ വൃദ്ധൻ പ്രഭാതസവാരി കഴിഞ്ഞു വീട്ടിൽ മടങ്ങിയെത്തിയപ്പോൾ തന്റെ തത്തയെ കണ്ടില്ല. അദ്ദേഹം ഭാര്യയോടു തത്ത എവിടെയെന്ന് അന്വേഷിച്ചു. ഭാര്യയുടെ മറുപടി അത്ര സുഖകരമായിരുന്നില്ല.

"നിങ്ങളുടെ ഒരു തത്ത. നിങ്ങൾക്കറിയാത്തതല്ലല്ലോ അതിന്റെ സ്വഭാവം. ഞാൻ കാലത്ത് എന്റെ വസ്ത്രങ്ങൾക്കു കഞ്ഞിയിടാൻ എടുത്തുവെച്ചിരുന്ന കഞ്ഞിപ്പശ അത് വെട്ടിവിഴുങ്ങി. അസത്ത്. എനിക്ക് അരിശം തോന്നിയതിൽ എന്താ അത്ര തെറ്റ്. ഞാനാ മൂശേട്ടയുടെ നാക്കു മുറിച്ചിട്ട് അതിനെ വെളിയിലേക്ക് എറിഞ്ഞു. എവിടെപ്പോയി തുലഞ്ഞെന്ന് എനിക്കെങ്ങനെയറിയാം."

അതുകേട്ട് ആ വൃദ്ധൻ വളരെ ദുഃഖിച്ചു. "തന്റെ തത്ത എവിടെ പോയിരിക്കും? നാക്കു മുറിച്ചപ്പോൾ അത് വേദനകൊണ്ടു പുളഞ്ഞുകാണും." അയാൾ സങ്കടപ്പെട്ടിരുന്നു. "എന്റെ പാവം തത്ത. നാക്കുമുറിഞ്ഞ

എന്റെ തത്തയെ ആര് സംരക്ഷിക്കും? അതെവിടെ താമസിക്കും? എവിടെ ചേക്കേറും?” അയാളുടെ സങ്കടത്തിന് അതിരില്ലായിരുന്നു. ഏതായാലും അയാൾ തന്റെ തത്തയെ അന്വേഷിച്ച കണ്ടുപിടിക്കണമെന്ന തീരുമാനത്തോടെ യാത്ര പുറപ്പെട്ടു. എല്ലാ സ്ഥലത്തും അന്വേഷിച്ചു. അടുത്തുള്ള ഗ്രാമങ്ങളിൽ, വീടുവീടായി അന്വേഷിച്ചു. ഒടുവിൽ ഒരു മലയടിവാരത്തിൽ ഒരു ചെറിയ മരക്കൂട്ടത്തിനു നടുവിൽ ഒരു മരക്കൊമ്പിൽ അയാൾ തന്റെ തത്തയെ കണ്ടെത്തി. അവർക്കു രണ്ടുപേർക്കും ആ കൂടിക്കാഴ്ച സന്തോഷകരമായിരുന്നു. അവർക്കു രണ്ടുപേർക്കും ഉണ്ടായ സന്തോഷം പറഞ്ഞറിയിക്കാൻ കഴിയാത്തവിധത്തിലായിരുന്നു.

“എന്റെ തത്തേ, എന്നാലും നീയെന്നെ വിട്ടുപോയല്ലോ? നീ ഇപ്പോൾ എവിടെ താമസിക്കുന്നു?” അയാൾ തിരക്കി.

“എന്നോടു ക്ഷമിക്കണം. മറ്റു നിവർത്തിയില്ലെന്നു തോന്നിയതുകൊണ്ടാണ്. എനിക്ക് ഓടിപ്പോരേണ്ടിവന്ന സാഹചര്യം അങ്ങേയ്ക്ക് ഇതിനകം മനസ്സിലായിക്കാണുമല്ലോ? ഞാൻ വീണ്ടും വിവരിക്കേണ്ടതില്ലല്ലോ?” തത്ത തുടർന്നു.

“ഏതായാലും എനിക്കു വളരെ സന്തോഷമായി, നമുക്ക് ഇപ്പോഴെങ്കിലും കാണാനായല്ലോ, ഞാൻ വീടുവിട്ടു പോന്നിട്ട് ഒന്നുരണ്ടു വർഷങ്ങൾ കഴിഞ്ഞല്ലോ. അങ്ങ് ഇത്രയും നാൾ എന്നെ തേടി അലഞ്ഞതു കഷ്ടമായിപ്പോയി. അങ്ങ് എന്റെ വീട്ടിൽ വരൂ.” ഞാൻ എന്റെ ഭാര്യയോടും കുട്ടികളോടും കൂടി ഈ മരത്തിൽ എന്റെ കൂട്ടിൽ ജീവിക്കുന്നു. വരൂ. തത്ത വളരെ സ്നേഹത്തോടെ ആ വൃദ്ധനെ സ്വന്തം വീട്ടിലേക്കു കൂട്ടിക്കൊണ്ടു പോയി അദ്ദേഹത്തെ തന്റെ ഭാര്യയ്ക്കും കുട്ടികൾക്കും പരിചയപ്പെടുത്തി.

“മക്കളെ, ഞാൻ നിങ്ങളുടെ ഒരപ്പൂപ്പനെക്കുറിച്ചു പറയാറില്ലേ, ആ അപ്പൂപ്പനാണ് ഇത്. മനസ്സിലായോ?”

അവരെല്ലാം അയാളോടു വളരെ സ്നേഹത്തോടെ പെരുമാറി. തത്തക്കുഞ്ഞുങ്ങൾ അയാളുടെ കൈപ്പത്തിയിലും തോളിലുമെല്ലാം കയറിയിരുന്ന് ഒരപ്പൂപ്പനോടെന്നതുപോലെ സ്വാതന്ത്ര്യമെടുത്തു പെരുമാറി സ്നേഹത്തോടെ സംസാരിച്ചു.

“എന്തു സ്നേഹവും വിനയവുമാണ് ഈ തത്തയും അവന്റെ കുടുംബാംഗങ്ങളും എന്നോടു കാണിക്കുന്നത്...” അയാൾ വിചാരിച്ചു. എങ്കിലും സ്വന്തം വീട്ടിലേക്കു മടങ്ങിപ്പോകാതിരിക്കാൻ കഴിയുകയില്ലല്ലോ? എന്നും ഒരു വിരുന്നുകാരനായി അവരുടെകൂടെ താമസിക്കുന്നതു ശരിയല്ലല്ലോ? അതുകൊണ്ടുമാത്രം മനസ്സില്ലാമനസ്സോടെ അവിടം വിട്ടുപോകാൻ അയാൾ തീരുമാനിച്ചു.

അങ്ങിനെ യാത്രപറഞ്ഞ് ഇറങ്ങുന്ന സമയത്ത് ആ തത്ത രണ്ടു സഞ്ചികൾ പാരിതോഷികമായി അദ്ദേഹത്തിനു നൽകി. ഒരു സഞ്ചി മറ്റേതിനേക്കാൾ ഭാരക്കൂടുതൽ ഉള്ളതായിരുന്നു. പാരിതോഷികങ്ങൾ ഒന്നുംതന്നെ ആവശ്യമില്ലെന്നും, അവർ നല്കിയ സ്നേഹംതന്നെ വലിയ പാരിതോഷികമാണെന്നും അയാൾ പറഞ്ഞെങ്കിലും തത്തയുടേയും മറ്റു കുടുംബാംഗങ്ങളുടേയും നിർബന്ധത്തിനു വഴങ്ങി അദ്ദേഹം ഭാരം കുറഞ്ഞ സഞ്ചി മാത്രം സ്വീകരിച്ചുകൊണ്ടു സ്വന്തം വീട്ടിലേക്കുള്ള തന്റെ മടക്കയാത്ര തുടങ്ങി.

ആ വൃദ്ധൻ തിരികെ വീട്ടിലെത്തിയപ്പോൾ അയാളുടെ ഭാര്യ ദേഷ്യത്തോടെയാണു സ്വീകരിച്ചത്.

"ഇത്രയും നാൾ എവിടെയായിരുന്നു? ഒന്നും പറയാതെ ഇറങ്ങിപ്പോയിട്ടു കുറച്ചു നാളായല്ലോ. ആ നാക്കു മുറിഞ്ഞ തത്തയെ അന്വേഷിച്ചു പോയതായിരിക്കും?"

അയാൾ ശാന്തനായി മറുപടി പറഞ്ഞു:

അതേ, ശരിയാണ്. ഞാനെന്റെ സ്നേഹമുള്ള തത്തയെ അന്വേഷിച്ചു പോയതാണ്.

എന്നിട്ടു കണ്ടോ, ആവോ?

കണ്ടു. അയാൾ പറഞ്ഞു.

കണ്ടെന്നു മാത്രമല്ല, ഞാനെന്റെ തത്തയുടെ കൂടെ അവന്റെ വീട്ടിൽ രണ്ടുദിവസം താമസിക്കുകയും ചെയ്തു. എത്ര സ്നേഹമുള്ള പെരുമാറ്റം. അവൻ കുടുംബസമേതം സന്തോഷത്തോടെ ജീവിക്കുന്നു. തുടർന്ന് അയാൾ എല്ലാ കാര്യങ്ങളും വിശദമായി ഭാര്യയെ പറഞ്ഞു കേൾപ്പിച്ചു. ഒടുവിൽ തന്റെ കൈയിലുണ്ടായിരുന്ന സഞ്ചി കാണിച്ചു പറഞ്ഞു:

ഇതു കണ്ടോ? ഇതെനിക്ക് അവർതന്ന പാരിതോഷികമാണ്.

അത്യാഗ്രഹിയായ ആ സ്ത്രീ ഉടനെതന്നെ ആ സഞ്ചി വാങ്ങി തുറന്നു നോക്കി. അതിനകത്തുണ്ടായിരുന്ന വിലപിടിപ്പുള്ള ആഭരണങ്ങളും , മരതകവും വൈഡൂര്യവും പോലുള്ള കല്ലുകളും മറ്റും കണ്ടു അവർ സന്തോഷംകൊണ്ട് തുള്ളിച്ചാടി.

"ഞാനും ആ തത്തയുടെ വീട്ടിലേക്കു പോകുന്നു. പോകാനുള്ള വഴി നിങ്ങളെനിക്കു വേഗം പറഞ്ഞുതാ." അവർ തിരക്കുകൂട്ടി. വേഗം യാത്രയ്ക്കുള്ള ഒരുക്കങ്ങൾ തുടങ്ങി. അവർ ഇടയ്ക്കിടയ്ക്കു തന്നത്താൻ പറയുന്നുണ്ടായിരുന്നു.

"ഞാനതിന്റെ നാക്കുമുറിച്ചതു ശരിതന്നെ. എന്നാലും ഞാനതിനെ ഈ വീട്ടിൽ കുറേനാൾ താമസിപ്പിച്ചതല്ലേ? സ്നേഹത്തോടെയല്ലെങ്കിലും

ഞാൻ അതിന് പലപ്പോഴും തീറ്റ ഇട്ടുകൊടുത്തിട്ടുണ്ട്. അതു മറക്കാൻ കഴിയുമോ?" അവർ ഇടയ്ക്കിടെ പിറുപിറുത്തു.

"എനിക്കും അത് നല്ല സമ്മാനങ്ങൾ തരുമെന്നതു നിശ്ചയം." വേഗംതന്നെ തയ്യാറായി അവർ യാത്ര തിരിച്ചു. ഭർത്താവ് പറഞ്ഞു കൊടുത്ത വഴി തെറ്റാതെ നടന്ന് അവർക്ക് അധികം താമസിയാതെ തത്തയെ കാണാനായി. തത്തയെ കണ്ടയുടൻ തന്നെ അവർ വിളിച്ചു പറഞ്ഞു:

ഹേ, തത്തേ, നിനക്ക് എന്നെ ഓർമ്മയുണ്ടല്ലോ, ഇല്ലേ? എങ്ങിനെ മറക്കാനാ എന്റെ വീട്ടിൽ താമസിച്ചല്ലേ നീ വളർന്നത്? അവർ തത്തയോടു വലിയ സ്നേഹം നടിച്ചു. അത്ര സന്തോഷത്തോടെയായിരുന്നില്ലെങ്കിലും, സാമാന്യ മര്യാദ കാരണം, തത്ത അവരേയും തന്റെ വീട്ടിലേക്കു ക്ഷണിച്ചു. കുറച്ചു സമയം വീട്ടിൽ ചെലവഴിച്ചെങ്കിലും, തത്ത തന്റെ ഭാര്യയേയോ മക്കളെയോ അവർക്കു പരിചയപ്പെടുത്തിയില്ല. എന്നു മാത്രമല്ല, ആഹാരം കഴിക്കുവാൻപോലും ക്ഷണിച്ചില്ല. കുറച്ചുനേരത്തിനുശേഷം അവർ തിരികെ പോകാൻ സമയമായി എന്നു പറഞ്ഞപ്പോൾ തത്ത പാരിതോഷികമെന്തെങ്കിലും നല്കുമെന്ന സൂചനപോലും നല്കുകയും ഉണ്ടായില്ല. യാത്ര പുറപ്പെടാൻ തയ്യാറായിനിന്ന ആ സ്ത്രീ ചോദിച്ചു:

"ഹേ, തത്തേ, എന്റെ ഭർത്താവു വന്നിട്ടുപോയപ്പോൾ നീ അങ്ങേർക്ക് ഒരു സഞ്ചി നിറയെ സമ്മാനങ്ങൾ കൊടുത്തല്ലോ. ഇപ്പോൾ ഞാൻ തിരികെ പോകുമ്പോൾ എനിക്കു സമ്മാനമൊന്നും ഇല്ലേ?"

തത്ത മനസ്സില്ലാമനസ്സോടെ വീട്ടിനകത്തുപോയി, രണ്ടു സഞ്ചികൾ എടുത്തുകൊണ്ടുവന്നു. ഒന്ന് മറ്റേതിനേക്കാൾ ഭാരം കൂടിയതായിരുന്നു.

"ഇതിൽ നിങ്ങൾക്ക് ഇഷ്ടപ്പെട്ട ഒരു സഞ്ചി സമ്മാനമായി എടുത്തു കൊള്ളുക."

തത്ത പറഞ്ഞു.

അത്യാഗ്രഹിയായ ആ സ്ത്രീ ഏതു സഞ്ചിയായിരിക്കും എടുത്തത്? നിങ്ങൾക്ക് ഊഹിക്കാൻ കഴിയില്ലേ? കഴിയണം.

ഭാരമുള്ള ആ സഞ്ചിയും തൂക്കി അവർ മടക്കയാത്ര തുടങ്ങി. വീട്ടിൽ ചെന്നു സഞ്ചി തുറന്നു നോക്കാനുള്ള ധൃതിയിലായിരുന്നു അവർ. അതുകൊണ്ടു സഞ്ചിയുടെ ഭാരം വകവെയ്ക്കാതെ തിടുക്കത്തിൽ നടന്നു കുറഞ്ഞ സമയത്തിൽത്തന്നെ വീട്ടിലെത്തി. ഉടൻതന്നെ സഞ്ചി തുറന്നു.

സഞ്ചി തുറന്നപ്പോഴോ? അതിൽനിന്നു പുറത്തുചാടിയതു കുറേ പ്രേതങ്ങളും പിശാചുക്കളും. അവർ ആ സ്ത്രീയെ ഉപദ്രവിക്കാനും

ആക്രമിക്കാനും തുടങ്ങി. നില്ക്കാൻ കഴിയാതെ ആ സ്ത്രീ അവിടെനിന്നും എങ്ങോട്ടോ ഓടിപ്പോയി. പിന്നീട് അവർ ഒരു ഭ്രാന്തിയെപ്പോലെ അലഞ്ഞുതിരിഞ്ഞു നടന്നു എന്നാണ് അറിവ്.

താൻ സ്നേഹിച്ച തത്തയേയും, ഭാര്യയേയും നഷ്ടപ്പെട്ട, ദയാശാലിയും സനേഹസമ്പന്നനുമായ ആ വൃദ്ധൻ ഒരനാഥബാലനെ ദത്തെടുത്തു കൂടെ താമസിപ്പിച്ചു. അവനെ സ്വന്തം മകനെ എന്നതുപോലെ സ്നേഹിച്ചു വളർത്തി. തത്ത നല്കിയ പാരിതോഷികങ്ങൾ വിലപിടിപ്പുള്ളവയായിരുന്നതുകൊണ്ടു പിന്നീട് ജീവിക്കാൻ അധികം കഷ്ടപ്പെട്ടു സമ്പാദിക്കേണ്ട ആവശ്യം ഉണ്ടായിരുന്നില്ല. അവർ രണ്ടുപേരും, വൃദ്ധനും വളർത്തുപുത്രനും, സ്നേഹത്തോടെ, സന്തോഷത്തോടെ വളരെനാളുകൾ ജീവിച്ചു എന്നാണ് അറിയുന്നത്.

എനിക്കു മനുഷ്യനായാൽ മതി

പണ്ടൊരു കാലത്തു ജപ്പാനിലെ ഒരു ഗ്രാമപ്രദേശത്തു താമസിച്ചിരുന്ന ഒരു കല്ലുവെട്ടുകാരന്റെ കഥയാണ് ഇത്.അയാൾ അടുത്തുള്ള വലിയ പാറയിൽനിന്നും വീടുകളിലെ ആവശ്യത്തിനും,അതുപോലെ ശവക്കല്ലറകൾ മൂടുനനതിനും ഉപയോഗപ്പെടുന്ന രീതിയിൽ കല്ലുകൾ വെട്ടിയെടുത്തു വിറ്റിരുന്നു. അതായിരുന്നു അയാളുടെ വരുമാനമാർഗ്ഗം. അയാൾക്ക് ആ ജോലി നന്നായി അറിയാമായിരുന്നതുകൊണ്ടു വേണ്ടത്ര പണം സമ്പാദിക്കാൻ കഴിഞ്ഞിരുന്നു; ഏതാണ്ടു സുഖമായി ജീവിക്കാനും. വളരെക്കാലം സന്തോഷമായി അയാൾ ജീവിച്ചു.

അക്കാലത്താണ് ആ കുന്നുംപ്രദേശത്തു ചില ഭൂതങ്ങൾ ഉണ്ടെന്നും, അവർ പല മനുഷ്യർക്കും സ്വത്തു സമ്പാദിക്കാനും ആർഭാടമായി ജീവിക്കാനും വേണ്ട ഒത്താശകൾ ചെയ്യുമെന്നും മറ്റും അയാൾ കേൾക്കാനിടയായത്. പക്ഷേ നമ്മുടെ കല്ലുപണിക്കാരൻ ഒരിക്കലും ഒരു ഭൂതത്തിനെ കാണുകയോ അവരിൽനിന്നു സഹായം വേണമെന്ന് ആഗ്രഹിക്കുകയോ ഉണ്ടായില്ല. കേട്ടതെല്ലാം വെറും കെട്ടുകഥകളാണെന്നു കരുതുകയും ചെയ്തു.

പക്ഷേ, ആ സംഭവത്തിനുശേഷം അയാളുടെ ചിന്ത മറ്റൊരുവിധത്തിൽ മാറാൻ തുടങ്ങി. അടുത്ത ഗ്രാമത്തിലെ വളരെ ധനികനായ ഒരാളിന്റെ വീട്ടിൽ കല്ലറയ്ക്കു വേണ്ട ഒരു കല്ല് നല്കേണ്ടതായുണ്ടായിരുന്നു. അങ്ങനെ ആ കല്ലുമായി അവിടെ ചെന്നപ്പോൾ ആ വീട്ടിനകത്തു കയറി കാണുവാൻ സൗകര്യം ലഭിച്ചു. വീട്ടിനകത്തെ സാമഗ്രികളുടെ മോടിയും ബഹുലതയും അയാളെ അമ്പരപ്പിച്ചു. അയാൾക്കു സ്വപ്നത്തിൽപ്പോലും

ചിന്തിച്ചനോക്കാൻ കഴിയാത്തത്ര സുന്ദരങ്ങളായ കസേരകൾ, കട്ടിലുകൾ, വിളക്കുകൾ, രത്നകമ്പളങ്ങൾ; അങ്ങിനെ പലതും. അതിനകത്തുണ്ടായിരുന്ന മെത്തകൾ എത്രമാത്രം മേന്മയേറിയവയായിരുന്നു എന്നു പറഞ്ഞറിയിക്കുക വിഷമമാണ്. ആ മെത്തയിൽ കിടന്നാൽ എത്ര സുഖമായിരിക്കും. അയാൾ ആ സുഖസൗകര്യങ്ങളും തന്റെ നിത്യജീവിതവും തമ്മിൽ താരതമ്യപ്പെടുത്തിനോക്കി. തന്റെ ജീവിതം എത്ര ബുദ്ധിമുട്ടും കഷ്ടപ്പാടും നിറഞ്ഞതാണ് അയാൾ വിചാരിച്ചു. "ഒരു ധനികനായിരുന്നെങ്കിൽ തനിക്കും ഇതുപോലെ സുഖസൗകര്യങ്ങൾ ഉള്ള ഒരു മാളികയിൽ താമസിക്കാമായിരുന്നു. എങ്കിലും ജീവിതം എത്ര സുഖവും സന്തോഷവും നിറഞ്ഞതായിരിക്കും." അയാൾ ആഗ്രഹിച്ചു.

അതിശയമെന്നു പറയട്ടെ, അപ്പോൾ ഒരശരീരി കേൾക്കാൻ ഇടയായി.

"നിന്റെ ആഗ്രഹം സഫലമായി. നീ ഇന്നുമുതൽ ഒരു ധനികനായിരിക്കും." അയാൾ ചുറ്റും നോക്കി. ആരേയും കണ്ടില്ല. തികഞ്ഞ അമ്പരപ്പോടെ അയാൾ വീണ്ടും ചുറ്റിനും നോക്കി. അപ്പോൾ ആ ശബ്ദം വീണ്ടും സ്പഷ്ടമായി കേട്ടു.

"ഒട്ടും പരിഭ്രമിക്കേണ്ട. ഞാൻതന്നെ ഈ ഗ്രാമത്തിലെ ഭൂതം. ഞാൻ നിന്റെ ആഗ്രഹം സാധിച്ചു തന്നിരിക്കുന്നു."

അയാൾ ഉടൻതന്നെ തന്റെ സ്വന്തം ഭവനത്തിലേക്കു മടങ്ങി. അവിടെ തന്റെ കുടിൽ നിന്നിരുന്ന സ്ഥലത്തു താൻ അല്പം മുൻപ് ആഗ്രഹിച്ചതുപോലെ ആർഭാടമായ ജീവിതത്തിന് ഉതകുന്ന എല്ലാ സുഖസൗകര്യങ്ങളുമുള്ള ഒരു കൊട്ടാരം പോലെയുള്ള വീടാണ് അയാൾക്കു കാണാൻകഴിഞ്ഞത്. അയാൾ തീരാത്തത്ര സന്തോഷത്തോടെ പുതിയ മാളികയിൽ താമസം തുടങ്ങി.

കുറച്ചു ദിവസങ്ങൾ കഴിഞ്ഞു.വേനൽക്കാലം ആരംഭിച്ചു. ചുട്ടുപൊള്ളുന്ന വെയിൽ. വീട്ടിനകത്തുപോലും സഹിക്കാനാകാത്ത ഉഷ്ണം. അക്കാലത്തു ഫാനും എയർകണ്ടീഷണറും മറ്റും ഇല്ലായിരുന്നല്ലോ. അയാൾ ജനാല തുറന്നു കാറ്റ് കിട്ടുമോ എന്നു നോക്കുകയായിരുന്നു. ആ സമയത്ത് ഒരു രാജകുമാരൻ ഒരു പല്ലക്കിൽ യാത്ര പോകുന്നതു കാണാൻ ഇടയായി. പല്ലക്കു ചുമന്നുകൊണ്ടുപോയത് വെള്ളയും നീലയും ചേർന്ന നിറത്തിലുള്ള വസ്ത്രങ്ങൾ അണിഞ്ഞിരുന്ന സേവകരാണ്. പല്ലക്കിനു മുൻപിലും പിൻപിലും അണിയണിയായി നടന്നിരുന്ന ഭടന്മാരും. പല്ലക്കിനു മുകളുൽ സ്വർണ്ണനിറത്തിലുള്ള ഒരു കുട പല്ലക്കിനു വേണ്ടത്ര നിഴൽ നല്കി. രണ്ടു വശത്തും വെൺചാമരങ്ങൾ വീശിക്കൊണ്ടു നടന്ന ഭൃത്യന്മാരും.

അതുകണ്ട കല്ലുവെട്ടി ആഗ്രഹിച്ചു "ആ രാജകുമാരനെപ്പോലെ ആയിരുന്നുവെങ്കിൽ ജീവിതം എത്രകൂടുതൽ സുഖമുള്ളതായിരിക്കും എന്ന്; തനിക്കും അതുപോലെ ഒരു രാജകുമാരൻ ആകാൻ കഴിയുകയില്ലേ," എന്ന്.ഒട്ടും താമസിച്ചില്ല, ആ അശരീരി അയാൾ കേട്ടു.

"സ്നേഹിതാ, ഞാനാണ്. ഭൂതം. താങ്കൾ ഇന്നുമുതൽ ഒരു രാജകുമാരനാണ്." ഒരു രാജകുമാരനായി ജീവിച്ച കല്ലുവെട്ടിയും മനസ്സിൽ കൂടുതൽ കൂടുതൽ ആഗ്രഹങ്ങളും അതോടൊപ്പം ഗർവ്വും വളരുകയായിരുന്നു.

തന്റെ ഉദ്യാനത്തിലെ പുല്ലിന് ധാരാളം വെള്ളം ഒഴിച്ചിട്ടും പുല്ല് ആ വേനൽക്കാലത്തു കരിഞ്ഞുപോകുന്നു എന്ന് അയാൾ ശ്രദ്ധിച്ചു. കുട പിടിച്ചു യാത്ര ചെയ്തിട്ടും തന്റെ മുഖം ചൂടുകാരണം കൂടുതൽ കറുത്തുപോകുന്നില്ലേ എന്ന് അയാൾ സംശയിച്ചു. സൂര്യൻ ഉദിച്ചുകഴിഞ്ഞാൽ സഹിക്കാനാകാത്ത ചൂട്.

അയാൾ തന്റെ സേവകരോട് തട്ടിക്കയറി.

"ഇതെന്തു ചൂടാ. എനിക്ക് ഈ ചൂട് സഹിക്കാനാകുന്നില്ല. തടിമാടുകളെപ്പോലെ ഇവിടെ നില്ക്കാതെ എന്തെങ്കിലും ചെയ്യരുതോ...." അവർ അതിശയിച്ചുപോയി. സൂര്യന്റെ ചൂടു കുറയ്ക്കാൻ അവർക്ക് ഒരു വിദ്യയും വശമില്ലായിരുന്നു. അവരുടെ നിസ്സഹായത അവർ അയാളോടു പറഞ്ഞു:

"ഓ, ഒരു സൂര്യൻ. ആ സൂര്യൻ അത്രയ്ക്കു വലിയ ആളാണോ? എങ്കിൽ എനിക്കും ഒരു സൂര്യനായാൽ മതിയായിരുന്നു."

"സ്നേഹിതാ, താങ്കൾ സമാധാനിക്കൂ. താങ്കളുടെ ആഗ്രഹം നിറവേറ്റപ്പെട്ടിരിക്കുന്നു."

കല്ലുവെട്ടി ആഹ്ലാദഭരിതനായി. താനും അളവില്ലാത്ത ശക്തിയുടെ ഉറവിടമായ, അധിപനായ മറ്റൊരു സൂര്യനായിരിക്കുന്നു. ധനികരെന്നോ പാവപ്പെട്ടവരെന്നോ വ്യത്യാസമില്ലാതെ എല്ലാവരേയും ഒരുപോലെ തന്റെ ശക്തി കാണിച്ചുകൊടുക്കാൻ തന്നെ ആ പുതിയ സൂര്യൻ തീർച്ചയാക്കി. നമ്മുടെ നാട്ടിൽ നാം പറയാറില്ലേ, "പുതുപണക്കാരുടെ ഷോക്ക്" എന്ന്. അതുപോലെ. അപ്രകാരം ഭൂമിയിലുള്ള പുല്ലും ചെടികളും ചുട്ടെരിച്ചു. കൃഷിയിടങ്ങൾ വരണ്ടു വീണ്ടുകീറി. അങ്ങനെ കുറേ ദിവസങ്ങൾ കടന്നുപോയപ്പോൾ അയാൾക്കു തോന്നി, "എന്നും ഈ ജോലി മാത്രം ചെയ്തുകൊണ്ടിരുന്നാൽ ഒരു രസവുമില്ല" എന്ന്. അങ്ങനെ ചിന്തിച്ചുകൊണ്ടിരിക്കുമ്പോഴാണ് ഒരു മേഘം അയാളുടെ മുഖം മറച്ചത്. അയാൾ ആക്രോശിച്ചു:

"എന്ത്? എന്റെ മുഖം മറയ്ക്കാൻ ധൈര്യം കാണിക്കുന്ന മറ്റൊരു സൃഷ്ടിയോ? എന്റെ രശ്മികളെ നിർവ്വീര്യമാക്കുന്ന ഇവൻ ആരാണ്?"

അയാൾ തുടർന്നു;

“അവൻ എന്നേക്കാൾ ശക്തനാണെങ്കിൽ, എന്തുകൊണ്ടു ഞാൻ അവനായിക്കൂടാ?”

“അങ്ങനെത്തന്നെ സുഹൃത്തേ, നീ ഇന്നുമുതൽ ഒരു മേഘമായിരിക്കും.” ഒരു മേഘമായി ഭൂമിക്കു മുകളിൽ, ആകാശത്തിനും സൂര്യനും താഴെ, എല്ലാ ഇടങ്ങളിലും അവൻ സഞ്ചരിച്ചു. ആ സഞ്ചാരത്തിനിടയിൽ പെയ്ത പേമാരികൊണ്ട് പല സ്ഥലങ്ങളും വെള്ളത്തിൽ മുങ്ങി. വെള്ളപ്പൊക്കംകൊണ്ട് ആറുകൾ പെരുകി, കരകവിഞ്ഞ് ഒഴുകി. റോഡുകളും വീടുകളും ഒഴുകിപ്പോയി. ആ മേഘം ഒരു വലിയ പർവ്വതനിരക്കുനേരെ പറന്നുചെന്നപ്പോൾ ആ കൂറ്റൻ പർവ്വതം അതിനെ തടഞ്ഞുനിർത്തി.

മേഘം എത്ര ശ്രമിച്ചിട്ടും മുന്നോട്ടു പോകാൻ സാധിച്ചില്ല. പർവ്വതം അത്രമാത്രം ശക്തിമാനായിരുന്നു. അയാൾ ദേഷ്യത്തോടെ അലറി.

“എന്ത്? എന്നേക്കാൾ ശക്തിമാനാണ് ഈ പർവ്വതം എന്നോ? ച്ഛേ! മോശം. ഞാനായിരിക്കണം ലോകത്തിലെ ഏറ്റവും ശക്തിമാൻ എന്നല്ലേ ഞാനാഗ്രഹിച്ചത്? ഇവൻ എന്നേക്കാൾ ശക്തിയുള്ളവനാണെങ്കിൽ, എനിക്ക് ഇവനെപ്പോലെ ഒരു വലിയ പർവ്വതമായാൽ മതി.”

“നീ ഒട്ടും വിഷമിക്കേണ്ട. നിന്നെ ഞാനൊരു വലിയ പർവ്വതമായി ഇപ്പോൾതന്നെ മാറ്റാം. ആ അശരീരി വീണ്ടും കേട്ടപ്പോൾ കല്ലുവെട്ടിക്കു വളരെയധികം സന്തോഷമായി.

ആ പർവ്വതം തലയുയർത്തി അവിടെ നിന്നു. വെള്ളത്തിനോ, ചൂടിനോ, കാറ്റിനോ, മേഘത്തിനേ, സൂര്യനോ, ആർക്കും ആ പർവ്വതത്തെ ഒന്നും ചെയ്യാനായില്ല. ഒരതികായനായി, ഒന്നിനും വഴങ്ങാത്തവനായി അവൻ തികച്ചും ഗർവ്വിയായി അവിടെ നിന്നു. പക്ഷേ, ഒരു ദിവസം പതിവില്ലാത്ത ഏതോ ഒരു ശബ്ദം കേൾക്കാനിടയായി. കൂടുതൽ ശ്രദ്ധിച്ചപ്പോൾ ആ ശബ്ദം സ്വന്തം കാൽച്ചുവട്ടിൽനിന്നാണു വരുന്നതെന്ന് അവനു മനസ്സിലായി. ആ ശബ്ദം എന്താണെന്നു കൂടുതൽ മനസ്സിലാക്കാൻ ശ്രമിച്ചപ്പോൾ കിട്ടിയ വിവരം അത്ര സുഖമുള്ളതായിരുന്നില്ല. ഏതോ ഒരു കല്ലുവെട്ടുകാരൻ ആ കരിങ്കൽമലയുടെ അടിയിൽ ഉളികൊണ്ടു വെട്ടുന്ന ശബ്ദമാണു കേട്ടതെന്നു മനസ്സിലായി. അയാൾക്കു വളരെയധികം കോപം വന്നുവെങ്കിലും കൂടെ അല്പം ആശങ്കയും ഭയവും ഉണ്ടായിരുന്നു. “എന്ത്! ഒരു ചെറിയ മനുഷ്യൻ എന്നെപ്പോലെ ഒരു കൂറ്റൻ പാറയെ വെട്ടി ക്ഷതപ്പെടുത്തുന്നുവെന്നോ? ഇങ്ങനെ പോയാൽ ഒരുപക്ഷേ ഇവൻ എന്നെ വെട്ടി തുണ്ടുതുണ്ടാക്കി നശിപ്പിച്ചുകളഞ്ഞു

എന്നും വരാമല്ലോ?" അയാൾ വിചാരിച്ചു. "ഹോ, എന്തു കഷ്ടമാ ഇത്." അയാൾ ചിന്തിച്ചുകൊണ്ടേയിരുന്നു. "ഇങ്ങിനെയാണു കാര്യങ്ങളെങ്കിൽ എനിക്ക് ഒരു മനുഷ്യനായാൽ മതിയായിരുന്നു," എന്ന് ആഗ്രഹിക്കുകയും ചെയ്തു. ഒട്ടും താമസിച്ചില്ല, വീണ്ടും ആ അശരീരി കേൾക്കുവാൻ.

"സ്നേഹിതാ നിന്റെയാഗ്രഹം അങ്ങനെയാണെങ്കിൽ എന്തിനു താമസിപ്പിക്കണം. നിന്റെയാഗ്രഹം പോലെ തന്നെയാകട്ടെ. ഇന്നുമുതൽ നീ ഒരു മനുഷ്യനായിരിക്കും. മാത്രവുമല്ല, പണ്ടത്തേതുപോലെ ഒരു കല്ലുവെട്ടി."

അന്നുമുതൽ അയാൾ വീണ്ടും തന്റെ പഴയ ജീവിതം ആരംഭിച്ചു. അയാളുടെ കിടക്ക പണ്ടുണ്ടായിരുന്നതുപോലെ മാർദ്ദവമില്ലാത്തതും, താമസസ്ഥലം ചെറുതും ആയിരുന്നു. ചെലവു ചുരുക്കി ആവശ്യത്തിനു മാത്രം ഭക്ഷണം കഴിക്കേണ്ടിവന്നു. പരിചാരകന്മാരോ ആശ്രിതരോ ആരും ഇല്ലാതായി. ആർഭാടങ്ങൾ നിശ്ശേഷം ഇല്ലാതായി. പക്ഷേ, അതിനുശേഷം അയാളുടെ ആഗ്രഹങ്ങൾ സ്വന്തം ജീവിതരീതിക്കും പരിസരത്തിനും ഇണങ്ങുന്ന രീതിയിൽ ഉള്ളവയായി. ചുരുക്കിപ്പറഞ്ഞാൽ അത്യാഗ്രഹങ്ങൾ മനസ്സിൽനിന്നും പമ്പകടന്നു. പുതിയ ജീവിതത്തിൽ സുഖവും സംതൃപ്തിയും സന്തോഷവും അയാൾ കണ്ടെത്തി.

ഇത്തരം കഥകൾ ഏഷ്യൻ ഭൂഖണ്ഡത്തിൽ പല രാജ്യങ്ങളിലും ധാരാളമായി കാണാം. ഒരുപക്ഷേ, നിങ്ങളും സമാനങ്ങളായ കഥകൾ ഇതിനു മുൻപും വായിച്ചിട്ടുണ്ടാകാം. ഓർത്തുനോക്കൂ. ഓർക്കുന്നില്ലെങ്കിൽ ഈ പുസ്തകപരമ്പരയിലുള്ള "കൊറിയൻ നാടോടിക്കഥകൾ" എന്ന പുസ്തകത്തിലെ കുമാരി തുരപ്പന് ഒരു വിവാഹാലോചന എന്ന കഥ വായിച്ചുനോക്കൂ.

മിദേരയിലെ മണി

മിദേര എന്ന പുരാതനമായ ബുദ്ധവിഹാരത്തിൽ ഓട്ടുകൊണ്ടു ണ്ടാക്കിയ ഒരു വലിയ മണി ഉണ്ടായിരുന്നു. എന്നും തുടച്ചുമിനുക്കി വെയ്ക്കുമായിരുന്നതുകാരണം നല്ല ശോഭയോടുകൂടി പ്രകാശമാനമായി കാണപ്പെട്ട ഒരു മണി. എന്നും പ്രഭാതത്തിലും സായന്തനത്തിലും ആ മണിയിൽനിന്നുള്ള വ്യക്തവും സ്ഫുടതയുള്ളതും, കൗതുകം തോന്നിപ്പി ക്കുന്നതുമായ ആ മണിയുടെ ശബ്ദം ചുറ്റുമുള്ള ഗ്രാമവാസികൾക്കു കേൾക്കാൻ കഴിഞ്ഞിരുന്നു. വിഹാരത്തിൽ വരുന്ന സന്ദർശകർക്കു പ്രത്യേകം അനുവദിച്ചിരുന്ന സമയത്തു സ്വയം മണി അടിക്കുന്നതിന് അവകാശമുണ്ടായിരുന്നു. ഒരു പ്രാർത്ഥനയെന്ന നിലയ്ക്കു ഭക്തജന ങ്ങൾ മണിയടിക്കുന്നത് ഒരു പതിവായിരുന്നു. പക്ഷേ, അവിടുത്തെ പുരോഹിതന്മാർക്ക് ഒരു കാര്യം നിർബന്ധമായിരുന്നു, യാതൊരു കാരണവശാലും സ്ത്രീകൾ മണി അടിക്കാനോ മണിയിൽ തൊടാനോ പാടില്ലെന്ന് അവർ നിഷ്കർഷിച്ചിരുന്നു. സ്ത്രീകൾ തൊട്ടാൽ ആ മണി അശുദ്ധമാകുമെന്നും അങ്ങിനെ മണി അശുദ്ധപ്പെട്ടാൽ അതു ഗ്രാമ ത്തിനു ആപത്തുകൾ വരുത്തിവെയ്ക്കുമെന്നും അവർ വിശ്വസിച്ചിരുന്നു. നമ്മുടെ നാട്ടിലും പല ആരാധനാലയങ്ങളിലും ഇത്തരം ഒരുപാട് അന്ധ വിശ്വാസങ്ങളും പരിചയങ്ങളും ഉണ്ടല്ലോ. അതുപോലെ ഒരു വിശ്വാസം.

പക്ഷേ, നമ്മുടെ നാട്ടിലുള്ളതുപോലെതന്നെ അത്തരം വിശ്വാ സങ്ങളെ ചോദ്യം ചെയ്യുന്ന ആളുകൾ ജപ്പാനിലും ഉണ്ടായിരുന്നു; പണ്ടുകാലത്തും. ക്യോട്ടോ നഗരത്തിൽ താമസിച്ചിരുന്ന ചെറുപ്പക്കാ രിയായ ഒരു സ്ത്രീ അക്കൂട്ടത്തിൽപെട്ടവളായിരുന്നു. അവർ വളരെ

ആലോചിച്ചതിനുശേഷം തീർച്ചയാക്കി, "ഞാനവിടെ പോയി ഏതെങ്കിലും വിധത്തിൽ ആ മണിയിൽ തൊടും. എന്തു സംഭവിക്കുമെന്നു കാണാമല്ലോ. ഞാനാമണി വളരെ ചെറുതായി ചലിപ്പിച്ച് അതിൽ നിന്നും മധുരമായ സ്വരം ഉണ്ടാക്കും; കേൾക്കാൻ ഇമ്പമുള്ള സംഗീതം. ഞാനാമണിയുടെ തിളങ്ങുന്ന ബഹിർമുഖത്തുനോക്കി എന്റെ മുടി ചീകും. എന്റെ നെറ്റിയിൽ പൊട്ടുവെയ്ക്കും."

ക്യോട്ടോയിൽനിന്നും ആ സ്ത്രീ മിദേരയിൽ എത്തി വിഹാരത്തിനുള്ളിൽ പ്രവേശിച്ചു. മണി തൂക്കിയിരിക്കുന്നതിനടുത്തുള്ള മുകപ്പിൽ ആരും കാണാതെ കയറി. വിഹാരത്തിനുള്ളിൽ ഉണ്ടായിരുന്നവരെല്ലാം പൂജാദികർമ്മങ്ങളിലും പ്രാർത്ഥനയിലും ശ്രദ്ധ കേന്ദ്രീകരിച്ചിരുന്നതുകൊണ്ട് ആരും അവരെ കാണുകയുണ്ടായില്ല. ആ സ്ത്രീ മുകപ്പിൽനിന്നു മണി നോക്കി. അതിന്റെ തിളങ്ങുന്ന പുറംതലം നോക്കി നിന്നു. അവളുടെ സുന്ദരമായ മുഖവും, മുഖത്തിനു സൗന്ദര്യവും വർദ്ധിപ്പിക്കുന്ന ചുഴികളും (Dimples), തിളങ്ങുന്ന കണ്ണുകളും ആ മണിയുടെ പുറംതലത്തിൽ പ്രതിബിംബിച്ചു കാണാൻ എത്ര നന്നായിരിക്കുന്നു എന്നു അവർ വിചാരിച്ചു; ഒരു ആറന്മുളകണ്ണാടിയിൽ നോക്കിയാലെന്നതുപോലെ. അവൾ മുകപ്പിന്റെ അരികിലുണ്ടായിരുന്ന കൈയഴിയുടെ നടുവിൽക്കൂടെ കൈ നീട്ടി ഒരു വിരലുകൊണ്ട് ആ മണിയിൽ തൊട്ടു. അതോടൊപ്പംതന്നെ അതുപോലെ ഒരു കണ്ണാടി തനിക്കു സ്വന്തമായി കിട്ടിയിരുന്നുവെങ്കിൽ എത്ര നന്നായിരിക്കും എന്ന് അവൾ ചിന്തിച്ചു.

പിന്നീടു മിദേരയിൽ എന്താണു നടന്നത് എന്നു നമുക്കു പൂർണ്ണവിവരമില്ല. ഒരുപക്ഷേ, അവൾതൊട്ടപ്പോൾ മണി അടിക്കുകയും അതുകേട്ട ആളുകൾ അവളെ ബന്ധനസ്ഥയാക്കുകയും ചെയ്യാൻ പാടില്ലാത്തതു ചെയ്തതിനു ശിക്ഷിക്കുകയും ചെയ്തിരിക്കാം.

പക്ഷേ, അവൾ തൊട്ടപ്പോൾ മണിയുടെ തിളക്കം മങ്ങിപ്പോയി എന്നും അവളുടെ വിരൽ തൊട്ട ഭാഗത്തു മണി അല്പം ചുരുങ്ങിപ്പോയി എന്നും ആ വിഹാരത്തോടു ബന്ധപ്പെട്ടവർ വിശ്വസിക്കുന്നു. അങ്ങിനെ ഒരു കഥ അവർ തുടർന്നു പറയുകയും ചെയ്യുന്നു.

മിദേരയിലെ മണി ഇപ്പോഴും അവിടെയുണ്ട്. ജപ്പാൻ സന്ദർശിക്കുന്ന ആർക്കും ആ മണി കാണാവുന്നതാണ്. അതിന്റെ ചിത്രം കമ്പ്യൂട്ടറിൽക്കൂടിയും നിങ്ങൾക്കു കാണാം. Google-ൽ The Bell od Miidera എന്നു തിരഞ്ഞാൽ മതി.

ദൻസേമോൻ-
ചെരുപ്പുകുത്തികളുടെ മുഖ്യൻ

ജപ്പാനിലെ അസാകുസ പ്രദേശത്തുള്ള യേദോ എന്ന സ്ഥലത്തു ദൻസേമോൺ എന്ന ചെരുപ്പുകുത്തികളുടെ രാജാവെന്നോ മുഖ്യനെന്നോ വിശേഷിപ്പിക്കപ്പെടാവുന്നയാൾ ജീവിച്ചിരുന്നു-എന്നാണെന്നല്ലേ? ഏതാണ്ട് എ.ഡി. 1871-ൽ; അതായത് ഈ കഥ ഇംഗ്ലീഷിൽ രേഖപ്പെടുത്തുന്ന കാലത്ത്. ദൻസേമോൺ അദ്ദേഹത്തിന്റെ കുടുംബകഥ ആരംഭിക്കുന്നത് 1192-ലാണെന്ന് അവകാശപ്പെട്ടിരുന്നു. അതുകൊണ്ട് ഇത് ഒരു കഥയെന്നതിനുപരി ചരിത്രത്തിന്റെ ഒരു ഏടായി കണക്കാക്കുന്നതിലും തെറ്റില്ല. അക്കാലത്തെ ജപ്പാന്റെ ചില സാമൂഹിക വ്യവസ്ഥിതികളെക്കുറിച്ച പരാമർശിക്കുന്നു എന്നതുകൊണ്ട് ഇത് വായിക്കുന്നതു രസാവഹവും അതേസമയം വിജ്ഞാനപ്രദവും ആയിരിക്കും.

ദൻസേമോൺ നല്കുന്ന വിവരങ്ങളനുസരിച്ച് അദ്ദേഹത്തിന്റെ കുടുംബപരമ്പരയുടെ ആദ്യത്തെ കണ്ണി "മിൻമാതോ നൊ യോറിതോമോ" (Minamoto no Yoritomo) ആണ്. അദ്ദേഹമാണ് ജപ്പാനിൽ 1192-ൽ "ഷോഗുനാതേ" (Shogunate) എന്ന പേരിൽ അറിയപ്പെടുന്ന ഭരണസമ്പ്രദായം ഏർപ്പെടുത്തിയത്. അതനുസരിച്ച ജപ്പാനിലുള്ള എല്ലാ ചെരുപ്പുകുത്തികളും (Eltas) ഷോഗുനാതേയുടെ പരിപാലനത്തിലായിരുന്നു. അദ്ദേഹത്തിന്റെ കീഴിൽ ജില്ലകൾതോറും "കോയഗഷീര" (Koyagashira or Chiefs of the huts) എന്ന പേരിൽ അറിയപ്പെട്ടിരുന്ന ജില്ലാതല ചെരുപ്പുകുത്തി തലവന്മാരും "ഇയേയാസ്" (Legacy of Iyegasu) കല്പനകളിൽ 36-#ാ#ം നിയമം അനുശാസിക്കുന്നത്:

നാടോടികളായ കുരുടന്മാർ, യാചകർ, ഭിക്ഷാംദേഹികൾ, ചെരുപ്പുകുത്തികൾ, മറ്റ് അതേരീതിയിൽ യാചിച്ച് അല്ലെങ്കിൽ ഹീനമായ ജോലികൾ ചെയ്തു ജീവിക്കുന്ന എല്ലാവർക്കും പുരാതനകാലം മുതല്ക്കേ ഉണ്ടായിരുന്നതുപോലെ അവരുടേതായ പ്രത്യേകം പ്രത്യേകം ഭരണകർത്താക്കൾ ഉണ്ടായിരിക്കും. എന്നിരുന്നാലും പൊതുനിയമങ്ങളെ ലംഘിക്കുന്നവർക്ക്, പൊതുനിയമങ്ങളുടെ അടിസ്ഥാനത്തിലുള്ള ശിക്ഷകൾ ഉണ്ടായിരിക്കും.

ചെരുപ്പുകുത്തികളുടെ ജോലി, കുതിര, കാള മുതലായ മൃഗങ്ങളെ കൊല്ലുകയും അവയുടെ തോൽ ഊറക്കിടുകയും, ചെരുപ്പു തുന്നുകയുമാണ്. അത്തരം ജോലികൾ ചെയ്യാൻ വേണ്ട ധനസ്ഥിതി ഇല്ലാത്തവരാണെങ്കിൽ വീടുവീടായ് കയറിയിറങ്ങി പഴയ ചെരുപ്പുകൾ തുന്നുകയും നന്നാക്കുകയും ചെയ്ത് അതിൽനിന്നു ജീവിക്കാൻ വേണ്ടതു സമ്പാദിക്കാം. കൂടാതെ അവരുടെ ചെറുപ്പക്കാരികളായ സ്ത്രീകൾക്കു ദേശം ചുറ്റിനടന്നു പാട്ടുപാടാനും ചില്ലറ ജോലികൾ ചെയ്യാനും അങ്ങിനെ എന്തെങ്കിലും സമ്പാദിക്കാൻ അവകാശമുണ്ട്. എങ്കിലും എറ്റാ (Eata) സ്ത്രീകൾക്കു മറ്റു ജാതികളിൽപ്പെട്ടവരുമായി കൂട്ടുചേരാനോ, സൗഹൃദത്തിൽ ഏർപ്പെടാനോ, വിവാഹബന്ധത്തിൽ ഏർപ്പെടാനോ പാടില്ല. എറ്റകൾ മറ്റു സമുദായത്തിൽപെട്ട ആളുകളിൽനിന്നു മാറി താമസിക്കുകയും അവരുടേതുമാത്രമായ കൂട്ടുകെട്ടുകളിൽ മാത്രം ബന്ധപ്പെടുകയും ചെയ്യണം.

അതുപോലെ കുറ്റവാളികളെ ആണി അടിച്ച കുരിശ്ശിൽ ഏറ്റുന്നതും, ജയിലുകളിൽ മരിച്ചവരുടെ ശരീരങ്ങൾ മാറ്റഉന്നതും സംസ്കരിക്കുന്നതും, ആ രീതിയിലുള്ള എല്ലാഹീന ജോലികളും ചെയ്യേണ്ടതു ചെരുപ്പുകുത്തികളുടെ കടമയാണ്. ചെരുപ്പുകുത്തികൾ സമൂഹത്തിലെ നിന്ദ്യരും വെറുക്കപ്പെടേണ്ടവരും മാററിനിർത്തപ്പെടേണ്ടവരുമായ അധഃകൃത ജാതിയായി കരുതപ്പെടും.

ദൻസേമോൺ പദവിയേറ്റത് ഇവിടെ സൂചിപ്പിച്ച നിയമങ്ങൾ നിലവിലുണ്ടായിരുന്ന ഒരു പശ്ചാത്തലത്തിലായിരുന്നു. യോറിതോമോ ഒരു ചെറിയ കുട്ടിയായിരുന്ന കാലത്ത്, അവന്റെ അച്ഛൻ യോഷിതോമോ അക്കാലത്തെ ഭരണാധികാരിയായിരുന്ന "തെയിരാനോ കിയോമോരി" (Taira no kiyomori) യുമായി യുദ്ധം ചെയ്യുകയും, ചതിച്ചു കൊല്ലപ്പെട്ടുകയും ചെയ്തു. അവരുടെ കുടുംബം നശിപ്പിക്കപ്പെട്ടു. എല്ലാ കുടുംബാംഗങ്ങളും കൊല്ലപ്പെട്ടു; എങ്കിലും യോറിതോമോ-യുടെ ചിറ്റമ്മയും യോഷിതോമോയുടെ രണ്ടാം ഭാര്യയുമായ "തോക്കിവ"(Tokiwa) ചില കുട്ടികളേയും

ക്കുട്ടി അവിടെനിന്നും രക്ഷപ്പെട്ടു. യോഷിതോമോയുടെ കുടുംബം പൂർണ്ണമായും ഇല്ലാതാക്കണമെന്ന വാശിയിലായിരുന്നു കിയോമോരി. യോഷിതോമോയുടെ കുടുംബത്തിലെ രക്ഷപ്പെട്ട അംഗങ്ങളെ തേടി കണ്ടുപിടിക്കാൻകിയോമോരി തന്റെഅനുയായികളെ നിയോഗിച്ചു. കുറച്ചുദിവസങ്ങൾക്കുള്ളിൽ തോക്കിവയും കുട്ടികളും പിടിക്കപ്പെട്ടു. തോക്കിവ അതീവ സുന്ദരിയായിരുന്നു; ആരേയും അമ്പരപ്പിക്കുന്ന സൗന്ദര്യം. തോക്കിവ-യുടെ സൗന്ദര്യം കിയോമോരി-യേയും ആകർഷിച്ചു. തോക്കിവ-യേ തന്റെ ഭാര്യയാക്കണമെന്നു കിയോമോരി ആഗ്രഹിച്ചു. പക്ഷേ, തോക്കിവ പറഞ്ഞു:

"ഞാൻ നിങ്ങളുടെ ഭാര്യാകാം. പക്ഷേ, എന്റെ കൂടെയുള്ള കുട്ടികൾക്കു യാതൊരു ഹാനിയും ഉണ്ടായിരിക്കുകയില്ല എന്ന ഉറപ്പ് എനിക്കു വേണം. ഈ കുട്ടികളിൽ ആർക്കെങ്കിലും ജീവഹാനിയുണ്ടായാൽ ആ നിമിഷം ഞാനും എന്റെ ജീവൻ ഉപേക്ഷിക്കും."

തോക്കിവയുടെ ഉറച്ച നിലപാട് കിയോമോരിയെ അല്പം വിഷമത്തിലാക്കി. എങ്കിലും മനസ്സില്ലാമനസ്സോടെ കിയോമോരി ആ നിബന്ധന സമ്മതിച്ചു. അങ്ങിനെ യോറിതോമോയെ ഇഡ്സു പ്രവിശ്യയിൽ ജീവിച്ചിരുന്ന ഹുഗകോജിമ (Hirugakojima) എന്ന കർഷകന്റെ കൂടെ അയച്ചു. യോറിതോമോ ആ കർഷകന്റെ കൂടെ അയാളുടെ വീട്ടിലെ ഒരംഗമായി വളർന്നു. വിവാഹപ്രായമായപ്പോൾ ഒരു കർഷകകുടുംബത്തിലെ പെൺകുട്ടിയെ വിവാഹം കഴിക്കുകയും ചെയ്തു. പക്ഷേ, താമസിയാതെ യോറിതോമോ പട്ടാളത്തിൽ ചേർന്നു.

പട്ടാളത്തിൽ ചേർന്ന യോറിതോമോ ഒരു നല്ല സ്ഥാനത്ത് എത്തുകയും, തന്റെ അച്ഛനോടും കുടുംബത്തോടും വൈരാഗ്യം പുലർത്തിയിരുന്ന കിയോമോരിയുടെ മകനെ വധിക്കുകയും ചെയ്തു. രാജാധികാരം പിടിച്ചെടുത്തു. നാട്ടിൽ ആദ്യമായി സമാധാനവും, ഒരു നിയമസംവിധാനവും, ഭരണക്രമവും ഏർപ്പെടുത്തിയതു യോറിതോമോ ആണെന്നു കരുതപ്പെടുന്നു. പക്ഷേ, യോറിതോമോ തന്റെ ഭാര്യയോടു പിന്നീടു ബന്ധപ്പെടുകയുണ്ടായില്ല. എങ്കിലും യോറിതോമോ പട്ടാളത്തിൽ ചേരുന്നതിനു മുൻപുതന്നെ ഗർഭവതിയായിരുന്ന അയാളുടെ ഭാര്യ സുന്ദരനായ ഒരു ആൺകുഞ്ഞിനെ പ്രസവിച്ചു. ഒരുപക്ഷേ, യോറിതോമോയുടെ മകന് തന്റെ പിതൃത്വം പ്രഖ്യാപിച്ച് ഒരു രാജപരമ്പരയുടെ അവകാശിയാകാമായിരുന്നു. പക്ഷേ, എന്തുകൊണ്ടോ അയാൾ അങ്ങിനെ ചെയ്തില്ലെന്നു മാത്രമല്ല, മറിച്ച് ഒരു കർഷകനായിത്തന്നെ ജീവിതകാലം കഴിച്ചു.

യോറിതോയുടെ പരമ്പര മൂന്നു തലമുറകൾക്കുശേഷം ഇല്ലാതായി. തുടർന്നു സ്ഥാനം ഏറ്റെടുത്തതു "ഹോജോ; (Hojo) വംശമായിരുന്നു.

ഹോജോവംശജർ പ്രതാപികളായി. ആ കാലത്തു യോറിതോമോയുടെ വംശത്തിൽപെട്ട ഒരാൾ ഒരു കർഷകനായി തന്റെ ഭരണപരിധിയിലു ള്ള പ്രദേശങ്ങളിൽ എവിടെയോ ഉണ്ടെന്ന വിവരം ഹോജോ കുടുംബ ത്തലവൻ അറിയാനിടയായി. അദ്ദേഹം തന്റെ കുടുംബാംഗങ്ങളോടു പറഞ്ഞു:

"യോറിതോമോയാണ് നമുക്ക് ഇന്ന് ഈ നിലയിലേക്കു വളരാൻ സഹായകമായത്. അദ്ദേഹമാണല്ലോ കിയോമോരി കുടുംബത്തിന്റെ ക്രൂരതകളിൽനിന്നും ഈ നാടിനെ രക്ഷിച്ചതും നമുക്ക് ഒരു ഭരണക്രമം ഉണ്ടാക്കാൻ ആദ്യമായി ശ്രമിച്ചതും." അദ്ദേഹം തുടർന്നു:

"യോറിതോമോയുടെ ഒരു പിൻഗാമി ഇവിടെയുണ്ടെങ്കിൽ അദ്ദേഹ ത്തെ തേടിപ്പിടിച്ച്, അദ്ദേഹത്തിന് അർഹിക്കുന്ന രീതിയിൽ സ്ഥാനമാ നങ്ങൾ നല്കേണ്ടതു നമ്മുടെ കടമയാണ്." അദ്ദേഹത്തിന്റെ നിർദേശ പ്രകാരമാണ് ദൻസേമോണിന്റെ പൂർവ്വികനായ യോറിതോമോയുടെ പിൻഗാമിയായ ആ കർഷകനെ ഹോജോ തലവന്റെ മുൻപിൽ കൊണ്ടുവരാൻ ഇടയായത്. ഹോജോ തലവൻ ആ കർഷകനോടു പറഞ്ഞു:

"താങ്കൾ ഒരു കർഷകനായി ജീവിക്കുന്നതു ഞങ്ങൾക്കു സഹിക്കു ന്നില്ല. അങ്ങ് കൂടുതൽ അന്തസ്സും സൗകര്യങ്ങളും അധികാരവുമുള്ള ഒരു സർക്കാർ ജോലി സ്വീകരിക്കണം. അതു ഞങ്ങൾ ആഗ്രഹിക്കുന്നു. പറയൂ, അങ്ങേയ്ക്ക് ഏതു പദവിയാണ് സ്വീകാര്യം?"

ആ കർഷകൻ മറുപടി പറഞ്ഞു:

"പ്രഭോ, ഞാൻ ഒരു സാമൂതിരിയോ അല്ലെങ്കിൽ മറ്റാരുടെയെ ങ്കിലും കീഴിൽ ഒരു പദവിയോ സ്വീകരിച്ചാൽ, ഒരു സ്വതന്ത്രനായി ജീവിക്കുന്നത്ര സന്തോഷം എനിക്ക് ഉണ്ടാകുകയില്ല. അതുകൊണ്ട് ഒരു നേതാവിന്റെ അതായത്, ഒരു രാജകീയപദവിയിൽ കുറഞ്ഞ ഒന്നും എനിക്കു സ്വീകാര്യമല്ല."

ആ ഉത്തരം ഹോജോ കുടുംബത്തലവനെ അല്പം ചൊടിപ്പിച്ചു. "ഇയാൾ ഒരഹങ്കാരിയാണല്ലോ. ഒരു ശിക്ഷ അർഹിക്കുന്നു." എന്ന് അദ്ദേഹം വിചാരിച്ചു. ആലോചിച്ചതിനുശേഷം അദ്ദേഹം പറഞ്ഞു:

"താങ്കൾക്ക് ആളുകളുടെമേൽ അധീശത്വം ഉള്ള ഒരു പദവിമാത്രം സ്വീകാര്യമായതുകൊണ്ട്, അങ്ങയുടെ ആഗ്രഹത്തിനനുസരണം, ഞാൻ അങ്ങയെ ഈ രാജ്യത്തുള്ള എല്ലാ ചെറുപ്പകത്തികളുടേയും രാജാവായി പ്രഖ്യാപിക്കുന്നു. അവരെ നല്ല രീതിയിൽ നടത്തുകയും, പരിപാലിക്കുക യും, വേണ്ടപ്പോൾ വേണ്ടരീതിയിൽ ശിക്ഷിക്കുകയും എല്ലാം അങ്ങയുടെ

അധികാരപരിധിയിൽ ഉൾപ്പെടുന്ന കർത്തവ്യങ്ങളായിരിക്കും."

അത് അത്ര സുഖമുള്ള ഒരു പദവി ആയിരുന്നില്ലെങ്കിലും, താൻ ചോദിച്ചുവാങ്ങിയതാണല്ലോ എന്നതുകൊണ്ട് അദ്ദേഹം ആ പദവി സ്വീകരിക്കുകയും ചെരുപ്പുകുത്തികളുടെ രാജാവായി തുടരുകയും ചെയ്തു. അദ്ദേഹമായിരുന്നു ദൻസാമോണിന്റെ പൂർവ്വികരായ ചെറുപ്പുകുത്തികളുടെ ആദ്യത്തെ രാജാവ്.

ഈ കഥയിൽനിന്നു (ചരിത്രത്തിൽനിന്നു എന്നു വേണമെങ്കിലും കരുതാം) നമുക്ക് ഒരു കാര്യം വ്യക്തമാണ്. തൊഴിലടിസ്ഥാനത്തിലും മറ്റും മനുഷ്യരെ വേർതിരിച്ചു കാണുകയും, ജാതിവ്യവസ്ഥകൾ സൃഷ്ടിക്കുകയും ചെയ്യുന്ന പ്രവണത നമ്മുടെ നാട്ടിലെ മാത്രം പ്രത്യേകതയായിരുന്നില്ല. മറ്റു പല രാജ്യങ്ങളിലും പണ്ടുകാലത്ത് അങ്ങിനെയുള്ള വേർതിരിവുകളും അയിത്തം പോലുള്ള തിന്മകളും ഉണ്ടായിരുന്നു. പക്ഷേ, അങ്ങിനെയുണ്ടായിരുന്ന പല രാജ്യങ്ങളും അവിടുത്തെ ജനങ്ങളും അത്തരം അനാചാരങ്ങളെ പാടെ തിരസ്കരിച്ചുകഴിഞ്ഞിരിക്കുന്നു. നിയമപരമായി 1871-ൽ തന്നെ ജാതീയമായ ഇത്തരം വേർപെടുത്തലുകൾ ജപ്പാനിൽ നിരോധിക്കപ്പെട്ടു.

നമ്മളും, അത്തരം വേർപെടുത്തലുകൾ തികച്ചും അനാചാരങ്ങളാണെന്നു, അംഗീകരിക്കാനാകാത്ത തെറ്റുകളാണെന്ന പൂർണ്ണബോധത്തോടെ, അവയെ നമ്മുടെ ജീവിതത്തിൽനിന്നും, സമൂഹത്തിൽനിന്നും, മനസ്സിൽനിന്നും. ഉന്മൂലനം ചെയ്ത്, എല്ലാ മനുഷ്യരും നമ്മുടെ സഹോദരീസഹോദരന്മാരാണെന്ന വീക്ഷണത്തോടെ ജീവിക്കാൻ പഠിക്കണം.

[ഈ കഥ, A.B. Mitford-ന്റെ Tales of Old Japan (London Macmillan, 1871) Vol.1, P 242-245-ൽ പ്രസിദ്ധീകരിച്ചതാണ്. സന്ദർഭോചിതം ചില ചെറിയ മാറ്റങ്ങൾ വരുത്തിയിട്ടുണ്ട് എന്നുമാത്രം.]

●

കൊറിയൻ നാടോടിക്കഥകൾ

കൊറിയ

ഇൻഡ്യയേയും, ചൈനയേയും പോലെതന്നെ വളരെയധികം, അതായത് ഏതാണ്ട് 5000 വർഷത്തെ പാരമ്പര്യം അവകാശപ്പെടാൻ അർഹതയുള്ള നാടാണ് കൊറിയ. പ്രഭാത്തിന്റെ ശാലീനതയുള്ള നാട്, ഉഷസിന്റെ സൗമ്യത നൽകുന്ന നാട് (The land of the morning calm)എന്ന് വിശേഷിപ്പിക്കപ്പെട്ടിരുന്ന ആ നാടിന്റെ ചരിത്രം അത്ര സമാധാനപരമായിരുന്നില്ല. വടക്ക് ചൈനയും, കിഴക്ക് ജപ്പാനും എന്നും ചൈനയുടെ ആധിപത്യത്തിന് വേണ്ടി പൊരുതിയിരുന്നു. അതിന്റെ വിഷമങ്ങൾ അനുഭവിക്കേണ്ടിവന്നത് കൊറിയയും. 1945-ലെ രണ്ടാംലോകമഹായുദ്ധത്തിനുശേഷം കൊറിയ രണ്ടായി വിഭജിക്കപ്പെട്ടു. ഇന്ന് കൊറിയ രണ്ട് രാഷ്ട്രങ്ങളാണ്. കമ്മ്യൂണിസ്റ്റ് സംവിധാനമുള്ള ഉത്തരകൊറിയയും (Democratic peoples Republic of Korea), ദക്ഷിണകൊറിയയും (Republic of Korea). വിഭജനത്തിനുശേഷം രണ്ടു രാജ്യങ്ങളും സംഘർഷത്തിലായിരുന്നു. അത് 1950-53ൽ നടന്ന രൂക്ഷമായ കൊറിയൻ യുദ്ധത്തിൽ കലാശിച്ചു. 1953-ൽ യുദ്ധം അവസാനിച്ചുവെങ്കിലും സംഘർഷം തുടരുന്നു. കൊറിയ മൂന്നുവശങ്ങളിലും സമുദ്രങ്ങൾകൊണ്ട് ചുറ്റപ്പെട്ട ഒരു ഉപദ്വീപാണ്. പടിഞ്ഞാറ് Yellow sea,കിഴക്ക് Sea of Japan,തെക്ക് East China Sea വടക്ക് കൂടുതലായും ചൈനയുടെ മഞ്ചൂറിയയും, കുറച്ചു ഭാഗത്ത് സൈബീരിയൻ പ്രദേശവും. കൂടാതെ ആ ഭൂപ്രദേശത്തിന് അടുത്തുള്ള ഏതാണ്ട് 300 ത്തോളം ചെറുതും വലുതുമായ ദ്വീപുകളും. ഏതാണ്ട് 2,20,000 ചതുരശ്ര കി. മീറ്റർ വിസ്തൃതിയുള്ള കൊറിയയുടെ ഭൂപ്രദേശത്തിന്റെ പകുതിയിൽ

കൂടുതൽ (123,000) ഉത്തരകൊറിയയിൽ ആണെങ്കിലും, മൊത്തം ജനസംഖ്യയുടെ 65 ശതമാനവും ദക്ഷിണകൊറിയയിലാണ്. കാലാകാലമായി ദക്ഷിണകൊറിയ കൃഷിയ്ക്കും, ഉത്തരകൊറിയ വ്യവസായത്തിനും പ്രാധാന്യം നൽകിയിരുന്നു. എന്നാൽ ഇന്ന് ആ സ്ഥിതി മാറിയിരിക്കുകയാണ്. ഇന്ന് വ്യവസായരംഗത്ത് ദക്ഷിണകൊറിയ ലോകരാജ്യങ്ങളുടെ മുൻപന്തിയിൽ തന്നെ ഒരു സ്ഥാനം കരസ്ഥമാക്കിയിരിക്കുന്നു. നമ്മുടെ നാട്ടിലും ദക്ഷിണകൊറിയ പല വ്യവസായസ്ഥാപനങ്ങളിൽ നിർണ്ണായകമായ പങ്ക് വഹിക്കുന്നു. ഉദാഹരണത്തിന് ഹ്യുണ്ടായി കാറുകളും, സാംസങ്ങ് ഗൃഹോപകരണങ്ങളും മറ്റും.

മംഗോളിയൻ വംശജരുമായി നല്ല ബന്ധം ഉണ്ടായിരുന്ന തുങ്ഗസിക് (Thungusic) വംശജരായിരുന്നു കൊറിയയിലെ ആദിമമനുഷ്യർ എന്ന് വിശ്വസിക്കുന്നു.

ഏതാണ്ട് 1100 ബി.സിയിൽ, അതായത് 3200 വർഷങ്ങൾക്കുമുമ്പ് കിജാ എന്ന ഇതിഗാസപുരുഷന്റെ നേതൃതത്തിൽ ചൈനാക്കാർ എത്തുകയും തുങ്ഗസിക് വംശജരുമായി സൗഹാർദ്ദത്തിലായി എന്നും കരുതുന്നു. അങ്ങനെയെത്തിയ ചൈനാക്കാരാണ് പിന്നീട് കൊറിയൻ സംസ്കാരത്തിന്റെ വളർച്ചയ്ക്കും, ചൈനീസ് സംസ്കാരവും, ഭാഷയും കൊറിയൻ സംസ്കാരത്തിന്റെ മേൽ നിർണ്ണായകമായ സ്വാധീനം ഉറപ്പിക്കുന്നതിനു കാരണമായത്.

ബുദ്ധമതവും, കൺഫ്യൂഷൻ ജീവിതക്രമവും കൊറിയയിലെ പ്രധാന മതങ്ങളെന്നോ, ദർശനങ്ങളെന്നോ വിശേഷിപ്പിക്കപ്പെടാൻ അർഹമാണ്. ആദ്യകാലത്ത് ബുദ്ധമതവും ഏതാണ്ട് ഏഴാം നൂറ്റാണ്ടിൽ ബുദ്ധമതത്തോടൊപ്പം കൺഫ്യൂഷനിസവും കൊറിയയിൽ പ്രബലമായി. 14-ാം നൂറ്റാണ്ടിൽ കൺഫ്യൂഷനിസം ഔദ്യോഗിക അംഗീകാരം നേടിയ മതമായി പ്രഖ്യാപിക്കപ്പെട്ടു. ഏതാണ്ടേ 10 ശതമാനത്തോളം ക്രിസ്ത്യാനികളാണ്. 7 ശതമാനം പൊട്ടസ്റ്റൻസ്, 3 ശതമാനം കത്തോലിക്കർ. കോൺഢോക്കിയോ (Chondokyo) എന്ന ഒരു തദ്ദേശീയ മതവും പ്രചാരത്തിലുണ്ട്.

ഉത്തരകൊറിയയുടെ തലസ്ഥാനം- പോങ്ങ്യാങ് (Pongyang) ദക്ഷിണകൊറിയയുടെ തലസ്ഥാനം-സോൾ (Seoul)

ആധുനി കൊറിയ (രണ്ടു രാഷ്ട്രങ്ങളും) പാരമ്പര്യത്തിന്റെയും. ആധുനികതയുടെയും ഒരു സങ്കരസംസ്കാരത്തിന്റെ ഉദാഹരണങ്ങളാണ്. പക്ഷേ, ആധുനികതയുടെ തള്ളിക്കയറ്റത്തിൽ ദക്ഷിണകൊറിയ ഒരു ചുവട് മുന്നിലാണെന്ന് കരുതുന്നതിൽ തെറ്റില്ല. ഒരുപക്ഷേ, രാഷ്ട്രീയ കാരണങ്ങൾകൊണ്ട് ദക്ഷിണകൊറിയ അമേരിക്കൻ ഐക്യനാടുകളുമായി

കൂടുതൽ അടുത്തുനിൽക്കുന്നതും, തന്നിമിത്തം അമേരിക്കൻ സംസ്കാരവുമായി കൂടുതൽ ഇണങ്ങിച്ചേരാൻ കിട്ടുന്ന സൗകര്യമായിരിക്കാം ഇതിന് കാരണമാകുന്ന പ്രധാനഘടകം. രണ്ട് രാഷ്ട്രങ്ങളും തമ്മിലുള്ള സംഘർഷാവസ്ഥ തുടരുന്നുവെങ്കിലും വളരെ വിദൂരമല്ലാത്ത ഭാവിയിൽ ഈ രണ്ട് രാഷ്ട്രങ്ങളും ഒന്നു ചേരുമെന്നും, കൊറിയ എന്ന പുരാതന നാട് ഏഷ്യയിലേയും ലോകത്തിലേയും വികസിതരാഷ്ട്രങ്ങളുടെ മുൻപന്തിയിൽ സമാധാനത്തോടും സമ്പദ്സമൃദ്ധിയോടും കൂടിയ ഒരു വികസിത രാഷ്ട്രമാകുമെന്നും നമുക്കാഗ്രഹിക്കാം.

കാഗ്ഗരി എന്ന തവള

ഈ കഥ വളരെ വളരെ നാളുകൾക്ക് മുമ്പ് കൊറിയയിലെ ഒരു ചെറിയ ഗ്രാമത്തിൽ നടന്ന ഒരു സംഭവത്തെ ആസ്പദമാക്കിയുള്ളതാണ്. ആ ഗ്രാമത്തിൽ ഒരു ചെറിയ പച്ചനിറമുള്ള തവള താമസിച്ചിരുന്നു. ചുങ് കാഗ്ഗരി ഒരു പ്രത്യേക സ്വഭാവക്കാരനായിരുന്നു. എപ്പോഴും അവന്റെ അമ്മ പറയുന്നതിന് വിപരീതം മാത്രമേ അവൻ പ്രവർത്തിക്കുകയുള്ളൂ എന്നത് അവന്റെ ഒരു വാശിയായിരുന്നു. നമ്മുടെ ഇടയിലും ആ സ്വഭാവക്കാരായ ചില കുട്ടികളെ കാണാൻ കഴിയും. ഇല്ലേ. അമ്മ അവനോട് കിഴക്കുദിശയിൽ പോകാൻ പറഞ്ഞാൽ അവൻ പടിഞ്ഞാറോട്ട് നടക്കും.

ഒരു ദിവസം അവന്റെ അമ്മ പറഞ്ഞു.

"മോനേ, ഇന്ന് വളരെ ചൂടും ഉഷ്ണവുമുണ്ട്. അതുകൊണ്ട് മോൻ കൂട്ടുകാരോടൊത്ത് ആറ്റിൽ പയി കുളിയ്ക്ക്."

അവനന്ന് ഒറ്റയ്ക്ക് മലമുകളിൽ പോയി കാറ്റുകൊണ്ടു. മറ്റൊരുദിവസം അമ്മ പറഞ്ഞു:

"മോനേ, ഇന്ന് നീയെങ്ങും പോകണ്ട. വീട്ടിൽതന്നെ ഇരുന്നാൽ മതി. വെളിയിൽ കുറേ പാമ്പുകൾ ഇഴഞ്ഞുനടക്കുന്നുവെന്ന് എന്റെ സ്നേഹിതർ പറഞ്ഞു."

കാഗ്ഗരി ഉടനെതന്നെ അവന്റെ കൂട്ടുകാരുടെ വീടുകളിൽ പോയി അവരോട് പറഞ്ഞു:

"കൂട്ടുകാരേ, നമുക്ക് ഇവിടെയെങ്ങാനും പാമ്പുകളുണ്ടോ എന്ന്

കണ്ടുപിടിക്കാം. നിങ്ങൾ എന്റെ കൂടെ വരുന്നോ? നല്ല രസമായിരിക്കും."

അവന്റെ അത്തരം പ്രവർത്തികൾ തുടർന്നുകൊണ്ടേയിരുന്നു. അവന്റെ അമ്മയ്ക്ക് ആ രീതിയിൽ സഹിച്ചില്ല. കുറേ നാളുകൾ കഴിഞ്ഞപ്പോൾ അമ്മ രോഗഗ്രസ്ഥയും അവശയുമായി. പക്ഷേ, കാഗുരിയുടെ സ്വഭാവത്തിന് ഒരു മാറ്റവുമുണ്ടായില്ല. ഒച്ചയെടുക്കാതെ സംസാരിക്കാൻ പറഞ്ഞാൽ അവൻ കഴിയുന്നത്ര ഒച്ചയെടുത്ത് അട്ടഹസിക്കും. അമ്മയ്ക്ക് ആ രീതികൾ ഒട്ടും ഇഷ്ടമല്ല. എന്നുമാത്രമല്ല, അവരുടെ ആരോഗ്യം തീരെ നഷ്ടപ്പെട്ടു. താൻ അടുത്തുതന്നെ മരിക്കുമെന്ന് അവർക്കുതോന്നി. മകനെ അരികിൽ വിളിച്ച് ആ അമ്മ പറഞ്ഞു:

"മോനേ, ഞാൻ മരിക്കുമ്പോൾ നീയെന്നെ അടുത്തുള്ള നദിക്കരയിൽ സംസ്കരിക്കണം. എന്നെ മലമുകളിൽ അടക്കം ചെയ്യരുത്."

സത്യം പറഞ്ഞാൽ ആ അമ്മയുടെ ആഗ്രഹം മറിച്ചായിരുന്നു. അവർ ആഗ്രഹിച്ചത് അവരുടെ ശരീരം മലമുകളിൽ അടക്കം ചെയ്യണെന്നായിരുന്നു. മകന്റെ സ്വഭാവം നന്നായി മനസ്സിലാക്കിയിരുന്ന അമ്മ, തന്റെ ആഗ്രഹത്തിന് വിപരീതമായി മാത്രം പ്രവർത്തിക്കുന്ന മകനോട് തികച്ചും ആലോചിച്ചുതന്നെയാണ് അങ്ങനെ പറഞ്ഞത്. പക്ഷേ, അതു കേട്ടതും കാഗുരി കരഞ്ഞുപറഞ്ഞു:

"അമ്മേ, അമ്മേ, അമ്മ മരിക്കരുത്. ഇനി ഈ മകൻ എന്നും അമ്മ പറയുന്നത് അനുസരിച്ചു ജീവിക്കാം . അമ്മ മരിക്കരുത്."

പക്ഷേ, വൈകിപ്പോയി. അമ്മ മരിച്ചുകഴിഞ്ഞിരുന്നു. കാഗുരി മനസ്സിൽ വിചാരിച്ചു; ജീവിച്ചിരുന്നപ്പോൾ അമ്മ പറഞ്ഞതൊന്നും ഞാൻ അനുസരിച്ചില്ല. അമ്മയുടെ ഈ അവസാനത്തെ നിർദ്ദേശമെങ്കിലും അമ്മയുടെ ആഗ്രഹപ്രകാരം ഞാൻ ചെയ്യും.

കാഗുരി അമ്മയുടെ മൃതദേഹം നദിക്കരയിൽ അടക്കം ചെയ്തു. അമ്മയുടെ ശവം അടക്കം ചെയ്ത കല്ലറയ്ക്ക് മുമ്പിൽചെന്ന് എന്നും അവൻ പ്രാർത്ഥിച്ച് തന്റെ സ്നേഹം ആ അമ്മയെ അറിയിച്ചു.

വേനൽക്കാലത്ത് നല്ല ചൂടുണ്ടായിരുന്ന ഒരു ദിവസം വൈകിട്ട് സാധാരണയിൽ കവിഞ്ഞ ശക്തിയോടെ മഴ പെയ്തു. മഴവെള്ളം മലമുകളഇൽ നിന്ന് ശക്തിയായി ഒഴുകി. അടുത്തുള്ള ആറ്റിലും ഒഴുക്ക് സാധാരണയിൽ കൂടുതലായി. ആറ്റിൽ ജലനിരപ്പുയർന്നു. അതുകണ്ട കാഗുരി, ഒരുപക്ഷേ അമ്മയുടെ ശവകുടീരം ആറ്റുവെള്ളത്തിൽ ഒഴുകിപ്പോകുമോ എന്നു ഭയന്ന് ഒച്ചയെടുത്ത് കരയാൻ തുടങ്ങി. "ഓ! എന്റെ അമ്മയെ വെള്ളം കൊണ്ടുപോകുന്നേ, വെള്ളം കൊണ്ടുപോകുന്നേ..."

അന്നുമുതൽ ഇന്നുവരെയും മഴ പെയ്യുമ്പോൾ തവളകൾ ശബ്ദമെട്ടുത്തു കരയുന്നത് ആ സംഭവം ഓർത്തിട്ടാണെന്ന് പറയപ്പെടുന്നു. എന്നു മാത്രമല്ല, പറയുന്നിന് എതിര് പ്രവർത്തിക്കുന്നവരെ കൊറിയയിൽ "കാഗുരി" എന്നാണ് വിളിക്കുന്നത്.

സ്നേഹമുള്ള സഹോദരന്മാർ

വണ്ട് പണ്ട് ഒരു ഗ്രാമത്തിൽ ജീവിച്ചിരുന്ന രണ്ട് കൊറിയൻ സഹോദരന്മാരുടെ കഥയാണിത്.

രണ്ടുപേരും സാമ്പത്തികമായി മോശപ്പെട്ട നിലയിലാണ് ജീവിച്ചിരുന്നത്. മൂത്ത സഹോദരൻ ഇളയവനേക്കാൾ അല്പംകൂടി മെച്ചപ്പെട്ട നിലയിലായിരുന്നു. പക്ഷേ, ഇളയവന്റേതിനേക്കാൾ വലിയ കുടുംബമായിരുന്നു അയാളുടേത്.

പരസ്പരം വലിയ സഹായം ചെയ്യാനുള്ള കഴിവ് അവർക്ക് രണ്ടുപേർക്കുമില്ലായിരുന്നു. പക്ഷേ, രണ്ടുപേർക്കും പരസ്പരം എന്തെങ്കിലും സഹായം ചെയ്യണമെന്നുള്ള ആഗ്രഹമുണ്ടായിരുന്നു.

അതു കൊയ്ത്തുകാലം കഴിഞ്ഞ സമയായിരുന്നു. അതുകൊണ്ട് രണ്ടുപേരുടെ വീട്ടിലും ധാന്യം ശേഖരിച്ചുവെച്ചിരുന്നു. ആ കുറഞ്ഞ ധാന്യശേഖരത്തിൽ നിന്ന് കുറച്ച് അനുജന് കൊടുക്കാമെന്ന് വിചാരിച്ചാൽ, തന്റെ ഭാര്യയും മക്കളും അത് അംഗീകരിക്കുമോ? അഥവാ അംഗീകരിച്ചില്ലെങ്കിൽ തന്നെ അവരെ കുറ്റം പറയാനും സാധ്യമല്ല. അവരുടെ നിത്യോപയോഗത്തിനുപോലും ആ ധാന്യം തികയുമായിരുന്നില്ല. ഏറിയാൽ ഒന്നോ രണ്ടോ മാസത്തേക്ക്. പിന്നെ എന്തു ചെയ്യും? വളരെയേറെ ആലോചിച്ചതിനുശേഷം ജ്യേഷ്ഠൻ തീരുമാനിച്ചു. വരുന്നതുവരട്ടെ; ഏതായാലും എന്റെ പക്കലുള്ള ധാന്യത്തിൽ നിന്ന് ഒരു ചെറിയ പങ്ക് ആരുമറിയാതെ അനുജന് കൊടുക്കാം. പക്ഷേ, അങ്ങനെ കൊടുത്ത വിവരം ആരുമറിയരുത്; അനുജൻ പോലും.

ആ ജ്യേഷ്ഠസഹോദരൻ അർദ്ധരാത്രിയോടടുത്ത് തന്റെ ധാന്യശേഖരത്തിൽനിന്ന് കുറച്ച് ധാന്യമെടുത്ത് ആരും കാണാതെ അനുജന്റെ വീട്ടിലേക്കുപോയി. ആരും കാണാതെ അത് അനുജന്റെ ധാന്യശേഖരത്തിൽ നിറച്ചിട്ട് പോരുകയും ചെയ്തു.

അടുത്തദിവസം കാലത്ത് തന്റെ ധാന്യശേഖരം നോക്കിയപ്പോൾ...! അതിശയമെന്നു പറയട്ടെ; അതിൽ തലേദിവസം താൻ അനുജന് നൽകാൻ ധാന്യമെടുത്തതിനുമുമ്പുണ്ടായിരുന്ന അളവിൽതന്നെ ധാന്യമുണ്ടായിരുന്നു. ഒട്ടും കുറഞ്ഞിരുന്നില്ല.

അയാൾ മനസ്സിൽ വിചാരിച്ചു:

"ധാന്യം കുറഞ്ഞിട്ടില്ലാത്ത സ്ഥിതിയ്ക്ക് കുറച്ചുകൂടി ധാന്യം അനുജനു നൽകാം."

അന്ന് രാത്രിയും അയാൾ തലേദിവസം ചെയ്തതുപോലെ പ്രവർത്തിച്ചു.

അടുത്തദിവസം രാവിലെ ധാന്യശേഖരത്തിൽ നോക്കിയ അയാൾ തികച്ചു അദ്ഭുതപ്പെട്ടുപോയി! ഇതെങ്ങനെ സംഭവിച്ചു? ഒരുപക്ഷേ, തന്റെ ധാന്യശേഖരത്തിൽ താൻ അറിയാതെ മറ്റാരെങ്കിലും ധാന്യം നിക്ഷേപിക്കുന്നുണ്ടോ? എങ്കിൽ അതു കണ്ടുപിടിക്കണം.

അയാൾ ചിന്തിച്ചുറച്ചു.

അന്നുരാത്രി അയാൾ ആരും ശ്രദ്ധിക്കാത്തവിധം തന്റെ ധാന്യശേഖര പത്തായത്തിനടുത്ത് ഒളിഞ്ഞിരുന്നു.

ഏതാണ്ട് അർദ്ധരാത്രി സമയം.

ഒരാൾ ഒരു പൊതിയുമായി, തലയിൽ മുണ്ടുമൂടി അയാളുടെ പത്തായത്തിനടുത്തു വന്നു. ചുറ്റും നോക്കിയശേഷം, അയാൾ കൈയിലുണ്ടായിരുന്ന പൊതിയിലെ ധാന്യം ആ പത്തായത്തിൽ നിക്ഷേപിച്ചിട്ട് തിരികെ പോകാൻ തുടങ്ങി. ആ സമയം നോക്കി ജ്യേഷ്ഠൻ, അവിടെ വന്ന തലയിൽ മുണ്ട് മൂടിയിട്ട മനുഷ്യനെ പിടികൂടി.

"നീയാരാ? എന്തിന് ഇവിടെ വന്നു?"

അയൾ തിരക്കി.

"ഇത് ഞാനാ ജ്യേഷ്ഠാ; അങ്ങയുടെ ഇളയ സഹോദരൻ "

ആ സഹോദരൻ വീണ്ടും പറഞ്ഞു:

"എനിക്ക് ജ്യേഷ്ഠന്റെ വിഷമം നന്നായറിയാം. എന്നെക്കൊണ്ട് ആകുന്ന സഹായം ചെയ്യാമെന്ന് വെച്ചാൽ ജ്യേഷ്ഠൻ സമ്മതിക്കുകയില്ലെന്നുമറിയാം. അതുകൊണ്ട് ഇങ്ങനെ ചെയ്തുപോയതാണ്. ജ്യേഷ്ഠൻ

ക്ഷമിക്കണം."

ആ സഹോദരന്മാർ പരസ്പരം കെട്ടിപ്പിടിച്ചു. രണ്ടുപേരുടെയും മനസ്സിലുണ്ടായിരുന്ന സ്നേഹം കൂടുതൽ ദൃഢമായി.

അവർ രണ്ടുപേരും ജ്യേഷ്ഠാനുജന്മാർ തമ്മിലുള്ള സ്നേഹത്തിന് മാതൃകയായി വളരെ നാളുകൾ ആ ഗ്രാമത്തിൽ സന്തോഷത്തോടെ ജീവിച്ചു.

യുവത്വത്തിന്റെ പ്രഭാവം

പണ്ടൊരു കാലത്ത് ആ ഗ്രാമത്തിൽ ഓങ് എന്ന വൃദ്ധനും ഓക് എന്ന അയാളുടെ വൃദ്ധയായ ഭാര്യയും ജീവിച്ചിരുന്നു. രണ്ടുപേരും പാവപ്പെട്ടവരായിരുന്നു. നല്ലവർ, സത്യസന്ധർ. ഒരേ ഒരാഗ്രഹം തങ്ങളുടെ പേര് നിലനിർത്താൻ ഒരു മകളോ, മകനോ വേണമെന്നതായിരുന്നു. പക്ഷേ, ആ ഭാഗ്യം അവർക്ക് കിട്ടിയില്ല.

ഒരു പ്രഭാതത്തിൽ ഓങ് മലമുകളിലേക്ക് വിറക് ശേഖരിക്കാനായി പോയി. ഒന്നുരണ്ടു മണിക്കൂർ സമയം ഉണങ്ങിയ മരക്കൊമ്പുകളും മറ്റും ശേഖരിച്ച ഓങ് അല്പം വിശ്രമിക്കാനായി ഒരു മരത്തണലിൽ ഇരുന്നു. ആ സമയത്ത് കണ്ടാൽ കൗതുകം തോന്നിക്കുന്ന സുന്ദരിയായ ഒരു ചെറിയ പക്ഷി ആ വൃക്ഷത്തിന്റെ കൊമ്പിൽ പറന്നെത്തി. മരക്കൊമ്പിലിരുന്ന് പക്ഷി പാട്ടുപാടാൻ തുടങ്ങി. കേൾക്കാൻ ഇമ്പമുള്ള പാട്ട്. ഓങിന് ആ പാട്ട് വളരെയധികം ഇഷ്ടപ്പെട്ടു. കുറച്ച നേരത്തിനുശേഷം പക്ഷി മറ്റൊരു വൃക്ഷത്തിന്റെ കൊമ്പിലേക്ക് പറന്നുപോയി. ആ പക്ഷിയുടെ പാട്ട് കുറച്ചുനേരം കൂടി കേൾക്കണമെന്ന് ഓങ് ആഗ്രഹിച്ചു. മറ്റൊന്നും ആലോചിക്കാതെ ഓങ് ആ പക്ഷി ഇരുന്ന മരച്ചുവട്ടിൽ പോയി ഇരുന്നു. പക്ഷി കുറേനേരം പാടിയതിനുശേഷം കുറേ ദൂരെയുള്ള മറ്റൊരു വൃക്ഷക്കൊമ്പിലേക്ക് പറന്നിരുന്നു. പക്ഷിയുടെ പാട്ടിൽ ആകൃഷ്ടനായി ഓങ് അതിനെ ഓരോ തവണയും അനുഗമിച്ചു. ഓങിന് ആ പാട്ട് അത്രമാത്രം വശ്യതയുള്ളതായി അനുഭവപ്പെട്ടു.

അങ്ങനെ കുറേദൂരം പോയപ്പോൾ, മൂടൽ മഞ്ഞുകൊണ്ട് ആവരണം ചെയ്യപ്പെട്ട ആ സ്ഥലത്ത് എത്തിച്ചേർന്നു. വിജനമായ ആ സ്ഥലത്ത്

ഒരു നീരുറവയുമുണ്ടായിരുന്നു. പക്ഷേ, ആ പക്ഷിയെമാത്രം അവിടെയെങ്ങും കണ്ടില്ല. അതിന്റെ പാട്ടും കേൾക്കാനുണ്ടായിരുന്നില്ല. അയാൾക്ക് നല്ല ക്ഷീണം തോന്നി. അതുകൊണ്ട് അയാൾ അടുത്തുകണ്ട നീരുറവയിൽനിന്ന് കുറച്ച് വെള്ളം കുടിച്ചു. ആ വെള്ളം തണുത്തതും സ്വാദുള്ളതുമായിരുന്നു. വെള്ളം കുടിച്ചു കഴിഞ്ഞപ്പോൾ അയാൾക്ക് ഉറക്കം വരുന്നതുപോലെ തോന്നി. അതുകൊണ്ട് അയാൾ അടുത്തുകണ്ട മൈതാനത്ത് കിടന്നുറങ്ങി.

ഉണർന്നപ്പോൾ നേരം ഉച്ചയായിരുന്നു. ആ സ്ഥലത്തിന്റെ പ്രത്യേകതകളും, അവിടെയുണ്ടായിരുന്ന ചില അടയാള ചിഹ്നങ്ങളും നോക്കി മനസ്സിലാക്കിയതിനുശേഷം അയാൾ ധൃതിയിൽ വീട്ടിലേക്ക് യാത്രതിരിച്ചു. വീട്ടിൽ ഓക് അയാൾക്കുവേണ്ടി ആകാംക്ഷയോടെ കാത്തിരിക്കുന്നുണ്ടായിരുന്നു.

“ഞാൻ താമസിച്ചുപോയി; ക്ഷമിയ്ക്കു.”

“പക്ഷേ, നിങ്ങളാരാണ്?”അയാളുടെ ഭാര്യ തിരക്കി.

“എന്ത്! നിനക്കെന്നെ മനസ്സിലായില്ലെന്നോ? തമാശ പറയുകയാണോ?”

ഓക് തികച്ചും സംശയാസ്പദമായ ദൃഷ്ടിയോടെ അയാളെ തുറിച്ച് നോക്കി. ഓങ് വീണ്ടും പറഞ്ഞു.

“നിനക്കെന്തുപറ്റി? നീയെന്തിനാ ഇങ്ങനെ തുറിച്ചുനോക്കുന്നത്? ഞാൻ നിന്റെ ഭർത്താവുതന്നെയാ. എന്താ സംശയമുണ്ടോ?”

“എന്ത്! നിങ്ങളെന്റെ ഭർത്താവാണെന്നോ? എന്റെ ഭർത്താവ് തികച്ചും വൃദ്ധനാണ്. തന്നെപ്പോലെ ഒരു ചെറുപ്പക്കാരനല്ല.” ഓക് പറഞ്ഞു. ഒരു നിമിഷത്തെ നിശ്ശബ്ദതയ്ക്കുശേഷം ഓക് വീണ്ടും പറഞ്ഞു:

“പക്ഷേ, നിങ്ങളെക്കണ്ടിട്ട് എന്റെ ഭർത്താവ് ചെറുപ്പത്തിൽ ഉണ്ടായിരുന്നതുപോലെയുണ്ട്.”

അതുകേട്ടപ്പോൾ ഓങിനും ചില സംശയങ്ങൾ മനസ്സിൽ തോന്നി. അയാൾ പറഞ്ഞു:

“ഓക്, നിനക്ക് വിരോധമില്ലെങ്കിൽ അകത്തുള്ള കണ്ണാടിയിൽ എന്റെ മുഖമൊന്ന് നോക്കിക്കോട്ടെ?”

“ഓ!നിങ്ങൾക്കെന്റെ പേരും അറിയാമോ? ശരി, അകത്ത് വന്ന് കണ്ണാടിയിൽ നോക്കിക്കോ.”

ഓങ് കണ്ണാടിയിൽ തന്റെ മുഖം കണ്ട് തികച്ചും അതിശയിച്ചുപോയി! മുഖത്തെ ചുളിവുകൾ പോയിരിക്കുന്നു. മുഖത്ത് വിരലുകൾ

അമർത്തിനോക്കി. കൈകളുടെ മാംസപേശികളും ഒരു ചെറുപ്പക്കാരന്റേതുപോലെതന്നെ ഉറച്ചതായിരിക്കുന്നു. അയാൾ ഓർത്തു; താൻ ആ ഉറവയിലെ ജലം കുടിച്ചതിനുശേഷം മലമുകളിൽനിന്ന് താഴേക്ക് നടക്കുമ്പോൾ ക്ഷീണം അനുഭവപ്പെട്ടതേയില്ല.

ഓങ് ഉറക്കെ പറഞ്ഞു: "ആ വെള്ളമാണ്... ഉറവയിലെ വെള്ളം. സംശയമില്ല. ആ വെള്ളം തന്നെ."

"നിങ്ങളെന്താ പുലമ്പുന്നത്? ഒന്നും മനസ്സിലാകുന്നില്ലല്ലോ?" ഓങ് നടന്നതെല്ലാം അവളോട് വിശദമായി പറഞ്ഞു.

പിന്നീട് ഒട്ടും ശങ്കിയ്ക്കാതെ ഓക്-ന്റെ കൈയിൽ പിടിച്ചു പറഞ്ഞു.

"വാ, എന്റെ കൂടെ വാ. നമുക്ക് ആ മലമുകളിലേക്കു പോകാം." അയാളുടെ പെരുമാറ്റവും വർത്തമാനരീതിയും എല്ലാം ചെറുപ്പകാലത്തെ അവളുടെ ഭർത്താവിനെ ഓർമ്മിപ്പിക്കുന്നതായിരുന്നു. പൂർണ്ണസമ്മതയോടെയല്ലെങ്കിലും ഓക് അയാളുടെ കൂടെ മലമുകളിലേക്ക് നടന്നു. അയാൾ ധൃതിയിൽ കയറ്റം കയറുന്നതിന് ഒപ്പം കൂടുതൽ കൂടുതൽ ക്ഷീണിതയായ ഓക്-ന്റെ കൈയിൽ ബലമായി പിടിച്ച് മുകളിലേക്ക് കയറ്റി. നീരുറവയ്ക്കരുകിൽ എത്തിയ ഉടനെ അയാൾ ആ അരുവിയിലെ ജലം നിർബന്ധിച്ച് അവളുടെ വായിലേക്ക് ഒഴിച്ചു. ആ ജലം കുടിച്ച ഉടൻതന്നെ അവൾ ഉറക്കം തൂങ്ങി താഴെ വീണു.

ഓങ് ഓടിച്ചെന്ന് ആകാംക്ഷയോടെ അവളുടെ മുഖത്ത് നോക്കി. അത്ഭുതം! തന്റെ ഭാര്യ തികച്ചും സുന്ദരിയായ ഒരു ചെറുപ്പക്കാരിയായി മാറിയിരിക്കുന്നു. അയാൾ സ്നേഹവും സന്തോഷവും കലർന്ന ഭാഷയിൽ ഓക്-നെ വിളിച്ചു:

"ഓക്, ഓക് നീ തികച്ചും സുന്ദരിയായിരിക്കുന്നു. മുപ്പതു വർഷംമുമ്പ് നീയെങ്ങിനെ ഉണ്ടായിരുന്നോ, അതുപോലെ സുന്ദരിയും, ചുറുചുറുക്കുള്ളവളും ആയിരിക്കുന്നു!"

അയാൾ അവളുടെ നെറ്റിയിൽ ഉമ്മവെച്ചു. രണ്ടുപേരും അതീവ സന്തോഷത്തോടെ മലയിറങ്ങി സ്വന്തം വീട്ടിലേക്ക് മടങ്ങി.

അവരുടെ അയൽപക്കത്ത് താമസിച്ചിരുന്ന സ്വത്തുകാരനും, അത്യാഗ്രഹിയുമായ വൃദ്ധൻ അവരെ അപ്പോൾ കാണാനിടയായി.

ഇവർ രണ്ടുപേരും എങ്ങനെ ചെറുപ്പക്കാരായി? വൃദ്ധൻ സംശയിച്ചു. അയാൾ ഓങ്-നോടും, ഓക്-നോടും വിവരങ്ങൾ ചോദിച്ചു മനസ്സിലാക്കി.അയാൾ പറഞ്ഞു:

"ഓക്, എനിക്കും നിങ്ങളെപ്പോലെ എന്റെ ചെറുപ്പം വീണ്ടെടുക്കണം. വാ, എന്നെയും കൂടി ആ മലമുകളിലേക്ക് കൂട്ടിക്കൊണ്ടുപോകു."

നിർബന്ധത്തിനുവഴങ്ങി ഓങ് അയാളെയും കൂട്ടിക്കൊണ്ട് മലമുക ളിലേക്കു പോയി.

ആ നീരുറവ കണ്ടയുടനെ അത്യാഗ്രഹിയായ അയാൾ അതിലേക്കു ചാടി അരുവിയിൽ കുളിച്ചു. മാത്രമല്ല, ആ അരുവിയിൽനിന്നും കഴിയു ന്നത്ര വെള്ളം വീണ്ടും വീണ്ടും കുടിച്ചു. അതുകണ്ട് ഓങ്#ൃഉം. ഓക്-ഉം പറയുന്നുണ്ടായിരുന്നു:

“വേണ്ട, ഒരുപാട് കുടിക്കണ്ടേച കുറച്ച് കുടിച്ചാൽ മതി...”

പക്ഷേ, അയാളുണ്ടോ കൂട്ടാക്കുന്നു. പിന്നീട് സംഭവിച്ചത് എന്താണെ ന്ന് നിങ്ങൾക്ക് ഊഹിക്കാമോ? എങ്കിൽ ബാക്കി വായിക്കുന്നതിനുമുമ്പ് ഒന്ന് ഊഹിച്ചുനോക്ക്. സംഭവിച്ചത് മറ്റൊന്നുമല്ല; അയാൾ ചെറുപ്പക്കാ രനാകാനാണ് ആശിച്ചത്. പക്ഷേ, അയാളുടെ അളവറ്റ അത്യാഗ്രഹം അയാളെ കൊണ്ടെത്തിച്ചത് മറ്റൊരു നിലയിലേക്കാണ്.

അയാൾ ഒരു നവജാതശിശുവിനെപ്പോലെയായി, സ്വയം ഒന്നും ചെയ്യാൻ കഴിവില്ലാത്ത ഒരു നവജാതൻ.

ഓക് ആ ശിശുവിനെ വെള്ളത്തിൽ നിന്നുമെടുത്തു. മറ്റു വഴികളൊ ന്നുമില്ലാതിരുന്നതിനാൽ ഓങ്-ഉം,ഓക്-ഉം ആ ശിശുവിനെ അവരുടെ ദത്തുപുത്രനായി സ്വീകരിച്ചു. ആ ശിശു പിന്നീട് സൽസ്വഭാവിയും, അച്ഛ നമ്മമാരോട് സ്നേഹവും, ആദരവുമുള്ള കുട്ടിയായി വളർന്നു. അവന്റെ കുട്ടികളും അങ്ങനെ ആയിരുന്നുവെന്നാണറിവ്.

കുമാരി തുരപ്പന്
ഒരു വിവാഹാലോചന

കിൻഗിൻ ആറിനോട്ടുചേർന്ന് ഒരു പാറയിൽനിന്ന് വർഷങ്ങൾക്കുമുമ്പ് വെട്ടിയുണ്ടാക്കിയ ഒരു അതികായ പ്രതിമ (മിറേക്) ഉണ്ടായിരുന്നു. ആ പാറ ഭൂമിയുടെ അടിയിലേക്ക് ആഴത്തിലും, കൂടിയ വിസ്തൃതിയോടും കൂടിയുള്ളതുമായിരുന്നു. പാറയുടെ ചുവട്ടിൽ കാണാൻ ചന്തമുള്ള ഒരു സുന്ദരൻ തുരപ്പനും, അവന്റെ സുന്ദരിയായ ഭാര്യയും താമസിച്ചിരുന്നു.

ഒരു നാൾ അവർക്ക് അതീവ സുന്ദരിയായ ഒരു മകൾ ജനിച്ചു. അച്ഛൻ തുരപ്പൻ തന്റെ മകൾ ലോകത്തിലുള്ള മറ്റാരേക്കാളും സുന്ദരിയാണെന്ന് വിശ്വസിച്ചു. അതുകൊണ്ട് മകളെ, അവൾ പ്രായപൂർത്തിയാകുമ്പോൾ ലോകത്തിൽ മറ്റാരേക്കാളും ശക്തിമാനും, പേരുകേട്ടവനുമായ ഒരു മഹദ്വ്യക്തിക്കു മാത്രമേ വിവാഹം കഴിച്ചുകൊടുക്കുകയുള്ളു എന്ന് ആ അച്ഛൻ തീരുമാനിച്ചു.

മകൾ വിവാഹപ്രായമെത്തിയപ്പോൾ അച്ഛൻ തുരപ്പൻ, തന്റെ കൂട്ടുകാരോടും തുരപ്പൻരാജാവിനോടും മറ്റും കൂടിയാലോചിച്ചു; ആരാണ് തന്റെ മകൾക്ക് അനുയോജ്യനായ വരനെന്ന്. എല്ലാവരോടും അന്വേഷിച്ച് അഭിപ്രായമറിഞ്ഞു. എല്ലാവരും ഉപദേശിച്ചത്, മുകളിൽ പരന്നു കിടക്കുന്ന നീലാകാശമാണ് ലോകത്തിൽവെച്ച് മറ്റെന്തിനേക്കാളും ശ്രേഷ്ഠമെന്നും, അയാളുടെ മകൾക്ക് അനുയോജ്യനായ വരനെന്നുമാണ്. തുരപ്പനും ആ അഭിപ്രായം ശരിയാണെന്നു തോന്നി. തുരപ്പൻ വളരെ

ബുദ്ധിമുട്ടിയാണെങ്കിലു മേലോട്ട്, ഉയരങ്ങളിലേക്ക് പടിപടിയായി കയറി. വളരെ കഷ്ടപ്പെട്ടാണ് മുന്നോട്ട് ഓരോ അടിയും കയറാൻ കഴിഞ്ഞത്. മകളുടെ ഭാവിയ്ക്കുവേണ്ടിയല്ലേ; കഷ്ടപ്പാടുകൾ സഹിക്കാം.

ത്തുരപ്പൻ തീർച്ചയാക്കി.

അവസാനം ആകാശത്ത് എത്തിച്ചേർന്ന ത്തുരപ്പൻ നീലാകാശത്തോട് പറഞ്ഞു:

നീലാകാശമേ, ഞാനൊരഭ്യർത്ഥനയുമായാണ് നിന്റെ അരികിൽ വന്നത്. ലോകസുന്ദരിയായ എന്റെ മകളെ നീ വിവാഹം കഴിക്കണം.

ഞാനോ! ഞാനെങ്ങനെ നിങ്ങളുടെ മകളെ വിവാഹം കഴിക്കാൻ യോഗ്യനാകും?

എന്റെ മകളെ വിവാഹം കഴിക്കുന്നത്, ലോകത്തിൽവെച്ച് ഏറ്റവും ശ്രേഷ്ഠനായ ആളായിരിക്കണം.അത് നീയാണെന്നാണ് മനസ്സിലാക്കാൻ കഴിഞ്ഞത്.

അല്ല, ഞാനല്ല ഏറ്റവും ശ്രേഷ്ഠനായവൻ. എന്നേക്കാൾ എത്രയോ ശ്രേഷ്ഠനാണ് സൂര്യൻ. സൂര്യനാണ് രാത്രിയും പകലും സൃഷ്ടിക്കുന്നത്. സൂര്യനാണ് എനിക്കുപോലും മാറിമാറിവരുന്ന അഴകുള്ള നിറങ്ങൾ നൽകുന്നത്. നീ ശ്രദ്ധിച്ചിട്ടില്ലേ; സൂര്യൻ മറയുമ്പോൾ, രാത്രി വരുമ്പോൾ ഞാൻ ആർക്കും കാണാത്തവനായി നിഷ്പ്രഭനാകും. അതുകൊണ്ട് നീ സൂര്യനെക്കണ്ട് അദ്ദേഹത്തോട് നിന്റെ മകളെ വിവാഹം കഴിക്കാൻ അഭ്യർത്ഥിക്കു.

ത്തുരപ്പൻ ആകാശത്തോട് വിടപറഞ്ഞ് സൂര്യനെ കാണാൻപുറപ്പെട്ടു.

സൂര്യന്റെയടുക്കൽ എത്തിച്ചേരാൻ ത്തുരപ്പൻ വളരെ പാടുപെട്ടു. സഹിക്കാനാകാത്ത ചൂട്. കണ്ണ് മഞ്ഞളിക്കുന്ന പ്രകാശം. എങ്കിലും മകൾക്കുവേണ്ടി ആ കഷ്ടപ്പാടുകൾ സഹിക്കുന്നത് ഒരു സുഖമായിരുന്നു.

ത്തുരപ്പൻ സൂര്യനോട് പറഞ്ഞു:

ലോകത്തിൽവെച്ച് ഏറ്റവും ശ്രേഷ്ഠനും, ധിഷണനുമായ അങ്ങ് എന്റെ വിശ്വസുന്ദരിയായ മകളെ വിവാഹം കഴിക്കണം.

എന്ത്! ഞാനോ ഏറ്റവും ശ്രേഷ്ഠൻ?

ത്തുരപ്പന്റെ ആഗമനോദ്ദേശം കേട്ടപ്പോൾതന്നെ സൂര്യന്റെ പ്രകാശം മങ്ങി.

താങ്കളുടെ അറിവ് ശരിയല്ല. നോക്കു, ഇപ്പോൾതന്നെ ഈ മേഘങ്ങളുടെ സാന്നിധ്യത്തിൽ എന്റെ പ്രകാശം എത്രമാത്രം ക്ഷയിച്ചുവെന്ന് അങ്ങേയ്ക്കുതന്നെ മനസ്സിലാകുന്നില്ലേ? എന്നേക്കാൾ എത്രയോ

കഴിവുണ്ട് ഈ മേഘത്തിന്. എന്നേക്കാൾ തികച്ചും ശ്രേഷ്ഠനായ മേഘമാണ് അങ്ങയുടെ പുത്രിയ്ക്ക് അനുയോജ്യനായ വരൻ.

ത്തുരപ്പൻ മേഘത്തിന്റെ സമീപത്തേക്ക് പുറപ്പെട്ടു.

മേഘങ്ങൾക്കുചുറ്റും ഇടവിടാതെ കണ്ണഞ്ചിപ്പിക്കുന്ന കൊള്ളിമീനും, ഭയാനകമായ ഇടിശബ്ദവും. ആ ഭയാനകതകൾ അല്പം ഒന്നു ശമിച്ച ഇടവേളയ്ക്ക് ത്തുരപ്പൻ മേഘത്തിന്റെയടുത്തെത്തി തന്റെ അഭ്യർത്ഥന ആവർത്തിച്ചു. മേഘവും ത്തുരപ്പന്റെ മകളെ സ്വീകരിക്കാൻ തയ്യാറായില്ല. മേഘം പറഞ്ഞു:

"ശരിയാണ്; എനിയ്ക്ക് കുറേ ശക്തികളൊക്കെയുണ്ട്. പക്ഷേ, ഏറ്റവും ശക്തിമാനും ശ്രേഷ്ഠനുമായത് ഞാനല്ല. ആ കാറ്റിനെ കശ്രദ്ധിച്ചുനോക്കു. ആ കാറ്റ് ശക്തിയായി ഒന്നു വീശിയാൽതന്നെ എന്റെ നിലനില്പ് അപകടത്തിലാകും. അതിന് എന്നെ എങ്ങോട്ടുവേണമെങ്കിലും വലിച്ചു കൊണ്ടുപോകാനും, ത്തുക്കിയെടുത്ത് ഭൂമിയിലേക്കെറിയാനും കഴിയും. അങ്ങനെ എറിയുമ്പോൾ ഞാൻ ഒരുടഞ്ഞ സ്ഫടികച്ചില്ലുപോലെ മഴത്തുള്ളികളായി ഭൂമിയിൽ വീഴും. അതുകൊണ്ട് എന്റെ അഭിപ്രായത്തിൽ കാറ്റാണ് ഏറ്റവും ശ്രേഷ്ഠൻ. അങ്ങയുടെ മകൾക്ക് അനുയോജ്യനായ വരൻ. അങ്ങളുടെ ആവശ്യം കാറ്റിനോട് പറഞ്ഞുനോക്കു."

ത്തുരപ്പൻ കാറ്റിന്റെയടുത്തേക്ക് യാത്രയായി.

കാറ്റിനോട് ത്തുരപ്പൻ തന്റെ മകളുടെ സൗന്ദര്യത്തെക്കുറിച്ച് പുകഴ്ത്തിയതിനുപുറമേ, പാട്ടുപാടാനും , നല്ലതുപോലെ നൃത്തം ചെയ്യാനും മറ്റുമുള്ള അവളുടെ അസാധാരണ കഴിവുകളെപ്പറ്റി പ്രത്യേകം പറയാൻ മറന്നില്ല. എല്ലാം കേട്ടതിനുശേഷം കാറ്റ് ചെറുതായി പുഞ്ചിരിച്ചുകൊണ്ട് പറഞ്ഞു:

"ശരിയാണ്; എന്റെ ശക്തി അപാരമാണ്. സംശയമില്ല. എന്റെ ശക്തിയ്ക്കുമുമ്പിൽ തല കുനിക്കാതെ നില്ക്കാൻ കഴിയുന്നത് വളരെ കുറച്ചു പേർക്കുമാത്രമാണ്. ഉദാഹരണത്തിന് താങ്കൾ താമസിക്കുന്നതിനടുത്ത് ഒരു മിറേക് ഇല്ലേ? എന്റെ ശക്തി എത്ര പ്രയോഗിച്ചാലും ആ മിറേകനെ ഒന്ന് അനക്കുവാൻ കൂടി കഴിയില്ല. സത്യം പറഞ്ഞാൽ മിറേകിന്റെ മുമ്പിൽ ഞാനാരുമല്ല. അങ്ങയുടെ മകൾക്ക് അനുയോജ്യനായ വരൻ ആ മിറേക് ആണെന്നതിൽ സംശയമേ വേണ്ട."

ത്തുരപ്പൻ അല്പം നിരാശനായി എന്നു പറഞ്ഞാൽ തെറ്റാവില്ല.

നടന്നുനടന്ന് കാലുകൾ വല്ലാതെ വേദനിച്ചുതുടങ്ങി. എങ്കിലും മകൾക്ക് ഒരു നല്ല വരനെ കണ്ടെത്തുന്നതിനുള്ള ശ്രമം തുടരാതിരിക്കുന്നത് ശരിയല്ലല്ലോ.

ഇരപ്പൻ മിറാകിനെ കാണാൻ തീരുമാനിച്ചു.

ഇരപ്പൻ തന്റെ വാസസ്ഥലത്തിനടുത്തുള്ള മിറാകിനെ കണ്ടു. മിറാക് ആജാനബാഹുവും, ഏതാണ്ട് ഒരു ദീപസ്തംഭംപോലെ ഉയരവും, ആരാലും കീഴ്പ്പെടുത്താൻ കഴിയാത്തത്ര സ്ഥിരതയുമുള്ളവനായിരുന്നു. എങ്കിലും മിറാകിന്റെ താമസസ്ഥലം ശാന്തവും സുന്ദരവുമായിരുന്നു. ഇരപ്പൻ വളരെ വിഷമിച്ചാണ് മിറാകിനോട് സംസാരിച്ചത്. കാരണം, മിറാകിന്റെ ചെവികൾ അത്രയും ഉയരത്തിലായിരുന്നല്ലോ. എങ്കിലും, ഇരപ്പൻ മകളുടെ ഗുണഗണങ്ങൾ വളരെ വിസ്തരിച്ചുതന്നെ പറഞ്ഞു. ഒടുവിൽ തന്റെ മകളുടെ ഭർത്താവാകാൻ യോഗ്യത ലഭ്യമായത്, ഏതേത് കാരണങ്ങൾ കൊണ്ടാണെന്നും ഇരപ്പൻ വിശദീകരിച്ചു. പ്രതീക്ഷിച്ചതിലും കൂടുതലായ സൗമനസ്യം കാണിച്ച് ഇരപ്പന്റെ ദീർഘമായി (അല്പം ബോറടിപ്പിക്കുന്ന) സംഭാഷണം മുഴുവനും ക്ഷമയോടെ ശ്രദ്ധിച്ചുകേട്ടതിനുശേഷം മിറാക് പറഞ്ഞു:

"ഹേ ഇരപ്പൻ; താങ്കൾ മകളെക്കുറിച്ച് പറഞ്ഞതെല്ലാം ശരിതന്നെ. പക്ഷേ, എന്നെ മറ്റെല്ലാവരിലുംവെച്ച് ശ്രേഷ്ഠനെന്നു പറഞ്ഞതിൽമാത്രം അങ്ങേയ്ക്ക് തെറ്റു സംഭവിച്ചു. ശരിയാണ്. ഞാൻ ആകാശത്തെയോ, സൂര്യനെയോ, ചന്ദ്രനെയോ, മേഘങ്ങളെയോ, കാറ്റിനെയോ ഒന്നും ഭയപ്പെടുന്നില്ല. പക്ഷേ ഞാനൊരാളിനെമാത്രം എന്നും, എപ്പോഴും ഭയപ്പെടുന്നു. അതാരാണെന്നല്ലേ? കേട്ടോളൂ..."

അല്പനേരത്തെ നിശ്ശബ്ദതയ്ക്കുശേഷം മിറാക് വീണ്ടും പറഞ്ഞു:

"എന്റെ ഈ ഇരുപ്പിടത്തിനടിയിൽ താഴെ ഒരു ഇരപ്പൻ താമസിക്കുന്നു. അവന്റെ നിരന്തരമായ മാന്തലുകളും, മൂർച്ചയേറിയ പല്ലുകൾകൊണ്ട് ഏൽക്കേണ്ടിവരുന്ന ചെറുതാണെങ്കിലും, എണ്ണമറ്റ മുറിവുകളും എന്നെ അസ്വസ്ഥനാക്കുന്നു. ശരിക്കുപറഞ്ഞാൽ ആ ഇരപ്പന്റെ വംശത്തിൽപ്പെട്ട ഒരു ചെറുപ്പക്കാരനായിരിക്കും താങ്കൾക്ക് ഏറ്റവും അനുയോജ്യനായ മരുമകൻ."

ഇരപ്പൻ നിരാശനാകാതെ തന്റെ വീട്ടിലേക്കുപോയി.

പിന്നീട് ഇരപ്പൻ രാജാവിനേയും, മറ്റ് സ്നേഹിതരേയും കണ്ട് നടന്ന വിവരങ്ങളെല്ലാം പറഞ്ഞ് മനസ്സിലാക്കി. വൃത്താന്തങ്ങളെല്ലാം കേട്ട അവർ മിറാക് പറഞ്ഞത് ശരിയാണെന്നു സമ്മതിച്ചു.

അവരുടെ കൂട്ടത്തിൽനിന്ന് സുന്ദരനും, ബുദ്ധിമാനും, ശക്തനും, കുശാഗ്രബുദ്ധിയുമായ ഒരു ചെറുപ്പക്കാരനെ തെരഞ്ഞെടുത്ത് ഇരപ്പന്റെ വിശ്വസുന്ദരിയായ മകളെ ആർഭാടമായി, എല്ലാ ബന്ധുമിത്രാദികളുടെയും സമക്ഷത്തിൽ അവരുടെ ആശിർവാദത്തോടെ വിവാഹം കഴിപ്പിച്ചുകൊടുത്തു.

പിന്നീടുള്ള കാലം ആ യുവമിഥുനങ്ങൾ സന്തോഷമായി കുട്ടികളോടും, കുട്ടികളുടെ കുട്ടികളോടുകൂടി വളരെ നാളുകൾ ജീവിച്ചു.

ഈ കഥ വായിച്ചപ്പോൾ നിങ്ങൾക്ക് പ്രത്യേകമായി എന്തെങ്കിലും മനസ്സിലാക്കാൻ കഴിഞ്ഞോ?

എങ്കിൽ അതെന്താണ്?

പോങ്ങ്കാങ്ങ് എന്ന രാജകുമാരിയും, ഊദാൽ എന്ന മണ്ടനും

കൊറിയയിലെ ഒരു പുരാതന രാജ്യമായ കുഗുരോയിൽ പോങ്ങ്കാങ്ങ് എന്ന രാജകുമാരി താമസിച്ചിരുന്നു രാജകുമാരി ഒരു കരച്ചിൽക്കുടുക്കയായിരുന്നു. നമ്മൾ ചില കുടികളെ ചിരിക്കുടുക്ക എന്നും മറ്റും വിളിക്കാറില്ലേ. അതുപോലെ ഒരു കരച്ചിൽക്കുടുക്ക. ആ കുട്ടി എപ്പോഴും എല്ലാത്തിനും ഏതാണ്ട് നിർത്താതെ കരയുന്ന പ്രകൃതക്കാരിയായിരുന്നു. അവൾ കരയുമ്പോളൊക്കെ അവളുടെ അച്ഛൻ പറയും-

മോളേ, ഇങ്ങനെ കരഞ്ഞാൽ ഞാൻ നിനക്ക് പ്രായമാകുമ്പോൾ ഊദാൽ-ന് കല്യാണം കഴിച്ചുകൊടുക്കും. അറിയാമല്ലോ, ഊദാൽ എന്ന മണ്ടനുതന്നെ.

ഊദാൽ എല്ലാവർക്കും അറിയാവുന്ന ഒരു മണ്ടനും, വിഡ്ഢിയുമായിരുന്നു. പാവപ്പെട്ട, ജീവിക്കാൻ ഭിക്ഷ യാചിച്ചുനടന്ന ഒരുത്തൻ. തനിക്കും, തന്റെ പ്രായമായ അമ്മയ്ക്കും ഒരു നേരത്തെ ആഹാരം സമ്പാദിക്കാൻ അവനെപ്പോഴും ഏത് വിഡ്ഢിവേഷവും അഭിനയിക്കാൻ തയ്യാറായിരുന്നു. അങ്ങനെ വേണ്ടിവന്നാൽ അത് അഭിമാനമായി കണക്കാക്കാൻ ഊദാലിന് കഴിഞ്ഞിരുന്നു. അതുകൊണ്ട് തന്നെ മറ്റുള്ളവർ പരിഹസിക്കുന്നതും മറ്റും അവൻ അത്ര കാര്യമായി കണക്കാക്കിയിരുന്നില്ല.

“ഊദാൽ, നീ ഒരു പട്ടിയെപ്പോലെ കുരച്ചുകാണിയ്ക്കൂ.”

ആളുകൾ പറയും. അവൻ പട്ടി കുരയ്ക്കുന്നതുപോലെ കുറേ നേരം

കുരച്ചുകാണിക്കും.

"ഊദാൽ, നീ തവള ചാടുന്നപോലെ ചാടിക്കാണിക്ക്."

ഉടനെ അവൻ തവളച്ചാട്ടം അഭിനയിച്ചു കാണിക്കും.

നാട്ടുകാർ പറഞ്ഞതെല്ലാം അവൻ ചെയ്തു. ആഹാരത്തിനു വേണ്ടിയല്ലേ; എല്ലാമെല്ലാം സഹിച്ചു.

രാജകുമാരിക്ക് പതിനാറ് തികഞ്ഞപ്പോൾ അവളെ കല്യാണം കഴിച്ചുകൊടുക്കാൻ അവളുടെ അച്ഛൻ തീർച്ചപ്പെടുത്തി. അടുത്ത രാജ്യത്തിലെ രാജകുമാരനുമായി വിവാഹം തീരുമാനിക്കുകയും ചെയ്തു.

വിവരമറിഞ്ഞ പോങ്ങ്കാങ്ങ് അച്ഛനോടു പറഞ്ഞു:

"ഞാൻ ഊദാലിനെമാത്രമേ വിവാഹം കഴിയ്ക്കൂ. അച്ഛനല്ലേ, ചെറുപ്പം മുതലേ ഊദാലിനാണ് എന്നെ കല്യാണം കഴിച്ചുകൊടുക്കുന്നതെന്നു പറയാറുണ്ടായിരുന്നത്? ഇനി ഞാൻ മറ്റാരെയും കല്യാണം കഴിക്കാൻ ഇഷ്ടപ്പെടുന്നില്ല."

അവളുടെ നിർബന്ധമായ സംസാരം രാജാവിനെ ബുദ്ധിമുട്ടിലാക്കി. കേവലം തെണ്ടിനടക്കുന്ന ഒരാളിന് തന്റെ മകളെ കല്യാണം കഴിച്ചുകൊടുക്കുക! അദ്ദേഹത്തിനത് ചിന്തിക്കാൻകൂടി കഴിയുമായിരുന്നില്ല. പലവിധത്തിലും മകളോട് പറഞ്ഞുനോക്കിയിട്ടും അവൾ അനുസരിക്കാൻ കൂട്ടാക്കിയില്ല. രാജാവ് മകളെ കൊട്ടാരത്തിൽനിന്ന് പുറത്താക്കി.

"നീ എവിടെ വേണമെങ്കിലും പൊയ്ക്കോ. ആരെ വേണമെങ്കിലും കല്യാണം കഴിച്ചോ. പക്ഷേ, ഇനി ഈ പടിയ്ക്കകത്ത് കണ്ടുപോകരുത്."

അദ്ദേഹം ആക്രോശിച്ചു.

കാങ്ങ് തന്റെ ദേഹത്തുണ്ടായിരുന്ന വസ്ത്രങ്ങളും ആഭരണങ്ങളുമല്ലാതെ മറ്റൊന്നുമെടുക്കാതെ കൊട്ടാരത്തിൽനിന്നുമിറങ്ങി. അന്നുവരെ ഊദാൽ-നെ കണ്ടിട്ടില്ലാത്ത കാങ്ങ് പലരോടും ചോദിച്ച് ഊദാൽ താമസിച്ചിരുന്ന കുടിലിലെത്തി. ഊദാൽ-നെയും അവന്റെ അമ്മയേയും കണ്ട് സംസാരിച്ചു. അവർ രണ്ടുപേരും അവളെ സ്നേഹത്തോടെ സ്വീകരിച്ചു. അവൾ ഊദാൽ-ന്റെ ഭാര്യയായി ആ കുടിലിൽ താമസിച്ചു. തന്റെ ആഭരണങ്ങൾ വിറ്റുകിട്ടിയ പണംകൊണ്ട് അത്യാവശ്യ സാധനങ്ങൾ വാങ്ങിക്കുകയും, പിച്ചയെടുക്കാതെ ജീവിക്കാൻ വേണ്ടുന്ന സംഗതികൾ ചെയ്യുകയും ചെയ്തു. മാത്രമല്ല, അവൾ ഊദാലിനെ എഴുതാനും വായിക്കാനും പഠിപ്പിച്ചു. തനിക്കറിയാമായിരുന്നതെല്ലാം അവനെ പഠിപ്പിച്ചു. യുദ്ധതന്ത്രങ്ങളും, സാമ്പത്തികവിഷയങ്ങളും എല്ലാമെല്ലാം. അവൻ പഠിക്കാൻ താത്പര്യം കാണിക്കുകയും ചെയ്തു. അവൾ പറഞ്ഞുകൊടുത്തതെല്ലാം അവൻ ജാഗ്രതയോടെ പഠിച്ചു.

കുറച്ചുവർഷങ്ങൾക്കുശേഷം ആ രാജ്യത്തെ അടുത്ത രാജ്യക്കാർ ആക്രമിച്ചു. ആ സമയത്ത് അവരുടെ സൈന്യത്തെ ആരും ക്ഷണിക്കാതെതന്നെ ഒരു ചെറുപ്പക്കാരൻ സ്വയം ചുമതലയേറ്റെടുത്ത് വിജയകരമായി നയിച്ചത് എല്ലാവരുടെയും ശ്രദ്ധയിൽപ്പെട്ടു; രാജാവിന്റെയും, ആ യുദ്ധത്തിന്റെ വിജയകരമായ അവസാനത്തിനുശേഷം, ആ ചെറുപ്പക്കാരനെ കണ്ടുപിടിച്ച് തന്റെ മുമ്പിൽ ഹാജരാക്കാൻ രാജാവ് കല്പിച്ചു. രാജഭടന്മാർ അപ്രകാരം ചെയ്തു.

എന്തൊരത്ഭുതം! ആ ചെറുപ്പക്കാരൻ മറ്റാരുമായിരുന്നില്ല; തന്റെ മകളുടെ ഭർത്താവായ, എല്ലാവരും മണ്ടനെന്നു കരുതിയിരുന്ന ഊദാൽ തന്നെ. രാജാവ് ഊദാൻ-നെ സ്വീകരിച്ച് അവിടുത്തെ സേനാധിപനീയി നിയമിച്ചു. കൂടാതെ രാജഭടന്മാരെ അയച്ച് തന്റെ മകളെ എല്ലാ മര്യാദകളോടുംകൂടി കൊട്ടാരത്തിലേക്ക് വരാൻ ആജ്ഞാപിച്ചു. അദ്ദേഹം തന്റെ മകളേയും, മരുമകനേയും കൊട്ടാരത്തിൽ താമസിക്കാൻ സ്നേഹത്തോടെ ക്ഷണിച്ചു.

ഇത് ഒരു വാസ്തവസംഭവത്തെ അനുസ്മരിപ്പിക്കുന്ന കഥയാണ്. ഏതാണ്ട് ക്രിസ്തുവർഷം 37മുതൽ 700 വരെ കൊറിയയിൽ പ്രശസ്തിയാർജിച്ച രാജ്യമായിരുന്നു കുഗോരിയും, അവിടുത്തെ രാജവംശവും. ഈ കഥയിലെ നായിക-നായകന്മാർ 700 എ.ഡിയിൽ ജീവിച്ചിരുന്നുവെന്ന് കരുതപ്പെടുന്നു. ഈ കഥയിൽ ഒന്നിൽ കൂടുതൽ സാരാംശങ്ങളുണ്ട്. അവ ഏതൊക്കെയാണെന്ന് നിങ്ങൾതന്നെ കണ്ടുപിടിക്കൂ.

ചരൻ എന്ന നർത്തകി

എ.ഡി. 1480-നും 1500-നും ഇടയ്ക്ക് കൊറിയയിലെ പോങ്ങ് ആൻ എന്ന പ്രവിശ്യയിൽ നടന്ന കഥയാണിത്.

അക്കാലത്ത് ആ പ്രവിശ്യയിൽ താമസിച്ചിരുന്ന ചരൻ എന്ന നർത്തകി അതീവസുന്ദരിയായിരുന്നു. അവളുടെ സംഗീതവും നൃത്തവും ആരെയും ഹരം പിടിപ്പിക്കുന്നതായിരുന്നു. മാത്രമല്ല, കൊറിയയുടൈ പാരമ്പര്യത്തെക്കുറിച്ചും കലാസാംസ്കാരി തുറകളെക്കുറിച്ചും അഗാധമായ അറിവുള്ളവളുമായിരുന്നു. അതിനെല്ലാമുപരി, കൊറിയയിലെ മറ്റേത് ഗേയിഷ നർത്തകികളേക്കാളും പ്രശസ്തയുമായിരുന്നു. ചരൻ.

പ്രവിശ്യയുടെ ഗവർണറുടെ ഒരേയൊരു മകൻ കോഡോങ്ങ്- ചെറുപ്പക്കാരനും സുമുഖനുമായിരുന്നതിനുപുറമേ, കൊറിയൻ-ചൈനീസ് ഭാഷകളഇൽ അതീവ് പ്രാഗത്ഭ്യമുള്ളവനുമായിരുന്നു. കൂടാതെ കലാകാരനും, കലാപ്രകടനങ്ങളെക്കുറിച്ച് ആധികാരികമായി വിലയിരുത്താൻ വേണ്ടുന്ന കഴിവും, അറിവുമുള്ളവനുമായിരുന്നു. സത്യം പറഞ്ഞാൽ കോഡോങ്ങ് എന്നായിരുന്നില്ല ആ ചെറുപ്പക്കാരന്റെ ശരിയായ പേര്; എല്ലാവരും അയാളെ അങ്ങനെ വിളിച്ചിരുന്നു എന്നു മാത്രം. കോഡോങ്ങ് എന്നു പറഞ്ഞാൽ, പ്രതിഭാശാലി, അനുഗ്രഹിക്കപ്പെട്ടവൻ എന്നൊക്കെയാണ് അർത്ഥം. ഗവർണർക്ക് എല്ലാം തന്റെ പതിനാറുവയസ്സുകാരനായ ആ പുത്രനായിരുന്നു. കോഡോങ്ങിന്റെ പിറന്നാളാഘോഷത്തിന്റെ ഭാഗമായി അവന്റെ അച്ഛൻ ഒരു വലിയ വിരുന്നൊരുക്കി. നാട്ടിലെ അല്ലാ അറിയപ്പെട്ടവരേയും വിരുന്നിന് ക്ഷണിച്ചിരുന്നു. അവരുടെ ആസ്വാദനത്തിനായി കലാപരിപാടികളും

ഏർപ്പെടുത്തിയിരുന്നു. പാട്ടും, നൃത്തവും എല്ലാം. ആ കലാപരിപാടികൾ നടന്നുകൊണ്ടിരുന്ന സമയത്ത് ഗവർണർ മകനെ വിളിച്ചു പറഞ്ഞു:

"ഇവിടെ ഇന്ന് കലാപ്രകടനങ്ങൾ നടത്തുന്നവരുടെയിടയിൽ നിന്ന് അതിസമർത്ഥമായി നടനമാടുന്ന ഒരു പെൺകുട്ടിയെ നീ തിരഞ്ഞെടുക്കണം. അവളുമൊത്ത് നീ ഒരു നാട്യപ്രകടനം കാഴ്ചവെക്കുകയും വേണം."

"ശരി അങ്ങനെയാകട്ടെ."

കോഡോങ്ങ് തിരഞ്ഞെടുത്തത് ചരനെയായിരുന്നു. നാട്യസംഘത്തിലെ മറ്റെല്ലാ അംഗങ്ങളും ആ തീരുമാനത്തോട് യോജിക്കുകയും ചെയ്തു. കേവലം പതിനാറുവയസ്സ് മാത്രമായിരുന്ന ചരൻ,നാട്യസംഘത്തിലെ എല്ലാവർക്കും മകളെപ്പോലെയായിരുന്നു. ചരനും ഡോങ്ങും ചേർന്ന് അവതരിപ്പിച്ച നൃത്തം വളരെ ആകർഷണീയമായി. ആ നൃത്തം ഗവർണർക്ക് വളരെയേറെ ഇഷ്ടപ്പെട്ടു. അദ്ദേഹം ചരനിനെ വേദിയിലേക്കു ക്ഷണിച്ച് തന്റെയടുത്തുതന്നെ ഇരുത്തുകയും, അവൾക്ക് വിലപിടിപ്പുള്ള വളരെയധികം സമ്മാനങ്ങൾ നൽകുകയും ചെയ്തു. കൂടാതെ, എല്ലാവരും കേൾക്കെ തന്നെ ഉറക്കെ പറഞ്ഞു:

"ചരൻ, നീ ഇന്നുമുതൽ എന്റെ വീട്ടിൽതന്നെ താമസിച്ച് എന്റെ മകന്റെ തോഴിയും, ദാസിയുമായി ജീവിക്കണം."

അത് അക്കാലത്ത് ചൈന, കൊറിയ മുതലായയ പല കിഴക്കനേഷ്യൻ നാടുകളിലും അന്തസുള്ള പരിചയമായി കണക്കാക്കപ്പെട്ടിരുന്നു.

അങ്ങനെ ചരൻ ഗവർണറുടെ വീട്ടിൽ സ്ഥിരതാമസമാക്കി. കേഡോങ്ങിന്റെ ദാസിയും, ഏറ്റവും അടുത്ത തോഴിയും. ക്രമേണ അവർ ഉറ്റ ചങ്ങാതികൾ എന്നതിലുപരി, പരസ്പരം സ്നേഹിക്കുന്ന യുവജോഡികളായി എല്ലാവരാലും കരുതപ്പെട്ടു. കേഡോങ്ങിന്റെ മാതാപിതാക്കൾക്കും ആ സത്യം അറിയാമായിരുന്നു.

ഏതാണ്ട് 6 വർഷങ്ങൾക്കുശേഷം ഗവർണർക്ക് ആ പ്രവിശ്യയിൽ നിന്ന് മറ്റൊരു പ്രവിശ്യയിലേക്ക് സ്ഥാനമാറ്റമുണ്ടായി. അതായത്, സോൾ പ്രവിശ്യയുടെ പ്രധാന ന്യായാധിപനായി. അതുകാരണം കുടുംബസമേതം സോളിലേക്ക് മാറിത്താമസിക്കേണ്ട നിർബ്ബന്ധം വന്ന ആ പരിതസ്ഥിതിയിൽ,ചരനിനെ എന്തു ചെയ്യണമെന്ന് ഡോങ്ങിന്റെ മാതാപിതാക്കൾക്ക് ഒരു പ്രശ്നമായി. ചരനിനെ വേർപെട്ട് താമസിക്കാൻ മകൻ ഇഷ്ടപ്പെടുകയില്ലെന്നു അവർക്ക് നന്നായി അറിയാമായിരുന്നു. പക്ഷേ, അവളെ കൂടെ കൊണ്ടുപോകുന്നതും ഒരു പ്രശ്നമുണ്ടായിരുന്നു; അവരുടെ സമൂഹത്തിൽ ഒരു ദാസിയെ വെയ്ക്കുന്നതിൽ

തെറ്റില്ലായിരുന്നുവെങ്കിലും, ആ ദാസിയേയും പുതിയ സ്ഥലത്തേക്കു കൊണ്ടുപോയാൽ മകന് അവളോട് ദാസി എന്നതിനേക്കാൾ കൂടുതലായ ബന്ധമുണ്ടെന്ന് ആളുകൾ കരുതും. അത് അവന്റെ വിവാഹാലോചന സമയത്ത് പ്രശ്നങ്ങളുണ്ടാക്കാം. മറിച്ച അവളെത്തന്നെ മകന് കല്യാണം കഴിച്ചുകൊടുക്കാമെന്നു വിചാരിച്ചാൽ അത് തങ്ങളുടെ അന്തസ്സിനും ആഭിജാത്യത്തിനും ചേർന്ന ഒരു ബന്ധമായിരിക്കില്ല. വളരെ ആലോചിച്ചതിനുശേഷം, മകനോടുതന്നെ ആ വിഷയം സംസാരിക്കാൻ മാതാപിതാക്കൾ തീർച്ചയാക്കി.

അവർ മകനെ വിളിച്ചുപറഞ്ഞു:

"മോനേ കേഡോങ്ങ്, അച്ഛന് സ്ഥലമാറ്റമായ വിവരം നിനക്കറിയാമല്ലോ? രണ്ടുമൂന്നു ദിവസങ്ങൾക്കുശേഷം നമുക്ക് ഇവിടെനിന്നു പോകേണ്ടിവരും. ഞങ്ങൾ ചരനിന്റെ കാര്യമാണ് ആലോചിക്കുന്നത്. അവളെ വിട്ടുപിരിയുന്നത് നിക്ക് വളരെ വിഷമമുണ്ടാക്കുമെന്ന് ഞങ്ങൾക്കറിയാം. എന്താണ് ചെയ്യേണ്ടതെന്ന് ആലോചിച്ചിട്ട് ഒരു തീരുമാനത്തിലെത്താൻ കഴിയുന്നില്ല.

അല്പനേരത്തെ മൗനത്തിനുശേഷം അച്ഛൻ വീണ്ടും പറഞ്ഞു:

"അവളെ നമ്മുടെ കൂടെ കൊണ്ടുപോയാൽ, അത് നിനക്ക് ഭാവിയിൽ അന്തസ്സും ആഭിജാത്യവുമുള്ള കുടുംബത്തിൽ നിന്ന് വിവാഹം കഴിക്കുന്നതിന് തടസ്സമായി എന്നുവരും.

പക്ഷേ, കോഡോങ്ങിന്റെ പ്രതികരണം പ്രതീക്ഷിച്ചതിൽനിന്ന് തികച്ചും മറിച്ചായിരുന്നു. അവൻ പറഞ്ഞു-

"ഓ, അത്രേയുള്ളോ കാര്യം! ഇതിന് നിങ്ങൾ വിഷമിക്കണമെന്നില്ല."

അവൻ അല്പനേരത്തെ നിശ്ശബ്ദതയ്ക്കുശേഷം പറഞ്ഞു-

"എനിയ്ക്ക് ചരനെ വലിയ ഇഷ്ടമാണെന്നത് വാസ്തവം തന്നെ. അവളെ വിട്ടുപോകുന്നതിൽ വലിയ വിഷമവുമുണ്ട്. പക്ഷേ, ആ വിഷമം താത്ക്കാലികം മാത്രമായിരിക്കും. കുറച്ച് ദിവസങ്ങൾക്കുള്ളിൽ ഞാനാ വിഷമം മറക്കുകയും, പുതിയ സാഹചര്യങ്ങളുമായി യോജിക്കുകയും ചെയ്യും."

മകന്റെ മറുപടി മാതാപിതാക്കൾക്ക് ആശ്വാസം പകർന്നു. അവന്റെ വിവേകപൂർണ്ണമായ നിലപാടിനെ അവർ വാനോളം പുകഴ്ത്തി.

അടുത്തദിവസം തന്നെ അവർ പുതിയ പ്രവിശ്യയിലേക്ക് യാത്രതിരിച്ചു.

അവിടെയെത്തി ഗവർണർ സോളിലെ ന്യായാധിപനായി ചുമതലയേറ്റെടുക്കുകയും ചെയ്തു.

യാത്ര പുറപ്പെട്ട സമയത്ത് ചരൻ സങ്കടം സഹിക്കാനാകാതെ വാവിട്ട് നിലവിളിച്ചു. അവൾക്ക് ഡോങ്ങിനെ പിരിഞ്ഞിരിക്കുകയെന്നത് സഹിക്കാനാകുമായിരുന്നില്ല. പക്ഷേ, എല്ലാവരുടേയും പ്രശംസയ്ക്ക് പാത്രമായത് കേഡോങ്ങിന്റെ പെരുമാറ്റമായിരുന്നു. സങ്കടം അടക്കിപ്പിടിച്ച് അവൻ എല്ലാവരോടും യാത്ര പറഞ്ഞു. അവൻ കഴിയുന്നത്ര സങ്കടം പുറത്ത് കാട്ടാതെ സമചിത്തതയോടെ ചരനിനോടും യാത്ര പറഞ്ഞു.

സോളിൽ എത്തിയതിനുശേഷമാണ് വേർപാടിന്റെ വേദന കേഡോങ്ങിന് കുറേശ്ശെ അനുഭവപ്പെട്ടു തുടങ്ങിയത്. ആ വേദന അനുദിനം കൂടിക്കൂടി വന്നു.

കേഡോങ്ങ് കാംസി എന്ന പരീക്ഷയെഴുതാൻ തയ്യാറെടുക്കുന്ന കാലം. കാംസി നമ്മുടെ ഇന്നത്തെ IASപരീക്ഷയ്ക്ക് തുല്യമായി അക്കാലത്ത് കൊറിയയിൽ നടത്തിയിരുന്ന ഒരു പരീക്ഷയാണ്. അടുത്തുള്ള ബുദ്ധവിഹാരത്തിനോടു ചേർന്നുള്ള സന്യാസിമഠത്തിൽ ചേർന്ന് നന്നായി പഠിയ്ക്കാൻ അവന്റെ അച്ഛൻ ഡോങ്ങിനെ ഉപദേശിച്ചു.

അവിടെ പഠിച്ചുകൊണ്ടിരിക്കുമ്പോൾ, ഒരു ദിവസം സന്ധ്യാസമയത്ത് ഡോങ്ങ് വെളിയിലുള്ള ഉദ്യാനത്തിലിരിക്കുകയായിരുന്നു. ഉദിച്ചുവരുന്ന ചന്ദ്രന്റെ കുളിമയാർന്ന നിലാവിൽ, രാപ്പക്ഷികളുടെ പാട്ടിന്റെ മാധുര്യത്തിൽ, ചുറ്റുമുള്ള വർണ്ണശബളമായ പൂക്കൽനിന്നും തെന്നിവന്ന സുഗന്ധത്തിൽ മതിമറന്നിരുന്ന കേഡോങ്ങിന്റെ മനസ്സുനിറെ അവളായിരുന്നു; ചരൻ. തനിക്ക് ചരനില്ലാതെ ജീവിക്കാൻ കഴിയുകയില്ലെന്ന് അവന് മനസ്സിലായി. ഉടനെ ചരനിനെ കാണണം. എങ്ങനെ?

ഒന്നുമാലോചിക്കാതെ കേഡോങ്ങ് പോങ്ങ് ആനിലേക്ക് നടക്കാൻ തുടങ്ങി. ഏതാണ്ട് 300 മൈൽ ദൂരത്തുള്ള പോങ്ങ് ആനിലേക്കു നടന്നുള്ള യാത്ര അത്ര എളുപ്പമായിരുന്നില്ല. എങ്കിലും അവൻ നടന്നു; രാവും പകലും, കടുത്ത ചൂടിലും സഹിക്കാനാവാത്ത തണുപ്പിലും. വിശന്നപ്പോൾ മറ്റു വഴിപോക്കരോടും, വഴിയോരത്തുള്ള കടകളിലും യാചിച്ചു കിട്ടിയത് ഭക്ഷിച്ചുനടന്നു. ഒരു ഗവർണറുടെ മകനായി, ആ ജീവിതസാഹചര്യങ്ങൾ പഠിച്ചുവളർന്ന കേഡോങ്ങിനെ സംബന്ധിച്ച് അത്തരം യാത്ര തികച്ചും സാഹസികമായിരുന്നു. അന്നുവരെ സഹിച്ചിട്ടില്ലാത്തത്ര ബുദ്ധിമുട്ടുകൾ സഹിച്ച് അവൻ നടന്നു. തേഞ്ഞുപോയ ചെരുപ്പുകളും, വഴിയിൽ കല്ലിൽപ്പെട്ട് മുറിപ്പെട്ട ഉള്ളൻകാലുകളും. പക്ഷേ, ചരനിനെ കാണാനുള്ള അവന്റെ തീരാത്ത ആഗ്രഹം അത്രമാത്രം ശക്തമായിരുന്നു. ഏതാണ്ട് ഒരുമാസത്തെ കഷ്ടപ്പാടുകൾക്കും യാത്രയ്ക്കും ശേഷം അവൻ ചരനിന്റെ വീട്ടിലെത്തി. കതകുതുറന്ന് ചരന്റെ അമ്മയായിരുന്നു. അവനെ കണ്ടിട്ട് അവർ പെട്ടെന്ന് തിരിച്ചറിഞ്ഞില്ല.

"നീ, ഏതാണ്? എന്തുവേണം?"

"ഞാൻ കേഡോങ്ങ്. എനിക്ക് ചരനെ കാണണം."

"ഓ, നീ കേഡോങ്ങാണ് അല്ലേ? നീ അവളെ വിട്ടിട്ടുപോയിട്ട് എത്രനാളായി. നിനക്ക് അവളെ നിർദ്ദയം വിട്ടുപോകാൻ എങ്ങനെ കഴിഞ്ഞു?"

"അമ്മേ, എനിക്കവളെ കാണണം. അവളെക്കാണാൻ മാത്രമാണ് ഞാൻ സോളിൽനിന്ന് എല്ലാ കഷ്ടപ്പാടുകളും സഹിച്ച് നടന്നുവന്നിരിക്കുന്നത്."

"അവളിവിടെയില്ല. അവൾ ഇപ്പോഴത്തെ ഗവർണ്ണറുടെ മാളികയിലാ താമസം. അവളെ കാണാൻ നിനക്ക് കഴിയുകയില്ല. കാണുകയും വേണ്ട."

"അമ്മേ, എനിക്കവളെ കാണണം. എങ്ങനെ അതിന് കഴിയുമെന്നു പറയൂ."

പരുഷമായിത്തന്നെ അവർ പറഞ്ഞു:

"എനിക്ക് കൂടുതലൊന്നും അറിയത്തില്ല. നീ അവളെ കാണണ്ട. അത്രതന്നെ." അവർ കതകടച്ചു.

കേഡോങ്ങ് വളരെയധികം വിഷമിച്ചു. ഇനി എന്താണ് ചെയ്യുക? അപ്പോഴാണ് അവനോർമ്മിച്ചത്; പണ്ട് പോങ്ങ് ആനിൽ താമസിക്കുമ്പോൾ ഒരു ഗവൺമെന്റ് ഉദ്യോഗസ്ഥന്റെ മകന് കിട്ടിയ ശിക്ഷ ഇളവു ചെയ്തുകൊടുക്കാൻ താൻ അച്ഛനോട് ശുപാർശ ചെയ്തതും, മതിയായ കാരണങ്ങളാൽ ശിക്ഷ ഇളവ് ചെയ്തുകിട്ടിയതും. ആ ഉദ്യോഗസ്ഥന്റെ വീട് കേഡോങ്ങിന് അറിയാമായിരുന്നു. അവൻ അവിടെപ്പോയി ആ ഉദ്യോഗസ്ഥനെക്കണ്ട് വിവരം പറഞ്ഞു. അയാൾ വളരെ ആലോചിച്ചതിനുശേഷം പറഞ്ഞു:

"പുതിയ ഗവർണറുടെ മകൻരെ ദാസിയായി കഴിയുന്ന ചരനിനെ കാണാൻ അനുവാദം കിട്ടുക അത്ര എളുപ്പമല്ല. അതും ആഗതൻ കേഡോങ്ങ് ആണെന്നറിഞ്ഞാൽ."

അല്പനേരം ആലോചിച്ചതിനുശേഷം അയാൾ തുടർന്നു:

"കേഡോങ്ങിന് വിരോധമില്ലെങ്കിൽ ഞാനൊരുപായം പറയാം. പക്ഷെ അത് ചരനിനെ ഒന്നു കാണാൻ മാത്രമായിരിക്കും. സംസാരിക്കാനും മറ്റും സമയം കിട്ടുമോയെന്ന് തീർച്ചപറയാൻ കഴിയുകയില്ല.

ശരി, എനിയ്ക്ക് സമ്മതം. എനിക്കവളെ ഒന്നു കണ്ടാൽ മാത്രം മതി. ഉപായെ എന്താണെന്നു പറയൂ.

നാളെ ബംഗ്ലാവ് ശുചിയാക്കുന്നവരുടെ കൂടെ ഞാൻ താങ്കളെയും കയറ്റിവിടാം. പക്ഷേ താങ്കളും... പറയുന്നത് ക്ഷമിയ്ക്കണം. തൂപ്പുകാരുടെ വേഷമണിഞ്ഞ് ഒരു ചൂലുംപിടിച്ച് അവരോടൊപ്പം പോകണം."

"ഓ, അതിനെന്താ. ഞാൻ തയ്യാർ."

അടുത്തദിവസം കേഡോങ്ങ് മറ്റു തൂപ്പുകാരോടൊപ്പം ബംഗ്ലാവിലെ അകത്തളം തൂത്തുവാരുന്ന സമയത്താണ് അത് സംഭവിച്ചത്; അവിടുത്തെ ഗവർണറുടെ മകൻ അകത്തളത്തിൽ കൂടി കടന്നുപോയപ്പോൾ ഒരു തൂപ്പുകാരൻമാത്രം ചൂല് തലകീഴായി പിടിച്ച് തൂക്കുന്നതുകണ്ടു. അത് ഒരു തമാശയായി തോന്നിയ അയാൾ തന്റെ കൂട്ടുകാരിയായ ദാസിയെ ആ കാഴ്ച കാണാൻ വിളിച്ചു.

"ചരൻ...ചരൻ.. ഇവിടെ വാ."

ചരൻ അവിടേയ്ക്ക് മെല്ലെ നടന്നുവന്നു.

"നോക്ക്, ഈ തൂപ്പുകാരൻ ചൂല് പിടിച്ചിരിക്കുന്നത് എങ്ങനെയാണെന്നു നോക്ക്. നല്ല രസമുണ്ട് അല്ലേ?"

ചരൻ ആ തൂപ്പുകാരനെ ഒന്നു നോക്കുകമാത്രം ചെയ്തു. അവൾക്ക് ആളിനെ മനസ്സിലായി. അവൾ ഉടൻതന്നെ ഒന്നും പറയാതെ അകത്തേക്കു പോയി കട്ടിലിൽ കിടന്ന് കുറേനേരം കരഞ്ഞു. അവൾ വിചാരിച്ചു:

"കേഡോങ്ങ് എന്നെ കാണാനാണ് വന്നതെന്നതിൽ സംശയമില്ല. ഞാനെന്തു ചെയ്യും? എങ്ങനെ അവനെ കാണും? അവനോട് ഒന്നു സംസാരിക്കാൻ കഴിഞ്ഞെങ്കിൽ. അയാൾ തന്റെ പഴയ യജമാനനും, കൂട്ടുകാരനും, കാമുകനുമാണെന്ന് പുതിയ യജമാനനോട് പറഞ്ഞാൽ അയാളുടെ പ്രതികരണം എന്തായിരിക്കും?"

കുറച്ചു സമയത്തിനുശേഷം ചരന്റെ മുറിയിലേക്കുവന്ന അവളുടെ പുതിയ യജമാനൻ, അവൾ സങ്കടപ്പെട്ടിരിക്കുന്നത് കണ്ടിട്ട് ചോദിച്ചു:

"നീയെന്തിനാണ് സങ്കടപ്പെടുന്നത്? എന്താ, കാര്യം പറയൂ."

"ഞാനൊരു ദാസിയും, താണകുലത്തിൽപെട്ടവളുമാണെന്ന് അങ്ങേയ്ക്കറിയാമല്ലോ. ഞങ്ങളുടെ കൂട്ടത്തിൽ മരിച്ചുപോയവർക്ക് ബലിയിടുന്നത് ഞങ്ങൾതന്നെയാണ്. നാളെ എന്റെ അച്ഛന്റെ ബലി ദിവസമാണ്. എനിക്കു പോകാൻ പറ്റുകയില്ലല്ലോ എന്നോർത്ത് സങ്കടപ്പെട്ടിരിക്കുകയാണ്."

"ഓ, അത്രയേ ഉള്ളോ. നീ ഇന്നുതന്നെ പോയി ബലികർമ്മങ്ങൾ ചെയ്തിട്ടുവരൂ."

“വളരെ നന്ദി. എങ്കിൽ ഞാൻ ഇന്നുതന്നെ പോയി കർമ്മങ്ങളെല്ലാം ചെയ്തിട്ട് രണ്ടുമൂന്നു ദിവസങ്ങൾക്കുള്ളിൽ വരാം.”

അവൾ ഉടനെതന്നെ വീട്ടിലേക്ക് പുറപ്പെട്ടു. കേഡോങ്ങ് തന്നെ കാണാൻ മാത്രമാണ് പോങ്ങ് ആനിലേക്ക് വന്നതെന്നും, അയാൾ തന്റെ വീട്ടിലേക്ക് പോയിരിക്കുമെന്നും തീർച്ചയായിരുന്നു. അതുകൊണ്ടുതന്നെ എത്രയും വേഗം വീട്ടിലെത്തിയാൽ തന്റെ സ്നേഹിതനെ കാണാൻ കഴിയുമെന്നും അവൾ വിശ്വസിച്ചു.

വീട്ടിലെത്തിയതും അവൾ ചോദിച്ചു:

“അമ്മേ, കേഡോങ്ങ് ഇവിടെ വന്നില്ലേ? അദ്ദേഹം എവിടെ?”

“എനിക്കദ്ദേഹത്തെ ഉടനെ കാണണം.”

അമ്മയുടെ മറുപടി അത്ര സുഖകരമായിരുന്നില്ല:

“അതേ; അവൻ വന്നിരുന്നു. നിന്നെ വിട്ടിട്ടുപോയ അവനെ ഞാനെന്തിന് സത്ക്കരിക്കണം. അയാളോട് എവിടെയെങ്കിലും പോയി തുലയാൻ പറഞ്ഞു.”

അവൾക്ക് അമ്മയോട് തോന്നിയ കോപത്തിന് അതിരില്ലായിരുന്നു.

“അമ്മയെന്താണീ ചെയ്തത്? എന്നെക്കാണാൻ മാത്രമാണ് ഡോങ്ങ് സോളിൽനിന്ന് ഇത്രയും ദൂരം വന്നതെന്ന് അമ്മയ്ക്കറിഞ്ഞുകൂടേ? എനിയ്ക്ക് കേഡോങ്ങില്ലാതെ ജീവിക്കാൻ കഴിയുകയില്ലെന്ന് അമ്മയ്ക്കറിയാമല്ലോ. പിന്നെന്തിനാണ് അമ്മയിങ്ങനെ കാണിച്ചത്? എന്തിനാണമ്മ ഡോങ്ങിനോട് പരുഷമായി പെരുമാറിയത്. അമ്മയ്ക്ക് അങ്ങനെ പെരുമാറാൻ എങ്ങിനെ കഴിഞ്ഞു?”

അവൾ വിതുമ്പി വിതുമ്പിക്കരഞ്ഞു.

സങ്കടപ്പെട്ടിരുന്നിട്ടോ കരഞ്ഞതുകൊണ്ടോ കാര്യമില്ലല്ലോ. അവൾ ആലോചിച്ചു. അവൾക്ക് കേഡോങ്ങ് പണ്ട് സഹായിച്ച ഉദ്യോഗസ്ഥനെ ഓർമ്മവന്നു. ഒരുപക്ഷേ, ഡോങ്ങ് അദ്ദേഹത്തെ കാണാൻ പോയിട്ടുണ്ടാകും എന്നവൾ ഊഹിച്ചു. ഏതായാലും ശ്രമിച്ചുനോക്കാമെന്നു കരുതി അവൾ ആ ഉദ്യോഗസ്ഥന്റെ വീട്ടിലെത്തി.

പ്രതീക്ഷിച്ചതുപോലെ ഡോങ്ങ് അവിടെയുണ്ടായിരുന്നു. കണ്ടതും രണ്ടുപേരും ഓടിയെത്ത് കെട്ടിപ്പിടിച്ച് വിങ്ങിവിങ്ങി കരഞ്ഞു. പരസ്പരം കാണാനുണ്ടായിരുന്ന ദീർഘനാളത്തെ കൊതി തീർക്കാനെന്നവണ്ണം അവർ അങ്ങനെതന്നെ വളരം നേരം നിന്നു. ഒടുവിൽ ഡോങ്ങ് പറഞ്ഞു

“ചരൻ, എനിക്ക് നീയില്ലാതെ ഒരു ജീവിതമില്ല. ഇത്രയുംനാൾ നിന്നെ വിട്ടുപിരിഞ്ഞുനിന്നതിൽ എന്നോട് ക്ഷമിക്കണം. “

“എനിക്കും അങ്ങനെതന്നെ ഡോങ്ങ്. നീ ഏതെങ്കിലും ഒരു ദിവസം ഇവിടെയത്തുമെന്ന് എനിക്കറിയാമായിരുന്നു. ഞാൻ നിനക്കുമാത്രമാണ്, നിനക്കുമാത്രം.നീയില്ലാതെ ഒരു ജീവിതം എനിക്കു വേണ്ട.”

പിന്നീടവർ, എങ്ങനെ തങ്ങൾക്ക് ഒരുമിച്ച് ജീവിക്കാനാകുമെന്നും, ഭാവി എങ്ങനെയാകുമെന്നും ചിന്തിച്ചു. അപ്പോഴത്തെ പോങ്ങ് ആൻ ഗവർണറുടെ മകനറിഞ്ഞാൽ ചരന് അവിടെനിന്നും പോകാൻ അനുവാദം കിട്ടുകയില്ല. ഡോങ്ങിന്റെ മാതാപിതാക്കൾ അവരുടെ ബന്ധം ശരിവെയ്ക്കുമെന്ന് ഉറപ്പില്ല. പിന്നെങ്ങനെയ അവർ ആലോചിച്ച് തീരുമാനിച്ചു. അവളുടെ വസ്തുങ്ങളും ആഭരണങ്ങും മറ്റും ഒരു ചെറിയ സഞ്ചിയിലാക്കി അതുംകൊണ്ട് അന്നു രാത്രിതന്നെ അവർ പോങ്ങ് ആനിൽനിന്ന് ദൂരെയുള്ള യാങ്ങ്-നോക്, മേസാൻ എന്നീ പ്രവിശ്യകൾക്ക് മധ്യത്തിലുള്ള താരതമേന്യ വിജനമായ പർവ്വത പ്രദേശങ്ങളിലേക്ക് യാത്ര തിരിച്ചു. കുറച്ചു ദിവസത്തെ യാത്രയ്ക്കുശേഷം, അവിടെയെത്തിയ അവർ ഒരു ചെറിയ കുടിൽ വാടകക്കെടുത്ത് താമസം തുടങ്ങി.

സൗകര്യങ്ങളോടുകൂടി ജീവിച്ചുപഠിച്ച ഡോങ്ങിനെ ഒരു ജോലിയും നേരാംവണ്ണം ചെയ്യാൻ അറിയുമായിരുന്നില്ല. പ്രത്യേകിച്ചും, സാധാരണക്കാരായ ഗ്രാമീണർക്കു വേണ്ടുന്ന ചെറിയ ചെറിയ ജോലികൾ. അതുകൊണ്ട് ഡോങ്ങിന് ജോലിയൊന്നും കിട്ടിയില്ല. പക്ഷേ, ചരന് ഉടുപ്പും മറ്റും തയ്ക്കാനറിയാമായിരുന്നു. അവൾ അത്തരം ജോലികൾ ചെയ്ത് പട്ടിണി കിടക്കാതെ കഴിയാൻ വേണ്ടത് സമ്പാദിച്ചു. കഷ്ടപ്പാടുകൾക്കു നടുവിലും അവർ സന്തോഷകരമായി ജീവിച്ചു.

അതിനിടയിൽ ബുദ്ധസന്യാസി മഠത്തിൽനിന്നും അപ്രത്യക്ഷനായ കേഡോങ്ങിനെ കണ്ടുപിടിക്കാൻ അവന്റെ മാതാപിതാക്കൾ എല്ലാ ശ്രമവും നടത്തി; ഫലമുണ്ടായില്ല. ചരനെക്കുറിച്ച് പോങ്ങ് ആനിലെ ഗവർണറും അന്വേഷിച്ചു. പ്രയോജനമുണ്ടായില്ല. ഏതാണ്ട് ഒരുവർഷം കഴിഞ്ഞപ്പോൾ രണ്ടുപേരും ഏതെങ്കിലും അപകടത്തിൽപ്പെട്ട് മരിച്ചിട്ടുണ്ടാവുമെന്ന് ബന്ധുക്കൾ കരുതി. ചിലർ പറഞ്ഞത്, അവരെ കടുവ പിടിച്ച് തിന്നിട്ടുണ്ടാവുമെന്ന്. മറ്റ് ചിലർ പറഞ്ഞു, അവർ ആക്രമികളാൽ കൊല്ലപ്പെട്ടിട്ടുണ്ടാവുമെന്ന്. അല്ല, കുറേനാൾ മുമ്പുണ്ടായ പേമാരിയിൽ മുങ്ങിച്ചത്തിട്ടുണ്ടാവും എന്നും.

ഏതാണ്ട് രണ്ടുവർഷം സന്തോഷകരമായി കടന്നുപോയി. എങ്കിലും ചരന്, താൻ കാരണം ഡോങ്ങിന്റെ ഭാവി മങ്ങിപ്പോയി എന്ന വിചാരം എന്നുമുണ്ടായിരുന്നു.

ഒരു ദിവസം അവൾ ഡോങ്ങിനോട് പറഞ്ഞു:

“ഡോങ്ങ്, നമ്മളിങ്ങനെ എത്രനാൾ ആരുമറിയാതെ ജീവിക്കും? ഡോങ്ങിന് സ്നേഹമുള്ള അച്ഛനേയും അമ്മയേയും കാണണമെന്ന ആഗ്രഹമില്ലേ? അച്ഛനെപ്പോലെ ഭാവിയിൽ വലിയ പദവികളിൽ എത്തിച്ചേരണമെന്ന ആഗ്രഹമില്ലേ?”

“ഉണ്ട്. ആഗ്രഹങ്ങൾ ഇല്ലാഞ്ഞിട്ടല്ല. പക്ഷേ എങ്ങനെ?”

“ഞാൻ അതിന് ഒരു നല്ല വഴി പറയാം.”

“നീ പറ, ഞാൻ കേൾക്കാം. നിന്നെ ഉപേക്ഷിച്ചുപോകുക എന്ന കാര്യമൊഴിച്ച് മറ്റേത് ഉപദേശവും സ്വീകരിക്കാം.”

“അതാണ് ശരി. ഡോങ്ങ് അടുത്തുവരുന്ന കാംസി പരീക്ഷ എഴുതണം. പരീക്ഷ ജയിച്ചാൽ മാത്രമല്ലേ സർക്കാരിന്റെ ഉന്നതപദവികൾ ലഭിക്കൂ. ഡോങ്ങിന് നല്ല നിലയിൽ പരീക്ഷ ജയിക്കാൻ തീർച്ചയായും കഴിയും.”

“നീ പറയുന്നത് ശരിതന്നെ. പക്ഷേ, അതിനുവേണ്ടുന്ന പുസ്തകങ്ങൾ നമ്മൾ എങ്ങനെ വാങ്ങും?”

ഡോങ്ങ് ചോദിച്ചു.

“നമുക്ക് ശ്രമിക്കാം. ചരൻ പറഞ്ഞു.

അതിനുശേഷം ചരൻ അടുത്തുള്ള വീടുകളിൽ അന്വേഷിച്ചു. അവിടെയെങ്ങാനും പരീക്ഷയെഴുതിയ ആരെങ്കിലും ഉണ്ടോ. ഉണ്ടെങ്കിൽ അവരുടെ കൈയിൽ പഴയ പുസ്തകങ്ങളുണ്ടോ. പക്ഷേ, ഒരു പ്രയോജനവുമുണ്ടായില്ല. എങ്കിലും അവൾ അന്വേഷണം തുടർന്നുകൊണ്ടേയിരുന്നു.

അന്നൊരുനാൾ പഴ പുസ്തകങ്ങളും, കടലാസുകളും മറ്റും വാങ്ങുന്ന ഒരാൾ ആ വഴി വന്നു. അയാളുടെ പക്കൽ കുറേ പഴയ പുസ്തകങ്ങളുണ്ടായിരുന്നു. ചരൻ ചോദിച്ചതനുസരിച്ച് അയാൾ ആ പുസ്തകങ്ങൾ ചരന് കാണിച്ചുകൊടുത്തു. ചരൻ അതിൽനിന്നും ഡോങ്ങിന് പരീക്ഷയ്ക്ക് ഉപകരിക്കും എന്നുതോന്നിയ ചില പുസ്തകങ്ങൾ വില കൊടുത്തു വാങ്ങി. ആ പുസ്തകങ്ങൾ കണ്ട ഡോങ്ങ് പറഞ്ഞു-

“ചരൻ, പരീക്ഷയ്ക്ക് ഈ പുസ്തകങ്ങൾമാത്രം പഠിച്ചാൽ മതി. നീ ഇതൊക്കെ എങ്ങനെ തിരഞ്ഞുപിടിച്ചു?”

“എന്റെ ഡോങ്ങിനുവേണ്ടിയല്ലേ?”

ഡോങ്ങ് അന്നുമുതൽ ശ്രദ്ധയോടെ പഠിക്കാൻ തുടങ്ങി. കുറേ ദിവസങ്ങൾക്കുശേഷം ഗ്രാമ ഓഫീസിൽ സർക്കാർ അറിയിപ്പ് വന്നു. അടുത്തുതന്നെ സോളിൽ പരീക്ഷ നടക്കുമെന്നും, ഇത്തവണത്തെ പരീക്ഷ രാജാവിന്റെ സാന്നിധ്യത്തിലാണ് നടക്കുകയെന്നും അറിയിപ്പിൽ പറഞ്ഞിരുന്നു.

ഡോങ്ങ് പരീക്ഷയെഴുതാൻ സോളിലേക്കു പോയി; നിശ്ചിത ദിവസം പരീക്ഷയിൽ പങ്കെടുക്കുകയും ചെയ്തു. പരീക്ഷയുടെ ഫലം കുറച്ച് സമയത്തിനകം പ്രഖ്യാപിക്കും എന്നറിയിച്ചിരുന്നതിനാൽ എല്ലാവരും ഫലത്തിനായി കാത്തിരുന്നു. കുറച്ചുസമയത്തിനകം പരീക്ഷാഫലം രാജാവിന്റെ കൈകളിലെത്തി. രാജാവ് പരീക്ഷാകടലാസുകളും പരീക്ഷാഫലവും നോക്കിയതിനുശേഷം, തന്റെ പ്രധാനമന്ത്രിയെ അടുത്ത് വിളിച്ചുചോദിച്ചു:

"അങ്ങേയ്ക്ക് ഒരു മകനുണ്ടോ? ഉണ്ടെങ്കിൽ എവിടെ? അങ്ങനെ ഒരു മകനുണ്ടെന്ന വിവരം എന്തുകൊണ്ട് ഒരിക്കലും പറയുകയുണ്ടായില്ല?"

മന്ത്രി പറഞ്ഞു:

"ശരിയാണ്; എനിക്കൊരു മകനുണ്ടായിരുന്നു. ആ മകൻ രണ്ട് വർഷങ്ങൾക്കുമുമ്പ് മരിച്ചതായി കരുതപ്പെടുന്നു."

രാജാവ് ചോദിച്ചതനുസരിച്ച് മന്ത്രി എല്ലാ വിവരങ്ങളും രാജാവിനെ ബോധിപ്പിച്ചു. എല്ലാം കേട്ടതിനുശേഷം രാജാവ് പറഞ്ഞു:

"എങ്കിൽ നിങ്ങളുടെ മകൻ മരിച്ചുവെന്നു ഞാൻ വിശ്വസിയ്ക്കുന്നില്ല."

അദ്ദേഹം ആജ്ഞാപിച്ചു:

ആരവിടെ; പരീക്ഷയെഴുതിയ കേഡോങ്ങിനെ എന്റെ മുന്നിലേക്ക് ആനയിക്കൂ.

കോഡോങ്ങ്‌രാജസമക്ഷം ആനയിക്കപ്പെട്ടു.രാജാവ്‌ഡോങ്ങിനോട് ചോദിച്ചു:

"നിന്റെ അച്ഛൻ സോളിലെ ന്യായാധിപനാണെന്നെ നീ എന്തുകൊണ്ട് ഇതിൽ കാണിച്ചിരിക്കുന്നു? അദ്ദേഹം പ്രധാനമന്ത്രിയാണല്ലോ?"

"ഹുസൂർ, ഞാൻ അച്ഛനെ വിട്ടുപിരിയുമ്പോൾ അദ്ദേഹം സോളിലെ ന്യായാധിപനായിരുന്നു. മന്ത്രിയായ വിവരം ഞാനിപ്പോൾ മാത്രമാണ് അറിയുന്നത്."

അദ്ദേഹം മറ്റ് വിവരങ്ങളെല്ലാം ഡോങ്ങിൽനിന്ന് അറിഞ്ഞു; ചരനെക്കുറിച്ചും. അതിനുശേഷം അദ്ദേഹം പരീക്ഷാഫലം പ്രഖ്യാപിച്ചു. അതിൽ ഒന്നാം സ്ഥാനം കരസ്ഥമാക്കിയത് ഡോങ്ങായിരുന്നു. അതിനുശേഷം രാജാവ് തന്റെ പ്രധാനമന്ത്രിയേയും, ഭാര്യയേയും, ഡോങ്ങിനേയും അടുത്തുനിർത്തി പ്രഖ്യാപിച്ചു:

"ഞാൻ ഈ കേഡോങ്ങിനെ നമ്മുടെ രാജ്യത്തിൽ, സോൾ പ്രവിശ്യയുടെ ഗവർണറായി നിയമിക്കുന്നു. ഡോങ്ങാണല്ലോ ഈ പരീക്ഷയിൽ

ഒന്നാം സ്ഥാനം കരസ്ഥമാക്കിയത്. ന്യായമായും ആ ജോലിയ്ക്ക് ഈ ചെറുപ്പക്കാരൻ അർഹനാണ്."

എല്ലാവരും ആ തീരുമാനം അംഗീകരിച്ചു.

അദ്ദേഹം തുടർന്നുപറഞ്ഞു:

"ഡോങ്ങിന്റെ സ്നേഹിതയായ ചരൻ, ഒരു സാധാരണ പെൺകുട്ടിയല്ല. അവൾ വളരെയധികം അറിവും വിവേകവും ബുദ്ധിശക്തിയും പക്വതയുമുള്ള കുട്ടിയാണ്. അവളെ താണകുലജാതയെന്ന് അവഹേളിച്ച് മാറ്റിനിർത്തുന്നത് കഷ്ടവും നീതിരഹിതവുമാണ്. അതുകൊണ്ട് ഞാനവൾക്ക് ഉന്നതകുലസ്ഥാനം കല്പിച്ചുനൽകി അവളേയും, അവളുടെ കുടുംബത്തേയും ആ നിലയിൽ ആദരിക്കാനും തീർച്ചയാക്കിയിരിക്കുന്നു."

എല്ലാവർക്കും രാജാവിന്റെ ആ തീരുമാനം സ്വാഗതാർഹമായിരുന്നു. അല്പനേരത്തെ നിശ്ശബ്ദതയ്ക്കുശേഷം അദ്ദേഹം തുടർന്നു:

"ചരൻ ഡോങ്ങുമൊത്ത് കഴിഞ്ഞ 10 വർഷം ദാസിയായും, അന്ന് കേവലം പതിനാറുവയസ്സുകാരിയായിരുന്ന അവർ സ്നേഹിതരായും, പിന്നീട് കമിതാക്കളായും ജീവിച്ചു. എല്ലാം കണക്കിലെടുക്കുമ്പോൾ അവരുടെ വൈകാരികബന്ധം ശ്ലാഘിക്കപ്പെടേണ്ടതാണ് എന്നു ഞാൻ കരുതുന്നു. അവർക്ക് വേർപെട്ടു ജീവിക്കുക വിഷമമാണ്. കൂടാതെ, ഒരു ഗേയിഷാ നർത്തകിയ്ക്ക് കിട്ടുമായിരുന്ന എല്ലാവിധ സുഖജീവിത സൗകര്യങ്ങളും ത്യജിച്ച് അവൾ ഡോങ്ങിനോടൊപ്പം കഴിഞ്ഞ രണ്ടു വർഷമായി താമസിക്കുകയും, അവനെ നേർവഴിയിലേക്ക് നയിച്ച് ഈ നിലയിലാക്കുകയും ചെയ്തു.

അവൾക്ക് ഡോങ്ങിനോടുള്ള സ്നേഹവും, അവന്റെ മാതാപിതാക്കളോടുള്ള കടപ്പാടും വിജയകരമായി തെളിയിച്ചിരിക്കുന്നു. കൂടാതെ, അവൾ ഡോങ്ങിന്റെ കൂടെയുണ്ടെങ്കിൽ പ്രവിശ്യയുടെ ഭരണകാര്യങ്ങളിൽ ഡോങ്ങിന് അപ്പപ്പോൾ വേണ്ട ഉപദേശങ്ങളും, സഹായങ്ങളും ചെയ്യാൻ അവൾക്ക് കഴിയും. ഡോങ്ങിനെ ഭാവിയിൽ നമ്മുടെ നാടിന്റെ ഒരു മഹാനാക്കി തീർക്കാൻ അവളുടെ സാമിപ്യം സഹായകമാകുമെന്ന് ഞാൻ വിശ്വസിക്കുന്നു. അതുകൊണ്ട് ഡോങ്ങിന്റെ മാതാപിതാക്കൾക്ക് സമ്മതമാണെങ്കിൽ, ഡോങ്ങിന്റെ കൂടെ താമസിക്കാൻ അവളെ ക്ഷണിക്കണമെന്ന് ഉപദേശിക്കുന്നു.ദാസിയായിട്ടല്ല, ഭാര്യയായിട്ട്."

ഡോങ്ങിന്റെ മാതാപിതാക്കൾക്കും, അവിടെ കൂടിയിരുന്ന മറ്റ് എല്ലാവർക്കും രാജാവിന്റെ ആ പ്രസ്താവന വളരെ അധികം സ്വീകാര്യമായിരുന്നു.

മാതാപിതാക്കൾ അവരുടെ പൂർണ്ണസമ്മതം രാജാവിനെ സസന്തോഷം അറിയിച്ചു.

രാജാവ് ഉടനെതന്നെ ചരനെ വിളിച്ചുകൊണ്ടുവരാൻ ഉദ്യോഗസ്ഥരേയും, പല്ലക്കുകാരേയും നിയോഗിച്ചു.

അങ്ങനെ ചരന്റെ സോൾ പ്രവേശനം വളരെ ആഡംബരമായിതന്നെ നടന്നു.

കാട്ടുപൂച്ച മനുഷ്യസ്ത്രീയാകുന്നു

ഇത് നമ്മുടെ ഐതിഹ്യമാലയിലും മറ്റും ഉള്ളതുപോലെയുള്ള ഒരു പ്രേതകഥയാണെന്നു പറയാം. എങ്കിലും ഈ കഥയുടെ അവതാരകൻ ഇതൊരു വാസ്തവ കഥയായിട്ടാണ് നമ്മുടെ മുമ്പിൽ അവതരിപ്പിക്കുന്നത്. ഏതാണ്ട് 480 വർഷങ്ങൾക്കുമുമ്പ് നടന്ന കഥ.

1624-ൽ നമ്മുടെ 12-ാം ക്ലാസ് പരീക്ഷയ്ക്ക് സമാനമായ പരീക്ഷയും, 1630-ൽ പട്ടപ്പരീക്ഷയും പാസായ കിംസു സോളിലെ താമസക്കാരനായിരുന്നു. 1636-ൽ സ്വന്തം രാജ്യമായ കൊറിയ മഞ്ചുസൈന്യത്താൽ ആക്രമിക്കപ്പെട്ടപ്പോൾ രാജാവ് നാംഹാൻ പട്ടണത്തിലേക്ക് മാറിത്താമസിച്ചു. ആ സമയത്ത് കിംസുവും സോളിൽനിന്ന് നാംഹാനിലേക്ക് മാറിത്താമസിച്ചു. അധിനിവേശരാജ്യമായ ചൈനയ്ക്ക് യാതൊരു കാരണവശാലും അടി പണിയാനോ, ഔദാര്യങ്ങൾ കാണിക്കാനോ പാടില്ലെന്ന നിലപാടായിരുന്നു കിംസുവിന്റേത്. അദ്ദേഹത്തിന്റെ ഉപദേശം നിരാകരിക്കപ്പെട്ടതുകാരണം, കിംസു പൊതുജീവിതത്തിൽനിന്ന് ഒതുങ്ങിക്കഴിയുകയായിരുന്നു.

ഈ കഥ അദ്ദേഹത്തിന്റെ ചെറുപ്പകാലത്ത്, അതായത് അദ്ദേഹം സോളിൽ മജിസ്ട്രേറ്റായി ജോലിനോക്കിയിരുന്ന കാലത്ത് നടന്നതാണ്. അദ്ദേഹം രാത്രിസമയങ്ങളിൽ തന്റെ വായനാമുറിയിലിരുന്ന് ചൈനീസ് ഭാഷയും സാഹിത്യവും പഠിക്കുക പതിവായിരുന്നു. അങ്ങനെ ഒരുദിവസം രാത്രി, അദ്ദേഹം ഭാര്യയെ വിളിച്ച് പറഞ്ഞു

“എനിക്ക് നന്നായി വിശക്കുന്നു. കഴിക്കാൻ എന്തെങ്കിലും എടുത്തു കൊണ്ടുവരൂ.”

"ഇവിടെ തയ്യാറാക്കിയ ആഹാരമൊന്നുമില്ല. കുറച്ച് ചെസ്റ്റ് നട്ടുകൾ മാത്രമുണ്ട്. വേണമെങ്കിൽ ഞാനത് വറത്തുകൊണ്ടു വരാം."

"വേണം, നല്ല വിശപ്പുണ്ട്."

അന്നുവീട്ടിൽ വേലക്കാരാരുമില്ലായിരുന്നു. അതുകൊണ്ട് ഭാര്യതന്നെ അടുക്കളയിൽപോയി ചെസ്റ്റ് നട്ട് വറുക്കാൻ തുടങ്ങി.

കിംസു വിചാരിച്ചു; അവളത് വറത്തുകൊണ്ടുവരാൻ കുറച്ച് സമയമെടുക്കും. സാരമില്ല, കാത്തിരിക്കാം.

അല്പസമയത്തിനുള്ളിൽ ഭാര്യ വറുത്ത ചെസ്റ്റ്നട്ടുകളുമായി വന്നു. ഒരു ചെറിയ തട്ടിൽ കഴിക്കാൻ പാകത്തിനു കൊണ്ടുവന്ന നട്ടുകൾ കിംസു ആസ്വദിച്ചുകഴിച്ചു. അവ തികച്ചും സ്വാദുള്ളതായിരുന്നു. അവൾ ആ സമയമെല്ലാം കിം, നട്ടുകൽ കഴിച്ചുകൊണ്ടിരിക്കുന്നത് നോക്കിക്കൊണ്ടിരുന്നു.

പെട്ടെന്നാണ് അത് സംഭവിച്ചത്; കതകുതുറന്ന് വേറൊരു സ്ത്രീ അകത്തേക്കുവന്നു. കാഴ്ചയിൽകിം-ന്റെ ഭാര്യയുടെ അതേ രൂപം. കൈയിൽ ഒരു തട്ടിൽ വറുത്ത ചെസ്റ്റിനട്ട് കഴിയ്ക്കാൻ പാകത്തിൽ. അതേ! കിം രണ്ടുപേരേയും മാറിമാറിനോക്കി. അതേ, ഒരു വ്യത്യാസവുമില്ല. ഒരേപോലെതന്നെ. അവരുടെ മൂക്കും, തലമുടിയും, വസ്ത്രങ്ങളും എല്ലാം ഒരുപോലെതന്നെ!

ആ സ്ത്രീകളും വിശ്വസിക്കാനാകാതെ പരസ്പരം നോക്കി. എങ്ങനെ രണ്ടുപേരും ഒരുപോലെ?!

"ആര്! നീയാരാണ്?

അവർ രണ്ടുപേരും ഒരേസമയത്ത് ചോദിച്ചു.

കിം തട്ട് വാങ്ങി മേശപ്പുറത്തുവെച്ചു. ഒരു സ്ത്രീയെ തന്റെ വലതുകൈയിലും, മറ്റവളെ ഇടതുകൈയിലും പിടിച്ചു. അവർ എത്ര നിർബന്ധിച്ചിട്ടും പിടിവിടാൻ കിം വിസമ്മതിച്ചു.

നേരം വെളുത്തുതുടങ്ങിയപ്പോൾ കിം- ന്റെ വലതുകൈയിൽ പിടിയ്ക്കപ്പെട്ടിരുന്ന സ്ത്രീ, തന്റെ കൈ വേദനിക്കുന്നുവെന്നും, തന്നെ ഉടനെ വിട്ടയയ്ക്കണമെന്നും നിർബന്ധിയ്ക്കാൻ തുടങ്ങി. പക്ഷേ, കിം കൂട്ടാക്കിയില്ല. ഉടനെ അവൾ സ്ത്രീരൂപം ഉപേക്ഷിച്ച് ഒരു കാട്ടുപൂച്ചയുടെ രൂപം സ്വീകരിച്ച് നിലത്തുവീണു. ആ അതിശയം കണ്ട കിം. വെപ്രാളത്തിനിടയിൽ തന്റെ പിടിവിട്ടതും, കാട്ടുപൂച്ച അവിടെനിന്നും ഓടി അപ്രത്യക്ഷമായതും ഒന്നിച്ചായിരുന്നു.

പിന്നീട് കിം സ്വയം പറഞ്ഞു:

“ഞാനതിനെ അത്ര പെട്ടെന്ന് വിടാൻ പാടില്ലായിരുന്നു.”

തന്നെ സംബന്ധിച്ചിടത്തോളം അത് ആദ്യത്തെ അനുഭവമായിരുന്നെങ്കിലും, തന്റെ സനേഹിതൻ തോങ് ച്ച സൊ പറഞ്ഞ മറ്റൊരു സംഭവം കിംസു ആ സമയത്ത് ഓർത്തു.

പണ്ട് സൊ പഠിച്ചുകൊണ്ടിരുന്ന കാലത്ത് ഒരു ദിവസം ഒരു ചെറുപ്പക്കാരൻ അയാളുടെ മുറിയിൽ ചെന്നു. സൊ ധ്യാനത്തിലായിരുന്നതുകൊണ്ട് കയറിച്ചെന്ന ആളെ ഉടനെ ശ്രദ്ധിച്ചില്ല. അല്പസമയത്തിനുശേഷം ആഗതൻ സ്വയമെന്നോണം ഉറക്കെ പറഞ്ഞു:

“ഇന്ന് തീർച്ചയായും മഴ പെയ്യും.”

ധ്യാനശേഷം സൊ പ്രതികരിച്ചു.

“നിങ്ങൾ ഒരു കുറുക്കനാണ്.”

സൊ അങ്ങനെ പറഞ്ഞയുടനെ ആഗതൻ ഒരു കുറുക്കന്റെ രൂപം ധരിച്ച് അവിടെനിന്നും ഓടിമറഞ്ഞു. ആ സംഭവം പറഞ്ഞതിനുശേഷം സൊ ഇത്രയുംകൂടി കൂട്ടിച്ചേർത്തു:

“ആകാശത്ത് പറന്നുനടക്കുന്ന പക്ഷികൾക്ക് എപ്പോഴാണ് കാറ്റ് വരുന്നതെന്നും, കരയിൽ നടക്കുന്ന മൃഗങ്ങൾക്ക് എപ്പോഴാണ് മഴ വരുന്നതെന്നുമറിയാം.”

ഈ കഥ രേഖപ്പെടുത്തിയിട്ടുല്ള ഇംബാങ് എന്ന ആദ്യകാല കൊറിയൻ എഴുത്തുകാരൻ (1640-1722) പറയുന്നത് കുറുക്കന്മാർ മറ്റ് രൂപങ്ങൾ, പ്രത്യേകിച്ചും മനുഷ്യരൂപം സ്വീകരിക്കുന്ന കഥകൾ ധാരാളമായി കൊറിയയിൽ പ്രചാരത്തിലുണ്ടായിരുന്നുവെന്നാണ്. പക്ഷേ കാട്ടുപൂച്ചയ്ക്ക് അങ്ങനെ ഒരു ശക്തി കല്പിക്കുന്ന കഥകൾ വിരളമായിരുന്നുവെന്ന് അദ്ദേഹം പറയുന്നു.

സൈന്യാധിപൻ മത്തങ്ങ

പണ്ടുപണ്ട് കൊറിയയിലെ ഒരു ഗ്രാമത്തിൽ, ഒരു ധനികൻ താമസിച്ചിരുന്നു. അദ്ദേഹത്തിന് ഒരു മകനുണ്ടായിരുന്നു. ആ മകന് മറ്റാർക്കുമില്ലാതിരുന്ന ചില പ്രത്യേകതകളുണ്ടായിരുന്നു; ആഹാരം എത്ര കഴിച്ചാലും മതിയാകുകയില്ല. എപ്പോഴും എന്തെങ്കിലും കഴിച്ചുകൊണ്ടിരിക്കണം. കിട്ടാവുന്നത്ര വാരിവലിച്ചുതിന്നും. പക്ഷേ, എല്ലാത്തരം ഭക്ഷണവും കഴിക്കുകയില്ല. അയാൾക്ക് മത്തങ്ങമാത്രം മതിയായിരുന്നു. ലോകത്തെങ്ങും അതിനുമുമ്പും പിമ്പും അതുപോലെ ഒരു മത്തങ്ങാപ്രിയനുണ്ടായിരുന്നില്ല.

അവന്റെ മാതാപിതാക്കൾ കിട്ടിയിടത്തുനിന്നെല്ലാം അവന് മത്തങ്ങ വാങ്ങി പലവിധ ആഹാലസാധനങ്ങളുണ്ടാക്കി കൊടുത്തു. സ്വന്തം കൃഷിഭൂമിയിൽ നല്ലൊരു പങ്ക് മത്തങ്ങാ കൃഷിയ്ക്കായി മാറ്റിവെച്ചു. അവര് മത്തങ്ങാസൂപ്പ്, മത്തങ്ങാ കേക്ക്, മത്തങ്ങാ എരിശ്ശേരി, മത്തങ്ങാ പ്രഥമൻ, മത്തങ്ങാ പുഡ്ഡിങ്... അങ്ങനെ മത്തങ്ങാകൊണ്ടുണ്ടാക്കാവുന്ന എല്ലാവിധ കറികളും, വിഭവങ്ങളുമുണ്ടാക്കിക്കൊടുത്തു. പക്ഷേ, അവന് അതൊന്നും മതിയായില്ല.

ധനികരായ മാതാപിതാക്കൾ അവന് മത്തങ്ങാവാങ്ങിച്ച് മുടിഞ്ഞു എന്നുപറഞ്ഞാൽ അതിശയോക്തിയാവില്ല. പക്ഷേ, അവന് മത്തങ്ങാപ്രിയത്തിനുപുറമേ, മറ്റൊരു സ്വഭാവം കൂടിയുണ്ടായിരുന്നു. ചിലപ്പോഴൊക്കെ അവൻ ഉറക്കെ അട്ടഹസിച്ച് ഭയാനകമായ ശബ്ദമുണ്ടാക്കുമായിരുന്നു. ആ ശബ്ദംവീട്ടുകാരെയും, അയൽപക്കക്കാരെയും ഭയപ്പെടുത്തുന്ന വിധത്തിലായിരുന്നു. കൂടാതെ, അങ്ങനെ ശബ്ദമെട്ടുക്കുമ്പോൾ അവൻ

ഉച്ഛ്വസിക്കുന്ന കാറ്റ് ശക്തിയോടെയും വേഗത്തിലും അവിടെയെല്ലാം പരക്കുകയും ചെയ്തു. ദുർഗന്ധം വഹിക്കുന്ന ആ കാറ്റ് അടുത്തുള്ള ചുവരുകൾ ഇടിച്ചുവീഴ്ത്താനും, വീടുകൾ നിലംപറ്റിക്കാനും കഴിയുന്നത്ര ശക്തിയുള്ളവയായിരുന്നു. സഹികെട്ട് അവന്റെ മാതാപിതാക്കൾ അവനെ ആ ഗ്രാമത്തിൽനിന്ന് അടിച്ചോടിച്ചു.

അതിനുശേഷം അവൻ തെരുവുതെണ്ടിയെപ്പോലെ അലഞ്ഞു നടന്നു. അവനെക്കുറിച്ച് നേരത്തെ കേട്ടിട്ടില്ലാത്ത ചിലർ, അവന് ചില്ലറ ജോലികൾ അപ്പപ്പോൾ നൽകിയിരുന്നു. അങ്ങനെ കിട്ടുന്ന ജോലിയ്ക്ക് അവൻ കൂലി വാങ്ങാറില്ലായിരുന്നു. പകരം അവൻ എപ്പോഴും ചോദിച്ചത് മത്തങ്ങ കൊണ്ടുണ്ടാക്കിയ ആഹാരം മാത്രമാണ്. ആദ്യ മാദ്യം അതൊരു ലാഭകരമായ കാര്യമാണെന്നു വിചാരിച്ച്, അവന് ജോലികൊടുത്തവർ അവന്റെ അമിതമായ തീറ്റകണ്ട് തുടർന്ന് ജോലി കൊടുക്കാൻ വിസമ്മതിച്ചു.

അങ്ങനെ അലഞ്ഞുതിരിച്ചുനടന്ന അവൻ ഒരുദിവസം മലമ്പ്രദേശ ത്തുള്ള ഒരു വലിയ ബുദ്ധവിഹാരത്തിലെത്തി.

ബുദ്ധവിഹാരം വളരെ സ്വത്തുള്ളതും, പഴക്കമുള്ളതുമായിരുന്നു. ആ വിവാഹത്തിലെ അന്തേവാസികൾ സ്വാതികരും, സ്നേഹശീലരു മായിരുന്നു. ആ ബുദ്ധഭിക്ഷുക്കൾ (ബുദ്ധസന്യാസിമാർ) എല്ലാവരോ ടും-അവരാരുമായിക്കൊള്ളട്ടെ- തികഞ്ഞ മര്യാദയോടും ദയവോടുംകൂടി മാത്രം പെരുമാറുന്നവരായിരുന്നു. എങ്കിലും ഒരുകൂട്ടം കൊള്ളക്കാർ അവരെ ഇടവിടാതെ ആക്രമിക്കുകയും, അവിടുത്തെ വിലപിടിപ്പുള്ള സാധനങ്ങൾ കൊള്ളയടിക്കുകയും ചെയ്യുന്നത് പതിവാക്കിയിരുന്നു. ശക്തന്മാരായ ആ കൊള്ളക്കാരോട് എതിർക്കാൻ ബുദ്ധസന്യാസിമാർ ഒരു വഴിയും കാണാതെ വിഷമിച്ചിരിക്കുന്ന സമയത്താണ്, അലഞ്ഞുതി രിഞ്ഞുനടന്ന ആജാനുബാഹുവായ ആ മനുഷ്യൻ ബുദ്ധവിഹാരതിലേക്ക് കടന്നുചെന്നത്. ചെന്നയുടൻതന്നെ അവൻ ചോദിച്ചു:

"ഹേ, സന്യാസിമാരേ, എനിക്കെന്തെങ്കിലും ജോലി തരാമോ?"

സന്യാസിമാർ അന്വേഷിച്ചു:

"താനാരാണ്? തന്നെക്കണ്ടാൽ ശക്തനായ ഒരാളെപ്പോലെ ഉണ്ടല്ലോ."

"ഞാനാരാണെന്നത് പ്രസക്തമല്ല. എനിയ്ക്ക് എന്തെങ്കിലും ജോലിതരാമോ എന്ന് പറയുക."

സന്യാസിമാർ വിചാരിച്ചു:

"ഈ അതികായൻ നമ്മുടെ കൂടെ ഒരു കാവൽക്കാരനായി

ജോലിചെയ്യുമെങ്കിൽ ഒരുപക്ഷേ കൊള്ളക്കാരെ നേരിടാൻ സഹായകമാകും."

പ്രധാന സന്യാസി അവരുടെ സ്വാഭാവികമായ മര്യാദകാണിച്ച് അയാളെ അകത്തേക്കു ക്ഷണിച്ചു.

"അകത്തേക്കു വരണം. ആദ്യം അല്പം ആഹാരം കഴിച്ച് ക്ഷീണമകറ്റാം. അതിനുശേഷം ജോലിയെപ്പറ്റി സംസാരിക്കാം."

"എനിയ്ക്ക് അല്പം ആഹാരം പോരാ. നല്ല വിശപ്പുണ്ട്; ധാരാളം ആഹാരം വേണം."

"ശരി; അങ്ങനെയാകട്ടെ. അല്പം ക്ഷമിച്ചാൽ ആഹാരമുണ്ടാക്കാം."

പക്ഷേ ഒരു കാര്യം; ഞാൻ മത്തങ്ങമാത്രമേ കഴിക്കുകയുള്ളൂ."

"ഓ, അതിനെന്താ. ഒരു പാത്രംനിറയെ മത്തങ്ങാ എരിശ്ശേരി ഉണ്ടാക്കാം."

"പോരാ; ഒരു ചെമ്പുനിറച്ച് ഉണ്ടാക്കിക്കൊള്ളൂ."

ആഹാരം തയ്യാറാക്കിക്കൊണ്ടിരുന്ന സമയത്ത് ബുദ്ധസന്യാസി ആഗതനോട് കൊള്ളക്കാരെക്കുറിച്ച് സംസാരിച്ചു: "അതിനെന്താ; അതൊരു നിസ്സാര സംഗതിയല്ലേ. ഞാൻ നിങ്ങളെ സഹായിക്കാം. പക്ഷേ എനിക്ക് ദിവസവും ധാരാളം മത്തങ്ങ ആഹാരം തരണം."

അത് ബുദ്ധഭിക്ഷുവിനും സമ്മതമായിരുന്നു. ആഹാരം തയ്യാറാക്കുന്നതുവരെ ഒരു മുറിയിൽ അയാളെ വിശ്രമിക്കാൻ വിട്ടിട്ട് ബുദ്ധസന്യാസി വെളിയിൽവന്ന സമയത്ത് കൊള്ളക്കാർ അവിടെയെത്തി. അവരുടെ തലവൻ സന്യാസിയോട് ചോദിച്ചു:

"ആർക്കാ ഇത്രയധികം ആഹാരം പാകം ചെയ്യുന്നത്? ആർക്കെങ്കിലും പ്രത്യേക വിരുന്നൊരുക്കുന്നുണ്ടോ?"

"അതേ."

"ആരാണ് അതിഥി?"

"സേനാധിപൻ മത്തങ്ങ."

"ഓ; അദ്ദേഹത്തിന്റെ കൂടെ എത്ര പേരുണ്ട്?"

"തല്ക്കാലം അദ്ദേഹം ഒറ്റയ്ക്കാണ്. ഭടന്മാർ പിന്നീട് വരും."

"ഒരാൾക്കാണോ ഇത്രയധികം ആഹാരം? നിങ്ങളുടെ സേനാധിപൻ ഒരു വലിയ തീറ്റപ്രിയനാണെന്നു തോന്നുന്നല്ലോ? അയാളെ ഒന്നു കാണണം."

"ശരി, ഇവിടെയിരിക്കൂ. ഞാനദ്ദേഹത്തെ വിവരമറിയിക്കാം."

ബുദ്ധസന്യാസി അകത്തേക്കു പോയി. മത്തങ്ങാ പ്രിയനോട് കൊള്ളക്കാർ എത്തിയിട്ടുള്ള വിവരമറിയിച്ചു.

"ശരി; നിങ്ങൾ ഭയപ്പെടേണ്ട."

സേനാധിപൻ മത്തങ്ങ വലിയ ശബ്ദത്തിൽ ഒച്ചയെടുത്തു കൊണ്ട് കൊള്ളക്കാർ നിന്നിരുന്ന സ്ഥലത്തേക്കുവന്ന്, ദീർഘശ്വാസം വലിച്ച് ഉച്ഛ്വസിക്കാൻ തുടങ്ങി. ആ കാറ്റ് വിഹാരത്തിന്റെ പുറത്തെ ചുവരുകൾ ഇടിച്ചുവീഴ്ത്തി. അതോടൊപ്പം കൊള്ളക്കാരെ തൂക്കിയെടുത്ത് വെളിയിലേക്കെറിഞ്ഞു. കൊള്ളക്കാർക്ക് കാറ്റിന്റെ ശക്തി താങ്ങാനായില്ല. അവർ ഓടിരക്ഷപ്പെടാൻ ശ്രമിച്ചെങ്കിലും കാറ്റിന്റെ വേഗവും ശക്തിയും അവരെ ഒന്നടങ്കം ഇല്ലാതാക്കി. കൊള്ളത്തലവനും കൂട്ടുകാരും വിഹാരത്തിന്റെ മുമ്പിൽ ചത്തുവീണു. അന്നുമുതൽ അയാൾ സേനാധിപൻമത്തങ്ങ എന്ന പേരിലാണ് അറിയപ്പെട്ടത്.

സേനാധിപൻ മത്തങ്ങ വളരെ നാളുകൾ ആ ബുദ്ധവിഹാരത്തിൽ താമസിച്ചു.

ബുദ്ധസന്യാസിമാർ അവരുടെ കൃഷിഭൂമിയുടെ നല്ലൊരു പങ്ക് മത്തങ്ങാകൃഷിയ്ക്കായി മാറ്റിവെച്ചിരുന്നു!

മാതൃസ്നേഹത്തിനുള്ള പ്രതിഫലം

അയാൾ ചെറുപ്പക്കാനായിരുന്നു; സുന്ദരനും. അയാളുടെ ജോലി മരംവെട്ടി വില്ക്കലായിരുന്നു. അയാളുടെ പേര് ശരിയ്ക്കറിയില്ലെങ്കിലും നമുക്ക് അയാളെ കിം എന്നു വിളിക്കാം. കിം, എല്ല മനുഷ്യരേയും എന്നപോലെ എല്ലാ മൃഗങ്ങളേയും സ്നേഹിച്ചിരുന്നു.

അന്നൊരു ദിവസം വെട്ടിയിട്ട മരക്കൊമ്പുകളെല്ലാം പെറുക്കിയെടുത്ത അടുക്കിവെച്ചുകൊണ്ടിരുന്നപ്പോഴാണ്, അടുത്തുള്ള കുറ്റിക്കാട്ടിൽ നിന്നും ഒരു മാനിന്റെ ഉച്ചത്തിലുള്ള കരച്ചിൽ കേട്ടത്. നിമിഷങ്ങൾക്കുള്ളിൽ ഒരു മാൻ ഓടിക്കിതച്ച് അവന്റെ മുമ്പിലെത്തി.

ദയവായി എന്നെ എങ്ങനെയെങ്കിലും രക്ഷിയ്ക്കുക. ഒരു വേടൻ എന്റെ പിന്നാലെയുണ്ട്. ആ വേടൻ ഏതു നിമിഷവും എന്നെ എയ്തുവീഴ്ത്തും.

“വാ, എന്റെ കൂടെ വാ.” കിം പറഞ്ഞു.

അടുക്കിവെച്ചിരുന്ന മരക്കൊമ്പുകളുടെയും ഇലകളുടെയും പുറകിലായി കിം മാനിനെ പെട്ടെന്ന് ഒളിപ്പിച്ചു. അതിനുശേഷം ഒന്നും അറിഞ്ഞില്ലെന്ന മട്ടിൽ മരക്കമ്പുകൾ പെറുക്കി അടുക്കുന്ന ജോലി തുടർന്നു.

അപ്പോൾ വേടൻ അവിടെ ഓടിയെത്തി. അയാൾ ധൃതിയിൽ ചോദിച്ചു:

“ഏയ്, മരം വെട്ടുകാരാ, ഒരു മാൻ ഇതിലേ ഓടിവന്നോ?”

ങ്”ാ. അതേ. ഒരു മാൻ ഇതുവഴി ആ നദീതീരത്തേക്ക് ഓടിപ്പോകുന്നതുകണ്ടു.”

ദൂരത്തേക്ക് കിം കൈ ചൂണ്ടിക്കാണിച്ചു.

വേടൻ ആ ദിശനോക്കി ഓടിപ്പോയി.

വേടൻ പോയതിനുശേഷം കിം മാനിനെ വിളിച്ചു പറഞ്ഞു:

"വേടൻ പോയി. നല്ലകാരം. നീ രക്ഷപ്പെട്ടു. ഇനി നിന്റെ പാട്ടിനു പൊയ്ക്കോ."

മാൻ പറഞ്ഞു.

"താങ്കളാണ് എന്റെ ജീവൻ രക്ഷിച്ചത്. എനിക്ക് നിങ്ങളോട് തീരാത്ത കടപ്പാടും നന്ദിയുമുണ്ട്. ഈ മലയുടെ ഭൂതം എന്റെ അടുത്ത സ്നേഹിതനാണ്. അതുകൊണ്ട് ഞാനാ ഭൂതത്തോടു പറഞ്ഞ് നിങ്ങൾക്ക് നല്ലൊരു സമ്മാനം വാങ്ങിത്തരും."

"നീ രക്ഷപ്പെട്ട് ജീവനോടെ പോകുന്നതു കാണാൻ കഴിഞ്ഞതുത ന്നെ വലിയ സമ്മാനമാണ്."

"അങ്ങനെയല്ല; എല്ലാ മനുഷ്യർക്കും അവരുടെ മനസ്സിന്റെ ഉള്ളിൽ ഓരോ ആഗ്രഹങ്ങൾ കാണും. താങ്കൾക്കും അങ്ങനെ ഏതെങ്കിലും ആഗ്രഹം കാണാതിരിക്കില്ല. അതെന്താണെന്നു പറഞ്ഞാൽ ഞാനത് സാധിപ്പിച്ചുതരും."

അപ്പോൾ കിം പറഞ്ഞു:

"ശരിയാണ്; സ്നേഹമുള്ള ഒരു ഭാര്യയേയും കുട്ടികളേയും വേണമെന്ന് ഞാനെപ്പോഴും ആഗ്രഹിക്കാറുണ്ട്. പക്ഷേ, ഞാൻ പാവപ്പെട്ടവനാണ്. അമ്മയ്ക്കും എനിയ്ക്കും വേണ്ടുന്ന ആഹാരത്തിനുള്ള വകയേ ഈ മരം വെട്ടുപണിയിൽനിന്നും കിട്ടുകയുള്ളൂ. പിന്നെയെങ്ങനെ ഭാര്യയേയും കുട്ടികളേയും സംരക്ഷിക്കും. പക്ഷേ, അമ്മയുടെ മരണശേഷം ഞാനൊ റ്റയ്ക്കാകുമല്ലോ എന്നോർക്കുമ്പോൾ വിഷമം തോന്നാറുണ്ട്.

"താങ്കൾ ഒട്ടും വിഷമിക്കണ്ട. ഞാൻ പറയുന്നത് ശ്രദ്ധിച്ച് കേൾക്കുക. താങ്കളുടെ ആഗ്രഹം ബുദ്ധിമുട്ടില്ലാതെ സാധിക്കും. മാൻ പറഞ്ഞു.

"അടുത്ത വെളുത്തവാവ് ദിവസം ഈ മലയുടെ മുകളിൽ കയറണം. അവിടെ തിങ്ങിവളരുന്ന മുള്ളുചെടികളും മറ്റും കാണാം. അതിനപ്പുറം അതിമനോഹരമായ ഒരു തടാകമുണ്ട്. താങ്കൾ മുള്ളുചെടികൾ വെട്ടി മാറ്റി ഒരു നടപ്പാതയുണ്ടാക്കി ആ താടകത്തിന്റെ തീരത്തെത്തണം. എല്ലാ വാവുദിവസവും രാത്രിസമയത്തു് അപ്സരകന്യകൾ കുളിയ്ക്കാനായി ആ തടാകത്തിലെത്തും. അവർ വരുന്നതുംനോക്കി അവിടെ ഒളിച്ചിരി ക്കണം.അവരെല്ലാം തങ്ങളുടെ വസ്ത്രങ്ങൾ അഴിച്ചുവെച്ച് തടാകത്തിൽ കുളിക്കുന്ന സമയത്ത് ആരും കാണാതെ ആ വസ്ത്രങ്ങളിൽ ഒന്നുമാ ത്രം എടുത്ത് ഭദ്രമായി ഒളിച്ചുവെയ്ക്കണം. ആ വസ്ത്രത്തിന്റെ ഉടമയായ

കന്യകയ്ക്ക് വസ്ത്രമില്ലാതെ തിരിച്ചുപോകാൻ കഴിയുകയില്ല. ആ കന്യക യ്ക്ക് താങ്കളുടെ നല്ല സ്വഭാവം മനസ്സിലാക്കാൻ കഴിയുകയും, താങ്കളെ വിവാഹം കഴിക്കാൻ സമ്മതിക്കുകയും ചെയ്യും."

അതുകേട്ടയുടനെ കിം ചോദിച്ചു.

"ഛെ!ഛെ! ഞാനങ്ങനെ മോശം ചെയ്താൽ ആ കന്യക എന്നെ വിവാഹം കഴിക്കാൻ എങ്ങനെ സമ്മതിക്കും? അത് ശരിയല്ല."

"അതോർത്ത് താങ്കൾ വിഷമിക്കണ്ട; ഈ മലയുടെ ഭൂതം അവളുടെ മനസ്സിൽ താങ്കളോടുള്ള സ്നേഹം വളർത്താൻ സഹായിക്കും." മാൻ തുടർന്നു.

"പക്ഷേ, മറ്റൊരു കാര്യംകൂടി ശ്രദ്ധയോടെ കേൾക്കണം. താങ്കളുടെ ഭാര്യയ്ക്ക് രണ്ടുകുട്ടികൾ ഉണ്ടാകുന്നതുവരെ മറച്ചുവെച്ചിരിക്കുന്ന വസ്ത്രം യാതൊരു കാരണവശാലും അവരെ കാണിക്കാൻ പാടില്ല."

ഇത്രയും പറഞ്ഞിട്ട് മാൻ കാട്ടിനുള്ളിലേക്ക് ഓടിമറഞ്ഞു.

കിം സന്ധ്യാസമയത്ത് വീട്ടിൽ തിരിച്ചെത്തിയപ്പോൾ, നടന്ന വിവരങ്ങളെല്ലാം അമ്മയോട് പറഞ്ഞു. എല്ലാം കേട്ടിനുശേഷം അമ്മ പ്രതികരിച്ചത് ഇങ്ങനെയാണ്:

"നീ പറഞ്ഞതെല്ലാം സത്യമാണെന്ന് അറിയാമെങ്കിലും വിശ്വസി ക്കാൻ പ്രയാസമുള്ള ഒരു കഥപോലെയുണ്ട്."

അവർ തുടർന്നു:

"ഒരമ്മയ്ക്ക് ആഗ്രഹിക്കാൻ കഴിയുന്നതിൽവെച്ച് ഏറ്റവും നല്ല മകനാണ് നീ. നിനക്ക് നല്ലയൊരു ജീവിതം കിട്ടേണ്ട സമയം എന്നേ കഴിഞ്ഞിരിക്കുന്നു. അതുകൊണ്ട് ആ മാൻ ഉപദേശിച്ചതുപോലെ നീ കൃത്യമായി എല്ലാ കാര്യങ്ങളും ചെയ്യണം.അതാണ് എന്റെ ആഗ്രഹം."

ഏതായാലും അടുത്ത ദിവസങ്ങളിലെല്ലാം കിം തന്റെ ദൈനംദിന ജോലികൾ ചെയ്തുകൊണ്ടേയിരുന്നു. വെളുത്ത വാവിന്റെ അന്ന് രാവിലെ കിം വിറക് വെട്ടിക്കൊണ്ടിരുന്നപ്പോൾ ഒരു മുയൽ അവന്റെയടുക്കൽ വന്ന് ഓർമ്മപ്പെടുത്തി:

"നീ വീട്ടിൽപോയി നന്നായി കുളിച്ച് തയ്യാറായി യാത്രയ്ക്ക് ഒരുങ്ങി ക്കോ. ഇന്ന് വെളുത്തവാവ് ആണെന്നറിയില്ലേ.

കിം വീട്ടിൽപോയി നന്നായൊരുങ്ങി. തന്റെ വെട്ടുകത്തിയുടമെടു ത്ത് അമ്മയുടെ അനുഗ്രഹം വാങ്ങി പുറപ്പെട്ടു. മാൻ പറഞ്ഞതുപോലെ എല്ലാം ചെയ്തു. ആ സുന്ദരമായ തടാകത്തിന്റെ അരികിൽ ആരും കാണാതെ ഒളിച്ചിരുന്നു.

കുറച്ചുകഴിഞ്ഞപ്പോൾ തടാകത്തിലേക്ക് നിറഞ്ഞുനിനന്ന നിലാവിൽ കുളിച്ചിരങ്ങിയ അഞ്ചു സുന്ദരികൾ. "അവരെ പെൺമണികളെന്നോ, സുന്ദരികളെന്നോ മതിയാകുമായിരുന്നില്ല. ആകാശത്തുനിന്ന് ഇറങ്ങി വന്ന നക്ഷത്രദേവതകൾ!" കിം മനസ്സിൽ കരുതി.

അവർ തടാകത്തിന്റെ കരയിൽ ഇറങ്ങിയതും അവിടെ നിന്നിരുന്ന വലിയ മരത്തിന്റെ മറവിൽ നിന്നുകൊണ്ട് അവരുടെ വസ്ത്രങ്ങളെല്ലാം അഴിച്ചുമാറ്റി. മരത്തിന്റെ ഏറ്റവും താഴത്തെ കൊമ്പിൽ വസ്ത്രങ്ങൾ തൂക്കിയിട്ട് അവർ കുളിക്കാനിറങ്ങി. ആ തക്കം നോക്കി കിം അതിൽ ഒരാളുടെ വസ്ത്രമെടുത്ത് ഭദ്രമായി തന്റെ കോട്ടിന്റെ കീശയിൽ സൂക്ഷിച്ചുവെച്ചു. പിന്നീട് കിം ആരും കാണാതെ ഒളിച്ചിരുന്നു. ഏതാണ്ട് നേരം പരപരാ വെളുപ്പായതും ആ നക്ഷത്രദേവതകൾ കരയ്ക്കുകയറി തങ്ങളുടെ വസ്ത്രങ്ങൾ ധരിച്ചു. പക്ഷേ, ഒരു പെൺമണിമാത്രം തന്റെ വസ്ത്രം കാണുന്നില്ലെന്ന് കൂട്ടുകാരോട് പറഞ്ഞു. അവർ അവിടെയെല്ലാം തിരഞ്ഞിട്ടും ഫലമുണ്ടായില്ല.

"ഓ, എന്റെ വസ്ത്രങ്ങൾ എവിടെ?വസ്ത്രങ്ങൾ ഇല്ലാതെ എനിയ്ക്ക് തിരികെപ്പോകാൻ കഴിയില്ലല്ലോ..."

അവൾ ദയനീയമായി കരയാൻ തുടങ്ങി.

"ഇവിടെ എവിടെയെങ്കിലും കാണും സഹോദരീ."

അവരിൽ ഒരാൾ പറഞ്ഞു. എല്ലാവരും വീണ്ടും തിരഞ്ഞു. പക്ഷേ, സമയം വൈകിയപ്പോൾ വസ്ത്രം കിട്ടിയ നാലുപേരും തിരികെപ്പോകാൻ തിടുക്കം കാണിച്ചു.

"നീ ഇവിടെയെല്ലാം നല്ലതുപോലെ നോക്ക്. വസ്ത്രം കിട്ടിയാലുടൻ തിരികെ വാ. ഞങ്ങൾ കാത്തുനിക്കാതെ ഉടനെ പുറപ്പെടുന്നു."

അവർ നാലുപേരും ആകാശത്തേക്കുയർന്ന് അപ്രത്യക്ഷരായി. അവൾമാത്രം ബാക്കിയായി. അവളുടെ നീണ്ട കുന്തൽ അവളുടെ നഗ്നത മറച്ചു. അവൾ അവിടെയെല്ലാം തന്റെ വസ്ത്രം തിരഞ്ഞു.അവളുടെ അടക്കിയുള്ള കരച്ചിൽ ചുറ്റുമുള്ള ചെടികളെപ്പോലും അലിയിച്ചു.

ആ സമയത്ത് കിം മുന്നോട്ടുവന്നു പറഞ്ഞു:

"നീ എന്റെ കൂടെ വാ. എന്റെ അമ്മ നിനക്ക് ധരിക്കാൻ എല്ലാ വസ്ത്രങ്ങളും, വേണ്ടത്ര ആഹാരവും തരും. കൂടാതെ നിന്നെ സ്നേഹത്തോടെ സ്വീകരിക്കുകയും ചെയ്യും; ഒരു മകളായി.

ആദ്യം അവൾക്ക് ഭയം തോന്നിയെങ്കിലും അവന്റെ പെരുമാറ്റം അവൾക്ക് ഒരു വിശ്വാസം നൽകുന്നതായിരുന്നു. അതുകൊണ്ട്

അല്പം മടിയോടെയാണെങ്കിലും അയാളോടൊപ്പം പോകാൻ അവൾ തയ്യാറായി.

വീട്ടിൽ ചെന്നപ്പോൾ അവന്റെ അമ്മ അവരെ രണ്ടുപേരെയും സ്നേഹത്തോടെയാണ് സ്വീകരിച്ചത്. അവൾക്കുവേണ്ടുന്ന എല്ലാ സൗകര്യങ്ങളും ആ അമ്മ സന്തോഷത്തോടെ ചെയ്തു കൊടുത്തു.

അങ്ങനെ കുറേദിവസം അവിടെ താമസിക്കുകയും, അവരുമായി ഇടപഴകുകയും ചെയ്തപ്പോൾ അവളുടെ ഭയം പോയി. കിം നല്ല സ്നേഹമുള്ളവനാണെന്ന് അവൾക്ക് മനസ്സിലായി. അവർ സന്തോഷത്തോടെ വിവാഹിതരായി.

ഒരു വർഷം കഴിഞ്ഞപ്പോൾ അവർക്കൊരു കുട്ടിയുണ്ടായി. അവർ ആ കുട്ടിയെ സ്നേഹത്തോടെ വളർത്തി. ആ ഗ്രാമത്തിൽ എല്ലാവർക്കും അവരെ രണ്ടുപേരെയും ഇഷ്ടമായിരുന്നു. പക്ഷേ, നാൾ ചെല്ലുന്തോറും അവൾ വളരെ നേരം എന്തെല്ലാമോ ആലോചിച്ച് മൗനമായിരിക്കാൻ തുങ്ങി. ഒന്നിലും ഒരു ശ്രദ്ധയുമില്ലാത്തതുപോലെ. കിം അവളോട് ചോദിച്ചു:

“എന്റെ പൊന്നുഭാര്യേ; നിനക്കെന്താ ഒരു വല്ലാത്ത വിഷമം പോലെ? എന്താ, എന്തുപറ്റീ? എന്നോടു പറയൂ. എന്താണെങ്കിലും നമുക്ക് വഴിയുണ്ടാക്കാം.”

അപ്പോൾ അവൾ പറഞ്ഞു:

“എന്റെ മനസ്സിലെ വിഷമത്തിന് കാരണക്കാരൻ നിങ്ങളല്ലല്ലോ. അപ്പോൾ പിന്നെ കിം നിങ്ങൾക്കെങ്ങനെ എന്നെ സഹായിക്കാൻ കഴിയും?” അവൾ തുടർന്നു:

“എങ്കിലും ഞാൻ പറയാം. എനിക്ക് എന്റെ കളഞ്ഞുപോയ വസ്ത്രം ഒരിക്കലെങ്കിലും കാണണമെന്ന് ആഗ്രഹമുണ്ട്. അതാണ് ഞാൻ ആലോചിക്കുന്നത്. ഒന്നുകണ്ടാൽ മാത്രം മതിയായിരുന്നു.”

കിം തന്റെ ഭാര്യയെ എങ്ങനെയെങ്കിലും സന്തോഷിപ്പിക്കാൻ ആഗ്രഹിച്ചു. അവൾ ദുഃഖിച്ചിരിക്കുന്നത് കാണാൻ അയാൾക്ക് കഴിയുമായിരുന്നില്ല. താൻ ഭദ്രമായി സൂക്ഷിച്ചുവെച്ചിരുന്ന അവളുടെ വസ്ത്രം അയാൾ അവൾക്ക് കാണിച്ചുകൊടുത്തു. അവളത് ആദ്യമൊന്ന് തൊട്ടുനോക്കുക മാത്രം ചെയ്തു. പക്ഷേ അതൊന്നിടാൻ അവൾക്ക് വല്ലാത്ത ആഗ്രഹം. എന്താണ് സംഭവിക്കുന്നതെന്ന ആലോചിക്കുന്നതിനു മുമ്പ് അവൾ ആ വസ്ത്രം ധരിച്ചു. അപ്പോൾ അവളുടെ മകൻ കരയുന്ന ശബ്ദംകേട്ടു. അവൾ ഓടിപ്പോയി മകനെ കൈയിലെടുത്തു. അവർ രണ്ടുപേരും ആകാശത്തേക്ക് ഉയർന്നുയർന്നുപോകാൻ തുടങ്ങി. കിം നോക്കുമ്പോഴേക്കും അവർ

നല്ലൊരു ദൂരം ഉയർന്നുപോയിരുന്നു.

കിം വാവിട്ടുകരഞ്ഞു:

എന്റെ സ്നേഹമുള്ള ഭാര്യേ, നീ എന്നെ വിട്ടിട്ട് പോകരുതേ.....

പക്ഷേ, അവൾ വിളികേൾക്കാത്തത്ര ദൂരം ഉയർന്നുപോയിരുന്നു. അവർ ഉയരങ്ങളിലേക്ക് പോകുന്നതും നോക്കി കിം ഒന്നും ചെയ്യാനാവാതെ നിന്നു.

ആ സംഭവം അവന്റെ ജീവിതമാകെ തകർത്തുകളഞ്ഞു. അവന് ഒന്നിലും താല്പര്യമില്ലാതായി. കൂടുതൽ സമയവും കിടന്നുറങ്ങി.

അങ്ങനെ കഴിയുമ്പോൾ വീട്ടിൽ ആഹാരത്തിന് ഒന്നുമില്ലാതായി. അമ്മപോലും പട്ടിണികിടക്കേണ്ട സ്ഥിതിവന്നു. അപ്പോൾ അവൻ തന്റെ മഴുവുമെടുത്ത് വനത്തിലേക്കു പോയി. ഒന്നുരണ്ടു കമ്പുകൾ വെട്ടിയതിനുശേഷം അവൻ വെറുതെ അലസനായി ഇരിക്കുകയായിരുന്നു. വിദൂരതയിലേക്ക് കണ്ണുംനട്ട് അവൻ വെറുതെയിരുന്നു.

അപ്പോഴാണ് ആ പരിചിതമായ ശബ്ദം അവൻകേട്ടത്!

"സ്നേഹിതാ.."

കിം നോക്കിയപ്പോൾ ആ പഴയ മാൻ മുന്നിൽ നിൽക്കുന്നു!

"സ്നേഹിതാ, താങ്കൾ ഞാൻ പറഞ്ഞ നിർദ്ദേശങ്ങൾ അനുസരിക്കുന്നതിൽ തെറ്റ് വരുത്തി, അല്ലേ?

അതേ; ഞാൻ തെറ്റ് കാണിച്ചു. എന്റെ ജീവിതം നശിച്ചു."

"ഞാനെന്നും ഇങ്ങനെ സ്വതന്ത്രമായി തുള്ളിച്ചാടി നടക്കുമ്പോൾ നിങ്ങളെക്കുറിച്ചോർക്കും. നിങ്ങളാണ് എന്റെ ജീവൻ രക്ഷിച്ചത്. ഞാനതെങ്ങനെ മറക്കും."

മാൻ തുടർന്നു:

"നിങ്ങളുടെ ജീവിതം നശിച്ചുപോകാൻ ഞാൻ സമ്മതിക്കുകയില്ല. അതുകൊണ്ട് ഞാൻ പറയുന്നത് ശ്രദ്ധിച്ചുകേൾക്കണം." മാൻ തുടർന്നുപറഞ്ഞു:

"ആകാശസുന്ദരികൾ ഇപ്പോൾ ആ തടാകത്തിലേക്ക് വരാറില്ല. പക്ഷേ, അവർ ഇപ്പോഴും ആ തടാകത്തിലെ വെള്ളത്തിൽ കുളിക്കാൻ ആഗ്രഹിക്കുന്നു. അതുകൊണ്ട് അവർ എല്ലാ വെളുത്ത വാവ് ദിവസങ്ങളിലും രാത്രിസമയത്ത് ഒരു തൊട്ടി താഴേക്കിറക്കി തടാകത്തിൽനിന്നും വെള്ളം കോരിയെടുക്കും. അടുത്ത വെളുത്തവാവ് ദിവസം രാത്രി താങ്കൾ ആ തടാകക്കരയിലേക്കു പോകണം. തൊട്ടിയിറക്കുമ്പോൾ താങ്കൾ ആ തൊട്ടിയിൽ ചാടിക്കയറണം. അങ്ങനെ താങ്കൾക്ക് ഭാര്യയും മകനും

താമസിക്കുന്ന സ്വർഗ്ഗത്തിലെത്തിച്ചേരാൻ കഴിയും."

അത്രയും പറഞ്ഞിട്ട് മാൻ ഓടിപ്പോയി.

അടുത്ത വെളുത്തവാവ് ദിവസം കിം തടാകത്തിലേക്ക് പോകാൻ തയ്യാറായി. പക്ഷേ, അമ്മയെ ഒറ്റയ്ക്കുവിട്ടിട്ട് പോകാൻ അവന് മനസ്സ് വന്നില്ല.അതുകൊണ്ട് അവൻ അമ്മയേയും നിർബന്ധിച്ച് തന്റെ കൂടെ കൂട്ടി. അവർ ആ തടാകത്തിന്റെ അരികിൽ കാത്തുനിനനു. മാൻ പറഞ്ഞതുപോലെ, ഏതാണ്ട് നല്ലതുപോലെ ഇരുട്ടിയതിനുശേഷം, തൊട്ടി തടാകത്തിലേക്ക് ഇറങ്ങിവന്നു. അപ്പോൾ കിം അമ്മയെ ധൃതിയിൽ എടുത്തുവെച്ചു. കൂടെ അവനും ചാടിക്കയറി. അല്പസമയത്തിനുള്ളിൽ തൊട്ടി മേലോട്ടുയരാൻ തുടങ്ങിയെങ്കിലും, അധികമുയരാതെ അത് നിന്നുപോയി.

അപ്പോൾ അവന്റെ അമ്മ പറഞ്ഞു:

"മോനേ, നമ്മൾ രണ്ടുപേരുടെയും ഭാരക്കൂടുതൽ കൊണ്ട് നിന്നുപോയതായിരിക്കും. നീയെന്നെ ഇവിടെയിറക്കിവിട്."

പക്ഷേ കിം അമ്മ പറഞ്ഞത് കൂട്ടാക്കിയില്ല. കിം തൊട്ടിയിൽ നിന്ന് ചാടിയിറങ്ങി. അപ്പോൾ തൊട്ടി മേലോട്ടുയരാൻ തുടങ്ങി. കിം താഴെനിന്നു വിളിച്ചുപറഞ്ഞു:

"അമ്മ ഇത്രനാൾ എനിക്കുവേണ്ടി കഷ്ടപ്പെട്ടില്ലേ. ഇനിയുള്ള കാലമെങ്കിലും അമ്മ അവിടെ, അങ്ങ് ഉയരത്തിൽ, സ്വർഗ്ഗത്തിൽ എന്റെ ഭാര്യയോടും മകനോടുമൊത്ത് സുഖമായി ജീവിക്കൂ. ഞാനിവിടെ നിങ്ങളുടെ ഓർമ്മകളുമായി കഴിഞ്ഞുകൊള്ളാം...

കിം തന്റെ വീട്ടിലേക്കു മടങ്ങി.

തൊട്ടി സ്വർഗ്ഗത്തിലെത്തിയപ്പോൾ ആ നക്ഷത്രകന്യകമാർ അതിശയിച്ചുപോയി! തടാകജലത്തിനു പകരം, തൊട്ടിയിൽ തങ്ങളുടെ സ്നേഹിതിയുടെ ഭർത്താവിന്റെ അമ്മ. ആ വിവരം സ്വർഗ്ഗത്തിലെ രാജാവിന്റെ കാതുകളിലുമെത്തി. അദ്ദേഹം എല്ലാ വിവരങ്ങളും അമ്മയിൽനിന്ന് ചോദിച്ചു മനസ്സിലാക്കി. കിം അമ്മയോടെ കാണിച്ച സ്നേഹം രാജാവിൽ വളരെയധികം സന്തോഷത്തിന് കാരണമാക്കി.

സ്വന്തം സുഖം ത്യജിച്ച് അമ്മയെ സ്നേഹിക്കുന്ന ഒരു മകൻ. അദ്ദേഹം പറഞ്ഞു:

അമ്മയ്ക്കുവേണ്ടി സ്വന്തം സുഖം ത്യജിക്കാൻ സന്നദ്ധനായ മകനെ എനിക്കൊന്ന് നേരിൽ കാണണം. അങ്ങനെ ഒരു മകൻ കഷ്ടപ്പെടാൻ അനുവദിച്ചുകൂടാ.

അടുത്തദിവസം കിം ഉണർന്നപ്പോൾ കണ്ടത്. സ്വർഗ്ഗത്തിലെ രാജാവിന്റെ കുതിരവണ്ടി തന്റെ വീടിന്റെ മുറ്റത്ത് നില്ക്കുന്നതാണ്!

ആ വണ്ടിയിൽ കിം നിമിഷനേരത്തിനകം സ്വർഗ്ഗത്തിലെത്തി. അവിടെ കിം സ്വർഗ്ഗരാജാവിന്റെ സ്നേഹത്തിന് പാത്രമായി. എന്നുമാത്രമല്ല, ഒട്ടും താമസിയാതെ തന്റെ ഭാര്യയുടെയും മകന്റെയും അമ്മയുടെയും കൂടെ ഒത്തുചേരുകയും ചെയ്തു. അവരുടെ അപ്പോഴത്തെ സന്തോഷം ചന്ദ്രന്റെയും നക്ഷത്രങ്ങളുടെയും ശോഭയ്ക്ക് അല്പംകൂടി തിളക്കമുണ്ടാക്കി എന്ന് ആ സ്വർഗ്ഗവാസികൾ കരുതുന്നതായാണ് അറിവ്.

മന്ത്രക്കോലും മധുരക്കനിയും

പണ്ട് ചോ എന്ന പേരിൽ ഒരു കൃഷിക്കാരൻ കൊറിയനാട്ടിൽ ജീവിച്ചിരുന്നു. വലിയ ധനികനായിരുന്നില്ലെങ്കിലും, ഒരളവ് മോശമില്ലാത്ത സാമ്പത്തികസ്ഥിതിയുണ്ടായിരുന്നു. എങ്കിലും, അയാൾക്ക് രാജാവിന്റെ കീഴിൽ ഭരണസംബന്ധിയായ എന്തെങ്കിലും ഒരു ജോലി വേണമെന്ന് ഭയങ്കര ആഗ്രഹമായിരുന്നു. ഒരു തഹസീൽദാരുടെ, അല്ലെങ്കിൽ ഒരു മുനിസിപ്പൽ കമ്മീഷണറുടെ ജോലി. ഒരുപക്ഷേ, അത്തരം ജോലികൾക്ക് അന്നുണ്ടായിരുന്ന സാമൂഹിക അംഗീകാരവും, അധികാരവും മറ്റുമായിരിക്കണം ചോ അത്തരം ജോലിക്കുവേണ്ടി ആഗ്രഹിക്കാൻ കാരണം. പക്ഷേ,, അക്കാലത്ത് കൊറിയയിൽ ആ ജോലികൾ കിട്ടണമെങ്കിൽ മേലധികാരികളുടെ ഒത്താശ വേണമായിരുന്നു. പ്രതിഫലമായി അവർ വിലപിടിപ്പുള്ള സമ്മാനങ്ങളും മറ്റും പ്രതീക്ഷിക്കുമായിരുന്നു. അതുപോലെ ജോലികിട്ടണമെങ്കിൽ മേലധികാരികൾക്ക് കൈക്കൂലി വേണമെന്ന് സാരം.

ഒരു ജോലി അഭ്യർത്ഥിച്ചുകൊണ്ട് ചോ പ്രധാനമന്ത്രിയെത്തന്നെ കണ്ടു. തന്റെ കൈയിലുണ്ടായിരുന്ന പണമത്രയും ചെലവാക്കി വിലപിടിപ്പുള്ള ഒരു സമ്മാനവും പ്രധാന മന്ത്രിക്ക് കാഴ്ചവെച്ചു. അദ്ദേഹത്തിന് ആ സമ്മാനം വളരെ ഇഷ്ടപ്പെട്ടു. ചോ-വിന്റെ അടുത്ത് അദ്ദേഹം വളരെ സ്നേഹത്തോടെയാണ് പെരുമാറിയത്. ജോലിക്കാര്യത്തെക്കുറിച്ച് അദ്ദേഹം പറഞ്ഞത് ഇങ്ങനെയാണ്:

“ചോ, താങ്കൾക്ക് ഒരു ജോലി തരാൻ എനിയ്ക്ക് സന്തോഷമാണ്, പക്ഷേ തത്ക്കാലം ഒഴിവുകൾ ഒന്നുമില്ലാ എന്നതാണ് സത്യം.

അതുകൊണ്ട് ചോ ഒന്ന് ക്ഷമിയ്ക്കൂ. ഒരു രണ്ടാഴ്ച കഴിഞ്ഞ് വീണ്ടും എന്നെ വന്നുകാണൂ."

ചോവിന് പ്രധാനമന്ത്രിയുടെ പെരുമാറ്റം നന്നേപിടിച്ചു. ജോലി തീർച്ചയായി എന്ന് മനസ്സിൽ സന്തോഷിക്കുകയും ചെയ്തു. രണ്ടാഴ്ചയ്ക്കുശേഷം ചോ പ്രധാനമന്ത്രിയെ വീണ്ടും കണ്ടു. താനൊരു ആവശ്യത്തിനുവേണ്ടി അദ്ദേഹത്തെ കാണാൻ പോകുകയല്ലേ. എന്തെങ്കിലും ഒരു സമ്മാനം കരുതേണ്ടത് മര്യാദയാണല്ലോ. തന്റെ വീട്ടിലുണ്ടായിരുന്ന ജംഗമവസ്തുക്കളിൽ ചിലത് വിറ്റുകിട്ടിയ പണംകൊണ്ട് നല്ലൊരു സമ്മാനം വാങ്ങിയിരുന്നു. പ്രധാനമന്ത്രി ചോ-യെ സസന്തോഷം കാണുകയും ചെയ്തു. അദ്ദേഹം പറഞ്ഞു:

"ചോ, താങ്കളുടെ കാര്യം ഞാൻ മറന്നിട്ടില്ല. പക്ഷേ, നല്ലൊരു സൗകര്യം ഉണ്ടാകണ്ടേ. അല്പം കാത്തിരുന്നേ മതിയാകൂ. ഒരു രണ്ടാഴ്ച കഴിഞ്ഞ് ഒന്നുകൂടി വരൂ."

അങ്ങനെ ഓരോ രണ്ടാഴ്ചവിട്ട കാലത്തിൽ ചോ പ്രധാന മന്ത്രിയെ സന്ദർശിക്കുന്നതും, അദ്ദേഹത്തിന് വിലപിടിപ്പുള്ള സമ്മാനങ്ങൾ കാഴ്ചവെയ്ക്കുന്നതും ഒരു പതിവായി. ഏതാണ്ട് നാലുവർഷം ആ പതിവ് തുടർന്നു എന്നുപറഞ്ഞാൽ, കേൾക്കുമ്പോൾ അതിശയം തോന്നും; അല്ലേ?

ചോവിന്റെ കൈയിൽ പിന്നീട് വില്ക്കാൻ സാധനങ്ങളൊന്നുമില്ലാതായി. സമ്മാനങ്ങൾ വാങ്ങാൻ പണവും ഇല്ലാതായി. ഏതായാലും ഒരു പ്രാവശ്യംകൂടി കണ്ടുകളയാമെന്ന് ചോ കരുതി. ചോ, ആ പ്രാവശ്യം പ്രധാനമന്ത്രിയെ കണ്ടപ്പോഴും പ്രത്യേകിച്ച് ഒന്നുംസംഭവിച്ചില്ല.

പക്ഷേ, ആ പ്രാവശ്യം പ്രധാനമന്ത്രിതന്നെ കുറേനേരം കാത്തിരുത്തിയതിനുശേഷമാണ് കണ്ടതെന്ന് ചോ ശ്രദ്ധിക്കാതിരുന്നില്ല. ഒരുപക്ഷേ, ആ പ്രാവശ്യം തന്റെ സമ്മാനം വിലകൂടിയത് അല്ലാത്തതുകൊണ്ടുള്ള നീരസം കൊണ്ടായിരിയ്ക്കാം എന്ന് ചോ വിചാരിച്ചു. ഏതായാലും ഉദ്യോഗം തേടിയുള്ള നടപ്പും, സമ്മാനം കൊടുക്കലും ചോവിന് മടുത്തു. അന്ന് വീട്ടിലേക്ക് മടങ്ങിയത് കുറേ വൈകിയാണ്. അതുകൊണ്ട് രാത്രി എവിടെയെങ്കിലും തങ്ങുന്നതാണ് ഉചിതമെന്ന് ചോ കരുതി. വഴിയരുകിൽകണ്ട വീടിന്റെ കതകിന് ചോ തട്ടി. കതക് തുറന്നത് മദ്ധ്യവയസ്കനായ ഒരാളായിരുന്നു. അയാൾ വിവരം അന്വേഷിച്ചപ്പോൾ ചോ പറഞ്ഞു:

"ഞാൻ ഒരാവശ്യത്തിനായി പ്രധാനമന്ത്രിയെക്കണ്ട വീട്ടിലേക്കു മടങ്ങുന്ന വഴിയാണ്. താമസിയാതെ നല്ല മഴ പെയ്യാനുള്ള സാധ്യത

കാണുന്നുണ്ട്. മഴയ്ക്കുമുമ്പ് വീട്ടിലെത്താൻ കഴിയുകയില്ല. അതുകൊണ്ട് രാത്രി ഇവിടെ തങ്ങാൻ സൗകര്യം കിട്ടുമോയെന്ന് അഭ്യർത്ഥിക്കാനാണ് ഇവിടേക്കു വന്നത്."

മദ്ധ്യവയസ്കൻ തടസ്സമൊന്നും പറയാതെ രാത്രി അവിടെ തങ്ങാൻ അനുവാദം കൊടുത്തു. ഒരു മുറിയിൽ ചോ-യ്ക്ക് കിടക്കയും വിരിച്ചുകൊടുത്തു. ചോ കിടന്നുവെന്നല്ലാതെ ഉറങ്ങിയില്ല. അപ്പഴേക്കും പുറത്ത് കനത്ത മഴ പെയ്യാൻ തുടങ്ങിയിരുന്നു.

ഏതാണ്ട് വെളുപ്പാകുന്നതിനുമുമ്പ് ആ മദ്ധ്യവയസ്കനോട് അയാളുടെ ഭാര്യ പറയുന്നത് ചോ കേട്ടു-

"ഹേ മനുഷ്യാ, നേരം വെളുക്കുന്നതിനുമുമ്പ് ആ മുറിയിൽ കിടത്തിയ കാളയെ എഴുന്നേല്പിച്ച് ചന്തയിൽ കൊണ്ടുപോകാൻ നോക്ക്."

അയാളും ശരിയെന്നു മൂളി. അല്പസമയത്തിനുള്ളിൽ അയാൾ മുറിയിൽ ചെന്നു ചോവിന്റെ ദേഹത്ത് ഒരു കോലുകൊണ്ട് രണ്ടുമൂന്നു പ്രാവശ്യം തട്ടി. ചോ എഴുന്നേല്ക്കാൻ ശ്രമിച്ചു. എന്തൊരതിശയം! താൻ ഒരു കാളയായി മാറിയിരിക്കുന്നു. തനിയ്ക്ക് ഒന്നും സംസാരിക്കാൻ കഴിയുന്നില്ല. അയാളുടെ ഭാര്യ ഒരു കയറുകൊണ്ടുവന്ന് ചോവിന്റെ കഴുത്തിൽകെട്ടി. മദ്ധ്യവയസ്കൻ കയറിൽപിടിച്ച് വലിച്ചുകൊണ്ട് ചോവിനെ നടത്തിച്ചു.

വഴിയരുകിൽ ഒരു കുറ്റിയിൽ ചോവിനെ കെട്ടിയശേഷം, അയാൾ ഒരു ചായക്കടയിൽ കയറി. കുറെക്കഴിഞ്ഞ് അയാൾ തിരികെവന്ന് ചോ-വിനെ വലിച്ചുകൊണ്ട് ചന്തയിലേക്കു നടന്നു. എന്തുചെയ്യും.

"സഹിക്കുകയല്ലേ നിവൃത്തിയുള്ളു."

ചോ ചിന്തിച്ചു.

ഒരുപക്ഷേ, ഇയാൾ തന്നെ കശാപ്പുകാർക്ക് വില്ക്കാനായിരിക്കും ചന്തയിലേക്ക് കൊണ്ടുപോകുന്നത്. അങ്ങനെയെങ്കിൽ തന്റെ ജീവൻ തന്നെ അപകടത്തിലാണല്ലോ!

അങ്ങനെ ചിന്തിച്ചുകൊണ്ടുനടക്കുമ്പോൾ അയാൾ വീണ്ടും, ചോ-യെ ഒരു കുറ്റിയിൽ കെട്ടിയിട്ടിട്ട് മൂത്രമൊഴിക്കാനായി റോഡരികിലേക്ക് മാറിനിന്നു. ആ തക്കം നോക്കി ഒന്നു പരീക്ഷിക്കാമെന്നുകരുതി ചോ കാളക്കയറിൽ ആഞ്ഞുവലിച്ചു. ഭാഗ്യം! ആ കുറ്റി പിഴുതുവന്നു. കിട്ടിയ സന്ദർഭം പാഴക്കാതെ കാളയായ ചോ കുറ്റിയുംകൊണ്ടോടി. കുറേനേരം ഓടിയതിനുശേഷം ക്ഷീണിച്ചപ്പോൾ അടുത്തുള്ള ഒരു മൈതാനത്ത് കയറിനിന്ന് വിശ്രമിച്ചു. ആ മൈതാനത്ത് ഒരു പ്രത്യേകതരം ചെടിയും,

അതിൽ കായ്ച്ചുപഴുത്തുനില്ക്കുന്ന കായ്കളും കണ്ടു. നല്ല വിശപ്പുണ്ടായിരുന്നു. കുറേ പഴങ്ങൾ പറിച്ചുതിന്നു.

തികച്ചും അപ്രതീക്ഷിതമായി മറ്റൊരതിശയം!

അയാൾക്ക് തന്റെ പഴയ മനുഷ്യരൂപം തിരിച്ചുകിട്ടിയിരിക്കുന്നു. അയാൾസന്തോഷത്തോടെ തന്റെ കഴുത്തിൽ കെട്ടിയിരുന്ന കയർ അഴിച്ചുകളഞ്ഞു. ഇനി ഭയപ്പെടാനൊന്നുമില്ല എന്ന് ബോധ്യമായി. എങ്കിലും തന്നെ തുടർച്ചയായി കളിപ്പിച്ച പ്രധാനമന്ത്രിയോടുള്ള ദേഷ്യം കെട്ടടങ്ങിയിരുന്നില്ല. എങ്ങനെയെങ്കിലും അയാളുടെ കൈയിൽനിന്ന് കോഴ കൊടുക്കാതെ ഒരു നല്ല ജോലി സമ്പാദിക്കണമെന്ന് ചോ മനസ്സിലുറപ്പിച്ചു. പക്ഷേ, എന്താണ് വഴി?

അങ്ങനെ ആലോചിച്ചുനടക്കുമ്പോൾ പെട്ടെന്ന് ചോയുടെ മനസ്സിൽ ഒരു യുക്തിതോന്നി; എന്തുകൊണ്ട് തന്നെ കാളയാക്കിമാറ്റിയ ആ മന്ത്രക്കോലും, ഇപ്പോൾ സ്വന്തം രൂപം തിരിച്ചുകിട്ടാൻ സഹായകമായ പഴങ്ങളും ഉപയോഗിച്ച് ഒരുശ്രമം നടത്തിക്കൂടാ. കൂടുതലൊന്നും ആലോചിക്കാതെ ചോ, തലേദിവസം താൻ അന്തിയുറങ്ങിയ വീട്ടിലേക്ക് മടങ്ങിപ്പോയി.

അവിടെയെത്തിയശേഷം രാത്രിയാകുന്നതുവരെ വീടിനരുകിൽ ഒളിച്ചിരുന്നു. രാത്രിയായതിനുശേഷം സൂത്രത്തിൽ ആ വീടിനുള്ളിൽ കയറി മന്ത്രക്കോൽ മോഷ്ടിച്ചു. പിന്നീട് ആ ഉദ്യാനത്തിൽ പോയി തനിക്ക് സഹായകമായ പഴങ്ങൾ പറിച്ചെടുത്ത് സഞ്ചിയിലാക്കി വീട്ടിലേക്കു മടങ്ങി.

ഏതാണ്ട് പത്തുപന്ത്രണ്ടു ദിവസങ്ങൾ#കുശേഷം, ചോ വീണ്ടും പ്രധാനമന്ത്രിയെ അദ്ദേഹത്തിന്റെ വീട്ടിൽപോയി കണ്ടു. ചോ ഒരു പതിവ് സന്ദർശകനായതുകൊണ്ട് വീട്ടിനുള്ളിൽ പ്രവേശിക്കാൻ വലിയ തടസ്സമൊന്നുമുണ്ടായില്ല. രാത്രിയാകുന്നതുവരെ ചോ അങ്ങുമിങ്ങും നടന്ന് സമയം കളഞ്ഞു. രാത്രി ചോ പ്രധാനമന്ത്രിയുടെ കിടക്കറയിൽ സൂത്രത്തിൽ കടന്നുകൂടി. തന്റെ കൈയിലുണ്ടായിരുന്ന മന്ത്രക്കോലു കൊണ്ട് ഉറങ്ങിക്കിടന്ന പ്രധാനമന്ത്രിയുടെ തലമുതൽ വയറുവരെയുള്ള ഭാഗത്ത് തട്ടി. അപ്പോഴേക്കും പ്രധാനമന്ത്രി ഉറക്കമുണർന്നുവെന്ന് ചോയ്ക്കു തോന്നി. ഉടനെതന്നെ ഉറക്കറയിൽനിന്നു വെളിയിൽവന്ന് സ്ഥലം വിടുകയും ചെയ്തു.

അടുത്ത പ്രഭാതം പ്രധാനമന്ത്രിയുടെ വീട്ടിൽ വലിയ ഒച്ചപ്പാടിന്റേതായിരുന്നു. പുരാണങ്ങളിൽ നാം കേട്ടിട്ടില്ലേ ഒരു നരസിംഹത്തിന്റെ കഥ. അതുപോലെ പ്രധാനമന്ത്രി ഒരു നരവൃഷഭമായി മാറിയിരുന്നു;

സംസാരിക്കുന്നതിനു പകരം കാളയെപ്പോലെ അമറുന്നു!

പ്രധാനമന്ത്രിയുടെ സിൽബന്ദികൾ നാട്ടിലുള്ള വൈദ്യൻമാരെ തേടിപ്പോയി. ആർക്കും ഒന്നും ചെയ്യാൻ കഴിഞ്ഞില്ല. അങ്ങനെ ഒന്നു രണ്ടു ദിവസം കഴിഞ്ഞപ്പോൾ ഒന്നും അറിയാത്തവനെപ്പോലെ ചോ അവിടെ ചെന്നു. അയാൾ എല്ലാവരും കേൾക്കെ ഉറക്കെ പറഞ്ഞു:

"അയ്യയ്യോ! നമ്മുടെ പ്രധാനമന്ത്രിക്ക് ഇങ്ങനെ സംഭവിക്കാൻ എന്താണ് കാരണം? അദ്ദേഹം എത്ര നല്ല മനുഷ്യനായിരുന്നു. ഈ ആഴ്ച അദ്ദേഹം എനിയ്ക്ക് നല്ലൊരു ജോലി തരാമെന്നു വാഗ്ദാനം ചെയ്തതാണ്. നോക്കണേ ഗ്രഹപ്പിഴ. അദ്ദേഹത്തിന്റേതു മാത്രമല്ല, എന്റെയും."

താൻ പറയുന്നതെല്ലാം പ്രധാനമന്ത്രിയുടെ ഭാര്യയും മറ്റ് ബന്ധുക്കളും കേൾക്കുന്നുണ്ടെന്ന് ഉറപ്പുവരുത്തിയതിനു ശേഷം ചോ തുടർന്നു പറഞ്ഞു:

"പക്ഷേ ഒന്നുണ്ട്, നിരാശപ്പെടേണ്ട. കുറേ നാളുകൾക്കുമുമ്പ് ഇതുപോലൊരു സംഭവം ഞാൻ കാണാനിടയായി. വേണമെങ്കിൽ ഇതൊരുതരം രോഗംതന്നെയാണെന്നു പറയാം. അന്ന് ഒരു നാട്ടുവൈദ്യനാണ് ആ രോഗിയെ ചികിത്സിച്ചു ഭേദമാക്കിയത്. ആ വൈദ്യൻ എവിടെയാണെന്ന് അറിയില്ലെങ്കിലും, കൊടുത്ത മരുന്ന് എന്താണെന്ന് എനിക്കറിയാം. ഞാൻ പോയി ആ മരുന്ന് ശേഖരിച്ചിട്ടുവരാം.

അത്രയും പറഞ്ഞ് ചോ അവിടെനിന്നു പോയി.

എല്ലാവരും ചോയുടെ തിരിച്ചുവരവ് പ്രതീക്ഷിച്ച് കാത്തിരുന്നു. അങ്ങനെയെങ്കിലും പ്രധാനമന്ത്രിയുടെ രോഗം ഭേദമായെങ്കിൽ എന്നവർ ആഗ്രഹിച്ചു.

ചോ അവിടെനിന്നും കുറച്ചകലെ പോയിരുന്ന് തന്റെ സഞ്ചിയിൽ കരുതിവെച്ചിരുന്ന പഴങ്ങളിൽ ഒന്നെടുത്ത് ചെറിയ ചെറിയ കഷ്ണങ്ങളായി മുറിച്ച് ഒരിലയിൽ ഭദ്രമായി പൊതിഞ്ഞു. അത് ഏത് പഴമാണെന്ന് ആരും മനസ്സിലാക്കാൻ പാടില്ലെന്ന് ചോ കരുതിയതിൽ തെറ്റില്ല, അല്ലേ?

പിന്നീട് ഇലയിൽ പൊതിഞ്ഞ പഴക്കഷ്ണങ്ങളുമായ് ചോ പ്രധാനമന്ത്രിയുടെ അരികിൽ തിരിച്ചെത്തി. അത് നരവൃഷഭമായി നിന്ന പ്രധാനമന്ത്രിയ്ക്ക് തിന്നാൻ നൽകി. ഇത് തിന്നാൽ പ്രധാനമന്ത്രി പഴയ നിലയിലാകുമെന്നു പറഞ്ഞു. അതുകേട്ട പ്രധാനമന്ത്രി ആ ഇലപ്പൊതു അങ്ങനെതന്നെ തിന്നു.

അല്പസമയത്തിനുള്ളിൽ അദ്ദേഹം പൂർവ്വനിലയിലെത്തുകയും ചെയ്തു. പ്രധാനമന്ത്രിയുടെ ഉൾപ്പെടെ എല്ലാവരും ചോയോട് തികഞ്ഞ

ആദരവും ബഹുമാനവും കാണിച്ചു. ആവശ്യപ്പെടാതെതന്നെ പ്രധാന മന്ത്രി ചോവിനെ ഉയർന്ന ഉദ്യോഗസ്ഥനായി നിയമിക്കുകയും ചെയ്തു.

ചോ പിന്നീട് വളരെക്കാലം പേരും പ്രശസ്തിയും പെരുമയുമുള്ള ഒരുദ്യോഗസ്ഥനായി ജീവിച്ചു.

ചെറുതായുള്ളൊരു കഥയിതു കേൾക്കു,

കുട്ടികൾ, സാമോദം

വളഞ്ഞ കൊമ്പുകളുള്ളൊരു വെള്ള-

ക്കലമാനോടുന്നു.

കണ്ണുകളിർക്കൊക്കാണാം, പക്ഷെ

പിടികിട്ടില്ല നിജം!

ഒരിടത്ത് രണ്ടു സഹോദരന്മാർ ഉണ്ടായിരുന്നു. അവർ ഐകമത്യത്തോടെയും അല്ലലെന്തെന്നറിയാതെയും പുഴവക്കത്തെ ഓക്കുമരങ്ങളെപ്പോലെ ശക്തരായി വളർന്നു. ഒരിക്കൽ പിതാവ് അവരെ വിളിച്ച് ഇങ്ങനെ പറഞ്ഞു:

"മക്കളെ, ഏതു തൊഴിലാണ് നിങ്ങൾക്ക് പ്രിയങ്കരവും രസകരവുമായിട്ടുള്ളത് എന്നു തുറന്നു പറയിൻ."

പുത്രന്മാർ ചിന്താമഗ്നരായി അല്പനേരം നിന്നിട്ട് മറുപടി പറഞ്ഞു:

"ആശാരിപ്പണിയാണ് ഏറ്റവും പ്രിയങ്കരം. ഏറ്റവും രസകരം നായാട്ടും. കാട്ടുവാത്തകളുടേയും അരയന്നങ്ങളുടേയും പിന്നാലെ പോകാൻ എന്തു രസമാണ്!"

വൃദ്ധൻ പുത്രന്മാർക്ക് രണ്ടുപേർക്കും ഓരോ അമ്പും വില്ലും ഉണ്ടാക്കിക്കൊടുത്തു. ഓരോ നായാട്ടുനായ്ക്കളേയും അവർക്കു സമ്മാനിച്ചുകൊണ്ട് അദ്ദേഹം അവരെ ആശീർവ്വദിച്ച് യാത്രയാക്കി.

സഹോദരന്മാർ ഒരു കൊടുങ്കാട്ടിലെത്തി. അവർ വില്ലുകലച്ചുകൊണ്ട് വാത്തകളുടേയും കാട്ടുതാറാവുകളുടേയും അരയന്നങ്ങളുടേയും പിന്നാലെ പാഞ്ഞു. നായാട്ടിന്റെ രഹസ്യങ്ങളെല്ലാം അവർ പഠിച്ചുകഴിഞ്ഞു. അപ്പോഴാണ് ഒരു അപകടം പിണഞ്ഞത്. കുരിരിട്ടുനിറഞ്ഞ ഒരു ഘോരവനത്തിൽ അവർ അകപ്പെട്ടു. അവിടുന്ന് പുറത്തുകടക്കാൻ ഒരു വഴിയും കണ്ടില്ല. കൈവശമുണ്ടായിരുന്ന റൊട്ടിയും തീർന്നു. എങ്കിലും എന്തുപകടം വന്നാലും തങ്ങൾ നിരാശരാവുകയില്ലെന്ന് സഹോദരന്മാർ സ്വയം തീരുമാനിച്ചു.

പെട്ടെന്ന് രണ്ട് മലയാടുകൾ ഓടിവരുന്നത് അവർ കണ്ടു. സഹോദരന്മാർ അമ്പു കയ്യിലെടുത്തു. അപ്പോൾ മലയാടുകൾ യാചിച്ചു:

“ഞങ്ങളെ കൊല്ലരുതേ. ആപത്തുകാലത്ത് ഞങ്ങൾ സഹായിക്കാം.”

സഹോദരന്മാർ മലയാടുകളെ ഉപദ്രവിക്കാതെ പിന്നേയും കുറെ ദൂരം നടന്നു. പെട്ടെന്ന് രണ്ടു ചെന്നായ്ക്കൾ ഓടിവരുന്നത് അവർ കണ്ടു. സഹോദരന്മാർ അമ്പെടുത്തു. ചെന്നായ്ക്കൾ ഉടൻ ഇങ്ങിനെ അപേക്ഷിച്ചു:

ഞങ്ങളെ കൊല്ലരുതേ. ആപത്തുകാലത്ത് ഞങ്ങൾസഹായിക്കാം.”

സഹോദരന്മാർ ചെന്നായ്ക്കളെയും വെറുതെ വിട്ടിട്ട് മുമ്പോട്ടു നടന്നു. പെട്ടെന്ന് രണ്ടു മുയലുകൾ അവരുടെ മുമ്പിൽ പ്രത്യക്ഷപ്പെട്ടു. അവർ അമ്പെടുത്ത ഉടൻ മുയലുകൾ കെഞ്ചി:

“ഞങ്ങളെ കൊല്ലരുതേ. ആപത്ത്കാലത്ത് ഞങ്ങൾ സഹായിക്കാം.”

അങ്ങിനെ സഹോദരന്മാർക്ക് ഇരുവർക്കും പട്ടിയെക്കൂടാതെ മുമ്മൂന്ന് വിശ്വസ്തസേവകർ കൂടി ഉണ്ടായി: മലയാട് ചെന്നായ്, മുയൽ.

അവർ പിന്നേയും കുറെ ദൂരം സഞ്ചരിച്ചു. ഒടുവിൽ വഴി രണ്ടായി പിരിയുന്ന ഒരിടത്ത് അവർ എത്തിച്ചേർന്നു. ഏതു വഴിയെ മുന്നോട്ടു പോകണമെന്ന് സഹോദരൻമാർ വളരെനേരം കൂടിയാലോചിച്ചു. രണ്ടുപേരും രണ്ടുവവിയെ സഞ്ചരിച്ച് അവരവരുടെ ഭാഗ്യം പരീക്ഷിക്കാമെന്ന് ഒടുവിൽ അവർ തീരുമാനിച്ചു. പിരിയുന്നതിനുമുമ്പ് ഇരുവരും തങ്ങളുടെ കഠാരികൾ ഒരു വയസ്സൻ ഓക്കുമരത്തിൽ പിടിവരെ കുത്തിയിറക്കി. ആ വഴി മടങ്ങിവരുമ്പോൾ കഠാരി തുരുമ്പുപിടിക്കാതെ വൃത്തിയായി ഇരിക്കുന്നുണ്ടെങ്കിൽ അതിന്റെ ഉടമസ്ഥൻ സുഖമായിരിക്കുന്നുണ്ടെന്നു മറ്റേ സഹോദരൻ ധരിച്ചുകൊള്ളണമെന്നും നേരെമറിച്ച് കഠാരിയിൽ തുരുമ്പുണ്ടെങ്കിൽ അയാൾ ആപത്തിലാണെന്നു മനസ്സിലാക്കി സഹായത്തിന് പാഞ്ഞെത്തണമെന്നും പറഞ്ഞ് ഉറപ്പിച്ചിട്ടാണ് അവർ പിരിഞ്ഞത്. ഒരാൾ വലതുവശത്തെ വഴിയിലൂടെയും മറ്റെയാൾ ഇടതുവശത്തെ വഴിയിലൂടെയും യാത്ര തിരിച്ചു.

മൂത്ത സഹോദരൻ ഒരു ദിവസം മുഴുവൻ നടന്നു. അയാൾ ഒരിടത്തും എത്തിച്ചേർന്നില്ല. രണ്ടാമത്തെ ദിവസം മുഴുവൻ നടന്നു- എന്നിട്ടും വഴി അവസാനിച്ചില്ല. മൂന്നാം ദിവസം അയാൾ തടികൊണ്ടു പണിത ഒരു കൊട്ടാരം കണ്ടെത്തി. കൊട്ടാരത്തിനു ചുറ്റും പൈൻമരങ്ങൾ വളർന്നു നിന്നു. താഴികക്കുടം മേഘങ്ങൾക്കിടയിലായിരുന്നു. പുറത്ത് ഒരു ജീവിയെപ്പോലും കാണാനുണ്ടായിരുന്നില്ല. എന്നാൽ കൊട്ടാരത്തിനുള്ളിൽ ഒരു പെൺകിടാവ് ഇരിക്കുന്നുണ്ടായിരുന്നു.

“സുന്ദരിയായ പെൺകുട്ടീ, ജനങ്ങളൊക്കെ എവിടെപ്പോയി?” മൂത്ത സഹോദരൻ ചോദിച്ചു.

വ”ളഞ്ഞ കൊമ്പുള്ള വെളുത്ത കലമാനിനെ തേടി എല്ലാവരും പോയി. എന്നാൽ പോയവരാരും തിരിച്ചുവന്നില്ല. അവർ എല്ലാവരും കരിങ്കല്ലായി മാറി. എന്റെ അച്ഛനും അക്കൂട്ടത്തിൽ ഉണ്ടായിരുന്നു.”

“സുന്ദരീ, നീ വ്യസനിക്കേണ്ട. സഹായികളാരും ഇല്ലാതെയാണ് അവർ എല്ലാവരും പോയത്. എനിക്കാണെങ്കിൽ സഹായത്തിന് എത്ര പേരുണ്ടെന്നു നോക്കൂ. ഞാൻ ഇവരുടെ സഹായത്തോടെ വെളുത്ത കലമാനിനെ കണ്ടുപിടിക്കുകയും നിന്റെ പിതാവിനെ തിരിച്ചുകൊണ്ടു വരികയും ചെയ്യാം.”

മുഖവുര ചെറുതാണെങ്കിലും കഥ നീണ്ടതാണ്. മൂത്ത സഹോദരൻ കൊട്ടാരത്തിനു ചുറ്റുമുള്ള തോപ്പിലൂടെ നടന്നു. പെട്ടെന്ന് വളഞ്ഞ കൊമ്പുള്ള വെളുത്ത മാൻ ഓടിപ്പോകുന്നത് അയാൾ കണ്ടു. അയാൾ അതിന്റെ പിന്നാലെ പാഞ്ഞു. മലയാടും ചെന്നായും മുയലും അയാളോടൊപ്പം ഉണ്ടായിരുന്നു. എന്നാൽ കലമാൻ എവിടെയോ മറഞ്ഞുകഴിഞ്ഞു. കട്ടിയുള്ള മൂടൽമഞ്ഞു മാത്രമാണ് അവശേഷിച്ചത്. കാട്ടിലുള്ള ഒരു വെളിപ്രദേശത്ത് ഒരമ്മൂമ്മ ഒരു മരക്കുറ്റിക്കടുത്തിരുന്ന് തീകായുന്നത് മൂത്ത സഹോദരൻ കണ്ടു. അയാൾ അവരുടെ അടുത്തുചെന്ന് ഇങ്ങിനെ ചോദിച്ചു:

“അമ്മൂമ്മേ, അമ്മൂമ്മേ, ഞങ്ങൾ കൂടി തീകാഞ്ഞോട്ടേ?”

“അതിനെന്താ? അതിന് ഒരു വിഷമവുമില്ല. എന്നാൽ ആദ്യം നിന്റെ മൃഗങ്ങളെ ഒന്നു തൊട്ടുതലോടാൻ എന്നെ അനുവദിക്കണം.”

“മതിയാവോളം താലോലിച്ചുകൊള്ളൂ.” മൂത്ത സഹോദരൻ പറഞ്ഞു.

അമ്മൂമ്മ തൊട്ടയുടനെ മൃഗങ്ങൾ കരിമ്പാറകളായി മാറി. മൂത്ത സഹോദരനും കല്ലായിപ്പോയി.

ഈ സമയത്ത് ഇളയ സഹോദരൻ പടിഞ്ഞാറുനിന്ന് കിഴക്കോട്ടു യാത്ര ചെയ്ത് കാടുമുഴുവൻ കടന്നു. അയാൾ ഒരു രാജാവിന്റെ ആട്ടിടയനായി ജോലി ചെയ്തുതുടങ്ങി.

അങ്ങിനെ ഇരിക്കുമ്പോൾ ആ രാജ്യം ഭയങ്കരമായ ഒരു ആപത്തിൽപ്പെട്ടു. ഇളകിമറിഞ്ഞ സമുദ്രത്തിൽ ഒരു കൂറ്റൻ സർപ്പം പ്രത്യക്ഷപ്പെട്ട് രാജാവിന്റെ മൂന്നു പുത്രിമാരെയും തനിക്ക് തിന്നാൻ നൽകണമെന്ന് ആവശ്യപ്പെട്ടു. അല്ലാത്തപക്ഷം താൻ വാലിട്ടടിച്ച് കടൽക്ഷോഭമുണ്ടാക്കി രാജധാനി മുഴുവൻ വെള്ളത്തിനടിയിലാക്കുമെന്ന് അത് ഭീഷണിപ്പെടുത്തി.

ദുഃഖിതനായ രാജാവ് സർപ്പത്തെ തോല്പിക്കുന്ന ആൾക്ക് തന്റെ ഇളയ മകളെ കല്യാം കഴിച്ചുകൊടുക്കാമെന്ന് വിളംബരം ചെയ്തു. ആ

വിവരം രാജ്യമൊട്ടാകെ പറകൊട്ടി അറിയിച്ചിട്ടും ആരും മുമ്പോട്ടു വന്നില്ല. സർപ്പത്തോടേറ്റുമുട്ടാൻ ധൈര്യമുള്ളവർ ആരും ആ രാജ്യത്തു ണ്ടായിരുന്നില്ല.

രാജാവ് വളരെ സങ്കടപ്പെട്ടു. പക്ഷെ കണ്ണുനീർ തൂകിയതുകൊണ്ട് ഫലമില്ലായിരുന്നു. രാവിലെ മൂത്ത മകളെ സർപ്പത്തിനു തിന്നാൻ കൊടുക്കാതെ മറ്റു മാർഗ്ഗമൊന്നും ഉണ്ടായിരുന്നില്ല. ഇളയ സഹോദരൻ ഈ വാർത്ത കേട്ടു. യാതൊരു തെറ്റും ചെയ്യാത്ത മൂത്ത രാജകുമാരി പാമ്പിന് ഇരയാകുന്നതെന്തിനാണെന്ന് അയാൾ അത്ഭുതപ്പെട്ടു. അയാൾപകൽ സമയം മുഴുവൻ ആടുകളെ മേച്ചിട്ട് രാത്രി വിശ്വസ്തമൃഗ ങ്ങളുടെ സഹായത്തോടെ ഒരു വാൾ നിർമ്മിച്ചു.

രാവിലെ രാജാവിന്റെ സാരഥി മൂത്ത രാജകുമാരിയെ കുതിരവ ണ്ടിയിൽ കയറ്റി സർപ്പത്തിന്റെ അടുത്തേക്ക് കൊണ്ടുപോയി. ഇളയ സഹോദരൻ ആടുമേച്ചുകൊണ്ടിരുന്ന പുൽത്തകിടിയിലൂടെയാണ് കുതിരവണ്ടി സഞ്ചരിച്ചത്.

"ഹേ, സാരഥി എങ്ങോട്ടാണ്? ഇടയൻ വിളിച്ചു ചോദിച്ചു.

"സർപ്പത്തിന്റെയടുത്തേക്കല്ലാതെ മറ്റെവിടെ പോവാനാണ്?" സാരഥി പറഞ്ഞു. "എന്താ നിനക്ക് സർപ്പത്തിന്റെ പല്ലെണ്ണിനോക്ക ണമെന്നുണ്ടോ?"

"എന്താ, പാടില്ലേ?"എന്നു ചോദിച്ചുകൊണ്ട് ഇളയ സഹോദരൻ കുതിരവണ്ടിയുടെ പിന്നാലെ പോയി.

ഊർന്നുവീണുകൊണ്ടിരുന്ന മണൽത്തിട്ടയിൽ സാരഥി വണ്ടിനിർ ത്തി. രാജകുമാരി വണ്ടിയിൽനിന്നിറങ്ങി മണല്പുറത്തു നിന്ന് തേങ്ങിക്ക രഞ്ഞു. തന്നെ രക്ഷിക്കണമെന് അവൾ സാരഥിയോട് അപേക്ഷിച്ചു. എന്നാൽ അയാൾ കുതിരകളെ വേഗം വെള്ളത്തിനടുത്തുനിന്ന് മാറ്റിനിർ ത്തുകയാണ് ചെയ്തത്. ഒരു വാളില്ലാതെ സർപ്പത്തോടു യുദ്ധം ചെയ്യാൻ അയാൾക്ക് തീരെ ആഗ്രഹമില്ലായിരുന്നു.

പെട്ടെന്ന് കടലിലെ വെള്ളം ഇരുണ്ടു. മൂന്നുതലയുള്ള സർപ്പം വെള്ള ത്തിനുമീതെ പ്രത്യക്ഷപ്പെട്ടു. മൃഗങ്ങൾ അതിന്റേമേൽ ചാടിവീണു. ഇളയ സഹോദരൻ ശക്തിയായി വാൾ വീശി. ഒറ്റവെട്ടിന് സർപ്പത്തിന്റെ മൂന്നു തലകളും അരിഞ്ഞുവീഴ്ത്തി. പിന്നീട് അയാൾ അറ്റുവീണ തലകളിൽനി ന്ന് സർപ്പത്തിന്റെ മൂന്നുനാക്കുകളും മുറിച്ചെടുത്ത് ഒരു സഞ്ചിയിലിട്ടിട്ട് ആരോടും ഒരക്ഷരം ഉരിയാടാതെ തന്റെ ആട്ടിൻപറ്റത്തിന്റെ അടു ത്തേക്കു പോയി. "വീരശൂരപരാക്രമിയായ" സാരഥി രാജകുമാരിയുടെ അടുത്തുചെന്ന് ഇങ്ങിനെ പറഞ്ഞു:

"ഞങ്ങൾ നിന്നെ രക്ഷിച്ചതു കണ്ടില്ലേ? പക്ഷെ ജീവനിൽ കൊതിയുണ്ടെങ്കിൽ ഇടയൻ വന്ന കാര്യം നീ ഒരക്ഷരം മിണ്ടിപ്പോകരുത്. രാജാവു ചോദിക്കുമ്പോൾ സാരഥി കൊണ്ടുപോയി, സാരഥി തന്നെ തിരിച്ചുകൊണ്ടുവന്നു, സമ്മാനം നൽകേണ്ടത് സാരഥിക്കാണ് എന്നു പറയണം."

മരിക്കാനിഷ്ടമില്ലാതിരുന്നതുകൊണ്ട് മൂത്ത രാജകുമാരി അതു സമ്മതിച്ചു.

പിറ്റേദിവസം കടലിൽ ആറുതലയുള്ള സർപ്പം പ്രത്യക്ഷപ്പെട്ടു. പഴയ സാരഥിതന്നെ രണ്ടാമത്തെ രാജകുമാരിയെ സർപ്പത്തിന്റെയടുത്തേക്ക് കൊണ്ടുപോയി. ഇളയ സഹോദരൻ ആടുമേച്ചുകൊണ്ടിരുന്ന അതേ പുൽത്തകിടിയിൽക്കൂടിയാണ് അവർ കടന്നുപോയത്. ഇപ്രാവശ്യവും ഇടയൻ രാജകുമാരിയെ രക്ഷിച്ചു. സർപ്പത്തിന്റെ ആറു നാക്കുകളും ഇടയൻ സഞ്ചിയിലിട്ടു.

മൂന്നാം ദിവസം അതേ സാരഥിതന്നെയാണ് ഇളയ രാജകുമാരിയെ സർപ്പത്തിന്റെയടുത്തേക്കു കൊണ്ടുപോയത്. ഇളയ സഹോദരൻ ആടുമേച്ചുകൊണ്ടിരുന്ന പുൽത്തകിടിയിലൂടെയാണ് മൂന്നുപ്രാവസ്യവും അയാൾ വണ്ടി ഓടിച്ചത്. ഇടയൻ മൂന്നാംപ്രാവശ്യവും വണ്ടിയുടെ പിന്നാലെ പോയി. സാരഥി കുതിരകളെ ഊർന്നുവീഴുന്ന മണൽത്തിട്ടയിൽ നിർത്തി. ഇളയ രാജകുമാരി മണൽത്തിട്ടയിൽ നിന്ന് പൊട്ടിക്കരഞ്ഞു. തന്നെ രക്ഷിക്കണമെന്ന് അവൾ സാരഥിയോട് കേണപേക്ഷിച്ചു. എന്നാൽ ഇത്തവണയും അയാൾ പേടിച്ച് കുതിരകളെ വെള്ളത്തിനടുത്തുനിന്ന് മാറ്റിനിർത്തുക മാത്രമാണ് ചെയ്തത്. വാളില്ലാതെ എങ്ങിനെ സർപ്പത്തോടു യുദ്ധം ചെയ്യും? പെട്ടെന്ന് കടലിലെ വെള്ളം ഇരുണ്ടു. ഒമ്പതു തലയുള്ള സർപ്പം വെള്ളത്തിനു മുകളിൽ പ്രത്യക്ഷപ്പെട്ടു. മൃഗങ്ങൾ അതിന്റെമേൽ ചാടിവീണു. ഇടയൻ ഒറ്റ വീശിന് അതിന്റെ ഒമ്പതു തലകളും അരിഞ്ഞു വീഴ്ത്തി. സന്തുഷ്ടയായ രാജകുമാരി സാരഥി കാണാതെ ഒരു ചെറുമോതിരം ഇടയനു കൊടുത്തു. ഇടയൻ ഒന്നുംപറയാതെ തലകുനിച്ച് രാജകുമാരിയെ വണങ്ങിയിട്ട് സർപ്പത്തിന്റെ ഒമ്പതു നാക്കുകളും മുറിച്ച് സഞ്ചിയിലാക്കി ആട്ടിൻപറ്റത്തിനടുത്തേക്ക് നടന്നു.

"വീരശൂരപരാക്രമിയായ സാരഥി" രാജകുമാരിയോടു പറഞ്ഞു:

"ഞങ്ങൾ നിന്നെ രക്ഷിച്ചതു കണ്ടില്ലേ? പക്ഷേ ജീവനിൽ കൊതിയുണ്ടെങ്കിൽ ഇടയൻ വന്ന കാര്യം നീ ആരോടും പറയരുത്. രാജാവ് ചോദിക്കുമ്പോൾ "സാരഥി കൊണ്ടുപോയി, സാരഥിതന്നെ തിരിച്ചുകൊണ്ടുവന്നു. സമ്മാനവും സാരഥിക്കു നല്കണം" എന്നു വേണം പറയാൻ."

മരിക്കാൻ ഇഷ്ടമില്ലാതിരുന്നതുകൊണ്ട് രാജകുമാരി അതു സമ്മതിച്ചു.

കൊട്ടാരത്തിൽ രാജാവ് സന്തോഷം കൊണ്ട് മതിമറന്ന് സാരഥിയെ കെട്ടിപ്പിടിച്ചു. അദ്ദേഹം പറഞ്ഞു.

"എന്റെ മൂന്നു പുത്രിമാരെയും നീ രക്ഷപ്പെടുത്തി. അതുകൊണ്ട് ഇളയ രാജകുമാരിയെ നിനക്കു കല്യാണം കഴിച്ചു തരാം. കൂടാതെ എന്റെ രാജ്യത്തിന്റെ പകുതിയും നിനക്കുള്ളതാണ്."

പറഞ്ഞതുപോലെതന്നെ നടന്നു. കല്യാണത്തിനു ഇനി മൂന്നു ദിവസമേയുള്ളൂ. നമ്മുടെ ഇടയന്റെ കാര്യമോ? അയാൾ സഞ്ചി തോളിലിട്ട് രഹസ്യമായി കൊട്ടാരത്തിലെത്തി.

രാജകുമാരി അവനെ കണ്ടു. അവൾ പിതാവിനോടു പറഞ്ഞു:

"ആരാണ് എന്നെ സർപ്പത്തിൽനിന്നു രക്ഷിച്ചത്, ആരുടെ കയ്യിലാണ് എന്റെ മോതിരമുള്ളത്, അയാളെ ഞാൻ കല്യാണം കഴിക്കാം."

ആ സമയത്ത് സാരഥി വധുവിനു കൊടുക്കാൻ ഒരു പാത്രം നിറയെ മധുരപാനീയം കൊണ്ടുവന്നു. രാജകുമാരി അത് ഒരു കവിൾ കുടിച്ചിട്ട് ബാക്കി മുഴുവൻ ഇടയനു കൊടുത്തു. ഇടയൻ കപ്പിനകത്തേക്ക് മോതിരം ഇട്ടു. (സാരഥി ഇതൊന്നും കണ്ടില്ല!)

രാജകുമാരി അച്ഛനോടു പറഞ്ഞു: "എന്നെ രക്ഷിച്ചയാൾ ഇതാണ്!"

എന്നാൽ രാജാവ് അതു വിശ്വസിച്ചില്ല.

"ഇതു പോരെങ്കിൽ കേട്ടോളൂ. ആരാണ് സർപ്പത്തിന്റെ നാക്കുകൾ കാണിച്ചുതരുന്നത് അയാൾക്ക് എന്നെ വിവാഹം ചെയ്യാം."

"അങ്ങിനെയാകട്ടെ," രാജാവ് സാരഥിയോടു പറഞ്ഞു. "സർപ്പത്തിന്റെ നാക്കുകൾ എല്ലാവരെയും കാണിക്കൂ. അതിനുശേഷം നമുക്ക് സദ്യ തുടങ്ങാം."

പക്ഷെ സാരഥി സർപ്പത്തിന്റെ നാക്ക് എങ്ങിനെ കാണിക്കും! അയാൾ മിണ്ടാതെ നിന്നു.

ഇളയ സഹോദരൻ രാജകുമാരിയുടെ അടുത്തുചെന്ന് പതിനെട്ടു നാക്കുകളും കാട്ടിക്കൊടുത്തി.

ഇടയനെ സ്വർണ്ണവസ്ത്രങ്ങളണിയിക്കുവാനും രാജകുമാരിയെ അയാൾക്കു കല്യാണം കഴിച്ചുകൊടുക്കുവാനും രാജാവ് കല്പിച്ചു. കൗശലക്കാരനായ സാരഥിയെ ഉടൻതന്നെ കൊട്ടാരത്തിൽ നിന്നും ആട്ടിപ്പുറത്താക്കി!

ഇളയ സഹോദരൻ സുന്ദരിയായ രാജകുമാരിയെ കല്യാണം കഴിച്ച് സുഖമായും സന്തോഷമായും കുറെനാൾ കഴിച്ചു. കൂടാതെ അയാൾക്ക് രാജ്യത്തിന്റെ പകുതി ലഭിക്കുകയും ചെയ്തു.

തന്റെ മൂത്ത സഹോദരന്റെ കഠാരി പരിശോധിച്ചുനോക്കണമെന്ന് വിചാരിച്ച് അയാൾ ഒരു ദിവസം ഓക്കുമരത്തിന്റെ ചുവട്ടിലെത്തി. കഷ്ടം! മൂത്ത സഹോദരന്റെ കഠാരി പിടിവരെ തുരുമ്പുപിടിച്ചുപോയിരുന്നു. ജ്യേഷ്ഠൻ ആപത്തിലകപ്പെട്ടിരിക്കയാണ്! ഭാര്യയെ വിട്ടിപിരിയാൻ ഇളയ സഹോദരന് തീരെ ഇഷ്ടമില്ലായിരുന്നു. എങ്കിലും ജ്യേഷ്ഠനെ രക്ഷിക്കാൻ പോയേതീരു. അതുകൊണ്ട് അയാൾ വിശ്വസ്തരായ മൃഗങ്ങളെ വിളിച്ചു. മലയാടും ചെന്നായും മുയലും പട്ടിയും ഓടിയെത്തി. അവയോടൊപ്പം അയാൾ ജ്യേഷ്ഠനെ അന്വേഷിച്ചു പുറപ്പെട്ടു.

അവർ നടന്നു നടന്ന് തടികൊണ്ടു പണിത ഒരു കൊട്ടാരത്തി നടുത്തെത്തി. കൊട്ടാരത്തിനു ചുറ്റും പൈൻമരങ്ങൾ വളർന്നു നിന്നു. അതിന്റെ താഴികക്കുടം മേഘങ്ങളുടെ ഇടയിലായിരുന്നു. പുറത്ത് ഒരു ജീവിപോലും ഉണ്ടായിരുന്നില്ല. എന്നാൽ അകത്ത് സുന്ദരിയായ ഒരു പെൺകുട്ടി ഇരുന്നിരുന്നു.

"സുന്ദരീ, ജനങ്ങളെല്ലാം എവിടെപ്പോയി?" ഇളയ സഹോദരൻ ചോദിച്ചു.

"വളഞ്ഞ കൊമ്പുള്ള വെളുത്ത കലമാനിനെ പിടിക്കാൻ എല്ലാവരും പോയി. അവരെല്ലാവരും കരിമ്പാറകളായി. ഏറ്റവും ഒടുവിൽ കലമാനിനെ അന്വേഷിച്ച് ഒരു നായാട്ടുകാരനും പോയിട്ടുണ്ട്."

"ഹാ, അത് എന്റെ സഹോദരനാണ്! ്യഞാൻ പോയി അദ്ദേഹത്തെ രക്ഷിക്കട്ടെ."

മുഖവുര ചെറുതാണെങ്കിലും കഥ നീണ്ടതാണ്. ഇളയ സഹോദരൻ കൊട്ടാരത്തിലെ തോപ്പിലെത്തിയപ്പോൾ ഒരു വെളുത്ത കലമാൻ ഓടുന്നതു കണ്ടു. ഇളയ സഹോദരനും വിശ്വസ്തമൃഗങ്ങളും അതിന്റെ പിന്നാലെ പാഞ്ഞു. പക്ഷെ കലമാൻ എവിടെയോ മറഞ്ഞു. കട്ടിയുള്ള മൂടൽ മഞ്ഞു മാത്രം അവശേഷിച്ചു. കാട്ടിലെ ഒരു വെളിപ്രദേശത്ത് ഒരു മരക്കുററിക്കടുത്ത് തീകാഞ്ഞുകൊണ്ടിരുന്ന വൃദ്ധയെ ഇളയ സഹോദരൻ കണ്ടു. അയാൾ വൃദ്ധയുടെ അടുത്തുചെന്ന് ചോദിച്ചു:

"അമ്മൂമ്മെ, ചുറ്റും കാണുന്ന ഈ കരിങ്കല്ലുകൾ എന്താണ്?"

"ആദ്യം ഞാൻ നിന്റെ മൃഗങ്ങളെ ഒന്നു തലോടട്ടെ. അതുകഴിഞ്ഞ് എല്ലാം പറഞ്ഞുതരാം."

"അതു പറ്റില്ല. നിങ്ങൾകൗശലക്കാരിയാണെന്ന് എനിക്ക് മനസ്സിലായി. എന്നാൽ ഞാനും കൗശലക്കാരനാണ്. എന്റെ വാൾ എത്ര മൂർച്ചയുള്ളതാണെന്നു നോക്കൂ."

മന്ത്രവാദിനി സത്യം പറയാൻ നിർബ്ബന്ധിതയായി.

“ഇതാ, ഈ കല്ലുകൾ മനുഷ്യരായിരുന്നു, അക്കാണുന്ന കല്ലുകൾ മൃഗങ്ങളും. ഇത് നിന്റെ സഹോദരനാണ്.”

“അവരെ എങ്ങിനെ വീണ്ടും ജീവിപ്പിക്കാമെന്ന് പറയൂ. തട്ടിപ്പൊന്നും വേണ്ട. എന്റെ വാളിനു് നല്ല മൂർച്ചയുണ്ട്.”

“ഈ തീക്കുണ്ഡത്തിൽനിന്ന് കുറെ ചാരമെടുത്ത് കല്ലുകളുടെ മീതെ വിതറിയാൽ മതി,” മന്ത്രവാദിനി പറഞ്ഞു.

ഇളയ സഹോദരൻ അങ്ങിനെ ചെയ്തു. ഉടൻതന്നെ ആ രാജ്യത്തെ മുഴുവൻ ജനങ്ങളും രാജാവും വീണ്ടും മനുഷ്യരായിത്തീർന്നു. മൂത്ത സഹോദരനും മൃഗങ്ങളും എണീറ്റു. മൃഗങ്ങൾ മന്ത്രവാദിനിയുടെമേൽ ചാടിവീണ് അവളെ പിച്ചിച്ചീന്തി. എല്ലാവർക്കും സന്തോഷമായി. രാജാവ് അദ്ദേഹത്തിന്റെ മകളെ മൂത്ത സഹോദരന് കല്യാണം കഴിച്ചുകൊടുത്തു. ആ പെൺകിടാവിനേയും മന്ത്രവാദിനി ശപിച്ചിരുന്നു. അവൾക്കു കൊട്ടാരത്തിൽനിന്നു പുറത്തുകടക്കാൻ കഴിയുമായിരുന്നില്ല.

ഇളയ സഹോദരൻ ഭാര്യയുടെ അടുത്തെത്തി സസുഖം വാണു.

ഇനി കലമാനിന് എന്തു പറ്റിയെന്നു കേട്ടോളൂ. മന്ത്രവാദിനി മരിച്ചപ്പൾ കലമാൻ ഒരു മരക്കുറ്റിയിൽ കാൽകൊണ്ട് തട്ടി. മാനിന്റെമേൽ ആവേശിച്ചിരുന്ന ദുർബാധ അപ്പോൾത്തന്നെ ഒഴിഞ്ഞുപോയി. കലമാൻ ആർക്കും ദ്രോഹം ചെയ്യാതെ കാട്ടിൽ സ്വതന്ത്രമായി ഓടിനടന്നു.

●

അമേരിക്കൻ നാടോടിക്കഥകൾ

അമേരിക്ക

അമേരിക്ക എന്നു കേൾക്കുമ്പോൾ സാധാരണയായി നാം മനസ്സിലാക്കുന്നത് അമേരിക്കൻ ഐക്യനാടുകൾ (USA) എന്ന ഇന്ന് ലോകത്തിലെ ഏറ്റവും സമ്പന്നമായ രാഷ്ട്രത്തെയാണ്. പക്ഷേ ഭൂമിശാസ്ത്രപരമായും, രാഷ്ട്രീയ സാംസ്കാരികതലങ്ങളിലും വീക്ഷിക്കുമ്പോൾ, അമേരിക്ക രണ്ടു ഭൂഖണ്ഡങ്ങളെയാണ് വിവക്ഷിക്കുന്നത്. വടക്കൻ അമേരിക്കയും തെക്കൻ അമേരിക്കയും. ചിലപ്പോൾ നാം വടക്കനമേരിക്കയുടെ ദക്ഷിണപ്രദേശങ്ങളെയും, ദക്ഷിണഅമേരിക്കയുടെ വടക്കൻ പ്രദേശങ്ങളെയും ചേർത്ത് മദ്ധ്യഅമേരിക്ക എന്നും വിശേഷിപ്പിക്കാറുണ്ട്. മദ്ധ്യഅമേരിക്കയേയും ദക്ഷിണഅമേരിക്കയേയും ചേർത്ത് ലാറ്റിൻ അമേരിക്കയെന്നും.

വടക്കൻ അമേരിക്കയിൽ പതിനാറ് രാഷ്ട്രങ്ങൾ. ഇവിയിൽ നിന്ന് അമേരിക്കൻ ഐക്യനാടുകൾ; രണ്ട് കാനഡ. രണ്ടും സമ്പന്ന രാഷ്ട്രങ്ങളാണ്. മെക്സിക്കോ മറ്റ് രണ്ട് രാഷ്ട്രങ്ങൾക്കൊപ്പം സമ്പന്നമല്ല. ക്യൂബ ചരിത്ര പ്രധാനമാണെന്ന് നിങ്ങൾക്കറിയാമല്ലോ. ലാറ്റിൻ അമേരിക്കയിൽ പനാമ, ബ്രസീൽ, ഉറുഗ്വേ, അർജന്റീന, പെറു മുതലായ വലുതും ചെറുതുമായ 26-ഓളം രാഷ്ട്രങ്ങളുണ്ട്. ഇവയൊന്നും തന്നെ സമ്പന്നരാഷ്ട്രങ്ങൾ എന്നു കരുതപ്പെടാവുന്നവയല്ല. ഇവയിൽ പലതിലും ജീവിത സൗകര്യങ്ങൾ വളരെ കുറഞ്ഞ അളവിൽ മാത്രമാണുള്ളത്.

രണ്ട് അമേരിക്കൻ ഭൂഖണ്ഡങ്ങളിലും, യൂറോപ്യൻ അധിനിവേശത്തിനുമുമ്പ്, അതായത് 1500 -വർഷത്തിനുമുമ്പ്, പാർത്തിരുന്നവരെ മൊത്തത്തിൽ അമേരിക്കൻ ഇൻഡ്യൻ വംശജർ എന്ന് വിളിക്കുന്നു.

അമേരിക്കൻ ഇൻഡ്യൻ വംശജരുടെ ഇടയിൽ വളർന്ന് പുഷ്ടിപ്പെട്ട പ്രാചീന സംസ്കാരങ്ങ്ഹൾ ഓൾമെക്, മായൻ, ഇൻകാ എന്നിവയാണ്. യൂറോപ്യൻ അധിനിവേശത്തോടെ (ലാറ്റിൻ അമേരിക്കയിൽ അധിനിവേശക്കാർ പ്രധാനമായും സ്പാനിഷ് വംശജരും, അമേരിക്കൻ ഐക്യനാടുകളിലും കാനഡയിലും ബ്രിട്ടീഷ് വംശജരുമായിരുന്നു.) ആ പ്രാചീന സംസ്കാരങ്ങൾ മൺമറഞ്ഞുപോയി. എന്നിരുന്നാലും ലാറ്റിൻ അമേരിക്കയിൽ ഇന്ന് നിലവിലുള്ള സങ്കരസംസ്കാരങ്ങളുടെ വളർച്ചയിൽ ആ പുരാതന സംസ്കാരങ്ങളുടെ സ്വാധീനം സ്പഷ്ടമാണ്. പക്ഷേ അമേരിക്കൻ ഐക്യനാടുകളിലും കാനഡയിലും ഇത്തരം സ്വാധീനം തീരെ ഇല്ലെന്നതും ശ്രദ്ധേയമാണ്.അമേരിക്കൻ നാടോടിക്കഥകൾ എന്ന് പറയുമ്പോൾ നാം മനസ്സിലാക്കേണ്ടത്അമേരിക്കൻ ഇന്ത്യൻ വംശജരുടെ ഇടയിൽ പ്രചാരത്തിലുണ്ടായിരുന്ന കഥകൾ എന്നോ, പിന്നീട് ഉരുത്തരിഞ്ഞ സങ്കരസംസ്കാരത്തിന്റെ പശ്ചാലത്തലത്തിൽ പ്രചാരത്തിൽവന്ന കഥകളെന്നോ ആണ്. ഈ പുസ്തകത്തിൽ ഈ രണ്ടുതരം കഥകളും ചേർത്തിട്ടുണ്ട്. ഉദാഹരണത്തിന് പഡ്രോയുടെ കഥകൾ രണ്ടാമത്തെ വിഭാഗത്തിലും ചെന്നായയുടെ കഥകൾ ആദ്യത്തെ വിഭാഗത്തിലും പെടുന്നു.

ചെന്നായയും മനുഷ്യനും

അമേരിക്കൻ ഭൂഖണ്ഡങ്ങളിലെ ആദിവാസികൾ വിവിധ വംശജരും വ്യത്യസ്ത ആചാരങ്ങളും അനുഷ്ഠാനങ്ങളും ഉള്ളവരായിരുന്നു. അത്തരം വംശജരുടെ ഇടയിൽ പ്രചാരമുള്ള ഒരു കഥയാണിത്.

പല കാരണങ്ങൾകൊണ്ടും പേരുകേട്ട ഒരു നദിയാണ് കാലിഫോർണിയയിലെ ക്ലാമത്ത് നദി. ആ നദീതീരത്ത് താമസിച്ചു വന്നവരാണ് കാരോക്ക് എന്ന പേരിൽ അറിയപ്പെട്ടിരുന്ന ഇന്ത്യൻ വംശജർ. കാരോക്ക് വംശജർ ചെന്നായ്ക്കളെ അവരുടെ വിശ്വസ്ത സ്നേഹിതന്മാരായി കരുതിയിരുന്നു.

ചെരേയ എന്ന സൃഷ്ടികർത്താവാണ് എല്ലാ ജീവജാലങ്ങളേയും സൃഷ്ടിച്ചതെന്ന് കാരോക്ക് വംശജർ വിശ്വസിച്ചിരുന്നു. എല്ലാ ശക്തിയും ചെരേയയുടേതാണ്. ചെരേയ ആദ്യം വെള്ളത്തിൽ ജീവിക്കാനായി മീനുകളേയും, അതിനുശേഷം കരയിൽ ജീവിക്കാനായി മൃഗങ്ങളേയും ആകാശത്തു ജീവിക്കാനായി പക്ഷികളേയും സൃഷ്ടിച്ചു. ചെരേയ അവസാനം സൃഷ്ടിച്ചത് മനുഷ്യനെയാണ്. മനുഷ്യൻ എന്ന കരോക്കിന് എല്ലാ മൃഗങ്ങളെയും ഭരിക്കാനുള്ള അവകാശവും നൽകി. ഓരോ മൃഗവും എന്തു ചെയ്യണമെന്നും,ഓരോന്നിനും സമൂഹത്തിലുള്ള വിലയും നിലയും എന്തായിരിക്കണമെന്നും തീരുമാനിക്കാനുള്ള ചുമതലയും കാരോക്കിന് വിട്ടുകൊടുത്തു.

ചെരേയ തനിക്ക് ഉത്തരവാദിത്വമുള്ള അധികാരവും ചുമതലയുമാണ് തന്നതെന്ന് ആ മനുഷ്യന് മനസ്സിലായി. എങ്ങനെയാണ് താനത്

ഭംഗിയായി നിർവഹിക്കേണ്ടതെന്ന് അയാൾ ആലോചിച്ചു. എങ്ങനെയാണ് ഓരോ മൃഗത്തിനും സമൂഹത്തിൽ വിലയും നിലയും നൽകേണ്ടത് എന്നു തീരുമാനിക്കുക? ഏതു മൃഗത്തിനാണ് കൂടുതൽ വേഗത്തിൽ ഓടാനുള്ള കഴിവ് നൽകേണ്ടത്? ഏതിനാണ് ഏറ്റവും കൂടുതൽ ശക്തി നൽകേണ്ടത്? ഏതിനാണ് ഏറ്റവും വലിയ ശബ്ദത്തിൽ പാടാനുള്ള കഴിവ് നൽകേണ്ടത്? ഏതിനാണ് ഏറ്റവും സൗന്ദര്യമുള്ള തൂവലുകൾ കൊടുക്കേണ്ടത്? അയാൾ ആശയക്കുഴപ്പത്തിലായി. അയാൾ മൃഗങ്ങളെയെല്ലാം വിളിച്ചുകൂട്ടാൻ തീരുമാനിച്ചു. ഓടിയും ചാടിയും വലിഞ്ഞിഴഞ്ഞും മൃഗങ്ങളെല്ലാം കാരോക്കിന്റെ മുമ്പിലെത്തി.

'നിങ്ങളെല്ലാവരും എന്റെ ചുറ്റിലും ഇരിക്കൂ' കാരോക്ക് പറഞ്ഞു. മൃഗങ്ങൾ അനുസരിച്ചു.

ഇനി ഞൻ പറയുന്നത് ശ്രദ്ധയോടെ കേൾക്കണം.'

അവരുടെ അധികാരിയായ മനുഷ്യൻ പറയുന്നതു കേൾക്കാൻ ആകാംക്ഷയോടെ ചെവിയോർത്തു.

കാരോക്ക പറഞ്ഞു; 'നാളെ രാവിലെ നിങ്ങളെല്ലാവരും ഇവിടെ വരണം. ഞാൻ നിങ്ങൾക്കെല്ലാം ഓരോ അമ്പും വില്ലും തരുന്നതായിരിക്കും. ആർക്കാണോ ഏറ്റവും വലിയ അമ്പും വില്ലും കിട്ടുന്നത്,ആ മൃഗത്തിനായിരിക്കും സമൂഹത്തിൽ ഏറ്റവും വലിയ നിലയും വിലയും. ഏറ്റവും ചെറിയ മ്പും വില്ലും കിട്ടുന്നവന് വിലയും നിലയും കുറവായിരിക്കും.'

ഇതുകേട്ടപ്പോൾ മൃഗങ്ങൾക്കെല്ലാം മനസ്സിലൊരു അങ്കലാപ്പ്. നാളെ മുതൽ നമ്മളാരും തുല്യരായിരിക്കില്ലല്ലോ എന്നോർത്ത് അവർക്ക് ദുഃഖവും തോന്നി. പക്ഷേ 'ആരും വൈകരുത് എല്ലാവരും നേരത്തെ തന്നെ എത്തണം' എന്ന കാരോക്കിന്റെ വാക്കുകൾ അവരെ അലട്ടിക്കൊണ്ടിരുന്നു. എല്ലാവരും അവരവരുടെ താവളങ്ങളിലേക്കു മടങ്ങി.

സ്വന്തം താവളത്തിലെത്തിയ കൊയോട്ട് (ചെന്നായ) ഏറ്റവും വലിയ അമ്പും വില്ലും തനിക്കുതന്നെ കിട്ടണമെന്നാഗ്രഹിച്ചു. ആഗ്രഹത്തോടൊപ്പം വലിയ അമ്പും വില്ലും തനിക്കു കിട്ടിയെന്ന് സ്വപ്നവും കണ്ടു. പക്ഷേ കാരോക്ക് തനിക്കു തന്നെ അവ തരുമെന്ന് എന്താണുറപ്പ്? എന്തിനായിരിക്കും നേരത്തെത്തന്നെ വരണമെന്ന് കാരോക്ക് പറഞ്ഞത്? ഒരുപക്ഷേ ആദ്യമെത്തുന്നവർക്ക് വലിയ വലിയ അമ്പും വില്ലും തരാനായിരിക്കുമോ? ഓ, അങ്ങനെയായിരിക്കും. ചെന്നായ ഉറപ്പിച്ചു.

അങ്ങനെയെങ്കിൽ മറ്റാരേക്കാളും നേരത്തെ തനിക്ക് അവിടെയെത്തണം.

ചെന്നായ എന്തോ തീരുമാനിച്ചുറച്ചു.

'അതേ... ഞാനതുതന്നെ ചെയ്യും. ഇന്നു രാത്രി മുഴുവൻ ഞാൻ ഉറക്കമിളച്ച് ഇരിക്കും. നാളെ അതികാലത്തുതന്നെ കാരോക്കിന്റെ അടുക്കലേക്ക് ഓടിച്ചെല്ലും.'

അന്നു രാത്രി ചെന്നായ മാളത്തിൽ ചുരുണ്ടുകൂടി കിടന്നില്ല. അവൻ മാളത്തിനു ചുറ്റും നടക്കാൻ തുടങ്ങി. കോട്ടുവാ വന്നപ്പോൾ നടത്തത്തിന്റെ വേഗത കൂട്ടി. വേഗത കൂടിയപ്പോൾ ക്ഷീണവും കൂടി. അടുപ്പിച്ചടുപ്പിച്ച് കോട്ടുവാ വരാൻ തുടങ്ങി. കൺപോളകൾ അടഞ്ഞുപോകുന്നതുപോലെ തോന്നി. കുറച്ചുനേരം കണ്ണടച്ച് ഓടി. എവിടെയെങ്കിലും ഒന്നിരിക്കാൻ തോന്നി. ഉടനെ ദേഹമാസകലം ഒന്നു കുലുക്കിക്കുടഞ്ഞു. എന്തെല്ലാം ചെയ്തിട്ടും ഉറക്കം വിട്ടുമാറിയില്ല. ഒടുവിൽ അടുത്തുള്ള ചെറിയ നദിയിലെ തണുത്ത വെള്ളത്തിൽ മുങ്ങിക്കുളിച്ചു. തൽക്കാലം ഉറക്കം പോയി. പക്ഷേ തന്റെ മാളത്തിനടുത്തെത്തിയപ്പോഴേക്കും ഉറക്കവും വന്നു. മറ്റൊരു വഴിയുമില്ലാതെ ഉറക്കെയുറക്കെ പാടാൻ തുടങ്ങി. വലിയ അമ്പും വില്ലും തനിക്ക് കിട്ടുന്നതിനെക്കുറിച്ചും സമൂഹത്തിൽ ബഹുമാന്യനാവുന്നതിനെക്കുറിച്ചുമൊക്കെയായിരുന്നു പാടിയത്. ഉറക്കത്തിനും വാശിയേറി. രാത്രിയുടെ നല്ലൊരു ഭാഗം കഴിഞ്ഞപ്പോൾ ചെന്നായ താനറിയാതെ ഉറങ്ങിപ്പോയി.

ഉണർന്നപ്പോൾ നേരം നന്നായി വെളുത്തിരുന്നു.

നിരാശനായ ചെന്നായ സമയം പാഴാക്കാതെ അതിവേഗം ഓടി കാരോക്കിന്റെ അടുത്തെത്തി.

അപ്പോഴേക്കും മറ്റുള്ളവരെല്ലാം വരുകയും അമ്പും വില്ലും വാങ്ങി മടങ്ങുകയും ചെയ്തിരുന്നു.

ചെന്നായക്ക് ഏറ്റവും ചെറിയ അമ്പും വില്ലും കിട്ടി.

തന്റെ പതനത്തിൽ ദുഃഖിച്ച ചെന്നായ സങ്കടം സഹിക്കാനാവാതെ കരച്ചിൽ തുടങ്ങി. അന്ന്പകലും രാത്രിയും മുഴുവൻ കരഞ്ഞു. കരച്ചിൽ കണ്ട് കാരോക്കിനുപോലും അതിനോട് അനുകമ്പ തോന്നി.

കാരോക്ക് അവനെ അനുനയിപ്പിച്ചു.

കാരോക്ക് സാന്ത്വനസ്വരത്തിൽ പറഞ്ഞു: 'നീ ഇങ്ങനെ വിഷമിച്ചാലോ. ഞാൻ ചെരേയയോട് നിന്നെക്കുറിച്ച് സംസാരിക്കാം. ഏറ്റവും വലിയ അമ്പും വില്ലും കിട്ടാൻ വേണ്ടി നീ എത്രമാത്രം കഷ്ടപ്പെട്ടുവെന്ന് അദ്ദേഹത്തെ ബോധ്യപ്പെടുത്താം.'

'ഞാൻ ഓടിയോടി എന്റെ ഉറക്കം കളയാൻ പാടുപെട്ട വിവരം

പറയാൻ വിട്ടുപോകരുതേ.' ചെന്നായ ഓർമ്മിപ്പിച്ചു.

'ശരി ഞാൻ പറയാം. മറക്കില്ല.' കാരോക്ക് പറഞ്ഞു.

'എനിക്ക് തണുത്തവെള്ളം ഇഷ്ടമല്ലെങ്കിലും നദിയിലിറങ്ങി തണുത്ത വെള്ളത്തിൽ കുളിച്ച വിവരം മറക്കരുതേ.'

'ശരി മറക്കില്ല.'

'ഞാൻ പാട്ടുപാടി ഉറക്കം കളഞ്ഞ വിവരം.'

'എല്ലാ വിവരങ്ങളും ഞാൻ മറക്കാതെ പറയാം.'

കാരോക്ക് ചെരേയയെ കാണാൻ പോയി.

ചെന്നായയ്ക്ക് ഇരിക്കപ്പൊറുതിയില്ലാതായി.

എന്തായിരിക്കും കാരോക്ക് ചെരേയയോട് പറയുക

ചെരേയ എന്തു തീരുമാനമെടുക്കും? തനിക്ക് ഭാവിയിൽ മൃഗങ്ങളുടെയിടയിൽ എന്തു സ്ഥാനമായിരിക്കും? ചെന്നായ മനസ്സമാധാനമില്ലാതെ അങ്ങോട്ടുമിങ്ങോട്ടും ഓടി നടക്കുന്നതു കണ്ട കഴുകൻ പറഞ്ഞു, 'ചങ്ങാതീ, ഇങ്ങനെ പരിഭ്രമിച്ച് ഓടി നടന്നിട്ട് കാര്യമില്ല. എന്താ വരുന്നതെന്ന് കാത്തിരുന്നു കാണ്.'

ചെന്നായയ്ക്കുണ്ടോ വെറുതെയിരിക്കാൻ പറ്റുന്നു. തന്റെ അഭിമാനത്തിന്റെ പ്രശ്നമല്ലേ?

ക്ഷീണിച്ചവശനായ ചെന്നായ ഒരിടത്ത് ചെന്നിരുന്നു. തന്റെ ദേഹത്ത് വന്നിരുന്ന ഈച്ചകളെ ഓടിക്കാൻ ശ്രമിച്ചു. മനസ്സിന് അല്പം ആശ്വാസം തോന്നി. ഈച്ചകൾക്ക് അമ്പും വില്ലും ഇല്ലല്ലോ എന്ന്. തനിക്ക് ഏറ്റവും ചെറുതെങ്കിലും ഉണ്ടല്ലോ എന്നും.

കുറെ സമയത്തിനുശേഷം കാരോക്ക് തിരികെ വന്നു.

ചെന്നായ ഓടിച്ചെന്ന് കാരോക്കിന്റെ കാൽക്കല വീണു.

'ചെരേയ എന്തു പറഞ്ഞു? തന്നെക്കുറിച്ച് അദ്ദേഹത്തിന്റെ തീരുമാനം എന്താണ്?' അവന്റെ ശബ്ദമിടറിയിരുന്നു.

കാരോക്ക സാവധാനം പറഞ്ഞു. 'ചെരേയ നിന്റെ കാര്യങ്ങൾ വിശദമായി ചർച്ച ചെയ്തു. അതേക്കുറിച്ച് വേണ്ടത്ര ആലോചിക്കുകയും ചെയ്തു. തീരുമാനം നിന്നോടു പറയാം. ഇനി മുതൽ നീയായിരിക്കും മൃഗങ്ങളിൽ വെച്ചേറ്റവും ബുദ്ധിയുള്ള കൗശലശാലി. എന്താ നിനക്ക് സന്തോഷമായോ?'

കൊയോട്ട് എന്റെ ചെറിയ അമ്പും വില്ലും ദൂരേയ്ക്ക് വലിച്ചെറിഞ്ഞു. നിന്നനില്പിൽ കുതിച്ചു ചാടി അവന്റെ സന്തോഷത്തിനതിരില്ലായിരുന്നു.

ആ സന്തോഷത്തിനിടയിലൂടെ ഇതെല്ലാം സാധിച്ചുകൊടുത്ത കാരോക്കിനെ അവൻ മറന്നില്ല.

കാരോക്കിനെ പ്രണമിച്ചുകൊണ്ട് അവൻ സത്യം ചെയ്തു.

'ഞാനെന്നും താങ്കളുടെ സ്നേഹിതനായിരിക്കും. ഇതിനു മാറ്റമുണ്ടാകില്ല. മാത്രമല്ല എന്റെ വംശം മുഴുവനും എല്ലാലത്തും താങ്കളുടേയും, താങ്കളുടെ മക്കളുടേയും അവരുടെ മക്കളുടേയും സ്നേഹിതരായിരിക്കും. ഞങ്ങളാൽ കഴിയുന്ന എല്ലാ സഹായവും എല്ലാ കാലത്തും നിങ്ങൾക്കുണ്ടായിരിക്കും.' അങ്ങനെയാണ് ചെന്നായ കാരോക്ക് വംശജരുടെ ഉത്തമ സുഹൃത്തായത്.

സ്നേഹമുള്ള ചെന്നായ

അമേരിക്കയിലെ ഒറിഗണിലുള്ള ഇന്ത്യൻ വംശജരാണ് പോമോ ഇന്ത്യൻസ്. ചെന്നായ അവരുടേയും സ്നേഹിതനാണ്. പോമോവംശജരും കയോട്ടും (ചെന്നായ) കൂട്ടുകാരായതിന്റെ പിന്നിലും രസകരമായ കഥയുണ്ട്.

പണ്ടൊരിക്കൽ നാട്ടിലൊരു വരൾച്ചയുണ്ടായി. കുറേക്കാലത്തേയ്ക്ക് മഴ പെയ്തതേയില്ല. ചെടികളെല്ലാം ഉണങ്ങി. കുളങ്ങളും കിണറുകളും വറ്റി. തടാകങ്ങളും നദികളും ഉണങ്ങിവരണ്ടു. ആഹാരത്തിനുപോലും ഒന്നും കിട്ടാത്ത അവസ്ഥ. ജനങ്ങൾ മഴയുടെ ദൈവത്തെ പ്രീതിപ്പെടുത്താൻ പാട്ടുപാടി. നൃത്തമാടി.

ഫലമുണ്ടായില്ല.

കഴുകനും തവളയും എന്നുവേണ്ട എല്ലാത്തരം ജീവികളും വെള്ളവും ഭക്ഷണവും കിട്ടാതെ വലഞ്ഞു. ഇതിനൊക്കെ പുറമേ, ആ പ്രദേശത്തെല്ലാം വെട്ടുകിളികൾ കൂട്ടംകൂട്ടമായെത്തി. എവിടെയെങ്കിലും ഒരു നാമ്പു കുരുത്താൽ മതി. അവ അത് വെട്ടി നശിപ്പിക്കും. അവ ചിറകുകൾ ചേർത്തുരസി ഭയാനകമായ ശബ്ദമുണ്ടാക്കാനും തുടങ്ങി.

ആ ശബ്ദം ജനങ്ങളെ ഭയപ്പെടുത്തി.

ഉണങ്ങിപ്പോയ ഗോതമ്പുപോലുള്ള ചെടികളിൽനിന്നുപോലും ധാന്യം ശേഖരിക്കാനായില്ല. ആ വയലുകളെല്ലാം വെട്ടുക്കിളികൾ കൈയടക്കിയിരുന്നു.

പോമോ ഇന്ത്യക്കാരുടെ കുട്ടികൾ വിശന്ന് നിലവിളിക്കാൻ തുടങ്ങി.

കാട്ടിൽപോയി എന്തെങ്കിലും ശേഖരിക്കാൻപോലും തരമില്ലാതായി. എല്ലാ വസ്തുക്കളും ഉണങ്ങിയിരിക്കുന്നു. കുളങ്ങളും തടാകങ്ങളും വറ്റിയ തുകാരണം മീനും കിട്ടാതെയായി.

കയോട്ടും നാടായ നാടെല്ലാം ഒരല്പം വെള്ളത്തിനുവേണ്ടിയും ആഹാരത്തിനുവേണ്ടിയും അലഞ്ഞു. പക്ഷേ എവിടെ കിട്ടാൻ. അത് സ്വയം പറഞ്ഞു. 'വരൾച്ച തുടരുന്ന ലക്ഷണമാണല്ലോ. സൂര്യൻ കത്തി ജ്വലിക്കുക തന്നെയാണ്. ഞാനെന്തു ചെയ്യും. എന്റെ മീശരോമങ്ങളും വാലിന്റെ രോമങ്ങളും കൊഴിഞ്ഞുപോയി. ഞാനൊരു നീർക്കോലിയെ പോലാകുമെന്നാ തോന്നുന്നത്.'

പോമോ ഇന്ത്യക്കാരുടെ ചടച്ചുമെലിഞ്ഞു കോലുപോലായ കുട്ടികളെ കണ്ടപ്പോൾ കയോട്ടിന് സങ്കടം വന്നു. അവരോടുള്ള സ്നേഹം താൻ എങ്ങനെ പ്രകടിപ്പിക്കുമെന്നു ചിന്തിച്ച കയോട്ടിന് ഒരെത്തും പിടിയും കിട്ടിയില്ല.

അവൻ വിചാരിച്ചു; 'എനിക്ക് ആഹാരവും വെള്ളവും കിട്ടിയില്ലെങ്കിലും വിരോധമില്ല. പക്ഷേ ഈ കുട്ടികൾ എന്തു പിഴച്ചു?'

ചെന്നായ ചിന്തിച്ചുകൊണ്ടേയിരുന്നു.

പിന്നെ നീണ്ടുനിവർന്നിരുന്നു.തല നീട്ടിപ്പിടിച്ച് ആകാശത്തേക്കു നോക്കിയിരുന്നു. മുകളിലിരിക്കുന്ന ദൈവമെന്ന ഭൂതത്തോടു ചോദിച്ചു: 'ഏയ് വലിയ ഭൂതമേ, നീ ഭൂമിയിലുള്ള ഞങ്ങൾക്കു കുടിക്കാൻ വെള്ളവും കഴിക്കാൻ ആഹാരവും എത്തിച്ചുതരില്ലേ? ഞങ്ങളോട് ദയ കാണിക്കില്ലേ?'

മറുപടിക്കായി ചെന്നായ കാത്തിരുന്നു.

കുറേനേരം കഴിഞ്ഞപ്പോൾ ഒരു മുഴക്കത്തോടെ ഭൂതത്തിന്റെ മറുപടി വന്നു.

'നീ വെട്ടുക്കിളികളെ പിടിച്ചുതിന്നോ. അവയുടെ ശബ്ദം കേട്ട് പേടിക്കേണ്ട. അവ തിന്നാൻ നല്ലതാണ്.'

'ഛെ, ഛെ. വെട്ടുക്കിളികളെ തിന്നാൻ രുചിയുണ്ടാവില്ല.'

'അങ്ങനെയല്ല. നീ കഴിച്ചുനോക്ക്. ഒന്നു പരീക്ഷിച്ചുനോക്കാതെ കൊള്ളുകയില്ലെന്നു പറയരുത്. ഏതെങ്കിലും രീതിയിൽ നല്ലതല്ലാത്ത, പ്രയോജനകരമല്ലാത്ത യാതൊന്നും ഞാൻ ഭൂമിയിലേക്ക് അയക്കില്ലെന്ന് നീ മനസ്സിലാക്കണം.'

'ഇല്ല. അവയുടെ മുള്ളുപോലുള്ള മീശകൊണ്ട് എന്റെ അണ്ണാക്കിലെല്ലാം പോറലുകളുണ്ടാവും.'

'നീയെന്താ നിന്റെ കാര്യം മാത്രം ആലോചിച്ച് മുരണ്ടുകൊണ്ടു നിൽക്കുന്നത്? നിനക്ക് ഇന്ത്യൻ കുട്ടികളെ രക്ഷിക്കണമെന്ന് ആഗ്രഹമില്ലേ? അവർക്ക് ഭക്ഷണം കൊടുക്കേണ്ടേ? എങ്കിൽ പോയി വെട്ടുക്കിളികളെ തിന്ന്.'

കയോട്ട് അല്പനേരം ചിന്താമഗ്നനായി. 'ശരിയാണ്. കുട്ടികളുടെ കരച്ചിൽകേട്ട് പല രാത്രികളിലും തനിക്കുറക്കം വന്നിട്ടില്ല. അവരെ സഹായിക്കേണ്ടത് തന്റെയും കടമയാണ്.' ഭൂതം വീണ്ടും പറഞ്ഞു. 'അപ്പോൾ അവർക്കുവേണ്ടി നീ വെട്ടുക്കിളികളെ തിന്നോ. എപ്പോഴാണ് അതിശയങ്ങൾ സംഭവിക്കുക എന്നു പറയാനാവില്ല. പക്ഷേ ഞാനൊരു രഹസ്യം പറയാം. ഒരാൾ സ്വന്തം കാര്യം നോക്കാതെ, തനിക്കിഷ്ടമില്ലാത്ത കാര്യങ്ങളാണെങ്കിലും മറ്റുള്ളവർക്കുവേണ്ടി ചെയ്യുമ്പോഴാണ് അതിശയങ്ങൾ സംഭവിക്കുക.'

ദൂരെനിന്ന് പോമോ ഇന്ത്യൻ കുട്ടികളുടെ കരച്ചിൽ കേട്ടു. ചെന്നായ പിന്നെ ഒന്നും ഓർത്തില്ല.

നേരെ വെട്ടുക്കിളികൾ നിറഞ്ഞുനില്ക്കുന്ന വയലിലേക്കോടി അവയെ തിന്നാൻ തുടങ്ങി. തൊണ്ടയ്ക്കുണ്ടായ മുറിവുകൾ ഗൗനിക്കാതെ ആയിരക്കണക്കിനു വെട്ടുക്കിളികലെ തിന്നു. വയറ് നിറഞ്ഞ് തനിക്ക് നടക്കാൻ പോലും ബുദ്ധിമുട്ടാകുമെന്ന സ്ഥിതി വന്നു.

ഭൂതം പറഞ്ഞു: 'നിർത്തണ്ട. എത്ര കൂടുതൽ വെട്ടുക്കിളികളെ തിന്നുന്നുവോ അതിനനുസരിച്ച് ഇന്ത്യക്കാർക്ക് കൂടുതൽ ധാന്യം കിട്ടു. അതുകൊണ്ട് ഇനിയും തിന്നോ.'

മറ്റൊന്നുമോർക്കാതെ ചെന്നായ കിളികളെ തിന്നുകൊണ്ടേയിരുന്നു. വയലുകളിൽ വെട്ടുക്കിളികൾ പേരിനു മാത്രമായി.

കയോട്ട് പറഞ്ഞു. 'ഭൂതമേ ഇനി ഞാൻ വിചാരിച്ചാൽ നടക്കില്ല.'

'സാരമില്ല. നിനക്ക് ചെയ്യാവുന്നതിന്റെ പരമാവധി ചെയ്തില്ലേ? ഇനി നീ ചെയ്യേണ്ടത് ഇതാണ്. ആ വറ്റിയ തടാകമില്ലേ. അതിന്റെ നടുക്ക് നോക്ക്. അവിടെ ഒരല്പം നനവ് തോന്നുന്നില്ലേ. അവിടെ പോയി ആ നനവുള്ള സ്ഥലം കുഴിക്ക്. അപ്പോൾ വെള്ളം വരും.' കയോട്ടിനു അനങ്ങാൻ കൂടി വയ്യായിരുന്നു.

വയറ് വീർത്ത് പൊട്ടാറായിരിക്കുന്നു.

വെട്ടുക്കിളികൾ വയറ്റിൽ കിടന്നു മാന്തുന്നതുപോലെ തോന്നുന്നു.

കയോട്ട് പറഞ്ഞു; 'വലിയ ഭൂതമേ എനിക്കു നടക്കാൻ കഴിയുന്നില്ലല്ലോ. എന്റെ വയറിനകത്ത്...'

‘ഛെ, ഛെ നീ പിന്നെയും നിന്റെ കാര്യം മാത്രം ആലോചിക്കുന്നു. കുട്ടികൾക്ക് ആഹാരവും വെള്ളവും എത്തിക്കണ്ടേ?’

പോമോ കുട്ടികളുടെ കരച്ചിൽ കയോട്ടിന്റെ കാതിൽ വന്നലച്ചു.

പിന്നെ ഒന്നും ആലോചിക്കാൻ നിന്നില്ല.

അവൻ തടാകത്തിലേക്ക് നടക്കാൻ തുടങ്ങി. ഒരടിപോലും മുന്നോട്ട് പോവാൻ പറ്റാത്ത അവസ്ഥ. എന്നാലും ആത്മവിശ്വാസം കൈവെടിയാതെ നിലത്തുകിടന്ന് വലിഞ്ഞിഴഞ്ഞു. കുട്ടികളെ രക്ഷിക്കാനായെങ്കിൽ എന്നോർത്തപ്പോൾ കൂടുതൽ ആത്മവീര്യം വന്നു. എല്ലാ ശക്തിയുമെടുത്ത് വലിഞ്ഞിഴഞ്ഞ് ആ സ്ഥലത്തെത്തി.

അവന് ഒരു കാര്യം മനസ്സിലായി. താൻ സ്വന്തം കാര്യത്തെക്കുറിച്ചോർത്തപ്പോൾ അനങ്ങാൻപോലും കഴിഞ്ഞിരുന്നില്ല. മറ്റുള്ളവരെ സഹായിക്കണമല്ലോ എന്നു വിചാരിച്ചപ്പോൾ ഇല്ലാത്ത ശക്തി കിട്ടിയതുപോലെ. ഏതായാലും നനഞ്ഞ സ്ഥലം കുഴിക്കാൻ തുടങ്ങി.

ഭൂതത്തിന്റെ ശബ്ദം മുഴക്കത്തോടെ ആവർത്തിച്ചു.

‘ഞാൻ നേരത്തേ പറഞ്ഞില്ലേ മറ്റുള്ളവർക്കുവേണ്ടി, സ്വന്തം കാര്യം മറന്നു പ്രവർത്തിക്കുമ്പോൾ അതിശയങ്ങൾ താനേ ഉണ്ടാകുമെന്നു. കഴിയുകയില്ലെന്നു വിചാരിക്കുന്നതെല്ലാം ചെയ്യാൻ കഴിയും. എനിക്കത് അറിയാമായിരുന്നു. നിനക്ക് നിന്നെത്തന്നെ മറന്ന് മറ്റുള്ളവരെ സഹായിക്കാനുള്ള മനസ്സുണ്ടെന്ന്.’

കയോട്ടിന് സന്തോഷമായി.

അവൻ പൂർവ്വാധികം ശക്തിയോടെ കുഴിക്കാൻ തുടങ്ങി.

പെട്ടെന്ന് കുഴിയിൽനിന്ന് ശക്തിയുള്ള ഉറവ പുറത്തേക്കൊഴുകി. കയോട്ടിന്റെ സന്തോഷത്തിനതിരില്ലാതായി.

വെള്ളം വന്ന വിവരം വീടുകളിലെല്ലാം അറിയിക്കാൻ അവന് തിടുക്കമായി.

പക്ഷേ ഒരടിപോലും മുന്നോട്ടു നീങ്ങാൻ ക്ഷീണം അവനെ അനുവദിച്ചില്ല.

ഭൂതം പറഞ്ഞു: ‘ഇനി നീ പോകേണ്ട. നീ അവർക്കുവേണ്ടി എത്രമാത്രം കഷ്ടപ്പെട്ടുവെന്ന് എനിക്കറിയാം. വെള്ളം വന്ന വിവരം ഞാൻ തന്നെ അറിയിക്കാം.’

എന്നാലും അവനൊരു വല്ലായ്മ. ചുറ്റുപാടുനിന്നും എന്തൊക്കെയൊ ശബ്ദം കേൾക്കുന്നു. അവൻ ചുറ്റിലും കണ്ണോടിച്ചു. പോമോ ഇന്ത്യക്കാർ അവരുടെ കുട്ടികളുമായി വരുന്ന കാഴ്ച അവന്റെ കൺകുളിർപ്പിച്ചു.

അവരെല്ലാം ആവശ്യമുള്ളത്ര വെള്ളം കുടിക്കുകയും കൊണ്ടുപോകുകയും ചെയ്യുന്നതു കണ്ടപ്പോൾ അവന്റെ മനസ് നിറഞ്ഞു. ഭൂതം ചോദിച്ചു. 'നിനക്ക് സന്തോഷമായില്ലേ? ഇതാ#' നിസ്വാർത്ഥസേവനത്തിനുള്ള പ്രതിഫലം. ഇനി ഒരതിശയം കൂടി കണ്ടോളൂ.'

കയോട്ട് നോക്കി നിൽക്കേ, നേരത്തെ താൻ ബാക്കിയിട്ട വെട്ടുക്കിളികൾ പറന്നുവന്ന് തടാകത്തിലെ വെള്ളത്തിൽ വീണു. നിമിഷങ്ങൾക്കകം അവ കാണാൻ കൗതുകമുള്ള മീനുകളായി. അങ്ങനെ ക്ലിയർലേക്ക് എന്നറിയപ്പെടുന്ന ആ തടാകത്തിൽ ആദ്യമായി മീനുകളുണ്ടായി. അതിലെ ജലവും മീനും പോമോ ഇന്ത്യക്കാർക്ക് ഇന്നും പ്രിയങ്കരമാണ്.

അവിവേകം ആപത്ത്

തെക്കനമേരിക്കൻ രാജ്യങ്ങളിൽ, പ്രത്യേകിച്ചും പെറുനാട്ടിൽ പ്രചാരമുള്ള കഥയാണിത്. ആലോചിക്കാതെ പ്രവർത്തിച്ചാൽ അതിന്റെ ഫലം ആപത്തായിരിക്കും എന്നാണ് ഈ കഥ നൽകുന്ന സന്ദേശം.

അച്ഛനും അമ്മയും നാലഞ്ചുവയസ് പ്രായമുള്ള മകനും അടങ്ങുന്ന ഒരു സന്തുഷ്ടകുടുംബം. പരസ്പരസ്നേഹത്തോടെ കഴിഞ്ഞുരുന്ന ആ വീട്ടിൽ സന്തോഷം അലതല്ലിയിരുന്നു.

അങ്ങനെയിരിക്കെ ഏതോ ഒരാവശ്യത്തിനായി ഗൃഹനാഥന് ദൂരസ്ഥലത്തേക്ക് പോകേണ്ടിവന്നു. കുറച്ചു ദിവസത്തേക്കാണെങ്കിലും ആ വേർപാട് അയാളുടെ ഭാര്യയ്ക്ക് താങ്ങാനാവുമായിരുന്നില്ല. വിരസതയിൽനിന്നു രക്ഷപ്പെടാനായി അവൾ നൂൽനൂൽക്കാനും തയ്ക്കാനും തുടങ്ങി. രാത്രി ഏറെ വൈകുന്നതുവരെ അവൾ ജോലിയിൽ മുഴുകിയിരുന്നു. അതോടൊപ്പം തന്നെ അവൾ ആരോടോ അടക്കിപ്പിടിച്ചു സംസാരിക്കുന്നതും കുശലം ചോദിക്കുന്നതും അവരുടെ കൊച്ചുമകൻ ശ്രദ്ധിക്കുന്നുണ്ടായിരുന്നു.

ദിവസവും ഇതാവർത്തിച്ചപ്പോൾ മകൻ അമ്മയോട് ചോദിച്ചു.

'ആരാണമ്മേ അമ്മയുടെ അടുത്ത് വന്നിരിക്കുന്നത്?'

'എന്താണ് അമ്മ സംസാരിക്കുന്നത്?'

അമ്മ തമാശയായി പറഞ്ഞു. 'അതോ,അതെന്റെ ഒരു കൂട്ടുകാരനാണ്. എന്നെ വലിയ ഇഷ്ടമാ. അതുകൊണ്ടാണ് എന്നും വരുന്നതും അമ്മ

സംസാരിച്ചിരിക്കുന്നത്.

ദിവസങ്ങൾക്കുശേഷം ഗൃഹനാഥൻ തിരിച്ചെത്തി. അയാളുടെ ഭാര്യ ആടിനെ മേയ്ക്കാൻ പുറത്തുപോയ സമയമായിരുന്നു അത്. അയാൾ മകനെ വാരിയെടുത്ത് ഉമ്മവെച്ചുകൊണ്ട് ചോദിച്ചു: 'മോനേ എന്തൊക്കെയാ വീട്ടിലെ വിശേഷങ്ങൾ? അമ്മയ്ക്കു സുഖമായിരുന്നില്ലേ?'

'അച്ഛാ, അച്ഛനിവിടെ ഇല്ലാത്ത ദിവസമെല്ലാം അമ്മയെ കാണാൻ ഒരു കൂട്ടുകാർ വരുമായിരുന്നു. ഒരുപാട് നേരം സംസാരിച്ചിരുന്ന് വളരെ വൈകിയേ അമ്മ കിടക്കാറുണ്ടായിരുന്നുള്ളൂ.'

മകന്റെ വാക്കുകൾകേട്ട അയാൾ കോപം ഉള്ളിലൊതുക്കി മകനെ നിലത്തു നിർത്തി.

അവൾ ആടിനെ മേയ്ക്കാൻപോയ ദിക്കുനോക്കി അയാൾ തിടുക്കത്തിൽ നടന്നു.

കുന്നിൻചെരിവിൽ ആടിനെയും അവളെയും ദൂരെനിന്നു തന്നെ കണ്ടു.

കൊടുങ്കാറ്റുപോലെ അവിടെയെത്തിയ അയാൾ, മറ്റൊന്നുമോർക്കാതെ അവളെ അഗാധഗർത്തത്തിലേക്ക് തള്ളിയിട്ടു. അവൾ എന്നെന്നേക്കുമായി കണ്ണടച്ചു.

അമ്മയില്ലാതെ ദിവസങ്ങൾ മുന്നോട്ടു പോയി. ഒരുനാൾ രാത്രി അച്ഛനെ നോക്കി മകൻ പറഞ്ഞു. 'അച്ഛാ, അച്ഛാ നോക്കൂ. അതാ അവിടെ ആ ഭിത്തിയിൽ ഇരിക്കുന്നില്ലേ? അതാണ് അമ്മയുടെ കൂട്ടുകാരൻ.'

അയാൾ നോക്കിയപ്പോൾ കണ്ടത് മനോഹരമായ ഒരു പൂമ്പാറ്റയേയാണ്.

താൻ ചെയ്തുപോയ വലിയൊര അവിവേകത്തെക്കുറിച്ചോർത്ത് അയാൾ നടുങ്ങിപ്പോയി.

തന്റെ സ്നേഹമുള്ള ഭാര്യയെ താൻ അവിശ്വസിച്ചല്ലോ എന്ന് അയാൾ പശ്ചാത്താപവിവശനായി.

താൻ ചെയ്ത അവിവേകവും ഭാര്യയുടെ വിയോഗവും അയാളെ തളർത്തി. മനംനൊന്ത് അധികനാൽ കഴിയുന്നതിനുമുമ്പ് അയാൾ മരിച്ചു.

അവരുടെ മകൻ അനാഥനായി.

ആകാശത്തുനിന്നൊരു ഭാര്യ

വളരെ പണ്ട് പെറുനാട്ടിൽ ഒരു വൃദ്ധദമ്പതിമാർ താമസിച്ചിരുന്നു. അവർക്ക് ഒരേയൊരു മകൻ മാത്രമേ കുട്ടിനുണ്ടായിരുന്നുള്ളൂ.

സ്വന്തമായുണ്ടായിരുന്ന കൃഷിഭൂമിയിൽ ഉരുളക്കിഴങ്ങ് കൃഷി ചെയ്താണ് അവർ ഉപജീവനം നടത്തിയത്.

നല്ല വിളവു നൽകുന്നതും സ്വാദിഷ്ടവുമായ അത്തരം ഉരുളക്കിഴങ്ങുകൾ അവരുടെ പക്കലല്ലാതെ മറ്റെങ്ങുമുണ്ടായിരുന്നില്ല.

അതുകൊണ്ടുതന്നെ. അവരുടെ ഉരുളക്കിഴങ്ങിന് കള്ളൻമാർക്കും പ്രിയമേറിയിരുന്നു.

വിളവെടുപ്പിനു മുമ്പുള്ള നാളുകളിൽ ഉരുളക്കിഴങ്ങ് കളവു പോവാൻ തുടങ്ങി.

രാത്രിയിലായിരുന്നു കളവുകൾ നടന്നത്.

മോഷണം സഹിക്ക വയ്യാതായപ്പോൾ ദമ്പതിമാർ മകനോടു പറഞ്ഞു.

'മോനേ, നിന്നെപ്പോലെ ആരോഗ്യമുള്ള ഒരാൾ വീട്ടിലുള്ളപ്പോൾ ഉരുളക്കിഴങ്ങ് മോഷണം പോകുന്നത് സഹിക്കാൻ പറ്റുന്നില്ല. ഇന്നു മുതൽ രാത്രിയിൽ നീ കൃഷിക്ക് കാവലിരിക്കണം. കള്ളന്മാരെ പിടികൂടുകയും വേണം.'

ചെറുപ്പക്കാരനായ മകൻ കൃഷിഭൂമിയിൽ കാവലിരിക്കാന തുടങ്ങി. ആദ്യദിവസത്തിന്റേതായ പ്രസരിപ്പോടെ അയാൾ ചുറ്റുപാടും

ശ്രദ്ധിച്ചിരുന്നു.

പക്ഷേ, വെളുപ്പാൻ കാലമായപ്പോൾ അല്പമൊന്ന് ഉറക്കം തൂങ്ങിപ്പോയി. കണ്ണ് ഒന്നടഞ്ഞുവെന്ന് പറയാം. അത്രതന്നെ.

ആ സമയം നോക്കി കള്ളന്മാർ ഉരുളക്കിഴങ്ങ് മാന്തിയെടുത്തു. അയാൾ വീട്ടിലെത്തി അച്ഛനമ്മമാരോട് വിവരങ്ങൾ വിശദമായി പറഞ്ഞു.

ശരി ഇപ്രാവശ്യം വന്നതു വന്നു. ഇനി കുറച്ചുകൂടി ജാഗ്രതയോടെയിരിക്കണം. അവർ മകനെ ഉപദേശിച്ചു.

പിറ്റേ ദിവസവും മകൻ അതീവ ജാഗ്രതയോടെ കാവലിരുന്നു.

പക്ഷേ പാതിരാത്രി കഴിഞ്ഞപ്പോൾ കൺപോളകൾ മെല്ലെയൊന്ന് ചിമ്മിയില്ലേ എന്നൊരു സംശയം. എന്നാലും നേരം വെളുക്കുന്നതുവരെ അയാൾ ഉറങ്ങാതിരുന്നു.

പക്ഷേ നേരം പുലർന്നപ്പോഴാണയാൽ അറിയുന്നത്, ഉരുളക്കിഴങ്ങ് പോയിരിക്കുന്നത്.

ഒരുപക്ഷേ തന്റെ കണ്ണിമകൾ ചിമ്മിയ സമയത്ത് അത് സംഭവിച്ചിരിക്കും. ഏതായാലും മകൻ വീട്ടിൽപോയി കാര്യങ്ങൾ ധരിപ്പിച്ചു.

ഇത്തവണ മാതാപിതാക്കൾക്ക് ദേഷ്യം വന്നു.

എന്ത്? നീ പറയുന്നതൊക്കെ ഞങ്ങൾ വിശ്വസിക്കണമെന്നോ? അസത്ത്. കിടന്നുറങ്ങിയിട്ട് വന്നു കള്ളം പറയുന്നോ? അല്ലെങ്കിൽ വല്ല പെൺപിള്ളാരുടെയും പുറകെ പോയിരിക്കും. ആർക്കറിയാം.

അവർ അവന് ശകാരത്തോടൊപ്പം രണ്ട് തല്ലും കൊടുത്തു.

അന്നും അയാൾ പൂർവ്വാധികം ശ്രദ്ധയോടെ കാവലിരുന്നു.

കണ്ണിമകൾ അടച്ചതേയില്ല.

രാവേറെ ചെന്നപ്പോൾ അയാളുടെ അബോധമനസ്സിൽ ഒരു സ്വപ്നം തല നീട്ടി.

ആ ഞൊടിയിടയ്ക്കുള്ളിൽ അയാളുടെ മനസ്സിലൂടെ പോയ കാഴ്ചകൾ എത്ര വിചിത്രങ്ങളായിരുന്നു.? എത്ര ആകർഷകങ്ങളായിരുന്നു? ഡസൻ കണക്കിനു മാലാഖമാരായ പെൺകുട്ടികൾ അയാളുടെ വയലിൽ വന്നിറങ്ങുന്നു.

അവരുടെ മുഖം അഴകുള്ള പൂക്കളെപ്പോലെ സുന്ദരമായിരുന്നു.

തലമുടി സ്വർണക്കമ്പികൾപോലെ... വസ്ത്രങ്ങൾ പളപളക്കുന്ന വെള്ളിത്തകിടുകൾപോലെ.

അവർ ആരായിരിക്കും?

രാജകുമാരിമാരെപ്പോലെ തോന്നിക്കുന്ന അവർ ആകാശത്തിൽ നിന്നിറങ്ങിവന്ന നക്ഷത്രങ്ങൾ തന്നെയല്ലേ?

അയാൾ ആകെ ആശയക്കുഴപ്പത്തിലായി.

അവരെന്താണ് ചെയ്യുന്നത്?

വളരെ ധൃതിയിൽ അവർ തന്റെ ഉരുളക്കിഴങ്ങുചെടികളുടെ മൂട് മാന്തുന്നു.

പെട്ടെന്ന് അയാൾ സ്വപ്നത്തിൽ നിന്നുണർന്നു.

അതേ, അയാളുടെ സ്വപ്നം വാസ്തവമായിരുന്നു.

തന്റെ മുമ്പിൽ വെച്ചുതന്നെ ഉരുളക്കിഴങ്ങ് മോഷ്ടിക്കപ്പെടുന്നു.

പക്ഷേ അയാൾക്ക് അവരോട് ദേഷ്യമോ, വിദ്വേഷമോ തോന്നിയില്ല.

മാത്രമല്ല അവരെ എതിർക്കാനുമായില്ല.

അയാളുടെ മനസ്സ് ഇങ്ങനെ മന്ത്രിച്ചു. ആ പെൺകുട്ടികൾ എത്ര സുന്ദരികളായിരിക്കുന്നു. രാജകുമാരിമാർ തന്നെ. എന്നിട്ടും അവരെന്തിനാ ഈ നാണം കെട്ട മോഷണപ്പണി ചെയ്യുന്നത്? എന്തുകൊണ്ട് അവരെ ഓടിച്ചിട്ടു പിടിച്ചുകൂടാ? രണ്ടുപേരെയെങ്കിലും പിടിക്കാൻ പറ്റിയാൽ അവരെ തന്റെ ഭാര്യമാരാക്കാം.

അതുവരെ ഒരു മായാവലയത്തിൽപ്പെട്ടപോലെ ഇരുന്ന അയാൾ പെട്ടെന്ന് ഉന്മേഷത്തോടെചാടിയെണിറ്റ് അവരുടെ പുറകെ ഓടാൻ തുടങ്ങി.

പക്ഷേ അവരെല്ലാവരും നിമിഷത്തനുള്ളിൽ ആകാശത്തേക്കുയർന്ന് അപ്രത്യക്ഷരായി. എന്നാൽ ഒരു പെൺകുട്ടിയെ മാത്രം അയാൾ തിടുക്കത്തോടെ പിടിച്ചുനിർത്തി.

അയാൾ അവളോടുള്ള സ്നേഹവും ഇഷ്ടവും മറച്ചുപിടിച്ചുകൊണ്ട് പറഞ്ഞു.

'നിന്നോട് എന്റെ അച്ഛന്റെ തോട്ടത്തിലെ വിള മോഷ്ടിക്കാൻ ആരു പറഞ്ഞു? അതുകൊണ്ട് ഒരു കാരണവശാലും നിന്നെ വിടുന്ന പ്രശ്നമില്ല.'

ഭയന്നു നിൽക്കുന്ന അവളെ കണ്ടപ്പോൾ അയാൾക്ക് അലിവ് തോന്നി. അയാൾ സ്നേഹത്തോടെ ഇങ്ങനെ പറഞ്ഞു.

'ഒന്നു ചെയ്യാം. നീ എന്റെ കൂടെ എന്റെ ഭാര്യയായി താമസിച്ചുകൊള്ളുക. ഇനി നിന്നെ വിട്ടയയ്ക്കില്ല. നിന്നെ എനിക്ക് അത്രമാത്രം

ഇഷ്ടപ്പെട്ടുപോയി.'

അവൾ കേണപേക്ഷിച്ചു.

'ഇല്ല എന്നെ വിട്ടു. എന്നോട്ടു ദയവു കാണിക്കൂ. എന്റെ സഹോദരിമാർ ആകാശത്തു ചെന്ന് എന്റെ അച്ഛനമ്മമാരോട് നീയെന്നെ പിടിച്ചു വച്ചിരിക്കുന്ന കാര്യം പറയും. അതുകൊണ്ട് എന്നെ വിട്ടു. ഞാൻ ആകാശത്തുനിന്നുവന്ന ഒരു നക്ഷത്രമാണ്. എന്നെ ഭൂമിയിൽ താമസിക്കാൻ നിർബ്ബന്ധിക്കരുത്. ഞങ്ങൾ മോഷ്ടിച്ച ഉരുളക്കിഴങ്ങു മുഴുവൻ തിരികെ നൽകാം. എന്നോട് ദയ കാണിക്കൂ.'

പക്ഷേ അയാൾ അവളെ വിട്ടയച്ചില്ലെന്നു മാത്രമല്ല, കാവൽ മാടത്തിലേക്ക് കൊണ്ടുപോകുകയും ചെയ്തു.

നിവൃത്തിയില്ലാതെ അവൾ അയാളോടൊപ്പം താമസിച്ചു.

രണ്ടുമൂന്നുദിവസം കഴിഞ്ഞിട്ടും മകനെ കാണാഞ്ഞപ്പോൾ മാതാപിതാക്കൾ കരുതിയത് കൂടുതൽ ഉരുളക്കിഴങ്ങ് കളവു പോയിട്ടുണ്ടാവുമെന്നാണ്.

തങ്ങളെ പേടിച്ച് വീട്ടിലേക്ക് വരാതിരിക്കുന്ന മകനെ കാണാൻ കുറച്ചു ഭക്ഷണപദാർത്ഥവുമായി ആ വൃദ്ധമാതാവ് ചെന്നു.

കാവൽമാടത്തിലിരുന്ന് അവരിരുവരും അമ്മയെ ദൂരത്തു കണ്ടു. അപ്പോൾ അവൾ പറഞ്ഞു.

'ദയവു ചെയ്ത് ഒരുപകാരം ചെയ്യൂ. നിങ്ങളുടെ അച്ഛനും അമ്മയുടെ എന്നെ കാണാതെ നോക്കണം.'

അയാൾ കാവൽമാടത്തിൽനിന്ന് താഴെയിറങ്ങി.

അമ്മയോട് വിവരം പറഞ്ഞു. അവളെ കാണരുതെന്നും ക്ഷമാപണപൂർവ്വം പറഞ്ഞു. മകനു ഭക്ഷണം കൊടുത്ത് അമ്മ തിരികെപ്പോയി.

വീട്ടിലെത്തി അവന്റെ അച്ഛനോട് പറഞ്ഞു:

'നമ്മുടെ മകൻ ഉരുളക്കിഴങ്ങു മോഷ്ടാക്കളിലൊരാളെ പിടികൂടിയിരിക്കുന്നു. ആകാശത്തുനിന്നിറങ്ങിവന്ന ഒരു നക്ഷത്രമാണത്രേ അവൾ.

ഇപ്പോളവൾ നമ്മുടെ കാവൽമാടത്തിലുണ്ട്. അവനവളെ വിവാഹം കഴിക്കുകയാണെന്നു പറഞ്ഞു. മാത്രമല്ല അവൻ ആരെയും അവളെക്കാണാൻ സമ്മതിക്കുന്നില്ല.

രണ്ടുമൂന്നു ദിവസം കൂടി കഴിഞ്ഞപ്പോൾ അവനൊരു തീരുമാനത്തിലെത്തി. ഇവിടെയിങ്ങനെ കഴിയുന്നതു ശരിയല്ല. വീട്ടിൽ പോവുകതന്നെ.

ഇതെങ്ങനെ അവളെ പറഞ്ഞു മനസ്സിലാക്കും? അയാൾ ചിന്തയിലാണ്ടു.

ഒരു ദിവസം രാത്രി അവൻ അവളോടു പറഞ്ഞു:

'നമുക്ക് വീട്ടിൽ പോകാം.'

'ഇല്ല. നിന്റെ അച്ഛനമ്മമാർ എന്നെ കാണാൻ പാടില്ല.'

അവൾ ശഠിച്ചു.

'അവർ നിന്നെ കാണില്ല. ഒരു കുഴപ്പവും സംഭവിക്കുകയുമില്ല.'

ഒരുവിധത്തിൽ അവളെ സമ്മതിപ്പിച്ച് വീട്ടിലെത്തിച്ചു.

അവളുടെ എതിർപ്പുകൾ വകവെയ്ക്കാതെ അവൻ അവളെ അച്ഛനമ്മമാരെ കാണിച്ചു. അവർക്കും അവളെക്കണ്ടപ്പോൾ അത്ഭുതവും അതിശയവും തോന്നി.

ഇത്രയും സൗന്ദര്യവതിയായ ഒരു പെണ്ണിനെ ഭൂമിയിലെങ്ങും കണ്ടിട്ടില്ല.

അവരും അവളെ സ്നേഹിച്ചു

അവൾക്കുവേണ്ട എല്ലാ സൗകര്യങ്ങളും ഒരുക്കിക്കൊടുത്തു.

പക്ഷേ അവർ അവളെ പുറത്തെങ്ങും പോകാൻ അനുവദിച്ചില്ല. മറ്റാരും അവളെ കണ്ടതുമില്ല. കുറെക്കഴിഞ്ഞപ്പോൾ അവൾക്കൊരു കുഞ്ഞു പിറന്നു. പക്ഷേ പിറന്ന ഉടനെ കുട്ടി മരിച്ചു. എങ്ങനെ മരിച്ചുവെന്നോ എന്തുകൊണ്ടു മരിച്ചുവെന്നോ അവർക്കാർക്കും മനസ്സിലായില്ല.

കാലം കുറെ കടന്നുപോയി. ഒരു ദിവസം അയാൾക്ക് ജോലിക്കാര്യവുമായി ദൂരെ ഏതോ സ്ഥലത്തു പോകേണ്ടിവന്നു.

ഈ തക്കം നോക്കി അവൾ അന്റെ അച്ഛനമ്മമാരുടെ കണ്ണുവെട്ടിച്ച് വീട്ടിൽനിന്നും പുറത്തിറങ്ങി. കിട്ടിയ സന്ദർഭം ഉപയോഗപ്പെടുത്തി ആകാശത്തേക്കുയർന്ന് അപ്രത്യക്ഷയായി. അയാൾ വീട്ടിൽ തിരിച്ചെത്തിയപ്പോൾ അവൾ നഷ്ടമായിരിക്കുന്നുവെന്ന വിവരമാണറിഞ്ഞത്. അവൾ ആകാശത്തെത്തിയിരിക്കുമെന്ന് അവർ അനുമാനിച്ചു.

അയാൾ ചിത്തഭ്രമം ബാധിച്ചവനെപ്പോലെ അവിടെയെങ്ങും അലഞ്ഞുതിരിഞ്ഞു.

അവളുടെ വേർപാട് അവന് താങ്ങാനായില്ല.

അയാൾലക്ഷ്യബോധമില്ലാതെ മലകളും കുന്നുകളും കയറിയിറങ്ങി.

കരഞ്ഞുകൊണ്ട് നാടായ നാടെല്ലാം ചുറ്റി നടന്നു.

ഒരുനാൾ വിജനമായൊരു സ്ഥലത്തെ കുന്നിൻപുറത്തെത്തി.

അത് പ്രായംചെന്ന ഒരു കഴുകന്റെ വാസസ്ഥലമായിരുന്നു.

കഴുകൻ ചോദിച്ചു. ചെറുപ്പക്കാരാ, താനെന്തിനാണ് ഇങ്ങനെ കരഞ്ഞുകൊണ്ടു നടക്കുന്നത്?

അയാൾ കഴുകനോട് നടന്ന കാര്യങ്ങളെല്ലാം പറഞ്ഞു. വീണ്ടും കരയാൻ തുടങ്ങി.

കഴുകൻ സാന്ത്വനസ്വരത്തിൽ അയാളോട് പറഞ്ഞു.

'ചെറുപ്പക്കാരാ, നിന്റെ വിഷമം എനിക്കു മനസ്സിലാകുന്നുണ്ട്. അവൾ ആകാശത്തിലേക്കു തന്നെയായിരിക്കണം പോയത്. സംശയമില്ല. നിനക്ക് നിർബ്ബന്ധമാണെങ്കിൽ നിന്നെ സഹായിക്കാൻ ഞാനൊരു ശ്രമം നടത്താം. ഞാൻ നിന്നെ ആകാശത്തിലേക്ക് എടുത്തുകൊണ്ടുപോകാം. പക്ഷേ നീ എനിക്കു രണ്ടു ലാമ (ഒരുതരം ഒട്ടകം) കളെ തരണം. ഒന്ന് യാത്ര പുറപ്പെടുന്നതിനുമുമ്പ് എനിക്കു തിന്നാനും, രണ്ടാമത്തേത് യാത്രക്കിടയിൽ വിശക്കുമ്പോൾ തിന്നാനും. എന്താ സമ്മതമാണോ?'

'സമ്മതമാണ് പക്ഷിശ്രേഷ്ഠാ. നിങ്ങളിവിടെ എനിക്കുവേണ്ടി കാത്തിരിക്കുമെങ്കിൽ ഞാൻ പോയി ലാമകളെ കൊണ്ടുവരാം. കാത്തിരിക്കില്ലേ? എന്റെ യാചനയാണെന്നു വിചാരിച്ചുകൊള്ളൂ.'

'ഞാൻ ഇവിടെത്തന്നെ കാത്തരിക്കാം.'

അയാൾ സ്വന്തം നാട്ടിലെത്തി. വീട്ടിൽച്ചെന്ന് മാതാപിതാക്കളോട് കാര്യങ്ങൾ പറഞ്ഞു.

'അച്ഛാ ഞാനെന്റെ ഭാര്യയെ തേടിപോവുകയാണ്. ഒരു കഴുകൻ എന്നെ സഹായിക്കാമെന്നേറ്റിട്ടുണ്ട്. നമ്മുടെ രണ്ട് ലാമുകളെയും ഞാൻ കൊണ്ടുപോകുന്നു.'

'അമ്മേ എന്നെ അനുഗ്രഹിക്കൂ.'

ലാമകളുമായി അയാൾ കഴുകന്റെ അരികിലെത്തി.

ലാമകളെ കണ്ടയുടൻ കഴുകൻ അവയിലൊന്നിനെ തിന്നു.

ഒരെല്ലോ, മാംസക്കഷ്ണമോ ബാക്കിവെയ്ക്കാതെ മുഴുൻ തിന്നു. പിന്നീട് കഴുകൻ പറഞ്ഞു.

'നീ ഒരു കാര്യം ചെയ്യ്. ഇനിയുള്ള ലാമയെക്കൊന്ന് ചെറിയ ചെറിയ തുണ്ടുകളാക്കി ഒരു സഞ്ചിയിലിട്ട് എടുത്ത്, നിന്റെ മുതുകിൽകെട്ടിത്തൂക്കണം. അതെനിക്ക് നമ്മുടെ യാത്രക്കിടയിൽ തിന്നാനുള്ളതാണ്.'

അയാൾ കഴുകൻ നിർദ്ദേശിച്ചപോലെയെല്ലാം ചെയ്തു.

കഴുകൻ തുടർന്നു പറഞ്ഞു.

‘ഞാൻ നിന്നെ എന്റെ കാൽവിരലുകൾക്കുള്ളിൽ പിടിച്ചുകൊണ്ട് ആകാശത്തേക്ക് പറന്നുയരും. ഞാൻ നിന്നെ പിടിക്കുമ്പോൾ നീ നിന്റെ കണ്ണുകൾ മുറുക്കി അടയ്ക്കണം. ഞാൻ പറയുന്നതുവരെ, യാതൊരു കാരണവശാലും കണ്ണു തുറക്കാൻ പാടില്ല. അങ്ങനെ തുറന്നാൽ വലിയ ആപത്തുണ്ടാകും. മറ്റൊരു കാര്യം ഈ യാത്ര ഏതാണ്ട് ഒരു വർഷത്തോളം നീണ്ടുനിൽക്കും. അതിനിടയിൽ, എനിക്കു വിശക്കുമ്പോ ഴൊക്കെ ഞാൻ മാംസം എന്നു പറയും. അപ്പോഴൊക്കെ നീ സഞ്ചിയിൽ നിന്നും ഒരു കഷണമെടുത്ത് എന്റെ കൊക്കുകൾക്കു നേരെ നീട്ടണം. എപ്പോഴെങ്കിലും മാംസം നീട്ടാതിരുന്നാൽ എന്റെ കാലുകളുടെ ശക്തി നഷ്ടപ്പെടും. അപ്പോൾ ഞാനെന്റെ പിടി വിട്ടെന്നു വരും. പിന്നെ എന്തു സംഭവിക്കുമെന്നു പറയേണ്ടതില്ലല്ലോ.

നിർദ്ദേശങ്ങൾക്കൊടുവിൽ കഴുകകൻ യാത്രയ്ക്കു തയ്യാറായി.

അയാൾ കഴുകന്റെ വിരലുകൾക്കുള്ളിൽ തൂങ്ങിക്കിടന്നു.

യാത്രക്കിടയിൽ മാംസം എന്നു പറയുമ്പോഴൊക്കെ അയാൾ സഞ്ചി യിൽനിന്നും മാംസക്കഷണങ്ങൾ കഴുകന്റെ ചുണ്ടുകൾക്കു നേരെ നീട്ടി.

ആദ്യമാദ്യം വലിയ കഷണങ്ങൾതന്നെ കൊടുത്തു. പിന്നെ ചെറിയതും, കുറെ കഴിഞ്ഞപ്പോൾ സഞ്ചിയിലുണ്ടായിരുന്ന മാംസം തീർന്നുപോയി.

ഇനി കഴുകൻ മാംസം ചോദിക്കുമ്പോൾ എന്തുകൊടുക്കും.

അയാൾ ഭയന്നു.

മാംസം കൊടുക്കാതിരുന്നാലത്തെ കാര്യം ഓർക്കാൻകൂടി വയ്യ. അടുത്ത പ്രാവശ്യം കഴുകൻ മാംസമെന്നു പറഞ്ഞപ്പോൾ അയാൾ കൈയിലുണ്ടായിരുന്ന കത്തിയെടുത്ത് തുടയിൽനിന്ന് ഒരു കഷണം മാംസം മുറിച്ചെടുത്ത് കഴുകനു നൽകി. ഹാവൂ എല്ലാം ഭദ്രം!

ഇത് ആവർത്തിച്ചുകൊണ്ടിരുന്നു.

അധികം താമസിയാതെ കഴുകൻ ഒരു കായൽക്കരയിൽ ഇറങ്ങി.

അയാളെ താഴെനിർത്തി.

കണ്ണുകൾ തുറന്നുകൊള്ളുവാൻ പറഞ്ഞു.

കൺതുറന്ന അയാളോട് കഴുകൻ ഇങ്ങനെ ആവശ്യപ്പെട്ടു.

‘ചെറുപ്പക്കാരാ, നീ ഈ കായലിൽ ഇറങ്ങി നന്നായൊന്നു കുളിക്കണം.’

അയാൾ കഴുകൻ നിർദ്ദേശിച്ചതുപോലെ കായലിൽ ഇറങ്ങി കുളിച്ചു. കഴുകനും കുളിച്ചു. അതുവരെയുണ്ടായിരുന്ന ക്ഷീണവും അവശതയും

അതോടെ വിട്ടുമാറി.

'ചെറുപ്പക്കാരാ, നാം ആകാശത്ത് എത്തിയിരിക്കുന്നു. ഈ കായലിനപ്പുറത്തായി ഒരു വലിയ ക്ഷേത്രമുണ്ട്. ദിവസവും രാത്രി എല്ലാ ആകാശസുന്ദരിമാരും ആ ക്ഷേത്രത്തിൽ തൊഴാൻ വരും. അവർ വളരെയധികം പേരുണ്ട്. എല്ലാവരും നിന്റെ ഭാര്യയെപ്പോലെ സുന്ദരികളായിരിക്കും. ഒരാളിൽനിന്നും മറ്റൊരാളെ തിരിച്ചറിയാൻ കഴിഞ്ഞെന്നുവരില്ല. എങ്കിലും നീ അവിടെപ്പോയി ആ അമ്പലത്തിനുമുമ്പിൽ കാത്തുനിൽക്കണം. നീ നിന്റെ മുഖത്ത് യാതൊരു ഭാവഭേദനവും വരുത്തരുത്. അനങ്ങുകപോലും ചെയ്യാതെ അങ്ങനെ നിന്നാൽ മതി. നിന്റെ ഭാര്യ നിന്റെ അരികിലൂടെ പോകുമ്പോൾ അവളുടെ കൈ നിന്റെ മേൽ ഉരസും. അപ്പോൾ നീ അവളെ പിടികൂടണം. യാതൊരു കാരണവശാലും പിടിവിടാൻ പാടില്ല.'

അയാൾ ക്ഷേത്രത്തിനു മുമ്പിൽ കുറച്ചുനേരം കാത്തുനിന്നു.

ആകാശസുന്ദരിമാർ ഓരോരുത്തരായി അമ്പലത്തിനുള്ളിലേക്ക് പോയി.

ഒടുവിൽ വന്ന സുന്ദരിയുടെ കൈ അയാളുടെ ദേഹ്ത് അല്പം ഉരസി.

അവളും അമ്പലത്തിനുള്ളിലേക്ക് പോയി

അത് സൂര്യചന്ദ്രന്മാരുടെ അമ്പലമായിരുന്നു.

അവരായിരുന്നു നക്ഷത്രസുന്ദരിമാരുടെ മാതാപിതാക്കൾ.

ആകാശസുന്ദരിമാർ ഒരു ഉത്സവസമയത്തെന്നപോലെ ആടുകയും പാടുകയും ചെയ്തു.

പ്രാർത്ഥനയെല്ലാം കഴിഞ്ഞ് ഓരോരുത്തരായി പുറത്തേക്കിറങ്ങി. ഏറ്റവും ഒടുവിൽ വന്നത് അവന്റെ ഭാര്യയിരുന്നു. ഇത്തവണയും അവളുടെ കാ അയാളുടെ ദേഹത്ത് ഉരസി. ക്ഷണനേരം കൊണ്ട് അവൾ ഓടാൻ തുടങ്ങിയെങ്കിലും അയാൾ പിടികൂടി.

അവളൊന്നു കുതറിയെങ്കിലും അയാൾ വിട്ടില്ല.

അപ്പോൾ അവൾ അനുനയത്തിൽ അയാളെ അവളുടെ വീട്ടിലേക്ക് കൂട്ടിക്കൊണ്ടുപോയി.

എന്നിട്ട് ഇപ്രകാരം ചോദിച്ചു.

'നീയിപ്പോൾ എന്തിനാണ് ഇങ്ങോട്ടു വന്നത്? ഞാൻ നിന്റെ വീട്ടിലേക്ക് വരാന് കരുതുകയായിരുന്നല്ലോ?''

അവൾ അയാൾക്ക് ഭക്ഷണം നൽകിയശേഷം ഒരു മുന്നറിയിപ്പെന്നോണം പറഞ്ഞു.

'എന്റെ അച്ഛനമ്മമാർ നിന്നെ കാണാൻ ഇടവരരുത്.'

അയാൾ ആ വീട്ടിൽ ഒളിച്ചു താമസിച്ചു.

അവൾ എപ്പോഴും അയാൾക്കുള്ള ഭക്ഷണം വളരെ രഹസ്യമായി എത്തിച്ചുകൊടുത്തു. ഏതാണ്ട് ഒരു വർഷം ഇങ്ങനെ കഴിഞ്ഞുപോയി. കൂടെക്കൂടെ അവൾക്ക് അയാളുടെ കാര്യത്തിൽ ശ്രദ്ധ കുറഞ്ഞു. ചില പ്പോഴെല്ലാം ആഹാരംപോലും കിട്ടാതായി.

അങ്ങനെയിരിക്കെ ഒരു ദിവസം അവൾ പറഞ്ഞു.

'ഞാനിനി ഈ വീട് വിട്ടു പോവുകയാണ്. നീയും തിരിച്ചു പൊയ്ക്കോ. അതായിരിക്കും നല്ലത്.'

കൂടുതലൊന്നും പറയാതെ അവൾ അവിടെനിന്ന് ഇറങ്ങിപ്പോയി.

പിന്നീട് അവൾ വന്നതേയില്ല.

അവൻ വീണ്ടും ദുഃഖത്തിലായി.

അയാളുടെ കണ്ണുകൾ നിറഞ്ഞു.

അപരിചിതമായ ആ ചുറ്റുപാടിൽ അയാൾ നിസ്സഹായനായി.

ആരുടെയും കണ്ണിൽപ്പെടാതെ അയാൾ ആ കായൽത്തീരത്തെ ത്തി.

നല്ലകാലം. തന്റെ ചങ്ങാതിയായ കഴുകൻ അവിടെത്തന്നെ ഉണ്ടാ യിരുന്നു.

അയാൾ കഴുകനോട് ഉണ്ടായ സംഭവമെല്ലാം പറഞ്ഞു.

എല്ലാം കേട്ട കഴുകൻ ഇങ്ങനെ പറഞ്ഞു:

'കഷ്ടകാലമെന്നല്ലാതെ എന്തു പറയാനാണ്? ഇങ്ങനെയൊക്കെ വരുമെന്ന് ആരറിഞ്ഞു? സഹിക്കുകതന്നെ.'

അടുത്ത നിമിഷം അയാൾ കഴുകനോട് ചോദിച്ചു.

'നീയെന്നെ ഭൂമിയിൽ കൊണ്ടുവിടുമോ? അവിടെ എന്റെ മാതാപി താക്കളുണ്ടല്ലോ.'

കഴുകൻ സമ്മതിച്ചു.

'പക്ഷേ, നീ എനിക്ക് രണ്ടു ലാമകളെക്കൂടി തരണം.'

'അതിനെന്താ? തീർച്ചയായും തരാം. ഞാനൊന്നു വീട്ടിലെത്തിക്കോ ട്ടെ. എനിക്കത്രയും സമയത്തെ സാവകാശം തരണം.'

കഴുകൻ അയാളേയും തൂക്കിയെടുത്ത് ഭൂമിയിലേക്കു പറന്നു.

ഭൂമിയിലെത്തിയതും അയാൾ വീട്ടിലേക്കോടി. കൂടെ കഴുകനും.

കഴുകൻ അയാളുടെ അച്ഛനമ്മമാരോടായി പറഞ്ഞു.

'ഞാൻ നിങ്ങളുടെ മകനെ സുരക്ഷിതമായി നിങ്ങളുടെ അടുത്ത് എത്തിച്ചിരിക്കുന്നു. ഇനി അവന് സ്നേഹം കൊടുക്കേണ്ടത് നിങ്ങളാണ്.'

അയാൾ സംഭവിച്ചതെല്ലാം അച്ഛനമ്മമാരെ ധരിപ്പിച്ചു. അവരുടെ സമ്മതത്തോടെ രണ്ടു ലാമകളെ കഴുകനു നൽകി.

ആ ചങ്ങാതിമാർ പരസ്പരം വിട പറഞ്ഞു.

ആകാശത്തു പോയ്മറഞ്ഞ തന്റെ ഭാര്യയെക്കുറിച്ചുള്ള ഓർമ്മകളുമായി അയാൾ കാലം കഴിച്ചു.

പദ്രോയുടെ വക്രബുദ്ധി

ലാറ്റിനമേരിക്കൻ നാടുകളിൽ പ്രചാരമുള്ള ഒരു കഥയാണിത്. പദ്രോ എന്ന പേരുള്ള ഒരാൾ ജീവിക്കാൻ വേണ്ടി കാണിച്ച കുർമബുദ്ധിയുടെയോ വക്രബുദ്ധിയുടെയോ കഥ.

കൈയിൽ നയാപൈസയില്ലാതെ, ജീവിക്കാൻ ഒരു മാർഗ്ഗവുമില്ലാതെ, എന്തു ചെയ്യണമെന്നറിയാതെ റോഡിൽക്കൂടി അലഞ്ഞുനടക്കുകയായിരുന്നു. പദ്രോ. കുറെ ദൂരം നടന്നപ്പോൾ അയാൾക്ക് മലവിസർജ്ജനം ചെയ്യണമെന്നു തോന്നി. അടുത്തെങ്ങും അതിനുള്ള സൗകര്യം കണ്ടില്ല. റോഡിൽ മലമൂത്രവിസർജ്ജനം ചെയ്യുന്നത് കുറ്റകരവുമാണ്. മാത്രമല്ല ആരെങ്കിലും കണ്ടാലും മോശമാണ്.

പക്ഷേ... പദ്രോയ്ക്ക് പിടിച്ചു നിൽക്കാനായില്ല. വരുന്നതുവരട്ടെയെന്നു കരുതി റോഡിന്റെ അരികിലിരുന്ന് അയാൾ കാര്യം സാധിച്ചു. അപ്പോഴാണ് രണ്ടുപേർ കുതിരപ്പുറത്ത് ആ വഴി വന്നത്.

'ഛെ, അവർ കണ്ടാൽ എന്തു വിചാരിക്കും?'

പെട്ടെന്ന് പദ്രോയ്ക്ക് ഒരു ബുദ്ധി തോന്നി. അയാൾ തൊപ്പിയെടുത്ത് മലത്തിനുമുകളിൽ കമഴ്ത്തി വച്ചു. വഴിയാത്രക്കാർ പദ്രോയെ കണ്ടപ്പോൾ കുതിരപ്പുറത്തു നിന്നിറങ്ങി കുശലം ചോദിച്ചു.

'എന്തിനാണ് താങ്കൾ തൊപ്പി തറയിൽ കമഴ്ത്തിവെച്ച് അതിൽ പിടിച്ചുകൊണ്ടിരിക്കുന്നത്?'

സന്ദർഭോചിതമായ മറുപടിക്ക് പദ്രോ ഒട്ടും ബുദ്ധിമുട്ടിയില്ല.

'ഞാൻ പൊൻമുട്ടയിടുന്ന ഒരു കിളിയെ പിടിച്ചു. അത് ഈ

തൊപ്പിക്കടിയിലുണ്ട്.'

'എന്ത്? പൊൻമുട്ടയിടുന്ന കിളിയോ?'

'അതേ പൊൻമുട്ടയിടുന്ന കിളിതന്നെ. ഈ കിളി ദിവസവും ഓരോ പൊൻമുട്ടയിടും.'

അവരുടെ മുഖത്തേയ്ക്കൊന്നു നോക്കിയിട്ട് പദ്രോ വീണ്ടു പറഞ്ഞു.

'ഒരുപക്ഷേ നിങ്ങൾക്കെന്നെ സഹായിക്കാൻ കഴിയും. എന്റെ ജ്യേഷ്ഠൻ ഇവിടെയടുത്താണ് താമസിക്കുന്നത്. നിങ്ങളുടെ ഒരു കുതിരയെ അല്പനേരത്തേക്ക് തന്നാൽ എനിക്കവിടെ പോയി ഒരു കിളിക്കൂട് എടുത്തുവരാമായിരുന്നു. എന്നാൽ മാത്രമേ എനിക്കീ കിളിയെ പിടിക്കാൻ പറ്റൂ.'

വഴിപോക്കർ രണ്ടുപേരും ഈ സമയത്ത് ആലോചിച്ചുകൊണ്ടിരുന്നത് പൊൻമുട്ടയിടുന്ന കിളിയെ എങ്ങനെ സ്വന്തമാക്കാമെന്നായിരുന്നു. പദ്രോയുടെ ആവശ്യം അവർ സസന്തോഷം സ്വീകരിച്ചു.

പൊൻമുട്ടയിടുന്ന കിളി ഒരു കുതിരയേക്കാൾ എത്രയോ വിലപിടിപ്പുള്ളതാണല്ലോ എന്നു മനസ്സിൽ കണക്കുകൂട്ടി അവർ പറഞ്ഞു.

'അതിനെന്താ താങ്കളുടെ ഭാഗ്യത്തിൽ ഞങ്ങൾക്ക് സന്തോഷമേ ഉള്ളൂ. ഒരു കുതിരയെയെടുത്ത് വേഗം പോയി വരൂ. അതുവരെ തൊപ്പി ഞങ്ങൾ ഭദ്രമായി പിടിച്ചുകൊള്ളാം.'

അവരിരുവരും ഓരോ കൈതൊപ്പിയുടെ പുറത്തുവച്ചു. പദ്രോ കൺമുമ്പിൽനിന്നു മറയുന്നതുവരെ നോക്കിനിന്നു. അവരിലൊരാൾ പറഞ്ഞു: 'സ്നേഹിതാ ആ മണ്ടൻ കുറെ ദൂരം പോയിക്കഴിഞ്ഞിരിക്കുന്നു. ഞാൻ ഈ തൊപ്പിയുടെ ഒരു വശം അല്പം ചരിച്ച് ഉയർത്താം. കിളി വെളിയിൽ പോകാതെ സൂക്ഷിച്ച് നിന്റെ കൈ അകത്തേക്ക് ഇടണം. കിളിയെ കൈയിൽ കിട്ടിയതും നമുക്ക് സ്ഥലം വിടാം.'

ആദ്യത്തെയാൾ പതുക്കെ തൊപ്പിയുടെ ഒരു വശം ഉയർത്തി. അടുത്തയാൾ തന്റെ വിരലുകൾ സാവധാനം തൊപ്പിക്കുള്ളിലേക്കു കടത്തി.

പിന്നീടെന്തുണ്ടായെന്നു പറയേണ്ടതില്ലല്ലോ.

പദ്രോയ്ക്ക് ഒരു കുതിര ലാഭമായി.

പദ്രോയുടെ മന്ത്രക്കലം

പദ്രോ തനിക്ക് ലഭിച്ച കുതിരയെ വിറ്റു. കുറെനാൾ സന്തോഷത്തോടെ ജീവിച്ചു. പണം തീരാറായി. ഇനിയെന്തു ചെയ്യണമെന്നു ആലോചിച്ചു. അവസാനം കൈയിലുള്ള പണംകൊണ്ട് കിട്ടാവുന്നിടത്തോളെ പയറും ഒരു മൺകലവും വാങ്ങി. തീയെരിക്കാൻ പാകത്തിൽ കുറച്ച് കൽക്കരിക്കഷണങ്ങളും സംഘടിപ്പിച്ചു. റോഡരികിൽ തന്നെ പയറ് വേവിക്കാൻ പറ്റിയ സ്ഥലം കണ്ടുപിടിച്ചു. ഒരു ചെറിയ കുഴിയുണ്ടാക്കി കൽക്കരി അതിലിട്ട് കത്തിച്ചു. കരിനന്നായി കത്തിജ്വലിച്ചുകൊണ്ടിരുന്നപ്പോൾ കുഴി അല്പം മണ്ണിട്ടു മൂടി. മൺകലത്തിൽ വെള്ളമെടുത്ത് മണ്ണിനു മുകളിൽ വച്ചു. പയറ് കഴുകി വൃത്തിയാക്കി കലത്തിലിട്ടു. പെട്ടെന്നു നോക്കിയാൽ കലത്തിനു കീഴെ തീയുണ്ടെന്നു തോന്നില്ല. പയറ് വേവാനായി കാത്തിരുന്നപ്പോൾ വെറുതേ ഒരു രസത്തിനായി പാട്ടുപാടാൻ തോന്നി.

'എന്റെ മന്ത്രക്കലത്തിൽ

അത്താഴത്തിനുള്ള പയറാണല്ലോ#ോ

അതുവേഗം വെന്താൽ

അത്താഴം സുഭിക്ഷമാകുമല്ലോ.'

ഇങ്ങനെ പാടുന്നതിനിടയിൽ തന്റെ കൈയിലിരുന്ന മരക്കൊമ്പ് തമാശയ്ക്കായി ആട്ടിക്കൊണ്ടിരുന്നു.

ഈ സമയം രണ്ടു വഴിയാത്രക്കാർ അതുവഴി വന്നു. അവരെന്തോ ചോദിച്ചത് ഗൗനക്കാതെ പദ്രോ പാടിക്കൊണ്ടിരുന്നു.

'മന്ത്രക്കലത്തിലെ പയറുവെന്താൽ

അത്താഴം കഴിക്കാമല്ലോ

മന്ത്രക്കലത്തിലെ പയറിപ്പോൾ

വേകുമല്ലോ, വേകുമല്ലോ.'

പദ്രോയുടെ പാട്ടു ശ്രദ്ധിച്ച വഴിപോക്കർക്ക് അതിശയം തോന്നി. മന്ത്രക്കലമോ? അവർ പദ്രോയുടെ അരികിൽവന്ന് കലത്തിലേക്ക് നോക്കി. അതേ സത്യമാണ്. തീയില്ലാതെ വെള്ളം തിളയ്ക്കുന്നു. അവർക്ക് അതിശയത്തോടൊപ്പം ആകാംക്ഷയും തോന്നി. അവരിലൊരാൾ ചോദിച്ചു. 'എങ്ങനെയാണ് ഈ കലത്തിലെ വെള്ളം തിളയ്ക്കുന്നത്? ഇവിടെയെങ്ങും തീയില്ലല്ലോ?'

പദ്രോ ചിരിച്ചുകൊണ്ടു പറഞ്ഞു. 'ഞാൻ പറയുന്നത് നിങ്ങൾ കേട്ടില്ലേ? ഇതെന്റെ മന്ത്രക്കലമാണ്. ഞാനിങ്ങനെ പാട്ടുപാടുമ്പോ ഴെല്ലാം കലത്തിലെ വെള്ളം തിളയ്ക്കും.'

പദ്രോ പാട്ടുതുടർന്നു.

'എന്റെ മന്ത്രക്കലത്തിൽ

അത്താഴത്തിനുള്ള പയറാണല്ലോ

അതു വേഗം വെന്താൽ

അത്താഴം സുഭിക്ഷമാകുമല്ലോ.'

വഴിപോക്കരിൽ ഒരാൾ ചോദിച്ചു. 'ഇതുപോലൊരു മന്ത്രക്കലം എനിക്കും വേണമല്ലോ. എവിടെ കിട്ടും?'

രണ്ടാമത്തവൻ ചോദിച്ചു. 'ഈ മന്ത്രക്കലത്തിൽ വെള്ളമൊഴിച്ചിട്ട് ആരു പാടിയാലും തീയില്ലാതെ വെള്ളം തിളയ്ക്കുമോ?'

പദ്രോ ചിരിച്ചുകൊണ്ടുതന്നെ ഉത്തരം പറഞ്ഞു.

'മന്ത്രക്കലങ്ങൾ വിൽക്കുന്നവരെയൊന്നും എനിക്കറിഞ്ഞുകൂടാ. എനിക്ക് ഒരു ദിവ്യൻ സമ്മാനിച്ചതാണിത്. അതിന്റെ കൂടെ പാടേണ്ട പാട്ടും ദിവ്യൻ തന്നെയാണ് പറഞ്ഞുതന്നത്. ആ പാട്ട് ആരു പാടിയാലും കലത്തിലെ വെള്ളം തിളയ്ക്കും.'

വഴിപോക്കർക്ക് ആ കലം തങ്ങളുടേതാക്കണമെന്ന് അതിയായ മോഹം തോന്നി. അവർ പദ്രോയോട് പറഞ്ഞു. 'സ്നേഹിതാ ഈ കലം ഞങ്ങൾക്കു തരൂ. ഞങ്ങളിതിന് നൂറ് പെസോ തരാം.' ഇതുകേട്ട പദ്രോ പറഞ്ഞു. 'ഞാനീക്കലം വിൽക്കാൻ ഉദ്ദേശിക്കുന്നില്ല. മാത്രവുമ ല്ല നൂറു പെസോ വളരെ കുറഞ്ഞ വിലയുമാണ്.' ഇതുകേട്ട മാത്രയിൽ

വഴിപോക്കർ പറഞ്ഞു. 'സ്നേഹിതാ വില കുറഞ്ഞുപോയെന്നു കരുതേണ്ട. ഞങ്ങൾ അഞ്ഞൂറ് പെസോ തരാനൊരുക്കമാണ്.'

'അഞ്ഞൂറു പെസോയോ. അത് ഈ കലത്തിന്റെ പകുതിവില പോലും ആവില്ലല്ലോ.'

'വേണ്ട. മടിക്കേണ്ട. ഞങ്ങൾ ആയിരം പെസോ തരാൻ തയ്യാറാണ്. അതുമാത്രമേ ഞങ്ങളുടെ പക്കൽ ഇപ്പോഴുള്ളൂ.'

'ശരി. എന്തു ചെയ്യാം. നിങ്ങൾക്ക് ഈ കലം കിട്ടിയേ തീരൂ എന്നു വാശിയാണെന്നു തോന്നുന്നു. ഞാൻ സമ്മതിക്കുന്നു.'

പദ്രോ പണം വാങ്ങി.

കലത്തിലുണ്ടായിരുന്ന പയറ് മൂന്നുപേരും ചേർന്നു കഴിച്ചു. പദ്രോ പാടിക്കൊണ്ടിരുന്ന പാട്ടും അവരെ പഠിപ്പിച്ചു. കലം അവരോട് എടുക്കാൻ പറഞ്ഞ് പദ്രോ സ്ഥലം വിട്ടു.

കുറച്ചുനേരം തങ്ങൾക്ക് കൈവന്ന സൗഭാഗ്യത്തെക്കുറിച്ച് സംസാരിച്ച വഴിപോക്കർ കലം കൊണ്ടുപോകാനായി എടുത്തപ്പോഴാണ് അതിനടിയിൽ നല്ല ചൂടുണ്ടെന്നു മനസ്സിലായത്. ഒരു കമ്പെടുത്ത് മണ്ണു ചികഞ്ഞുനോക്കിയപ്പോൾ അവർ അന്തം വിട്ടുപോയി. മണ്ണിനടിയിൽ കൽക്കരി നീറിക്കൊണ്ടിരിക്കുന്നു. തങ്ങൾ പൂർണമായും കബളിക്കപ്പെട്ടല്ലോ എന്നോർത്ത് ഇച്ഛാഭംഗത്തോടെ അവരിരുന്നു.

ചെകുത്താനേക്കാൾ വലിയ ചെകുത്താൻ

എല്ലാ വക്രബുദ്ധിയുടേയും ആശാനാണ് ചെകുത്താൻ. ആ ചെകുത്താൻ പദ്രോയെക്കുറിച്ച് കേൾക്കാനിടയായി. എന്ത്? എന്നെപ്പോലും അതിശയിപ്പിക്കുന്ന ഒരു വക്രബുദ്ധി ഈ ലോകത്ത് ജീവിച്ചിരിപ്പുണ്ടെന്നോ. അങ്ങനെയെങ്കിൽ അവനെയൊന്ന് കാണണമല്ലോ. ചെകുത്താൻ വിചാരിച്ചു.

എന്നെങ്കിലും അവനെ കണ്ടുമുട്ടുമെന്ന പ്രത്യാശയോടെ ചെകുത്താൻ കാത്തിരുന്നു.

ഒരു ദിവസം വളരെ യാദൃച്ഛികമായി ചെകുത്താൻ പദ്രോയെ കണ്ടു.

'ങാ, നിന്നെ കാണണമെന്ന് കുറേ നാളായി ഞാൻ വിചാരിക്കുന്നു നീ വലിയ മിടുക്കനാണെന്നാണ് നിന്റെ ഭാവം അല്ലേ?'

പദ്രോയെ നല്ലവണ്ണമൊന്നു നോക്കിയശേഷം ചെകുത്താൻ വീണ്ടും പറഞ്ഞു; 'ശരി നിന്റെ മിടുക്ക് എത്രത്തോളമുണ്ടെന്ന് ഒന്നറിയണമല്ലോ. നാളെ നിന്നെ ഞാനൊരു പന്തയത്തിനു ക്ഷണിക്കുന്നു. എന്താ തയ്യാറാണോ?'

‘പന്തയത്തിൽ ജേതാവിനുള്ള സമ്മാനമെന്താണെന്നു കേൾക്കട്ടെ. എന്നിട്ടു പറയാം സമ്മതമാണോയെന്ന്.’

‘ശരി. നീ ജയിക്കുകയാണെങ്കിൽ, ശ്മശാനത്തിലുള്ള ഒരു പഴയ ശവപ്പെട്ടിയിൽ നിറച്ച് സ്വർണനാണയങ്ങളുണ്ട്. അതെല്ലാം നിനക്കു തരാം.’

ചെകുത്താൻ തെല്ലൊരു അഹന്തയോടെ വീണ്ടു പറഞ്ഞു;

‘ഞാനാണ് ജയിക്കുന്നതെങ്കിൽ നിന്റെ മനഃസാക്ഷി എന്റെ സ്വന്തമാകും. പക്ഷേ പന്തയത്തിന് അർഹത നേടണമെങ്കിൽ കുറഞ്ഞത് മൂന്നു പരീക്ഷണങ്ങൾ ഉണ്ടായിരിക്കും. ഇനി പറ നിനക്ക് സമ്മതമാണോ?’

പദ്രോ പറഞ്ഞു: ‘പന്തയത്തിനു ഞാൻ തയ്യാർ.’

‘ആദ്യത്തെ പന്തയം കല്ലേറിയൽ ആയിരിക്കും. നാളെ രാവിലെ നമ്മൾ രണ്ടുപേരും സമുദ്രക്കരയിൽ എത്തണം. ആർക്കാണോ അവരവർ കൊണ്ടുവരുന്ന കല്ല് കൂടുതൽ ദൂരത്തിൽ സമുദ്രത്തിലേക്ക് എറിയാൻ കഴിയുന്നത് എന്ന് പരീക്ഷിക്കാം.’

അടുത്ത ദിവസം രാവിലെത്തന്നെ പദ്രോയും ചെകുത്താനും നിർദ്ദിഷ്ട സ്ഥലത്തി എത്തി. ചെകുത്താനാണ് സമുദ്രത്തിലേക്ക് ആദ്യം കല്ലേറിഞ്ഞത്. അത് കുറെ ദൂരത്തായി വെള്ളത്തിൽ പ്ലം എന്ന ശബ്ദത്തോടെ വീണു. രണ്ടാമത്തെ ഊഴം പദ്രോയുടേതായിരുന്നു. പദ്രോ സമുദ്രത്തിലേക്ക് കല്ലേറിഞ്ഞു. വക്രബുദ്ധിയായ പദ്രോയുടെ കൈയിലുണ്ടായിരുന്നത് കല്ലല്ലായിരുന്നുവെന്നും മറിച്ച് ഒരു ചെറിയ കിളിയായിരുന്നുവെന്നും ചെകുത്താന് ഊഹിക്കാൻപോലും പറ്റിയില്ല. ആ കിളി പറന്നുപറന്ന്, കണ്ണെത്താ ദൂരം പോയതുകാരണം ജയം പദ്രോയ്ക്കായിരുന്നു. സ്വാഭാവികമായും ചെകുത്താൻ തോൽവി സമ്മതിച്ചു.

‘ശരി ആദ്യത്തെ മത്സരത്തിൽ നീ ജയിച്ചിരിക്കുന്നു. ഇനി രണ്ടാമത്തേത്. നാം ഒരു വലിയ മരം തിരഞ്ഞെടുക്കും. അവരവരുടെ കൈകൊണ്ട് ഇടിച്ച് മരത്തിൽ എത്ര ആഴത്തിൽ ഓട്ട ഉണ്ടാക്കാമെന്ന് പരീക്ഷിക്കാം. എന്താ തയ്യാറല്ലേ?’

‘തയ്യാറാണ്. പക്ഷേ ഏതു മരമാണെന്നും എന്നാണ് മത്സരമെന്നും നേരത്തെ തീർച്ചയാക്കണം’ പദ്രോ പറഞ്ഞു. ‘ഓ അതിനെന്താ.’

ചെകുത്താനും പദ്രോയും ചേർന്ന് വലിയൊരു മരം തിരഞ്ഞെടുത്തു. അടുത്ത ദിവസം രാവിലെത്തന്നെ മത്സരം എനനു നിശ്ചയിക്കുകയും ചെയ്തു.

രാവിലെ രണ്ടുപേരും നിശ്ചിതസ്ഥലത്ത് നിർദ്ദിഷ്ടസമയത്ത്

എത്തിച്ചേർന്നു. ഇത്തവണയും ചെകുത്താൻ തന്നെയാണ് ആദ്യം മത്സരിച്ചത്. ചെകുത്താൻ മരത്തിനു പത്തടി ദൂരത്തുനിന്നു തയ്യാറെടുത്ത് ഒരോട്ടം. ശക്തി മുഴുവൻ ആവാഹിച്ച് തന്റെ ചുരുട്ടിപ്പിടിച്ച മുഷ്ടികൊണ്ട് മരത്തിൽ ഇടിച്ചു. ചെകുത്താന്റെ ചുരുട്ടിപ്പിടിച്ച മുഷ്ടി മുഴുവനും ആ കട്ടി കൂടിയ മരത്തിനുള്ളിൽ പോയി. തന്റെ ശക്തി അപാരമാണെന്നു ബോധ്യപ്പെടുത്തി എന്ന സന്തോഷത്തോടെ ചെകുത്താൻ പഡ്രോയെ മത്സരത്തിനു ക്ഷണിച്ചു. ചെകുത്താൻ ചെയ്തതുപോലെത്തന്നെ പഡ്രോ പത്തടി ദൂരത്തുനിന്നും ഓടിവന്ന് മരത്തിൽ മുഷ്ടികൊണ്ടിടിച്ചു.

എന്തൊരതിശയം! പഡ്രോയുടെ മുഷ്ടി മുഴുവൻ ആഴത്തിൽ ഇറങ്ങിയെന്നു മാത്രമല്ല, മരത്തിന്റെ മറുഭാഗത്ത് എത്തുകയും ചെയ്തു. ചെകുത്താന് തോൽവി സമ്മതിക്കേണ്ടിവന്നു.

തലേദിവസം രാത്രി പഡ്രോ അവിടെയെത്തി മരത്തിൽ ഓട്ടയുണ്ടാക്കിയതും ആ ഓട്ട കട്ടി കുറഞ്ഞ മരത്തൊലിക്കൊണ്ടു മറച്ചുവച്ചതും പാവം ചെകുത്താൻ അറിഞ്ഞിരുനനില്ല.

ചെകുത്താൻ പറഞ്ഞു: 'ശരി, ശരി. നീ തന്നെ എന്നെക്കാൾ ശക്തിമാൻ. പക്ഷേ ഒരു പരീക്ഷണംകൂടി ബാക്കിയുണ്ട്. അതിൽ നിനക്കെന്നെ ജയിക്കാനാവില്ലെന്ന് ഉറപ്പാണ്. ഇത് പണവും കൃഷിയുമായി ബന്ധപ്പെട്ടതാണ്. രണ്ടു ഘട്ടമായിട്ടായിരിക്കും പരീക്ഷണം. ഇതിൽ ജയിക്കുന്ന ആൾ പന്തയത്തിൽ മൊത്തം ജയിച്ചതായി കരുതും.'

രണ്ടുപേരും ആലോചിച്ച് പച്ചക്കറികളെന്തെങ്കിലും കൃഷി ചെയ്യാമെന്നു തീരുമാനിച്ചു.

പഡ്രോ തന്റെ അഭിപ്രായം മുന്നോട്ടു വച്ചു. 'നമുക്ക് ഉരുളക്കിഴങ്ങ് കൃഷി ചെയ്യാം.'

ചെകുത്താനും ഇതു സമ്മതമായിരുന്നു.

പക്ഷേ പഡ്രോ തുടർന്നു പറഞ്ഞു; 'നിങ്ങൾ ഭൂമിക്കു മുകളിൽ വിളയുന്ന ഭാഗം എടുത്തുകൊള്ളൂ. എനിക്ക് ഭൂമിക്ക് താഴെയുള്ള ഭാഗം തന്നാൽ മതി.'

ഇത് നല്ലൊരു സംഗതിയാണെന്ന് ചെകുത്താന് തോന്നി. അവർ ഉരുളക്കിഴങ്ങ് കൃഷി ചെയ്തു. വിളവെടുക്കാനായപ്പോൾ നേരത്തേ പറഞ്ഞുറപ്പിച്ചപോലെ ഭൂമിക്ക് മുകളിലുള്ള ഇലയും തണ്ടുമെല്ലാം ചെകുത്താനെടുത്തു. അതിന് വിലയൊന്നും കിട്ടിയില്ലെന്നു മാത്രമല്ല ചെകുത്താൻ പരിഹസിക്കപ്പെടുകയും ചെയ്തു. പഡ്രോയാകട്ടെ ഭൂമിക്കടിയിലുണ്ടായ കിഴങ്ങുകൾ മുഴുവൻ തോണ്ടിയെടുത്തു. ധാരാളം ഉരുളക്കിഴങ്ങുകളുണ്ടായിരുന്നു. അതുകൊണ്ടുതന്നെ നല്ല വില കിട്ടുകയും ചെയ്തു.

ചെകുത്താന് സഹിക്കാനായില്ല.

കോപമടക്കി ചെകുത്താൻ പറഞ്ഞു. 'അടുത്ത പ്രാവശ്യം ഭൂമിക്കടിയിലുണ്ടാവുന്നത് എനിക്കാണ്'

പദ്രോ സമ്മതിച്ചു. എന്നാൽ അടുത്ത കൃഷി ഗോതമ്പാവട്ടെയെന്ന് അയാൾ അഭിപ്രായപ്പെട്ടു.

ചെകുത്താന് സമ്മതം മൂളാൻ മറ്റൊന്നും ആലോചിക്കേണ്ടിയിരുന്നില്ല. അവർ കൃഷിയിറക്കി. ഗോതമ്പുചെടികൾ തഴച്ചു വളരുന്നതു കണ്ടപ്പോൾ ചെകുത്താൻ മനസ്സിൽ വിചാരിച്ചു. ഈ ചെടികൾ നന്നായി വളരുന്നുണ്ട്. മണ്ണിനടിയിലുള്ളവ സമൃദ്ധമായിത്തന്നെ വളരുന്നുണ്ടാവും. ഇത്തവണ ഞാൻ ജയിക്കുമെന്ന് ഉറപ്പാണ്. ഗോതമ്പ് വിളവെടുക്കാൻ പാകമായപ്പോൾ ചെകുത്താൻ പറഞ്ഞു. ഏ പദ്രോ, നാം നേരത്തെ തീരുമാനിച്ചതുപോലെ ഭൂമിക്ക് മുകളിലുള്ളതെല്ലാം നിനക്കുള്ളതാണ്. വേഗം വെട്ടിയെടുത്തോ. പദ്രോ ഗോതമ്പ് അറുത്തെടുത്തു കഴിഞ്ഞപ്പോൾ ചെകുത്താൻ, കൃഷിനിലം കിളച്ച് മണ്ണിനടിയിലുള്ള വിള തേടാൻ തുടങ്ങി. ഈ സമയം പദ്രോ തനിക്കു കിട്ടിയ ഗോതമ്പ് ചന്തയിൽ കൊണ്ടുപോയി വിറ്റ് കൈ നിറയെ പണവുമായി തിരിച്ചുവന്നു.

താൻ ഇപ്രാവശ്യവും കബളിപ്പിക്കപ്പെട്ടുവെന്ന് ചെകുത്താന് ബോധ്യമായി. അന്നുരാത്രിതന്നെ ചെകുത്താൻ പദ്രോയെ ശ്മശാനത്തിൽ കൂട്ടിക്കൊണ്ടുപോയി ശവപ്പെട്ടിയിൽനിന്നും സ്വർണ്ണനാണയം വാരിയെടുത്തു കൊടുത്തു. തന്നെക്കാൾ വലിയ ചെകുത്താനെ കണ്ടുമുട്ടിയതിൽ യഥാർത്ഥ ചെകുത്താൻ തെല്ലൊരമ്പരപ്പോടെ അവിടെനിന്നും വേഗത്തിൽ നടന്നുമറഞ്ഞു.

പദ്രോ സ്വർഗ്ഗത്തിലെ കല്ലാകുന്നു

പദ്രോ പല നാടുകളിലും സഞ്ചരിച്ച് സമയോചിതമായി പലതും പ്രവർത്തിച്ച് വളരെക്കാലം ഒരു മാതിരി സുഖമായിത്തന്നെ ജീവിച്ചു. ജീവിതം മടുത്തുതുടങ്ങി. ഇനി മരിച്ചുകളയാം എന്നു തീർച്ചയാക്കി. പക്ഷേ തനിക്ക് സ്വർഗ്ഗത്തിൽത്തന്നെ പോകണമെന്ന് പദ്രോയ്ക്ക് നിർബ്ബന്ധമുണ്ടായിരുന്നു. അതുകൊണ്ട് പദ്രോ നേരെ സ്വർഗ്ഗവാതിൽ നോക്കി നടന്നു. വാതിൽക്കൽ കാവൽക്കാരനായി നിന്നിരുന്നത് സൻപദ്രോ എന്ന പേരോടുകൂടിയ ഒരാളായിരുന്നു. വലിയ കൃത്യനിഷ്ഠയുള്ള അയാളെ പറ്റിക്കാൻ എളുപ്പത്തിൽ കഴിയുമായിരുന്നില്ല.

എന്നാലും ഒന്നു പരീക്ഷിക്കുക തന്നെ. പദ്രോ തീരുമാനിച്ചു. സ്വർഗ്ഗവാതിൽക്കലെത്തിയ പദ്രോയെ സൻപദ്രോ തടഞ്ഞു.

'പദ്രോ നിന്നെ ഞാൻ അകത്തേക്കു വിടില്ല.നിന്റെ ജീവിതം സ്വർഗ്ഗം

അർഹിക്കുന്ന തരത്തിലുള്ളതായിരുന്നില്ല.'

ഇതുകേട്ട പദ്രോ ഒട്ടും കൂസലില്ലാതെ പറഞ്ഞു. 'താങ്കൾ പറഞ്ഞത് ശരിയാണ്. ഞാനത്ര നല്ല രീതിയിലല്ല ജീവിച്ചത്. പക്ഷേ ഞാനകത്തേക്കൊന്ന് എത്തിനോക്കിക്കോട്ടെ. അതിനെങ്കിലും എന്നെ അനവദിക്ക്. ഒന്നുമല്ലെങ്കിലും നമുക്ക് രണ്ടുപേർക്കും ഏതാണ്ട് ഒരേ മാതിരി പേരല്ലേ?'

ഇതുകേട്ടപ്പോൾ സൻപദ്രോയ്ക്ക് അല്പം ദയ തോന്നി. വാതിൽ അല്പം തുറന്ന് കഷ്ടിച്ച് അകത്തേക്കു നോക്കാൻ മാത്രം തരപ്പെടുത്തി. ഈ തക്കം നോക്കി പദ്രോ തന്റെ മൂക്ക് കതകുകളുടെ വിടവിൽക്കൂടി അകത്തേയ്ക്കിട്ടു. സൻപദ്രോ കതക് അടച്ചപ്പോൾ പദ്രോ ബഹളമുണ്ടാക്കി.

'എന്റെ മൂക്ക്, ഹേ... സൻപദ്രോ എന്റെ മൂക്ക് കതകിനിടയിൽപ്പെട്ട് അരഞ്ഞുപോകും.

സൻപദ്രോ കതക് അല്പം കൂടി തുറന്നുപിടിച്ചു. പദ്രോയാകട്ടെ മൂക്ക് പുറത്തേയ്ക്കെടുക്കുന്നതിനു പകരം തല അകത്തേക്ക് തള്ളിക്കടത്തുകയാണ് ചെയ്തത്.

സൻപദ്രോ വാതിലടയ്ക്കാൻ ശ്രമിച്ചപ്പോൾ പദ്രോ വീണ്ടും ശബ്ദമുണ്ടാക്കി. 'ഹേ സൻപദ്രോ. എന്താണീക്കാണിക്കുന്നത്? നിങ്ങളെന്റെ പിടലി ഈ കതകിനിടയിലിട്ട് ഞെരുക്കി എന്നെ കൊല്ലുമെന്നു തോന്നുന്നല്ലോ.' സൻപദ്രോ വീണ്ടും വാതിൽ അല്പംകൂടി തുറന്നു. ഒട്ടും താമസിയാതെ പദ്രോ തന്റെ ശരീരത്തിന്റെ നല്ലൊരു ഭാഗം ഉള്ളിലേക്ക് കടത്തി. എന്നിട്ട് സൻപദ്രോയോടായി പറഞ്ഞു. 'ഹേ, ചങ്ങാതി നിങ്ങൾ നോക്കൂ. എന്റെ ശരീരത്തിന്റെ നല്ലൊരു ഭാഗം ഇപ്പോൾത്തന്നെ അകത്തായിക്കഴിഞ്ഞിരിക്കുന്നു. ഇനി ശേഷിക്കുന്നത് എന്റെ ശരീരത്തിന്റെ പിൻഭാഗം മാത്രമാണ് അതുകൊണ്ട് ബുദ്ധിമോശം കാണിക്കാതെ എന്നെ അകത്തുവിടൂ.'

എന്തു ചെയ്യണമെന്നറിയാതെ സൻപദ്രോ കതകും പിടിച്ച് ആ നിലയിൽത്തന്നെ നിന്നു. കുറെ നേരം അതേ നില്പിൽ നിന്നപ്പോൾ, തനിക്കു ചെയ്യേണ്ട മറ്റു ജോലികളെക്കുറിച്ചുള്ള ഓർമ്മ വന്നു. മറ്റു പോംവഴികളൊന്നുമില്ലെന്ന പൂർണബോധ്യത്തോടെ പദ്രോയെ സ്വർഗ്ഗത്തിനുള്ളിലേക്ക് കടത്തിവിട്ടു.

പദ്രോ സ്വർഗ്ഗത്തിനുള്ളിൽ പ്രവേശിച്ചു കഴിഞ്ഞാൽ സ്വർഗത്തിലെ സൈ്വര്യം നശിക്കുമെന്ന് സൻപദ്രോ മുൻകൂട്ടി കണ്ടു. അയാൾ തന്റെ ദിവ്യത്വം പ്രയോഗിച്ച് പദ്രോയെ ശപിച്ചു.

'നീ കല്ലായി പോകട്ടെ.'

പെട്ടെന്ന് പദ്രോ അപേക്ഷിച്ചു. 'സൻപദ്രോ നിങ്ങളെനിക്ക് ശാപം തന്നത് ശരിതന്നെ. എനിക്കിപ്പോൾ ഒരു സമാധാനമുണ്ട്. ഞാനാഗ്രഹിച്ചതുപോലെ സ്വർഗ്ഗത്തിൽത്തന്നെ എത്തിച്ചേർന്നല്ലോ. എനിക്കുവേണ്ടി ഒരു സഹായവുംകൂടി ചെയ്യൂ. ഞാൻ കല്ലായി ഇവിടെ കഴിയുമ്പോഴും സ്വർഗ്ഗത്തിലെ കാഴ്ചകൾ കാണാൻ വേണ്ടി എനിക്ക് രണ്ടു കണ്ണുകളും കൂടി തരൂ. അപ്പോൾ എനിക്കും സന്തോഷമാവും. കല്ലായ ഞാൻ ഒരുപദ്രവവും ചെയ്യുകയില്ലെന്ന് നിങ്ങൾക്കും സമാധാനിക്കാം. എന്താ അങ്ങനെ ചെയ്യില്ലേ?'

പദ്രോയുടെ അപേക്ഷ ന്യായമാണെന്ന് തോന്നിയ സൻപദ്രോ അങ്ങനെയാകട്ടെ എന്നു സമ്മതിക്കുകയും ചെയ്തു.

ഇപ്പോഴും സ്വർഗ്ഗകവാടം കടന്ന് ഉള്ളിൽ കയറുമ്പോൾ രണ്ടു കണ്ണുകളുള്ള ഒരു കല്ല് കാണാം. നമ്മുടെ പദ്രോയുടെ കണ്ണുകൾ!

പണം കായ്ക്കുന്ന മരം

പദ്രോയുടെ കൈയിലുണ്ടായിരുന്ന പണം ഏതാണ്ട് തീരാറായി. എട്ടോ പത്തോ സ്വർണനാണയത്തുട്ടുകൾ മാത്രമേ ഇനിയുള്ളു. അതുകൊണ്ട് എത്രനാൾ ജീവിക്കാനാവും? പദ്രോ തന്നോടുതന്നെ ചോദിച്ചു. കുറെ നേരം ആലോചനയിൽ മുഴുകിയിരുന്നശേഷം കൈയിലു ണ്ടായിരുന്ന നാണയങ്ങൾ ആണികൊണ്ട് തുളച്ച് ഓട്ടയാക്കി. പിന്നീട് അടുത്തുനിന്ന് മുള്ളുള്ള ഒരു ചെറിയ മരത്തിന്റെ കൊമ്പുകളിൽ അവ തൂക്കിയിട്ടു. എന്നിട്ട് ആ മരത്തിന്റെ ചുവട്ടിൽ ഉറക്കം നടിച്ച് നീണ്ടുനി വർന്നു കിടന്നു.

എത്രനേരം അങ്ങനെ കിടന്നുവെന്നറിയില്ല. അയാൾ ഏതോ മനോരാജ്യത്തിലായിരുന്നു.

പദ്രോയോട് മന്ത്രക്കലം വാങ്ങിയ വഴിയാത്രക്കാർന്നെ അതു വഴി വന്നു.

പദ്രോയെക്കണ്ടപ്പോൾ അവർക്കും അരിശം വന്നു.

'ഇവനെ വെട്ടാതെ വിടരുത്. വക വരുത്തുകതന്നെ. നല്ല ഉറക്കമാ ണെന്നു തോന്നുന്നു. ഇതുതന്നെ പറ്റിയ സമയം.'

അവർ ഉയർത്തിപ്പിച്ച കത്തിയുമായി പദ്രോയുടെ അടുത്തെത്തി കാലൊച്ച കേട്ടപ്പോൾ പദ്രോ കണ്ണുതുറന്നു.

അവർ രണ്ടുപേരും ഒരേ സ്വരത്തിൽ ആക്രോശിച്ചു.

'വിടരുതവനേ... തുണ്ടം തുണ്ടമാക്കി ഈ റോഡിൽ എറിയണം.'

പദ്രോ ഒരു സാധുവിനെപ്പോലെ ചോദിച്ചു. 'നിങ്ങളെന്തിനാണ് എന്നെ കൊല്ലാൻ ശ്രമിക്കുന്നത്? ഞാനെന്തു തെറ്റു ചെയ്തു?'

'നീയല്ലേടാ കാൽക്കാശിനു വിലയില്ലാത്ത മൺകലത്തിന് ഞങ്ങളോട് ആയിരം പെസോ വാങ്ങിയത്. അതിനുമുമ്പും നീ തന്നെ യല്ലേ ഞങ്ങളെ കബളിപ്പിച്ച് കുതിരയെ തട്ടിക്കൊണ്ടുപോയത്?'

അവർ പദ്രോയുടെ മുടിക്ക് കയറി പിടിച്ചു.

അപ്പോഴാണ് ഒരാൾ ശ്രദ്ധിച്ചത്, അടുത്തുനിൽക്കുന്ന മരത്തിൽ സ്വർണനാണയങ്ങൾ തൂങ്ങിയാടുന്നു.

അയാൾ ശകാരം നിർത്തി.

മരത്തിൽനിന്നും ഒരു സ്വർണനാണയം പറിച്ചെടുത്തു.

സ്നേഹിതനോടായി പറഞ്ഞു. 'ദാ നോക്ക് സ്വർണനാണയം കായ്ക്കു ന്ന മരം.'

'അങ്ങനെയോ? നമുക്കും ഇങ്ങനെയൊരു മരമുണ്ടെങ്കിൽ എത്ര നന്നായിരുന്നു.' രണ്ടാമത്തേവൻ പറഞ്ഞു. അവർ പദ്രോയോട് ചോദിച്ചു: 'ഈ മരത്തിന്റെ പേരെന്താണ്?'

'എന്റെ തലമുടിയിൽനിന്നു വിട്ടാൽ ഞാൻ വിവരങ്ങളെല്ലാം പറയാം.'

'ശരി. പറ.' അയാൾ പദ്രോയുടെ മുടിയിൽനിന്നും കൈയെടുത്തു. പദ്രോ അല്പം അതിശയോക്തിയോടെ കാര്യങ്ങൾ അവതരിപ്പിച്ചു.

'ഇത് എന്റെ സ്വർണനാണയങ്ങൾ കായ്ക്കുന്ന മരമാണ്. ഞാൻ വളരെക്കാലമായിട്ട് ഈ ചെടിക്ക് വെള്ളവും വളവുമെല്ലാം കൊടുത്ത് സംരക്ഷിക്കുകയാണ്. ഇപ്പോൾ കായ്കൾ ഏതാണ്ട് വിളഞ്ഞു . ്നാളെയോ അതിനടുത്ത ദിവസമോ ഞാൻ കായ്കൾ പറിക്കും.

ശരിയാണോ. ഇത് ശരിക്കും പണം കായ്ക്കുന്ന മരമാണോ? വർഷ ത്തിൽ എത്ര പ്രാവശ്യം കായ്ക്കും?

ഒരു വർഷത്തിൽ നാലു പ്രാവശ്യം വരെ കായ്ക്കും. ധാരാളം വളമിട്ടാൽ നല്ല വിള കിട്ടു. എന്റെ കൈയിൽ വളം വാങ്ങാൻ വേണ്ടത്ര പണമില്ലാ ത്തതുകൊണ്ട് ഇപ്രാവശ്യത്തെ വിളവ് അല്പം മോശമാണ്.

വഴിപോക്കർ പദ്രോ കേൾക്കാതെ സ്വകാര്യമായി പറഞ്ഞു.

'നമുക്കീമരം എങ്ങനെയെങ്കിലും നമ്മുടെ സ്വന്തമാക്കണം. ഈ മരം ലഭിച്ചാൽ നമുക്ക് വേഗം ധരികരാകാം.'

അതിലൊരാൾ പറഞ്ഞു. 'നീ ഈ മരം ഞങ്ങൾക്ക്

തരികയാണെങ്കിൽ ഞങ്ങൾ നിന്നെ വെറുതെ വിടാം.'

പദ്രോ മറുപടി പറഞ്ഞു: 'ഞാനെന്തിനിത് നിങ്ങൾക്ക് തരണം. തൽക്കാലം എന്റെ ചെലവുകൾക്ക് ഇതിൽനിന്നു കിട്ടുന്ന സ്വർണനാണയങ്ങൾ ധാരാളംമതി. അടുത്ത പ്രാവശ്യം കൂടുതൽ വളവും വെള്ളവും നൽകുമ്പോൾ എനിക്ക് തീർച്ചയായും കൂടുതൽ വിള കിട്ടും. അങ്ങനെ രണ്ടുമൂന്നു പ്രാവശ്യമാകുമ്പോൾ ഞാനൊരു ധനികനാവുമെന്നു തീർച്ച. പിന്നെ എന്നെ പേടിപ്പിക്കുകയൊന്നും വേണ്ട. അങ്ങനെ പേടിക്കുന്നവനൊന്നുമല്ല ഞാൻ.

'വെറുതെ പറഞ്ഞതല്ല പദ്രോ. ഞങ്ങൾ നിന്നെ ഒന്നും ചെയ്യില്ല.'

'ഈ മരം മാത്രം ഞങ്ങൾക്ക് തന്നാൽ മതി.'

'ഓ അങ്ങനെയൊന്നും പേടിപ്പിക്കാതെ ചങ്ങാതിമാരേ. ചില്ലറ കാര്യത്തിനൊന്നും ഞാനീമരം നിങ്ങൾക്കു വിട്ടുതരില്ല. എന്നുതന്നെയല്ല ഈ മരമില്ലെങ്കിൽ പിന്നെ ഞാനെങ്ങനെ ജീവിക്കും?'

'പദ്രോ. ഞങ്ങൾ പറയുന്നതൊന്നു കേൾക്ക്. നിന്നെ ഞങ്ങളൊന്നും ചെയ്യുകയില്ലെന്നു മാത്രമല്ല അഞ്ഞൂറ് പെസോയും തരാം.'

'എന്ത്? ഞാനിത് അത്ര നിസ്സാരവിലയ്ക്കു തരുമെന്ന് നിങ്ങൾ കരുതുന്നുണ്ടോ?'

'ആയിര പെസോ തരാം'

'വെറുതെ എന്തിനിങ്ങനെ വിലപേശുന്നു.? ഒരയ്യായിരം പെസോയിൽ കുറഞ്ഞ് ഞാനീക്കാര്യം ആലോചിക്കുന്ന പ്രശ്നമേയില്ല.'

'ശരി പദ്രോ. വില പേശേണ്ട. ഇതാ അയ്യായിരം പെസോ. പദ്രോ കാശു വാങ്ങി സന്തോഷത്തോടെ സ്ഥലംവിട്ടു. മരത്തിലുണ്ടായിരുന്ന നാണയങ്ങളെല്ലാം അടുത്തദിവസം തന്നെ അവർ പറിച്ചെടുത്തു. അവരിരുവരും അവിടെത്തന്നെ താമസിച്ചു. മരത്തിന് വേണ്ടത്ര വെള്ളവും വളവും നൽകി പരിചരിച്ചു. മാസങ്ങൾ ഓരോന്നായി കഴിഞ്ഞു. ചെറിയ മാറ്റംപോലും മരത്തിനുണ്ടായില്ല. അവർക്ക് സംശയം തോന്നിത്തുടങ്ങി. എന്താണിങ്ങനെ? വിളവുണ്ടാകേണ്ട സമയം ആയല്ലോ. ദിവസങ്ങൾ പിന്നെയും മുന്നോട്ടുപോയി. അഞ്ചുമാസം പിന്നിട്ടു. ഒരു പ്രയോജനവുമില്ലെന്ന് അവർക്ക് ബോധ്യമായി. തങ്ങൾ വീണ്ടും കബളിക്കപ്പെട്ടിരിക്കുന്നുവെന്ന് തിരിച്ചറിഞ്ഞു. പക്ഷേ, അപ്പോഴേക്കും പദ്രോ ആ നാട്ടിൽനിന്നുതന്നെ സ്ഥലംവിട്ടിരുന്നു.

ചൂളം വിളിക്കാൻ പഠിച്ച കുറുക്കൻ

അർജന്റീനയിൽ പ്രചാരത്തിലുള്ളതാണ് ഈ കഥ. മൃഗങ്ങളും പക്ഷികളുമെല്ലാം ചിന്തിക്കുകയും സംസാരിക്കുകയും പ്രവർത്തിക്കുകയും ചെയ്തിരുന്ന കാലം!

അക്കാലത്ത് കേമനോ, സൂത്രശാലിയോ അല്ലാത്ത ഒരു കുറുക്കന് വലിയൊരു മോഹമുദിച്ചു. തനിക്ക് കുരുവികളെപ്പോലെ ചൂളം വിളിക്കാൻ കഴിഞ്ഞിരുന്നെങ്കിൽ... അവ എത്ര മനോഹരമായാണ് ചൂളം വിളിക്കുന്നത്! എന്തു രസമാണത് കേൾക്കാൻ!

കുരുവികളുടെ ചൂളംവിളി കേൾക്കുന്തോറും കുറുക്കന്റെ മോഹവും ഇരട്ടിച്ചു. കുറുക്കൻ ദിവസവും തന്റെ മാളത്തിലിരുന്ന് ചൂളം വിളി അഭ്യസിക്കാൻ തുടങ്ങി. ചുണ്ടുകൾ പല രീതിയിൽ കൂട്ടിപ്പിടിച്ച് ശ്വാസമെടുത്ത് പുറത്തുവിട്ടുനോക്കി. എന്തൊക്കെയോ അപശബ്ദങ്ങളുണ്ടായി എന്നല്ലാതെ അതൊന്നും ചൂളം വിളിയായില്ല.

കുറുക്കൻ സ്വയം ആശ്വസിച്ചു. 'തൽക്കാലം ശരിയായില്ലെങ്കിലും ഒരുനാൾ ഞാൻ ചൂളം വിളിക്കുകതന്നെ ചെയ്യും.'

ഒരു ദിവസം മാളത്തിനു മുമ്പിലിരുന്ന് കുറുക്കൻ ചൂളംവിളി പഠിക്കാനുള്ള ശ്രമം നടത്തുകയായിരുന്നു. അപ്പോൾ അതുവഴി ഒരു പുലി വന്നു. കുറുക്കൻ ബുദ്ധിമുട്ടി ശ്വാസം വിടുന്നതുകണ്ട് പുലി ചോദിച്ചു.

'എന്താ സ്നേഹിതാ, തനിക്കു നല്ല സുഖമില്ലേ? അണയ്ക്കുന്നതു പോലെ ഉണ്ടല്ലോ?'

'ഏയ്. അങ്ങനെയൊന്നുമില്ല. ഞാൻ. കുരുവികളെപ്പോലെ ചൂളം

വിളിക്കാൻ പരിശീലിക്കുകയാണ്.'

കുറുക്കൻ പുലിക്കു കാണാൻവേണ്ടി വീണ്ടും ശ്വാസം വലിച്ചുപിടിച്ച്, ഒന്നു തയ്യാറെടുത്ത് വായ് ആവുന്നത്ര പിളർത്തി ശ്വാസം വിട്ടു. ഫലമോ? അപശബ്ദം തന്നെ.

പുലി തന്റെ സ്വതസിദ്ധമായ പരിഹാസം കലർത്തി പറഞ്ഞു.

'എന്തൊക്കെപ്പറഞ്ഞാലും ഒന്നു സമ്മതിച്ചേ മതിയാവൂ. കുറുക്കൻ ചേട്ടൻ മറ്റാരേക്കാളും കഴിവുള്ളവനാണ്. പല കാര്യങ്ങളിലും പ്രഗത്ഭനു മാണ്. പക്ഷേ ചൂളംവിളി അക്കൂട്ടത്തിൽപ്പെടുകയില്ലെന്നു മാത്രം.'

കുറുക്കൻ ആ പരിഹാസം അത്ര കാര്യമാക്കിയില്ല. 'അങ്ങനെ യൊന്നും കരുതണ്ട. നോക്കിക്കോ, അധികം താമസിയാതെ ഞാൻ കുരുവികളേക്കാളും നന്നായി ചൂളം വിളിക്കാൻ പഠിക്കും.'

'കൂട്ടുകാരാ, നിനക്ക് ആ കുരുവിയോട് പറഞ്ഞുകൂടേ, ചൂളം വിളിക്കാൻ പഠിപ്പിക്കണമെന്ന്? പുലി തുടർന്നു. 'പക്ഷേ ഒരു കാര്യം കുരുവിയിറ ച്ചിക്ക് സ്വാദാണെന്നും പറഞ്ഞ് അതിനെപ്പിടിച്ച് തിന്നില്ലെന്ന് സത്യം ചെയ്തു കൊടുക്കണം.

ശരിയാണ്. കുരുവിയിറച്ചിയുടെ സ്വാദ് ഒന്നുവേറെതന്നെയാണ്. കുരുവികളെ എനിക്കെന്തിഷ്ടമാണെന്നോ? പ്രത്യേകിച്ചും അവ എന്റെ വയറ്റിലെത്തുമ്പോൾ.

കുറുക്കൻ അല്പനേരത്തെ മൗനത്തിനുശേഷം അവിടെനിന്നും പോയി. പോകുമ്പോൾ മനസ്സിൽ കരുതി. പുലി പറഞ്ഞതു ശരിയാണ്. ഇങ്ങനെ തന്നത്താൻ പഠിച്ചാൽ കാര്യം നടക്കില്ല. നന്നായി ചൂളം വിളിക്കാൻ കഴിയണമെങ്കിൽ കുരുവിയുടെ അടുത്തുനിന്നുതന്നെ പഠിക്കണം.

പോകുന്ന വഴി അതിശയമെന്നോണം കുരുവി തനിക്കെതിരെ വരുന്നു. കുറുക്കനെ കണ്ടതും കുരുവി അടുത്ത മരക്കൊമ്പിൽ ചാടിക്ക യറി.

കുറുക്കൻ അനുനയസ്വരത്തിൽ കുരുവിയോടു പറഞ്ഞു.

'കുരുവിയേടത്തി, ഏടത്തിക്കെന്നെ ഭയമാണോ? ഞാൻ പറയുന്ന തൊന്നു കേൾക്കൂ. ഭയപ്പെടേണ്ട. ഞാൻ കുരുവിയേടത്തിയുടെ ഒരാ രാധകനാണ്.'

കുരുവിക്ക് വിശ്വസിക്കാനായില്ല. അത് മനസ്സിൽ വിചാരിച്ചു.

'എന്ത്?കുറുക്കൻ എന്റെ ആരാധകനാണെന്നോ?'

'ഞാൻ സത്യം ചെയ്യുന്നു. ഞാൻ ഏടത്തിയേയോ, ഏടത്തിയുടെ

സ്വന്തക്കാരെയോ യാതൊരു കാരണവശാലും ഉപദ്രവിക്കുകയോ ക്ലേശിപ്പിക്കുകയോ ചെയ്യുകയില്ല. സത്യം! സത്യം! സത്യം!'

കുരുവിയുടെ ഭയം അല്പം കുറഞ്ഞു.

'എന്താ അനിയാ, എന്നോടിപ്പം ഇത്ര സ്നേഹം?'

'കുരുവിയേടത്തീ, സത്യം പറയാമല്ലോ. ഏടത്തിയുടെ ചൂളംവിളി എനിക്കു വലിയ ഇഷ്ടമാ. എനിക്കും അതുപോലെ ചൂളം വിളിക്കാൻ പഠിക്കണം. ഏടത്തി വേണം എന്നെ പഠിപ്പിക്കാൻ.' തന്നെ പിടിച്ചു തിന്നാൻ ആ കുറുക്കൻ പല പ്രാവശ്യം ശ്രമിച്ചിട്ടുള്ളത് കുരുവി മറന്നിരുന്നില്ല. എന്നാലും തന്റെ ചൂളം വിളിയെ ഒരാളെങ്കിലും പ്രശംസിച്ചല്ലോ എന്ന സന്തോഷംകൊണ്ട് അവൾ പറഞ്ഞു. 'അനിയാ, ഞാൻ നിന്നെ ചൂളം വിളിക്കാൻ പഠിപ്പിക്കാം. പക്ഷേ അതിന് ചില നിബന്ധനകളൊക്കെയുണ്ട്.'

കുരുവി ഭയംവിട്ട് കുറുക്കന്റെ അടുത്തേക്ക് പറന്നിറങ്ങിയിരുന്നു.

'ഞാൻ നിന്റെ വായയൊക്കെയൊന്നു പരിശോധിക്കട്ടെ.'

കുറുക്കൻ സമ്മതം മൂളി. കുരുവി കുറുക്കന്റെ മുഖത്തേക്ക് നന്നായി നോക്കിയിട്ടു പറഞ്ഞു.

'അനിയാ, നിന്റെ വായ വളരെ വലുതാണ്. ഇത്തരം വലിയ വായയുള്ളവർക്ക് ചൂളം വിളിക്കാൻ കഴിയുകയില്ല.'

'അങ്ങനെയോ?' കുറുക്കൻ ദുഃഖിച്ചു.

കുരുവി സമാധാനപ്പെടുത്തി.

'നീ വിഷമിക്കണ്ട. സ്വല്പം ക്ഷമയോടെ കുറച്ചു വേദന സഹിക്കണം. നിനക്ക് സമ്മതമാണെങ്കിൽ നമുക്ക് ചെറിയൊരു ഉപായംകൊണ്ട് നിന്റെ വായ ചെറുതാക്കാം. എന്താ സമ്മതമാണോ?

'ഓ...ഞാൻ റെഡി.'

കുരുവി കുറച്ച് വാഴനാര് സംഘടിപ്പിച്ചു. സ്വന്തം ചിറകിൽനിന്ന് ഒരു തൂവൽ പൊട്ടിച്ചെടുത്ത് അതിന്റെ കൂർത്ത അറ്റം ഒരു സൂചിപോലെയാക്കി. ആ ഒരുക്കങ്ങൾക്കുശേഷം കുരുവി പറഞ്ഞു. 'അനിയാ, ഞാൻ നിന്റെ രണ്ട് ചിറികളും തയ്ച്ചുചേർത്ത് വായുടെ വലുപ്പം അല്പം കുറയ്ക്കാൻ പോവുകയാണ്.'

പാവം കുറുക്കൻ. സമ്മതിച്ചല്ലേ പറ്റൂ. ചൂളം വിളിക്കാൻ പഠിക്കണമല്ലോ?

കുരുവി കുറുക്കന്റെ മൂക്കിനു മുകളിൽ കയറിയിരുന്നു. സൂചിയും നാരും കൈയിലെടുത്തു. അവന്റെ ചിറികൾ രണ്ടും കൂട്ടിപ്പിടിച്ച് തുന്നാൻ തുടങ്ങി.

കുറുക്കൻ വേദന കടിച്ചമർത്തി മിണ്ടാതെ ഇരുന്നു. വേണ്ടത്ര തുന്നിച്ചേർത്തിനുശേഷം കുരുവി കുറുക്കന്റെ മുമ്പിലേക്ക് ഇറങ്ങിയിരുന്നു. എന്നിട്ട് തന്റെ കൈവിരുത് പരിശോധിച്ചു.

'ഇത്ര മതിയെന്നു തോന്നുന്നു. അനിയനിപ്പോൾ നന്നായി ചൂളം വിളിക്കാൻകഴിയണം. ഒന്നു ശ്രമിച്ചു നോക്കൂ. ശ്വാസം നന്നായി വലിച്ചുപിടിച്ച് സാവധാനം വായിൽക്കൂടി വെളിയിൽ വിടൂ. ദാ ഇങ്ങനെ.'

കുറുക്കൻ കുരുവി പറഞ്ഞതുപോലെ ചെയ്തു. എന്തു നല്ല ശബ്ദം. ദൂരെ കേൾക്കാവുന്ന ഇമ്പമുള്ള ചൂളം. കുറുക്കൻ സന്തുഷ്ടനായി. കുരുവിയും സന്തോഷത്തോടെ പറഞ്ഞു.

'നല്ലത്, നല്ലത് അനിയാ. നിനക്ക് വേഗം തന്നെ എന്നെപ്പോലെ സുന്ദരമായി ചൂളം വിളിക്കാൻ കഴിയും.

എന്നാൽ കുറുക്കൻ അതിനകം തന്നെ വമ്പു പറയാൻ തുടങ്ങി.

'ഓ, പിന്നെ, എനിക്കിപ്പോൾത്തന്നെ കുരുവിച്ചേടത്തിയേക്കാൾ നന്നായി ചൂളം വിളിക്കാൻ കഴിയും.' അതു കേട്ടപ്പോൾ കുരുവിക്ക് പൊറുത്തില്ല. അവൻ തനി സ്വരൂപം കാട്ടാൻ തുടങ്ങിക്കഴിഞ്ഞിരിക്കുന്നുവെന്ന് കുരുവിക്ക് തോന്നി.

ശരി. അങ്ങനെയാണെങ്കിൽ നിനക്കിനി എന്റെ ആവശ്യമില്ലല്ലോ?

കുരുവി ചിറകു വിടർത്തി പറന്നുപോകാൻ തയ്യാറായി.

കുറുക്കനാകട്ടെ കുരുവിയോട് ചെയ്ത പ്രതിജ്ഞ മറന്നു കഴിഞ്ഞിരുന്നു. സ്വാദുള്ള കുരുവിയിറച്ചി മാത്രമായി അവന്റെ മനസ്സ് മുഴുവനും.

മറ്റൊന്നും ചിന്തിക്കാതെ അവൻ കുരുവിയുടെ നേരെ ഒറ്റച്ചാട്ടം. വാ പൊളിച്ച് കുരുവിയെ വായ്ക്കുള്ളിലാക്കാൻ ശ്രമിച്ചു.

കഷ്ടം! രണ്ടു ചുണ്ടുകളും ചേർത്തു തുന്നിയിരുന്ന നാരുകൾ ഒന്നൊന്നായി പൊട്ടി, ചിറികൾ കീറി ചോരയൊലിച്ചു. സഹിക്കാൻ വയ്യാത്ത വേദന. അതിനിടയിൽ കുരുവി പറന്നകന്നുപോയി. വിഷണ്ണനായ കുറുക്കൻ വേദനയും സഹിച്ച് ഒരുവിധത്തിൽ തന്റെ മാളത്തിലെത്തി. ചൂളം വിളി പഠിക്കാനുള്ള ആഗ്രഹമുപേക്ഷിച്ച് അവൻ ചുരുണ്ടുകിടന്നു.

കോലാ സ്നേഹിതർ

വടക്കെ അമേരിക്കയിലെ റെഡ്ഡിന്ത്യൻ വംശജരുടെയിടയിലും ലോകത്തിൽ മറ്റെവിടെയുമെന്നപോലെ വളരെയധികം കഥകൾ പ്രചാരത്തിലുണ്ടായിരുന്ന ഒരു കാലമുണ്ടായിരുന്നു. അത്തരം കഥകളിൽ പലതും അതാതുനാട്ടുകളിലെ പരമ്പരാഗത വിശ്വാസങ്ങളുടെയും അനുഷ്ഠാനങ്ങളുടെയും പശ്ചാത്തലത്തിൽ, മനുഷ്യന് സാരോപദേശങ്ങൾ നൽകുന്നതിന് ഉപയുക്തങ്ങളുമായിരുന്നു. അത്തരത്തിലൊരു കഥയാണിത്. അമേരിക്കയിലെ തെക്കൻ ഡക്കോട്ടയിൽ പ്രചാരത്തിലുള്ളതാണ് ഈ കഥ.

ചിലപ്പോൾ രണ്ടു ചെറുപ്പക്കാർ വിട്ടുപിരിയാനാവാത്ത കൂട്ടുകാരാരുന്നത് കാണാറില്ലേ. ആത്മമിത്രങ്ങൾ. എല്ലാം അവർ ഒന്നിച്ചുചെയ്യും; കിട്ടുന്നതെല്ലാം ഒരുമിച്ചു പങ്കുവയ്ക്കും, പരസ്പരം ഒന്നും ഒളിച്ചുവെയ്ക്കുകയില്ല. രഹസ്യങ്ങൾ പോലും രണ്ടുപേരുടേയും പൊതുസ്വത്താകും; ആവശ്യമെങ്കിൽ ഒരാളക്കുവേണ്ടി മറ്റേയാൾ മരിക്കാൻകൂടി മടിക്കുകയില്ല. അത്തരം കൂട്ടുകാരെ കോലസ്നേഹിതർ എന്നാണ് അമേരിക്കയിലെ ഒരു വിഭാഗം റെഡ്ഡിന്ത്യക്കാർ വിളിച്ചിരുന്നത്. കോലസ്നേഹം ദിവ്യമായ സ്നേഹമാണെന്ന് അവർ കരുതിയിരുന്നു.

ചേതനും, മാതോവും കോലസ്നേഹിതരായിരുന്നു. അവരെ എല്ലാവർക്കും ഇഷ്ടവുമായിരുന്നു. ആ ചെറുപ്പക്കാരുടെ കൂട്ടുകാരിയായിരുന്നു ലുത് വാന. അവർ മൂന്നുപേരും നല്ല വസ്ത്രങ്ങളണിഞ്ഞ് സന്തോഷത്തോടെ ഗ്രാമങ്ങളിലെങ്ങും ചുറ്റിക്കറങ്ങുന്നത് രസാവഹമായൊരു കാഴ്ചയായിരുന്നു. പ്രായം ചെന്ന അമ്മൂമ്മമാർ മാത്രം ചിലപ്പോഴെല്ലാം

പറയുമായിരുന്നു.

'ലുത്വാൻ ഇവരെ രണ്ടുപേരെയും കല്യാണം കഴിക്കാനാവില്ലല്ലോ?' പക്ഷേ, അവർ ഇത്രയുംകൂടി കൂട്ടിച്ചേർക്കും.

'അവൾക്ക് ആരെ തെരഞ്ഞെടുക്കണമെന്ന് തീരുമാനിക്കാൻ കഴിയും. കുറച്ചുകൂടി പ്രായമാകട്ടെ.'

അവരുടെ സ്നേഹബന്ധത്തിൽ ആ ഗ്രാമവാസികൾക്ക് ഒരു തെറ്റും തോന്നിയിരുന്നില്ല.

കോലസ്നേഹിതർ ഇങ്ങനെയായിരിക്കണം അവൾ പറയും.

അങ്ങനെയിരിക്കേ, ഒരു ദിവസം മാതോ ഉറ്റസ്നേഹിതനായ ചേതനോട് പറഞ്ഞു.

'ഇന്നലെ ഞാനൊരു സ്വപ്നം കണ്ടു. ഒരു നല്ല സ്വപ്നം. നമ്മളോട് പകയുള്ള ഗ്രാമക്കാർ നമ്മുടെ ഗ്രാമം ആക്രമിക്കാൻ കരുതിക്കൂട്ടി നിർത്തിയിരുന്ന കുതിരകളെയെല്ലാം നാം അവരുടെ സങ്കേതങ്ങൾ കണ്ടുപിടിച്ച് അവരോട് സധൈര്യം പൊരുതി നമ്മുടേതാക്കി. കുതിരകളുമായി തിരികെയെത്തിയ നമ്മെ രണ്ടുപേരെയും ഗ്രാമവാസികൾ വളരെയധികം സ്നേഹത്തോടെ സ്വീകരിച്ചു.'

സ്നേഹിതന്റെ വാക്കുകൾ കേട്ടതും ചേതൻ പറഞ്ഞു.

'ശരിയാണ് മാതോ നമുക്ക് ഉടനെതന്നെ പോകണം. അവരുടെ കുതിരകളെയെല്ലാം നമുക്ക് സ്വന്തമാക്കണം.'

മാതോ സന്തോഷത്തോടെ പ്രതികരിച്ചു.

'നീ പറഞ്ഞത് ശരിയാണ്. നമുക്ക് ഇന്നുരാത്രിതന്നെ പോകാം. നമ്മൾ കോലകളല്ലേ? നമ്മൾ രണ്ടുപേരുമു മാത്രം പോയാൽ മതി. ഈ വിജയം നമ്മുടേത് മാത്രമായിരിക്കണം.'

'ശരി.' ചേതൻ സമ്മതിച്ചു.

നേരത്തെ പറഞ്ഞുറച്ചതുപോലെ അവർ അന്നുരാത്രി തന്നെ ഗ്രാമത്തിലെ മറ്റാരുമറിയാതെ യാത്ര തിരിച്ചു. നടന്നുപോകാനായിരുന്നു തീരുമാനം.

ഓരോ കമ്പിളിപ്പുതപ്പ്, അവരവരുടെ വില്ലും ആവനാഴിയും, കുറച്ച് ഉണങ്ങിയ മാംസാഹാരം, നീണ്ട ഓരോ കയർ ഇതുമാത്രമായിരുന്നു കൊണ്ടുപോയത്. അന്നു രാത്രിയും അടുത്ത പകലും അവർ യാത്ര ചെയ്തു. അവരുമായി പകയുള്ള ഗ്രാമം അടുത്തുവെന്ന് മനസ്സിലായപ്പോൾ അവ മലമ്പ്രദേശത്ത് ആർക്കും സംശയം തോന്നിക്കാത്ത ഒരു ഗുഹയിൽ ഒളിച്ചു. ഒരു രാത്രിയും, പകലും വിശ്രമിച്ചു. അടുത്ത ദിവസം

നേരം ഇരുട്ടിത്തുടങ്ങിയപ്പോൾ പ്രകാശിച്ചുനിന്ന ചന്ദ്രന്റെ വെളിച്ചത്തിൽ അടുത്ത ഗ്രാമത്തിലേക്ക് നോക്കി. അവിടെയെങ്ങാനും യുദ്ധത്തിന് തയ്യാറാക്കി നിർത്തിയിരിക്കുന്ന പടക്കുതിരക്കൂട്ടം ഉണ്ടോ എന്നറിയണമല്ലോ. പക്ഷേ കുതിരക്കൂട്ടങ്ങളെയോ യുദ്ധത്തിനുള്ള തയ്യാറെടുപ്പോ എങ്ങും കണ്ടില്ല.

നിരാശരായ അവർ തിരികെ പോയാലോ എന്നാലോചിച്ചു. അപ്പോൾ മാതോ പറഞ്ഞു.

'കൂട്ടുകാരാ നമുക്കേതായാലും ഇവിടെയയുള്ള ഒന്നോ രണ്ടോ ഉയരംകൂടി മലകളുടെ മുകളിൽ കയറി ഒന്നുകൂടെ നോക്കാം. ഒരു പക്ഷെ അവർ കുതിരകളെ ഒളിപ്പിച്ചു നിർത്തിയിരിക്കുകയാണെങ്കിൽ ഉയരത്തിൽ നിന്നു നോക്കിയാൽ കാണാൻ കഴിഞ്ഞെന്നു വരും.'

ചേതനും അത് ശരിയാണെന്നു തോന്നി. ഒന്നുരണ്ടു മലകൾ കയറിയിറങ്ങി. പക്ഷേ അവരുദ്ദേശിച്ച പോലെ ഒന്നും കാണാൻ കഴിഞ്ഞില്ല.

ശരി, മടങ്ങുകതന്നെ. അവർ തീരുമാനിച്ചു.

അങ്ങനെയൊരു തീരുമാനത്തിലെത്തിക്കൊണ്ടിരിക്കുമ്പോഴാണ് അവർ നിൽക്കുന്ന മലയുടെ കുറേ താഴെയായി മാതോ രണ്ടു വലിയ പരുന്തുകുഞ്ഞുങ്ങളെ കണ്ടത്. മാതോ പറഞ്ഞു.

'സ്നേഹിതാ, നോക്കു. ആ പരുന്തുകുഞ്ഞുങ്ങളെ നോക്കു. നമുക്ക് എങ്ങനെയെങ്കിലും അവയെ പിടിക്കാം. കുതിരകളെ കിട്ടാത്ത നിരാശ ഒരളവുവരെ പരുന്തുകുഞ്ഞുങ്ങൾ നികത്തും.'

'അതെ' ചേതൻ പറഞ്ഞു.

'അവ വലുതാകുമ്പോൾ നമുക്ക് നിത്യേന അവയുടെ തൂവലുകൾ നൽകും. ദിവ്യമായ പരുന്തുതൂവലുകൾ തലയിൽ ധരിക്കുവാൻ കിട്ടുന്നത് വലിയ ഭാഗ്യമാണ്.'

ആ ഗ്രാമവാസികളുടെ ഇടയിലെ ഒരു വിശ്വാസമായിരുന്നു അത്.

'ശരി. അങ്ങനെതന്നെ'. മാതോയും സമ്മതിച്ചു.

'ഒരു കാര്യം ചെയ്യാം. നമ്മുടെ രണ്ടുപേരുടേയും കൈയിലുള്ള കയറുകൾ ഒന്നിച്ചുകെട്ടി അതിൽ പിടിച്ച് ഒരാൾക്ക് താഴേക്ക് ഇറങ്ങാം.' മാതോ തുടർന്നു.

'ഞാൻ കയറിന്റെ ഇങ്ങേയറ്റം ഭദ്രമായി പിടിക്കാം. നീ മറ്റേയറ്റത്തു പിടിച്ച് മെല്ലെ മെല്ലെ താഴോട്ടിറങ്ങണം.'

'ശരി.'

ചേതൻ വളരെ പതുക്കെ ശബ്ദമുണ്ടാക്കാതെ ശ്രദ്ധയോടെ

താഴേക്കിറങ്ങി. കുറച്ചുസമയം കൊണ്ട് ചേതൻ പരുന്തുകുഞ്ഞുങ്ങൾ ഇരുന്നിരുന്ന സ്ഥലത്ത് എത്തി, കാലുറപ്പിച്ചുനിന്നു. അപ്പോഴാണ് അത് സംഭവിച്ചത്. മാതോ കയറിന്റെ മറ്റേ അറ്റം ഇളക്കി ആട്ടി. പ്രതീക്ഷിക്കാതെ കയർ തന്റെ കൈയിൽനിന്നും വിട്ടുപോയി എന്ന് ചേതന് മനസ്സിലായി. വല്ലാതെ പരിഭ്രമിച്ച അവൻ കഴിയുന്നത്ര ശബ്ദമുയർത്തി വിളിച്ചു.

മാതോ.... മാതോ.....കയറെന്റെ കൈയിൽനിന്ന് വിട്ടുപോയല്ലോ. കയറ് താഴേക്കിട്ടു തരൂ... അതില്ലാതെ ഞാനെങ്ങനെ ഇവിടെനിന്ന് കയറും?'

'മാതോ....... മാതോ...........' പക്ഷേ, ചേതൻ കണ്ടത് കയറിന്റെ താഴത്തെ അറ്റം കുറേശ്ശെയായി മുകളിലേക്കുയർന്ന് അപ്രത്യക്ഷമാകുന്നതാണ്.

ചേതന്, അവന്റെ ദയനീയമായ വിളികൾ പ്രതിധ്വനികളായി സ്വന്തം കാതിൽ വീഴുന്നത് മാത്രമാണ് കേൾക്കാൻ കഴിഞ്ഞത്. താൻ വഞ്ചിക്കപ്പെട്ടിരിക്കുന്നുവെന്ന് ചേതൻ മനസ്സിലാക്കി.

ആ പാറക്കൂട്ടങ്ങളുടെ നടുവിൽ, ആ വിള്ളലിൽ ആഹാരമില്ലാതെ, വെള്ളമില്ലാതെ താൻ മരിക്കും, ഒരുപക്ഷേ പരുന്തുകുഞ്ഞുങ്ങളുടെ മാതാപിതാക്കൾ തന്നെ ആക്രമിച്ച് അവരുടെ ഇരയാക്കിയെന്നും വരാം. പക്ഷേ തനിക്കെന്തു ചെയ്യാൻ കഴിയും?

താൻ നിസ്സഹായനാണെന്ന് ചേതന് മനസ്സിലായി.

സൂര്യൻ പർവതിനിരകൾക്കു പിന്നിലേക്ക് അല്പാല്പമായി മറഞ്ഞു. അവിടെയെങ്ങും ഇരുട്ടു വ്യാപിച്ചു. ഉയർന്നുകൊണ്ടിരിക്കുന്ന ചന്ദ്രന്റെ നേരിയ വെളിച്ചം മാത്രം. പക്ഷേ, അതും അങ്ങിങ്ങായി രൂപംകൊണ്ട മേഘക്കൂട്ടങ്ങൾക്കു പിന്നിൽ ഒളിച്ചുകളി നടത്തുകയായിരുന്നു. അവന്റെ മനസ്സാകെ ഭയം നിറഞ്ഞു. ഇനി ഒരിക്കലും തനിക്ക് തന്റെ ഗ്രാമത്തിലേക്ക് മടങ്ങാനാവില്ലല്ലോ? അച്ഛനേയും അമ്മയേയും ഒരു പ്രാവശ്യമെങ്കിലും കാണാൻ അവസരമുണ്ടാവുകയില്ലല്ലോ? ഒപ്പം താനേറ്റവും സ്നേഹിച്ച കൂട്ടുകാരി ലുത് വാനേയും.

അപ്പോൾ അവന്റെ മനസ്സിൽ ആ സത്യം ഉണർന്നത്. 'അതെ! മാതോ തന്നെ ഇത്തരത്തിൽ വഞ്ചിച്ചത് ലുത് വാനു വേണ്ടിയാണ്'. ആ തിരിച്ചറിവ് അവനെ കൂടുതൽ ദുഃഖത്തിലാഴ്ത്തി. 'ഓ! വാകൻതാങ്കാ, ഓഷിമാലാ, എന്റെ ദൈവങ്ങളേ, എന്നോടു കനിവുകാണിക്കൂ. എന്നെ രക്ഷിക്കൂ.' ശബ്ദമെടുത്ത് പ്രാർത്ഥിച്ച ഓരോ പ്രാവശ്യവും മനസ്സിന് കൂടുതൽ കൂടുതൽ ധൈര്യം ലഭിച്ചതായി അവന് തോന്നി. തന്റെ

ദൈവങ്ങൾ തന്നെ രക്ഷിക്കാതിരിക്കില്ല.

ഈ സമയമെല്ലാം ആ പരുന്തുകുഞ്ഞുങ്ങൾ ശബ്ദമെടുത്ത് കരഞ്ഞു കൊണ്ടേയിരുന്നു. ആദ്യമൊക്കെ അവറ്റയുടെ കരച്ചിൽ അവനെ ഭയപ്പെടുത്തി. എന്നാൽ കുറേശ്ശെയായി ആ ശബ്ദം പരിചിതമായ തുപോലെ അനുഭവപ്പെട്ടു. അവൻ ധൈര്യം സമ്പാദിച്ച് അവയെ വിരലുകൾ നീട്ടി തൊട്ടു; വിരലുകൾകൊണ്ട് മൃദുവായി തലോടി. അവ കരച്ചിൽ നിർത്തി.വീണ്ടും കരഞ്ഞപ്പോൾ അവയുടെ സ്വരം കൂടുതൽ മൃദുവും സ്നേഹം കലർന്നതുമായിരുന്നു. അപ്പോൾ പരുന്തുകുഞ്ഞുങ്ങളുടെ മാതാപിതാക്കൾ ദൂരെനിന്ന് പറന്നെത്തി. ആദ്യം അവ ചേതനെ ദേഷ്യത്തോടെയാണ് നോക്കിയതെങ്കിലും അവനെ ആക്രമിച്ചില്ല. അതവന് ആശ്വാസം നൽകി.

കുറേനേരം പരുന്തുകൾ എന്തെല്ലാമോ ചിലച്ചു. ഒരുപക്ഷേ അവ ചേനതെക്കുറിച്ചായിരിക്കണം സംസാരിച്ചത്. തങ്ങളുടെ കുഞ്ഞുങ്ങൾക്കായി കൊണ്ടു വന്ന മാംസകഷണങ്ങൾ പരുന്തുകൾ അവറ്റകൾക്ക് വീതിച്ചുകൊടുത്തു. അവ തിന്നു തീർന്നപ്പോൾ മിച്ചമുണ്ടായിരുന്നു മാംസകഷ്ണം അമ്മ പരുന്ത് കൊത്തി വലിച്ച് ചേതന്റെ മുമ്പിലിട്ടു.

വിശപ്പടക്കാൻ മറ്റുവഴിയില്ലാതെ വിഷമിച്ചിരുന്ന ചേതൻ ഭയത്തോടെയാണെങ്കിലും ആ മാംസകഷണം വിറയ്ക്കുന്ന വിരലുകൾകൊണ്ട് എത്തിപ്പിടിച്ചെടുത്തു. പരുന്തുകൾ അത് നോക്കിയിരുന്നതല്ലാതെ അവനെ ഉപദ്രവിച്ചില്ല. അവൻ മെല്ലെ മാംസം ഭക്ഷിച്ചു. ക്രമേണ ചേതന്റെ ഭയം കുറഞ്ഞു. പരുന്തുകുഞ്ഞുങ്ങൾ തന്റെ സഹോദരങ്ങളാണെന്ന തോന്നൽ അവനിലുണ്ടായി. 'ദൈവം പരുന്തുകളുടെ രൂപത്തിൽ തന്നെ രക്ഷിച്ചു. സ്വന്തം അച്ഛനമ്മമാർ ചെയ്യുന്നതുപോലെ.' അവന് ആശ്വാസമായി.

ദിവസങ്ങൾ മുന്നോട്ടുപോയി. പരുന്തുകൾ ദിവസവും അവന് മാംസകഷണങ്ങൾ നൽകി. പരുന്തുകുഞ്ഞുങ്ങളാകട്ടെ അവനോട് ചേർന്ന് മുട്ടിയിരുമ്മിയിരുന്നു. രാത്രികളിലെ തണുപ്പിൽ അവയുടെ വളരുന്ന തൂവലുകൾ അവന് ചൂടേകി. അവർ അവന്റെ സഹോദരങ്ങളായി. അവയുടെ ചിറകുകൾക്ക് ശക്തികൂടിക്കൊണ്ടിരുന്നു. ചാടിച്ചാടി ഒരു കുന്നിൻചെരുവിൽനിന്നും അടുത്തതിലേക്ക് പറന്നുപറന്നു അവ നന്നായി പറക്കാൻ പഠിച്ചു. അവ ദൂരങ്ങളിലേക്ക പറക്കാൻ തയ്യാറെടുത്തു.

പരുന്തുകുഞ്ഞുങ്ങൾ പറന്നുയരുമ്പോൾ, ചേതൻ അവയുടെ കാലുകളിൽ ബലമായി പിടിച്ചി തൂങ്ങിക്കിടന്നു. അവയാകട്ടെ ശ്രദ്ധയോടെ ഒരേ ലക്ഷ്യത്തിൽ ഒന്നുചേർന്ന് മുകളിലേക്കുയർന്നു.

ഉയരങ്ങളിലേക്ക്, ഉയരങ്ങളിലേക്ക്. അവസാനം ആ കുറ്റൻ മലയുടെ മുകളിൽ താണിറങ്ങി. കാലുകൾ നിലത്തുതട്ടിയപ്പോഴാണ് ചേതന് ശ്വാസം നേരെ വീണത്. എന്നാലും ദൈവാനുഗ്രഹത്താൽ, പരുന്തുസഹോദരങ്ങളുടെ സഹായത്തോടെ തനിക്ക് ജീവിതം തിരിച്ചുകിട്ടിയല്ലോ. ചേതന് പറഞ്ഞറയിക്കാനാവാത്ത സന്തോഷം തോന്നി.

ചേതൻ തന്റെ സഹോദരങ്ങളെ കെട്ടിപ്പിടിച്ച് കരഞ്ഞു. ആനന്ദ ബാഷ്പം പൊഴിച്ചു. പ്രിയസഹോദരങ്ങളെ പിരിയുന്നതിലുള്ള സങ്കടം വേറെയു. അവൻ അവരോടായി വീണ്ടും വീണ്ടും പറഞ്ഞു.

'ഞാൻ തീർച്ചയായും തിരികെവരും. നിങ്ങളെ കാണാൻ എന്റെ സമ്മാനങ്ങളുമായി വരും.'

പരുന്തുകൾ ദുഃഖത്തോടെ ആകാശത്തിലേക്ക് പറന്നുയർന്ന് മറഞ്ഞു. ചേതൻ തന്റെ ഗ്രാമം ലക്ഷ്യമാക്കി നടന്നു. ക്ഷീണിതനായി സ്വന്തം ഗ്രാമത്തിൽ തിരിച്ചെത്തി. ചേതനെ കണ്ട ഗ്രാമവാസികൾ മതിമറന്ന് ആഹ്ലാദിച്ചു. ചേതന്റെ അവിശ്വസനീയമായ തിരിച്ചുവരവ് ഗ്രാമവാസികൾ കൊണ്ടാടി. അപ്പോഴും അവരുടെ മനസ്സിൽ മാതോയോടുള്ള കോപം എരിയുന്നുണ്ടായിരുന്നു. മാതോ അവരെ പറഞ്ഞു വിശ്വസിപ്പിച്ചിരുന്നത്, ചേതൻ ശത്രുക്കളുമായുള്ള ഏറ്റുമുട്ടലിൽ കൊല്ലപ്പെട്ടുവെന്നായിരുന്നു.

പെരുങ്കള്ളൻ, ചതിയൻ അവരാക്രോശിച്ചു. ആ ദ്രോഹിയെ കണ്ടുപിടിച്ച് തല്ലിക്കൊല്ലണം. അവർ തീർച്ചയാക്കി. അതിനുള്ള കരുനീക്കങ്ങൾ ആരംഭിച്ചു. പക്ഷേ ചേതന് അത്തൊരു പ്രതികാരചിന്ത ഉണ്ടായിരുന്നില്ല. അവൻ എല്ലാവരോടുമായി അപേക്ഷിച്ചു.

'മാതോവിന്റെ തെറ്റുകൾ പൊറുക്കണം. അവനോടുള്ള ദേഷ്യം അടക്കണം. എനിക്കുവേണ്ടി നിങ്ങളതു ചെയ്യണം. അവനെന്റെ കോലാ സ്നേഹിതനാണ്.അവനുവേണ്ടി ഞാൻ മാപ്പിരക്കുന്നു.' ചേതന്റെ വാക്കുകൾക്കു മുമ്പിൽ ഗ്രാമവാസികളുടെ കോപം കെട്ടടങ്ങി. അങ്ങനെ ഈ കഥ ഇവിടെ കഴിയുന്നു.

കഥാനന്തരം ഒരു കാര്യം കൂടി എടുത്തുപറയേണ്ടതുണ്ട്. കുറേ ദിവസങ്ങൾക്കുശേഷം ചേതനും ലുത് വാനും തമ്മിലുള്ള വിവാഹം ആഡംബരപൂർവ്വം സന്തോഷത്തോടെ നടന്നു. വിവാഹം കഴിഞ്ഞയുടനെ ചേതൻ ലുത് വാനുമൊത്ത് തന്റെ പരുന്തു സഹോദരങ്ങളെ കാണാനായി പുറപ്പെട്ടു. വളരെ ദൂരം യാത്ര ചെയ്ത് അവർ ആ ഉയരംകൂടിയ പർവ്വതങ്ങളുടെ മുകളിലെത്തി.

ചേതൻ തന്റെ സഹോദരങ്ങളെ അവർക്കു മനസ്സിലാകുന്ന

ഭാഷയിൽ വിളിച്ചു-

'ഈയാ....ഈയാ...ഈയാ...'

അല്പസമയത്തിനുള്ളിൽ ആകാശത്തിന്റെ ഉയരങ്ങളിൽ രണ്ടു നക്ഷത്രങ്ങൾപോലെ ആ പരുന്തു സഹോദരങ്ങൾ വട്ടമിടുന്നത് കാണാൻ കഴിഞ്ഞു. ഞൊടിയിടയ്ക്കുള്ളിൽ അവ താണു വന്ന് ചേതന്റെ രണ്ടു തോളിലുമായി ഇരിപ്പുറപ്പിച്ചു. ചേതൻ അവയെ സ്നേഹത്തോടെ തലോടി. ലുത് വാൻ അവയെ ഉമ്മ വച്ചു. ചേതൻ, അവർക്കായി കൊണ്ടു വന്ന സമ്മാനങ്ങൾ നൽകി അവയെ സന്തോഷിപ്പിച്ചു.

അങ്ങനെ മനുഷ്യരും പരുന്തുകളും തമ്മിലുള്ള സൗഹൃദം തുടർന്നു കൊണ്ടേയിരുന്നു.

അദൃശ്യരുടെ കൊട്ടാരം

ദക്ഷിണ അമേരിക്കയിലെ ട്യൽഷെ വംശജർക്കിടയിൽ പ്രചാരത്തിലുള്ള കഥയാണിത്. അമേരിക്കനിന്ധ്യാക്കാർ എന്ന് പൊതുവേ അറിയപ്പെടുന്നവർക്കിടിയിൽ തന്നെ അവരുടെ പ്രാദേശികജീവിതരീതികൾക്കും, വിശ്വാസങ്ങൾക്കും, സംസ്കാരത്തിനുമനുസരിച്ച് വളരെയേറെ വ്യത്യസ്ത സമൂഹങ്ങൾ ഉണ്ട്. തെക്കെ അമേരിക്കയിലെ ആൻഡിസ് പർവതനിരകൾക്ക് കിഴക്ക്, അറ്റ്ലാന്റിക് സമുദ്രത്തിനു പടിഞ്ഞാറായി പാംബാസ് എന്നറിയപ്പെടുന്ന സ്ഥലത്തിന് തെക്കുമായി കിടക്കുന്ന പ്രദേശം മൊത്തത്തിൽ പതഗോണിയ എന്ന പേരിൽ അറിയപ്പെടുന്നു. തണുപ്പേറിയ വരണ്ട പ്രദേശമായ പതഗോണിയയിൽ താമസിക്കുന്ന ട്ടൽഷെ വംശജർ ഒട്ടകപ്പക്ഷിയുടെ മുട്ടകളും, കാട്ടുകിഴങ്ങുകളും, ഫലങ്ങളും ഭക്ഷിച്ച് ജീവിക്കുന്നവരായിരുന്നു. യൂറോപ്യൻ അധിനിവേശത്തോടുകൂടി ഈ സ്ഥലങ്ങളെല്ലാം സ്പെയിനിന്റെ കീഴിലായതിനുശേഷമാണ് ആടുവളർത്തൽ, ഒരു ജീവിതമാർഗ്ഗമായി തുടങ്ങിയത്. ഇന്ന് ട്ടൽഷേ വംശജരുടെ എണ്ണം ഏതാണ്ട് 1000-നുതാഴെ മാത്രമാണെന്നെ കണക്കാക്കപ്പെടുന്നു.

പതഗോണിയായിൽ പണ്ടു പണ്ട് താമസിച്ചിരുന്ന തായ്ക്കോക്കിന് ആൻഡിസ് പർവതങ്ങൾ എന്നും ഒരു ഹരമായിരുന്നു. വിദൂരതയിൽ കാണുമായിരുന്ന മഞ്ഞുമൂടിക്കിടക്കുന്ന പർവതനിരകളെ നോക്കിക്കൊണ്ട് മണിക്കൂറുകളോളം ഇരിക്കുവാൻ തായ്ക്കോ എന്നും ആഗ്രഹിച്ചു. തലയെടുപ്പോടെ നിൽക്കുന്ന ആ പർവതശിഖരങ്ങളിൽ കയറിനിന്ന് ചുറ്റും നോക്കിക്കാമുന്നത് തായ്ക്കോ സ്വപ്നം കണ്ടു. ആഗ്രഹം

അടക്കാനാവില്ലെന്നായപ്പോൾ, ഒരു ദിവസം തായ്ക്കോ തന്റെ ഭാര്യയെ വിളിച്ച പറഞ്ഞു.

'ആൻഡിസ് മലകളുടെ അടുത്തുപോകാനുള്ള എന്റെ അടക്കാനാവാത്ത ആഗ്രഹം നിനക്കറിയാമല്ലോ? അതുകൊണ്ട് കുറച്ചുദിവസത്തേക്ക് നീ തന്നെ നമ്മുടെ ആടുകളെ നോക്കണം. ഞാൻ പോയിട്ട് വേഗം തിരിച്ചുവരാം. ഏറിയാൽ ഒരു പത്തിരുപത് ദിവസം.'

'ശരി. ഞാൻ ആടുകളെ നോക്കിക്കൊള്ളാം. പക്ഷേ വേഗം തിരിച്ചു വരണം കേട്ടോ?'

'ശരി'

'പക്ഷേ, നിങ്ങൾ വളരെ സൂക്ഷിക്കണം. വഴിയിൽ അപകടങ്ങളൊന്നും വരാതെ ശ്രദ്ധിക്കണം.'

ഇത്രയും പറഞ്ഞ് ഭാര്യ കരയാൻ തുടങ്ങി.

തായ്ക്കോ ചോദിച്ചു.

'നീയെന്തിനാ കരയുന്നത്? എനിക്ക് യാത്ര ചെയ്ത് നല്ല പരിചയമുണ്ടെന്നും, ഞാനീ പോകുന്ന പ്രദേശത്ത് വന്യമൃഗങ്ങളൊന്നും അധികമായി ഇല്ലെന്നും നിനക്കറിയരുതോ?'

'ആ മലയടിവാരങ്ങളിലല്ലേ അദൃശ്യമനുഷ്യരുണ്ടാകുമെന്ന് കുട്ടിക്കാലത്ത് നാം പറഞ്ഞു കേട്ടിട്ടുള്ളത്? എനിക്ക് ആ ഭൂതങ്ങളെ വലിയ പേടിയാണ്.'

അവൾ വീണ്ടും കരയാനാരംഭിച്ചു.

'ഛെ!ഛെ! എനിക്ക് ഭൂതങ്ങളിലൊന്നും വിശ്വാസമില്ലെന്ന് നിനക്കറിയില്ലേ? നീയെന്തിന് പേടിക്കണം? എനിക്ക് ഏത് ബുദ്ധിമുട്ടും നേരിടാൻ വേണ്ട ധൈര്യവും, മനോബലവും, കായികശക്തിയുമുണ്ട്. നീ ഒന്നുകൊണ്ടും ഭയപ്പെടേണ്ട. ഞാൻ അല്പദിവസത്തിനുള്ളിൽ തിരിച്ചുവരും.'

ഒടുവിൽ തായ്ക്കോവിന്റെ ഭാര്യ മനസ്സില്ലാമനസ്സോടെ യാത്രയ്ക്ക് മൗനാനുവാദം നൽകി. സന്തോഷവാനായ തായ്ക്കോ അടുത്തദിവസം അതിരാവിലെതന്നെ യാത്രതിരിച്ചു. രണ്ടുദിവസത്തെ യാത്രയ്ക്കൊടുവിൽ ആൻഡിസ് പർവതനിരകളുടെ താഴ് വാരത്തിലെത്തി. അവിടെ അങ്ങിങ്ങായി ഉയർന്നു നിൽക്കുന്ന മലകൾ, അവയ്ക്കു നടുവിൽ വളർന്നു നിൽക്കുന്ന ചെടികൾ, ചെടികളിൽ വിടർന്നു നിൽക്കുന്ന പൂക്കൾ, തൊട്ടടുത്ത് ഉയരങ്ങളിലേക്ക് നോക്കിനിൽക്കുന്ന പർവതശിഖരങ്ങൾ വിദൂരതയിൽ ആ പർവതശിഖരങ്ങളുടെ നടുവിൽക്കൂടി എത്തിനോക്കുന്ന മഴവില്ല്. എല്ലാം എല്ലാം അവനെ ആഹ്ലാദഭരിതനാക്കി. ആ പ്രകൃതി

സൗന്ദര്യം ആവോളം ആസ്വദിച്ച് രണ്ടു ദിവസം അവടിത്തന്നെ താമസിക്കുവാൻ തായ്ക്കോ തീരുമാനിച്ചു.എങ്കിലും അവിടെയെങ്ങും ഭയാനകമായൊരു നിശ്ശബ്ദത തളം കെട്ടിനിൽക്കുന്നതും തായ്ക്കോ ശ്രദ്ധിച്ചു. മുമ്പെങ്ങും അനുഭവിച്ചിട്ടില്ലാത്ത മൂകത. തളച്ചുവളർന്നു നിൽക്കുന്ന പ്രകൃതിക്കുമുമ്പിലും ഒരു ഏകാന്തഭാവം. ഒരു നിമിഷനേരം തായ്ക്കോ ഭാര്യ പറഞ്ഞ വാക്കുകൾ ഓർത്തുപോയി. അദൃശ്യമനുഷ്യരെക്കുറിച്ചുള്ള കഥകൾ.

'ഛെ; ഛെ; അതെല്ലാം വെറും അന്ധവിശ്വാസങ്ങൾ!'

അന്നുരാത്രി സുഖമായി ഉറങ്ങി. അടുത്തദിവസം അതിരാവിലെ ഉണർന്ന പ്രഭാതകൃത്യങ്ങളെല്ലാം നിർവഹിച്ച്. ഭാര്യ പൊതിഞ്ഞു തന്നെ ഭക്ഷണത്തിൽനിന്ന് അല്പമെടുത്ത് കഴിച്ചു.

ഇനി പ്രകൃതിസൗന്ദര്യമാസ്വദിച്ച് ഇവിടെയൊക്കെ ഒന്നു ചുറ്റി നടക്കണം. തായ്ക്കോ വിചാരിച്ചു. അപ്പോഴാണ് അപ്രതീക്ഷിതമായി എവിടെനിന്നോ ആ ശബ്ദം കേട്ടത്.

'തായ്ക്കോ നിനക്ക് സ്വാഗതം.'

'ആര്? ആരാണത്?

'തായ്ക്കോ, ഭയപ്പെടേണ്ട. ഞങ്ങൾ നിന്റെ സ്നേഹിതരാണ്.'

'പക്ഷേ, നിങ്ങളാരാണ്? നിങ്ങളുടെ ശബ്ദം കേൾക്കാമെങ്കിലും ഇവിടെ ആരെയും കാണുന്നില്ലല്ലോ?

ശരിയാണ്. നിനക്ക് ഞങ്ങളെ കാണാൻ കഴിയില്ല. പക്ഷേ ഒന്നും കൊണ്ടും നീ ഭയപ്പെടേണ്ട.'

അതൊരു സ്ത്രീ ശബ്ദമായിരുന്നു.

നിമിഷനേരത്തേക്ക് ഭാര്യ പറഞ്ഞ ഭൂതങ്ങളെ തായ്ക്കോ ഓർത്തു. എങ്കിലും ഭയം പുറത്തുകാട്ടാതെ ധൈര്യമവലംബിച്ച് തായ്ക്കോ ചോദിച്ചു.

'നേരിട്ടു കാണാത്തവരോട് ഞാനെങ്ങനെ സംസാരിക്കും? നിങ്ങളെന്റെ സ്നേഹിതരാണെന്ന് ഞാനെങ്ങനെ വിശ്വസിക്കും?'

'ഇതാ, ഈ സഞ്ചി തുറന്നുനോക്ക്; ഇത് നിനക്കുള്ള ഞങ്ങളുടെ ആദ്യത്തെ സമ്മാനമാണ്.'

ആ ശബ്ദം കേട്ടതും ഒരു ഞൊറിഞ്ഞു കെട്ടിയ സഞ്ചി തായ്ക്കോയുടെ മുമ്പിൽ വീണു. തായ്ക്കോ സഞ്ചിയുടെ കെട്ടഴിച്ചുനോക്കിയപ്പോൾ അതിശയിച്ചുപോയി. വിലപിടിപ്പുള്ള, കണ്ണഞ്ചിപ്പിക്കുന്ന വൈഡൂര്യം!

'എന്താ വിശ്വാസമായോ? ഇനി നിനക്ക് ഞങ്ങളുടെ കൊട്ടാരത്തിലേക്ക് സ്വാഗതം.'

തായ്ക്കോയുടെ മുമ്പിൽ വലിയൊരു കൊട്ടാരം പ്രത്യക്ഷമായി. അവൻ പരിഭ്രമിച്ചുപോയി.

'തായ്ക്കോ, ഭയപ്പെടാതെ അകത്തേക്കു വരൂ. നിനക്ക് ഞങ്ങളെ കാണാനാവില്ല. പക്ഷേ നിനക്ക് ഒരാപത്തും വരില്ലെന്ന് ഞങ്ങൾ ഉറപ്പുതരുന്നു.'

തായ്ക്കോ ഭയന്നുഭയന്ന് കൊട്ടാരവാതിലിനുള്ളിലേക്ക് കയറിയതും കൊട്ടാരത്തിന്റെ പുറത്തേക്കുള്ള വാതിൽ അടഞ്ഞു. ഇത് തായ്ക്കോയെ കൂടുതൽ ഭയപ്പെടുത്തി.

'തായ്ക്കോ, ആയിരംവർഷങ്ങൾ കൂടുമ്പോൾ ഒരിക്കൽമാത്രമാണ് ഞങ്ങൾ ഒരു മനുഷ്യനെ ഞങ്ങളുടെ കൊട്ടാരത്തിലേക്ക് വിരുന്നുകാരനായി സ്വാഗതം ചെയ്യുന്നത്. ഇന്ന് നിനക്ക് ആ ഭാഗ്യം കിട്ടിയിരിക്കുന്നു.'

'ഞങ്ങൾക്ക് ആൻഡിസ് പർവതനിരകളുടെ കിഴക്ക് താമസിക്കുന്ന മനുഷ്യരുടെ വിശേഷങ്ങൾ അറിയാൻ വളരെയാഗ്രഹമുണ്ട്. അതുകൊണ്ട് കുറച്ചു സമയം ഞങ്ങളുടെ കൂടെ സംസാരിച്ചിരുന്നിട്ട് നിനക്ക് പോകാം' അത് മറ്റൊരു ശബ്ദമായിരുന്നു.

'ഇനി ഞങ്ങളെല്ലാവരും നിനക്ക് ചുറ്റും ഇവിടെ ഇരിക്കാം. നീ നിന്റെ നാട്ടിലെ വിശേഷങ്ങളൊക്കെ ഞങ്ങളോട് പറയുക.'

ആരെയും കാണാതെ ഞാനെങ്ങനെയാണ് ആരോടെങ്കിലും സംസാരിക്കുകയ

അതു സാരമില്ല. നീ പറഞ്ഞുകൊള്ളുക. ഞങ്ങൾ കേൾക്കാം.

തായ്ക്കോ തന്റെ നാട്ടുവിശേഷങ്ങൾ പറയാൻ തുടങ്ങി. ഇടയ്ക്കിടയ്ക്ക് അദൃശ്യമനുഷ്യർ ചോദിച്ച സംശയങ്ങൾക്കൊക്കെ തായ്ക്കോ ഉത്തരം നൽകി. അങ്ങനെ കുറേസമയം കഴിഞ്ഞപ്പോൾ തായ്ക്കോ പറഞ്ഞു.

'ഇനി എനിക്കു പോകണം. ഞാൻ കഴിയുംവേഗം മടങ്ങിച്ചെല്ലാമെന്നു പറഞ്ഞിട്ടാണ് വീട്ടിൽനിന്നും തിരിച്ചത്. കൂടുതൽ താമസിച്ചാൽ എന്റെ ഭാര്യ കഷ്ടത്തിലാകും.'

'നീ ഒന്നുകൊണ്ടും പേടിക്കേണ്ട. നിന്റെ ഭാര്യ സുഖമായിട്ടാണ് കഴിയുന്നത്.

അദൃശ്യമനുഷ്യരുടെ നിർബന്ധത്തിനുവഴങ്ങി തായ്ക്കോ അന്നും അടുത്ത ദിവസവും അവിടെത്തന്നെ കഴിഞ്ഞു. അവരുടെ ചോദ്യങ്ങൾക്കെല്ലാം മറുപടി കൊടുത്തു. വേണ്ടുവോളം സ്വാദുള്ള ആഹാരത്തിനു

കുറവൊന്നുമുണ്ടായില്ല. എന്നിരുന്നാലും തായ്ക്കോ വേഗം തിരികെ പോരണമെന്ന വാശിയിലായിരുന്നു.

'തായ്ക്കോ, നീ നല്ല ഒരു സുഹൃത്തായിരുന്നു. കുറച്ചുദിവസങ്ങൾകൂടി നീ ഞങ്ങളുടെ കൂടെ ഉണ്ടായിരുന്നെങ്കിൽ നന്നായിരുന്നു. പക്ഷേ, നിർബന്ധിക്കുന്നില്ല.'

തായ്ക്കോയുടെ മുമ്പിൽ പല പല സഞ്ചികളിലായി വൈഡൂര്യവും, സ്വർണ്ണവും മറ്റ് വിലപിടിപ്പുള്ള സമ്മാനങ്ങളും കുമിഞ്ഞു.

'തായ്ക്കോ, ഇതെല്ലാം നിനക്കുള്ളതാണ്. നിനക്കുള്ള ഞങ്ങളുടെ സമ്മാനങ്ങൾ. പക്ഷേ ഇതെല്ലാം കൊണ്ടു പോകുന്നതിനുമുൻപ്. നീ ഞങ്ങൾക്കൊരു സത്യം ചെയ്യണം. യാതൊരു കാരണവശാലും നമ്മുടെ കൂടിക്കാഴ്ചയെക്കുറിച്ച് യാതൊന്നും ആരോടും പറയാൻ പാടില്ല. ഈ സത്യം ലംഘിച്ചാൽ നീ ശിക്ഷിക്കപ്പെടും. സത്യം ലംഘിക്കാത്തിടത്തോളം നീ ഞങ്ങളെ സുഹൃത്തായിരിക്കും.

'ഞാൻ സത്യം ചെയ്യുന്നു.'

ഉടനെതന്നെ മൂടൽ മഞ്ഞ് വന്ന് പൊതിഞ്ഞാലെന്നപോലെ ആ കൊട്ടാരം മറഞ്ഞുപോയി. തായ്ക്കോ ഒട്ടും താമസിയോതെ കിട്ടിയ സമ്മാനങ്ങളുമായി വീട്ടിലേക്ക് തിരിച്ചു. വീട്ടിലെത്തിയതും അവന്റെ ഭാര്യ ഓടിവന്ന് അവനെ കെട്ടിപ്പിടിച്ചു കരഞ്ഞു കൊണ്ട്പറഞ്ഞു.

'ഓ വന്നല്ലോ. ഞാനെത്രനാളായി കാത്തിരിക്കുന്നു. എനിക്ക് ഒരു കുറവുമില്ലായിരുന്നുവെങ്കിലും നിങ്ങളില്ലാതെ ഒരു വർഷം എങ്ങനെ തള്ളിനീക്കിയെന്ന് എനിക്ക് മാത്രമേ അറിയൂ.'

'എന്ത് ? ഒരു വർഷമോ?'

അത് തായ്ക്കോയ്ക്ക് ആശ്ചര്യമായി തോന്നി. അതിനകം ഒരു വർഷം കടന്നുപോയത് അപ്പോൾ മാത്രമാണ് തായ്ക്കോ മനസ്സിലാക്കിയത്.

'ഞാൻ പലതരം വിസമയക്കാഴ്ചകളാണ് ആൻഡിസ് താഴ് വാരങ്ങളിൽ കണ്ടത്. ഈ സഞ്ചികളിൽ എന്താണെന്നു നോക്കൂ.'

തായ്ക്കോ ഭാര്യയെ സാന്ത്വനപ്പെടുത്തി. തന്റെ സഞ്ചികൾ അഴിച്ച് ഓരോന്നായി കാണിച്ചുതുടങ്ങി.

വിലമതിക്കാനാവാത്ത വൈഡൂര്യങ്ങളും രത്നങ്ങളും!

'ഇതെല്ലാം ഞാനവിടെ കണ്ട എന്റെ സ്നേഹിതർ തന്ന സമ്മാനങ്ങളാണ്.'

അതെല്ലാം കണ്ട് വിശ്വസിക്കാനാവാതെ പകച്ചുനിന്ന ഭാര്യയോട് തായ്ക്കോ പറഞ്ഞു.

'ഇതെല്ലാം നിനക്കുള്ളതാണ്. സംശയിക്കേണ്ട. പക്ഷേ ഒരു കാര്യം ഇത് എങ്ങനെ കിട്ടിയെന്നുമാത്രം ചോദിക്കാൻ പാടില്ല. ഒന്നും തെറ്റായ വഴിയിൽ സമ്പാദിച്ചതല്ല. സത്യം.'

കുറേ ദിവസങ്ങൾ കഴിഞ്ഞപ്പോൾ അവൾക്കൊരു ജിജ്ഞാസ. തായ്ക്കോയ്ക്ക് ഈ പണ്ടങ്ങളെല്ലാം എങ്ങനെ കിട്ടി.? സംശയിച്ചിട്ടല്ല. പക്ഷേ അറിയാനുള്ള ഒരു വെറും കൗതുകം. അവൾഅതിനെക്കുറിച്ച് തായ്ക്കോയോട് വീണ്ടും വീണ്ടും ചോദിച്ചു. അങ്ങനെ ഒരു ദിവസം, തായ്ക്കോ അവളോട് പറഞ്ഞു.

ശരി, ഞാൻ പറയാം. പക്ഷേ നീ ഇത് മറ്റാരോടും പറയരുത്. നിന്നോട് പറയുന്നതുതന്നെ ഞാനെന്റെ സ്നേഹിതരോട് ചെയ്ത സത്യം ലംഘിക്കലായിരിക്കും.

തായ്ക്കോയുടെ ഭാര്യ. താൻ ആ കാര്യങ്ങൾ ആരോടും പറയുകയില്ലെന്ന് സത്യം ചെയ്തു. അങ്ങനെ ആ രഹസ്യം അവർ പങ്കിട്ടു.

ദിവസങ്ങൾ മുന്നോട്ടുപോയി. ഒരു ദിവസം തായ്ക്കോയുടെ ഭാര്യ ആ വൈരങ്ങൾ നോക്കിക്കൊണ്ടിരിക്കുമ്പോൾ, ഗ്രാമത്തലവന്റെ ഭാര്യ അവിടെ കയറിവന്നു.

വൈഡൂര്യവും സ്വർണ്ണവും കണ്ട അവർ അതിശയിച്ചു പോയി. താമസിയാതെ തന്നെ ഗ്രാമത്തലവനും അതേക്കുറിച്ചറിഞ്ഞു. അയാൾ ഉടൻതന്നെ തായ്ക്കോയെ വരുത്തി അന്വേഷിച്ചു.

നിനക്ക് ഇത്രയും പണ്ടങ്ങൾ എവിടെനിന്നു കിട്ടി? സത്യം പറയണം. അല്ലെങ്കിൽ അവയെല്ലാം എവിടെനിന്നോ നീ മോഷ്ടിച്ചതാണെന്ന് കരുതേണ്ടിവരും.

തായ്ക്കോ ഗത്യന്തരമില്ലാതെ എല്ലാ സത്യവും തലവനെ അറിയിച്ചു. വിവരങ്ങൾ അറിഞ്ഞ ഗ്രാമത്തലവൻ ഉടൻതന്നെ ആൻഡിസ് താഴ്വാരത്തിലേക്ക് പുറപ്പെട്ടു. അവിടെത്തിയ തലവൻ, തായ്ക്കോ പറഞ്ഞ ഗുഹ തേടിപ്പിടിച്ച്, അതിന്റെ മുമ്പിൽനിന്ന് അദൃശ്യമനുഷ്യരോടായി പറഞ്ഞു.

'അദൃശ്യമനുഷ്യരേ, ഞാൻ നിങ്ങളുടെ സുഹൃത്ത് തായ്ക്കോവിന്റെ ഗ്രാമത്തലവനാണ്. അവന് നിങ്ങൾ നൽകിയതുപോലെ ഒരു സ്വീകരണം നിങ്ങളിൽനിന്ന് ഞാൻ പ്രതീക്ഷിക്കുന്നു.'

ഒരു മറുപടിയും കിട്ടിയില്ല. ഏതായാലും ഗ്രാമത്തലവൻ ആ ഗുഹയിൽ രണ്ടുനാൾ താമസിച്ചു. യാത്ര തുടങ്ങുന്നതിനു മുൻപായി പർവതനിരകൾക്കു മുമ്പിൽ നിന്ന് വീണ്ടും പറഞ്ഞു.

‘അദൃശ്യമനുഷ്യരേ, ഞാൻ തിരികെ പോകുന്നു. തായ്ക്കോ എന്നോടു പറഞ്ഞതെല്ലാം വെറും കള്ളമായിരുന്നു. എന്ന് ഞാൻ മനസ്സിലാക്കുന്നു. അവന് വേണ്ട ശിക്ഷ ഞാൻ നൽകും.’

പെട്ടെന്നാണ് അത് സംഭവിച്ചത്. തലവന് വിശ്വസിക്കാനാവാത്ത വിധം ഒരു വലിയ കൊട്ടാരം കൺമുമ്പിൽ പ്രത്യക്ഷമായി. അതിന്റെ അടച്ചിട്ട വാതിൽനോക്കി തലവൻ ഓടിയടുത്തു. കൊട്ടാരത്തിനുള്ളിലെത്താൻ അയാൾക്ക് അത്രയും തിടുക്കമായിരുന്നു. പക്ഷേ, കൊട്ടാര കവാടം തുറന്നില്ല. പകരം അയാൾക്ക് ആ ശബ്ദംമാത്രം കേൾക്കാൻ കഴിഞ്ഞു.

‘തലവനേ, തായ്ക്കോ പറഞ്ഞതെല്ലാം സത്യമാണ്. പക്ഷേ നിങ്ങളെ ഞങ്ങൾക്ക് ഞങ്ങളുടെ കൊട്ടാരത്തിലേക്ക് സ്വീകരിക്കാനാവില്ല. ആയിരം വർഷങ്ങൾ കൂടുമ്പോൾ ഒരിക്കൽ മാത്രമേ ഞങ്ങൾ നിങ്ങളുടെ കൂട്ടരിൽനന്ന് ഒരു സ്നേഹിതനെ തിരഞ്ഞെടുക്കുകയുള്ളൂ. ഇപ്പോഴല്ലേ തായ്ക്കോ ഞങ്ങളുടെ ആതിഥേയത്വം സ്വീകരിച്ച് മടങ്ങിപ്പോയത്?’

തലവന് എന്തെങ്കിലും മറുപടി പറയാൻ കഴിയുന്നതിനുമുൻപുതന്നെ ആ കൊട്ടാരം കണ്ണിൽനിന്ന് മറയുകയും ചെയ്തു.

നിരാശനായ ഗ്രാമത്തലവൻ ഗ്രാമത്തിലേക്ക് മടങ്ങിവന്ന് തായ്ക്കോയെ കണ്ടുപറഞ്ഞു.

‘തായ്ക്കോ, നീ പറഞ്ഞതെല്ലാം ശരിയാണെന്ന് എനിക്ക് ബോധ്യമായി.

അതുകേട്ട തായ്ക്കോ വിഷണ്ണനായി പറഞ്ഞു.

‘തലവനേ, ഞാൻ പറഞ്ഞതത്രയും സത്യമാണ്. പക്ഷേ ഞാൻ അവർക്കു കൊടുത്ത സത്യം ലംഘിച്ചതുകാരണം ആ അദൃശ്യസ്നേഹിതർ എന്നെ ശിക്ഷിച്ചിരിക്കുന്നു. അവർ എനിക്കു തന്നെ സമ്മാനങ്ങളത്രയും അപ്രത്യക്ഷമായി. ദാ, ഇനി ഈ ഒരു സ്വർണ്ണത്തട്ടുമാത്രമാണ് എന്റെ പക്കൽ ബാക്കിയുള്ളത്. ഇത് ഞാൻ തലവന് എന്റെ സമ്മാനമായി നൽകുന്നു.’

തായ്ക്കോ വച്ചുനീട്ടിയ സ്വർണ്ണത്തട്ട് വാങ്ങാനായി സന്തോഷത്തോടെ തലവൻ കൈനീട്ടിയെങ്കിലും അതും അപ്രത്യക്ഷമായി. അവർ രണ്ടുപേരും ആ കാഴ്ച കണ്ട് അത്ഭുതപ്പെട്ടു.

ആ സംഭവത്തിനുശേഷം ഇന്നേവരെ ആർക്കും അദൃശ്യമനുഷ്യരുമായി സംസാരിക്കുവാനോ, അവരുടെ കൊട്ടാരത്തിലേക്ക് ക്ഷണിക്കപ്പെടുവാനോ ഉള്ള ഭാഗ്യം ഉണ്ടായിട്ടില്ല.

യെരബമാഷേ ചായ

ചൈനയിലും, യു.എസ്.എയിലും ചെറിയ തോതിലെങ്കിലും നമ്മുടെ നാട്ടിലും ഉപയോഗിക്കുന്ന ഗ്രാൻചായയെക്കുറിച്ച് കേട്ടിട്ടില്ലേ? അതുപോലെ ഒന്നാണ് തെക്കേ അമേരിക്കയിലെ യെരബമാഷേ. ഇറച്ചിയും യെരബമാഷേയും ഗൗരാണികരുടെ പ്രിയങ്കരമായ ആഹാരമാണ്. പരാഗ്വയിലും, അർജൻറീനയിലും വസിക്കുന്ന ഗൗരാണി ഇന്ത്യക്കാർക്കിടയിലാണ് ഈ കഥയ്ക്ക് പ്രചാരം.

ഐതിഹ്യങ്ങളിലേയും പുരാണകഥകളിലേയും ദേവന്മാരും ദേവിമാരും മറ്റും ചിലപ്പോഴെങ്കിലും മനുഷ്യരുമായി കണ്ടുമുട്ടുകയും സംസാരിക്കുകയും ചെയ്യുന്നതായി വർണിക്കുന്ന കഥകളുണ്ടല്ലോ. അതുപോലെ ദേവന്മാരും ദേവികളും തെക്കെ അമേരിക്കയിലേക്ക് വന്നിരുന്നുവെന്ന് ഗൗരാണികൾ വിശ്വസിക്കുന്നു. ചന്ദ്രനും മേഘങ്ങളും ദേവികളുടെ പ്രതിരൂപങ്ങളാണെന്ന് അവർ സങ്കല്പിച്ചു. ഗൗരാണികളുടെ നാട്ടിലെ പൂക്കളോട് ചന്ദ്രന് വലിയ പ്രിയമായിരുന്നു. പൂക്കൾ പറിക്കാൻ ചന്ദ്രൻ തന്റെ ഇഷ്ടതോഴികളായ മേഘങ്ങളുമൊത്ത് പതിവായി വരാറുണ്ടത്രേ. പക്ഷേ, അവർ വന്നിരുന്നത് എപ്പോഴും പകൽ സമയത്തായിരുന്നു. നേരം ഇരുട്ടുന്നതിനുമുൻപ് പൂക്കൾ ശേഖരിച്ചുകൊണ്ട് തിരികെ പോവുകയും ചെയ്യും. രാത്രിയായാൽ ചന്ദ്രന് ആകാശത്ത് പ്രത്യക്ഷപ്പെടണമല്ലോ.

അങ്ങനെ ഒരു ദിവസം പൂക്കൾ പറിച്ചുകൊണ്ടിരുന്ന ദേവികൾ സമയം പോയത് ശ്രദ്ധിച്ചില്ല. സമയം വൈകിയെന്നു മനസ്സിലായ ഉടനെതന്നെ ചന്ദ്രൻ തിരികെ പോകാൻ തിടുക്കം കൂട്ടി. പക്ഷേ,

തോഴികൾക്ക് കാടിന്റെ മറ്റൊരു ഭാഗത്തുകണ്ട ചില പൂക്കൾകൂടി പറിച്ചേ മതിയാകൂ. അവർ ഉടനെവരാം എന്നു പറഞ്ഞ് ആ ഭാഗത്തേക്കു ഓടി. ചന്ദ്രനും മനസ്സില്ലാമനസ്സോടെ പിന്നാലെ പോയി. പൂക്കൾ പറിക്കാൻ തുടങ്ങിയപ്പോഴാണ് ആ അപകടം അവരെ തുറിച്ചുനോക്കിയത്.

അവരെ ആക്രമിക്കാനൊരുങ്ങിക്കൊണ്ട് ഒരു പുലി തൊട്ടുമുമ്പിൽ നിൽക്കുന്നു. എന്തു ചെയ്യണമെന്നറിയാതെ അവർ കുഴങ്ങി. പെട്ടെന്ന് തങ്ങളുടെ മനുഷ്യരൂപം വിട്ട് അപ്രത്യക്ഷമാകാനുള്ള മനഃസാന്നിദ്ധ്യം ഉണ്ടായതുമില്ല.

ഉടനെ എങ്ങുനിന്നോ, ഒരു മധ്യവയസ്കൻ ഓടിയെത്തി തന്റെ അമ്പ് ആ പുലിയുടെ നേരെ എയ്തു. പക്ഷേ അമ്പ് പുലിയുടെ ദേഹത്ത് ഉരസുകമാത്രം ചെയ്ത് മുന്നോട്ടുപോയി. പുലിക്ക് അപകടമൊന്നും പറ്റിയില്ലെന്നു മാത്രമല്ല അത് പൂർവ്വാധികം ക്രുദ്ധനാവുകയും ചെയ്തു. അതിന്റെ നോട്ടംതന്നെ ഭയാനകമായിരുന്നു. ചന്ദ്രനും തോഴികളും ഭയന്നുവിറച്ചു. ഏതായാലും ആ മധ്യവയസ്കന്റെ രണ്ടാമത്തെ അമ്പ് കൊണ്ടത് പുലിയുടെ ദേഹത്തുതന്നെ. പുലി പിടഞ്ഞുവീണ് ചത്തു. ഒട്ടും താമസിയാതെ ചന്ദ്രനും കൂട്ടുകാരികളും മനുഷ്യരൂപം വെടിഞ്ഞ് അപ്രത്യക്ഷമാവുകയും ചെയ്തു.

പുലി ചത്തു എന്ന ഉറപ്പുവരുത്തിയ അയാൾ തിരിഞ്ഞുനിന്ന്

'ഇനി നിങ്ങൾക്ക് പോകാം. ഭയപ്പെടേണ്ടതില്ല' എന്ന് പറഞ്ഞെങ്കിലും അവിടെയെങ്ങും ആരെയും കണ്ടില്ല. ഇത്രവേഗം അവരെങ്ങനെ അപ്രത്യക്ഷരായി. അയാൾ അത്ഭുതപ്പെട്ടു. കാട്ടിലെല്ലാം അന്വേഷിച്ചു. ആരും എങ്ങുമില്ല. താൻ കണ്ടതെല്ലാം കേവലം സ്വപ്നമായിരിക്കുമെന്ന യാൾ ആശ്വസിച്ചു. വീണ്ടും പിലെയപോയി നോക്കി. പുലിയുടെ ജഡം അവിടെത്തന്നെ കിടക്കുന്നു. ഇത് യാഥാർത്ഥ്യമാണല്ലോ. അയാൾ വീണ്ടും ചെറുപ്പക്കാരി പെൺകുട്ടികൾ നിന്ന സ്ഥലത്ത് എത്തി. അവർ ഇറുത്തെടുത്ത പൂക്കൾ അവിടെയെല്ലാം ചിതറിക്കിടക്കുന്നു. അയാൾക്കൊന്നും മനസ്സിലായില്ല. കുറച്ച് വിശ്രമിക്കണമെന്ന് തോന്നിയ അയാൾ സ്വന്തം ഏറുമാടത്തിൽ കയറി കിടന്നു. തൊട്ടടുത്ത നിമിഷം തന്നെ ഉറങ്ങിപ്പോയി.

ഉറക്കത്തിൽ ഒരു സ്വപ്നമായി ആ ചെറുപ്പക്കാരികൾ അയാളുടെ മുന്നിലെത്തി. ഓരോരുത്തരും സ്വയം പരിചയപ്പെടുത്തി. അപകടത്തിൽനിന്ന് രക്ഷിച്ചതിന് നന്ദി പറഞ്ഞ് ധൃതിയിൽ അപ്രത്യക്ഷരാവുകയും ചെയ്തു. എന്നാൽ അവരിൽവച്ച് ഏറ്റവും സുന്ദരിയായ ചന്ദ്രൻമാത്രം പോയില്ല. ഗൗരാണികളുടെ ഇടയിൽ ചന്ദ്രൻ എന്നും തങ്ങളുടെ വംശം കാത്തുപോറ്റി സംരക്ഷിക്കുന്ന ദേവതയായി അംഗീകരിക്കപ്പെട്ടിരുന്നു.

അതുകൊണ്ട് ആ ദേവതയെ തനിക്ക് നേരിൽ കാണാൻ കഴിഞ്ഞതിൽ അയാൾ വളരെ സന്തുഷ്ടനായി.

ചന്ദ്രൻ പറഞ്ഞു.

'താങ്കൾ ഞങ്ങൾക്ക് ചെയ്ത ഉപകാരം ഞാനൊരിക്കലും മറക്കുകയില്ല. മാത്രമല്ല, നിന്റെ വംശത്തിനു മുഴുവൻ പ്രയോജനപ്പെടുന്ന ഒരു പാരിതോഷികം ഞാൻ നൽകാം. പുലി ആക്രമിച്ചപ്പോൾ ഞാൻ എവിടെ നിൽക്കുകയായിരുന്നുവോ ആ സ്ഥലതത് നീ പോയി നോക്കുക. അവിടെ ഒരു ചെടി വളർന്നു നിൽക്കുന്നുണ്ടാവും. ആ ചെടിയുടെ ഇല വെള്ളത്തിലിട്ട് തിളപ്പിച്ച് ആ വെള്ളം കുടിച്ചാൽ നിങ്ങളുടെ വിശപ്പും ദാഹവും ശമിക്കും. നിങ്ങൾക്ക് നവോന്മേഷം കിട്ടും. പോയി നോക്കു. ഈ പാരിതോഷികം ഗൗരാണികൾക്ക് ഞാൻ നൽകുന്ന പ്രത്യുപകാരമാണ്.'

ഇത്രയും പറഞ്ഞ് ചന്ദ്രൻ അപ്രത്യക്ഷയായി.

ഉറക്കത്തിൽ നിന്നുണർന്ന അയാൾ തലേന് ആ സുന്ദരി നിന്നിരുന്ന സ്ഥലത്തുപോയി നോക്കി. ശരിയായിരുന്നു. തലേന്ന് അവിടെയില്ലാത്ത ഒരു ചെടി തളിർത്ത് വളർന്നു നിൽക്കുന്നു. അയാൾ വിവരം തന്റെ ഗ്രാമത്തലവനുൾപ്പെടെ എല്ലാവരേയും അറിയിച്ചു. അവരെല്ലാം ഒത്തുകൂടി. ചന്ദ്രന് സ്തുതി പാടി. ആ ചെടിയുടെ തളിർത്ത ഇലകൾ നുള്ളിയെടുത്ത് ഒരു കലത്തിലെ വെള്ളത്തിലിട്ട് തിളപ്പിച്ചു. തിളപ്പിച്ചാറിയ വെള്ളം അവർ പങ്കിട്ട് കുടിച്ചു.

അതേ. ശരിയായിരുന്നു. ആ ജലം കുടിച്ചപ്പോൾ അവർക്ക് വിശപ്പ് മാറി. പുത്തനുണർവ്വ് കിട്ടി. അവർക്ക് ചന്ദ്രൻ നൽകിയയ ആ വരത്തിന് അവർ വീണ്ടും വീണ്ടും നന്ദി പറഞ്ഞു. അവരെല്ലാവരും ആലോചിച്ച് നൽകിയ പേരാണ് യെരബമാഷേ.

ഒരു സാഹസിക യാത്ര

അമേരിക്കൻ ഭൂഖണ്ഡങ്ങളിൽ വസിച്ചുവന്നിരുന്ന, പിന്നീട് ഇന്ത്യർ എന്ന പേരിൽ അറിയപ്പെടുന്ന വിവിധ വംശജരിൽ ദക്ഷിണ അമേരിക്കയിലെ ചിലി നാട്ടിലുള്ള അരവുകേനിയർ പ്രാധാന്യം അർഹിക്കുന്ന കൂട്ടരാണ്. അരവുക്കേനിയർ പരാക്രമികളും അതേസമയം ശാന്തശീലരുമാണ്. ദേശസ്നേഹവും അവരുടെ മുഖമുദ്രകളിൽ പ്രാധാന്യമർഹിക്കുന്ന ഒന്നാണ്. നീണ്ട നേരം മൗനികളായിരിക്കുവാനുള്ള കഴിവ് ഒരു സാധനമായി അവർ കരുതുന്നു. തുടർച്ചയായി വളരെനേരം, ചിലപ്പോൾ ദിവസങ്ങൾ തന്നെ മൗനവ്രതം തുടരുവാൻ പലർക്കും കഴിഞ്ഞിരുന്നു. മാത്രമല്ല അതിനുള്ള പന്തയങ്ങളും അവർ നടത്തിപ്പോരുന്നു. ഇപ്പോഴും ചിലിയിൽ ഏതാണ്ട് ഒരു ലക്ഷത്തിലധികം അരവുക്കേനിയർ വസിക്കുന്നുണ്ട്.

ചിലി, ദക്ഷിണ അമേരിക്കയുടെ ഏറ്റവും തെക്കായി, കേരളം അറബിക്കടലിനെ തൊട്ടുരുമ്മി കിടക്കുന്നതുപോലെ പസഫിക് മഹാസമുദ്രത്തെ തൊട്ട് ആൻഡിസ് പർവതനിരകളുടെ പടിഞ്ഞാറായി കിടക്കുന്നു. അരവുക്കേനിയർക്കിടയിലുള്ള ഒരു കഥയാണിത്. അവരുടെ നാട്ടിലെ ഒരു പ്രധാന ഗ്രാമത്തലവന്റെ മകനായിരുന്നു അൽകാവിലു. എല്ലാ ചെറുപ്പക്കാരേയുംപോലെ യൗവനത്തിലേക്ക് കടന്ന അൽക്കാവിലുവിനും തന്റെ പുറം ലോകം കാണുവാനുള്ള അടക്കാനാവാത്ത ആഗ്രഹമുണ്ടായി. അവൻ അച്ഛനോട് തന്റെ ആഗ്രഹം അറിയിച്ചു.

എനിക്ക് നമ്മുടെ ഗ്രാമത്തിനു വെളിയിലുള്ള ലോകമെല്ലാം ചുറ്റി സഞ്ചരിക്കണം. അവിടെയൊക്കെ ആരാണുള്ളത്, എന്തൊക്കെയാണ്

നടക്കുന്നതെന്നൊക്കെ മനസ്സിലാക്കണം. അച്ഛൻ എനിക്ക് പോകാൻ അനുവാദം നൽകണം.

ദുഃഖത്തോടെയാണെങ്കിലും ഗ്രാമത്തലവൻ മകനെ അനുഗ്രഹിച്ച് യാത്രയയച്ചു. യാത്രയ്ക്ക് സഹായകമായി ഒരു നല്ല കുതിരയേയും മാൻ തോലുകൊണ്ടുണ്ടാക്കിയ ഒരു സഞ്ചി നിറയെ ആഹാരസാധനങ്ങളും പ്രത്യേകതരം ഔഷധങ്ങളും മറ്റും കൊടുത്തയയ്ക്കുകയും ചെയ്തു.

അൽക്കാവിലു കുറെനേരം യാത്ര ചെയ്തു. ചെറിയ ചെറിയ അരുവികളും, കുന്നുകളും, പൂക്കൾ നിറഞ്ഞുകിടന്ന മൈതാനങ്ങളുമെല്ലാം പിന്നിലാക്കി വളരെ ദൂരം സഞ്ചരിച്ചു. ഏതാണ്ട് വൈകുന്നേരമായപ്പോൾ അല്പം വിശ്രമത്തിനായി ഒരു മരച്ചുവട്ടിൽ കുതിരപ്പുറത്തുനിന്നും താഴെയിറങ്ങി. അപ്പോഴാണ് ഒരു ശബ്ദം കേട്ടത്.

'നമസ്കാരം. നിനക്കു നല്ലതു വരട്ടെ.'

അൽക്കാവിലു ചുറ്റും നോക്കി. വളരെ വിജനമായി തോന്നിച്ച ആ സ്ഥലത്ത് ആരുടെ ശബ്ദമാണ് കേട്ടത്?

താൻ വിശ്രമിക്കാൻ തിരഞ്ഞെടുത്ത മരത്തിന്റെ തണലിൽ ഒരു വൃദ്ധൻ തണുത്തുവിറച്ചിരിക്കുന്നു. ദേഹത്ത്കീറിപ്പറഞ്ഞ വസ്ത്രം മാത്രം. അത് തണുപ്പമാറ്റാൻ പോരുന്നതായിരുന്നില്ല.

അൽക്കാവിലു ആ വൃദ്ധനെ തന്റെ പുതപ്പുകൊണ്ട് പുതപ്പിക്കുകയും ആഹാരം പങ്കിടുകയും ചെയ്തു. വൃദ്ധൻ കുറെ നേരം അൽക്കാവിലുവിനെ തന്നെ നോക്കി നിശ്ശബ്ദമായി ഇരുന്നതിനുശേഷം പറഞ്ഞു.

'മോനേ, ഞാൻ നിന്റെ ഭാവിയെക്കുറിച്ച് ആലോചിക്കുകയായിരുന്നു. എന്റെ മനസ്സിൽ തോന്നിയത് ഞാൻ പറയട്ടെ?'

ആർക്കാണ് ഭാവിയെക്കുറിച്ച് അറിയാൻ ഔത്സുക്യം ഇല്ലാത്തത്? അൽക്കാവിലുവിനും വൃദ്ധൻ പറയുന്നത് കേൾക്കാൻ തിടുക്കമായി.

'നിന്റെ യാത്രയിൽ നീ പ്രതീക്ഷിക്കാത്ത പല സാഹസിക കർമ്മങ്ങളിലും ഇടപെടും. കൂടാതെ നീ ഈ യാത്രയ്ക്കുശേഷം നിന്റെ ഗ്രാമത്തിലേക്കു തിരിച്ചുപോകുന്നത് ഒറ്റയ്ക്കായിരിക്കില്ല. നിന്റെ ഭാവി വളരെ ശോഭനമായിരിക്കും.

'വളരെ സന്തോഷം മൂത്തോരേ.'

'ഞാനിനി ഇവിടെനിന്നും പോവുകയാണ്. എനിക്ക് വളരെ ദൂരം യാത്ര ചെയ്യേണ്ടതായുണ്ട്.'

'ശരി മൂത്തോരെ, താങ്കൾ എന്റെ കുതിരയെക്കൂട്ടി പൊയ്ക്കോളൂ. എനിക്ക് നല്ല ആരോഗ്യമുണ്ടല്ലോ. നടക്കാൻ കഴിയും.'

അൽക്കാവില്ല വൃദ്ധനെ സന്തോഷത്തോടെ യാത്രയയച്ചു.

വൃദ്ധൻ യാത്രതിരിക്കുന്നതിനുമുമ്പ് അൽകാവില്ലവിന് ഒരു സമ്മാനം നൽകാൻ മറന്നില്ല.

'മോനേ, ഞാൻ തരുന്ന ഈ ഉണങ്ങിയ ഇലകൾ നീ നന്നായി ചവച്ച് കഴിക്കണം. ഇവയ്ക്ക് ഒരു പ്രത്യേകശക്തിയുണ്ട്. ഇത് കഴിക്കുന്നയാളിന് പക്ഷികളോടും മൃഗങ്ങളോടും സംസാരിക്കാൻ കഴിയും.'

'മൂത്തോരേ, എന്തൊരു സ്നേഹമാണിത്.'

വൃദ്ധൻ നൽകിയ ഇലകൾ ചവച്ചിറക്കിയതിനുശേഷം അൽക്കാവില്ല കുറേദൂരം കാൽനടയായി യാത്ര ചെയ്തു.

നേരം ഇരുട്ടുന്നുവെന്ന് തോന്നിയപ്പോൾ ഒരു ഉയർന്ന മരത്തിൽകയറി വിശ്രമിച്ചു. മരത്തിനു മുകളിലാവുമ്പോൾ വന്യമൃഗങ്ങൾ ശല്യപ്പെടുത്തുകയില്ലല്ലോ.

മരത്തിനുകീഴിൽ മൃഗങ്ങളുടെ ശബ്ദം കേട്ടാണ് അൽക്കാവില്ല ഉണർന്നത്. ആ മൃഗങ്ങളുടെ സംസാരം തനിക്ക് മനസ്സിലാകുന്നുണ്ടെന്ന് അൽക്കാവില്ല തിരിച്ചറിഞ്ഞു.

ഏതായാലും ഒന്നു പരീക്ഷിക്കാമെന്ന് തീർച്ചപ്പെടുത്തി അവരോട് സംസാരിക്കാൻ അൽക്കാവില്ല തുനിഞ്ഞു.

എന്തൊരതിശയം! താൻ ഇന്നുവരെ സംസാരിച്ചിട്ടില്ലാത്ത ഒരു പുതിയ ഭാഷയിൽ അവരോട് സംസാരിക്കാൻ കഴിയുന്നു.

'വന്ദനം കൂട്ടരേ, നിങ്ങൾക്ക് എന്റെ ഭാഷ മനസ്സിലാകുന്നുണ്ടോ?'

'ഉണ്ട് . വളരെ നന്നായി മനസ്സിലാകുന്നു.'

അവർ തുടർന്നു പറഞ്ഞു.

'ഇന്നലെ ഒരു വൃദ്ധൻ ഞങ്ങളോട് നിന്നെ നന്നായി കാത്തുകൊള്ളണമെന്ന് പറഞ്ഞു. അതുകൊണ്ടാണ് ഞങ്ങളിവിടെ രാത്രിമുഴുവൻ കാവലിരുന്നത്.'

അൽക്കാവില്ല താഴെ നോക്കിയപ്പോൾ അവിടെ നിന്നിരുന്ന പല മൃഗങ്ങളുടെ കൂട്ടത്തിൽ ഒരു സിംഹവും. അൽക്കാവില്ലവിന് ഭയം തോന്നി.

സിംഹം അവനോടായി പറഞ്ഞു.

'ഭയപ്പെടേണ്ട. ഞങ്ങൾ താങ്കളുടെ സ്നേഹിതരാണ് ഇറങ്ങി വരൂ. നമുക്ക് സംസാരിക്കാം.'

അൽക്കാവില്ല മരത്തിൽനിന്നും താഴെയിറങ്ങി.

'സ്നേഹിതാ, ഞങ്ങളിപ്പോൾ ഇവിടെനിന്നും പോവുകയാണ്.

ഞങ്ങളോട് സ്നേഹത്തോടെ പെരുമാറാനും ഞങ്ങളുടെ ഭാഷ സംസാരിക്കാനും കഴിഞ്ഞ ആദ്യത്തെ മനുഷ്യൻ നിങ്ങളാണ്. അതുകൊണ്ട് പോകുന്നതിനുമുമ്പ് ഞാൻ നിങ്ങൾക്ക് ഒരു ചെറിയ പാരിതോഷികം നൽകട്ടെ.'

സിംഹം തന്റെ സടയിൽനിന്നും ഒരു ഇഴ പൊട്ടിച്ചെടുത്ത് അൽക്കാവില്ലുവിന് നൽകിയിട്ട് പറഞ്ഞു.

'ഈ രോമം എപ്പോഴും നിന്റെകൈയിൽ സൂക്ഷിക്കുക. ഇത് കൈയിലുള്ളപ്പോൾ നീ ഇഷ്ടപ്പെടുന്ന പക്ഷിയുടേയോ മൃഗത്തിന്റെയോ രൂപം ആഗ്രഹാനുസരണം സ്വീകരിക്കാൻ കഴിയും. നിന്റെ തുടർന്നുള്ള യാത്രയിൽ ഇത് നിനക്ക് വളരെ പ്രയോജനപ്പെടും.'

അൽക്കാവില്ലു വിചാരിച്ചു.

'എന്തെല്ലാം അതിശയങ്ങളാണാവോ ഇനി കാണാൻ പോകുന്നത്?'

സിംഹവും മറ്റു മൃഗങ്ങളും പോയതിനുശേഷം അൽക്കാവില്ലു തനിക്കു കിട്ടിയ പുതിയ സമ്മാനം പരീക്ഷിച്ചുനോക്കുവാൻ തീരുമാനിച്ചു. ഒരു ചെറിയ കുരുവിയാകാനാണ് അൽക്കാവില്ലു ആഗ്രഹിച്ചത്.

കുരുവി ആകാശമാർഗ്ഗത്തിലൂടെ സന്തോഷമായി പറന്ന് ദൂരെ കണ്ട ഒരു കുന്നിന്റെ മുകളിൽ ചെന്നിരുന്നു. വിജനമായ ആ കുന്നിൻപുറത്ത് ഒരു ചെറിയ കുടിൽ മാത്രമാണുണ്ടായിരുന്നത്. ആ കുടിലിന്റെ മുമ്പിൽ സുന്ദരിയായൊരു ചെറുപ്പക്കാരിയും. അവളുടെ മുഖം ക്ഷീണിച്ച് കരുവാളിച്ചിരുന്നു. അവളുടെ മുഖത്തും കണ്ണുകളിലും ഭയം തങ്ങി നിൽക്കുന്നുണ്ടായിരുന്നു.

പെട്ടെന്നാണ് പരുഷമായ ആ വാക്കുകൾ കേട്ടത്.

'ആരാണു നീ? എന്തിനിവിടെ വന്നു?'

ശബ്ദത്തോടൊപ്പം ഭയപ്പെടുത്തുന്ന ഒരു ചെറുപ്പക്കാരൻ അവിടെ പ്രത്യക്ഷപ്പെട്ടു.

'ജീവനിൽ കൊതിയുണ്ടെങ്കിൽ ഓടിക്കോ. ഇത് പെറു എന്ന ഭൂകമ്പത്തിന്റെ ദേവന്റെ സ്ഥലമാണ്. 'അദ്ദേഹം ഇപ്പോൾ ഇവിടെയെത്തും. ആദേവൻ നിന്നെക്കണ്ടാൽ...'

'താങ്കൾ?' അൽക്കാവില്ലു തിരക്കി.

'ഞാൻ അദ്ദേഹത്തിന്റെ സേവകനാണ്. ഓടിക്കോ. സമയം പാഴാക്കാതെ ഓടിക്കോ.'

അൽക്കാവില്ലു വീണ്ടും കുരുവിയായി പറന്നുപോയി.

ആ കുന്നിൽനിന്ന് ദൂരെ ഒരു താഴ് വരയിൽ ഒരു ചെറിയ

കുറ്റിച്ചെടിയിൽ ഇറങ്ങിയിരുന്നു. ക്ഷീണിതനായതുകൊണ്ട് കുരുവി ചെടിയിലിരുന്ന് അറിയാതെ ഉറങ്ങിപ്പോയി.

പെട്ടെന്നാണ് ആ അനുഭവമുണ്ടായത്. താൻ ആരുടേയോ കൈകളിൽ അകപ്പെട്ടുവോ എന്നു സംശയിച്ചുകൊണ്ടാണ് കണ്ണുതുറന്നത്.

'അതെ, ശരിയാണ്.'

താൻ അതീവസുന്ദരിയായ ഒരു പെൺകുട്ടിയുടെ മൃദുലമായ കൈപ്പത്തിക്കുള്ളിൽ പെട്ടിരിക്കുന്നു.

'അച്ഛാ, നോക്കൂ. ഞാനീ പിടിച്ച കുരുവി എത്ര ഭംഗിയുള്ളതാണ്.'

അവൾ കുരുവിയെ തന്റെ വിരലുകൾകൊണ്ട് മെല്ലെ തടവി.

'കൽഫുറേ, നീ അതിനെ നിന്റെ കിളിക്കൂട്ടിൽ വളർത്തിക്കോ. ഞാനും സഹോദരന്മാരും നമ്മുടെ പാടത്തുപോകുമ്പോൾ നിനക്കത് കൂട്ടായിരിക്#ു#ം.

കൽഫുറേ കുരുവിയെ കൂട്ടിലടച്ച് മൂളിപ്പാട്ടുപാടി വീട്ടുജോലികൾ ചെയ്യാനാരംഭിച്ചു. ഇടയ്ക്കിടയ്ക്ക് കൂടിനരികത്തുവന്ന് കുരുവിയെ ലാളിക്കാനും മറന്നില്ല. അൽക്കാവിലുവിന് താൻകൂട്ടിലാണെന്ന തോന്നലേ ഉണ്ടായില്ല. കൽഫുറേ ജോലി ചെയ്യുന്നതും നോക്കിയിരിക്കാൻ നല്ല രസമായിരുന്നു. പക്ഷേ, വിശക്കാൻ തുടങ്ങിയപ്പോഴാണ് ബുദ്ധിമുട്ടായത്.

പാടത്തുനിന്ന് തിരികെ വന്ന അച്ഛനും സഹോദരന്മാരും കൽഫുറേയും ഒന്നിച്ചിരുന്ന് നല്ല നല്ല ആഹാരം കഴിക്കുന്നതു കണ്ടപ്പോൾ അൽക്കാവിലുവിനും പങ്കുചേരാൻ മോഹം തോന്നാതിരുന്നില്ല. ഏതായാലും കുറച്ചു കാത്തിരിക്കാൻ തന്നെ അൽക്കാവിലു തീർച്ചയാക്കി. ഏതാണ്ട് നേരം ഇരുട്ടാൻ തുടങ്ങിയപ്പോൾ അൽക്കാവിലും ഒരു ഉറുമ്പിന്റെ രൂപം ധരിച്ച് കൂടിനു വെളിയിൽ വന്ന് അടുക്കളയിൽ ഭക്ഷണം സൂക്ഷിച്ചിരുന്ന സ്ഥലത്തെത്തി. വീണ്ടും മനുഷ്യരൂപം പ്രാപിച്ച്, കൽഫുറേ തയ്യാറാക്കിയ ഭക്ഷണം ഒരു പാത്രത്തിലെടുത്ത് കഴിക്കാനാരംഭിച്ചു. അടുക്കളയിൽ പാത്രങ്ങൾ തട്ടുകയും മുട്ടുകയും ചെയ്യുന്ന ശബ്ദം കേട്ട കൽഫുറേ അച്ഛനേയും സഹോദരന്മാരേയും വിളിച്ചുണർത്തി. എല്ലാവരും അടുക്കളയിലെത്തി അൽക്കാവിലുവിനെ പിടികൂടുകയും ചെയ്തു.

പിന്നീട്, അൽക്കാവിലു ഒന്നുംമറച്ചുവയ്ക്കാതെ നടന്നതെല്ലാം പറഞ്ഞു. ഭൂകമ്പക്കുന്നിൽ കണ്ട പെൺകുട്ടിയെക്കുറിച്ച് കേട്ടതും, കൽഫുറേയുടെ അച്ഛൻ പറഞ്ഞു.

'അതെന്റെ മകളാണ്. സംശയമില്ല. എന്റെ മൂർത്തിലയുടെ ഗതി ഇങ്ങനെയായല്ലോ?'

അതൽക്കാവില്ലും അവരെ സമാധാനപ്പെടുത്തി. ഉടൻതന്നെ കുരുവിയായി ആ കുന്ന് ലക്ഷ്യംവച്ച് പറന്നു. ഉദ്ദേശസ്ഥലത്ത് എത്തി ച്ചേർന്ന അൽക്കാവില്ലു മൂർത്തിലയോട് വിവരങ്ങളെല്ലാം പറഞ്ഞു. മൂർത്തിലയ്ക്ക് തന്റെ വീട്ടിലെത്താൻ ധൃതിയായി. അൽക്കാവില്ലു പറഞ്ഞു.

'സഹോദരീ, ഞാനിപ്പോൾ ഒരു വലിയ പരുന്തായി മാറും. ഒട്ടും ഭയക്കാതെ പരുന്തിന്റെ പുറത്തുകയറിയിരുന്ന് കഴുത്തിൽ ബലമായി പിടിച്ചുകൊള്ളണം. അങ്ങനെ നമ്മൾ ഇവിടെനിന്ന് രക്ഷപ്പെടും.'

മൂർത്തില അൽക്കാവില്ലു പറഞ്ഞതുപോലെ എല്ലാം കൃത്യമായി ചെയ്തു. വീട്ടിലെത്തിച്ചേർന്നപ്പോൾഅവർക്കെല്ലാം ഉണ്ടായ സന്തോ ഷത്തിന് അളവില്ലായിരുന്നു. കൽഫുറേയുടെ അച്ഛൻ അൽക്കാവില്ലു വിനോട് പറഞ്ഞു.

'മോനേ, നീ ഞങ്ങൾക്കു ചെയ്ത സഹായം വലുതാണ്. ഞങ്ങളിതിന് എന്തു പ്രതിഫലം നൽകും? വേണമെന്നു വിചാരിച്ചാൽപോലും ഞങ്ങൾ ക്കൊന്നും ചെയ്യാനാവില്ല. ഞങ്ങൾ പാവങ്ങളാണ്.'

'ഓ, ഞാൻ അത്ര വലിയ കാര്യമൊന്നും ചെയ്തില്ലല്ലോ. മനുഷ്യത്വം കാട്ടി. അത്രമാത്രം. കൂടാതെ ഇതെല്ലാം ചെയ്യാൻ കഴിഞ്ഞത് മറ്റുള്ളവ രുടെ സ്നേഹവും അനുഗ്രഹവും കിട്ടിയതുകൊണ്ടാണ്.'

അല്പനിമിഷങ്ങൾക്കുശേഷം അൽക്കാവില്ലു തുടർന്നു.

'പക്ഷേ, അച്ഛന് വിരോധമില്ലെങ്കിൽ എനിക്ക് കൽഫുറേയെ വിവാഹം കഴിക്കണമെന്നുണ്ട്. അവൾക്കും ഇഷ്ടമാണെങ്കിൽ.'

കൽഫുറെ നാണിച്ചാണെങ്കിലും പറഞ്ഞു.

കൂട്ടിലിട്ടപ്പോൾ മുതൽ എനിക്കെന്റെ കുരുവിയോട് വളരെ ഇഷ്ടമാ യിരുന്നു.

അതുകേട്ട് എല്ലാവരും ചിരിച്ചു.

അടുത്തദിവസം തന്നെ അൽക്കാവില്ലു കൽഫുറേയുമൊത്ത് സ്വന്തം ഗ്രാമത്തിലേക്കു പുറപ്പെട്ടു.

ഗ്രാമത്തിലെത്തിയ അവരെ അച്ഛനും ഗ്രാമീണരും വലിയ ഉത്സാ ഹത്തോടെ സ്വീകരിച്ചു.

വിവാഹശേഷം അൽക്കാവില്ലും കൽഫുറേയും സന്തോഷത്തോടെ ജീവിച്ചു.

പങ്കുകൃഷി

കുറുക്കൻമാർ പൊതുവേ സൂത്രശാലികളും മിടുക്കന്മാരുമാണ്. നാം കേട്ടിട്ടുള്ള കഥകളിലെ കുറുക്കന്മാരും അങ്ങനെതന്നെയാണ്. എന്നാൽ ഈ കഥയിലെ നായകനായ കുറുക്കൻ മണ്ടനും മടിയനുമായി രുന്നു.കുറുക്കന് സ്വന്തമായി കുറേ കൃഷി ഭൂമിയുണ്ടായിരുന്നു. മടിയനായ അവനുണ്ടോ കൃഷി ചെയ്യുന്നു? ആ ഭൂമിയെല്ലാം തരിശായി കിടന്നു.

ഒരു ദിവസം തരിശുഭൂമി നോക്കിക്കിടന്ന കുറുക്കന് ഒരാലോചനയു ണ്ടായി. മേലനങ്ങാതെ ഇതിൽനിന്ന് എങ്ങനെ ആദായമുണ്ടാക്കാം? അല്പനേരത്തെ ആലോചനയ്ക്കൊടുവിൽ അവനൊരു ബുദ്ധിതോന്നി. ഏറ്റവും നല്ല മാർഗ്ഗം പങ്കുകൃഷിയാണ്. പങ്കിന് കൂട്ടാൻ വിശ്വസ്തനായ ഒരു പങ്കാളിയെ കണ്ടുപിടിച്ചാൽ മതി. അങ്ങനെയിരിക്കുമ്പോഴാണ് ഒരു ഇത്തിൾ പന്നി അതു വഴി വന്നത്. കുറുക്കൻ ഇത്തിൽപന്നിയോട് ലോഹ്യം കാട്ടി.

'പന്നിച്ചേട്ടനെന്താ ഇതുവഴിയൊക്കെ?'

'ഓ... വെറുതെ.'

'നേരു പറയണമല്ലോ. ഞാനിന്നു രാവിലെയാ പന്നിച്ചേട്ടനെക്കുറി ച്ചോർത്തത്.'

'ങേ.. എന്തേ?'

'അല്ല. ചേട്ടനൊന്നു നോക്കിയേ... ഈ ഭൂമിയെല്ലാം എന്റെയാ ണെന്നു പറഞ്ഞിട്ടെന്താ കാര്യം. എല്ലാം തരിശായി കിടക്കുകയാണെ ന്നോർത്ത് സങ്കടപ്പെട്ടപ്പോഴാ പന്നിച്ചേട്ടന്റെ കാര്യം ഓർമ വന്നത്.

ചേട്ടനാണെങ്കിൽ പേരുകേട്ട കൃഷിക്കാരൻ. എന്നെപ്പോലെയാണോ?'

'എന്താ കാര്യമെന്ന തെളിച്ച പറയെടോ?'

'അല്ല. ഞാനോർക്കുവാരുന്നു.ചേട്ടനെന്റെ ഭൂമിയിൽ കൃഷി ചെയ്താലെന്താ. ഒരുതരം പങ്കുകൃഷി. എന്റെ ഭൂമിയും ചേട്ടന്റെ പ്രയത്നവും. വിള നമുക്ക് പാതിപാതി വീതിക്കുകയുംചെയ്യും.'

അല്പനേരത്തെ ആലോചനയ്ക്കുശേഷം ഇത്തിൽപ്പന്നി പറഞ്ഞു.

'അതൊരു നല്ല കാര്യമാണല്ലോ?'

'അപ്പോൾ അങ്ങനെ ഉറപ്പിക്കാം. പന്നിച്ചേട്ടൻ എന്റെ ഭൂമിയിൽ കൃഷിചെയ്തോളൂ. ചേട്ടനിഷ്ടപ്പെട്ട എന്തു കൃഷിയും ചെയ്യാം. എനിക്കൊരു വിരോധവുമില്ല. പക്ഷേ ഒരു കാര്യം; വിളവെടുക്കുമ്പോൾ ചേട്ടനെനിക്ക് ഭൂമിക്കടിയിലുള്ളതു മുഴുവൻ തരണം. മുകളിലുള്ളതു മുഴുവൻ ചേട്ടന്റെ വീതമായെടുത്തോളൂ.'

'ശരി എനിക്കു സമ്മതം.'

അങ്ങനെ കരാറനുസരിച്ച്, മഴ കിട്ടിയ തൊട്ടടുത്ത ദിവസം തന്നെ പന്നി കൃഷിയാരംഭിച്ചു. ഗോതമ്പാണ് കൃഷി ചെയ്തത്. പന്നിയും ഭാര്യയും മക്കളും ചേർന്ന് നല്ലതുപോലെ അദ്ധ്വാനിച്ചു. നല്ല മഴയും കിട്ടി. കുറേനാൾ കൃഷി ചെയ്യാതെ കിടന്ന ഭൂമിയല്ലേ. ഗോതമ്പുചെടികൾ തഴച്ചുവളർന്നു. വിളവെടുപ്പിന് സമയമായി. പന്നിയ്ക്കും വീട്ടുകാർക്കും സന്തോഷമായി. അവരെല്ലാവരുംചേർന്ന് ഗോതമ്പ് മുഴുവൻ കൊയ്തെടുത്തു. ഒന്നാന്തരം വിളവ്! കൊയ്ത്തു കഴിഞ്ഞപ്പോൾ പന്നി കുറുക്കനെ മണ്ണിന് കീഴെയുള്ള വിളവെടുക്കാൻ ക്ഷണിച്ചു. കുറുക്കൻ സന്തോഷത്തോടെ വിളവെടുക്കാൻ ക്ഷണിച്ചു. കുറുക്കൻ സന്തോഷത്തോടെ വിളവെടുക്കാൻ ഓടിയെത്തി. കണ്ടതോ ഗോതമ്പുചെടികളുടെ മൂടും വേരും മാത്രം. 'എന്തിനുകൊള്ളാം ആർക്കുവേണമിത്?' ഛെ!ഛ! വല്ലാത്തൊരു മണ്ടത്തരമായിപ്പോയി. കുറുക്കൻ സ്വയം വിലപിച്ചു. പക്ഷേ പന്നിച്ചേട്ടനോട് പരാതിയൊന്നും പറഞ്ഞില്ല. കുറുക്കന്റെ മനസ്സു മുഴുവൻ പന്നിയോടുള്ള ദേഷ്യമായിരുന്നു. ദേഷ്യം അടക്കിപ്പിടിച്ച് കുറുക്കൻ പറഞ്ഞു.

'ചേട്ടാ എനിക്കൊരു മണ്ടത്തരം പറ്റിപ്പോയി. പോകട്ടെ ഞാൻ സഹിച്ചുകൊള്ളാം. പക്ഷേ നമ്മുടെ കൂട്ടുകൃഷി തുടരുകതന്നെ വേണം. ചേട്ടൻ അടുത്തകൃഷി തുടങ്ങിക്കോ. എന്നാൽ ഒരു കാര്യം. ഇപ്രാവശ്യം എന്റെ വീതം മണ്ണിനു മുകളിലുള്ള ഭാഗമായിരിക്കും. ചേട്ടന് മണ്ണിനടിയിലുള്ളതും.'

'ശരി. എനിക്കു സമ്മതമാണ്.' പന്നി പറഞ്ഞു.

'എന്താ ഏതെങ്കിലും പ്രത്യേക വിള വേണമെന്നുണ്ടോ?'

'ഏയ്. അങ്ങനെയൊന്നുമില്ല. അതൊക്കെ പന്നിച്ചേട്ടന്റെ ഇഷ്ടം.'

മഴ കിട്ടിയതും പന്നി കൃഷിയാരംഭിച്ചു. ഉരുളക്കിഴങ്ങാണ് ഇത്തവണ കൃഷി ചെയ്തത്. പ്രതീക്ഷിച്ചതുപോലെതന്നെ നല്ല കൃഷിയായിരുന്നു. വിളവെട്ടുപ്പ് സമയമായപ്പോൾ പന്നി കുറുക്കനെ വിവരമറിയിച്ചു.

കുറുക്കൻ സന്തോഷത്തോടെ വിളവെട്ടുപ്പിന് തയ്യാറെടുത്തു വന്നപ്പോഴാണ് തനിക്കു പറ്റിയ മണ്ടത്തരം മനസ്സിലായത്. എന്നിരുന്നാലും പറഞ്ഞവാക്ക് പാലിച്ചല്ലേ പറ്റൂ. സങ്കടവും ദേഷ്യവും ഉള്ളിലൊതുക്കി, കുറുക്കൻ ഒന്നിനു കൊള്ളാത്ത വള്ളിയും ഇലകളും വാരിക്കെട്ടി.

പന്നിയും കുടുംബവും സമൃദ്ധിയുടെ നടുവിൽനിന്നു.

കുറുക്കന് കോപം അടക്കാനായില്ല.

'പന്നിച്ചേട്ടാ. ചേട്ടനെന്നെ ചതിക്കുകയായിരുന്നു. കഴിഞ്ഞ പ്രാവശ്യവും ഇപ്രാവശ്യവും എനിക്കൊന്നും കിട്ടിയില്ല. ചേട്ടൻ വിള തീരുമാനിച്ചപ്പോൾ എന്നെക്കുറിച്ചും ഓർക്കേണ്ടതല്ലായിരുന്നോ?'

കുറുക്കൻ ഈർഷ്യയോടെ പന്നിയെ തുറിച്ചുനോക്കി.

'ശരി. ഇപ്രാവശ്യം ഞാൻ മണ്ടനാകാൻ തീരുമാനിച്ചിട്ടില്ല. ചേട്ടൻ ഒരു പ്രാവശ്യംകൂടി കൃഷിചെയ്യൂ. പക്ഷേ ഇത്തവണ വിളയുടെ മേൽഭാഗവും മണ്ണിനടിയിലുള്ള ഭാഗവും എനിക്കായിരിക്കും. ചേട്ടന് നടുഭാഗം മാത്രം. എന്താ സമ്മതമാണോ?'

അല്പം ആലോചിച്ചതിനുശേഷം പന്നി പറഞ്ഞു.

'ശരി. എല്ലാം അനിയന്റെയിഷ്ടം. എന്താ കൃഷി ചെയ്യുക?'

'അത് ചേട്ടൻ തന്നെ തീരുമാനിച്ചോ.'

പതിവുപോലെ മഴയ്ക്കുശേഷം പന്നി കൃഷിയാരംഭിച്ചു. വിളവെട്ടുക്കേണ്ട സമയമായപ്പോൾ കുറുക്കൻ കൃഷിഭൂമിയിലെത്തി. തന്റെ പങ്ക് കണക്കുതെറ്റാതെ വാങ്ങണമല്ലോ. ഇപ്രാവശ്യം തന്നെ പറ്റിക്കാൻ അവനാവില്ലെന്ന സന്തോഷിച്ച് ചുറ്റും നോക്കിയ കുറുക്കൻ ആ സത്യം മനസ്സിലാക്കി. പന്നിച്ചേട്ടൻ വളരെ സമർത്ഥമായി തന്നെ മണ്ടനാക്കിയിരിക്കുന്നു.

സമൃദ്ധമായി വളർന്നു നിൽക്കുന്ന കരിമ്പ് കാണിച്ചുകൊടുത്ത് പന്നി പറഞ്ഞു.

'അനിയാ വരൂ!വരൂ! ഈ കരിമ്പിനെന്തു സ്വാദാണെന്നോ. ഇതിലൊന്നു കഴിച്ചുനോക്കൂ.'

കുറുക്കന് കോപം ഇരച്ചുകയറി.

'എനിക്ക് തന്റെ കിന്നാരമൊന്നും കേൾക്കണ്ട്. എന്നെ വഞ്ചിച്ചതും പോരാത്തതിന് പരിഹസിക്കുകയും ചെയ്യുന്നു അല്ലേ?'

കുറുക്കൻ ഉറഞ്ഞുതുള്ളി.

'വേണ്ട. എനിക്കു നിന്റെ ചങ്ങാത്തവും വേണ്ട. പങ്കുകൃഷിയും വേണ്ട. എന്റെ മുമ്പിൽ നിൽക്കാതെ എല്ലാവരും പൊയ്ക്കോ. ഇനി എന്റെ ഭൂമിയിൽ കാലുകുത്തിപ്പോകരുത്.'

അല്പം നിർത്തിയിട്ട് സ്വയം പിറുപിറുത്തു.

'പങ്കുകൃഷി... ഓ... നല്ല പങ്കുകൃഷി...ഒന്നുംവേണ്ട... തന്നെത്താനെ കൃഷി ചെയ്യാമോയെന്ന് ഞാനൊന്നു നോക്കട്ടെ.'

വെളുമ്പൻ എട്ടുകാലി

തെക്കേ അമേരിക്കയിലെ പരാഗ്വരാജ്യത്ത് ഇന്നും അധിവസിക്കുന്ന ഒരു വർഗ്ഗമാണ് ഗൗരാണി ഇന്ത്യൻ വംശജർ. അക്കൂട്ടരുടെ ഇടയിൽ പ്രചാരത്തിലുള്ളൊരു കഥയാണിത്.

പണ്ട് പണ്ട് ഒരു വിധവയും , അവരുടെ പിഗി എന്നുപേരുള്ള മകനും അവിടെ താമസിച്ചിരുന്നു. ഒരു ദിവസം കാലത്ത്, പതിവുപോലെ പിഗിയും അമ്മയും കലങ്ങളുമായി അടുത്തുള്ള നദിയിൽനിന്നും വെള്ളമെടുക്കാനായി പോവുകയായിരുന്നു. പിഗി വഴിയരികിലുള്ള യെരബമാഷേ ചെടിയുടെ അടുത്തുപോയി നോക്കിനിന്നു.

പെട്ടെന്നു തന്നെ അവൻ അമ്മയെ വിളിച്ചു.

'അമ്മേ, അമ്മേ ഇവിടെ വാ. ഞാനെന്റെ കൂട്ടുകാരനെ അമ്മയ്ക്കു കാണിച്ചുതരാം.'

പിഗി ആ ചെടിയ്ക്കരികിൽ കുനിഞ്ഞിരുന്നു. അവന്റെ അമ്മയും പിഗിയോടൊപ്പം അവിടെ കുനിഞ്ഞിരുന്നുനോക്കി.

പിഗിയുടെ അസാധാരണ സ്നേഹിതനെ കണ്ടപ്പോൾ അമ്മ ഊറിച്ചിരിച്ചു.

അതെ, അവൾക്കോർമ്മയുണ്ടായിരുന്നു. കുറച്ചുവർഷങ്ങൾക്കുമുമ്പായിരുന്നു പിഗി തന്നോട് ആ കഥ പറഞ്ഞത്. നദിയിലെ വെള്ളത്തിൽ ഒലിച്ചുപൊയ്ക്കൊണ്ടിരുന്ന ഒരു വെളുമ്പൻ എട്ടുകാലിയുടെ ജീവൻ രക്ഷിച്ച കഥ. പിഗി വെള്ളത്തിൽനിന്ന് ആ എട്ടുകാലിലെ തന്റെ കുമ്പിയ കൈകളിലെടുത്തു. പിന്നീട് അതിനെ അടുത്തുള്ള ഒരു യെരബമാഷേ ചെടിയുടെ ഇലകളിലൊന്നിൽ സുരക്ഷിതമായി വച്ചു. അന്നുതുടങ്ങിയ ചങ്ങാത്തമാണ് അവരുടേത്.

പിഗി ഇപ്പോൾ കുട്ടിയല്ല. വളർന്ന് വലിയവനായിരിക്കുന്നു.

ഒത്തൊരു യുവാവ്. എന്നാലും,നദീതീരത്ത് വരുമ്പോഴൊക്കെ അവൻ മറക്കാതെ ആ കൂട്ടുകാരനെ കാണും. കുശലം ചോദിക്കും. എട്ടുകാലി ചെടിയിൽനിന്നും അവന്റെ ഉള്ളംകയ്യിലേക്ക് കുതിച്ചുചാടി, കൈകളിൽ അങ്ങോട്ടുമിങ്ങോട്ടും ഓടിക്കളിച്ച് ചെടിയിലേക്ക് തിരികെപോകും. ആ കാഴ്ച കണ്ടുനിന്ന പിഗിയുടെ അമ്മയ്ക്ക് തന്റെ മകന്റെ ചുറ്റും ഒരു ദിവ്യജ്യോതിസ് ആവരണം ചെയ്യുന്നതുപോലെ തോന്നി. അപ്പോഴാണ് നദിയിൽ ഒരു ഓടം തുഴഞ്ഞുപോകുന്ന ശബ്ദം അവർ കേട്ടത്. പിഗിയും അമ്മയും നദിയിലേക്ക് തിരിഞ്ഞുനോക്കി. സുന്ദരിയായി ഒരു യുവതി നന്നായി അലങ്കരിച്ച ഒരു കളിവള്ളം തുഴഞ്ഞുപോകുന്നു. ആ ദൃശ്യം കൺമുന്നിൽ നിന്നു മറഞ്ഞതും പിഗി അമ്മയോടായി പറഞ്ഞു.

'അമ്മേ, ആ കുട്ടി തികച്ചും ഒരു സുന്ദരിയാണ്,അല്ലേ?'

'ശരി. നമുക്കിപ്പോൾ പോയി കലത്തിൽ വെള്ളമെടുത്തു വരാം. തിരികെ പോകുന്ന വഴിക്ക് ഞാനവളെക്കുറിച്ച് നിന്നോട് പറയാം.'

വെള്ളവും നിറച്ച് തിരികെ പോകുമ്പോൾ അമ്മ പിഗിയോട് പറഞ്ഞു.

'അവൾ തുക്കിര. നമ്മുടെ ഗ്രാമത്തലവന്റെ മകളാണ്.'

'പക്ഷേ ഞാനവളെ ഇവിടെയെങ്ങും കണ്ടിട്ടില്ലല്ലോ.'

'ചെറുപ്പത്തിലേ അവളുടെ അമ്മ മരിച്ചു. അതിനുശേഷം അവൾ വളർന്നത് ദൂരെയുള്ള ഒരമ്മായിയുടെ അടുത്തായിരുന്നു. ഇപ്പോഴാണ് തിരികെ വരുന്നത്.'

'അവളിനി നമ്മുടെ ഗ്രാമത്തിൽ തന്നെയായിരിക്കുമോ?'

'അതേ. അവൾക്ക് കല്യാണപ്രായമായില്ലേ? ഇനി ഗ്രാമത്തലവൻ കീഴ് വഴക്കമനുസരിച്ച് ഒരു പയ്യനെ തിരഞ്ഞെടുത്ത് കല്യാണം കഴിപ്പിക്കും.'

ദിവസങ്ങൾ കടന്നുപോയി. ഒരു ദിവസം അപ്രീക്ഷിതമായി പിഗി തുക്കിരയെ കാണാനിടയായി. അവൻ കാട്ടുബെറി പറിക്കുമ്പോഴാണ് അവൾ അങ്ങു ദൂരെ പൂക്കളറിത്തുകൊണ്ടു നിൽക്കുന്നത് കാണാനിടയായത്. അവൻ അവളുടെ അടുക്കൽ ചെന്ന് സ്വയം പരിചയപ്പെടുത്തി.

'ഞാൻ പിഗി. ഈ ഗ്രാമത്തിൽതന്നെയുള്ള ഒരുചെറുപ്പക്കാരൻ. ഗ്രാമത്തലവന്റെ മകൾ തുക്കിരയെ ഞാനാദ്യമായാണ് അടുത്തു കാണുന്നത്. കണ്ടതിൽ വളരെ സന്തോഷം.'

'അതെ. ഞാൻ ചെറുപ്പംതൊട്ടേ ഇവിടെയില്ലായിരുന്നു. ഇപ്പോഴാണ് ഇങ്ങോട്ട് താമസമാക്കിയത്.'

'ഇവിടെത്തന്നെ താമസമാക്കിയതുകൊണ്ട് തുക്കിരയെ കൂടെക്കൂടെ

കാണാൻ കഴിയുമല്ലോ?'

'അതെ; ഇനി ഇടയ്ക്കിടെ കാണാം. ഞാൻ പോകട്ടെ.'

അവൻ അവൾക്ക് കുറെ ബെറി പഴങ്ങൾ നീട്ടി. അതു വാങ്ങിക്കൊണ്ട് അവൾ പറഞ്ഞു.

'എനിക്കീ പഴങ്ങൾ വളരെ ഇഷ്ടമാണ്.'

അവൾ നടന്നുമറയുന്നതുനോക്കി പിഗി കുറെനേരം അവിടെത്തന്നെ നിന്നു.

പിഗിയും തുക്കിരയും ഇടയ്ക്കിടെ കണ്ടുമുട്ടി. ധാരാളം സംസാരിച്ചു. അവർക്ക് പരസ്പരം ഇഷ്ടംതോന്നി. കണ്ടുമുട്ടലുകളുടെ എണ്ണം കൂടിക്കൂടി വന്നു.യാദൃശ്ചികമായ കണ്ടുമുട്ടലുകൾ പറഞ്ഞുറപ്പിച്ച കാണലുകളിലേക്ക് വഴിമാറിയപ്പോൾ വിവരം ഗ്രാമവാസികൾക്കും മനസ്സിലായിത്തുടങ്ങി. ഗ്രാമത്തലവനും കാര്യം മനസ്സിലായി. എങ്കിലും തന്റെ അന്തസ്സിനും ഗ്രാമത്തിലെ കീഴ്‌വഴക്കങ്ങൾക്കുമനുസരിച്ചുതന്നെ തുക്കിരയുടെ വിവാഹം നടത്താൻ അയാൾ തീർച്ചപ്പെടുത്തി. തുക്കിരയെ വിവാഹം കഴിക്കാനാഗ്രഹിക്കുന്ന ചെറുപ്പക്കാരൻ ചില പരീക്ഷണങ്ങളിൽ വിജയിക്കണമെന്നൊരു നിബന്ധനയും മുന്നോട്ടുവച്ചു. ആ ഗ്രാമത്തിലേയും അടുത്ത ഗ്രാമങ്ങളിലെയും ചെറുപ്പക്കാർക്ക് അവസരം നൽകാനും അയാൾ തീരുമാനിച്ചു.

കായികാഭ്യാസങ്ങളായിരുന്നു ആദ്യത്തെ മത്സരഇനം. അതിൽ അസൂയാർഹമായ രീതിയിൽ ജയിച്ച നാലു ചെറുപ്പക്കാരിൽ പിഗിയും ഉണ്ടായിരുന്നു. എന്നാൽ അവസാനത്തെ നിബന്ധനയായിരുന്നു നിറവേറ്റാൻ പ്രയാസം. പ്രതിശ്രുതവരൻ തുക്കിരയ്ക്ക് ഒരു അസാധാരണ സമ്മാനം നൽകണമെന്നായിരുന്നു അത്.

പിഗി തുക്കിരയെ വളരെയധികം സ്നേഹിച്ചിരുന്നു. മറിച്ചും അങ്ങനെ തന്നെയായിരിക്കുമെന്ന് പിഗി വിശ്വസിച്ചു.ആ സ്നേഹം മാത്രമായിരുന്നു അവന്റെ കൈമുതൽ

മറ്റു ഗ്രാമത്തലവന്മാരുടെ മക്കളും മറ്റും കൊണ്ടുവരാൻ സാധ്യതയുള്ള വില കൂടിയ മോടിയുള്ള സമ്മാനങ്ങളോട് കിടനിൽക്കുന്ന ഒരു സമ്മാനം തനിക്ക് എവിടെനിന്നു കിട്ടും എന്ന ചിന്ത അവനെ അലട്ടി. പാവപ്പെട്ട അമ്മ. ഒരു നേരത്തെ ആഹാരത്തിനുപോലും അവനും അമ്മയും ജോലി ചെയ്യണം. അതാണ് സ്ഥിതി. അവന്റെ വിഷമം പറഞ്ഞറിയിക്കാൻ വയ്യാത്തതായിരുന്നു. എങ്കിലും പിഗി തുക്കിരയെകണ്ട് അവന്റെ സങ്കടമറിയിച്ചു. അവൾ പറഞ്ഞു.

'പിഗീ, എനിക്കും നിന്നെ വിവാഹം കഴിക്കാനാണിഷ്ടം. അതുകൊണ്ട്

ഒട്ടും വിഷമിക്കാതെ നീ തുപായോട് പ്രാർത്ഥിക്കൂ. തുപാ നിനക്ക് എന്തെങ്കിലും വഴി കാണിക്കും.'

പിഗി ദൈവത്തോട് അകമഴിഞ്ഞ് പ്രാർത്ഥിച്ചു.

'തുപാ. നീ മാത്രമാണ് എനിക്കൊരാശ്രയം. ഞാൻ സ്നേഹിക്കുന്ന തുക്കിരയെ എന്നിൽനിന്നുമകറ്റാതെ നോക്കേണമേ. തുപാ, എന്റെ സർവ്വേശ്വരാ.'

അടുത്ത ദിവസങ്ങളിലായി, പന്തയങ്ങളിൽ വിജയികളായ മറ്റ് പ്രതിശ്രുതവരന്മാർ പല പല കമനീയ വസ്തുക്കളും തുക്കിരയ്ക്ക് സമ്മാനങ്ങളായി നൽകി. ഓരോന്നും ഒന്നിനൊന്ന് വ്യത്യസ്തവും ആകർഷണീയവുമായിരുന്നു. വിലപിടിച്ച രത്നങ്ങൾ പതിച്ചവ, അപൂർവ്വങ്ങളായ പക്ഷിത്തൂവലുകൾ പിടിപ്പിച്ചവ, ദിവ്യമായ ശബ്ദത്തിൽ പാട്ടുപാടുന്ന കിളികൾ. ഓരോന്നും വില മതിക്കാനാവാത്തതായിരുന്നു. അതെല്ലാം കണ്ട് പിഗി തന്റെ കഴിവുകേടോർത്തു ദുഃഖിച്ചു. അവനെ ആശ്വസിപ്പിച്ച അമ്മയോട് അവൻ പറഞ്ഞു.

'അമ്മേ, ഈ പന്തയത്തിൽ ഞാൻ തോല്ക്കും.'

കുറച്ചുനേരത്തെ മൗനത്തിനുശേഷം അവൻ തുടർന്നു.

'ഞാൻ നദിക്കരയിലെ എന്റെ കൂട്ടുകാരന്റെ അടുത്തേക്ക് പോകുന്നു. തുക്കിരയുടെ കല്യാണച്ചടങ്ങുകൾ കഴിയുന്നതുവരെ അമ്മ എന്നെ അന്വേഷിക്കണ്ട. എന്റെ കൊച്ചുകൂട്ടുകാരന്റെ കൂടെ ഞാനത്രയും ദിവസം കഴിച്ചുകൂട്ടാം. അതെനിക്കാശ്വാസമായിരിക്കും.

പിഗി വീട്ടിൽ നിന്നിറങ്ങിപ്പോയി.

പതിവായി കൂട്ടുകാരനെ കാണുന്ന സ്ഥലത്തെത്തിയപ്പോൾ യെരബമാഷേ ചെടിയിൽനിന്നും ആരോ തന്നെ വിളിക്കുന്നത് പിഗി കേട്ടു.

'പിഗീ, പിഗീ.... കൂട്ടുകാരാ...

പിഗി ആ ഭാഗത്തേക്ക് നോക്കി.

'കൂട്ടുകാരാ, ഇതു ഞാൻ തന്നെയാണ്. നിന്റെ കൂട്ടുകാരൻ നിന്റെ വെളുത്ത ചിലന്തി'

'കൂട്ടുകാരാ, നിനക്ക് സംസാരിക്കാൻകഴിയുമോ?' പിഗി അതിശയിച്ചു.

'കൂട്ടുകാരാ. ഇതെനിക്ക് തുപാ ഇന്നു തന്നെ വരമാണ്. ആ ദൈവം നിന്നെ സഹായിക്കുവാനായി എനിക്കു നൽകിയ വരം.'

'എന്നെ സഹായിക്കാനോ?'

'അതെ, നിനക്ക് തുക്കിരയെ ഇഷ്ടമാണെന്ന് തുപസ്സറിയാം. നീ വിഷമിക്കേണ്ട. നീ ഭാഗ്യവാനാണ്. തുക്കിരയെ നിനക്കുതന്നെ വിവാഹം കഴിക്കാനാവും.'

'എങ്ങനെ?'

'നാളെ പ്രഭാതമാകുമ്പോൾ നീ ഇവിടെ വരണം. അപ്പോൾ നിനക്ക് തുക്കിരയ്ക്ക് നൽകാനുള്ള പ്രത്യേക സമ്മാനം ഞാൻ തയ്യാറാക്കി വെയ്ക്കാം. ഇപ്പോൾ സമാധാനമായി സന്തോഷത്തോടെ വീട്ടിൽപോയി അമ്മയോട് വിവരങ്ങളെല്ലാം പറയൂ.'

പിഗി സന്തോഷത്തോടെ വീട്ടിലേക്കു പോയി.

അടുത്ത ദിവസം അതിരാവിലെതന്നെ, പിഗി നദിക്കരയിൽ പോയി കുട്ടുകാരനെ കണ്ടു.

'കുട്ടുകാരാ, സമയത്തുതന്നെ വന്നല്ലോ. ഇതാ ഈ പൊതിയിൽ കുട്ടുകാരന്റെ ഭാവിഭാര്യയ്ക്കുവേണ്ട സമ്മാനം റെഡിയാക്കിയിട്ടുണ്ട്. ഉടനെ തന്നെ പോയി ഈ മുക്കാട് തുക്കിരയുടെ തലയിൽ ഇടൂ. ഒട്ടും താമസി ക്കണ്ട. വേഗം പോകണം.'

പിഗി ഉടൻ തന്നെ കല്യാണമണ്ഡപത്തിലേക്ക് ഓടി. അവിടെ യെത്തിയപ്പോൾ, ഗ്രാമത്തലവൻ പ്രതിശ്രുതവരന്റെ പേര് വിളംബരം ചെയ്യാൻ തയ്യാറെടുക്കുകയായിരുന്നു.

ഓടിയെത്തിയ പിഗി ധൃതിയിൽ തന്റെ കൈയിലെ പൊതി നിവർത്തി, അതിലുണ്ടായിരുന്ന മുക്കാട് തുക്കിരയുടെ തലയിലിട്ടു. സങ്കടപ്പെട്ട് മുഖം കുനിച്ചിരുന്ന തുക്കിരയ്ക്ക് അതിശയവും സന്തോഷവും തോന്നി. ചുറ്റി നിന്നിരുന്നവരെല്ലാം അത്ഭുതപ്പെട്ടു.

എല്ലാവരും അവരറിയാതെതന്നെ പറഞ്ഞുപോയി.

'എത്ര സുന്ദരം! എത്ര മനോഹരം!'

കൂട്ടതതിലാരോ വിളിച്ചുപറഞ്ഞു.

'നന്ദതി, നന്ദതി.'

പിന്നീട് ആരും ഒന്നും പറയേണ്ടിവന്നില്ല.

ഗ്രാമത്തലവൻ ഒട്ടും താമസിയാതെ അറിയിച്ചു.

'പിഗിയാണ് എന്റെ മരുമകൻ.'

പിഗിയും തുക്കിരയും, പിഗിയുടെ അമ്മയും ഗ്രാമവാസികളും, അടുത്ത ഗ്രാമത്തിലുള്ളവരും സന്തോഷിച്ച മുഹൂർത്തമായിരുന്നു അത്. ആർഭാട മായി വിവാഹം കഴിഞ്ഞതിനുശേഷം പിഗിയും തുക്കിരയും ആദ്യമായി

പോയത് എങ്ങോട്ടായിരിക്കുമെന്ന് പറയേണ്ടതില്ലല്ലോ.

(നന്ദുതി എന്നാൽ ചിലന്തിവല. ചിലന്തിവല പോലെ നേർമയുള്ളതും അതേസമയം ബലമുള്ളതുമായി, അഴകുള്ള പൂക്കൽ നെയ്തുപിടിപ്പിച്ച നിറപ്പകിട്ടുള്ള ഭംഗിയേറിയ വസ്ത്രങ്ങൾ നെയ്യുന്നതിൽ പരാഗ്വയിലെ സ്ത്രീകൾ ഇന്നും പേരുകേട്ടവരാണ്. നന്ദുതി എന്ന പേരിലറിയപ്പെടുന്ന അത്തരം വസ്ത്രങ്ങൾ ലോക പ്രസിദ്ധമാണ്.

ഉരുളക്കിഴങ്ങിന്റെ ഉത്ഭവം

ദക്ഷിണ അമേരിക്കയിലെ പെറു, ബൊളിവിയ മുതലായ നാടുകളുകൾ വസിച്ചിരുന്ന അയിമാരൻ വംശജർ ഒരു പക്ഷേ പ്രസിദ്ധി പെറ്റ ഇൻകാ വംശജരേക്കാൾ കൂടുതൽ പാരമ്പര്യം അവകാശപ്പെടാൻ കഴിയുന്നവരാണ്. അവരുടെ സംസ്കാരം കൂടുതൽ പഴക്കമുള്ളതായിരുന്നുവെങ്കിലും, കാലപ്പോക്കിൽ അവർ ഇൻകാ സാമ്രാജ്യത്തിന്റെ ഭാഗമായി. പിന്നീട് സ്പാനിഷ് ആധിപത്യത്തിലും, എന്നിരുന്നാലും മനസ്സുകൊണ്ട് കീഴടങ്ങാതെ ഇന്നും സാംസ്കാരിത്തനിമ പുലർത്തുന്നവരാണ് അയിമാരൻ ജനത. പെറുവന് വട്കായി, ആൻഡീസ് പർവതനിരകളോട് ഒട്ടിക്കിടക്കുന്ന ബൊളിവീയ നാട്ടിൽ ഇന്നും ധാരാളമായി കാണപ്പെടുന്ന ഇക്കൂട്ടർ അവരുടേതായ തനത് ഭാഷയും, ആചാരങ്ങളും, വസ്ത്രധാരണരീതികളും തുടരുന്നു.

ലോകാരംഭത്തിൽ, ദൈവങ്ങൾ ഭൂമിയെല്ലാം വ്യത്യസ്ത വംശക്കാർക്കായി വിഭജിച്ചു കൊടുത്തുവെന്നും, ദൈവത്തിന് പ്രിയപ്പെട്ടവരായ അവർക്ക് മഞ്ഞുമൂടിയ ചന്തമേറിയ പർവതിനിരകളും, സമൃദ്ധമായി വിളവ് നൽകുന്ന കൃഷിഭൂമികളുമെല്ലാമുള്ള സ്ഥലം നൽകിയെന്നും അയിമാരൻ വംശജർ വിശ്വസിക്കുന്നു. തങ്ങൾക്ക് കിട്ടിയ ഭൂമിയിൽ കൃഷിചെയ്തും ആടുമേയ്ച്ചും സുഖമായി, സന്തോഷമായി അവർ ജീവിക്കാനാഗ്രഹിച്ചു.

പക്ഷേ, പർവതനിരകൾക്കപ്പുറം കാരി എന്ന മറ്റൊരു വംശക്കാരാണ് താമസിച്ചിരുന്നത്. ഏതോ ഒരു കാലത്ത് കാരികൾ താമസിച്ചിരുന്ന ഭൂപ്രദേശത്ത് ഉണ്ടായ ശക്തിയേറിയ ഭൂകമ്പം കാരണം അവർക്ക്

അവിടെനിന്നും മാറി താമസിക്കേണ്ടിവന്നു. അങ്ങനെ പുതിയ ഭൂമി തേടി പുറപ്പെട്ട കാരികൾ, അയിമാരൻ വംശജരുടെ സപല്ലഗ്രാമം ആക്രമിക്കുകയും ഗ്രാമത്തലവനെ തടവുകാരനായി പിടിക്കുകയും ചെയ്തു.

ഗ്രാമത്തലവനെ കാരാഗൃഹത്തിൽ അടയ്ക്കുന്നതിനുമുമ്പ്, അദ്ദേഹത്തിന്റെ മകനെ കാണുവാനും സംസാരിക്കുവാനും കാരികൾ അനുവദിച്ചു. ഗ്രാമത്തലവന്റെ കൗമാരപ്രായത്തിലുള്ള മകനെ ഒരു ഭീഷണിയായി കാരികൾ കണക്കാക്കിയില്ല. എന്നാൽ കാരികൾ വിചാരിച്ചതുപോലെ ചൊക്കൻ അത്ര നിസ്സാരനല്ലായിരുന്നു. കേവലം കുട്ടിയായിരുന്ന അവന്റെ മനസ്സിലും വേരുറച്ച വംശസ്നേഹവും ദൃഢതയുമുണ്ടായിരുന്നു.

ഗ്രാമത്തലവൻ മകനോട് പറഞ്ഞു.

'ചൊക്കാ, മകനേ, നീ കുട്ടിയാണെങ്കിലും ഇനി മുതൽ എന്റെ സ്ഥാനം ഏറ്റെടുക്കേണ്ടത് നീയാണ്. നമ്മുടെ കൂട്ടരെ പരാധീനതയിൽ നിന്നും മോചിപ്പിക്കേണ്ടത് നിന്റെ കടമയാണ്. ദൈവം നമ്മെ ഒരിക്കലും കൈവിടില്ലെന്ന് നമ്മുടെ കൂട്ടരോട് പറയണം.'

'അങ്ങനെയാവട്ടെ അച്ഛാ.'

ദിവസങ്ങൾ കടന്നുപോയി. സപല്ലക്കാർക്ക്, ദൈവങ്ങൾ തങ്ങളെ കാരികളിൽനിന്ന് സ്വതന്ത്രരാക്കുമെന്ന വിശ്വാസം നാൾക്കുനാൾ കുറഞ്ഞുവന്നു. പക്ഷേ, ചൊക്കനുമാത്രം യാതൊരു തളർച്ചയുമില്ലായിരുന്നു. അവൻ അച്ഛന്റെ വാക്കുകൾ എപ്പോഴും ഓർത്തു. എന്നും ദൈവങ്ങളോട് പ്രാർത്ഥിച്ചു. കഷ്ടപ്പെട്ട് മലമുകളിൽ കയറി ഇഷ്ടദൈവങ്ങളോട് പ്രാർത്ഥിക്കുന്ന പതിവ് ഒരു ദിവസവും മുടക്കിയില്ല. പ്രാർത്ഥന കഴിഞ്ഞ് തിരികെ വരുമ്പോൾ അവന്റെ വംശജർ അവിടെ കൂടിയിട്ടുണ്ടാവും.

'നമ്മുടെ ദൈവങ്ങൾ നമ്മെ കൈവിട്ടുവെന്നാ തോന്നുന്നത്. ഇനി നാമെന്തു ചെയ്യും?'

'മനസ്സ് തളരാൻ അനുവദിക്കരുത് കൂട്ടരേ. ദൈവങ്ങൾ ഒരിക്കലും നമ്മെ കൈവെടിയുകയില്ല.'

ചൊക്കൻ അവർക്ക് ധൈര്യം പകരും.

അങ്ങനെ നാളുകൾ കുറെ കഴിഞ്ഞു. ഒരു ദിവസം മലമുകളിൽ നിന്ന് മടങ്ങാൻ തുടങ്ങിയ ചൊക്കന്റെ മുമ്പിൽ ഒരു വലിയ കഴുകൻ പറന്നിറങ്ങി ഇരുന്നു. ചൊക്കൻ കഴുകനെ കണ്ടതും തന്റെ കവണ എടുത്ത് ഉന്നംവച്ചു. അപ്പോൾ കഴുകൻ പറഞ്ഞു.

'മകനേ, ആ കവണ മാറ്റിവച്ചേക്കൂ. നീ ഒട്ടും ഭയപ്പെടേണ്ട. ഞാൻ നിന്റെ സ്നേഹിതനാണ്.'

ചൊക്കൻ കവണ മടിക്കുത്തിൽതന്നെ തിരുകിവച്ചിട്ട് ചോദിച്ചു.

'താങ്കളാരാണ്? ദയവുചെയ്ത് വിശദമായി പറയൂ. താങ്കൾ എവിടെ നിന്ന എന്തിനായി വന്നു?'

'ഞാൻ നിങ്ങളുടെ പ്രധാനദേവനായ പച്ചക്കാമനാണ്. ഇപ്പോൾ കഴുകന്റെ രൂപത്തിൽ വന്നത് നിന്നെ കാണാനാണ്. നിന്റെ അടിയു റച്ച വിശ്വാസം എനിക്ക് സന്തോഷം തരുന്നു. അതുകൊണ്ട് ഞാൻ നിന്നെയും ന്റെ വംശക്കാരേയും സഹായിക്കുന്നതാണ്.'

ആ വാക്കുകൾകേട്ട ചൊക്കൻ സന്തോഷംകൊണ്ട് മതിമറന്നു പോയി.

ഉടൻതന്നെ അവൻ പച്ചക്കാമ എന്ന കഴുകന്റെ മുന്നിൽ സാഷ്ടാംഗം പ്രണമിച്ചു.

'ദയാനിധിയായ ദൈവമേ, ഞാനെന്നും താങ്കളുടെ സഹായവും പ്രതീക്ഷിച്ചു കഴിയുകയായിരുന്നു. എന്നെ അനുഗ്രഹിക്കണേ.'

'ഞാൻ പറയുന്നതുപോലെ നീയും നിന്റെ വംശക്കാരും പ്രവർത്തി ക്കുമെന്ന് എനിക്ക് ഉറപ്പുതരണം.

ഞാനുറപ്പ് തരുന്നു. ഞങ്ങളെന്താണ് ചെയ്യേണ്ടത്? അനുഗ്രഹിച്ച് കല്പിച്ചാലും.'

'മനുഷ്യരാരും ഇന്നേവരെ കണ്ടിട്ടില്ലാത്ത ഒരു വിത്ത് ഞാൻ നിങ്ങൾക്ക് സമ്മാനിക്കും. നാളെ കാരികൾ തരുന്ന വിത്തുകൾക്കുപ കരം, അവരറിയാതെ ഞാൻ തരുന്ന വിത്തുകൾ വയലിൽ പാകണം. യാതൊരു കാരണവശാലും കാരികൾ ഈ കാര്യം അറിയാൻ പാടില്ല.'

'ഞാനും എന്റെ വംശക്കാരും അങ്ങയുടെ നിർദ്ദേശപ്രകാരം എല്ലാം ചെയ്യാം. ഞാനുറപ്പു തരുന്നു.'

ആ വെളുത്ത കഴുകൻ ഒരു ചാക്കുനിറയെ വിത്ത് സമ്മാനിച്ചതിനു ശേഷം തന്റെ വലിയ ചിറകുകൾ വിടർത്തി ഉയരങ്ങളിലേക്ക് ഉയർന്നു പറന്നു മറഞ്ഞു.

ചൊക്കൻ മലമുകളിൽനിന്ന് താഴെയിറങ്ങി. തന്റെ കൂട്ടരെ വിവരം പറഞ്ഞ് മനസ്സിലാക്കി. ചൊക്കന്റെ നിർദ്ദേശങ്ങൾ അതേപടി സപല്ലാ ഗ്രാമക്കാർ അനുസരിക്കുകയും ചെയ്തു.

വിത്ത് മുളച്ച് ആരോഗ്യമുള്ള ചെടികളായി വളർന്നു. കാരികളുടെ നിർദ്ദേശപ്രകാരം കൃഷിപ്പണികളെല്ലാം ചെയ്തിരുന്നത് ചൊക്കനും കൂട്ടരുമായിരുന്നു.

തഴച്ചുവളർന്ന ചെടികൾ മൊട്ടിട്ട് പൂക്കുകയും പിന്നീട് കായ്ക്കുകയും ചെയ്തു. ഓരോ കൊടിയിലും ഇളം പച്ചനിറത്തിലുള്ള, മണിപോലെയുള്ള

ധാരാളം കായ്കൾ. അതുകണ്ട കാരികൾക്കും അയിമാരികൾക്കും ഒരുപോലെ സന്തോഷം തോന്നി.

കൃഷിപ്പണികൾ ധാരാളമുണ്ടായിരുന്നെങ്കിലും ചൊക്കൻ കുന്നിൻമുകളിൽപോയി പച്ചക്കാമയുൾപ്പെടെ എല്ലാ ദൈവങ്ങളേയും പ്രാർത്ഥിക്കുന്ന ശീലം തെറ്റിച്ചില്ല. അങ്ങനെ ഒരു ദിവസം വെളുത്ത കഴുകൻ ചൊക്കന്റെ മുന്നിൽ വീണ്ടും പ്രത്യക്ഷട്ടു. താണ് വണങ്ങിയ ചൊക്കനോട് പച്ചക്കാമ പറഞ്ഞു.

'വിളവെടുപ്പിന് സമയമായിരിക്കുന്നു. കാരികൾ പുതിയ ഫലം തിന്നുനോക്കാൻ ആകാംക്ഷയോടെ കാത്തിരിക്കുകയായിരിക്കണം.'

'അതെ. അവരുടെ ദൈവങ്ങളുടെ അനുഗ്രഹം കൊണ്ട് കൃഷി നന്നായിരിക്കുന്നുവെന്ന് അവർ വിശ്വസിക്കുന്നു.'

'അതെ. അവർ കായ്കൾ പറിച്ചുകൊടുക്കാനാവശ്യപ്പെടുമ്പോൾ നിന്റെയാളുകൾ യാതൊരെതിർപ്പുമില്ലാതെ അവർ പറയുന്നത് അനുസരിക്കണം. നിന്റെ കൂട്ടരിൽ ആരും യാതൊരു കാരണവശാലും ആ കായ്കളിൽ ഒന്നുപോലും തിന്നാൻ പാടില്ല. ഇത് എന്റെ ഉത്തരവാണെന്ന് എല്ലാവരോടും പറയുക. ഈ ഉത്തരവ് ആരെങ്കിലും തെറ്റിച്ചാൽ നിങ്ങളുടെ വംശനാശത്തിന് ഇടയാകുമെന്നും.'

പച്ചക്കാമയുടെ വാക്കുകൾ ചൊക്കന് നിരാശാജനകങ്ങളായിരുന്നു. അവൻ കരുതിയിരുന്നത് ദൈവം അവർക്കായി നൽകിയ വിത്തിന്റെ വിള അവർക്കായിരിക്കുമെന്നാണ്. അതുകൊണ്ട് വളരെ താഴ്മയായി അവൻ പറഞ്ഞു.

'അങ്ങുന്നേ, ഈ വിള ഞങ്ങൾക്കുള്ളതാണെന്നാണ് ഞാൻ കരുതിയിരുന്നത്.'

'നിങ്ങൾക്കുതന്നെ. മണ്ണിനുമുകളു കാണുന്നതല്ല യഥാർത്ഥ വിളവ്. ചെടികളിൽകാണുന്ന കായ്കൾ കാരികൾ എടുത്തുകൊള്ളട്ടെ. കുറെ ദിവസങ്ങൾക്കുള്ളിൽ, കൊടികൾ കരിഞ്ഞു തുടങ്ങുമ്പോൾ മണ്ണിനടിയിൽ നല്ലസ്വാദുള്ള കിഴങ്ങുകൾ വിളയും. അവ നിങ്ങൾക്കുള്ളതാണ്. പക്ഷേ ഞാൻ നിർദ്ദേശം തരുന്നതുവരെ കാത്തിരിക്കണം.'

ആ വാക്കുകൾ കേട്ട ചൊക്കന് വളരെയധികം സന്തോഷമായി. അങ്ങനെയാവട്ടെ എന്നു പറഞ്ഞ് അവൻ ഇഷ്ടദൈവത്തെ വണങ്ങി. കഴുകൻ പറന്നുയർന്നു.

കുറെ ദിവസങ്ങൾക്കുശേഷം പച്ചക്കാമ പ്രത്യക്ഷപ്പെട്ട് ചൊക്കനോട് പറഞ്ഞു.

‘നിങ്ങൾ ഇതുവരെ ഞാൻ പറഞ്ഞതനുസരിച്ച് പ്രവർത്തിച്ചു. കാരികൾ രണ്ടു ദിവസത്തിനകം വരുന്ന വിശേഷ നാളിൽ പുതിയ ചെടിയുടെ കായ്കൾ ഭക്ഷിക്കും. പക്ഷേ അതിനുമുമ്പായി നിങ്ങൾ അവരറിയാതെ കവണകളിൽ ഉപയോഗിക്കാൻ പാകത്തിനുള്ള ധാരാളം കല്ലുകൾ ശേഖരിച്ചുവയ്ക്കണം. കാരികൾ പുതിയ കനികൾ ഭക്ഷിക്കുന്നതോടെ ബോധം നഷ്ടപ്പെട്ട് ക്ഷീണിതരാകും. ആ സമയം നോക്കി കവണകൾ പ്രയോഗിച്ച് നിങ്ങൾക്ക് അവരെ സപല്ലയിൽ നിന്ന് ഓടിക്കാൻ കഴിയും. പിന്നീടവർ ഒരിക്കലും നിങ്ങളെ ശല്യപ്പെടുത്തുകയില്ല. കാരികളെ ഓടിച്ചുവിട്ടതിനുശേഷം കൃഷിഭൂമികളിൽനിന്നും മണ്ണിനടിയിലുള്ള കിഴങ്ങുകൾ നിങ്ങൾക്ക് ശേഖരിക്കാം.’

നിർദ്ദേശങ്ങൾ നൽകിയിട്ട് പച്ചക്കായ പറന്നുപോയി. ചൊക്കൻ പച്ചക്കായ നൽകിയ നിർദ്ദേശങ്ങൾ തന്റെ വംശക്കാരെ അറിയിക്കുകയും, അവർ സർവ്വേശ്വരനെ പ്രാർത്ഥിച്ചുകൊണ്ട്, അദ്ദേഹം നൽകിയ നിർദ്ദേശങ്ങൾ തെറ്റിക്കാതെ പാലിക്കുകയും ചെയ്തു.

പുതിയ വിളവെടുത്തപ്പോൾ കിട്ടിയ കായ്കൾ കാരികൾ ഒരുത്സവം ആഘോഷിക്കുന്നതിന്റെ സന്തോഷത്തോടെ എല്ലാവരും ഒത്തുചേർന്ന് ഭക്ഷിച്ചു.

‘ഇത് വിഷക്കായകളാണ്’ എന്നു പറഞ്ഞ് ക്ഷീണിച്ചുവശരായി കാരികൾക്ക് സപല്ലക്കാർ കവണകളിൽ തൊട്ടുടുത്തു വിട്ട കല്ലുകളെ നേരിടാനായില്ല. വേദന സഹിക്കാനാവാതെ അവർ ഒന്നടങ്കം ഓടാൻ തുടങ്ങി. പച്ചക്കായ പ്രവചിച്ചതുപോലെ അവർ തിരിച്ചുവന്നില്ല.

അയിമാരന്മാർ തങ്ങളുടെ ഗ്രാമത്തലവനെ തടവറയിൽനിന്നും മോചിപ്പിച്ചു. കൃഷിഭൂമികളിൽ നിന്നും മണ്ണിനടിയിലുണ്ടായിരുന്ന കിഴങ്ങുകൾ ശേഖരിച്ചു.

ഗ്രാമത്തലവനും മറ്റു ഗ്രാമവാസികളും ചൊക്കനെ അനുഗ്രഹിക്കുകയും അവന്റെ നിറഞ്ഞ വിശ്വാസത്തെ പ്രകീർത്തിക്കുകയും ചെയ്തു. തന്റെ ദേശത്തോടും വംശത്തോടും അവൻ കാണിച്ച സ്നേഹം അവരുടെയെല്ലാം പ്രശംസ പിടിച്ചുപറ്റി.

അന്ന് അവർക്ക് കിട്ടിയ ആ പുതിയ കിഴങ്ങുവർഗ്ഗമാണ് പിന്നീട് പൊട്ടറ്റോ അല്ലെങ്കിൽ ഉരുളക്കിഴങ്ങ് എന്ന പേരിൽ അറിയപ്പെടുന്നതെന്ന് ബൊളിവിയയിലെ അയിമാരൻ വംശജർ വിശ്വസിച്ചുപോരുന്നു.

ദിത്താനി ചായ

വലതരം ചായകളെക്കുറിച്ച് നാം കേൾക്കാറുണ്ടല്ലോ. ആസാം ചായ, നീലഗിരിചായ, മൂന്നാർചായ, കണ്ണൻദേവൻ ചായ, ചൈനീസ് ചായ എന്നിങ്ങനെ ഭിന്നങ്ങളായ രുചിവിശേഷങ്ങളുള്ള ചായകൾ. ചില പ്രത്യേക ഗുണങ്ങളും രുചികളുമുള്ള ചെടികളുടെ ഇലകൾ നുള്ളിയെടുത്ത് വെള്ളത്തിൽ തിളപ്പിച്ചെടുക്കുമ്പോൾ കിട്ടുന്ന പാനീയങ്ങൾക്ക് പൊതുവെ ചായ എന്നു പറയാറുണ്ട്.

തെക്കേ അമേരിക്കയിലെ വെനിസുല എന്ന രാജ്യത്ത് വസിക്കുന്ന തിമോത്തിയൻ ഇന്ത്യൻ വംശജരുടെ ഇടയിൽ അറിയപ്പെടുന്ന ഒരു ചായയാണ് ഈ കഥയിലെ പ്രതിപാദ്യം.

പതിനാറാം നൂറ്റാണ്ടിൽ ആൻഡിസ് പർവതനിരകളുടെ പ്രാന്തപ്രദേശങ്ങളിൽ ജീവിച്ചിരുന്ന തിമോത്തിയൻ വംശജർക്ക് അവരുടേതായ ആരാധനാരീതികളും ദൈവങ്ങളുമെല്ലാം ഉണ്ടായിരുന്നു. തെക്കേ അമേരിക്കയിലാകെ സ്പാനിഷ് ആധിപത്യം ഉറപ്പിച്ചതോടെ തിമോത്തിയൻ വംശജരുടെ സംസ്കാരവും ഇല്ലാതായി. ഇന്ന് വളരെക്കുറച്ച് ജനങ്ങൾ മാത്രമുള്ള തിമോത്തിയരുടെ ഇടയിലാണ് ഈ കഥയ്ക്ക് പ്രചാരം.

തിമോത്തിയരുടെ പല ദൈവങ്ങളിൽ ഏറ്റവും കൂടുതൽ ശക്തനും ഉപകാരിയുമായി അംഗീകരിക്കപ്പെട്ടിരുന്ന സർവ്വേശ്വരൻ 'ചെ' ആയിരുന്നു. തിമോത്തിയരുടെ ഗ്രാമത്തലവന് 'ചെ'യുടെ അനുഗ്രഹം എപ്പോഴും ഉണ്ടായിരുന്നതായി അവർ വിശ്വസിച്ചുപോന്നു.

വളരെ പണ്ട്, ഒരിക്കൽ ചെ ഗ്രാമത്തലവനെ നേരിട്ടുകാണുകയും പക്ഷിയുടെ പ്രതിമ നൽകുകയും ചെയ്തു. തനിക്ക് ചെ നേരിട്ട് ഇത്ര

വിശിഷ്ടമായ ഒരു സമ്മാനം നൽകിയതിന് എങ്ങനെ നന്ദി പറയ ണമെന്നറിയാതെ ഗ്രാമത്തലവൻ നിരുദ്ധകണ്ഠനായി നിന്നുപോയ സന്ദർഭത്തിൽ ചെ പറഞ്ഞു.

'എനിക്ക് നിന്റെ സന്തോഷവും കടപ്പാടും മനസ്സിലാക്കാൻ കഴിയുന്നു. നിനക്കും നിന്റെ പിൻഗാമികളായ എല്ലാ ഗ്രാമത്തലവന്മാർക്കും എന്റെ അനുഗ്രഹം ഉണ്ടായിരിക്കുന്നതാണ്.'

'സർവ്വേശ്വരാ, ഞാനും എന്റെ പിൻഗാമികളും എന്നും അങ്ങേയ്ക്ക് കടപ്പെട്ടവരായിരിക്കും.'

'ഞാനിപ്പോൾ നിനക്കു സമ്മാനിച്ച ഈ പരുന്തിന്റെ പ്രതിമ എപ്പോഴും നിന്റെ കിടപ്പുമുറിയിൽ കിടക്കയ്ക്ക് അരികിലായി സൂക്ഷി ക്കണം; നിന്റെ പിൻഗാമികളും.'

'അങ്ങനെതന്നെ എന്ന് ഞാൻ വാക്കു നൽകുന്നു.'

'പക്ഷേ, ഒരു നിബന്ധനകൂടിയുണ്ട്; ഞാനേതെങ്കിലും സമയത്ത് ഈ പ്രതിമ തിരികെ വേണമെന്ന സൂചന നൽകിയാൽ, നീയോ നിന്റെ പിൻഗാമികളോ ആരായിരുന്നാലും, ഉടനെ അത് തിരികെ നൽകണം. ഇല്ലെങ്കിൽ വലിയ അനിഷ്ടങ്ങളുണ്ടാകും.'

'ഞാൻ വാക്കു തരുന്നു. ഞാനും എന്റെ പിൻഗാമികളും എന്നും അങ്ങയുടെ സ്നേഹത്തിനും വിശ്വാസത്തിനും കളങ്കം വരുത്താതിരി ക്കും.'

സമ്മാനം നൽകിയതിനുസേഷം ചെ അപ്രത്യക്ഷനായി.

കാലം കടന്നുപോയി. മൂന്നോ നാലോ തലമുറകൾ യാതൊരു കഷ്ടപ്പാടുമില്ലാതെ ജീവിച്ചു. ചെയും സമ്മാനം അവർക്ക് നല്ലതുമാത്രം വരുത്തി. ഈ കഥ നടക്കുന്ന സമയത്ത് ജീവിച്ചിരുന്ന ഗ്രാമത്തലവന് ആൺമക്കൾ ഇല്ലായിരുന്നു. ഒരേയൊരു മകൾ മാത്രം.

തിമോത്തിയരുടെ കീഴ് വഴക്കമനുസരിച്ച് തലവന് ആൺമക്കൾ ഇല്ലെങ്കിൽ, മൂത്തമകൾ ഗ്രാമത്തലവി എന്ന സ്ഥാനത്തിന് അർഹയാ കുമായിരുന്നു. തലവന്റെ ചെറുപ്പക്കാരിയായ മകളെ അവർക്കെല്ലാം വലിയ ബഹുമാനവും സ്നേഹവുമായിരുന്നു. രാജകുമാരി എന്ന ഓമന പ്പേരിൽ അറിയപ്പെട്ട അവരുടെ തലവി സുന്ദരിയും അതേസമയം ഉറച്ച മനസ്സുള്ളവളുമായിരുന്നു.

രാജകുമാരി സ്ഥാനമേറ്റ് അധികം കഴിയുന്നതിനുമുമ്പ് രോഗബാധി തയായി. നാട്ടിലെ ഭിഷഗ്വരന്മാർക്കാർക്കും അസുഖമറിഞ്ഞ് ചികിത്സി ക്കാൻ കഴിഞ്ഞില്ല. എല്ലാവരും സകല ദൈവങ്ങളോടും പ്രാർത്ഥിച്ചു. സർവ്വേശ്വനായ ചെയോടും. ചെയുടെ അമ്പലങ്ങളിൽ ജനങ്ങളെല്ലാം

വഴിപാടുകൾ നടത്തി. പക്ഷേ പ്രയോജനമുണ്ടായില്ല. രാജകുമാരി അനുദിനം ക്ഷീണിതയായി.

വളരെയധികം അവശയായ രാജകുമാരി ഒരു ദിവസം തന്റെ ഉറ്റ സ്നേഹിതയായ മിസ്റ്റയെ അരികിൽവിളിച്ച് പറഞ്ഞു.

'മിസ്റ്റാ, എനിക്ക് ചെയുടെ പക്കൽനിന്ന് ഒരു സന്ദേശം കിട്ടി. ആ സർവ്വേശ്വരൻ നമുക്ക് നൽകിയ പരുന്തുശില്പം തിരികെ ആവശ്യപ്പെടുന്നു. അതുകൊണ്ട് നീ ഈ ശില്പം ഭദ്രമായി മലമുകളിലുള്ള ചെയുടെ അമ്പലത്തിൽ എത്തിക്കണം.'

'പ്രിയപ്പെട്ട രാജകുമാരീ, നീ വെറുതെ സ്വപ്നം കണ്ടതായിരിക്കും.'

'അല്ല മിസ്റ്റാ, എനിക്ക് നല്ല ഓർമ്മയുണ്ട്. ചെ തന്നെയാണ് എന്നോട് സംസാരിച്ചത്.'

അല്പനേരത്തെ മൗനത്തിനുശേഷം അവൾ തുടർന്നു.

'അദ്ദേഹം നമുക്കു നൽകിയ ഈ പാരിതോഷികം ചോദിക്കുമ്പോൾ തിരിച്ചു നൽകാമെന്ന് എന്റെ പൂർവ്വികർ വാക്കു നൽകിയതാണ്. അവരുടെ വാക്കു തെറ്റിക്കാൻ എനിക്കാവില്ല. അതുകൊണ്ട് മിസ്റ്റാ, നീ ഒട്ടും വൈകാതെ ഈ ശില്പം ഭദ്രമായി എടുത്തുകൊണ്ടുപോകൂ. മറ്റാരും അറിയേണ്ട. ഉടനെ പുറപ്പെട്.'

'രാജകുമാരീ, ചെയുടെ അമ്പലത്തിൽ സ്ത്രീകൾക്ക് പ്രവേശനമില്ലല്ലോ. ഞാനെങ്ങനെ ഇത് ചെയുടെ മുന്നിലെത്തിക്കും?'

'മിസ്തേ, നീ അമ്പലത്തിനുള്ളിൽ പോകേണ്ട. അമ്പലത്തിന് തൊട്ടുവെളിയിൽ ഒരു ചെറിയ കുഴിയുണ്ടാക്കി അതിൽ മൂടിവെച്ചാൽമാത്രം മതി. നിനക്ക് ഒരാപത്തും ഉണ്ടാകുകയില്ല. ധൈര്യമായി പോയി വാ.'

മിസ്റ്റ രാജകുമാരിയുടെ നിർദ്ദേശപ്രകാരം ശില്പം ഒരു നല്ല കറുത്ത തുണിയിൽ പൊതിഞ്ഞെടുത്ത് മലമുകളിലേക്ക് യാത്ര തിരിച്ചു. മിസ്റ്റയുടെ മനസ്സിലാകെ ഭയമായിരുന്നു. തിമോത്തികളുടെ നിയമപ്രകാരം ഗ്രാമത്തലവൻ മാത്രമേ ചെയുടെ അമ്പലം സ്ഥിതിചെയ്യുന്ന മലയുടെ മുകളിൽ കയറാൻ പാടുള്ളൂ. അതും ആണുങ്ങൾ മാത്രം. മിസ്റ്റ അവരുടെ നിയമങ്ങൾക്ക് വിരുദ്ധമായിട്ടാണ് മലകയറാൻ പുറപ്പെട്ടത്. തന്റെ പ്രിയപ്പെട്ട കൂട്ടുകാരിയുടെ നിർദ്ദേശപ്രകാരമാണ് മല കയറുന്നതെന്ന ധൈര്യം മാത്രം കൈമുതലായി അവൾ മുന്നോട്ടുപോയി. കുത്തനെയുള്ള ആ മല കയറുന്നത് കഠിനമായിരുന്നു. മിസ്റ്റ ക്ഷീണിച്ച് അവശയായി. എങ്കിലും, 'പ്രിയപ്പെട്ട കൂട്ടുകാരീ, നിനക്കു വേണ്ടിമാത്രം'. എന്ന മന്ത്രവുമായി അവൾ മുന്നോട്ടു നടന്നു. ഇരുട്ടുന്നതിനു മുമ്പ് ഒരുവിധം

അമ്പലത്തിനു മുന്നിലെത്തി. ഒരു കൂർത്ത കല്ലുകൊണ്ട് അമ്പലവളപ്പിൽ കുഴി കുഴിച്ചു. ശില്പം അതിനുള്ളിൽ വെച്ച് മണ്ണുകൊണ്ട് മൂടിക്കഴിഞ്ഞപ്പോഴേക്കും ഇരുട്ടായിത്തുടങ്ങി. ഒരടിപോലും നടക്കാൻ പറ്റാതായി. അതുകൊണ്ട് താഴേക്കുള്ള യാത്ര അടുത്തദിവസം മതിയെന്ന് അവൾ തീർച്ചപ്പെടുത്തി. മിസ്ത ചെയോട് മനസ്സുനിറഞ്ഞ് പ്രാർത്ഥിച്ചു.

'സർവ്വേശ്വരനായ ചെ, നീയെന്റെ കൂട്ടുകാരിയെ രക്ഷിക്കു. അവളുടെ അസുഖം ഭേദമാക്കു... തിമോത്തിയർക്കുവേണ്ട് നീ ഞങ്ങളുടെ രാജകുമാരിയെ രക്ഷിക്കു.'

അമ്പലവളപ്പിൽ ക്ഷീണിതയായ മിസ്ത താനറിയാതെ തന്നെ ഉറങ്ങിപ്പോയി. ഉണർന്നപ്പോൾ ഒരതിശയമാണ് കണ്ടത്. താൻ ശില്പം കുഴിച്ചിട്ട സ്ഥലത്ത് ഒരു ചെടി വളർന്ന് വലുതായി നിൽക്കുന്നു. മിസ്ത വിശ്വസിക്കാനാവാതെ ചെടിയുടെ അരികിലേക്ക് ചെന്നു. അപ്പോൾ ചെടിയുടെ കൊമ്പുകളിൽനിന്നും കേട്ട ശ്ബദംഅവളെയാകെ കോരിത്തരിപ്പിച്ചു.

'മിസ്താ, ഒട്ടും താമസിയാതെ നീ എന്റെ ഇലകൾ നുള്ളിഇയെടുത്ത് യാത്ര തിരിക്കു. ഇലകളിലിട്ട് തിളപ്പിച്ച വെള്ളം നിന്റെ കൂട്ടുകാരിക്ക് നൽകു. അവൾക്ക് ഒരാപത്തും വരില്ല. ഇത് ചെയുടെ നിർദ്ദേശമാണ്. ഉടനെ പുറപ്പെട്ടോ.'

ആഹ്ലാദഭരിതയായ മിസ്ത ഒട്ടും വൈകാതെ ചെടിയുടെ ഇലകളും പൂക്കളും കായ്കളുമെല്ലാം പറിച്ചെടുത്ത് മടക്കയാത്ര തുടങ്ങി. വളരെ വേഗം കൊട്ടാരത്തിലെത്തി. വിവരമെല്ലാം രാജകുമാരിയേയും ഭിഷഗ്വരന്മാരോയും അറിയിച്ചു. ചായ കുടിച്ച രാജകുമാരിയുടെ രോഗം പൂർണ്ണമായി ഭേദമായി. മിസ്ത കൊണ്ടുവന്ന കായ്കൾ വീണ് അവിടെയെല്ലാം ചെടികൾ വളർന്നു. ഇപ്പോൾ വെനിസുലായിൽ പ്രചാരത്തിലുള്ള ദിത്താനിചായ ചെതങ്ങൾക്കുവേണ്ടി നൽകിയ വിലപ്പെട്ട സമ്മാനങ്ങളിലൊന്നാണെന്ന് തിമോത്തിയ വംശജർ വിശ്വസിച്ചുപോരുന്നു.

കുയിലിന്റെ കഥ

മെക്സിക്കോയുടെ തെക്കൻ പ്രദേശങ്ങൾ യൂകാതാൻ എന്ന പേരിൽ അറിയപ്പെടുന്നു. അവിടത്തെ ജനങ്ങൾ നല്ലവരും ബുദ്ധിയുള്ളവരുമാണ്. അല്ലാത്തവരും ഇല്ലെന്നല്ല. അവരുടെ ദൈവങ്ങളും അങ്ങനെ തന്നെയായിരുന്നു. അത്തരത്തിൽ വളരെ ബുദ്ധിമാനായ ഒരു ദൈവമായിരുന്നു ഷാക്ക്- കൃഷിഭൂമിയുടേയും വിളകളുടേയും ദൈവം. ഷാക്കിനോട് എല്ലാവർക്കും സ്നേഹവുമായിരുന്നു. ഒരു നല്ല പ്രകാശമാനമായ ദിവസം രാവിലെ ഷാക്ക് എല്ലാ പക്ഷികളേയും ഒരു ചർച്ചയ്ക്കായി ക്ഷണിച്ചു. ചർച്ചയുടെ തുടക്കമായി അദ്ദേഹം പറഞ്ഞു.

'നിങ്ങൾക്കെല്ലാം നന്നായി അറിയാവുന്നതുപോലെ പുതിയ കൃഷി ഇറക്കുന്ന സമയമായിരിക്കുന്നു. നിങ്ങളെല്ലാവരും കൃഷിയുടെ കാര്യത്തിൽ മുമ്പെല്ലാം ചെയ്തതുപോലെ ഇപ്രാവശ്യവും വേണ്ടവിധം സഹായിക്കണം.'

മരങ്ങളിൽ കൂടിയിരുന്ന പക്ഷികൾ ഓരോരുത്തരായി അവരുടെ അഭിപ്രായങ്ങൾ പറയുവാൻ തുടങ്ങി. ചിലർ, നാം ഇത്തരം സന്ദർഭങ്ങളിൽ കാണാറുള്ളതുപോലെ, യാതൊരു അച്ചടക്കനിഷ്ഠയും വഴങ്ങാതെ പരസ്പരം സംസാരിക്കാൻ തുടങ്ങി.

ഷാക്ക് ഇടപെട്ട് വീണ്ടും തുടർന്നു.

'എനിക്ക് നിങ്ങളുടെ അഭിപ്രായം കേൾക്കണം. ഓരോരുത്തരായി സംസാരിച്ചാൽ എല്ലാവർക്കും കേൾക്കാമല്ലോ? ആദ്യമായി മൂങ്ങ തന്നെ അഭിപ്രായം പറയട്ടെ'.

പക്ഷികൾക്കെല്ലാം ഉപദേഷ്ടാവ് എന്ന നിലയിൽ പ്രസിദ്ധി പെറ്റ മൂങ്ങ പറഞ്ഞു.

'ഞങ്ങളെല്ലാം കൃഷിയിറക്കുന്നതിന് എല്ലാ സഹായങ്ങളും നൽകാൻ തയ്യാറാണ്. ബഹുമാനപ്പെട്ട ഷാക്ക് എന്നാണ് ഞങ്ങൾ ജോലി ആരംഭിക്കേണ്ടതെന്ന് പറഞ്ഞാൽ മാത്രം മതി.'

'അങ്ങനെയെങ്കിൽ ഞാൻ പറയാം.'

ഷാക്ക് തുടർന്നു. 'നാളെ സൂര്യൻ ഉദിക്കുമ്പോൾ തന്നെ ജോലി ആരംഭിക്കണം. ആദ്യത്തെ ജോലി, അടുത്ത കൃഷിക്കുവേണ്ട വിത്തുവകകൾ ശേഖരിക്കുക എന്നതാണ്. ഓരോരുത്തരും കായ്കനികൾ നൽകുന്ന ഏതെങ്കിലും ഒരു മരത്തിന്റെ രണ്ടുവിത്തുകളും വിതയ്ക്കാൻ പാകത്തിനുള്ള ഒരു പിടി ധാന്യവും ശേഖരിച്ച് നാം ഒരുക്കിയിട്ടുള്ള സഞ്ചികയിൽ നിക്ഷേപിക്കണം. പക്ഷേ ഇതെല്ലാം ഉച്ചയ്ക്കുമുമ്പേ ചെയ്തു തീർക്കണം. അപ്പോഴേക്കും അഗ്നിദേവൻ വയലുകളിലുള്ള ഉണങ്ങിയ ചെടികൾ എരിച്ചുകളയാൻ ഇവിടെ എത്തും.'

'അതേ, അതേ, അഗ്നിദേവൻ വരുന്നതിനുമുമ്പുതന്നെ എല്ലാ ജോലിയും തീർക്കണം.' എല്ലാവരും ഏറ്റു പറഞ്ഞു.

പക്ഷേ കുയിൽ മാത്രം അങ്ങോട്ടുമിങ്ങോട്ടും പറന്ന്, ഓരോരുത്തരോടായി ചോദിച്ചു.

'ഞാനെന്താണ് ചെയ്യേണ്ടത്? പറയൂ കഴിഞ്ഞവർഷം എങ്ങനെ എന്തു ചെയ്തു എന്ന് ഞാനോർക്കുന്നില്ല.'

ഇതുകേട്ട മൂങ്ങ അല്പം ദേഷ്യത്തോടെ പറഞ്ഞു.

'എങ്ങനെ ഓർക്കാനാണ്? നീ കഴിഞ്ഞവർഷം ഒരു ജോലിയും ചെയ്തില്ലല്ലോ? മടിച്ചി.'

കുയിൽ ഒന്നും പറഞ്ഞില്ല. താൻ അപമാനിക്കപ്പെട്ടു എന്നു മനസ്സിലായ കുയിൽ തലകുനിച്ച് നിന്നു.

തത്ത ഇടപെട്ട് പറഞ്ഞു. കുയിൽ ജോലി ചെയ്തില്ലെന്നത് സത്യമാണ്. പക്ഷേ അതവൾക്ക് തീയും ചൂടും ഭയമായതുകൊണ്ടാണ്. ഭയപ്പെട്ട് അവൾ ഒളിച്ചിരിക്കുകയായിരുന്നു.

അപ്പോൾ ഷാക്ക് ചിരിച്ചുകൊണ്ട് പറഞ്ഞു.

'നോക്ക്, അവളുടെ സൗന്ദര്യമുള്ള കറുത്ത് മിന്നുമിനുത്ത തൂവലുകൾ; അവളുടെ പാട്ട് എത്ര മനോഹരവും ശ്രവണസുന്ദരവുമാണെന്ന് നിങ്ങൾക്കറിഞ്ഞുകൂടെ. ഏതായാലും നമുക്ക് വഴക്കൊന്നും വേണ്ട. എല്ലാവരും അവരവരുടെ കഴിവനുസരിച്ച് സഹായിക്കുമെന്ന് എനിക്കുറപ്പുണ്ട്.

കുയിൽ മനസ്സിൽ വിചാരിച്ചു.

'എന്റെ സൗന്ദര്യവും ശബ്ദഭംഗിയുംകണ്ട് ഇവരിൽ പലർക്കും എന്നോട് അസൂയയാണ്.'

അടുത്ത ദിവസം രാവിലെതന്നെ എല്ലാ പക്ഷികളും തങ്ങളുടെ ജോലി തുടങ്ങി. പക്ഷേ പ്രതീക്ഷിച്ചതിലും കുറച്ചുനേരത്തെതന്നെ അഗ്നിദേവൻ നാശവേലകൾ തുടങ്ങി. പക്ഷികൾ എല്ലാം പുകയും ചൂടുംകാരണം ദൂരെയുള്ള മരങ്ങളിൽ ഇരിപ്പുറപ്പിച്ചു. പക്ഷേ തീ കത്തിനിന്ന വയലിൽ ഒരു പക്ഷിമാത്രം പറന്നുവരികയും ധാന്യങ്ങൾ കൊത്തിയെടുത്ത് പറന്നുവരുന്നതും അവർ കണ്ടു. ആരായിരിക്കും അത്? അവരോരോരുത്തരും ശ്രദ്ധിച്ചു. പുക കാരണം കുറെനേരത്തേക്ക് ഒന്നും മനസ്സിലാക്കാൻ കഴിഞ്ഞില്ല.

കുറേ അധികം തവണ പറന്നുക്ഷീണിച്ച പക്ഷി, ഒടുവിൽ അവശയായി അടുത്തുള്ള ഒരു കുളത്തിൽവീണ് മുങ്ങിക്കുളിച്ച് കര കയറിയപ്പോഴാണ് അത് കുയിലായിരുന്നുവെന്ന് മറ്റുള്ളവർക്ക് മനസ്സിലായത്.

'പാവം കുയിൽ, ഒറ്റയ്ക്ക് ചൂടും പുകയും വകവയ്ക്കാതെ അവൾ എത്ര വിത്ത് ശേഖരിച്ചു.'

എല്ലാവരും ഒരേ ശബ്ദത്തിൽ പറഞ്ഞു. മൂങ്ങ സ്നേഹവും ബഹുമാനവും നിറഞ്ഞ സ്വരത്തിൽ പറഞ്ഞു.

'നാം അവൾക്ക് നല്ല ഒരു പാരിതോഷികം നൽകണം.'

കേട്ടുനിന്ന ഷാക്ക് പറഞ്ഞു.

'ശരിയാണ്, നാം അവൾക്ക് ഒരു വരം നൽകണം. നിങ്ങളെല്ലാം സഹകരിക്കുമെങ്കിൽ ഇന്നുമുതൽ കുയിലിന്റെ മുട്ടകൾ സംരക്ഷിക്കുകയും വിരിയിക്കുകയും കുഞ്ഞുങ്ങളെ വളർത്തിയെടുക്കുകയും ചെയ്യുന്ന ജോലി മറ്റുള്ള പക്ഷികൾ ഏറ്റെടുക്കണം. ഇത് എക്കാലത്തേക്കും നാം അവൾക്ക് കൊടുക്കുന്ന വരമായിരിക്കട്ടെ.'

അന്നു മുതലാണ് കുയിൽ മറ്റു പക്ഷികളുടെ കൂട്ടിൽ മുട്ടയിടാൻ തുടങ്ങിയത്.

പവിത്ര ഏലസ്സ്

ഗ്വാട്ടാമലയിലെ ഏതാണ്ട് 70 ലക്ഷം വരുന്ന ജനസംഖ്യയുടെ പകുതിയിലധികവും റെഡ് ഇൻഡ്യൻ വംശജരുടെ ഇടയിൽ പേരുകേട്ട മായൻ ഇൻഡ്യരുടെ പിൻഗാമികളായ ക്യുഷേ വംശജരാണ്. ഇന്നും അവർ ഒരളവുവരെയെങ്കിലും തങ്ങളുടെ പൈതൃക സംസ്കാരം കാത്തുസൂക്ഷിക്കുന്നവരും അതിൽ അഭിമാനിക്കുന്നവരുമാണ്. ക്യുഷേ വംശജരുടെ ഇടയിൽ, ഗ്രാമമൂപ്പൻ കഴിഞ്ഞാൽ ഏറ്റവും ആദരിക്കപ്പെടുന്ന വ്യക്തി അവരുടെ ഭാവി പ്രവചിക്കുന്ന ഗണികനാണെന്ന് പറഞ്ഞാൽ തെറ്റാവില്ല. ഗണികന് ഭാവി പറയുവാനുള്ള കഴിവ് ദൈവദത്തമായി കിട്ടുന്നതാണെന്ന് അവർ കരുതുന്നു. ഗ്രാമമൂപ്പനുൾപ്പെടെ അവരുടെ കൂട്ടത്തിൽ ആരുംതന്നെ ഗണികന്റെ ഉപദേശത്തിന് വിപരീതമായി ഒന്നും ചെയ്യാറില്ല. പലപ്പോഴും ഗണികന്മാർ വളരെ വിചിത്രവും അസാധരണവുമായ പ്രവചനങ്ങൾ നടത്തുമായിരുന്നു. വളരെ വർഷങ്ങൾക്കുമുമ്പ് അത്തരത്തിൽ തികച്ചും അസാധാരണമായി നടത്തിയ ഒരു പ്രവചനത്തിന്റെ കഥയാണിത്.

ഗ്രാമമൂപ്പന് ജനിച്ച ആൺകുഞ്ഞിന് മൂപ്പൻ കെറ്റ്സൽ എന്ന് പേരിട്ടു. പതിവുപോലെ മൂപ്പൻ ഗ്രാമത്തിലെ ഗണികനെ കുഞ്ഞിന്റെ ജാതകം പറയുവാൻ ക്ഷണിച്ചു. കുഞ്ഞ് ജനിച്ചതിന്റെ സന്തോഷ പ്രകടനങ്ങൾ നടക്കുന്ന സമയത്താണ് ഗണികനും അവിടെയെത്തിയത്. ആഹ്ലാദപ്രകടനങ്ങളുടെ ആരവാരത്തിനു നടുവിലും ഗണികൻ കുഞ്ഞിന്റെ ഭാവിയെക്കുറിച്ച് സംസാരിക്കാൻ തുടങ്ങിയപ്പോൾ എല്ലാവരും നിശ്ശബ്ദം ശ്രദ്ധിച്ചു കേട്ടു.

'ഈ കുട്ടി... ഗണികൻ പറഞ്ഞുതുടങ്ങി. നമ്മുടെ വംശത്തിന്റെ മുഴുവൻ ആദരവും പ്രശംസയും സ്നേഹവും പിടിച്ചു പറ്റും. അവന്റെ ധൈര്യവും ബുദ്ധികൂർമ്മതയും പ്രകീർത്തിക്കപ്പെട്ടും. ഗണികൻ അല്പം നിർത്തി വീണ്ടും പറഞ്ഞു. എങ്കിലും ഈ കുട്ടിയുടെ ഭാവി തികച്ചും അസാധാരണമായിരിക്കും. അവന് പ്രായപൂർത്തിയാകുന്നതുവരെ അവന്റെ ഭാവിയെക്കുറിച്ച് കൂടുതലൊന്നും പറയാൻ എന്റെ ദൈവം എന്നെ അനുവദിക്കുന്നില്ല.' ഗണികൻ പറഞ്ഞുനിർത്തി.

കാലം കടന്നുപോയി. ഗണികൻ പ്രവചിച്ചതുപോലെ കെറ്റ്സൽ എല്ലാവരുടേയും പ്രശംസയ്ക്ക് പാത്രമായി. വേട്ടയാടുന്നതിലും, മീൻപിടിക്കുന്നതിലുമെല്ലാം അവൻ മറ്റ് യുവാക്കളുടെ മുമ്പിലായിരുന്നു. ധൈര്യത്തിലും അവൻ ആ ഗ്രാമത്തിന്റെ മുഴുവൻ സ്നേഹം പിടിച്ചുപറ്റി. അങ്ങനെയിരിക്കുമ്പോൾ, ഒരു നാൾ ഗ്രാമത്തലവൻ പെട്ടെന്ന് മരിച്ചു. ഇത് ഗ്രാമത്തെ മുഴുവൻ ഞെട്ടിപ്പിക്കുകയും സങ്കടത്തിൽ ആഴ്ത്തുകയും ചെയ്തു. എന്നിരുന്നാലും കാര്യങ്ങൾ നടന്നുപോകണമല്ലോ. ഗ്രാമപഞ്ചായത്ത് കൂടി പുതിയ ഗ്രാമത്തലവനെ തെരഞ്ഞെടുക്കുവാൻ വേണ്ട ഒരുക്കങ്ങൾ തുടങ്ങി. പുതിയ അധികാരി കെറ്റ്സൽ ആയിരിക്കുമെന്നതിൽ ആർക്കും സംശയമില്ലായിരുന്നു.

അങ്ങനെ ആ ദിവസം വന്നുചേർന്നു. ഗ്രാമപഞ്ചായത്ത് കെറ്റ്സലിനെ തലവനായി നിയോഗിച്ചതിൽ എല്ലാവരും ആഹ്ലാദിച്ചു. ഗണികൻ എല്ലാവരും കേൾക്കത്തെവിധത്തിൽ ഉറക്കെ പറഞ്ഞു.

'ഗ്രാമവാസികളെല്ലാവരും കേൾക്കണം. കെറ്റ്സൽ ജനിച്ച സമയത്ത് ഞാൻ നിങ്ങളോട് ഒരു കാര്യം പറഞ്ഞത് നിങ്ങൾക്ക് ഓർമ്മയുണ്ടാകുമല്ലോ. അന്ന് ഞാൻ ജനിച്ച കുഞ്ഞിന്റെ ഭാവി ഫലം പറയുവാൻ മടിച്ചു. അത് പിന്നീടൊരവസരത്തിൽ പറയാമെന്ന് പറഞ്ഞിരുന്നു. ആ അവസരം ഇതാ എത്തിയിരിക്കുന്നു.'

ഗണികൻ അല്പം നിർത്തിയിട്ട്, തന്റെ കയ്യിലുണ്ടായിരുന്ന ഒരു ഏലസ്സ് കെറ്റ് സലിന്റെ കഴുത്തിൽ എല്ലാവരും കാൺകെ കെട്ടി. എന്നിട്ട് പറഞ്ഞു.

'ദൈവങ്ങൾ പറയുന്നത് ഈ കെറ്റ്സൽ എന്നുമെന്നും അവരാൽ സംരക്ഷിക്കപ്പെടുന്നവനായിരിക്കുമെന്നാണ്. കെറ്റ്സലിന് മരണമില്ല. കെറ്റ്സൽ എന്നുമെന്നും, ക്യഷേ വംശജരുടെ ഒപ്പം ഉണ്ടാകും.'

ഇതുകേട്ട ഗ്രാമവാസികൾ കെറ്റ്സലിനെ പുകഴ്ത്തുകയും അദ്ദേഹത്തിന്റെ കാലിൽ വീണ് വണങ്ങുകയും ചെയ്തു. പക്ഷേ ആ സന്തോഷം ഉൾക്കൊള്ളാൻ കഴിയാത്തതായി ഒരാൾ മാത്രം ആ കൂട്ടത്തിൽ

ഉണ്ടായിരുന്നു. ആരാണെന്നല്ലേ? കെറ്റ്സലിന്റെ അമ്മാവൻ, ചിരുമ. ഇത്രനാളും ചിരുമ ആഗ്രഹിച്ചിരുന്നത് കെറ്റ്സൽ ചെറുപ്രായത്തിലേ മരിച്ചിരുന്നെങ്കിൾ തനിക്ക് ഗ്രാമത്തലവനാകാൻ കഴിയുമെന്നാണ്. പക്ഷേ ഇപ്പോൾ ചിരുമ മറ്റൊരു രീതിയിൽ ആലോചിക്കാൻ തുടങ്ങി. എന്തുകൊണ്ട് കെറ്റ്സലിനെ എങ്ങനെയെങ്കിലും കെണിയിൽപെടുത്തി കൊന്നുകൂടാ? ചിരുമ സമയം കാത്തിരുന്നു.

ആയിടയ്ക്ക് മറ്റൊരു ഗ്രാമക്കാർ കൃഷേ ഗ്രാമം ആക്രമിച്ചു. കെറ്റ്സൽ അവർക്കെതിരായി ധീരമായി പടപൊരുതി. വിജയം കൃഷേ ഗ്രാമക്കാർക്കായിരുന്നു. എതിരികൾ തോറ്റ് തൊപ്പിയിട്ടോടിയതിനുശേഷം കെറ്റ്സൽ തന്റെ കുടിലിൽ വിശ്രമിക്കുകയായിരുന്നു. കെറ്റ്സൽ ക്ഷീണിച്ച് ഉറങ്ങിപ്പോയി. അതാണ് അവസരമെന്ന് കരുതിയ ചിരുമ ആരും കാണാതെ കുടിലിൽ കയറി, സൂത്രത്തിൽ കെറ്റ്സലിന്റെ കഴുത്തിലുണ്ടായിരുന്ന ഏലസ്സ് അഴിച്ചുമാറ്റി, തന്റെ കഠാര ഉറക്കത്തിലായിരുന്ന കെറ്റ്സലിന്റെ മാറിൽ കുത്തിയിറക്കി.

കുത്തുകൊണ്ട കെറ്റ്സൽ ഗണികന്റെ കുടിലിലേക്ക് വേച്ചുവേച്ച് നടന്നു. കാര്യങ്ങളുടെ ഗൗരവം മനസ്സിലാക്കിയ ഗണികൻ ചിരുമയോടായി വിളിച്ചു പറഞ്ഞു.

'നീ ഞാൻ കെറ്റ്സലിന് നൽകിയ പവിത്രമായ ഏലസ്സ് മോഷ്ടിച്ചു. അല്ലേ? പക്ഷേ, ഏലസ്സിന്റെ ശക്തി കെറ്റ്സലിനു മാത്രമുള്ളതാണ്. അതു നിനക്കു കിട്ടുകയില്ല.'

ഇതിനിടയിൽ കെറ്റ്സലിനെ രക്ഷിക്കാൻ ഗണികൻ നടത്തിയ ശ്രമങ്ങൾ വിഫലമായി. ചിരമ ഗ്രാമവാസികളെ വിളിച്ചുകൂട്ടി അലമുറയിട്ട് പറഞ്ഞു.

'ഞാനും കെറ്റ്സലും ധീരമായി എതിരാളികളോട് പോരാടി അവരെ തോല്പിച്ച് ഓടിച്ചുവെങ്കിലും അതിലൊരാൾ ഒളിച്ചിരുന്ന് എറിഞ്ഞ കഠാര കെറ്റ്സലിന്റെ നെഞ്ചത്താണ് കൊണ്ടത്. എനിക്കൊന്നും ചെയ്യാൻ കഴിഞ്ഞില്ല.'

ഗ്രാമവാസികൾ അപ്പോഴത്തേക്കെങ്കിലും ചിരുമ പറഞ്ഞത് വിശ്വസിച്ചു. ഗണികനും മറുത്തൊന്നും പറഞ്ഞില്ല. കാരണം ഗണികന് നന്നായി അറിയാമായിരുന്നു. ചിരുമ വളരെ വേഗം ശിക്ഷിക്കപ്പെടുമെന്ന്. ദൈവങ്ങൾ ശിക്ഷ വിധിക്കുന്നതും നടപ്പാക്കുന്നതും മനുഷ്യർ ചെയ്യുന്നതുപോലെ തന്നെ ആയിരിക്കണമെന്നില്ലല്ലോ?

വളരെ താമസിയാതെ ഗണികനും പ്രായാധിക്യത്താൽ മരിച്ചു. പക്ഷേ മരിക്കുന്നതിനുമുമ്പ് ഗണികൻ ഗ്രാമവാസികളോട് പറഞ്ഞു.

‘എന്റെ പ്രിയപ്പെട്ട ഗ്രാമവാസികളേ, ദൈവങ്ങൾ കെറ്റ്സലിനെ കൈവിട്ടിട്ടില്ല. അവർ അദ്ദേഹത്തെ കാത്തുസൂക്ഷിക്കുന്നു. കെറ്റ്സൽ എന്നുമെന്നും നിങ്ങളോടൊപ്പം ഉണ്ടാകും. വിശ്വാസമാകുന്നില്ലെങ്കിൽ നിങ്ങൾ ആ പക്ഷിയെ നോക്കു. ഗ്വാട്ടേമലയിലെ വനങ്ങളിൽ നിങ്ങളാ പക്ഷിയെ കാണുന്നില്ലേ? പച്ചനിറമുള്ള ആ പക്ഷിയുടെ ചുന്ന അടിഭാഗവും നാലഞ്ചടി നീളത്തിലുള്ള ഇളം ചുവപ്പും പച്ചയും കലർന്ന നീണ്ട വാലും അതിന്റെ മനോഹാരിത വർദ്ധിക്കുന്നു. ദൈവങ്ങൾ കെറ്റ്സലിനെ ആ പക്ഷിയുടെ രൂപത്തിൽ ഇന്നും, എന്നും സംരക്ഷിക്കുന്നു- ആ പക്ഷിയാണ് കെറ്റ്സൽ.’

ഗ്വാട്ടേമലയിലെ കൃഷേ വംശജർ കെറ്റ്സൽ പക്ഷിയെ അവരുടെ ദേശീയപക്ഷിയായി അംഗീകരിച്ച് ഇന്നും ബഹുമാനിക്കുന്നു. ഗ്വാട്ടേമലയിലെ നാണയത്തിന്റെ പേരും കെറ്റ്സൽ എന്നാണ് അങ്ങനെ കെറ്റ്സൽ എന്നുമെന്നും അവരോടൊപ്പമുണ്ടെന്ന് അവർ വിശ്വസിക്കുന്നു.

മുള്ളൻപന്നിക്ക് ദൈവം നൽകിയ കവചം

ക്രിസ്തുവർഷം 300-നും 1500-നുമിടയ്ക്ക് അമേരിക്കൻ ഭൂഖണ്ഡത്തിൽ വളർന്ന വികസിച്ച സംസ്കാരങ്ങളിൽ ഏറ്റവും പ്രസിദ്ധമായത് മയൻ സംസ്കാരമാണ്. മദ്ധ്യ അമേരിക്കയിലെ മെക്സിക്കോ, ഗ്വാട്ടാമല, ഹോൺഡ്യുറാസ്, എൽ. സാൽവദോർ എന്ന പ്രദേശങ്ങളായിരുന്ന മയൻ വംശജരുടെ വാസസ്ഥലം. സ്പാനിഷ് അധിനിവേശത്തോടെ മയൻ സംസ്കാരം ഇല്ലാതായി. എങ്കിലും ആ പ്രദേശങ്ങളിലൊക്കെ പൂർവ്വിക സ്വത്തായി കിട്ടിയ അനേകം നാടോടിക്കഥകൾ ഇന്നും പ്രചാരത്തിലുണ്ട്. ഇതും ആ കൂട്ടത്തിൽ ഒരു കഥയാണ്; ഹോൺഡ്യുറാസ് പ്രദേശത്ത് പ്രചാരത്തിലുള്ള ഒരു കഥ.

പണ്ട് പണ്ട് ഹോൺഡ്യുറാസിലെ നിത്യഹരിതവനങ്ങളിൽ താമസിച്ചിരുന്ന ഒരു മുള്ളൻപന്നി കുടുംബത്തിന്റെ കഥയാണ് ഇത്. അക്കാലത്ത് മുള്ളൻ പന്നികൾക്ക് ഇന്നത്തെപ്പോലെ മുള്ളുകളുള്ള പുറംതൊലികൾ ഉണ്ടായിരുന്നില്ല. പകരം നല്ല മൃദുവായ രോമങ്ങളോടുകൂടി സൗന്ദര്യം നിറഞ്ഞ തോലുകളായിരുന്നു. മുള്ളൻ പന്നികൾ നാണിച്ച് ആരോടും അധികം ഇടപഴകാതെ സ്വന്തം കാര്യം നോക്കി അടങ്ങിയൊതുങ്ങി കഴിയുന്ന സ്വഭാവക്കാരായിരുന്നു. അവർ വിശ്വസിച്ചിരുന്നത് 'നോകു' എന്ന വലിയ ദൈവത്തേയാണ്.

ഒരു വേനൽക്കാലത്ത്, വെയിൽ അല്പം കുറഞ്ഞതിനുശേഷം മുള്ളൻ പന്നിയും ഭാര്യയും ഭക്ഷണംതേടി ഇറങ്ങി. ഒരു പോപ് ലാർ മരത്തിൽ കയറി രണ്ടുപേരും മരത്തിന്റെ മൃദുവായ തൊലിയും ചെറിയ ചെറിയ

ഇളംനാമ്പുകളും വേണ്ടുവോളം തിന്നു. പിന്നീട് വീട്ടിലേക്ക് മടങ്ങുമ്പോഴാണ് അത് സംഭവിച്ചത്.

ആൺപന്നി പറഞ്ഞു:

'എന്ത്, ഈ മണം നല്ല ക്ലോവ് പഴത്തിന്റേതാണല്ലോ? ഒന്നാന്തരം ക്ലോവ് തന്നെ. സംശയമില്ല. ഞാൻ അല്പം ക്ലോവ് തിന്നിട്ടേ വീട്ടിലേക്കു വരൂ. പന്നി ഭാര്യയോട് ചോദിച്ചു.'

'നീ വരുന്നോ?'

'നമ്മൾ ഇപ്പോഴല്ലേ വയറുനിറയെ ആഹാരം കഴിച്ചത്? നേരം നന്നേ വൈകി. ഞാൻ ഇനി എങ്ങും വരുന്നില്ല. വീട്ടിലേക്ക് പോകുകയാണ്.'

ശ്രീമതി മുള്ളൻപന്നി മുന്നോട്ട് നടക്കാൻ തുടങ്ങി. എങ്കിലും രണ്ടടി മുന്നോട്ട് നടന്നതിനുശേഷം തിരിഞ്ഞുനിന്ന് വിളിച്ചുപറഞ്ഞു.

'ദേ നോക്കൂ. നേരം വൈകി. നിങ്ങൾ സൂക്ഷിച്ചോണം. ആ കുറുക്കന്മാരെങ്ങാനും കണ്ടാൽ ആപത്താണ്.'

'ഏ... കുറുക്കന്മാർ ഈ വൈകിയ നേരത്തൊന്നും വരില്ല. ഞാനേതായാലും അല്പം ക്ലോവ് തിന്നതിനുശേഷം വരാം.'

മുള്ളൻ പന്നിക്ക് ക്ലോവ് വളരെ ഇഷ്ടമായിരുന്നു. അതുകൊണ്ട് അവൻ കണ്ട ഓരോ ചെടിയിൽനിന്നും അല്പമല്പം തിന്ന് ആസ്വദിച്ച് മുന്നോട്ടു നടന്നു. സമയം പോയത് അറിഞ്ഞില്ല. ദൂരം താണ്ടിയതും. കുറേനേരം ചെന്നപ്പോഴാണ് അപകടം മനസ്സിലായത്. തൊട്ടുമുൻപിൽ ഒരു കുറുക്കൻ ആക്രമിക്കാൻ തയ്യാറായി നിൽക്കുന്നു.

ഭയന്നുവിറച്ച പന്നി വിചാരിച്ചു.

'ഞാനെന്തു ചെയ്യും? ചാടിക്കയറാനാണെങ്കിൽ അടുത്ത് ഉയരമുള്ള മരങ്ങൾ ഒന്നും ഇല്ല. മണ്ണിൽ കുഴിമാന്തി ഒളിക്കാൻ വേണ്ടത്ര സമയമില്ല. ഓടി രക്ഷപ്പെടാനും കഴിയുകയില്ല. കുറുക്കന് തന്നേക്കാൾ വേഗത്തിൽ ഓടാൻ കഴിയും. ഇനി ഞാനെന്തു ചെയ്യും.'

മുള്ളൻപന്നി ഉറക്കെ ഉറക്കെ ദൈവത്തെ വിളിച്ചു പ്രാർത്ഥിച്ചു.

'എന്റെ നോ-ക്കു എന്നെ രക്ഷിക്കണേ...'

എന്താണ് സംഭവിച്ചതെന്ന് മുള്ളൻപന്നിക്ക് മനസ്സിലായില്ല. തന്റെ ശരീരത്തിൽ ഒരു ഇളംകാറ്റ് തടവി പോയതുപോലെ; ദേഹമാസകലം ഒരു വിറയൽ; ദേഹം ഒരു നിമിഷത്തേക്ക് മാറിയതുപോലെ ഒരു തോന്നൽ. അതിനിടയിൽ കുറുക്കൻ പന്നിയുടെ മുകളിൽ ചാടി മുതുകിനുൽ ഒരു കടി. പക്ഷേ കടിച്ചതും, എന്തുകൊണ്ടെന്ന് പന്നിക്ക് മനസ്സിലായില്ല, കുറുക്കൻ അലറിക്കരഞ്ഞുകൊണ്ട് ഓടിപ്പോയി.

കുറുക്കൻ വേദനയെടുത്താണ് കരഞ്ഞതെന്നുമാത്രം പന്നിക്ക് മനസ്സിലായി. ഏതായാലും കുറുക്കനിൽനിന്ന് രക്ഷപ്പെട്ടതും പന്നി കഴിയുന്നത്ര വേഗത്തിൽ വീട്ടിലേക്ക് ഓടി. ഓടിയണച്ച് വീട്ടിൽ കയറിയപ്പോൾ പന്നിയുടെ ഭാര്യ ഉറങ്ങാൻ പോകാതെ തന്റെ ഭർത്താവിന്റെ രക്ഷയ്ക്കായി നോ-കു വിനോട് കരഞ്ഞ് അപേക്ഷിച്ചുകൊണ്ടിരിക്കുകയായിരുന്നു. ഓടിച്ചെന്ന ഭർത്താവിനെ അവൾ അതിശയത്തോടെ നോക്കി. അവൾ എന്തെങ്കിലും ചോദിക്കുന്നതിനുമുമ്പ് പന്നിപറഞ്ഞു.

'ഹോ, ഒരുവിധത്തിൽ രക്ഷപ്പെട്ടു. എനിക്ക് എന്റെ ജീവൻ കിട്ടിയത് നോ-കു രക്ഷിച്ചതുകൊണ്ട് മാത്രമാണ്.'

'പക്ഷേ പ്രിയ ഭർത്താവേ, അങ്ങയ്ക്ക് എന്താണ് സംഭവിച്ചത്? അങ്ങയുടെ പുറംതോലിന് എന്തു സംഭവിച്ചു. '

'ങേ.. നീ എന്താ പറയുന്നത്? എനിക്ക് പ്രത്യേകിച്ച് ഒന്നും സംഭവിച്ചില്ലല്ലോ?'

'ശരി. അങ്ങനെയാണെങ്കിൽ നിങ്ങൾ എന്റെ കൂടെ വരൂ. അടുത്തുള്ള അരുവിയിലെ വെള്ളത്തിൽ നോക്കിയാൽ നിങ്ങൾക്ക് മനസ്സിലാകും. ഇന്ന് നല്ല നിലാവുണ്ടല്ലോ? നിങ്ങളുടെ രൂപം വെള്ളത്തിൽ നിങ്ങൾക്കുതന്നെ കാണാം.'

രണ്ടുപേരും അടുത്തുള്ള അരുവിയിലേക്കു പോയി. സ്വന്തം രൂപം വെള്ളത്തിൽ പ്രതിഫലിച്ച് കണ്ടപ്പോഴാണ് പന്നിക്ക് തനിക്കുണ്ടായ മാറ്റം അറിയാൻ കഴിഞ്ഞത്. തന്റെ ദേഹം മുഴുവനും കൂർത്തനീണ്ട മുള്ളുകൾ. പന്നി അപ്പോഴാണ് ഓർത്തത്. 'ഒരുപക്ഷേ ഈ മുള്ളുകൾ ദേഹത്ത് ഉണ്ടായിരുന്നതുകൊണ്ടായിരിക്കും കുറുക്കൻ കടിക്കാൻ തുടങ്ങിയപ്പോൾ വേദനിച്ച് അലറിയത്; ജീവനുംകൊണ്ട് ഓടിയത്'. വലിയ സന്തോഷം. ഇനി താൻ ആരെയും ഭയപ്പെടേണ്ടതായി ഇല്ലല്ലോ? ഈ മുള്ളുകൾ സ്വരക്ഷയ്ക്കായി നോ-കു തന്ന വരമാണെന്ന് പന്നിക്ക് മനസ്സിലായി.

പക്ഷേ തന്റെ ഭാര്യ എന്തേ ദുഃഖിതയായി ഇരിക്കുന്നത്. ഇത് അവളും സന്തോഷിക്കേണ്ട കാര്യമല്ലേ?'

'എന്താ നീ ഇങ്ങനെ സങ്കടപ്പെട്ടിരിക്കുന്നത്?'

'നിങ്ങൾക്ക് ഈ പുറംചട്ട കിട്ടിയത് സന്തോഷം തനനെ. പക്ഷേ, നിങ്ങളുടെ കൂടെ എല്ലാ സ്ഥലങ്ങളിലും എനിക്ക് വരാൻ കഴിയുകയില്ലല്ലോ? മുൾച്ചട്ട ഇല്ലാത്ത എന്നെ മറ്റ് മൃഗങ്ങൾ ആക്രമിക്കുകയില്ലേ?'

പന്നിക്ക് കാര്യം മനസ്സിലായി. അവൾ പറഞ്ഞത് ശരിയാണ്. എന്തു ചെയ്യാനാവും?

പന്നി പറഞ്ഞു.

'പ്രിയപ്പെട്ട ഭാര്യേ, നമുക്ക് രണ്ടുപേർക്കും നോ-കു വിനോട് യാചിക്കാം. നിനക്കും ഇതുപോലെ ഒരു മുൾകവചം തരണേയെന്ന്.'

പെട്ടെന്നാണ് അതു കണ്ടത്. അവൻ സന്തോഷത്തോടെ ഉടൻതന്നെ ഭാര്യയേയും കൂട്ടി അരുവിക്കടുത്തേക്ക് പോയി.

'നോക്ക്. പ്രിയപ്പെട്ട ഭാര്യേ, നീ വെള്ളത്തിൽ നോക്ക്.'

അരുവിയിലേക്ക് നോക്കിയ ഭാര്യ സന്തോഷത്തോടെ പറഞ്ഞു.

'ആ... എനിക്കും കിട്ടിയല്ലോ മുൾകവചം.'

'അതേ ഭാര്യേ, നമ്മുടെ വംശത്തിനുമുഴുവൻ സ്വരക്ഷയ്ക്കായി നോ-കു കല്പിച്ചുതന്ന വരദാനമാണ് ഈ മുൾകവചം.'

അനുസരണ കുറഞ്ഞ ദൈവപുത്രൻ

16-ാം നൂറ്റാണ്ടിൽ സ്പാനിഷുകാർ ദക്ഷിണ അമേരിക്കയിൽ എത്തിയ കാലത്ത്,അവിടെ പല ആദിവാസി വംശജർ ഉണ്ടായിരുന്നതിൽ കുനാ ഇന്ത്യർ എന്ന് ഇന്നറിയപ്പെടുന്നവർ പ്രാധാന്യം അർഹിക്കുന്നു. കുനാഇന്ത്യർ അക്കാലത്തു തന്നെ സാംസ്കാരിവളർച്ച പ്രാപിച്ച ഒരു ജനതയായിരുന്നു. പനാമയിലെ, സമുദ്രനിരപ്പിൽ നിന്ന് അധികം ഉയരത്തിലല്ലാത്ത, ഭൂപ്രദേശങ്ങളിൽ ചോളവും പച്ചക്കറികളും കൃഷിചെയ്തിരുന്നു. കൂടാതെ മത്സ്യബന്ധനവും അവർക്ക് നല്ല വശമായിരുന്നു. സ്പാനിഷ് അധിനിവേശത്തെ തുടർന്ന് കുനാഇന്ത്യർ അവരുടെ നാടായിരുന്ന ഇസ്ത്മസ് പ്രദേശങ്ങളിൽനിന്ന് അടുത്തുള്ള കാട്ടുപ്രദേശങ്ങളിലേക്ക് ഓടി രക്ഷപ്പെടുകയും പിന്നീട് അവിടെ താമസമാക്കുകയും ചെയ്തു. എന്നിരുന്നാലും തങ്ങളുടെ പൂർവ്വിക നാടിനെക്കുറിച്ചുള്ള ഓർമ്മകൾ ഇന്നും നാടോടിക്കഥകളുടെ രൂപത്തിൽ അവരുടെ മനസ്സിൽ വേരൂന്നി നിൽക്കുന്നു.

ഇസ്ത്മസ് സമുദ്രനിരപ്പിൽനിന്നും കുറച്ചുമാത്രം ഉയരത്തിലുള്ള ഒരു സമതലപ്രദേശമായിരുന്നു. അവിടെ വലിയ കുന്നുകളോ മലകളോ ഒന്നുമില്ല. അക്കാലത്ത് ഒരു ദിവസം സാധാരണയിൽ കവിഞ്ഞ കടൽക്ഷോഭം ഉണ്ടായി. നമ്മുടെ നാട്ടിൽ 2004ൽ ഉണ്ടായ സുനാമിയെക്കുറിച്ച് കേട്ടിട്ടില്ലേ? അതുപോലെ ഒരു വലിയ കടൽക്ഷോഭം. മലയോളം ഉയരത്തിൽവന്ന തിരകൾ കടലോര പ്രദേശങ്ങളിലേക്ക് കവിഞ്ഞൊഴുകി. വളരെയധികം വീടുകൾ ഇടിഞ്ഞുവീണു. കൃഷിക്ക് വലിയ നാശം സംഭവിച്ചു. അനവധി മനുഷ്യരും മൃഗങ്ങളും ചത്തൊടുങ്ങി.

മീൻപിടിക്കാൻ കടലിലേക്ക് പോകാൻ നിവർത്തിയില്ലാതെ വന്ന പ്പോൾ ഭക്ഷണക്ഷാമം രൂക്ഷമായി. കുട്ടികൾ വിശന്ന് നിലവിളിച്ചു. കുന ഇന്ത്യരെ സംബന്ധിച്ച് അതീവ ഭീതിജനകമായ ഒരു പുതിയ അനുഭവമായിരുന്നു അത്.

പ്രകൃതിക്ഷോഭം ദൈവകോപംകൊണ്ട് ഉണ്ടാകുന്നതാണെന്ന് കരുതിയ അവർ ഒത്തുകൂടി എന്തു ചെയ്യണമെന്ന് ആലോചിച്ചു. ദൈവ കോപത്തിന് പ്രതിവിധി ദൈവത്തെ സന്തോഷിപ്പിക്കുക മാത്രമാണെ ന്ന് അവർക്ക് അറിയാമായിരുന്നു. അവർ ദൈവത്തിന് വഴിപാടുകൾ നേർന്നു. കൂടാതെ അവരെല്ലാവരും ഒന്നിച്ചുകൂടി കഴിയുന്നത്ര ഉച്ചത്തിൽ അവരുടെ സംരക്ഷകനായ ഒബാദേവനോട് പ്രാർത്ഥിച്ചു.

'ഒബാ, ഞങ്ങളെ കൈവിടരുതേ. ഞങ്ങൾക്ക് നീയല്ലാതെ വേറെയാരാണ് തുണ?'

കുറേ അധികനേരം പ്രാർത്ഥിച്ചതിനുശേഷം ദേവന്റെ അരുളപ്പാട് കേൾക്കാനായി അവർ നിശ്ശബ്ദം കാത്തിരുന്നു. അവർ പ്രതീക്ഷിച്ച തുപോലെ ദൈവത്തിന്റെ ഉത്തരവ് അധികം വൈകാതെ കിട്ടി. മുമ്പ് എല്ലാ പ്രതിസന്ധികളിലും എന്നതുപോലെ ഒബായുടെ ഉത്തരവ് അവരുടെ ഗ്രാമമൂപ്പനിൽകൂടിയാണ് കിട്ടിയത്.

'എനിക്ക് എന്നും പ്രിയപ്പെട്ട നിങ്ങളുടെ ബുദ്ധിമുട്ടുകൾ ഞാനറി യുന്നു. നിങ്ങളെ സഹായിക്കാനായി എന്റെ ഇളയപുത്രനായ ഒലോ ഷിതൂ-വിനെ ഞാൻ നിങ്ങളുടെ അടുത്തേക്ക് ഉടനെ അയയ്ക്കുന്നുണ്ട്.'

ആ വാക്കുകൾ കേട്ട് കുനാഇന്ത്യർ വളരെയധികം സന്തോഷിച്ചു.

പക്ഷേ ഒബായുടെ സ്വർഗ്ഗത്തിൽ പ്രതീക്ഷിക്കാത്ത ചില കാര്യ ങ്ങളാണ് സംഭവിച്ചത്. ഒബാ അദ്ദേഹത്തിന്റെ ഇളയമകനെ വിളിച്ചു പറഞ്ഞു.

'മകനേ, കുനാ വംശജർ കടൽക്ഷോഭംകൊണ്ട് വളരെ ബുദ്ധിമുട്ടുന്നു. നീ ഉടനെതന്നെ അവിടെചെന്ന് അവരെ സഹായിക്കണം.'

ഒരു പർവതം പോലെ, ഒരു രാക്ഷസനെപ്പോലെ ആജാനുബാഹു വായിരുന്ന ഒലോഷിതോ പറഞ്ഞു.

അച്ഛാ, എനിക്കിപ്പോൾ പോകാൻ ഇഷ്ടമില്ല. ചേട്ടന്മാരെ ആരെ യെങ്കിലും അയയ്ക്കണം.

മടിയനും സുഖലോലുപനുമായ ഒലോഷിതോയോട് അല്പം കർശന മായിത്തന്നെ ഒബാ പറഞ്ഞു.

'മകനേ, അങ്ങനെ പറയരുത്. നിന്റെ ജ്യേഷ്ഠന്മാരെല്ലാം മറ്റു ജോലികളിൽ ഏർപ്പെട്ടിരിക്കുന്നു. അതുകൊണ്ട് മറുത്തുപറയാതെ നീ

ഉടനെ പുറപ്പെടണം.'

ഒലോഷിതോ അത്ര അനുസരണയുള്ള പുത്രൻ ആയിരുന്നില്ല. എന്നാലും അച്ഛന്റെ വാക്കിനെ പൂർണ്ണമായും നിഷേധിക്കാൻ ധൈര്യമില്ലായിരുന്നു. അതുകൊണ്ട് അയാൾ പോകാൻ സമ്മതിച്ചത് സന്തോഷത്തോടെയായിരുന്നില്ല. തന്നിമിത്തം ഒലോഷിതോ യാത്ര പുറപ്പെട്ടത് കുറേ ദിവസങ്ങൾ കഴിഞ്ഞാണ്. ആ ദിവസങ്ങളിലെല്ലാം കടുത്ത മഴ കാരണം ഇസ്ത്മസിലെല്ലാം വെള്ളം കെട്ടിനിന്നിരുന്നു. ഒലോഷിതോ ഇസ്ത്മസിൽ എത്തിയപ്പോൾ ആ പ്രദേശം മുഴുവൻ വെള്ളംകെട്ടി ചെളിപ്രദേസമായി മാറിക്കഴിഞ്ഞിരുന്നു. ഒലോഷിതോയെപ്പോലെ ഭാരംകൂടിയ ഒരാൾ ആ ചെളിയിൽ അരയറ്റം താണുപോയി എന്നുപറഞ്ഞാൽ അതിശയിക്കേണ്ടതായി ഒന്നുമില്ല. ഏതായാലും ഒരു ഉറപ്പുള്ള ഭൂപ്രദേശം കണ്ടെത്തണം എന്ന നിർബന്ധതതോടെ ഓലോഷിതോ ഇഴഞ്ഞിഴഞ്ഞ്, കാറ്റിലും പേമാരിയിലും നശിച്ചുപോയ കൃഷിസ്ഥലങ്ങളിൽ കൂടി കുറേദൂരം മുമ്പോട്ട് പോയി. ചെന്നെത്തിയത് കുനാവംശജരുടെ സ്വന്തമായ ഇസ്ത്മസിന്റെ അതിർത്തിയിൽ. അവിടെ വലിയ വലിയ ഉരുളൻ പാറകളും കൊച്ചുകൊച്ചു കുന്നുകളും കണ്ടപ്പോൾ ലോഷിതോ സന്തോഷിച്ചു. 'തനിക്ക് ഭയമില്ലാതെ നിൽക്കാവുന്ന ഒരു ഉറപ്പുള്ള ഭൂപ്രദേശം.' ഒലോഷിതോ മനസ്സിൽ വിചാരിച്ചു. 'ഈ കുന്നിൻപ്രദേശം നന്നായിട്ടുണ്ട്. ഈ പാറകളും ചെറിയ കുന്നുകളും, പ്രയാസമില്ലാതെ ഉരുട്ടി കടൽത്തീരത്ത് എത്തിച്ചാൽ കടൽക്ഷോഭത്തിന് ഒന്നാന്തരം പ്രതിവിധി ആകും.' ഒലോഷിതോ കുനാവംശജരെ സഹായിക്കാൻ വേണ്ട പദ്ധതികൾ മനസ്സിൽ ചിന്തിച്ച് ഉറച്ചു. 'പക്ഷേ, ഈ മഴയത്ത് ഇവരെ എങ്ങനെ സഹായിക്കും? രണ്ടുമൂന്നു ദിവസങ്ങൾകൂടി സ്വന്തം വീട്ടിൽ താമസിച്ച് മഴ നിൽക്കുമ്പോൾ മടങ്ങിവരുന്നതായിരിക്കും ബുദ്ധി.' ഒലോഷിതയുടെ ചിന്ത അങ്ങനെയായിരുന്നു. സുഖലോലുപനായ ആ ദൈവപുത്രൻ ഉടൻതന്നെ സ്വർഗ്ഗത്തിലേക്ക് മടങ്ങി.

ആ സമയമെല്ലാം പെരുമഴയും കാറ്റും കാരണം കുനാവംശജരുടെ കഷ്ടപ്പാടുകൾ തുടർന്നു. തിരികെ വീട്ടിലെത്തിയ ഇളയമകനെ കണ്ടപ്പോൾ ഒബാ ദേഷ്യപ്പെട്ടു.

'നീയെന്താ തിരികെ പോന്നത്?'

'മഴ തീർന്നതും അവിടെപോയി അവർക്ക് വേണ്ട സഹായങ്ങൾ ഞാൻ ചെയ്തുകൊടുക്കാം.'

'കഷ്ടപ്പെടുന്നവർക്ക് ആവശ്യമായ സഹായം ഉടനെ ചെയ്തുകൊടുക്കേണ്ടത് നമ്മുടെ കടമയാണ്.'

ഒബാ ദേഷ്യത്തോടെ മകനെ കാലുകൊണ്ട് തട്ടി.

'ഉടനെ പോയി അവർക്ക് വേണ്ട സഹായങ്ങൾ ചെയ്യ്.'

ഒബാ ശബ്ദമെടുത്ത് പറഞ്ഞു.

പ്രതീക്ഷിക്കാതെ കിട്ടിയ തൊഴികൊണ്ട് കാലുവഴുതി ഒലോഷിതോ ഭൂമിയിലേക്ക് വീണു. ആകാശത്തിലെ മേഘങ്ങൾക്ക് നടുവിൽക്കൂടി താഴേക്ക് ഒരു വലിയ ഉൽക്ക വീണാലെന്നതുപോലെ ഒലോഷിതോ ഭൂമിയിൽ വീണു. നല്ല കാലം. ചെളിപ്രദേശത്ത് വീണതുകൊണ്ട് വലിയ പരുക്ക് പറ്റിയില്ല. എങ്കിലും ധൈര്യശാലിയായ ഒലോഷിതോ ഭയപ്പെട്ടുപോയി. പ്രത്യേകിച്ചും. അന്ന് കറുത്തവാവായിരുന്നു. കൂരിരുട്ട്. ചെളിയിൽ മുങ്ങിപ്പോയ ഒലോഷിതോവിന്റെ മുകളിൽ മണ്ണും ചേറും. ആ മണ്ണും ചേറും വലിച്ച് മുന്നോട്ടുനടന്ന ഒലോഷിതോ ചെന്നുപെട്ടത് കുന്നുകളുടേയും പാറക്കൂട്ടങ്ങളുടേയും അടിയിലാണ്. ആ ഭാരം മുഴുവൻ ചുമന്ന് ഒലോഷിതോയ്ക്ക് അവിടെനിന്നും വെളിയിൽ വരാൻ കഴിഞ്ഞില്ല.

അപ്പോഴേക്കും മഴയും കാറ്റും ശമിച്ചു. എങ്കിലും അന്നുവരെ സ്വസ്ഥമായിരുന്ന അവരുടെ സമതലപ്രദേശങ്ങൾ മുമ്പെങ്ങും ഇല്ലാതിരുന്നവിധം ചിലപ്പോഴൊക്കെ കുലുങ്ങുകയും വിറയ്ക്കുകയും മറ്റും ചെയ്യുന്ന അനുഭവം അവർക്ക് ഉണ്ടായിത്തുടങ്ങി. ചെറിയ ചെറിയ ഭൂമികുലുക്കങ്ങൾ. അത്തരം ഭൂചലനങ്ങൾ അവരെ ഭയപ്പെടുത്തുന്നു എങ്കിലും, ആ ചലനങ്ങൾ ഭൂമിക്കടിയിൽ വസിക്കുന്ന അവരുടെ ദൈവപുത്രനായ ഒലോഷിതോ കാരണമാണെന്ന് അവർക്കറിയാം. ഒലോഷിതോ അനങ്ങുമ്പോഴെല്ലാം അവരുടെ ഭൂമി ചലിക്കും. ആ ദൈവപുത്രൻ ശക്തിയായി ഒന്നു ശ്വസിച്ചാൽ അപ്പോഴെല്ലാം ഒരു ചെറിയ ഭൂകമ്പം ഉണ്ടാകും. ഇതെല്ലാം അവരെ അസ്വസ്ഥരാക്കുന്നു എങ്കിലും അവരെ സഹായിച്ച ഒബായോടും അദ്ദേഹത്തിന്റെ പുത്രൻ ഒലോഷിതോയോടും അവർ എന്നും കടപ്പാടുള്ളവരാണ്.

മാന്ത്രികക്കായലും സുമ എന്ന പെൺകുട്ടിയും

അമേരിക്കൻ സാംസ്കാരി ചരിത്രത്തിൽ, പന്ത്രണ്ടാം നൂറ്റാണ്ടിൽ പ്രാബല്യമടഞ്ഞ ഇൻകാ സാപ്രാജ്യം പ്രാധാന്യമുള്ളതാണ്. അവരുടെ രാജവംശാഗങ്ങൾ സൂര്യദേവന്റെ ബന്ധുക്കളായിരുന്നുവെന്ന് ആ നാട്ടുകൾ വിശ്വസിച്ചിരുന്നു.

പെറുവിലെ കുസ്കൊ നഗരമായിരുന്ന സൂര്യവംശരാജാക്കന്മാരുടെ തലസ്ഥാനം. അവിടെ അവർ സമ്പൽസമൃദ്ധമായ കൊട്ടാരങ്ങളും ആലങ്കാരികസ്തൂപങ്ങളും മറ്റും നിർമ്മിച്ചു. കൊട്ടാരങ്ങളിൽ പലതും സ്വർണ്ണനിർമ്മിതങ്ങളായ പല വസ്തുക്കളുടേയും ശേഖരങ്ങളായിരുന്നു. സ്പാനിഷ് നാട്ടിൽനിന്ന് എത്തിയ ഫ്രാൻസിസ്കൊ പിസ്സാറയുടെ നേതൃത്വത്തിൽ നടന്ന യുദ്ധങ്ങളുടെ അവസാനം കുസ്കോയിലെ സ്വർണ്ണശഖരവും മറ്റു വിലപിടിപ്പുള്ള സാമഗ്രികളും കൊള്ളയടിച്ച് സ്പെയിനിലേക്ക് കടത്തി. ലക്ഷക്കണക്കിന് തദ്ദേശവാസികൾ കൊല്ലപ്പെട്ടു. എന്നിരുന്നാലും ഏതാണ്ട് മുപ്പത് ലക്ഷത്തോളം ഇൻകാ വംശജർ ഇന്നും തെക്കേ അമേരിക്കയിലെ പെറു, ഇക്വഡോർ, ബൊളിവിയ എന്നീ രാജ്യങ്ങളിൽ ഇന്നും അധിവസിക്കുന്നു. ഇത് സൂര്യവംശത്തിലെ ഒരു രാജാവിന്റെയും അദ്ദേഹത്തിന്റെ ഏക പുത്രന്റെയും കഥയാണ്. പണ്ടുപണ്ട് നടന്ന ഒരു സംഭവം. പുത്രൻ ജനിച്ചത് രാജാവിന് അളവറ്റ സന്തോഷം നൽകി. പക്ഷേ കൂടെതന്നെ ഒരു സങ്കടവും. വേണ്ടത്ര ആരോഗ്യമില്ലാത്ത ഒരു കുഞ്ഞിനെയാണ് രാജ്ഞി പ്രസവിച്ചത്.

ചികിത്സകൊണ്ട് പ്രയോജനം കിട്ടിയില്ല. പല വർഷങ്ങൾ കഴിഞ്ഞിട്ടും, കുഞ്ഞ് വളർന്നകൗമാരപ്രായമായിട്ടും, രാജകുമാരന്റെ ആരോഗ്യനിലയിൽ ഒരു മെച്ചവും കണ്ടില്ല. എന്നും കിടക്കയിൽതന്നെ. അതുകണ്ട് വിഷമിച്ച രാജാവ് ഒരു ദിവസം മനസ്സുരുകി പ്രാർത്ഥിച്ചു.

'എന്റെ ദൈവങ്ങളേ, എനിക്ക് പ്രായം ഏറിവരുന്നു. അടുത്തുതന്നെ ഞാൻ ഈ ലോകം വിട്ട് നിങ്ങളോടൊപ്പം സ്വർഗ്ഗലോകത്തെത്തുമെന്ന് എനിക്കറിയാം. എന്റെ മകനെ ആര് സംരക്ഷിക്കും? എന്റെ പ്രജകൾക്ക് ഒരു നല്ല രാജാവിനെ എങ്ങനെ ലഭ്യമാകും? ഞാൻ നിങ്ങളോട് താണപേക്ഷിക്കുന്നു. എന്റെ നാടിനും നാട്ടാർക്കുംവേണ്ടി എന്റെ മകന് നല്ല ആരോഗ്യവും ആയുസ്സും കൊടുക്കുവാൻ നിങ്ങൾ കനിവു കാട്ടണം.'

രാജാവ് തന്റെ കൈകൾ ഉയർത്തി തലയിലമർത്തി ദേവന്റെ വിഗ്രഹത്തിനു മുന്നിൽ കുനിഞ്ഞിരുന്നു. അപ്പോൾ ആ വിഗ്രഹത്തിനു മുമ്പിൽ എരിഞ്ഞുകൊണ്ടിരുന്ന യാഗാഗ്നികുണ്ഡത്തിൽനിന്നും ഒരു ശബ്ദം കേട്ടു.

'രാജൻ, നിന്റെ മകൻ സുഖം പ്രാപിക്കും. നീ വിഷമിക്കേണ്ടതില്ല. പക്ഷേ, ചക്രവാളങ്ങൾക്കപ്പുറം, ആകാശവും വെള്ളവും ഒന്നിച്ച് ചേരുന്ന സ്ഥലത്തുള്ള കായലിലെ വെള്ളം ഞാൻ നൽകുന്ന കൂജയിൽ കൊണ്ടുവന്ന് നിന്റെ മകന് നൽകണം. അതിനുവേണ്ട ഏർപ്പാടുകൾ ഉടനെ ചെയ്യൂ.'

ആ അശരീരി കേട്ടുകഴിഞ്ഞപ്പോൾ യാഗാഗ്നി ആളിക്കത്തി അണഞ്ഞു. എന്നുമാത്രമല്ല, അശരീരിയിൽ സൂചിപ്പിച്ചതുപോലെ യാഗകുണ്ഡത്തിൽ ഒരു സ്വർണ്ണനിർമ്മിതമായ കൂജയും കണ്ടു.

ആ നിമിത്തം ചക്രവർത്തിക്ക് ആശ്വാസവും സന്തോഷവും നൽകി. എങ്കിലും, പ്രായാധിക്യം കാരണം ഒരു ദൂരദേശ സഞ്ചാരത്തിന് അദ്ദേഹത്തിന് കഴിയുമായിരുന്നില്ല. പിന്നെ ആരാണ് സാഹസികമായ അത്തരം ഒരു യാത്രയ്ക്ക് മുതിരുക?

ചക്രവർത്തി തന്റെ ആവശ്യം വിളംബരപ്പെടുത്തി. ചക്രവാളങ്ങൾക്കപ്പുറമുള്ള മന്ത്രക്കായലിൽ നിന്നും വെള്ളം കൊണ്ടുവരുന്ന ആളിന് അളവറ്റ പാരിതോഷികങ്ങൾ നൽകുമെന്ന് നാടെങ്ങും നാടെങ്ങും കൊട്ടി അറിയിച്ചു. പല ധൈര്യശാലികളായ ചെറുപ്പക്കാരും മന്ത്രക്കായൽ അന്വേഷിച്ച് യാത്ര പുറപ്പെട്ടെങ്കിലും പല ദിവസങ്ങൾ കഴിഞ്ഞിട്ടും ആരും വിജയിച്ചതായി അറിഞ്ഞില്ല. ദിവസങ്ങളും ആഴ്ചകളും കടന്നുപോയി.

കുസ്കോയിൽ നിന്നും അധികം ദൂരത്തല്ലായിരുന്ന ഒരു ഗ്രാമത്തിൽ ഒരു കർഷകനും അദ്ദേഹത്തിന്റെ ഭാര്യയും, ഒരു മകനും ഒരു മകളും

താമസിച്ചിരുന്നു. ആ കുടുംബം സാമ്പത്തികമായി വളരെ ബുദ്ധിമുട്ടിലായിരുന്നു. ചക്രവർത്തിയുടെ വിളംബരത്തെക്കുറിച്ച് വിവരം കിട്ടിയ മകൻ ഒരു ദിവസം അച്ഛനോട് പറഞ്ഞു.

'അച്ഛാ ..... ഞാനും മന്ത്രക്കായൽ അന്വേഷിച്ച് പുറപ്പെടാം. അച്ഛൻ ഒന്നുകൊണ്ടും വിഷമിക്കേണ്ട. അടുത്ത വെളുത്തവാവിന് മുമ്പുതന്നെ ഞാൻ തിരിച്ചെത്തും. അച്ഛനെ വിളവെടുപ്പിന് സഹായിക്കുകയും ചെയ്യാം. മാന്ത്രികക്കായൽ അതിനുള്ളിൽ കാണാൻ കഴിഞ്ഞാൽ നമ്മുടെ എല്ലാ ബുദ്ധിമുട്ടുകളും തീരുകയും ചെയ്യും.'

അച്ഛൻ മറുപടിയൊന്നും പറഞ്ഞില്ല. അദ്ദേഹത്തിന്റെ മനസ്സിൽ ചക്രവർത്തിയുടെ പക്കൽനിന്ന് കിട്ടിയേക്കാവുന്ന പാരിതോഷികമോ വിളവെടുപ്പിൽ മകന്റെ അഭാവത്തിൽ ഉണ്ടാകാവുന്ന ബുദ്ധിമുട്ടുകളോ ഒന്നുമായിരുന്നില്ല. മകന്റെ രക്ഷ മാത്രമായിരുന്നു അദ്ദേഹത്തെ അലട്ടിയത്. അച്ഛന്റെ മറുപടി ഒന്നും കിട്ടാതിരുന്നപ്പോൾ മകൻ വീണ്ടും പറഞ്ഞു.

'അച്ഛാ, അനുവാദം തരണം. ഞാൻ വിജയിയായി വരുമ്പോൾ നമ്മുടെ കഷ്ടമെല്ലാം തീരും.' അമ്മയും പറഞ്ഞു.

'അതേ.അവൻ പോയിവരട്ടെ.'

അതിനുശേഷം അച്ഛന് ഒന്നുമാത്രമേ പറയുവാൻ ഉണ്ടായിരുന്നുള്ളൂ.

'സൂക്ഷിക്കണേ, മോനേ. വന്യമൃഗങ്ങളും ഭൂതങ്ങളും മറ്റുമുള്ള സ്ഥലത്തേക്കാണ് നീ പോകേണ്ടിവരുന്നത്.'

മാതാപിതാക്കളുടെ അനുഗ്രഹം വാങ്ങി ആ മകൻ പുറപ്പെട്ടു. വഴിയിൽ അനവധി കായലുകളും വിസ്തൃതിയുള്ള ജലാശയങ്ങളും കണ്ടു. പക്ഷേ ഒരിടത്തും ആകാശം തൊട്ടുനിൽക്കുന്ന ജലാശയങ്ങൾ കാണാൻ കഴിഞ്ഞില്ല. പല ദിവസങ്ങൾ കഴിഞ്ഞപ്പോൾ അവൻ ചിന്തിച്ചു.

'ഇത്ര അന്വേഷിച്ചിട്ടും ആ കായൽ കാണാൻ കഴിഞ്ഞില്ലല്ലോ? അച്ഛന് കൊടുത്തതുപോലെ വെളുത്തവാവിന് മുമ്പ് വീട്ടിലെത്തണമെങ്കിൽ ഇപ്പോൾ മടക്കയാത്ര ആരംഭിക്കേണ്ടിയിരിക്കുന്നു.'

കൂടാതെ അയാൾ മറ്റൊന്നുകൂടി ആലോചിച്ചു.

'ഏതെങ്കിലും ഒരു കായലിലെ ജലം എടുത്തുകൊണ്ടുപോയി രാജകുമാരന് കൊടുത്തുനോക്കിയാൽ എന്താ തെറ്റ്. ഒരുപക്ഷേ, പ്രയോജനം ഉണ്ടായിക്കൂടാ എന്നില്ലല്ലോ. എന്നുതന്നെയുമല്ല, ജലം ഏതു കായലിലേതാണെന്ന് രാജാവിന് എങ്ങനെ അറിയാനാകും?'

അയാൾ, അടുത്ത ഒരു കായലിൽനിന്ന് ശേഖരിച്ച വെള്ളവുമായി ചക്രവർത്തിയുടെ കൊട്ടാരത്തിലെത്തി. താൻ കൊണ്ടുവന്നിരിക്കുന്നത്

മന്ത്രക്കായലിലെ ജലമാണെന്ന് ബോധിപ്പിച്ചു.

അതീവ സന്തോഷത്തോടെ ചക്രവർത്തി ഒരു സ്പൂൺ ജലം മകന്റെ നാവിൽ ഒഴിച്ചുകൊടുത്തു. പക്ഷേ മകന് യാതൊരു മാറ്റവും കണ്ടില്ല. അദ്ദേഹം പുരോഹിതരേയും മന്ത്രിയേയും ആളയച്ച് വരുത്തി.

വിവരങ്ങൾ കേട്ടതിനുശേഷം പുരോഹിതൻ പറഞ്ഞു.

'ഒരുപക്ഷേ, മന്ത്രക്കായലിലെ ജലം അഗ്നികുണ്ഡത്തിൽനിന്ന് കിട്ടിയ കൂജയിൽനിന്ന് കുമാരന് കൊടുക്കണമെന്നായിരിക്കും ദൈവ നിശ്ചയം.'

അദ്ദേഹം ചെറുപ്പക്കാരൻ കൊണ്ടുവന്ന ജലം കൂജയിൽ ഒഴിച്ചു. പക്ഷേ, കൂജയിൽ നിൽക്കാതെ ജലം താഴേക്കു ഒഴുകുന്നതുകണ്ട പൂജാരി സംശയിച്ചു.

'ഇത് മന്ത്രക്കായലിലെ ജലം അല്ലെന്ന് വരുമോ?'

ചക്രവർത്തിക്ക് ചെറുപ്പക്കാരൻ തന്നെ വഞ്ചിക്കുകയായിരുന്നുവെന്ന് ബോധ്യമായി. അവനെ ജയിലിൽ അടയ്ക്കാൻ ഉത്തരവ് നൽകി.

ഈ വിവരം നാട്ടിലെല്ലാം അറിഞ്ഞു. ആ ചെറുപ്പക്കാരന്റെ ഇളയ സഹോദരി സുമ വിവരം അറിഞ്ഞതും തന്റെ മാതാപിതാക്കളോട് പറഞ്ഞു.

'ഞാൻ മന്ത്രക്കായലിലേക്ക് പുറപ്പെടുകയാണ്. നിങ്ങളെന്നെ ആശിർവദിക്കണം.'

'സുമാ നിന്നെ വിട്ട് ഞങ്ങളെങ്ങനെ ജീവിക്കും?'

അവർ ഒരേ ശബ്ദതതിൽ, ഒരേ സമയം പ്രതികരിച്ചു.

'അച്ഛാ, ഒന്നാലോചിച്ചുനോക്കൂ. നമ്മുടെ ചക്രവർത്തിയുടെ മകന് മന്ത്രക്കായലിലെ ജലം കിട്ടിയില്ലെങ്കിൽ സുഖമാവില്ലെന്ന് ഉറപ്പാണ്. രാജകുമാരൻ മരിച്ചുപോയാൽ അവരെത്രമാത്രം ദുഃഖിക്കും? നമുക്ക് ഒരു നല്ല രാജപരമ്പര നഷ്ടപ്പെടുകയില്ലേ? എന്നുമാത്രമല്ല, എന്റെ സഹോദരനെ ചക്രവർത്തിയുടെ കോപാഗ്നിയിൽനിന്ന് രക്ഷിക്കാൻ ശ്രമിക്കേണ്ടത് എന്റെ കടമയല്ലേ? അച്ഛാ, നിങ്ങൾ എനിക്ക് അനുവാദം തന്നെ എന്നെ അനുഗ്രഹിക്കണം.'

സുമയുടെ അമ്മ പറഞ്ഞു.

'ശരിയാണ്. നാം നമ്മുടെ കാര്യം മാത്രം ചിന്തിച്ചാൽ പോരല്ലോ? ദൈവനിശ്ചയം അവൾ പറയുന്നതുപോലെ ആണെങ്കിൽ അവൾ പോയിവരട്ടെ.'

അച്ഛനും സമ്മതം മൂളി.

അതേ. നമുക്ക് നമ്മുടെ നല്ലവനായ ചക്രവർത്തിയെ മറക്കാൻ ആവില്ലല്ലോ?

സുമയുടെ അമ്മ ഒരു സഞ്ചിനിറയെ പലവിധ ആഹാരസാധനങ്ങൾ അവൾക്ക് നൽകി. അവരെല്ലാം സന്തോഷത്തോടെ സുമയെ കെട്ടിപ്പിടിച്ച് അവളുടെ നിറുകയിൽ ഉമ്മവച്ച് യാത്രയാക്കി. ധൈര്യത്തോടെ യാത്രതിരിച്ച സുമ അവളുടെ വളർത്തുമൃഗമായ ലാമയേയും കൂട്ടിന് കൊണ്ടുപോകാൻ മറന്നില്ല.

ആദ്യത്തെ രാത്രി അവൾ വിജനമായ ഒരു കുറ്റിക്കാട്ടിൽ ചില പാറക്കൂട്ടങ്ങളുടെ മറവുപറ്റി തന്റെ പ്രിയപ്പെട്ട ലാമയെ കെട്ടിപ്പിടിച്ചുറങ്ങി. പക്ഷേ, രാത്രി എപ്പോഴോ വിശന്ന് അലറുന്ന പൂമ-യുടെ ശബ്ദം കേട്ട് അവൾ ഭയപ്പെട്ടു. നേരിൽകണ്ടാൽ തന്റെ ലാമയെ പൂമ ഉപദ്രവിക്കും. ഒരുപക്ഷെ കൊന്ന് തിന്നുവെന്നും വരാം. അതായിരുന്നു അവളുടെ ഭയം നേരം പുലർന്ന ഉടനെ തന്നെ ലാമയെ സാന്ത്വനപ്പെടുത്തി അവൾ വീട്ടിലേക്ക് തിരികെ അയച്ചു.

രണ്ടാമത്തെ രാത്രി അവൾ കാടിനുനടുവിൽ നിന്ന ഒരു മരത്തിന്റെ ഉയരത്തിലുള്ള ഒരു കൊമ്പിൽ ഇരുന്നാണ് ഉറങ്ങിയത്. ഉപദ്രവിയായ ആ പുലിക്ക് അത്ര ഉയരത്തിൽ കയറാൻ കഴിയുകയില്ലെന്ന് അവൾക്ക് അറിയാമായിരുന്നു. നേരം വെളുത്തത് അതേ മരത്തിൽ ചേക്കേറിയിരുന്ന പക്ഷികളുടെ മധുരമായ ശബ്ദം കേട്ടാണ്. ആ തത്തകൾ പരസ്പരം സംസാരിച്ചത് അവൾക്ക് കുറച്ചൊക്കെ മനസ്സിലായി.

അവൾക്ക് നമ്മുടെ സഹായമില്ലാതെ മന്ത്രക്കായൽ കണ്ടെത്താൻ കഴിയുകയില്ല. പ്രായം കൂടിയ തത്ത പറഞ്ഞു.

പാവം പെൺകുട്ടി.

നമുക്ക് അവളെ സഹായിച്ചാലോ?

ചെറുപ്രായക്കാർ ഒന്നിച്ച് ചിലച്ചു.

അതുകേട്ട സുമ, വളരെ വിനയത്തോടെ പറഞ്ഞു.

'പക്ഷി കൂട്ടുകാരേ, എനിക്ക് നിങ്ങൾ പറഞ്ഞതിന്റെ പൊരുൾ മനസ്സിലായി. ഞാൻ നിങ്ങളുടെ വൃക്ഷത്തിൽ ഒരധികപ്പറ്റുകാരിയായി നിങ്ങളെ ശല്യം ചെയ്തത് പൊറുത്ത് എന്നെ സഹായിക്കണം. ഞാൻ എന്നും നിങ്ങൾക്ക് കടപ്പെട്ടിരിക്കും.'

അവളുടെ മര്യാദയും വിനയവും കിളികൾക്ക് നന്നേ ബോധിച്ചു. അവർ പറഞ്ഞു.

'നിനക്ക് ഞങ്ങളെ ഓർമ്മയില്ലായിരിക്കും. പലപ്പോഴും ഞങ്ങൾ

വിശന്ന് ധാന്യങ്ങൾക്കായി അലഞ്ഞപ്പോൾ നീ ഞങ്ങൾക്ക് ഗോത നൃമണികൽ തന്ന് സഹായിച്ചിട്ടുണ്ട്. ഞങ്ങൾക്ക് നിന്നെ അറിയാം. ഞങ്ങൾ തീർച്ചയായും നിന്നെ സഹായിക്കാം.'

കിളികൾ അവർക്കിടയിൽ ആലോചിച്ചതിനുശേഷം പ്രായം ചെന്ന കിളി അവളോട് പറഞ്ഞു.

'ഞങ്ങൾ ഓരോരുത്തരും നിനക്ക് ഓരോ തൂവൽ തരും. അത് ഓരോന്നുംവാങ്ങി എല്ലാംചേർത്ത് ഒരു വിശറിപോലെ നീ ഒരു കയ്യിൽ പിടിക്കണം. അങ്ങനെ പിടിച്ചാൽ മന്ത്രശക്തിയുള്ള ഈ തൂവലുകൾ നീ ആഗ്രഹിക്കുന്ന സ്ഥലത്ത് ഞൊടിയിടയിൽ എത്തിക്കും. മാത്രമല്ല നിന്റെ ശത്രുക്കൾക്കെതിരെ കാണിച്ചാൽ ശത്രുവിന്റെ ശക്തിയെല്ലാം ചോർന്നുപോകും.'

സുമ കിളികൾ പറഞ്ഞതുപോലെ തൂവലുകൾ ഒരു വിശറിപോലെ അടുക്കി, തലയിലുണ്ടായിരുന്ന ഒരു റിബൺകൊണ്ട് ഭദ്രമായി കെട്ടി.

കിളികൾ വീണ്ടും പറഞ്ഞു.

'ആ കായൽ സൂക്ഷിക്കുന്നത് മൂന്ന് ഭീകര ജന്തുക്കളാണ്. പക്ഷേ, അതുകൊണ്ട് ഭയപ്പെടേണ്ട. ഞങ്ങൾ പറഞ്ഞതുപോലെ തൂവൽ വിശറി സമയോചിതമായി ഉപയോഗിക്കണം എന്നുമാത്രം. എപ്പോഴും മുൻകരുതൽ ഉണ്ടായിരിക്കണം.'

സുമ പക്ഷികളോട് വീണ്ടും വീണ്ടും നന്ദിപറഞ്ഞതിനുശേഷം വിശറി പിടിച്ചുകൊണ്ട് പറഞ്ഞു.

'പ്രിയമുള്ള തൂവൽവിശറിയേ, എന്നെ ചക്രവാളങ്ങൾക്ക് അപ്പുറമുള്ള, ആകാശവും ജലവും മുട്ടിനിൽക്കുന്ന സ്ഥലത്തെ മന്ത്രക്കായലിന് അരികിലേക്ക് കൊണ്ടുപോകുക.

ഒരു നേരിയ കാറ്റ് വീശിയതുപോലെ സുമയ്ക്ക് തോന്നി. നിമിഷങ്ങൾക്കുള്ളിൽ മുകളിലേക്ക് ഉയർന്ന സുമ മഞ്ഞുമൂടിയ പർവതനിരകൾക്ക് മുകളിലൂടെ പറന്ന് ഒരു വലിയ ജലപ്പരപ്പിനരികിൽ ഇറങ്ങിനിന്നു. അവൾ വിചാരിച്ചു.

'അതേ, ഇതുതന്നെയാവണം മന്ത്രക്കായൽ. അങ്ങുദൂരെ, വളരെ ദൂരെ, ആകാശവും ജലപ്പരപ്പും മുട്ടിനിൽക്കുന്നത് കാണാമല്ലോ. എത്ര സുന്ദരമായിരിക്കുന്നു ഈ ജലാശയം; ഈ കായൽ.'

അപ്പോഴാണ് അവൾ താൻ വെള്ളംകൊണ്ടുപോകാൻ വേണ്ട കൂജ കൂടെ കൊണ്ടുവരാൻ മറന്നുപോയി എന്നോർത്തത്. ഏതായാലും അവൾ മനസ്സിൽ ആഗ്രഹിച്ചു, 'ഒരു കൂജ ഉണ്ടായിരുന്നുവെങ്കിൽ എന്ന്'.

ഒട്ടും താമസിച്ചില്ല. അവളുടെ മുന്നിൽ ഒരു നല്ല കൂജ പ്രത്യക്ഷപ്പെട്ടു. വളരെ സന്തോഷത്തോടെ കൂജയുമെടുത്ത് വെള്ളം പിടിക്കാൻ അവൾ തുനിഞ്ഞു.

'തൊട്ടുപോകരുത്. ഇത് എന്റെ ജലമാണ്. ഇതിൽ തൊട്ടാൽ നിന്നെ വരിഞ്ഞുമുറുക്കി ഞാൻ കൊന്നുകളയും.'

ഒരു ചീറ്റലോടുകൂടി വന്ന ഇരമ്പൽ അവളെ വളരെ പേടിപ്പിച്ചു. എങ്കിലും മനസ്സിൽ ധൈര്യം നേടി അവൾ കൈയിലുണ്ടായിരുന്ന ചുവൽവിശരി ആ കാർക്കോടകതുല്യനായ ഭീകരരൂപത്തിന്റെ മുന്നിൽ കാണിച്ചു. കിളികൾ പറഞ്ഞതുപോലെ ആ ക്രൂരനായ പാമ്പ് അവശനായി മണ്ണിൽ വീണു.

സുമ കൂജയിൽ വെള്ളം നിറയ്ക്കാൻ ശ്രമിച്ചപ്പോൾ വീണ്ടും അസുഖ കരമായ ഒരു മുന്നറിയിപ്പ്. ഇത്തവണ തുറന്ന വായുമായി അവളുടെയ ടുത്തേക്ക് വരുന്ന ഒരു ചീങ്കണിയായിരുന്നു മുന്നിൽ പ്രത്യക്ഷപ്പെട്ടത്.

'പെണ്ണേ,എന്റെ വെള്ളത്തിൽ തൊട്ടുപോകരുത്.'

ചീങ്കണ്ണി കുറച്ചുകൂടി അടുത്തെത്തുവാൻ സുമ കാത്തുനിന്നു. അത് ഏതാണ്ട് കരയോരം എത്തിയപ്പോൾ സുമ മന്ത്രവിശറി അതിനുനേരെ കാണിച്ചു. അതും ശക്തിനശിച്ച് പിന്നോട്ടു മാറി ജലത്തിനരികിലേക്ക് വീണു.

പക്ഷേ, സുമ തന്റെ സമനില തിരിച്ചെടുക്കുന്നതിന് മുമ്പ്തന്നെ ഭയങ്കരമായ ഒരു ഇരമ്പൽ ശബ്ദംകേട്ടു. ഒരു പറക്കുന്ന പാമ്പ്. അതിന്റെ രക്തനിറം ഭയപ്പെടുത്തുന്നതായിരുന്നു. അതിന്റെ വായിൽനിന്നുംതീ ജ്വാല പുറത്തേക്ക് വരുന്നുണ്ടായിരുന്നു.

'എന്റെ വെള്ളത്തിൽ തൊടരുത് എന്നു പറഞ്ഞിട്ടും നീ അനുസരി ക്കുകയില്ല. അല്ലേ?'

അതു ചിറകുകൾ വിടർത്തി സുമയ്ക്ക് ചുറ്റും പറന്നു. പക്ഷേ ആ തവണയും വിശറി സുമയുടെ രക്ഷയ്ക്ക് ഉപകരിച്ചു.

സുമ അല്പസമയം തറയിൽ ഇരുന്നു. പക്ഷികൾ തന്നോട് പറഞ്ഞ മൂന്ന് ക്രൂരജന്തുക്കളും തന്നെ ഉപദ്രവിക്കാൻ ശക്തരല്ലാതെ ആയിരിക്കു ന്നു. അവൾ ആശ്വസിച്ചു.

പിന്നീട് അവൾ കൂജയിൽ ജലം നിറച്ചു. വിശറി കൈയിലെടുത്ത് തനിക്ക് ചക്രവർത്തിയുടെ കൊട്ടാരത്തിൽ എത്തണമെന്ന് മനസ്സിൽ ആഗ്രഹിച്ചു. ഏതാനും നിമിഷങ്ങൾക്കുള്ളിൽ അവൾ കൊട്ടാരവാതു ക്കൽ എത്തി. അവിടെയുണ്ടായിരുന്ന കാവൽക്കാരനോട് അവൾ പറഞ്ഞു.

'എനിക്കു ചക്രവർത്തിയെ കാണണം. ദയവുചെയ്ത് എന്നെ അദ്ദേഹത്തിന്റെ അടുത്തേക്ക് കൂട്ടിക്കൊണ്ടുപോകൂ.'

'എന്തിന്?'

'ഞാൻ മന്ത്രക്കായലിലെ ജലം കൊണ്ടുവന്നിരിക്കുന്നു. അത് രാജകുമാരന് കൊടുക്കണം.'

കാവൽക്കാരന് വിശ്വസിക്കാൻ കഴിഞ്ഞില്ലെന്ന് അയാളുടെ മുഖഭാവം വിളിച്ചുപറഞ്ഞു. എന്നിരുന്നാലും അയാൾ സുമയെ ചക്രവർത്തിയുടെ അടുത്തേക്ക് കൂട്ടിക്കൊണ്ടുപോയി. ചക്രവർത്തി വിശാലമായി ആ മുറിയിൽ അസ്വസ്ഥനായി നടന്നുകൊണ്ടിരുന്നു. മുറിയുടെ മധ്യത്തിലായി ഒരുക്കിയിരുന്ന കിടക്കയിൽ രാജകുമാരൻ തീരെ അവശനായി കിടന്നിരുന്നു. തൊട്ടടുത്ത് ചക്രവർത്തിനി ദുഃഖിതയായി തലകുനിച്ച് ഇരിക്കുന്നുണ്ടായിരുന്നു.

സുമ കൂടുതലൊന്നു ആലോചിക്കാതെ തന്റെ കൈയിലുണ്ടായിരുന്ന കൂജയിൽനിന്നും കുറച്ചുജലം രാജകുമാരന്റെ വായിൽ ഒഴിച്ചുകൊടുത്തു. നിമിഷങ്ങൾക്കകം രാജകുമാരൻ കണ്ണുതുറന്നു.

'ഹൊ, എനിക്കെന്തൊരു സുഖം.'

ആ വാക്കുകൾ കേട്ട് രാജ്ഞി അതിശയിച്ചുപോയി. അടക്കാനാവാത്ത സന്തോഷത്തോടും അത്ഭുതത്തോടും കൂടിയാണ് രാജ്ഞി അടുത്തുനിന്ന് സുമയെ നോക്കിയത്. ചക്രവർത്തിയുടെ അത്ഭുതത്തിനു അളവില്ലായിരുന്നു. അദ്ദേഹവും, ഒരു നൊടിയിൽ മകന്റെ കിടയ്ക്കക്കു സമീപമെത്തി, മകനേയും സുമയേയും മാറിമാറി നോക്കി.

സുമ നിദാനത്തോടെ കൂജയിൽനിന്നും കുറച്ചു വെള്ളംകൂടി രാജകുമാരന് നൽകി. ചില നിമിഷങ്ങൾ കഴിഞ്ഞ് രാജകുമാരൻ കട്ടിലിൽ എഴുന്നേറ്റിരുന്ന് എല്ലാവരേയും നോക്കിക്കൊണ്ട് പറഞ്ഞു.

'എനിക്ക് നല്ല ഉന്മേഷം തോന്നുന്നു. ഞാൻ സുഖക്കേടിൽനിന്നും മുക്തനായിരിക്കുന്നു.'

ചക്രവർത്തിയും ഭാര്യയും സുമയെ കെട്ടിപ്പിടിച്ചു. സുമ എല്ലാ വൃത്താന്തങ്ങളും അവരെ അറിയിച്ചു. സന്തോഷംകൊണ്ട് സമ്പൃഷ്ടനായ ചക്രവർത്തി സുമയോട് പറഞ്ഞു

'മകളേ, നിനക്ക് എന്തു വേണമെങ്കിലും എന്നോടു ചോദിക്കാം. നിന്റെ ഏതാഗ്രഹവും ഞാൻ സാധിച്ചുതരാം.'

സുമ വിനയത്തോടെ പറഞ്ഞു.

'എനിക്ക് മൂന്ന് സംഗതികളാണ് അങ്ങയോട് അപേക്ഷിക്കാനുള്ളത്.'

'ചോദിച്ചോളൂ. എന്തുവേണമെങ്കിലും ചോദിക്കൂ.'

'ആദ്യമായി എന്റെ സഹോദരനെ, അവൻ ചെയ്ത തെറ്റ് മാപ്പാക്കി ജയിലിൽനിന്നും മോചിപ്പിക്കണം. ഞങ്ങളുടെ വീട്ടിലെ കഷ്ടംകൊണ്ട് അവൻ അങ്ങനെ ചെയ്തുപോയതാണ്.'

'ആരവിടെ;സുമയുടെ സഹോദരനെ ഉടനെ മോചിപ്പിക്കൂ.'

ചക്രവർത്തി ഒരു നിമിഷംപോലും അമാന്തിക്കാതെ കല്പന കൊടുത്തു.

'രണ്ടാമതായി, എന്നെ സഹായിച്ച പക്ഷികളുടെ ഈ തൂവലുകൾ അവരെ തിരിച്ചേൽപ്പിക്കാൻഞാനാഗ്രഹിക്കുന്നു. അതിന് എന്നെ സഹായിക്കണം.'

അത്രയും അവൾ പറഞ്ഞതും, ചക്രവർത്തി എന്തെങ്കിലും പറയുന്നതിന് മുമ്പുതന്നെ, തൂവൽ വിശറി അവളുടെ കൈയിൽനിന്ന് ജനൽവഴി വെളിയിലേക്കും, ദൂരത്തേക്കും സ്വയം പറന്ന് പോകുന്നതും കണ്ട് എല്ലാവരും ആശ്ചര്യപ്പെട്ടു.

'മൂന്നാമതായി, എന്റെ മാതാപിതാക്കൾ പാവങ്ങളാണ്. അവരുടെ സാമ്പത്തികകഷ്ടം നീക്കാൻ ഉതകുന്ന രീതിയിൽ ഒരു കൃഷിസ്ഥലവും ഒരുപറ്റം ലാമകളേയും അവർക്ക് ദയവായി അനുവദിച്ച് നൽകണം.'

'ഓ.അത്രേയുള്ളോ. ഉടൻതന്നെ ഞാനതിന് ഏർപ്പാടാക്കാം. നിനക്ക് ഞാൻ ചെയ്യേണ്ടതായി വേറൊന്നുമില്ലേ?'

ഒരു നിമിഷം നിർത്തിയിട്ട് ചക്രവർത്തി വീണ്ടും പറഞ്ഞു.

'ഒരു കാലത്തും നിന്നെപ്പോലെ ഒരു മകളെ കിട്ടിയ മാതാപിതാക്കൾ നിർദ്ധനരാണെന്ന് വിചാരിച്ചുകാണുകയില്ല എന്നാണ് എന്റെ വിശ്വാസം.'

'ഇല്ല. ഇതല്ലാതെ എനിക്ക് അങ്ങയോട് ആവശ്യപ്പെടാൻ വേറൊന്നുമില്ല. ഇനി എന്നെ പോകാൻ അനുവദിച്ചാലും. എന്റെ മാതാപിതാക്കൾ എന്നെക്കുറിച്ചുള്ള ആകാംക്ഷയിലാണ്. എത്രയുംവേഗം എനിക്ക് അവരെ കണ്ട് ഞാൻ സുഖമായി തിരിച്ചെത്തിയെന്ന് പറയണം'.

'ശരി, ഉടനെ നിന്നെ വീട്ടിലെത്തിക്കുവാൻ ഞാൻ ഏർപ്പാടാക്കാം.'

ചക്രവർത്തി സ്നേഹത്തോടെ പറഞ്ഞു. അപ്പോൾ പിന്നിൽനിന്നും സന്തോഷസൂചകമായ ഒരു ശബ്ദം കേട്ടു.

'സുമേ, നീ ഞങ്ങളോടൊപ്പം ഇവിടെ കഴിയുകയില്ലേ?'

രാജകുമാരന്റെ സ്നേഹം നിറഞ്ഞ വാക്കുകൾ എല്ലാവരേയും ആഹ്ലാദത്തിലാഴ്ത്തി.

ചക്രവർത്തി പറഞ്ഞു.

'ഏതായാലും സുമ ഇപ്പോൾ അവളുടെ അച്ഛനമ്മമാരുടെ അടുത്തേക്ക് പോകട്ടെ. അവർ അവളെ കാത്തിരിക്കുകയല്ലേ?'

ഈ കഥയിൽ സുമ രാജകുമാരനെ കല്യാണം കഴിച്ചോ, അവർ പിന്നീട് സുഖമായി ജീവിച്ചുവോ എന്നൊന്നും പറയുന്നില്ല. പക്ഷേ, അതിനുശേഷം എക്കാലത്തും ആ രാജവംശത്തിലെ എല്ലാ സന്തതികളും ആരോഗ്യവാന്മാരായിരുന്നു. എന്നും നല്ല നിലയിൽ പ്രജാപാലനം നടത്തിയിരുന്നു എന്നും ആ നാട്ടുകാർ ഓർക്കുന്നു. മന്ത്രക്കായലിലെ ജലം എന്നുമെന്നും ആ കൊട്ടാരത്തിൽ സൂക്ഷിച്ചിരുന്നു എന്നുമാണ് ഐതിഹ്യം. പക്ഷേ സ്പെയിൻകാർ അവരുടെ രാജ്യം ആക്രമിച്ച് അധീനപ്പെടുത്തിയപ്പോൾ അവരുടെ ചക്രവർത്തിയെ വധിക്കുകയും കൊട്ടാരത്തിലെ വിലപിടിപ്പുള്ള എല്ലാ സാധനങ്ങളും അപഹരിക്കുകയും ചെയ്തു. മാന്ത്രികക്കായലിലെ ജലം നിറച്ച കൂജയും അപഹരിക്കപ്പെട്ടുവോ എന്ന് അവർക്ക് നിശ്ചയമില്ല. എങ്കിലും അവരിൽ പലരും ആ കൂജ, അങ്ങകലെ ചക്രവാളങ്ങൾ#ക് അപ്പുറത്തുള്ള മന്ത്രക്കായലിൽ നിക്ഷേപിച്ചിട്ടുണ്ട് എന്നും അവിടെ നിന്നും അത് തിരികെ കൊണ്ടുവന്നാൽ പെറുവിലെ ജനങ്ങൾക്ക് അവരുടെ ആരോഗ്യവും സമ്പത്തുകളും മുമ്പത്തെപ്പോലെ തിരികെ കിട്ടുമെന്നും വിശ്വസിക്കുന്നു. പക്ഷേ സുമയല്ലാതെ മറ്റാരും മന്ത്രക്കായലിലേക്ക് ഇന്നുവരെ പോയതായി അറിവില്ല.

മരതകക്കല്ലുകളുടെ ഉത്ഭവം

ഒരുകാലത്ത്, മധ്യഅമേരിക്കയിലെ കൊളംബിയയിൽ വസിച്ചിരുന്ന എസ്മെറാൾഡ് വംശജർ അന്യം നിന്നുപോയിരിക്കുന്നു. പക്ഷേ, അവർ വസിച്ചിരുന്ന സ്ഥലങ്ങളിലെല്ലാം അധിനിവേശം ഉറപ്പിച്ച സ്പാനിഷുകാർക്കിടയിൽ ഇന്നും പ്രചാരത്തിലുള്ള കുറേ നാടോടിക്കഥകളുണ്ട്. അത്തരം കഥകളിൽ ഒന്നാണ് ഇത്. ഒരു കാലത്ത് കൊളംബിയയുടേയും ഇക്വഡോറിന്റെയും പടിഞ്ഞാറൻ തീരങ്ങളിലെ വൃക്ഷനിബിഡങ്ങളായ വനങ്ങളൽ താമസിച്ചിരുന്ന എസ്മെറാൾഡ് വംശജർ പരുത്തിനൂൽ വസ്ത്രങ്ങൾ നെയ്യുന്നതിലും മൺപാത്രങ്ങൾ ഉണ്ടാക്കുന്നതിലും വൈദഗ്ദ്ധ്യം നേടിയിരുന്നു. സ്വർണ്ണവും വെള്ളിയും ഉപയോഗിച്ച് ആഭരണങ്ങളും ശില്പങ്ങളും നിർമ്മിക്കുന്നതിലും അവർ നിപുണരായിരുന്നു. അവർ മരതകക്കല്ലുകൾ ധാരാളമായി ഖനനം ചെയ്തെടുത്തിരുന്നു. ഇപ്പോഴും അഴകാർന്ന പച്ചനിറത്തിലുള്ള മരതക ഖനനത്തിന് ആ ഭൂപ്രദേശം പ്രസിദ്ധമാണ്. ഒരുപക്ഷേ എസ്മെറാൾഡ് വംശജർക്ക് ആ പേര് കിട്ടിയത് എമെറാൾഡ് എന്നതിൽ നിന്നാണോ എന്ന് സംശയിക്കേണ്ടിയിരിക്കുന്നു.

പണ്ടുപണ്ട് ആ ഭൂമിയെല്ലാം ഭരിച്ചിരുന്നത് മഹാനായ ചെ എന്ന ദേവനായിരുന്നു. അക്കാലത്ത് വനങ്ങൾ കൂടുതൽ നിബിഡവും വിസ്തൃതവും ആയിരുന്നു. ഉൾപ്രദേശങ്ങളിലേക്ക് പരന്നുകിടന്ന കായലുകൾ ഇന്നത്തേക്കാൽ വിസ്തൃതവും അഴകുള്ളതും ആയിരുന്നു. ആ കായലുകളിൽ വളർന്ന മീനുകൾ ഇന്നുള്ളവയെ അപേക്ഷിച്ച് കുറ്റന്മാരായിരുന്നു; അതുപോലെ ആ കായലുകളിൽ വെള്ളം കുടക്കാൻ കാട്ടിൽനിന്നും

വന്നിരുന്ന മൃഗങ്ങളും. വനങ്ങളുടെ പ്രാന്തപ്രദേശങ്ങൾ സുന്ദരവും ശാന്ത വുമായിരുന്നു. അത്തരം പ്രദേശങ്ങളിലാണ് എസ്മെറാൾഡ് വംശജർ ജീവിച്ചിരുന്നത്.

പക്ഷേ, മനുഷ്യരുടെ എണ്ണം കൂടിത്തുടങ്ങിയപ്പോൾ വന്യമൃഗങ്ങൾ വനാന്തരങ്ങളിലേക്ക് ഒതുങ്ങി. കൂടാതെ വേണ്ടതിലധികം മരങ്ങളും ചെടികളും നാശപ്പെടുത്തുവാനും തുടങ്ങി. വനങ്ങൾക്രമേണ ശുഷ്ക ങ്ങളാവുകയും അവയുടെ ഹരിതാഭയ്ക്ക് മങ്ങലേൽക്കുകയും ചെയ്തു. ചെ ഇതെല്ലാം സ്വർഗ്ഗത്തിലിരുന്നുതന്നെ കണ്ടു. അദ്ദേഹത്തിന്റെ മനസ്സ് അസ്വസ്ഥമായി. അങ്ങനെയിരിക്കുമ്പോൾ ഒരു ദിവസം മരങ്ങളുടെ ദേവത ചെയെ ചെന്നുകണ്ടു. ദേവത ചെയോട് പറഞ്ഞു.

'ചെ, ഈ വനങ്ങളെല്ലാം നശിച്ചുപോകുന്നത് അങ്ങ് കാണുന്നി ല്ലേ? ഒരു വനമെങ്കിലും അതിന്റെ സ്വതസിദ്ധമായ സൗന്ദര്യത്തിന് മങ്ങലേൽക്കാതെ സൂക്ഷിക്കാൻ നമുക്ക് കഴിയുകയില്ലേ?അതിനായി അങ്ങ് എന്തെങ്കിലും ചെയ്യണമെന്നാണ് എന്റെ അപേക്ഷ.'

ചെ, ദേവത പറഞ്ഞത് കേട്ടുവെന്നല്ലാതെ മറുപടിയൊന്നും പറഞ്ഞി ല്ല. ദേവത വീണ്ടും പറഞ്ഞു.

'മനുഷ്യൻ ഇന്ന് അമ്പും വില്ലുമായി നടക്കുന്നുവെങ്കിലും വളരെ വിദൂര മല്ലാത്ത ഒരു സമയം അവർ സൗന്ദര്യാസ്വാദകരായി മാറും. അങ്ങനെ മാറുന്ന കാലത്ത് അവർക്ക് കാണാനായി, എന്റെ നല്ല നല്ല ചെടികളും മരങ്ങളും പൂക്കളും നിറഞ്ഞ ഉദ്യാനംപോലുള്ള ഈ വനങ്ങളിൽ ഒന്നെ ങ്കിലും കാണണമേ എന്നാണ് എന്റെ ആഗ്രഹം.'

'അത് നടക്കില്ല.'

ചെ പറഞ്ഞു.

'ഭൂമിയിലുള്ള എല്ലാം മാറ്റത്തിന് വിധേയമാണ്.'

അത്രയും പറഞ്ഞിട്ട് കൂടുതൽ വിശദീകരണങ്ങൾ കൊടുക്കാതെ ചെ നടന്നുപോയി.

കാലം കടന്നുപോയി. മഴയും, വെള്ളവും, വെള്ളപ്പൊക്കവും മാറിമാ റിവന്നു. പേമാരിയിലും, കൊടുങ്കാറ്റിലും പെട്ട് വളരെയധികം മനുഷ്യരും മൃഗങ്ങളും മരിച്ചു. ഉയർന്ന മലകളുടെ മുകളിൽ ശരണം പ്രാപിച്ച മൃഗങ്ങൾ അത്തരം പ്രകൃതിദുരന്തങ്ങളെ അതിജീവിച്ചു. പക്ഷേ, കാലക്രമത്തിൽ അവ പണ്ടു കാലങ്ങളെ അപേക്ഷിച്ച് സൗമ്യരായി. അനാവശ്യമായി മരങ്ങളും ചെടികളും നശിപ്പിക്കുന്ന പ്രവണത അവരിൽ ഇല്ലാതായി. അതുപോലെ മനുഷ്യരും ദൈവങ്ങളെക്കുറിച്ച് ചിന്തിക്കുന്നവരും, മറ്റ് സഹജീവികളിൽ കൂടുതൽ ഭയവും കാരുണ്യവും ഉള്ളവരായി. അവർ

നാടോടികളായി നടക്കുന്നതിന് പകരം കുന്നുകളുടെ ചെരുവുകളിലും മറ്റുമുള്ള ഗുഹകളിൽ വീടുകളുണ്ടാക്കി താമസിക്കാൻ തുടങ്ങി. ചെടികളിലും മരങ്ങളിലും വിടർന്ന പൂക്കളുടെ ഭംഗികണ്ട് സന്തോഷിച്ചു. മനുഷ്യരുടെ ആ സന്തോഷം കണ്ട വൃക്ഷങ്ങളുടെ ദേവത മനസ്സിൽ വിചാരിച്ചു. 'പൂക്കളും നല്ല ഹരിതവർണങ്ങളിൽ ജ്വലിച്ചുനിൽക്കുന്ന ചെടികളും കാണുമ്പോൾ ഈ മനുഷ്യർക്ക് എത്ര സന്തോഷമാണ്? പക്ഷേ, എനിക്ക് എന്റെ ചെടികളെ എന്നും സമൃദ്ധമായി വളർന്ന് പൂത്തുലഞ്ഞ് നിൽക്കുന്നവയാക്കാൻ കഴിയുന്നില്ലല്ലോ? ചേയോട് അപേക്ഷിച്ചിട്ടും കാര്യമില്ല. അദ്ദേഹം, ഭൂമിയിൽ ഉള്ളതെല്ലാം ക്രമാനുസരമം മാറിക്കൊണ്ടിരിക്കണം എന്നല്ലേ പറഞ്ഞത്? അദ്ദേഹത്തിന്റെ നിയമങ്ങൾക്ക് എതിരായ ആഗ്രഹംപോലും തെറ്റല്ലേ?'

അങ്ങനെ ആലോചിച്ചിരിക്കുമ്പോഴാണ് ഗുഹകളുടെ ദേവത അവിടെയെത്തിയത്.

'വൃക്ഷങ്ങളുടെ ദേവിക്കെന്താ, ഒരു ദുഃഖഭാവം? എന്തിനെക്കുറിച്ചാണ് ഓർത്തുകൊണ്ടിരിക്കുന്നത്?'

'സഹോദരീ, ഞാനോർക്കുകയായിരുന്നു. ഞാൻ ഈ ചെടികളും മരങ്ങളുമെല്ലാം ഹരിതവർണത്തിൽ അതീവ സൗന്ദര്യമുള്ളവയായി സൃഷ്ടിച്ചുവെങ്കിലും കാലത്തിനും, ഋതുക്കൾക്കും അനുസരണം അവയുടെ സൗന്ദര്യം നഷ്ടപ്പെടുന്നു. ഇലകൾ കൊഴിഞ്ഞുപോകുന്നു. ദാ നോക്കൂ, ആ മരത്തിന്റെ മുകളിലേക്ക്. പച്ചയും നീലയും കലർന്ന ഇലകളും പൂക്കളും ചേർന്ന് എത്ര സുന്ദരമാണ് ആ മരം?'

ഗുഹകളുടെ ദേവി ശ്രദ്ധിച്ച് കേട്ടുകൊണ്ടിരുന്നു.

'എന്റെ സങ്കടം, എന്റെ സൗന്ദര്യം നിറഞ്ഞ ഈ സൃഷ്ടികൾ അങ്ങനെതന്നെ നിലനിർത്താൻ കഴിയുന്നില്ലല്ലോ എന്നാണ്. ഞാൻ സർവ്വേശ്വരനായചെയോട് ഈ സങ്കടം ഉണർത്തിച്ചുവെങ്കിലും അദ്ദേഹം സഹായിക്കാൻ മുതിർന്നില്ല. എന്നുമാത്രവുമല്ല, മാറ്റങ്ങൾ അനിവാര്യമാണെന്ന അദ്ദേഹത്തിന്റെ തീർപ്പിന് എതിരായി നാം എന്തെങ്കിലും ചെയ്താൽ അദ്ദേഹം കോപിക്കുകയില്ലേ എന്ന ഭയവുമുണ്ട്.'

ഗുഹകളുടെ ദേവി പറഞ്ഞു.

'സാരമില്ല സഹോദരി. ഞാൻ നിന്റെ സങ്കടത്തിന് ഒരറുതി വരുത്താൻ തന്നെ തീരുമാനിച്ചു. നീ എന്റെ കൂടെ വാ.'

ചേയുടെ തീരുമാനത്തിന് എതിരായി എന്തെങ്കിലും ചെയ്താൽ അദ്ദേഹം കോപിക്കുകയില്ലേ?

'സഹോദരീ, ഈ മലകളുടെ ഉയരത്തിൽ മഞ്ഞുകൊണ്ട് ആവരണം ചെയ്യപ്പെട്ട അനേകം വിശാലങ്ങളായ ഗുഹകൾ എന്റെ സ്വന്തമായിട്ടുണ്ട്. ആ ദേവി തുടർന്നു. എന്റെ സ്വന്തമായ സ്ഥലത്ത് ഞാനെന്തു ചെയ്താലും, അത്തരം ചെയ്തികൾ മറ്റുള്ളവർക്ക് ഹാനികരം ആകാത്തിടത്തോളം കാലം, അതിൽ ദൈവം ഇടപെടില്ലെന്നാണ് എന്റെ വിശ്വാസം.'

ദേവി വൃക്ഷങ്ങളുടെ ദേവിയേയുംകൂട്ടി മലമുകളിലെ ഗുഹകളിലേക്ക് പോയി. ആ ഗുഹകൾക്കുള്ളിൽ കയറി.

വൃക്ഷങ്ങുടെ ദേവി അതിശയിച്ചുപോയി.

'ഇത് ചേയുടെ സ്വർഗ്ഗംപോലെതന്നെയുണ്ടല്ലോ?'

ഗുഹകളുടെ ദേവി പറഞ്ഞു.

'സഹോദരീ, ഇതിൽ ഒന്നോ രണ്ടോ ഗുഹകൾ തിരഞ്ഞെടുത്ത് നീ അവയിൽ നിന്റെ പച്ചയും നീലയും നിറങ്ങൾകൊണ്ട് രൂപപ്പെടുത്തിയെടുത്ത മരങ്ങളും ചെടികളും കൊണ്ട് നിറയ്ക്കുക. അവയൊന്നും നശിച്ചുപോകാതെ ഞാൻ സൂക്ഷിക്കാം.'

'അങ്ങനെയാകട്ടെ സഹോദരീ.'

നിമിഷങ്ങൾക്കുള്ളിൽ അവർ നിന്നിരുന്ന ഗുഹ പച്ചയും നീലയും കലർന്ന അതിശയ ലോകമായി മാറി. ആരും അന്നുവരെ അത്ര തീവ്രവായ സൗന്ദര്യത്തികവ് കണ്ടുകാണുകയില്ല. അത്രമാത്രം, വാക്കുകൾകൊണ്ട് നിർവചിക്കാൻ ആകാത്തത്ര സുന്ദരമായിരുന്നു ആ കാഴ്ച.

പക്ഷേ, പല നല്ല കാര്യങ്ങളും പലപ്പോഴും ദൈവം ഉടനെ അംഗീകരിക്കാറില്ലല്ലോ? അതുതന്നെയാണ് ആ ദേവിമാരുടെ കാര്യത്തിലും സംഭവിച്ചത്. മാറ്റങ്ങൾക്ക് വിധേയമല്ലാത്ത ഒരു ഉദ്യാനം ആ ദേവികൾ സൃഷ്ടിച്ചതറിഞ്ഞ ചേ കോപംകൊണ്ട് വിറച്ചു.

'എന്ത്? എന്റെ ഉത്തരവിനേയും അധികാരത്തേയും ചോദ്യം ചെയ്തിരിക്കുന്നുവെന്നോ? ഇത് സമ്മതിക്കാൻ കഴിയുകയില്ല. കുറ്റം ചെയ്തവർ ശിക്ഷിക്കപ്പെടണം.'

ദൈവകോപം വെറുതെ ആകുകയില്ലല്ലോ? അപൂർവ്വ സൗന്ദര്യം നിറഞ്ഞ ആ ഗുഹകൾ ഒരു ഭൂകമ്പം ഉണ്ടായാലെന്നതുപോലെ, ഒരഗ്നിപർവ്വതം പൊട്ടിയാലെന്നതുപോലെ, പൊട്ടിച്ചിതറി.അതിലുണ്ടായിരുന്നതെല്ലാം ചെറിയ തുണ്ടുകളും കഷ്ണങ്ങളുമായി ആ മലമുകളിലും അടിവാരത്തിലുമെല്ലാം വീണു. പക്ഷേ അങ്ങനെ ചിതറി വീണ തുണ്ടുകളും കഷ്ണങ്ങളും പോലും അതീവ സൗന്ദര്യമുള്ളവയായിരുന്നു.

ദൈവത്തിന്റെ കോപം ശമിക്കാൻ കുറേക്കാലം വേണ്ടിവന്നു. അദ്ദേഹത്തിന്റെ കോപം ശമിച്ചതിനുശേഷം ആ പ്രദേശങ്ങളിൽ

എത്തിച്ചേർന്ന മനുഷ്യർ കണ്ടത്, അവിടെയെല്ലാം അങ്ങിങ്ങായി മണ്ണിന് മുകളിലും അടിയിലും ചിതിറിക്കിടക്കുന്ന അതീവ സുന്ദരങ്ങളായ കല്ലുകളായിരുന്നു. പച്ചയും നീലയും കലർന്ന ആ കല്ലുകൾക്ക് അവർ എമറാൾഡ് (മരതകം) എന്ന പേരുനൽകി.

തലയിൽ നക്ഷത്രക്കലയുള്ള തവള

ഇത് പെറുനാട്ടിൽ പ്രചാരത്തിലുള്ള ഒരു കഥയാണ്. മനുഷ്യരും ജന്തുക്കളും പരസ്പരം സ്നേഹിക്കുകയും സഹായിക്കുകയും ചെയ്യുമായിരുന്ന ഒരു കാലത്തെ കഥ.

നല്ല ഒഴുക്കുണ്ടായിരുന്ന ഒരുപുഴയിൽ ഒരു ചെറിയ തവള പാർത്തിരുന്നു. ആ തവളയ്ക്ക് താൻ വേണ്ടത്ര സുന്ദരിയല്ലെന്ന് ഒരുപകർഷതാഭബോധം എങ്ങിനെയോ മനസ്സിലുണ്ടായി. എന്നും അവൾ തന്റെ സഹോദരിമാരേയും, സഹോദരന്മാരേയും നോക്കി സ്വയം പറയും.

'അവരെല്ലാം സുന്ദരന്മാരും സുന്ദരികും ആണ്. എനിക്കും അവരെപ്പോലെ ആകാൻ കഴിഞ്ഞിരുന്നെങ്കിൽ എത്ര നന്നായിരിക്കും?'

പുഴയോരത്ത് ഒരു വലിയ മലയുണ്ടായിരുന്നു. ആ മലയുടെ മുകൾഭാഗം ആകാശത്തോട് ഒട്ടിനിൽക്കുന്നു എന്ന തോന്നലുണ്ടാക്കുന്നത്ര ഉയരമുണ്ടായിരുന്നു ആ മലയ്ക്ക്. ആ മലയുടെ ഉയരത്തിലുള്ള ഒരു വിള്ളലിലാണ് ആ പ്രദേശത്തെ കഴുകന്മാരുടെ രാജാവ് താമസിച്ചിരുന്നത്. മനുഷ്യരുടെ രാജാക്കന്മാരെപ്പോലെ കഴുകൻ രാജാവിന് അധികം ഭൃത്യന്മാരില്ലായിരുന്നു. ഒരു ഒരു ഭൃത്യമാത്രം. രാജാവ് എപ്പോഴോ ഒരിക്കൽ ഒരു കർഷകന്റെ വീട്ടിൽനിന്നും ആരുമറിയാതെ തൂക്കിക്കൊണ്ടുവന്നതാണ്. പത്തുവയസ്സുമാത്രം പ്രായമുണ്ടായിരുന്ന ആ പെൺകുട്ടി ലാമകളെ തീറ്റതിന്നാൻ വയലിൽ കൊണ്ടുപോയതാമ്. കഴുകൻ മുകളിൽനിന്നും താഴേക്കു പറന്നുവന്ന് ഞൊടിയിടയിൽ അവളെ റാഞ്ചികൊണ്ട് പോയതാണ്. അവളുടെ പേര് കൊലിയൂർ

എന്നായിരുന്നു. അവരുടെ ഭാഷയിൽ കൊലിയൂർ എന്നാൽ പ്രഭാത നക്ഷത്രം എന്നർത്ഥം. അച്ഛനമ്മമാർ ഓമനപുത്രിക്ക് നൽകിയ പേര്. മലമുകളിൽ, കഴുകന്റെ വീടിനു മുന്നിൽ ചുറ്റിനുമുള്ള പ്രകൃതിയെനോക്കി വിഷാദയായി നിൽക്കുന്ന കൊലിയൂരിനെ തവളെ എന്നും ശ്രദ്ധിച്ചിരുന്നു. ചിലപ്പോഴെല്ലാം അവൾ തുണികൾ അലക്കാൻ പുഴയിലേക്ക് ഇറങ്ങിവരാറുണ്ടായിരുന്നു. ചിലപ്പോഴെല്ലാം പരസ്പരം സംസാരിക്കാനും സാധിച്ചിരുന്നു. അങ്ങനെ കൊലിയൂരിനെ ക്കുറിച്ചുള്ള എല്ലാ വിവരങ്ങളും നമ്മുടെ തള മനസ്സിലാക്കി. കഴുകൻ രാജാവിന് ആരും കൊലിയൂരിനെ കാണുന്നത് ഇഷ്ടമല്ലായിരുന്നു. അതുകൊണ്ട് വളരെ അപൂർവ്വമായി മാത്രമേ അവളെ അലക്കാൻപോലും പുറത്തുപോകാൻ അനുവദിക്കുമായിരുന്നുള്ളൂ.

തവള സ്വയം പറഞ്ഞു.

'പാവം പെൺകുട്ടി. എങ്ങനെയാണ് അവളെ സഹായിക്കുക?'

അങ്ങനെ ആലോചിച്ചിരിക്കുമ്പോഴാണ് അച്ഛനമ്മമാർ മരിക്കുന്നതിനുമുമ്പ് തനിക്ക് നൽകിയ ഒരു വരശക്തിയെക്കുറിച്ച് തവളയക്ക് ഓർമ്മ വന്നത്. അവൾ വിചാരിച്ചു.

അതേ, എനിക്ക് കൊലിയൂരിനെ സഹായിക്കാൻ കഴിയും. അടുത്ത തവണ അവൾ തുണി അലക്കാൻ വരുമ്പോൾ ഉപായം ഉണ്ടാക്കാം.

അന്നൊരു ദിവസം, നേരത്തെതന്നെ വീട്ടിലെ ജോലികളെല്ലാം തീർത്ത്, രാജാവിന് വേണ്ട ഭക്ഷണം എടുത്തുവച്ചതിനുശേഷം കൊലിയൂർ കഴുകൻരാജാവിനോട് പറഞ്ഞു.

ജമാനനേ, എന്റെ ജോലികളെല്ലാം കഴിഞ്ഞിരിക്കുന്നു. എന്നെ തുണി അലക്കാൻ പോകാൻ അനുവദിക്കണം.'

ന്ത്, നീ ഇപ്പോൾ പോയാൽ എന്റെ ഉച്ചഭക്ഷണത്തിന്റെ കാര്യം?'

'ഞാൻ ഭക്ഷണം പാകം ചെയ്ത് എടുത്തുവച്ചിട്ടുണ്ട്.'

'പക്ഷേ, പോകാൻ അനുവദിച്ചാൽ നീ ഓടിപ്പോകില്ലെന്ന് എങ്ങനെ ഉറപ്പുവരുത്തും?'

'ഞാൻ തുണി അലക്കാനല്ലേ പോകുന്നത്. തുണി അലക്കുന്ന ശബ്ദം അങ്ങേയ്ക്ക് ഇവിടെയിരുന്നുതന്നെ കേൾക്കാമല്ലോ?'

'ങ്ും. അതും ശരിയാ. ശരി. പൊയ്ക്കോ. പക്ഷേ അധികം സമയമെടുക്കാതെ വേഗം തിരികെ വരണം.'

'ശരി'

കൊലിയൂർ പുഴയോരത്തെത്തി. തന്റെ തുണികൾ അലക്കാൻ തുടങ്ങി. തവള അടുത്തുള്ള ഒരു വലിയ ഉരുണ്ടകല്ലിന്റെ പുറത്ത് കയറി യിരുന്നു. തവള കൊലിയൂരിനോട് ചോദിച്ചു.

'സഹോദരീ, എന്തിനാ നീ ഇങ്ങനെ കഷ്ടപ്പെടുന്നത്? നിനക്ക് നിന്റെ അച്ഛനമ്മമാരുടെ അടുത്തേക്ക് തിരികെ പോകരുതോ?'

'ഞാനെങ്ങനെ പോകും? അല്പനേരം എന്നെ കാണാതിരുന്നാൽ ആ കഴുകൻരാജാവ് എന്നെ തേടും. എന്നുതന്നെയല്ല, ഞാൻ ഓടിപ്പോ കാൻ ശ്രമിച്ചാൽ, വീട്ടിൽ എത്തുന്നതിനുമുമ്പുതന്നെ അയാൾ എന്നെ വീണ്ടും പിടികൂടുമെന്ന് തീർച്ചയാണ്. ഇപ്പോൾതന്നെ ഞാൻ തുണി അലക്കുന്ന ശബ്ദം അയാൾ ശ്രദ്ധിക്കുന്നുണ്ടാകണം.' അത്രയും പറഞ്ഞ് കൊലിയൂർ കരയാൻ തുടങ്ങി.

തവള പറഞ്ഞു.

'ഞാൻ നിന്നെ രക്ഷപ്പെടാൻ സഹായിക്കാം. പക്ഷേ, നീ ആദ്യം കരച്ചിൽ നിർത്ത്. കരഞ്ഞുകൊണ്ടിരിക്കുന്നവരെ എനിക്ക് സഹായി ക്കാൻ കഴിയുകയില്ല.'

കൊലിയൂർ കരച്ചിൽ നിർത്തി മുഖം കഴുകി. തവള പറഞ്ഞു.

'സഹോദരീ എനിക്ക് അച്ഛനമ്മമാരിൽനിന്ന് കിട്ടിയ ഒരു വരശക്തി ഉണ്ട്. എനിക്ക് ഇഷ്ടംപോലെ എപ്പോൾ വേണമെങ്കിലും ആരുടെ രൂപവും സ്വീകരിക്കാം. അതുകൊണ്ട് നീ ഒരു കാര്യം ചെയ്യ്. അടുത്തുള്ള കാട്ടിനുള്ളിൽ ഒരു കർഷകകുടുംബം ഉണ്ട്. നീ അപേക്ഷിച്ചാൽ അവർ നിന്നെ നിന്റെ മാതാപിതാക്കളുടെ അടുത്തെത്തിക്കും. നീ ആ കർഷക കുടുംബത്തിൽ എത്തിച്ചേരുന്നതുവരെ ഞാൻ നിന്റെ രൂപം സ്വീകരിച്ച് ഇവിടെയിരുന്ന് തുണി അലക്കുന്നതുപോലെ നടിക്കാം. ആ കഴുകൻ രാജാവ് നിന്നെ അന്വേഷിച്ച് ഇവിടെ എത്തുന്നത് കുറേ കഴിഞ്ഞുമാത്രം ആയിരിക്കും. അപ്പോൾ ഞാൻ വീണ്ടും സ്വരൂപം സ്വീകരിചച് പുഴയി ലേക്ക് ചാടി രക്ഷപ്പെട്ടുകൊള്ളാം.

തവണ പറഞ്ഞത് ഒരു നല്ല പദ്ധതിയാണന്ന് കൊലിയൂരിന് ബോധ്യമായി. അവൾ ഉടൻതന്നെ അടുത്ത കാട്ടിലേക്ക് തിരിച്ചു. തവള കൊലിയൂരിന്റെ രൂപത്തിൽ അവിടെയിരുന്ന് തുണി അലക്കാനും തുടങ്ങി. തുണി പാറയിൽ അടിക്കുന്ന ശബ്ദം തുടർന്ന് കേട്ടുകൊണ്ടിരു ന്നതിനാൽ കഴുകൻ രാജാവ് കുറേ നേരത്തേക്ക് ഒന്നും സംശയിച്ചില്ല. കുറേനേരം കഴിഞ്ഞപ്പോൾ കഴുകൻ കൊലിയൂരിനെ വിളിച്ചു.

'എടീ പെണ്ണേ, നീ അവിടെ എന്താ ചെയ്യുന്നത്? തുണി അലക്കാൻ ഇത്രനേരമോ? മതി. അലക്ക് നിർത്തിയിട്ട് ഉടനെ തിരികെ വാ.'

കുറച്ചുസമയത്തിനുശേഷം കഴുകൻ വീണ്ടും ശബ്ദമെടുത്തു.

'ഏ പെണ്ണേ, അലക്കിയത് മതി. ഉടനെ വാ.'

എന്നിട്ടും കൊലിയൂർ വരുന്നില്ലെന്ന് കണ്ടപ്പോൾ കഴുകന് സംശയം തോന്നി. രാജാവ് നേരെ പുഴയോരത്ത് എത്തി. ആ സമയം നോക്കി തവള തന്റെ കൊലിയൂർ രൂപം ത്യജിച്ച് സ്വരൂപം സ്വീകരിച്ച് പുഴയിലേക്ക് ഒരു ചാട്ടം. അതുകണ്ട കഴുകൻ വിചാരിച്ചു.

'ഇതെന്ത് അത്ഭുതം. അവളെങ്ങനെ തവളയായി?'

കഴുകന് കൃത്യമായി മനസ്സിലായില്ല. അയാൾ വിഷണ്ണനായി തന്റെ പൊന്തയിലേക്ക് മടങ്ങിപ്പോയി.

പുഴയിലേക്ക് തിരികെ ചാടിയ തവളയുടെ ചുറ്റും സഹോദരന്മാരും സഹോദരിമാരും അതിശയത്തോടെ വട്ടമിട്ട് നീന്തി. ഒപ്പം അടുത്തുള്ള മീനുകളും. അവരുടെ പതിവില്ലാത്ത രീതിയിൽ തവളയെ അത്ഭുതപ്പെടുത്തി. അവൾ ചോദിച്ചു.

'നിങ്ങളെന്താ എന്നെ ആദ്യമായിട്ടാണോ കാണുന്നത്?'

ഒരു തവള സഹോദരൻ പറഞ്ഞു.

'സഹോദരീ, ഇന്ന് നീ ഒരു പുതുസുന്ദരിയായിരിക്കുന്നു. അതുതന്നെ കാരണം.'

'എന്തിനാ എന്നെ കളിയാക്കുന്നത്? ഞാൻ എന്നും ഒരു കാണാൻ കൊള്ളാത്തവളാണെന്ന് എനിക്ക് അറിയാം.'

അവൾ സങ്കടപ്പെട്ടു.

അപ്പോൾ മറ്റ് രണ്ട് തവളകൾ അവളോട് ശബ്ദം എടുത്തു പറഞ്ഞു.

'അല്ല, സഹോദരീ, അല്ല. നീ തികച്ചും ഒരു സുന്ദരിയായിരിക്കുന്നു. ഒരു സൗന്ദര്യറാണി. നീ നിന്റെ മുഖം ഒന്ന് നോക്ക്. നിന്റെ നെറ്റിയിലെ നക്ഷത്രക്കല എത്ര സുന്ദരമായിരിക്കുന്നു. നിനക്കിതെവിടെനിന്ന് കിട്ടി? ഏത് ദേവതയുടെ സമ്മാനമാണ്?'

അപ്പോഴാണ് അവൾ കരയോരം നിന്ന് വെള്ളത്തിലേക്ക് നോക്കിയത്. വെള്ളത്തിൽ പ്രതിഫലിച്ചുകണ്ട തന്റെ നെറ്റിയിലെ തിളങ്ങുന്ന മുത്തുപോലെയുള്ള ചന്ദ്രക്കല അവളെ അത്ഭുതപ്പെടുത്തി. എവിടെനിന്ന്, എങ്ങനെ എനിക്കിത് കിട്ടി?

അപ്പോഴാണ് അവൾ ഓർത്തത്, കൊലിയൂർ യാത്ര പറയുന്നതിനുമുമ്പ് തന്റെ നെറ്റിയിൽ ഉമ്മവച്ച കാര്യം.

അതേ, കൊലിയൂർ നൽകിയ ചുംബനത്തിന്റെ ചൂട് ഇനിയും

മാറിയിട്ടില്ല. കൊലിയൂർ ഉമ്മവച്ച അതേ സ്ഥലത്താണ് ഈ നക്ഷത്ര ക്കല.

തവള മനസ്സിൽ ഊറിച്ചിരിച്ചു. ഇനിമേൽ താൻ സുന്ദരിയല്ലെന്ന് വിഷമിക്കേണ്ടതില്ലെന്ന് അവൾക്ക് ബോധ്യമായി. ഒരുപക്ഷേ താന കൊലിയൂരിനോട് കാണിച്ച സ്നേഹം ആയിരിക്കും തനിക്കുകിട്ടിയ സൗന്ദര്യത്തിന് പിന്നിൽ എന്നും ആ തവള എന്നുമെന്നും ഓർത്തു.

കു എന്ന പക്ഷി

ആയിരം വർഷങ്ങളോ, കൂടുതലോ പ്രായമുള്ള കൂറ്റൻ സൈപ്രസ് മരങ്ങൾ മെക്സിക്കോ നഗരത്തിൽ ധാരാളമായി കാണാം. ഒരുകാലത്ത് ഒരു കായലിനെ ചുറ്റിയുള്ള ആ പ്രദേശങ്ങൾ വിസ്തൃതമായ വനത്തിന്റെ ഭാഗമായിരുന്നു. എന്നാൽ ഇന്ന് ആ സ്ഥലത്ത് മെക്സിക്കോ രാജ്യത്തിലെ ഏറ്റവും കൂടുതൽ ജനസംഖ്യയുള്ള മെക്സിക്കോ നഗരമാണ്. പണ്ടത്തേതുപോലെ അധികം സൈപ്രസ് മരങ്ങൾ ഇല്ല. നഗരത്തിന്റെ വികസനം മരങ്ങളുടെ എണ്ണം കുറച്ചു. എന്നിരുന്നാലും അവിടെ ഇന്നുമുള്ള മരങ്ങൾ പണ്ടത്തേതുപോലെതന്നെ പരസ്പരം ഒച്ചയെടുക്കാതെ സംസാരിക്കുന്നു എന്ന് ആ നാട്ടുകാർ വിശ്വസിക്കുന്നു. വിചിത്രങ്ങളും രസാവഹവുമായ പല കഥകളും; അവർ കണ്ടതും കേട്ടതുമായ കഥകൾ. അങ്ങനെ ആ മരങ്ങൾ പരസ്പരം പറയാറുള്ള കഥകളിൽ ഒന്നാണ് ഈ കഥയും.

കു മെക്സിക്കോയിൽ കാണപ്പെടുന്ന, കാണാൻ കൗതുകമുള്ള, സൗന്ദര്യമുള്ള, വെളുത്ത പ്രാവിനെപ്പോലെ ഒരു പക്ഷിയാണ്. ഏതാണ്ട് ഇതേപോലുള്ള പക്ഷികളെ ന്യൂസിലാണ്ടിലും (അവിടെ ഇത്തരം പക്ഷികൾ kakapoഎന്ന പേരിലും, ചിലപ്പോൾ owl parrot എന്ന പേരിലും അറിയപ്പെടുന്നു) ആസ്ട്രേലിയയിലും (അവിടെ kakatoe) ഹാവായി ദ്വീപുകളിലും കാണാം. നമുക്ക് അറിയാവുന്ന മൂങ്ങയുടെ പല സ്വഭാവഗുണങ്ങളുമുള്ള പക്ഷിയാണ് കു.

കു മെക്സിക്കോയിൽ താമസം തുടങ്ങിയ കാലത്തെ കഥയാണ് ഇത്. കു മറ്റു പക്ഷികളെ സംബന്ധിച്ചിടത്തോളെ നല്ല അയൽ വാസിയും

സ്നേഹിതയുമായിരുന്നു. പക്ഷേ ഒരു പ്രത്യേകത മാത്രം; അവൾക്ക് സ്വന്തം ശരീരകാന്തിയിൽ എന്തോ കുറവുണ്ടെന്ന ഒരു തോന്നൽ, ഒരു പകർഷബോധം. അതവൾ മറ്റ് പക്ഷികളോട് എപ്പോഴും പറയുകയും ചെയ്യുമായിരുന്നു. അനവസരോചിതമായ അവളുടെ അത്തരം സംസാരം ആർക്കുമത്ര ഇഷ്ടപ്പെടാറില്ലായിരുന്നു.

'എന്റെ തൂവലുകൾക്ക് വേണ്ടത്ര നിറമില്ല, അല്ലേ...?'

'എന്റെ തൂവലുകൾ കുറച്ചുകൂടി വെളുത്തതായിരുന്നെങ്കിൽ നന്നായി രിക്കും, അല്ലേ....?'

എന്നെക്കണ്ടാൽ സുന്ദരിയാണെന്ന് തോന്നുകയില്ല. എന്താ, ഞാൻ പറഞ്ഞത് ശരിയല്ലേ...?

സാധാരണ ദിവസങ്ങളിലേതിനേക്കാൾ ഉത്സവദിവസങ്ങളഇൽ അവൾ കൂടുതൽ വാചാലയാകുമായിരുന്നു. പക്ഷികളെല്ലാം, പ്രത്യേകിച്ചും ദൂരങ്ങളിൽനിന്ന് വരുന്നവയും അവിടുത്ത സ്ഥിരതാമസക്കാരുമെല്ലാം ഒത്തുചേരുന്ന സംഗമദിവസങ്ങളിൽ അവളുടെ ജല്പനങ്ങളും, പരാതി പറച്ചിലുകളും വളരെ കൂടും. ചിറകുകൾ ചീകിമിനുക്കി, സുന്ദരികളായി മറ്റു നാടുകളിൽനിന്ന് വരുന്ന പക്ഷികളെ കാണുമ്പോൾ അവളുടെ പരാതി പറച്ചിൽ ഇടതടവില്ലാതെ തുടരും. എന്നുമാത്രമല്ല, സങ്കടംകൊണ്ട് വിങ്ങിപ്പൊട്ടി ഉച്ചത്തിൽ നിർത്താതെ കരയുകയും ചെയ്യും.

അങ്ങനെ ഒരു സംഗമോത്സവത്തിൽ പക്ഷികളെല്ലാം ചില കാര്യങ്ങൾ ചർച്ച ചെയ്യാനായി ഒന്നിച്ചുകൂടി. കഴുകന്റെ അദ്ധ്യക്ഷതയിലാണ് യോഗം ചേർന്നത്. യോഗനടപടികൾ തുടങ്ങുന്ന സമയത്ത് അവിടെ എത്തിച്ചേർന്ന കു കരയാനും ശബ്ദമെടുത്ത് പരാതികൾ പുലമ്പാനും തുടങ്ങി.

'ഞാനൊരു വൃത്തികെട്ട പക്ഷിയാണ്. എനിക്ക് തത്തയെപ്പോലെ പച്ചയോ, മഞ്ഞകലർന്ന പച്ചയോ ആയ തൂവലുകളില്ല. മയിലിനെ പ്പോലെ സൗന്ദര്യമുള്ള പീലികളില്ല....'

ഒരു മാടത്തിപ്രാവ് പറന്നുചെന്ന് അവളുടെ അരികിലിരുന്ന് സാന്ത്വ നവാക്കുകൾ പറഞ്ഞു..

'ചേച്ചീ, നീയെന്തിനാ ഇങ്ങനെ കരയുന്നത്? പക്ഷികളായ നമ്മളെ സൃഷ്ടിച്ച തൊണോത്തി ദൈവത്തിന് നമ്മുടെ ആവശ്യങ്ങൾ എന്തെന്നും, നമുക്ക് ഓരോരുത്തർക്കും എന്താണ് നല്ലതെന്നും അറിയാമല്ലോ. തൂവലുകൾ നിനക്ക് നല്ലതു വരുത്തും; വിഷമിക്കാതിരിക്ക്...'

പക്ഷേ കു-വുണ്ടോ കരച്ചിൽ നിർത്തുന്നു. അവൾ കരച്ചിൽ തുടർന്നു കൊണ്ടേയിരുന്നു.

കുറച്ചുസമയം കഴിഞ്ഞ് കഴുകൻ മൂങ്ങയുടെ അടുത്തു ചെന്നു ചോദിച്ചു-

'സ്നേഹിതാ, താങ്കളാണ് നമ്മുടെ കൂട്ടത്തിൽ ഏറ്റവും കൂടുതൽ ബുദ്ധിയും വിവേകവുമുള്ളയാൾ. അങ്ങേയക്ക് ഈ കു-വിനെ സമാധാനിപ്പിക്കാൻ ഒരു പോംവഴി ഉപദേശിക്കാൻ കഴിയുകയില്ലേ?'

ശരി, ഞാനൊന്നാലോചിക്കട്ടെ. മൂങ്ങ മറുപടി നൽകി.

മൂങ്ങ കണ്ണുമടച്ച് നിശ്ശബ്ദമായിരിക്കുന്നത് കണ്ടപ്പോൾ, അത് ഉറങ്ങിപ്പോയോ എന്ന് കഴുകൻ സംശയിച്ചു. എങ്കിലും ചില നിമിഷങ്ങൾക്കകം കണ്ണുതുറന്ന മൂങ്ങ പറഞ്ഞു-

'ആ കു-വിന് വേണ്ടത് മോടിയുള്ള, നല്ല നിറങ്ങളുള്ള തൂവലുകളാണ്-അല്ലേ?'

'അതേ.'

'അപ്പോൾ നാം അവൾക്ക് അത്തരം തൂവലുകൽ നൽകണം; അതല്ലേ ശരി?'

'അതേ; എനിക്കും സമ്മതമാണ്. പക്ഷേ എങ്ങനെ?'

കഴുകൻ തുടർന്നു.

'അങ്ങ് എങ്ങനെ അത് സാധ്യമാക്കുമെന്ന വിശദീകരിച്ചാലും.'

'നാം ഓരോരുത്തരും നമ്മുടെ ഓരോ തൂവലുകൾ അവൾക്ക് സമ്മാനമായി നൽകണം. എന്താ, എല്ലാവർക്കും സമ്മതമാണോ?'

'എനിക്ക് സമ്മതം.' കഴുകൻ പറഞ്ഞു.

'എനിക്കും....'

'എനിക്കും....'

എല്ലാ പക്ഷികളും സമ്മതം പ്രഖ്യാപിച്ചു. ആ ശബ്ദം മരങ്ങൾക്കിടയിൽ ഒരാരവംപോലെ കേൾക്കാനായി. കഴുകനും മൂങ്ങയും എന്തൊക്കെയോ സംസാരിച്ചതിനുശേഷം കഴുകൻ പറഞ്ഞു.

'അനിയത്തീ....കു, നീ എന്റെ കൂടെ വാ. ഞങ്ങൾ നിന്നെ സഹായിക്കാം.'

അപ്പോൾ കു പറഞ്ഞു-

'നിങ്ങളെല്ലാം എന്നെ സഹായിക്കുന്നു. അപ്പോൾ എനിക്കും നിങ്ങളെയെല്ലാം ഏതെങ്കിലും വിധത്തിൽ സഹായിക്കാൻ സൗകര്യം തരണം.'

'ശരി, അങ്ങനെയാകട്ടെ.'

കഴുകൻ പറഞ്ഞു.

'നീ ഇപ്പോൾ എന്റെ കൂടെ വാ.'

കഴുകൻ അവളെ ഒരു പൈൻമരത്തിന്റെയടുത്ത് കൂട്ടിക്കൊണ്ടു പോയി പൈൻമരത്തിന്റെ തോലിൽനിന്നുമെടുത്ത പശ അവളുടെ ദേഹം മുഴുവനും പുരട്ടി. പിന്നീട് ഓരോ പക്ഷിയുടെ പക്കൽനിന്നും ഓരോ തൂവലുകൾ വീതം വാങ്ങി കൂ-വിന്റെ ദേഹത്ത് ഒട്ടിപ്പിടിപ്പിച്ചു; ചുണ്ടിന് താഴെനിന്നും വാലുവരെ ദേഹത്ത് മുഴുവനും. അപ്പോൾ അവൾ ഒരു മഴവില്ലുപോലെ സുന്ദരിയായി.

'ഞാൻ നിങ്ങളോടെല്ലാം എത്ര കടപ്പെട്ടിരിക്കുന്നു!'

കൂ- വീണ്ടും വീണ്ടും പറഞ്ഞു. അവളുടെ സന്തോഷം മറ്റു പക്ഷികളും പങ്കിട്ടു. എങ്കിലും കഴുകന്റെ മനസ്സിൽമാത്രം ഒരു സന്ദേഹമുണ്ടായിരുന്നു. കഴുകൻ മൂങ്ങയോടു ചോദിച്ചു-

'എല്ലാം ശരിയായി. അവൾ ഇപ്പോൾ നമ്മോട് തികച്ചും കൃതാർത്ഥതയുള്ളവളാണ്. പക്ഷേ, കാലം പോകുംതോറും അവൾ തന്റെ സൗന്ദര്യത്തിൽ മതിമറന്ന് അഹങ്കാരിയായിത്തീരില്ല എന്നതിന് എന്താണ് ഉറപ്പ്? ഒരു കാലത്തും അങ്ങനെ ആകാതിരിക്കട്ടെ എന്ന് ഞാനാഗ്രഹിക്കുന്നു.T

മൂങ്ങ വീണ്ടും കുറേനേരം ധ്യാനത്തിലെന്നതുപോലെ മൗനമായി ഇരുന്നതിനുശേഷം എല്ലാവരും കേൾക്കത്തക്കവിധം പറഞ്ഞു-

'നാം കൂ-വിന് സഹായം ചെയ്തതുപോലെ അവളും നമുക്ക് പ്രത്യുപകാരം ചെയ്യാൻ അവസരം അഭ്യർത്ഥിക്കുന്നു. അത് നല്ലതുതന്നെ. അതുകൊണ്ട് എന്റെ ഉപദേശം, നാം എല്ലാം ചേർന്ന് നമുക്ക് പ്രയോജനപ്പെടുന്ന ഒരു ജോലി അവൾക്ക് നൽകണം എന്നാണ്. ആ ജോലി അവൾ പ്രതിഫലേച്ഛയില്ലാതെ നമുക്കുവേണ്ടി ചെയ്യട്ടെ.'

'എനിക്ക് സമ്മതമാണ്... സമ്മതം...'

കൂ-ഉറച്ച് കൂവി.

'ശരി, ഞങ്ങൾക്കും സമ്മതം.'

മറ്റ് പക്ഷികൾ ശബ്ദമെടുത്ത് പറന്നു.

'എന്ത് ജോലിയാണ് കൂ-വിന് നൽകേണ്ടത്? അമ്മാവൻ തന്നെ പറഞ്ഞാട്ടെ.'

'നമുക്ക് പരസ്പരം സന്ദേശങ്ങള അയയ്ക്കാൻ കൂ നമ്മുടെ സന്ദേശവാഹികയായി പ്രവർത്തിക്കണം.'

മൂങ്ങ പറഞ്ഞു.

അന്നുമുതൽ കൂ എല്ലാവരുടെയും സന്ദേശങ്ങൾ വഹിച്ചുകൊണ്ട്,

ഇടതടവില്ലാതെ ആകാശത്ത് പറക്കാൻ തുടങ്ങി. അങ്ങനെ പറന്നു പോകുന്ന അവളുടെ സൗന്ദര്യം കണ്ട് മറ്റു പക്ഷികൾ അതിശയിച്ചു.

പക്ഷെ, ആ സന്തോഷം അധികനാൾ നീണ്ടുനിന്നില്ല. കഴുകൻ ഭയപ്പെട്ടതുപോലെ കു- കറേശ്ശെ തന്റെ സൗന്ദര്യത്തെക്കുറിച്ച് ബോധവതിയായി; അവൾ ക്രമേണ അഹങ്കാരിയായി. മറ്റുള്ളവരോട് അപമര്യാദയോടെ പെരുമാറാൻ തുടങ്ങി. ജോലിയിൽ ശ്രദ്ധ ചെലുത്താതെയായി. അവളെ സഹായിച്ച കഴുകനോടുപോലും അവൾ വിശ്വാസവഞ്ചനക്ക് തയ്യാറായി. പലപ്പോഴും ആരെയും അറിയിക്കാതെ സ്വന്തം ഒളിസങ്കേതങ്ങളിൽ നാളുകൾ നീണ്ട വിശ്രമത്തിന് പോകാൻ തുടങ്ങി. കഴുകനുൾപ്പെടെ മറ്റു പക്ഷികൾക്ക് അവളുടെ പെരുമാറ്റം തികച്ചും അസഹ്യമായി.

ഒരുദിവസം അവളെ നേരിട്ട് കണ്ടപ്പോൾ കഴുകൻ അവൾക്ക് ഒരു ജോലി കൊടുത്തു.

'കു, മഴയുടെയും കാറ്റിന്റെയും ദേവൻ മഴക്കാറുകളെ ഇങ്ങോട്ട് അയയ്ക്കുന്നതിനുമുമ്പേ നാമെല്ലാം ചേർന്ന് ചില കാര്യങ്ങൾ ചർച്ച ചെയ്യേണ്ടതായുണ്ട്. അതുകൊണ്ട് മറ്റെന്നാൾ വൈകിട്ട് ഒരു പക്ഷി സംഗമത്തിന് എല്ലാവരും വരണമെന്ന് ഞാൻ പറഞ്ഞതായി നീ എല്ലാവരെയും ഉടനേ അറിയിക്കണം. ഒട്ടും വൈകിക്കരുത്.'

കഴുകനമ്മാവാ, ഒട്ടും താമസിപ്പിക്കാതെ ഞാൻ എല്ലാവരേയും വിവരമറിയിച്ചുകൊള്ളാം.'

കു-വിനയത്തോടെ പറഞ്ഞു. അതുകേട്ട കഴുകൻ വിചാരിച്ചു ഇവൾ ഞാൻ വിചാരിച്ചതുപോലെ അത്ര മോശമായിട്ടില്ലല്ലോ. പറഞ്ഞതുപോലെ അവൾ ചെയ്യുമെന്ന് വിശ്വസിക്കാം? മീറ്റിംഗിന് തീർച്ചയാക്കിയിരുന്ന സമയത്ത് കഴുകൻ നിശ്ചിത സ്ഥലത്ത് പറന്നിറങ്ങിയപ്പോൾ അവിടെ ഒരൊറ്റ പക്ഷിയെപ്പോലും കണ്ടില്ല.

കഴുകൻ വിചാരിച്ചു-

'എന്തായിരിക്കും സംഭവിച്ചത്? കു അവരെയാരെയും വിവരമറിയിച്ചില്ലെന്ന് വരുമോ?'

കഴുകൻ അടുത്തുള്ള ഒരു വലിയ മരത്തിന്റെ കൊമ്പിലിരുന്ന് ചുറ്റിനും നോക്കിയപ്പോൾ ചില പക്ഷികളെ വനത്തിനുള്ളിൽ കാണാൻ കഴിഞ്ഞു.

കഴുകൻ ഉറക്കെ വിളിച്ചുകൂവി...

'ചെങ്ങാതികളേ... നിങ്ങളാരും എന്തുകൊണ്ടാണ് മീറ്റിംഗിന് ഇതുവരെ എത്താതിരുന്നത്? ഉടനേ എല്ലാവരും വരണം. അത്യാവശ്യ കാര്യങ്ങൾചർച്ച ചെയ്യാനാണ്.'

അതുകേട്ട പക്ഷികൾ മറ്റു പക്ഷികളേയും വിവരമറിയിച്ചു. അല്പസമയത്തിനുള്ളിൽ ഒരു നല്ല സംഖ്യപക്ഷികൾ അവിടെയെത്തി.

കഴുകൻ അവരോട് അല്പം ശബ്ദം ഉയർത്തി സംസാരിച്ചു.

'എന്താണ് ഞാൻ വിളിച്ചിട്ട് സമയത്ത് ഇവിടെയെത്തിച്ചേരാൻ നിങ്ങൾ കൂട്ടാക്കാതിരുന്നത്? നേരത്തേതന്നെ കു മുഖാന്തരം നിങ്ങളെയെല്ലാം വിവരമറിയിച്ചതാണല്ലോ!'

പക്ഷികൾ നിശ്ശബ്ദരായിരുന്നു.

കഴുകൻ വീണ്ടും അലറി.

'എന്താ നിങ്ങൾക്കാർക്കും ഒന്നും പറയാനില്ലേ? അതോ, എല്ലാവരും എന്നെ ധിക്കരിക്കാൻ തീർച്ചയാക്കിയോ?'

കിളികൾ പരസ്പരം ചലപിലാ ശബ്ദിച്ചു.

ഒരു പക്ഷിമാത്രം വ്യക്തമായി പറഞ്ഞു-

'സത്യം പറയുകയാണെങ്കിൽ കു ഞങ്ങളെയാരെയും വിവരമറിയിച്ചില്ല; പൊറുക്കണം.'

'ഞാൻ കു-വിനോട് നേരിട്ട് പറഞ്ഞതാണല്ലോ?'

'ശരിയാണ്; ഇതവളുടെ ചതിയാണ്. അവൾ ഈയിടെയായി അഹങ്കാരിയായിരിക്കുന്നു. ആരോടും സ്നേഹമായി പെറുമാറുന്നില്ല. അവൾക്ക് നല്ല ശിക്ഷ കൊടുക്കണം.'

മറ്റു ചിലർ കൂട്ടിച്ചേർത്തു-

'കു-വിനുമാത്രം ശിക്ഷ നൽകിയാൽ പോരാ; കുവിനെസഹായിക്കാനായി നമുക്ക് തെറ്റായ ഉപദേശം നൽകിയ മൂങ്ങയേയും ശിക്ഷിക്കണം. അവളുടെ സ്വഭാവം നന്നായി അറിയാമായിരുന്ന മൂങ്ങ നമുക്ക് അത്തരം ഒരുപദേശം നൽകാൻ പാടില്ലായിരുന്നു.'

കഴുകൻ അല്പം ആലോചിച്ചതിനുശേഷം പറഞ്ഞു-

'അകാരണമായി നിങ്ങളോട് ദേഷ്യപ്പെട്ടതിന് എന്നോടു ക്ഷമിക്കുക. നിങ്ങൾ പറഞ്ഞത് ശരിയാണ്; രണ്ടുപേരും ശിക്ഷ അർഹിക്കുന്നു. ഞാൻ തൊണോത്തിദേവനോട് ശുപാർശ ചെയ്ത് അർഹമായ ശിക്ഷ അവർക്ക് വാങ്ങിക്കൊടുക്കാം.'

പിന്നീട് മറ്റു വിഷയങ്ങൾ ചർച്ച ചെയ്തതിനുശേഷം കഴുകൻ ഉയരങ്ങളിലേക്ക് പറന്നുപോയി.

വിവരങ്ങൾ കേട്ട തൊണോത്തിദേവൻ അവർക്ക് രണ്ടു പേർക്കും ശിക്ഷ നൽകി.

'ഇന്നുമുതൽ കൂ-വും മൂങ്ങയും രാത്രിഞ്ചര പക്ഷികളായിരിക്കും. അവർ പകൽ മുഴുവൻ ഉറങ്ങുകയും, രാത്രിയിൽ മാത്രം വാസസ്ഥലത്തുനിന്നു വെളിയിൽ വരുകയും ചെയ്യും. അങ്ങനെ അവർക്ക് മറ്റു പക്ഷികളുടെ സാമീപ്യവും സ്നേഹവും നഷ്ടപ്പെടും. ഈ ശിക്ഷ, മറ്റു പക്ഷികൾക്ക് അവരോട് സഹതാപം തോന്നി, അവരുടെ ശിക്ഷ ഇളവു ചെയ്യാൻ സന്നദ്ധരാകുന്നതുവരെ തുടരും...'

അന്നുമുതലാണ് മൂങ്ങയും കൂ-വും രാത്രിഞ്ചര പക്ഷികളായത്. ഇന്നും ആ നില തുടരുന്നു.

അവിടെയുള്ള കുറ്റൻ സൈപ്രസ് മരങ്ങൾ ചിലപ്പോഴെല്ലാം പരസ്പരം ഈ കഥ പറയാറുണ്ട് എന്ന് ആ നാട്ടുകാർ വിശ്വസിക്കുന്നു.

●

സൂര്യൻ കഥകൾ

റേ എന്ന സൂര്യദേവൻ

ഈജിപ്ത് വളരെ പുരാതനമായ ഒരു സംസ്കാരം, ഒരു നാഗരികത വളർത്തിയെടുത്ത നാടാണ്. ആഫ്രിക്കൻ ഭൂഖണ്ഡത്തിന്റെ വടക്കുകിഴക്കേഭാഗവും ഏഷ്യൻ ഭൂഖണ്ഡത്തിന്റെ തെക്കുപടിഞ്ഞാറൻ പ്രദേശവും കൂട്ടിയിണക്കി കിടക്കുന്ന ഒരു രാജ്യമാണ് ഈജിപ്ത്. 5000 വർഷങ്ങൾക്കുമേൽ ചരിത്രമുള്ള നാടുമാണ് ഇത്. വിക്ടോറിയ തടാകത്തിൽനിന്നാരംഭിച്ച് മെഡിറ്ററേനിയൻ കടലിൽ ചെന്നെത്തുന്ന 6650 കിലോമീറ്റർ നീളമുള്ള, ലോകത്തിലെ ഏറ്റവും നീളമുള്ള നദിയാണ് ഈജിപ്തിൽക്കൂടി ഒഴുകുന്ന നൈൽനദി. ആഫ്രിക്കൻ ഭൂഖണ്ഡത്തിന്റെ, പ്രത്യേകിച്ചും ഈജിപ്തിന്റെ ചരിത്രവും സംസ്കാരവും രൂപപ്പെടുത്തിയതിൽ നൈൽനദിയുടെ പങ്ക് കുറച്ചൊന്നുമല്ല-അതുകൊണ്ട് തന്നെ നൈൽ നദിയിലെ ജലത്തിന്റേയും.

ഈജിപ്ഷ്യൻ ജീവിതത്തിന്റെയും സംസ്കാരത്തിന്റെയും ആദ്യകാല വളർച്ച ആരംഭിച്ചത് ഒരു മാദകത്വം ഉൾക്കൊണ്ട് വറ്റാതെ ഒഴുകിയ നൈൽ നദിയിലെ ജലത്തിൽ തൊട്ടുകൊണ്ടാണ്. ആ ജലം തന്നെയായിരുന്നു ആ കാലഘട്ടത്തിൽ അവിടെ ജീവിച്ചിരുന്ന മനുഷ്യരുടെ ആദ്യത്തെ ദൈവവും. വിശാലമായി പരന്നൊഴുകിയ ജലത്തിൽനിന്നാണ് ഈ ഭൂമിയും പ്രപഞ്ചം തന്നെയും ഉണ്ടായതെന്നും ജലത്തിന്റെ ദേവനായ 'നു' വിൽനിന്നാണ് എല്ലാം ആരംഭിച്ചതെന്നും അവർ വിശ്വസിച്ചു. അതുപോലെ ഏതാണ്ട് നിരാകാര അവസ്ഥയിലായിരുന്ന ജലത്തിന്റെ ദേവനായ നു-വിൽനിന്ന് 'റേ' എന്ന സൂര്യൻ ഉണ്ടായി. റേ തന്നെയാണ് വായുവും പ്രകൃതിയിൽ കാണുന്ന ജീവിക്കുന്നതും അല്ലാത്തതുമായ എല്ലാത്തിനും തുടക്കം കുറിച്ചതും; പരന്നുകിടക്കുന്ന ഭൂമിയും,

ഭൂമിയുടെ രണ്ടറ്റത്തും തൊട്ട് ഉയരത്തിൽ ഒരു വളവ് (arch) പോലെ നിൽക്കുന്ന ആകാശവുമെല്ലാം. സൂര്യൻ ദിവസവും കിഴക്കുദിക്കിൽ നിന്ന് പടിഞ്ഞാറേക്ക് ആകാശത്തിൽക്കൂടി യാത്ര ചെയ്യുന്നു.

അങ്ങനെ യാത്രചെയ്യുന്ന സൂര്യനെ ഉപദ്രവിക്കാനും അദ്ദേഹത്തോട് യുദ്ധം ചെയ്യാനും കഴിയുമെങ്കിൽ വിഴുങ്ങിക്കളയുവാനും 'അപോഫിസ്' എന്ന ദുഷ്ടസർപ്പം പ്രയത്നിച്ചുകൊണ്ടേയിരിക്കുന്നു. എങ്കിലും സൂര്യൻ അപോഫിസിന് പിടികൊടുക്കാതെ ക്രമേണ ശക്തിയാർജ്ജിച്ച് മദ്ധ്യാഹ്നമാകുമ്പോഴേക്കും തന്റെ പ്രഭാവത്തിന്റെ ഉച്ചത്തിൽ എത്തുന്നു. പിന്നീട് കുറേശ്ശെ ശക്തികുറഞ്ഞ്, ക്ഷീണിച്ച് സായന്തനമാകുമ്പോഴേക്കും മരണത്തിന്റെ വക്കിൽ എത്തുകയും പരന്ന ഭൂമിക്കടിയിൽ എവിടെയോ ഒളിവിൽ പോകുകയും ചെയ്യുന്നു. പക്ഷേ രാത്രിസമയത്ത് സൂര്യൻ ഭൂമിക്കടിയിൽ കൂടി ഒരു വള്ളത്തിൽ ആരും കാണാതെ യാത്ര ചെയ്ത് അപോഫിസിനും പിടികൊടുക്കാതെ കിഴക്ക് ആകാശത്തിൽ എത്തിച്ചേരുന്നു. അങ്ങനെ ഭൂമിക്ക് മുകളിൽക്കൂടിയും അടിയിൽക്കൂടിയുമുള്ള സൂര്യന്റെ യാത്ര തുടർന്നുകൊണ്ടിരിക്കുന്നു. അതുകൊണ്ടാണ് നമുക്ക്, ഭൂമിവാസികൾക്ക് മാറിമാറി പകലും രാത്രിയും കിട്ടുന്നത്.

ഈ കഥ കേൾക്കുവാൻ തമാശ തോന്നുന്നു അല്ലേ, പ്രത്യേകിച്ചും സൂര്യനെക്കുറിച്ച് ശാസ്ത്രീയമായ പല അറിവുകളും നേടിക്കഴിഞ്ഞ 21-ാം നൂറ്റാണ്ടിൽ ജീവിക്കുന്ന നമുക്ക്. എങ്കിൽ ഇതുപോലെ മറ്റ് പല ജനവിഭാഗങ്ങൾക്കിടയിൽ പ്രചാരത്തിലുള്ള അനവധി കഥകൾ കേൾക്കുമ്പോൾ എങ്ങനെയുണ്ടാകും. നല്ല രസം തന്നെയായിരിക്കും. അല്ലേ. അത്തരം എല്ലാ കഥകളും ഇവിടെ പറയാൻ കഴിയുകയില്ലെങ്കിലും, ഭൂമിയുടെ പല ഭാഗങ്ങളിൽ പ്രചാരമുള്ള ഒന്നു രണ്ടു കഥകളിലേക്ക് ഒരെത്തിനോട്ടം നടത്താം. അത്തരം കുറേ കഥകളിലെങ്കിലും സൂര്യനെ ഒരു സ്ത്രീയായിട്ടാണ് ചിത്രീകരിച്ചിരിക്കുന്നത് എന്നതും കേൾക്കാൻ രസമുണ്ട്. അല്ലേ.

അമേരിക്കയിലെ വടക്കൻ കരോലിന (North Carolina) ടെന്നീസി (Tennesse) മുതലായ പ്രദേശങ്ങളിൽ ജീവിച്ചിരുന്ന ചെറോക്കി (Cherokee) ജനങ്ങൾ സൂര്യനെ സ്ത്രീയായും ചന്ദ്രനെ പുരുഷനായും കരുതിയിരുന്നു. അവരുടെ ഇടയിലും സൂര്യന്റെ ഉത്ഭവത്തെക്കുറിച്ച് രസകരമായ പല വിശ്വാസങ്ങളും കഥകളുമുണ്ട്. ഓക്സ്ഫോർഡ് സർവ്വകലാശാല പ്രസിദ്ധീകരണങ്ങളിൽ (Mesoamerican Mythology: A Guide to Gods, Heroes, Rituals and Beliefs of Mexico and Central America-വിൽ) ഇതുപോലെയുള്ള പല കഥകളും ഉണ്ട്.

ഗ്രീൻലണ്ടിൽ പ്രചാരത്തിലുള്ള ഒരു കഥയിൽ ചന്ദ്രൻ പുരുഷനും സൂര്യൻ സ്ത്രീയുമാണ്. അവരുടെ കഥയിലെ സൂര്യന്റെ പേര് മലിന

എന്നാണ്. മലിനയും അവളുടെ സഹോദരൻ അന്നിൻഗനും (ചന്ദ്രനും) ആദികാലങ്ങളിൽ ഒന്നിച്ചാണ് താമസിച്ചിരുന്നത്. ഒരിക്കൽ ഏതോ കാരണത്തിന് സഹോദരിയും സഹോദരനും തമ്മിൽ വഴക്കിട്ടു. അപ്പോൾ മലിന സഹോദരൻമാരെ മുഖത്ത് കറുത്ത ചായം വാരിത്തേച്ചു. പിന്നീട് കോപംകൊണ്ട സഹോദരൻ എന്തു ചെയ്യുമെന്ന് ഭയന്ന് മലിന ഓടി-ആകാശത്തിൽ, ദൂരെ, ദൂരെ ഓടിപ്പോയി സൂര്യനായിമാറി ജീവിച്ചു. അന്നിൻഗൻ സഹോദരിയുടെ പുറകെ ഓടിയെങ്കിലും കാണാതായപ്പോൾ സ്വയം ചന്ദ്രനായി മാറി ആകാശത്തിൽത്തന്നെ ജീവിച്ചു. എങ്കിലും അവൻ പകപോക്കാനായി സഹോദരിയെ പിന്തുടർന്ന് ഓടിക്കൊണ്ടേയിരിക്കുകയാണ്-ഇന്നും. പക്ഷേ ഓട്ടത്തിനിടയിൽ ഇടയ്ക്കിടെ ആഹാരം കഴിക്കാൻ മറന്നുപോകും. വേണ്ടത്ര ആഹാരം കഴിക്കാത്തതുകൊണ്ട് അന്നിൻഗൻ ക്രമേണ ശോഷിച്ച് ചെറുതായിക്കൊണ്ടിരിക്കും. എങ്കിലും വളരെ ചെറുതായിക്കഴിയുമ്പോൾ അന്നിൻഗൻ ഓട്ടം നിർത്തും; ഭക്ഷണം കഴിക്കാതിരിക്കാൻ കഴിയുകയില്ലല്ലൊ. അങ്ങനെ ഭക്ഷണം കഴിച്ചുതുടങ്ങുമ്പോൾ വീണ്ടും ആരോഗ്യവും സ്വന്തം ദേഹവലിപ്പവും തിരികെ കിട്ടും. അതാണ് ചന്ദ്രൻ വലുതാകുകയും ചെറുതാകുകയും ചെയ്യുന്നതിന്റെ രഹസ്യമെന്നും അവർ വിശ്വസിക്കുന്നു.

സജ്ഞനയും ഭർത്താവായ സൂര്യനും

ഇന്ത്യയിലെ ഇതിഹാസങ്ങളിൽ ഏറ്റവും പ്രാധാന്യം അർഹിക്കുന്ന ഒന്നാണ് മഹാഭാരതം. മഹാഭാരത്തിൽ പ്രദിപാദിക്കുന്ന ഒരു കഥയാണ് ഇത്. ഈ പ്രപഞ്ചം സൃഷ്ടിച്ച വിശ്വകർമ്മാവിന്റെ മകളായിരുന്ന സജ്ഞന. യൗവനപ്രായമായപ്പോൾ സജ്ഞന ആഗ്രഹിച്ചത് ലോകത്തിൽവെച്ച് ഏറ്റവും സുന്ദരനും സ്നേഹമയിയും, ധനവാനും, അധികാരമുള്ളവനുമായ ഒരാളെ വിവാഹം കഴിക്കണമെന്നാണ്. ഈ പ്രപഞ്ചത്തിൽ അത്തരത്തിലുള്ള ഒരാൾ ആരായിരിക്കുമെന്ന് അന്വേഷിച്ചുകൊണ്ടിരുന്ന സമയത്താണ് ദിവസവും കിഴക്കുനിന്ന് ഏഴ് കുതിരകൾകെട്ടിയ രഥത്തിൽ പടിഞ്ഞാറേക്ക് യാത്ര ചെയ്യുന്ന സൂര്യൻ ആറ്റിൽ കുളിച്ചുകൊണ്ടിരുന്ന സജ്ഞനയെ കാണാനിടയായത്. അവളുടെ സൗന്ദര്യം സൂര്യനെ വളരെയധികം ആകർഷിച്ചു. അതുകൊണ്ട് സൂര്യൻ ഉടൻതന്നെ സജ്ഞനയുടെ അടുത്തെത്തി തനിക്ക് അവളെ വളരെയധികം ഇഷ്ടപ്പെട്ടുവെന്നും വിവാഹം കഴിക്കാൻ ആഗ്രഹിക്കുന്നുവെന്നും പറഞ്ഞു. സജ്ഞനക്കും ആ വിവാഹത്തിൽ ഇഷ്ടമായിരുന്നു. അതുകൊണ്ട് അവർ രണ്ടുപേരും ഉടനേതന്നെ വിശ്വകർമ്മാവിനെക്കണ്ട് വിവരം പറയുകയും അദ്ദേഹത്തിന്റെ പൂർണ സമ്മതത്തോടുകൂടി, അനുഗ്രഹത്തോടുകൂടി വിവാഹിതരാകുകയും ചെയ്തു. സൂര്യന് തന്റെ ഭാര്യയെ വളരെ ഇഷ്ടമായിരുന്നു; സ്നേഹവും വിശ്വാസവുമായിരുന്നു. അതുപോലെ സജ്ഞനയ്ക്കും സൂര്യനോട് സ്നേഹവും ബഹുമാനവും ആയിരുന്നു. എങ്കിലും ഒരു പ്രശ്നമുണ്ടായിരുന്നു. അദ്ദേഹത്തിന്റെ ചൂട് അവർക്ക് സഹിക്കാനാകുന്നതിലും കൂടുതലായിരുന്നു. ആ ബുദ്ധിമുട്ട്

കൂട്ടതലായി അനുഭവപ്പെട്ടുതുടങ്ങിയപ്പോൾ സജ്ഞന കുറച്ചുനാളത്തേക്കെങ്കിലും ഭർത്താവിനെ വിട്ട് എവിടെയെങ്കിലുംപോയി. ഒളിവൽ തമാസിക്കാൻ തീരുമാനിച്ചു. താൻ, സ്വന്തം ബുദ്ധിമുട്ടുകൾ പറഞ്ഞ് മാറിത്താമസിക്കുന്നു എന്നു പറഞ്ഞാൽ ഭർത്താവിന് അത് സങ്കടകരമാകും എന്ന് അവർക്കറിയാമായിരുന്നു. അതുകൊണ്ട് തന്റെ വേർപാട് അദ്ദേഹം മനസ്സിലാക്കാൻ ഇടയാകരുതെന്ന് സജ്ഞന ആഗ്രഹിച്ചു; ആലോചിച്ച് ഒരു പോംവഴി കണ്ടുപിടിച്ചു- തന്നെപ്പോലെ മറ്റൊരാളെ സൃഷ്ടിക്കുക; വിശ്വശില്പിയുടെ (സൃഷ്ടാവിന്റെ) മകൾക്ക് അതിനുള്ള കഴിവുണ്ടായിരുന്നു. അങ്ങനെ തന്റെ തനി രൂപത്തിൽ സജ്ഞന ഛായയെ സൃഷ്ടിച്ചു. ഛായ സജ്ഞനയെപ്പോലെതന്നെ സുന്ദരിയും എല്ലാ അർത്ഥത്തിലും തിരിച്ചറിയാൻ കഴിയാത്തത്ര രൂപസാമ്യം ഉള്ളവളും ആയിരുന്നു; പെരുമാറ്റ രീതികളിലും അങ്ങനെത്തന്നെയായിരുന്നു. അതുകൊണ്ട് സ്വന്തം ഭാര്യയ്ക്കുപകരം തന്റെ അടുക്കലെത്തിയ ഛായയെ സജ്ഞനയെന്നുതന്നെ സൂര്യനും തെറ്റിദ്ധരിച്ചു. അവളോട് സ്വന്തം ഭാര്യയെന്നതുപോലെ സ്നേഹത്തോടെ പെരുമാറുകയും ചെയ്തു. അങ്ങനെ കാലം കുറേ കടന്നുപോയി. സൂര്യന് ഛായയിൽ ഒരു മകൻ ജനിച്ചു. സജ്ഞന സൂര്യന്റെ അടുക്കൽനിന്നും മാറി താമസിക്കുകയാണെന്നും, സൂര്യന് മറ്റേതോ സ്ത്രീയിൽ ഒരു കുട്ടി ജനിച്ചു എന്നും അറിഞ്ഞ വിശ്വകർമ്മാവ് തന്റെ മകളെ തേടിപ്പിടിച്ച് അവളുടെ ബുദ്ധിമോശമായ പെരുമാറ്റത്തെക്കുറിച്ച് ശകാരിച്ചു. ഉടൻതന്നെ സൂര്യന്റെ അടുത്തേക്ക് പോകാൻ ഉപദേശിച്ചു. ഛായക്ക് ഒരു മകൻ ജനിച്ചെന്ന വാർത്ത സജ്ഞനയെ പ്രകോപിപ്പിച്ചു. സജ്ഞന ഉടൻതന്നെ സൂര്യന്റെ വീട്ടിലേക്ക് തിരികെപ്പോയി.

തിരികെ വീട്ടിലെത്തിയ സജ്ഞനയ്ക്ക് ഛായയോട് അടക്കാനാകാത്ത ദേഷ്യം തോന്നി. താൻ നിർദ്ദേശിച്ചിരുന്ന രീതിയിൽ മാത്രം ജീവിക്കാതെ സൂര്യന്റെ ഭാര്യയെന്ന നാട്യത്തിൽ ഒരു പുത്രന് ജന്മം നല്കിയ ഛായയെ സജ്ഞന നിഷ്പ്രഭയാക്കി, വെറും ഒരു നിഴൽ മാത്രമായി മാറ്റി. സജ്ഞന പ്രത്യേകിച്ച് ഒന്നും സംഭവിച്ചില്ലെന്ന രീതിയിൽ സൂര്യന്റെ ഭാര്യയായി സൂര്യനോടൊപ്പം ജീവിച്ചു. ശനിയെ തന്റെ പുത്രനായി തന്നെ കരുതി-കരുതിയതുപോലെ നടിച്ചു എന്നു പറയാം; സൂര്യന് സംശയം തോന്നാൻ പാടില്ലല്ലോ. സജ്ഞന ആഗ്രഹിച്ചതുപോലെ ഛായയിൽനിന്ന് സജ്ഞനയിലേക്കുള്ള മാറ്റം സൂര്യൻ ശ്രദ്ധിച്ചതുമില്ല; നേരത്തെ സജ്ഞനയിൽനിന്ന് ഛായയിലേക്കുള്ള മാറ്റവും ശ്രദ്ധിക്കാതിരുന്നതുപോലെതന്നെ. കാലം കടന്നുപോയി. സജ്ഞനയ്ക്ക് രണ്ടു കുട്ടികൾ ജനിച്ചു- യമനും യമുനയും.

സ്വന്തം മക്കളുടെ ജനനത്തിനുസേഷം സഞ്ജനയ്ക്ക് ശനിയോട് മുമ്പത്തേപ്പോലെ സ്നേഹം കാണിക്കാൻ കഴിഞ്ഞില്ല. സ്വന്തം മക്കളോട് ഒരല്പം കൂടുതൽ സ്നേഹം കാണിക്കുക സ്വാഭാവികമാണല്ലൊ. പക്ഷേ സഞ്ജനയുടെ ആ വേർതിരിവ് ശനി തിരിച്ചറിഞ്ഞു. അവൻ ഇടയ്ക്കിടക്ക് അനുജനോടും അനുജത്തിയോടും വഴക്കടിക്കാനും തുടങ്ങി. അങ്ങനെ കാര്യങ്ങൾ മുന്നോട്ടുപോകുമ്പോൾ സഞ്ജനക്ക് സൂര്യന്റെ ചൂട് താങ്ങാൻ കഴിയാതെ കൂടുതൽ കൂടുതൽ ബുദ്ധിമുട്ടിലായി. അദ്ദേഹത്തിന്റെ ചൂടിനെക്കുറിച്ചും ശനിയുടെ പെരുമാറ്റത്തെക്കുറിച്ചും സൂര്യനോട് പരാതിപ്പെടാനും വഴക്കിടാനും തുടങ്ങി. അങ്ങനെ ഒരു ദിവസം വഴക്കടിച്ച് സഞ്ജന അവിടെനിന്നും ഒളിച്ചോടി. കുറേക്കാലമെങ്കിലും ഒറ്റയ്ക്ക് സ്വൈര്യമായി ജീവിക്കണമെന്ന് കരുതി സഞ്ജന ദൂരെ ഒരു വനത്തിൽ പെൺകുതിരയുടെ രൂപത്തിൽ ജീവിക്കാൻ തുടങ്ങി.

തന്റെ ഭാര്യ സഞ്ജനയെ വളരെയധികം സ്നേഹിച്ചിരുന്ന സൂര്യൻ ഉടൻതന്നെ സഞ്ജന എവിടെയാണെന്ന് അന്വേഷിക്കാൻ തുടങ്ങി. അദ്ദേഹം തന്റെ ഭാര്യാപിതാവായ വിശ്വകർമ്മാവിനേയും കണ്ട് വിവരങ്ങളെല്ലാം പറഞ്ഞു. വിവരങ്ങളറിഞ്ഞ വിശ്വകർമ്മാവും വളരെ ദുഃഖിച്ചു. അവർ അന്വേഷിച്ച് സഞ്ജനയെ കണ്ടുപിടിച്ചു.

സഞ്ജന ഒരു വനത്തിൽ പെൺകുതിരയുടെ രൂപത്തിൽ ജീവിക്കുകയായിരുന്നു എന്നു മനസ്സിലാക്കിയ സൂര്യൻ സഞ്ജനയെ അനുനയിപ്പിച്ച് തിരിച്ചുകൊണ്ടു വരാൻ വേണ്ടി കുറച്ചുദിവസങ്ങൾ സ്വയം ഒരു കുതിരയായിമാറി സഞ്ജനയോടൊപ്പം ജീവിച്ചു. ആ കാലത്ത് അവർക്കുണ്ടായ രണ്ടു മക്കളാണ് അശ്വിനികുമാരന്മാർ. അവരേക്കുറിച്ച് പിന്നീട് മനസ്സിലാക്കാം.

സഞ്ജനയുടെ ബുദ്ധിമുട്ട്, തന്റെ അമിതമായ ചൂടാണെന്ന് മനസ്സിലാക്കിയ സൂര്യൻ, ഭാര്യാപിതാവ് നല്കിയ ഉപദേശം സ്വീകരിച്ച് സ്വന്തം ചൂട് ഒരളവിന് കുറയ്ക്കാൻ സമ്മതിച്ചു. വിശ്വകർമ്മാവ് തന്റെ ആയുധങ്ങൾ ഉപയോഗിച്ച് സൂര്യന്റെ ദേഹത്തുനിന്ന് ചില ഭാഗങ്ങൾ കുറേശ്ശെ തട്ടി, രാകി മിനുക്കിയതുകാരണം അദ്ദേഹത്തിന്റെ ചൂട് ഒരളവുവരെ കുറഞ്ഞു; സഞ്ജനയ്ക്ക് സഹിക്കാവുന്ന അളവിന് കുറഞ്ഞു. പിന്നീട് സഞ്ജന, 'താങ്കളാണ് ഞാൻ കണ്ടിട്ടുള്ളതിൽവെച്ച് ഏറ്റവും സുന്ദരനായ പുരുഷൻ - ഇപ്പോൾ എനിക്ക് അങ്ങയുടെ ചൂട് സഹിക്കാനാകും' എന്നു പറഞ്ഞ് സൂര്യനോടൊപ്പം താമസിക്കാൻ തുടങ്ങി. ഇന്ന് നാം കാണുന്ന സൂര്യൻ അങ്ങനെ ആദികാലത്തെ സൂര്യനെക്കാൾ ചൂട് കുറഞ്ഞ സൂര്യനാണെന്ന് കരുതാം.

കാലം കടന്നുപോയതിനനുസരണം കുട്ടികൾ വളർന്ന് യൗവന പ്രായമായി. അമ്മയുടെ പക്ഷപാതം ശനിയെ ഒരു മുശടനും, മുൻകോപിയും, തന്നിഷ്ടക്കാരനുമായി വളരാൻ പ്രേരിപ്പിച്ചു. മാത്രമല്ല, സജ്ഞന അവനെ സൂര്യന്റെ അടുക്കൽനിന്നും കഴിയുന്നത്ര മാറ്റിനിർത്താൻ എല്ലാ തന്ത്രങ്ങളും സ്വീകരിച്ചു. അതുകൊണ്ട് അവന് അച്ഛന്റെ സ്നേഹവും വേണ്ടത്ര കിട്ടിയില്ല. അവൻ മടിയനും, ലക്ഷ്യബോധമില്ലാത്തവനും ധൈര്യമറ്റവനുമായി വളർന്നു. അങ്ങനെയിരിക്കുമ്പോൾ സൂര്യൻ തന്റെ ഭാരിച്ച ചുമതലകൾ മക്കൾക്ക് പങ്കിട്ട് കൊടുക്കാൻ തീരുമാനിച്ചു. ആ സമയത്ത് സജ്ഞന സ്വന്തം സ്വാധീനം ഉപയോഗിച്ച്, സൂര്യനോട് ശനിയുടെ കുറ്റങ്ങളും കുറവുകളും പെരുപ്പിച്ച് പറഞ്ഞ് അവന് അന്തസ്സുള്ള ചുമതലകളും പദവികളും കൊടുക്കുന്നതിൽനിന്ന് സൂര്യനെ തടയുകയും ചെയ്തു. അങ്ങനെ മൂത്തമകനായ ശനിക്ക് അവനർഹിച്ചിരുന്ന ചുമതലകളും പദവികളും കൊടുക്കാതെ സൂര്യൻ മൂത്തമകനെ അവഗണിച്ചു.

സൂര്യൻ യമനെ ധർമ്മരാജാവായി നിയമിച്ചു- ധർമ്മരാജാവ്, ലോകത്ത് ധർമ്മവും ന്യായവും നടപ്പാക്കാൻ നിയോഗിക്കപ്പെട്ടയാൾ-നമുക്ക് ഇന്നത്തെ സുപ്രീംകോർട്ടിലെ ചീഫ് ജസ്റ്റീസ് (Chief Justice of the Supreme Court) എന്ന് ഒരു താരതമ്യത്തിന് വേണമെങ്കിൽ പറയാം- അതുപോലെ യമുനയക്ക് ഒരു പവിത്രമായ നദിയുടെ സ്ഥാനം നൽകി-ദേശത്തെ മുഴുവൻ പവിത്രമായി, ശുദ്ധമായി കാത്തുസൂക്ഷിക്കുന്ന കടമയും; ഒരു പരിസ്ഥിതി സംരക്ഷണ മന്ത്രിയുടെ സ്ഥാനം. പക്ഷേ ശനിക്ക് ഉയർന്ന സ്ഥാനങ്ങൾ ഒന്നും നൽകാതെ അവനെ അവഗണിച്ചു. അത് സ്വാഭാവികമായും അവനെ ശുണ്ഠി പിടിപ്പിച്ചു. ആ സ്ഥിതിവിശേഷത്തിന് കാരണക്കാരിയായ സജ്ഞനയെ അവൻ വെറുത്തു. ഏതോ ഒരു സന്ദർഭത്തിൽ അവൻ സജ്ഞനയെ കാലുകൊണ്ട് തൊഴിക്കുകയും പകരം സജ്ഞന അവനെ വളരെ ക്രൂരമായ രീതിയിൽ ശപിക്കുകയും ചെയ്തു. ആ സംഭവങ്ങളെല്ലാം അറിയാനിടയായ സൂര്യൻ, മകൻ എന്തുതെറ്റു ചെയ്താലും ഒരമ്മ സജ്ഞന ചെയ്തതുപോലെ അത്ര ക്രൂരമായ ഒരു ശാപം സ്വന്തം മക്കൾക്ക് നൽകുകയില്ല എന്ന് വിചാരിച്ചു. അതുകൊണ്ട് സജ്ഞന എന്തുകൊണ്ട് അങ്ങനെ ചെയ്തുഎന്ന് അന്വേഷിച്ചു. സംജ്ഞനയെ ചോദ്യം ചെയ്തു. ആ സമയത്ത് സജ്ഞന നടന്ന എല്ലാ കാര്യങ്ങളും, ഛായയെ സൃഷ്ടിച്ച വിവരമുൾപ്പെടെ എല്ലാം- ശനി ഛായയുടെ മകനാണെന്ന സത്യമുൾപ്പെടെ എല്ലാം വിശദമായി സൂര്യനോട് പറഞ്ഞു. എല്ലാം അറിഞ്ഞ സൂര്യൻ ശനിയെ ഒരളവുവരെ ശാപമുക്തനാക്കുകയും, ചില സ്ഥാനമാനങ്ങൾ നൽകി, അവനെ സന്തോഷിപ്പിക്കുവാൻ ശ്രമിക്കുകയും ചെയ്തു. ശനിയെ

കർമ്മഫലങ്ങളുടെ ദേവനായി, ശനീശ്വരനായി അവരോധിച്ചു.

സൗരയൂഥത്തിലുള്ള ശനിഗ്രഹവും നമ്മുടെയൊക്കെ ജാതകങ്ങൾ ഗണിക്കുന്ന ജ്യോതിഷന്മാർ പറയാറുള്ള ശനിയുമെല്ലാം സൂര്യന്റെയും ഛായയുടേയും പുത്രനായി ജനിച്ച ഈ ശനീശ്വരൻ തന്നെയാണ് എന്ന വിശ്വാസം ഇന്നും നിലനിൽക്കുന്നു.

ശനീശ്വരനെ അത്ര നിസ്സാരക്കാരനായി കാണാൻ പാടില്ല. അദ്ദേഹം നമ്മുടെ ഓരോരുത്തരുടേയും ജീവിതത്തിൽ രണ്ടുതരത്തിൽ സ്വാധീനം ചെലുത്തുന്നു എന്ന്, നമ്മുടെ ജീവിതത്തെ ബാധിക്കുന്നു എന്ന് പരക്കെ വിശ്വസിക്കുന്നു. പലപ്പോഴും നമ്മൾ കേട്ടിട്ടുള്ളതും കേൾക്കാറുള്ളതുമായ ചില ഭാഷാപ്രയോഗങ്ങൾ ഒന്നോർത്തുനോക്കൂ.

'അവന് ശനി പിടിച്ച കാലമാ. കഷ്ടതകൾ മാറണമെങ്കിൽ ശനി വിട്ടുപോകണം . അവനൊരു ശനിയാ.'

ജ്യോതിഷന്മാരുടെ അഭിപ്രായത്തിൽ നമ്മുടെ ജീവിതത്തിൽ ഏതെങ്കിലും സമയത്ത് ശനീശ്വരന്റെ സ്വാധീനം ഉണ്ടാകുന്നുവെങ്കിൽ (ജീവിതകാലത്ത് ഒരിക്കലെങ്കിലും അതുണ്ടാകുമെന്നതും ഉറപ്പാണ്) ആ കാലത്തിന്റെ ആദ്യപകുതിയിൽ നാം പലതരത്തിലുള്ള കഷ്ടതകളും, അപമാനവും മറ്റും സഹിക്കേണ്ടിവരുമെന്നത് തീർച്ചയാണ്. പക്ഷേ ആ ഒരു കാലം (ആദ്യപകുതി) കടന്നുകഴിഞ്ഞാൽ അടുത്ത പകുതിയിൽ നമുക്ക് നമ്മുടെ കഴിവിനും അറിവിനും പ്രയത്നത്തിനും അനുസരിച്ച് നല്ല അനുഭവങ്ങൾ ഉണ്ടാകും. ശനീശ്വരന്റെ ജീവിതത്തിലും അങ്ങനെ ആയിരുന്നല്ലോ.

ഇനി നമുക്ക് അശ്വനികുമാരന്മാരെക്കുറിച്ച് അറിയാൻ ശ്രമിക്കാം. ഇരട്ടകുട്ടികളായി ജനിച്ച അശ്വനികുമാരന്മാർ ഉഷസ് (പ്രഭാതം) ദേവിയുടെ അടുത്ത സുഹൃത്തുക്കളും, എന്നും പ്രഭാതത്തിൽ സൂര്യന്റെ തേര് ഓട്ടിക്കൊണ്ട് ആകാശത്തിലെത്തുന്ന കുതിരകളുടെ മുൻനിരയിൽ നിൽക്കുന്നവരുമാണെന്ന് കരുതപ്പെടുന്നു. അവർ വൈദ്യശാസ്ത്ര നിപുണരും നമ്മെയെല്ലാം പലവിധ സുഖക്കേടുകളിൽനിന്ന് ശുശ്രൂഷിച്ച് രക്ഷിക്കുന്ന ദേവന്മാരുമാണെന്ന വിശ്വാസവും നിലനില്ക്കുന്നു.

മഹാഭാരതകഥകളിൽ നാം കേൾക്കാറുള്ള കർണൻ സൂര്യന്റെ പുത്രനും നകുലനും, സഹദേവനും അശ്വനികുമാരന്മാരുടെ പുത്രന്മാരും ആണെന്ന് മറക്കണ്ട.

സൂര്യനും ചന്ദ്രനും പിന്നെ ഒരു കാക്കമകനും

ഇത് റഷ്യയിൽനിന്നുള്ള ഒരു കഥയാണ്; 'അലക്സാണ്ടർ നിക്കോലായേവിച്ച്' പ്രസിദ്ധീകരിച്ച കഥ പിന്നീട് 'ലിയോനാർഡ് ആർതർ മാഗ്നസ്' The Sun, The Moon and Crowson എന്ന പേരിൽ ഇംഗ്ലീഷിലേക്ക് വിവർത്തനം ചെയ്ത് പ്രസിദ്ധീകരിച്ച കഥ.

കഥയിലേക്ക് കടക്കുന്നതിനുമുൻപ് റഷ്യയിൽ സൂര്യനെക്കുറിച്ച് ഉണ്ടായിരുന്ന പല വിശ്വാസങ്ങളിൽ ഒന്ന് എങ്ങനെയെന്ന് നോക്കാം. അവരുടെ വിശ്വാസപ്രകാരം സൂര്യൻ ഒരു റ്റ്സാർ ചക്രവർത്തിയെപ്പോലെ (റഷ്യൻ ചക്രവർത്തിമാരുടെ സ്ഥാനപ്പേരാണ് 'റ്റ്സാർ'- എന്നത് - ചക്രവർത്തിനിയാണെങ്കിൽ 'റ്റ്സാറിന' - tsarina) സൂര്യൻ ആർഭാടമായി വസ്ത്രധാരണം നടത്തുമായിരുന്നു. അത്തരം വസ്ത്രങ്ങൾ അണിഞ്ഞുനിൽക്കുമ്പോൾ സൂര്യൻ തേജസ്വിയായി ജ്വലിച്ച് നിൽക്കുമായിരുന്നു. ദൈവത്താൽ നിയോഗിക്കപ്പെട്ട അദ്ദേഹത്തിന്റെ പതിനഞ്ചായിരം മാലാഖമാരാണ് ദിവസവും സൂര്യനെ ആടയാഭരണങ്ങൾ അണിയിക്കുകയും പിന്നീട് അഴിച്ചുമാറ്റുകയും ചെയ്തുകൊണ്ടിരുന്നത്. അങ്ങനെ ശോഭിച്ചുനിൽക്കുന്ന സൂര്യൻ മദ്ധ്യാഹ്നം കഴിഞ്ഞ് തന്റെ പടിഞ്ഞാറേക്കുള്ള യാത്ര ആരംഭിക്കുന്നതിന് മുൻപായി മാലാഖമാർ അദ്ദേഹത്തിന്റെ ആടയാഭരണങ്ങളും കിരീടവുമെല്ലാം ഒന്നൊന്നായി അഴിച്ചെടുത്ത് അദ്ദേഹത്തിന്റെ സിംഹാസനത്തിൽത്തന്നെ ഭദ്രമായി അടുക്കിവെയ്ക്കും.

പിന്നീട് സൂര്യൻ പടിഞ്ഞാറേക്ക് പോയി വിശ്രമിക്കും. വിശ്രമിക്കുന്ന സമയത്ത് അദ്ദേഹത്തെ പരിചരിക്കാൻ ഏതാണ്ട് നൂറോളം

മാലാഖമാരെ ദൈവം ഏർപ്പെടുത്തിയിട്ടുണ്ട്. വിശ്രമം കഴിഞ്ഞ് സൂര്യൻ സമുദ്രത്തിന്റെ ഉപരിതലത്തിൽക്കൂടി കിഴക്കെത്തി ഉച്ചത്തിലേക്കുള്ള യാത്ര ആരംഭിക്കാൻ തയ്യാറാകും. യാത്ര തുടരുന്നതിനുമുൻപ് മാലാഖമാർ തലേദിവസം അഴിച്ചുവെച്ചിരുന്ന വസ്ത്രങ്ങളും ആഭരണങ്ങളുമെല്ലാം അണിയിക്കും. ഉയരത്തിലേക്ക് യാത്ര ചെയ്തുകൊണ്ടിരിക്കുന്ന സൂര്യനെ അദ്ദേഹത്തിന്റെ കിരീടവും ധരിപ്പിച്ച് സിംഹാസനത്തിൽ ഇരുത്തും. അപ്പോൾ അദ്ദേഹം വീണ്ടും ഒരു റഷ്യൻ റ്റ്സാറിനെപ്പോലെ ശോഭിക്കും. മാത്രമല്ല അദ്ദേഹത്തിന്റെ മുമ്പിൽ തീതുപ്പുന്ന ഫിനിക്സ് പക്ഷികളും (Phoenix- ഫിനിക്സ് പക്ഷി- കുറേ നൂറ്റാണ്ടുകൾ ജീവിച്ചിട്ട് മരിക്കുകയും പിന്നീട് എരിഞ്ഞടങ്ങിയ ഭസ്മത്തിൽനിന്ന് വീണ്ടും ജീവൻവെച്ച് ഉയർന്ന് പറക്കുകയും ചെയ്യുന്ന ഒരു സാങ്കല്പിക പക്ഷി). സ്വർഗത്തിലെ സലാവി (Ksalavy) പക്ഷികളും സൂര്യന്റെ മുമ്പിൽ അണിഅണിയായി നിൽക്കും. അവർ അങ്ങനെ നിൽക്കുന്നതിനുമുൻപ് അവരുടെ ചിറകുകൾ സമുദ്രജലത്തിൽമുക്കി തണുപ്പിക്കും. മാത്രമല്ല സൂര്യനോട് തങ്ങളുടെ ചിറകുകൾ അദ്ദേഹത്തിന്റെ സ്വർണ്ണരശ്മികൾകൊണ്ട് ചുട്ടെരിക്കരുതെന്ന് അപേക്ഷിക്കുകയും ചെയ്യും. എങ്കിലും സൂര്യന്റെ ചൂടുകാരണം അവരുടെയെല്ലാം ചിറകുകൾ തീയിൽ വെന്തതുപോലെയാകും. അതുകൊണ്ടാണ് മടക്കയാത്രയുടെ സമയത്ത് അവരെല്ലാം നിർബന്ധമായും അവരുടെ ചിറകുകൾ സമുദ്രജലത്തിൽ മുക്കി തണുപ്പിക്കുന്നത്. പക്ഷേ ഈ കാര്യത്തിൽ പൂവൻകോഴി വ്യത്യസ്ഥനാണ്. പൂവൻകോഴി സ്വന്തം ചിറകുകൾക്കടിയിൽ മറ്റ് പക്ഷികളുടെ തൂവലുകൾകൊണ്ട് നിർമ്മിച്ച വെളുത്തനിറത്തിലുള്ള ഒരു രക്ഷാകവചം അണിഞ്ഞിട്ടുണ്ടാകും. അതുകൊണ്ട് പൂവൻകോഴിയുടെ ചിറകുകൾ സൂര്യന്റെ ചൂടിൽ ചുളുങ്ങിപ്പോകുമെങ്കിലും സൂര്യൻ ഉദിച്ച് ഉയരത്തിലേക്കുള്ള യാത്ര ആരംഭിക്കുന്ന സമയമാകുമ്പോഴേക്കും അവ വീണ്ടും പൂർവ്വസ്ഥിതിയിലാകും. അതുകൊണ്ട് പൂവൻകോഴി തന്റെ ചിറകുകൾ സമുദ്രജലത്തിൽ മുക്കി തണുപ്പിക്കാൻ ബുദ്ധിമുട്ടാറില്ല. കോഴി ആ സമയത്ത് സുഖമായി ഉറങ്ങും. എങ്കിലും മാലാഖമാർ സൂര്യനെ അണിയിക്കുവാൻ വേണ്ട വസ്ത്രങ്ങൾ സിംഹാസനത്തിൽനിന്ന് എടുക്കാൻ ആരംഭിക്കുന്ന സമയത്ത് കോഴി കണിശമായി ഉറക്കത്തിൽനിന്ന് ഉണരും. മാത്രമല്ല, ഉണർന്നാലുടനെ കോഴിചിറകുകൾ വിടർത്തിനിന്ന് ഉച്ചത്തിൽ സൂര്യന്റെ തിരിച്ചുവരവിനെക്കുറിച്ച് പറയാൻ തുടങ്ങും. അതുകൊണ്ട് പലരും പൂവൻകോഴിയെ ഒരു പ്രവാചകന്റെ സ്ഥാനത്ത് കാണുന്നു.

അങ്ങനെ സൂര്യന്റെ ഉയർത്തെഴുന്നേൽപ്പിനെക്കുറിച്ച് പ്രവചനം നടത്തുന്ന പൂവൻകോഴി ചെയ്യുന്നത് പ്രവാചകന്മാർ ക്രിസ്തുവിന്റെ ഉയർത്തെഴുനേൽപ്പിനെക്കുറിച്ച് അറിയിച്ചതിന് തുല്യമാണെന്ന് പലരും

വിശ്വസിക്കുന്നു. അതുകൊണ്ട് അവർ കോഴി കൂവുന്ന സമയത്ത് പ്രാർത്ഥിക്കും.

'ഓ, ദൈവമേ, ക്രിസ്തുവേ, ലോകത്തിന് വെളിച്ചം നൽകുന്നവനേ, ഭൂമിവാസികളായ ഞങ്ങൾക്ക് അങ്ങയുടെ കൃപയുണ്ടാകട്ടെ അങ്ങയുടെ വെളിച്ചം ഞങ്ങൾക്കുനൽകി ഞങ്ങളെ അനുഗ്രഹിച്ചാലും. ആമെൻ.' ഈ വിശ്വാസം, അതായത് പൂവൻകോഴി കൂവിയാണ് സൂര്യനെ ആകാശത്തിലേക്ക് കൊണ്ടുവരുന്നതെന്ന വിശ്വാസം നമ്മുടെ നാട്ടിലും ഉള്ളത് ഓർക്കുക.

ഇനി നമുക്ക് പണ്ടുപണ്ട് റഷ്യയിൽ നടന്ന ഈ കഥ കേൾക്കാം. ആ കാലത്ത് ജീവിച്ചിരുന്ന ഒരു വൃദ്ധനും അദ്ദേഹത്തിന്റെ വൃദ്ധയായ ഭാര്യയും മൂന്നു പെൺമക്കളുമാണ് കഥയിൽ ഉള്ളത്- കൂടെത്തന്നെ സൂര്യനും ചന്ദ്രനും കാക്കമകനും.

സൂര്യനും ചന്ദ്രനുമൊക്കെ മനുഷ്യരൂപം ധരിച്ച് മനുഷ്യസ്ത്രീകളെ ഭാര്യമാരായി സ്വീകരിക്കുന്ന കഥകൾ നമ്മുടെ നാട്ടിൽ ധാരാളം ഉണ്ടല്ലൊ. അങ്ങനെ ചില സംഭവങ്ങളാണ് ഈ കഥയിലും നിങ്ങൾ കേൾക്കുക.

വൃദ്ധൻ ഒരു ദിവസം അദ്ദേഹത്തിന്റെ ധാന്യം ശേഖരിച്ചുവെയ്ക്കുന്ന കിടങ്ങിൽ (സംഭരണി) നിന്നും അന്നത്തെ ആവശ്യത്തിനുവേണ്ട ധാന്യം എടുത്തുകൊണ്ടുവരാനായി പോയി. ധാന്യം എടുത്തുകൊണ്ടുവരാൻ ഒരു സാമാന്യം വലിയ സഞ്ചിയും കയ്യിൽ കരുതിയിരുന്നു. പക്ഷേ സഞ്ചിക്ക് ഒരു വലിയ ഓട്ട ഉണ്ടായിരുന്നത് അയാൾ ശ്രദ്ധിച്ചില്ല. അതുകൊണ്ട് അയാൾ സഞ്ചിയിൽ ധാന്യം നിറച്ച് തിരികെ വീട്ടിലേക്ക് പോകുന്നവഴിയിൽ ധാന്യം മുഴുവനും ഓട്ടയിൽക്കൂടി ചോർന്നുപോയി. അങ്ങനെ പോയതും അയാൾ ശ്രദ്ധിച്ചില്ല. തിരികെ വീട്ടിലെത്തി അയാൾ ഭാര്യയെ വിളിച്ചുപറഞ്ഞു.

'ഇതാ ഇന്നത്തേക്ക് വേണ്ടുന്ന ധാന്യം. ഭക്ഷണം തയ്യാറാക്കാൻ ഇനി വൈകിക്കണ്ട.'

സഞ്ചി വാങ്ങി നോക്കിയതിനുശേഷം ഭാര്യ ചോദിച്ചു.

'നിങ്ങൾ സഞ്ചി എന്റെ കയ്യിൽ തന്നു. പക്ഷേ ധാന്യം എവിടെ. ഇതിനകത്ത് ഒന്നുമില്ലല്ലൊ.'

'എന്ത്, സഞ്ചിയിൽ ധാന്യം ഇല്ലെന്നോ?'

'അതേ മനുഷ്യാ. ഇതിനകത്ത് ഒരു മണിപോലും ഇല്ല.'

അയാൾ സഞ്ചി വാങ്ങി പരിശോധിച്ചപ്പോൾ തനിക്കുപറ്റിയ മണ്ടത്തരം മനസ്സിലായി. അയാൾ പറഞ്ഞു.

'ശരി. ഞാൻ എങ്ങനെയെങ്കിലും കുറേ ധാന്യം ശേഖരിച്ചു വരാം.'

പോകുന്നസമയത്ത് അയാൾ ധാന്യക്കിടങ്ങിൽ ഉണ്ടായിരുന്ന ധാന്യം മുഴുവൻ തീർന്നുപോയിരുന്നു എന്ന് ഓർത്തു. ഇനി എവിടെനിന്ന് ധാന്യം കിട്ടുമെന്ന് ഓർത്തുകൊണ്ട് അയാൾ പറഞ്ഞു.

'സൂര്യൻ അദ്ദേഹത്തിന്റെ ചൂടുകൊണ്ട് വയലിലെ ധാന്യം വേഗത്തിൽ ഉണക്കിത്തന്നിരുന്നെങ്കിൽ, ചൂട് കുറഞ്ഞ് തണുക്കുമ്പോഴേക്കും (സായം കാലമാകുമ്പോഴേക്കും) ചന്ദ്രൻ അദ്ദേഹത്തിന്റെ വെളിച്ചം ധാന്യം എവിടെയെന്ന് കാണുന്നവിധം താഴേക്ക് വീഴ്ത്തി തന്നിരുന്നെങ്കിൽ, ആ സമയം കാക്ക മകനും ധാന്യമണികൾ ഒന്നൊന്നായി കൊത്തിയെ ടുത്ത് എനിക്ക് കൊണ്ടെത്തന്നിരുന്നെങ്കിൽ എത്ര നന്നായാരിക്കും. അവരൊക്കെ അങ്ങനെ ചെയ്യുകയാണെങ്കിൽ ഞാൻ എന്റെ മൂത്തമ കളെ സൂര്യനും, രണ്ടാമത്തെ മകളെ ചന്ദ്രനും, ഇളയമകളെ കാക്കമക നും കൊടുക്കും തീർച്ച.'

അതുകേട്ട സൂര്യൻ അയാളാഗ്രഹിച്ചതുപോലെ നല്ല ചൂടുനൽകി പാടത്ത് (കൃഷിസ്ഥലത്ത്) ഉണ്ടായിരുന്ന ധാന്യങ്ങൾ പകൽസമയ ത്ത് ഉണക്കിക്കൊടുത്തു. വൈകാറായപ്പോൾ ചന്ദ്രൻ തന്റെ വെളിച്ചം പാടത്ത് പാലുപോലെ ഒഴുക്കി. കാക്കമകൻ പാടത്ത് ഓടിനടന്ന് മണികൾ കൊത്തിപ്പെറുക്കി ശേഖരിച്ച് അയാൾക്ക് നൽകി. സന്തുഷ്ട നായ വൃദ്ധൻ ധാന്യമണികളുമായി വീട്ടിൽ തിരികെയെത്തിയയുടൻ തന്റെ മൂത്തമകളെ വിളിച്ചുപറഞ്ഞു.

'മോളെ, നീ നല്ലതുപോലെ ഒരു സുന്ദരിയെപ്പോലെ വസ്ത്രം ധരിച്ച് നമ്മുടെ വീടിന്റെ മുന്നിൽ നിൽക്കണം. വേഗം വേണം, കേട്ടോ. നിന്റെ നല്ലതിനുവേണ്ടിയാ'

വൃദ്ധന്റെ മൂത്തമകൾ അച്ഛൻ പറഞ്ഞതുപോലെ ചെയ്തു. അങ്ങനെ സുന്ദരിയായി വീട്ടുമുറ്റത്ത് നിന്ന അവളെ സൂര്യൻ കാണുകയുണ്ടായി. ഉടനെത്തന്നെ സൂര്യൻ മനുഷ്യരൂപത്തിൽ ഭൂമിയിൽ എത്തുകയും അവളേയും കൂട്ടിക്കൊണ്ട് തന്റെ വാസസ്ഥലത്തേക്ക് പോകുകയും ചെയ്തു. പിന്നീട് വൃദ്ധൻ രണ്ടാമത്തെ മകളെ വിളിച്ചു പറഞ്ഞു.

'മോളെ, നീ നല്ലതുപോലെ വസ്ത്രങ്ങളും ആഭരണങ്ങളുമെല്ലാം ധരിച്ച് ചേച്ചിയെപ്പോലെ നമ്മുടെ വീടിന്റെ മുന്നിൽ നിൽക്കണം. നിനക്കും നല്ലതുവരും.'

അവളും അച്ഛനെ അനുസരിച്ചു. നേരം കുറച്ച് വൈകിക്കഴിഞ്ഞിരു ന്നതിനാൽ അവളെക്കണ്ട് അവിടെ എത്തിയത് മനുഷ്യരൂപം ധരിച്ച ചന്ദ്രനായിരുന്നു. ചന്ദ്രൻ വൃദ്ധന്റെ രണ്ടാമത്തെ മകളെ കൂട്ടിക്കൊണ്ട്

അദ്ദേഹത്തിന്റെ വീട്ടിലേക്ക് മടങ്ങി.

അടുത്തത് വൃദ്ധന്റെ മൂന്നാമത്തെ മകളുടെ ഊഴമായിരുന്നു. അവളെ കൂട്ടിക്കൊണ്ടുപോകാൻ എത്തിയത് പക്ഷികളുടെ നേതൃസ്ഥാനീയനായിരുന്ന കാക്കമകനായിരുന്നു. അങ്ങനെ തന്റെ പെൺമക്കളെ മൂന്നുപേരെയും ഭർത്താക്കന്മാരുടെ അടുക്കൽ എത്തിച്ച് കുറേദിവസങ്ങൾ കഴിഞ്ഞ് വൃദ്ധൻ അയാളുടെ ഭാര്യയോടു പറഞ്ഞു.

'എടീ, ഭാര്യേ. ഞാൻ നമ്മുടെ മൂത്തമരുമകനെ ഒന്നു കാണാൻ പോകുകയാ'

വീട്ടിൽ വിരുന്നുകാരനായിയെത്തിയ ഭാര്യാപിതാവിനെ സൂര്യൻ വിനയപൂർവ്വം സന്തോഷത്തോടെ സ്വീകരിച്ചു.

'വന്നാലും, വന്നാലും. അങ്ങ് ഞങ്ങളെ കാണാൻ വന്നല്ലൊ. വളരെ സന്തോഷം. ഞാനങ്ങയുടെ സന്തോഷത്തിനായി എന്താണ് ചെയ്യേണ്ടത്. പറഞ്ഞാലും.'

'എനിക്ക് പ്രത്യേകിച്ചൊന്നും വേണ്ട, മകനേ. നിങ്ങടെയൊക്കെ സ്നേഹം മാത്രം മതി.'

'ഛെ, ഛെ. അങ്ങനെ പറഞ്ഞാൽ പറ്റില്ല.'

സൂര്യൻ ഭാര്യെ വിളിച്ചുപറഞ്ഞു. നിന്റെ അച്ഛനുവേണ്ടി ഒരു നല്ല കസ്റ്റേഡ് (Custard- പാലും മുട്ടയും ചേർത്തുണ്ടാക്കുന്ന ഒരുതരം മധുരപലഹാരം) ഉണ്ടാക്ക്. വേഗമാകട്ടെ

പിന്നീട് സൂര്യൻ അടുക്കളമുറിയുടെ നടുക്കായി ഇരുന്നു. ഭാര്യ കസ്റ്റേഡിനുവേണ്ട കൂട്ടുകളെല്ലാം തയ്യാറാക്കി കസ്റ്റേഡ് ഉണ്ടാക്കാനുപയോഗിക്കുന്ന ചട്ടിയിൽ സൂര്യന്റെ ആജ്ഞപ്രകാരം അദ്ദേഹത്തിന്റെ പുറത്തുവച്ചു. നിമിഷങ്ങൾക്കുള്ളിൽ കസ്റ്റേഡ് പാകത്തിന് വെന്തു. പിന്നീട് സൂര്യനും ഭാര്യയും ചേർന്ന് കസ്റ്റേഡ് വൃദ്ധന് നൽകി. അദ്ദേഹം അത് ആസ്വദിച്ചു കഴിച്ചു. പിന്നീട് കുറച്ചുനേരം വിശ്രമിച്ചതിനുശേഷം വീട്ടിലേക്ക് മടങ്ങി. വൃദ്ധൻ മകളുടെ വീട്ടിൽ നടന്ന കാര്യങ്ങളെല്ലാം ഭാര്യയോട് സന്തോഷത്തോടെ വിവരിച്ചു. അടുത്ത ദിവസം അയാൾ ഭാര്യയോട് പറഞ്ഞു.

'എടിയേ, ഇന്ന് മകളും മരുമകനും ഉണ്ടാക്കിയതുപോലെ നമുക്കും ഒരു കസ്റ്റേഡ് ഉണ്ടാക്കി കഴിക്കാം. എന്തു നല്ല സ്വാദായിരുന്നുവെന്നോ. ഞാൻ പറയുന്നതുപോലെ നീ വേഗം കസ്റ്റേഡ് കൂട്ടുണ്ടാക്ക്.'

പിന്നീട് അയാൾ അവരുടെ അടുക്കളമുറിയുടെ നടുക്ക് ഇരുന്നിട്ട് ഭാര്യയോട് പറഞ്ഞു.

'ഇനി ആ ചട്ടി എന്റെ പുറത്ത്, മുതുകത്ത് വെയ്ക്ക്, കസ്റ്റേഡ് വേകട്ടെ.'

അതുകേട്ട ഭാര്യ വൃദ്ധൻ പറഞ്ഞതുപോലെ ചട്ടി അദ്ദേഹത്തിന്റെ പുറത്ത് വെച്ചിട്ട് ചോദിച്ചു.

'ഇതെന്തുകൂത്താ? അങ്ങ് എന്താ കാണിക്കുന്നത്? ചട്ടി അങ്ങയുടെ പുറത്തുവെച്ചാൽ കസ്റ്റേഡ് എങ്ങനെ വേകും.?'

'അതൊക്കെ നീ നോക്കിക്കോ. ചട്ടി പുറത്തുവെച്ചില്ലേ. ഇനി അല്പം ക്ഷമിക്ക്. നമ്മുടെ മരുമകനും ഇങ്ങനെയാ ചെയ്തത്.'

ഭാര്യ കുറച്ചുനേരം കാത്തുനിന്നു. കുറേനേരം പോയിട്ടും കസ്റ്റേഡ് വെന്തുകിട്ടിയില്ലെന്നുമാത്രമല്ല അത് കുറേശ്ശെ പുളിക്കാനും തുടങ്ങി. അതുകൊണ്ട് വൃദ്ധ ചട്ടി അയാളുടെ മുതുകിൽനിന്ന് എടുത്തുമാറ്റി അവരുടെ അടുപ്പിൽവെച്ച് വേവിച്ചെടുത്തു. പിന്നീട് അവർ രണ്ടുപേരും അതു കഴിച്ചു.

രണ്ടുമൂന്നു ദിവസങ്ങൾക്കുശേഷം വൃദ്ധൻ തന്റെ രണ്ടാമത്തെ മരുമകന്റെ വീട്ടിലേക്കുപോയി. ചന്ദ്രനും ഭാര്യാപിതാവിനെ സ്നേഹത്തോടെതന്നെയാണ് സ്വീകരിച്ചത്. ചന്ദ്രൻ അദ്ദേഹത്തെ സ്വാഗതം ചെയ്തുകൊണ്ടു ചോദിച്ചു.

'വളരെ സന്തോഷം! അങ്ങ് ഞങ്ങളുടെ അതിഥിയായി ഇവിടെ വന്നല്ലോ. അങ്ങയുടെ സന്തോഷത്തിനായി ഞങ്ങൾ എന്താണ് ചെയ്യേണ്ടത്? പറഞ്ഞാലും!'

വൃദ്ധൻ മറുപടി പറഞ്ഞു.

'എനിക്ക് പ്രത്യേകിച്ച് ഒന്നുംവേണ്ട. നിങ്ങളെയൊക്കെ കണ്ടാൽ മാത്രം മതി. നിങ്ങളുടെ സ്നേഹം മാത്രം മതി.'

'ഏയ്. എന്നാലും അങ്ങനെയല്ലല്ലോ. ഞാൻ അങ്ങയ്ക്ക് കുളിക്കാൻ കുളിമുറി ഒരുക്കാം. കുളിച്ചുവന്നതിനുശേഷം ഭക്ഷണം കഴിക്കാം. ഭക്ഷണമെല്ലാം അച്ഛന് ഇഷ്ടപ്പെട്ട രീതിയിൽ അച്ഛന്റെ മോളുതന്നെ ഉണ്ടാക്കും.'

'ഇപ്പോൾ കുളിമുറി ഒരുക്കിയാൽ അതിനകത്ത് ഇരുട്ടായിരിക്കുകയില്ലേ? എങ്ങനെ കുളിക്കും?' വൃദ്ധൻ മരുമകനോട് ചോദിച്ചു.

'ഇല്ലില്ല. ഞാൻ അങ്ങയ്ക്കുവേണ്ട വെളിച്ചം, പാകത്തിന് വേണ്ടത്ര വെളിച്ചം കുളിമുറിയിൽ എത്തിച്ചുതരാം.' പിന്നീട് ചന്ദ്രൻ കുളിമുറിയുടെ ഭിത്തിയിൽ അദ്ദേഹത്തിന്റെ ചൂണ്ടുവിരൽ അമർത്തി ഒരു ചെറിയ ഓട്ട ഉണ്ടാക്കി. ആ ഓട്ടയിൽക്കൂടി അദ്ദേഹത്തിന്റെ പാലുപോലെയുള്ള വെളിച്ചം കുളിമുറിയിലേക്ക് കടത്തിവിട്ടു. വൃദ്ധൻ കുളിമുറിയിൽക്കയറി നന്നായി കുളിച്ചു. പിന്നീട് അന്നേദിവസം അവിടെ വിശ്രമിച്ചിട്ട് അടുത്ത ദിവസം സ്വന്തം വീട്ടിലേക്ക് മടങ്ങി.

വീട്ടിൽ ചെന്നശേഷം അയാൾ ഭാര്യയെ വിളിച്ച രണ്ടാമത്തെ മകളുടെ വീട്ടിലെ വിശേഷങ്ങളും അദ്ദേഹത്തിന്റെ അനുഭവങ്ങളുമെല്ലാം വിശദമായി പറഞ്ഞു.

എല്ലാം വിശദീകരിച്ചതിനുശേഷം വൃദ്ധൻ തുടർന്നു പറഞ്ഞു.

'എടീ, നീയും വൈകീട്ട് നമ്മുടെ കുളിമുറിയിൽ നന്നായി കുളിക്ക്. ഞാൻ നമ്മുടെ രണ്ടാമത്തെ മരുമകന്റെ വീട്ടിൽ ചെയ്തതുപോലെ. നല്ല സുഖമായിരിക്കും. എല്ലാം ഞാനൊരുക്കിത്തരാം.'

'അതിന് ഇപ്പോ കുളിക്കാൻ പോയാൽ കുളിമുറിയിൽ നല്ല ഇരുട്ടായിരിക്കും. ഇരുട്ടത്തുനിന്ന് കുളിക്കാൻ എന്നെക്കൊണ്ടാവില്ല.'

'അതേ, നീ വിഷമിക്കണ്ട. വെളിയിലുള്ള വെളിച്ചം ഞാൻ കുളിമുറിയിലേക്ക് കടത്തിത്തരാം; നമ്മുടെ രണ്ടാമത്തെ മരുമകൻ ചെയ്തതുപോലെ.

അങ്ങനെ വൃദ്ധ കുളിക്കാൻ കുളിമുറിയിൽ കയറി. അയാൾ ചന്ദ്രൻ ചെയ്തതുപോലെ അയാളുടെ വിരലുപയോഗിച്ച് കുളിമുറിയുടെ ഭിത്തിയിൽ ഒരോട്ട ഉണ്ടാക്കി. പക്ഷേ ഓട്ടയിൽക്കൂടി അയാൾ പ്രതീക്ഷിച്ചതുപോലെ വേണ്ടത്ര വെളിച്ചം കുളിമുറിയിൽ എത്തിയില്ല. അയാളുടെ ഭാര്യ കുളിമുറിയിൽനിന്ന് ഉറക്കെ വിളിച്ചുപറഞ്ഞു.

'ഇതിനകത്ത് മുഴു ഇരുട്ടാ. ഇവിടെനിന്ന് കുളിക്കാൻ എന്നേക്കൊണ്ട് കഴിയില്ല.'

അങ്ങനെ രണ്ടുമൂന്നു പ്രാവശ്യം വിളിച്ചുപറഞ്ഞതിനുശേഷം അവർ കുളിമുറിയിൽനിന്നും പുറത്തുചെന്ന് ഒരു വിളക്ക് കത്തിച്ച് അത് കുളിമുറിയിൽ കൊണ്ടുവെച്ചതിനുശേഷം കുളിച്ചു.

അടുത്ത ദിവസം ആ വൃദ്ധൻ തന്റെ ഇളയ മരുമകനായ കാക്കമകന്റെ അടുത്തേക്ക് യാത്രതിരിച്ചു. അവിടെ മരുമകനും മരുമകളും അയാളെ വളരെ സ്നേഹത്തോടെതന്നെ സ്വീകരിച്ചു.

'ഓ! അച്ഛൻ വന്നോ? നല്ലത് അച്ഛന് എന്തുവേണമെങ്കിലും ചോദിക്കണം. കേട്ടോ. ഒന്നിനും മടിക്കരുത്.' മകളും മരുമകനും പറഞ്ഞു.

'ഏയ്, ഞാൻ നിങ്ങളെക്കണ്ട് നിങ്ങളുടെ സന്തോഷത്തോടെയുള്ള ജീവിതം ഒന്നുകാണുക. അത്രമാത്രമേ വേണ്ടൂ. എനിക്ക് മറ്റൊന്നും ആവശ്യമില്ല.' അയാൾ മറുപടിയായി പറഞ്ഞു.

'എങ്കിൽ നമുക്ക് ആഹാരത്തിനുശേഷം നമ്മുടെ ഉയർന്ന മാടിയിൽ (കൊമ്പിൽ) ചേക്കേറാം. അവിടെയാകുമ്പോൾ നല്ല കാറ്റുണ്ടാകും. മാത്രമല്ല. ചുറ്റുപാടൊക്കെ കാണാൻ നല്ല രസമായിരിക്കും.'

'അങ്ങനെയാകട്ടെ.'

'അതേ. നല്ലതുപോലെ വിശ്രമിച്ചിട്ട് നാളെ അച്ഛൻ തിരികെപോയാൽ മതി. ധൃതിവെയ്ക്കേണ്ട. ഞാനും അച്ഛന് കൂട്ടിനായി അതേ കൊമ്പിൽ ചേക്കേറാം.' മരുമകൻ പറഞ്ഞു.

'അതെ. അങ്ങനെതന്നെ.' അയാളും സമ്മതിച്ചു.

ഭക്ഷണത്തിനുശേഷം കാക്കമകൻ സംഘടിപ്പിച്ച ഒരേണിയിൽക്കൂടി അവർ രണ്ടുപേരും നേരത്തെ പറഞ്ഞിരുന്നതുപോലെ ചേക്കേറി. അവിടെയിരുന്ന് ചുറ്റുപാടുകൾ കാണാൻ വളരെ സുന്ദരമായിരുന്നു; കൂടാതെ നല്ല ഇളം കാറ്റും. രണ്ടുപേരും നല്ലതുപോലെ ഉറങ്ങി. പക്ഷേ കഷ്ടകാലമെന്നല്ലാതെ എന്തു പറയാനാ. രാത്രിയിൽ എപ്പോഴോ ആ മരക്കൊമ്പ് ഒടിഞ്ഞ് താഴെ വീണു. അവർ രണ്ടുപേരും മരിച്ചു. അങ്ങനെ ആ വൃദ്ധന്റെ കഥ ഇവിടെ അവസാനിക്കുന്നു.

എങ്കിലും ആ വൃദ്ധന്റെ മരുമകൻ സൂര്യൻ ചൂടും വെളിച്ചവും, രണ്ടാമത്തെ മരുമകൻ ചന്ദ്രൻ പാലുപോലെ കുളിർമയുള്ള പ്രകാശവും ഭൂമിവാസികൾക്ക് ഇന്നും നൽകിക്കൊണ്ടേയിരിക്കുന്നു. അതേപോലെ പക്ഷികൾ മനുഷ്യന്റെ മിത്രങ്ങളായി കഴിയുന്നു.

രാഹുവും കേതുവും

നിങ്ങൾ സൂര്യഗ്രഹണത്തെയും ചന്ദ്രഗ്രഹണത്തെയും കുറിച്ച് (Solar Eclipse & Lunar Eclipse) ചിലപ്പോഴെങ്കിലും കേട്ടുകാണും. ചിലർ ഗ്രഹണസമയത്ത് ശാസ്ത്രജ്ഞന്മാരുടെ സഹായത്തോടെ നക്ഷത്രബംഗ്ലാവുകളിലോ (ജ്യോതിർനിരീക്ഷണശാലകളിലോ Observatories) പോയി ഗ്രഹണം കണ്ടു എന്നു വരാം; മറ്റുചിലർ പ്രത്യേകതരം കണ്ണടകൾ ഉപയോഗിച്ച് കണ്ടു കാണും. ഗ്രഹണം എങ്ങനെ ഉണ്ടാകുന്നു എന്ന് ഇന്ന് ശാസ്ത്രീയമായ ആധികാരികതയോടെ നമുക്ക് അറിയാവുന്ന കാര്യമാണ്. ഇന്നു മാത്രമല്ല, ഏതാണ്ട് 1500/1600 വർഷങ്ങൾക്കുമുമ്പുതന്നെ (അതായത്, പ്രസിദ്ധിപെറ്റ ഇന്ത്യൻ ശാസ്ത്രജ്ഞൻ ആര്യഭട്ടന്റെ കാലം മുതൽക്കുതന്നെ) ഈ ശാസ്ത്രീയസത്യം നമുക്ക് അറിയുകയും ചെയ്യുമായിരുന്നു. എങ്കിലും പണ്ടുകാലം മുതൽക്കേ നമ്മുടെയിടയിൽ ഗ്രഹണം എങ്ങനെയുണ്ടാകുന്നു എന്നതിനേക്കുറിച്ച് ചില കഥകളും വിശ്വാസങ്ങളും (ശാസ്ത്രീയമായി അംഗീകരിക്കാൻ കഴിയാത്തവ) നിലനിൽക്കുന്നു. അവയൊന്നും ശരിയല്ലെന്ന് നമുക്ക് തികഞ്ഞ ബോധ്യമുണ്ടെങ്കിലും വിശ്വാസങ്ങൾ മനുഷ്യമനസ്സിൽ നിന്ന് പൂർണ്ണമായും എടുത്തുമാറ്റുക അത്ര എളുപ്പമല്ല. വേണമെങ്കിൽ അത്തരം വിശ്വാസങ്ങളെ മനസ്സിലെ ഒഴിയാബാധകളായ വിശ്വാസങ്ങൾ (Obsessions) എന്ന് നമുക്ക് വിശേഷിപ്പിക്കാം. അങ്ങനെയുള്ള വിശ്വാസങ്ങളുടെ അടിസ്ഥാനത്തിൽ നമ്മുടെ പൂർവ്വികന്മാർ രൂപംകൊടുത്ത ചില കഥകൾ കേൾക്കാനും വായിക്കാനും രസമായിരിക്കും അല്ലേ.

ഹിന്ദുവിശ്വാസപ്രകാരം (ഭാഗവതത്തിലും വിഷ്ണുപുരാണങ്ങളിലും മറ്റും കാണാവുന്ന കഥകൾ) സമുദ്രം കടഞ്ഞ് അമൃത് എടുക്കാൻ

ദേവന്മാരും അസുരന്മാരും ചേർന്ന് ഒരു ശ്രമം നടത്തി. അവർ ആ ശ്രമത്തിൽ വിജയിക്കുകയും ചെയ്തു. അമൃത് കഴിക്കുന്നവർക്ക് പിന്നീട് മരണം ഉണ്ടാകുകയില്ല. അതുകൊണ്ട് അമൃത് തങ്ങൾക്കുമാത്രമായി കിട്ടണമെന്ന് ദേവന്മാരും, അല്ല, അത് തങ്ങൾക്കുമാത്രം അവകാശപ്പെട്ടതാണെന്ന് അസുരന്മാരും വഴക്കടിച്ചു. (പാവം മനുഷ്യർക്ക് അമൃതിന്റെ പങ്ക് കൊടുക്കണ്ട എന്ന് ദേവന്മാരും അസുരന്മാരും നിശ്ചയിച്ചു കാണും. അതിനെക്കുറിച്ച് നമുക്കറിയില്ല. പക്ഷേ മനുഷ്യർക്ക് അമൃത് കിട്ടിയില്ലെന്നത് തീർച്ച. അതുകൊണ്ടാണല്ലോ ജനിക്കുന്ന മനുഷ്യരെല്ലാം ഏതെങ്കിലും ഒരു കാരണം കൊണ്ട് ഏതെങ്കിലുമൊരു സമയത്ത് മരിക്കേണ്ടിവരുന്നത്.)

അപ്പോൾ ഹിന്ദുക്കളുടെ പ്രധാന ദേവന്മാരിൽ ഒരാളായ ബ്രഹ്മാവ് ഇടപെട്ട് വഴക്ക് ഒതുക്കിത്തീർക്കാൻ ശ്രമിച്ചു. അദ്ദേഹം ദൈവമായ വിഷ്ണുവിനോട് അമൃത് രണ്ടുകൂട്ടർക്കും സമമായി വീതിച്ച് കൊടുക്കണമെന്ന് അഭ്യർത്ഥിച്ചു. വിഷ്ണുവും അതിന് സമ്മതിച്ചു. ദേവന്മാരും അസുരന്മാരും നീണ്ട വരികളിലായി വിഷ്ണുവിന്റെ കയ്യിൽനിന്ന് അമൃത് വാങ്ങുവാൻ ആകാംക്ഷയോടെ കാത്തിരുന്നു. പക്ഷേ 'സ്വർഭനു' എന്ന അസുരന് താൻ അസുരന്മാരുടെ നിരയിൽ ഇരുന്നാൽ ഏതെങ്കിലും കാരണവശാൽ തനിക്ക് അമൃത് കിട്ടാതെപോയാലോ എന്ന സംശയം തോന്നി. വിഷ്ണുവിന് ദേവന്മാരോട് കൂടുതൽ മമത ഉണ്ടെന്നും അയാൾ കരുതി. അതുകൊണ്ട് സ്വർഭനു ദേവന്മാരെപ്പോലെ അണിഞ്ഞൊരുങ്ങി താനും ഒരു ദേവനാണെന്ന രീതിയിൽ സൂര്യദേവന്റെയും ചന്ദ്രദേവന്റെയും നടുക്കായി ഇരുന്നു. തങ്ങളുടെ ഇടയിൽ ഇരിക്കുന്നയാൾ ദേവനല്ലെന്നും അസുരനാണെന്നും സൂര്യനും ചന്ദ്രനും സംശയം തോന്നി. എങ്കിലും അവർ ആ വിവരം ആരോടും പറയാതെ ക്ഷമിച്ചിരുന്നു- നല്ല സന്ദർഭം കാത്തിരുന്നു എന്നു പറയുന്നതാകും കൂടുതൽ ശരി.

വിഷ്ണു അമൃതകുടവുമായി തങ്ങളുടെ മുമ്പിൽ എത്തിയപ്പോൾ (വിഷ്ണു അങ്ങനെയെത്തിയത് അതീവ സുന്ദരിയായ മോഹിനിയുടെ രൂപത്തിലായിരുന്നു എന്നും അത് അസുരന്മാരുടെ ശ്രദ്ധ തന്നിലേക്ക് ആവാഹിച്ച് ദേവന്മാർക്ക് കൂടുതലായി അമൃത് നൽകി അസുരന്മാരുടെ ഊഴം വരുമ്പോഴേക്കും കുടം കാലിയാക്കാനുള്ള ശ്രമം അസുരന്മാരറിയാതെ അവരുടെ ശ്രദ്ധതിരിച്ചുവിടാനും ആയിരുന്നു എന്നും പറയപ്പെടുന്നു.) സൂര്യനും ചന്ദ്രനും അവരുടെ സംശയം വിഷ്ണുവിനോട് പറഞ്ഞു. വിഷ്ണു തന്റെ ദിവ്യശക്തികൊണ്ട് ഉടനെ സത്യം മനസ്സിലാക്കി എന്നുമാത്രമല്ല കോപിഷ്ഠനായി സ്വർഭനുവിന്റെ ശിരച്ഛേദം ചെയ്തു. ആ അസുരന്റെ തലയും ഉടലും രണ്ടായി മുറിഞ്ഞുവീണു. പക്ഷേ വിഷ്ണു

അങ്ങനെ ചെയ്യുന്നതിനുമുമ്പുതന്നെ കൈക്കുമ്പിളിൽ വിഷ്ണു വിളമ്പിക്കൊടുത്ത അമൃത് സ്വർഭനു കഴിച്ചു കഴിഞ്ഞിരുന്നു. എങ്കിലും വിഷ്ണു കഴുത്ത് ച്ഛേദിക്കുമ്പോൾ അമൃത് സ്വർഭനുവിന്റെ തൊണ്ടവരെ മാത്രമേ ഇറങ്ങിയിരുന്നുള്ളൂ. അതുകൊണ്ട് സ്വർഭനു അതിനുള്ളിൽത്തന്നെ ഒരളവുവരെ അമരത്വം നേടിക്കഴിഞ്ഞിരുന്നു- അതുകൊണ്ട് രണ്ടായി മുറിഞ്ഞുവീണ ഭാഗങ്ങൾക്ക് ഒന്നാകാൻ കഴിഞ്ഞില്ലെങ്കിലും കഴുത്തിനുമുകളിലുള്ള ഭാഗം രാഹു എന്ന പേരിലും കഴുത്തിന് താഴെയുള്ള ഭാഗം കേതു എന്ന പേരിലും ഇന്നും ജീവിക്കുന്നു. അങ്ങനെ ജീവിച്ചുകൊണ്ടേയിരിക്കുന്ന രാഹുവും കേതുവും സൂര്യചന്ദ്രന്മാരോട് തീരാത്ത പക മനസ്സിൽ സൂക്ഷിക്കുന്നു. മാത്രമല്ല, പക വീട്ടാൻ ഒരു സന്ദർഭത്തിനായി കാത്തിരിക്കുന്നു. തക്കം കിട്ടുന്ന സമയത്തൊക്കെ അവർ സൂര്യനെയും ചന്ദ്രനേയും പിടിച്ചു വിഴുങ്ങും. രാഹു സൂര്യനേയും കേതു ചന്ദ്രനെയുമാണ് വിഴുങ്ങാറുള്ളത്. പക്ഷേ രാഹുവിന് കൈകളില്ലാത്തതുകൊണ്ട് സൂര്യൻ രാഹുവിന്റെ പിടിയിൽനിന്ന് രക്ഷപ്പെടും. അങ്ങനെ രാഹുവിന്റെ വായിൽ പെട്ടുപോകുന്ന സമയത്ത് നമുക്ക് സൂര്യനെ കാണാൻ കഴിയുകയില്ല. അങ്ങനെ സൂര്യനെ കാണാതാകുന്ന പ്രതിഭാസമാണ് സൂര്യഗ്രഹണം. അതേപോലെ കേതു ചന്ദ്രനെ വിഴുങ്ങാൻ ശ്രമിക്കുന്ന സമയത്ത്, ചന്ദ്രനെ നമുക്ക് കാണാൻ കഴിയാത്ത സമയത്ത് ചന്ദ്രഗ്രഹണവും. ഈ വിശ്വാസം ഇന്നും നമ്മുടെയിടയിൽ നിലനിൽക്കുന്നു. എങ്കിലും നേരത്തെ സൂചിപ്പിച്ചതുപോലെ വളരെ വളരെ കാലങ്ങൾക്ക് മുമ്പുതന്നെ വിശദമായും ശാസ്ത്രീയമായും ഈ വിഷയങ്ങളിൽ പഠനം നടത്തിയ ഒരു നാടാണ് നമ്മുടേതെന്ന് നാം മറക്കണ്ട.

വളരെ വളരെ കാലങ്ങൾക്കുമുമ്പുതന്നെ സൂര്യഗ്രഹണവും ചന്ദ്രഗ്രഹണവും എങ്ങനെയുണ്ടാകുന്നു എന്ന് നമ്മുടെ പൂർവ്വികന്മാർക്ക് ഏതാണ്ട് കൃത്യമായിതന്നെ പറയാൻ കഴിഞ്ഞിരുന്നു. നമ്മുടെ പല ശാസ്ത്രജ്ഞന്മാരുടേയും അത്തരത്തിലുള്ള നിഗമനങ്ങളിൽ പലതും ഇന്ന് ആധുനിക ശാസ്ത്രലോകം അംഗീകരിച്ചിരിക്കുന്ന നിഗമനങ്ങളുമായി ഏതാണ്ട് വളരെ അടുത്തവയായിരുന്നു എന്നും നമുക്ക് അഭിമാനത്തോടെ പറയാം. അങ്ങനെ, നമ്മുടെ മുൻപേ നടന്ന ശാസ്ത്രജ്ഞന്മാരിൽ മുതൽ ഇടം ആര്യഭട്ടനുള്ളതാണ്. അതുകൊണ്ടാണ് 1975 ഏപ്രിൽ പത്തൊൻപതിന് ഇന്ത്യയുടെ ആദ്യത്തെ കൃത്രിമ ഉപഗ്രഹം വിണ്ണിൽ വിക്ഷേപിച്ചപ്പോൾ അതിന് 'ആര്യഭട്ട' എന്ന പേര് നൽകിയതും. ആര്യഭട്ടനാണ് അന്നുവരെയുണ്ടായിരുന്ന സൂര്യനും, ചന്ദ്രനും, അങ്ങനെ ആകാശം തന്നെയും ഭൂമിക്കുചുറ്റും പ്രദക്ഷിണം വെയ്ക്കുന്നു എന്നും, ഭൂമി സ്ഥിരമായി നിൽക്കുന്നു എന്നുമുള്ള കാഴ്ചപ്പാട് നിരാകരിച്ചുകൊണ്ട് ഭൂമി

സ്വന്തം അച്ചുതണ്ടിൽചുറ്റുകയാണ് എന്ന കാഴ്ചപ്പാട് (അറിവ്) നമുക്ക് ആദ്യമായി ചൂണ്ടിക്കാട്ടിയത്. അതുപോലെ ചന്ദ്രനിൽനിന്ന് നമുക്കു ലഭിക്കുന്ന വെളിച്ചം (നിലാവ്) സൂര്യനിൽനിന്ന് ചന്ദ്രനിൽ വീഴുന്ന പ്രകാശം ചന്ദ്രനിൽതട്ടി പ്രതിഫലിച്ച് വരുന്നതാണെന്നും ആദ്യം പറഞ്ഞത് ആര്യഭട്ടൻ തന്നെയാണ്. സൂര്യഗ്രഹണവും ചന്ദ്രഗ്രഹണവും ഉണ്ടാകുന്നത് ചന്ദ്രന്റെയും ഭൂമിയുടേയും മറവുകൊണ്ടാണെന്നും അദ്ദേഹം വ്യക്തമാക്കി. ഓരോ ഗ്രഹണവും എത്രനേരത്തേക്ക് എന്ന് ഏതാണ്ട് കൃത്യമായി കണക്കാക്കുവാനും അദ്ദേഹത്തിന് കഴിഞ്ഞിരുന്നു. ഉദാഹരണത്തിന് 18-ാം നൂറ്റാണ്ടിൽ ജീവിച്ചിരുന്ന Guilaume Le Gentil എന്ന ഫ്രഞ്ച് ശാസ്ത്രജ്ഞൻ ഇന്ത്യയിൽ പോണ്ടിച്ചേരി സന്ദർശിക്കാനായി വന്നിരുന്ന സമയത്ത് 1765 ആഗസ്റ്റ്മാസം 30-ാം തിയതി ഉണ്ടായ ചന്ദ്രഗ്രഹണത്തിന്റെ സമയം അദ്ദേഹത്തിന്റെ സ്വന്തമായ രീതിയിലും ആര്യഭട്ടൻ നിർദ്ദേശിച്ച രീതിയിലും കണക്കുകൂട്ടി തിട്ടപ്പെടുത്തുകയും വാസ്തവത്തിൽ ഗ്രഹണം ഉണ്ടായ സമയവുമായി തട്ടിച്ച് നോക്കുകയും ചെയ്ത വിവരം രേഖപ്പെടുത്തിയിട്ടുണ്ട്. ആര്യഭട്ടന്റെ കണക്കുകൾ പ്രകാരം കണക്കാക്കിയ സമയം വാസ്തവത്തിൽ ഉണ്ടായ ഗ്രഹണ സമയത്തേക്കാൾ 41 നിമിഷങ്ങൾ കുറവായിരുന്നു; ഫ്രഞ്ച് ശാസ്ത്രജ്ഞന്റെ കണക്കുകൾക്കനുസരണം കിട്ടിയ സമയം 68 നിമിഷങ്ങൾകുറവും. അതേപോലെ ആര്യഭട്ടൻ ദിവസത്തിന്റേയും വർഷത്തിന്റെയും (ഭൂമി ഒരു പ്രാവശ്യം സ്വന്തം അച്ചുതണ്ടിൽ ചുറ്റാൻ എടുക്കുന്ന സമയവും, ഒരു പ്രാവശ്യം സൂര്യനെ പ്രദിക്ഷണം വെയ്ക്കാൻ എടുക്കുന്ന സമയവും) ഏതാണ്ട് കൃത്യമായിതന്നെ കണ്ടെത്തി. അദ്ദേഹം കണക്കുകൂട്ടിയ സമയവും ആധുനിക ശാസ്ത്രം അംഗീകരിക്കുന്ന സമയവും തമ്മിലുള്ള വ്യത്യാസം വളരെ കുറച്ചു മാത്രമാണ്.

ആര്യഭട്ടന്റെ കണക്കുകൾ പ്രകാരം ദിവസത്തിന്റെ ദൈർഘ്യം 23 മണിക്കൂർ 56 മിനിറ്റ് 4.1 സെക്കന്റ് ആയിരുന്നു; അതേ സമയം ആധുനികശാസ്ത്രം അംഗീകരിച്ച നാം ഇന്ന് ഉപയോഗിക്കുന്ന സമയ ദൈർഘ്യം 23 മണിക്കൂർ 56 മിനിറ്റ് 4.091 സെക്കൻഡാണ്. വ്യത്യാസം എത്ര തുച്ഛമാണെന്ന് നോക്കുക. അതുപോലെ ആര്യഭട്ടൻ കണക്കാക്കിയ വർഷദൈർഘ്യം365 ദിവസം 6 മണിക്കൂർ 12 മിനിറ്റ് 30 സെക്കന്റായിരുന്നുവെങ്കിൽ ആധുനിക ശാസ്ത്രം അംഗീകരിച്ചിരിക്കുന്നത് 365 ദിവസം 6 മണിക്കൂർ 3 മിനിറ്റ് 20 സെക്കന്റാണ്. വ്യത്യാസം ഒരുവർഷത്തിൽ വെറും 9 മിനിറ്റ് 10 സെക്കന്റുകൾ മാത്രം

ആര്യഭട്ടന്റെ സംഭാവനകൾ ജ്യോതിശാസ്ത്രത്തിൽ മാത്രം ഒതുങ്ങിനിന്നതായിരുന്നില്ല. ഗണിതശാസ്ത്രരംഗത്തും,

സംഖ്യാഗണനശാസ്ത്രത്തിലുമെല്ലാം അദ്ദേഹം നൽകിയ സംഭാവനകൾ മഹത്തരമായിരുന്നു. അതിലേക്കൊന്നും കൂടുതലായി കടക്കാതെതന്നെ നമുക്ക് ഒരു കാര്യം വ്യക്തമാകുന്നതാണ്. നമ്മുടെ നാട്ടിൽ (മറ്റു നാടുകളിലും ഉള്ളതുപോലെതന്നെ) വളരെയധികം തെറ്റായ, അശാസ്ത്രീയങ്ങളായ വിശ്വാസങ്ങളും അത്തരം വിശ്വാസങ്ങളെ അടിസ്ഥാനമാക്കിയുള്ള കഥകളും ഉണ്ടായിരുന്നുവെങ്കിലും, ശാസ്ത്രീയമായ അറിവിലും നാം പിന്നിലായിരുന്നില്ല എന്ന സത്യം; ഈ സത്യം നാം മറക്കരുത്.

ആര്യഭട്ടനോടൊപ്പം ആ കാലഘട്ടത്തിൽ ജ്യോതിശാസ്ത്രത്തിലും ബന്ധപ്പെട്ട മറ്റ് ശാസ്ത്രങ്ങളിലും പ്രബുദ്ധരായ പല ശാസ്ത്രജ്ഞന്മാരും വൈജ്ഞാനികരും നമുക്കുണ്ടായിരുന്നു. അവരിൽ ചിലരുടെ പേരുകളും ജീവിച്ചിരുന്ന കാലവും അടയാളപ്പെടുത്തുന്നു. മറ്റ് ശാസ്ത്ര വിഭാഗങ്ങളിൽ-രസതന്ത്രത്തിൽ, നാഗാർജ്ജുന; അണുശാസ്ത്രരംഗത്ത്, കനദ മുതലായവരെ ഈ പട്ടികയിൽ ഉൾപ്പെടുത്തിയിട്ടില്ല.

പേര്	ജീവിച്ചിരുന്ന കാലം. ക്രിസ്തുവിന് മുമ്പ് (AD
ആര്യഭട്ടൻ-ഒന്നാമൻ	476-550
ബ്രഹ്മ ഗുപ്തൻ	598നടുത്ത്
ഭാസ്കര-ഒന്നാമൻ	600-680
ആര്യഭട്ട-രണ്ടാമൻ	920-1000

ഇതോടൊപ്പം കൊടുത്തിരിക്കുന്ന പടങ്ങൾ നോക്കുക. പടം 1-ൽ നിന്ന് സൂര്യന്റെയും മറ്റ് ഗ്രഹങ്ങളുടേയും ചന്ദ്രന്റെയും താരതമ്യ

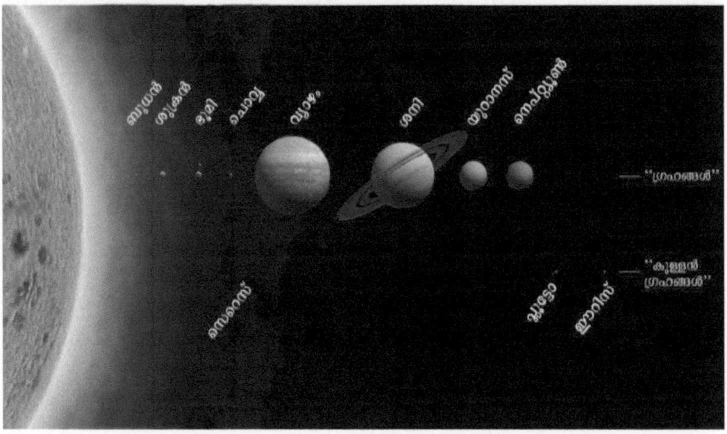

പടം 1. ഭൂമിക്കടുത്ത് ഒരു ചെറിയ കുത്ത് കാണുന്നില്ലേ? അതാണ് ചന്ദ്രൻ

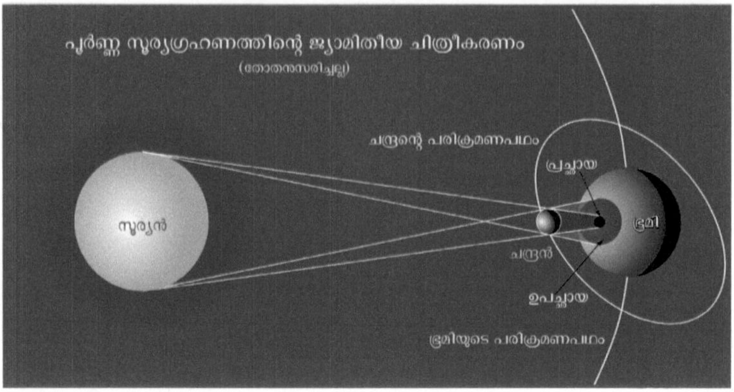

പടം 2 സൂര്യഗ്രഹണം

വലുപ്പത്തേക്കുറിച്ച് നമുക്ക് മനസ്സിലാക്കാം. സൂര്യനെ അപേക്ഷിച്ച് ഭൂമിയും ചന്ദ്രനുമെല്ലാം എത്ര ചെറുതാണ്. അല്ലേ?

ഇനി നമുക്ക് ഗ്രഹണങ്ങൾ എങ്ങനെ സംഭവിക്കുന്നു എന്ന് മനസ്സിലാക്കാൻ ശ്രമിക്കാം.

സൂര്യഗ്രഹണം: പടം 2 നോക്കുക

നമ്മുടെ സൗരയൂഥം മാത്രം പഠനവിഷയമാകുമ്പോൾ സൂര്യൻ ഒരു സ്ഥാനത്തുതന്നെ തുടരുന്നു എന്നു കരുതാം. ഭൂമിയും മറ്റു ഗ്രഹങ്ങളും നിശ്ചിതവേഗത്തിൽ, നിയതമായ ഭ്രമണപഥങ്ങളിൽ സൂര്യനെ ചുറ്റിക്കൊണ്ടിരിക്കുന്നു. അതുപോലെ ചന്ദ്രൻ ഭൂമിയേയും ചുറ്റിക്കൊണ്ടിരിക്കുന്നു. മറ്റൊന്ന് ഭൂമി സ്വയം സ്വന്തം അച്ചുതണ്ടിൽചുറ്റുന്നു എന്നതാണ്. ഭൂമി ദിവസവും സ്വന്തം അച്ചുതണ്ടിൽ ചുറ്റുന്നതുകൊണ്ട് ഭൂമിയിൽ ഒരു സ്ഥാനത്ത് നിൽക്കുന്നയാളിന് ഏതാണ്ട് പകുതിക്കടുത്ത സമയം സൂര്യവെളിച്ചം കിട്ടുകയും (പകൽ) ബാക്കിസമയം വെളിച്ചം കിട്ടാതെ വരികയും (രാത്രി) ചെയ്യുന്നു; അതായത് നമുക്ക് പകലും രാത്രിയും ഉണ്ടാകുന്നു. ഭൂമിയുടെ ഏതുഭാഗത്താണോ, അതിനനുസരിച്ച് പകലിന്റെയും രാത്രിയുടേയും ദൈർഘ്യത്തിൽ ചില വ്യത്യാസങ്ങളും ഉണ്ടാകും.

ഗ്രഹണം സംഭവിക്കുന്നത് പടത്തിൽ കാണിച്ചിരിക്കുന്നതുപോലെ സൂര്യനും ഭൂമിയും ചന്ദ്രനും ഏതാണ്ട് ഒരേ രേഖയിൽ എത്തുമ്പോഴാണ്, അതായത് ചന്ദ്രന്റെ നിഴൽ കാരണം ഭൂമിയിൽ നിൽക്കുന്നയാളിന് സൂര്യൻ മറഞ്ഞുപോകുമ്പോഴാണ് സൂര്യഗ്രഹണം ഉണ്ടാകുന്നത്. അതേപോലെ ഭൂമിയുടെ നിഴൽകാരണം ചന്ദ്രനിൽ സൂര്യവെളിച്ചം വീഴാതെ വരുമ്പോഴാണ് ചന്ദ്രഗ്രഹണം ഉണ്ടാകുന്നത്. ഒരു

സൂര്യഗ്രഹണവും അടുത്ത സൂര്യഗ്രഹണവും തമ്മിലുള്ള ദൈർഘ്യം നമുക്ക് കണക്കാക്കാൻ കഴിയും- ഒരു വർഷത്തിൽ സാധാരണയായി രണ്ടുമുതൽ അഞ്ചുവരെ സൂര്യഗ്രഹണങ്ങൾ ഉണ്ടാകാം. അഞ്ച് അസാധാരണമായി മാത്രം. 1935 ൽ അഞ്ച് സൂര്യഗ്രഹണങ്ങൾ ഉണ്ടായി. ഇനി 2206 ലായിരിക്കും അഞ്ച് ഗ്രഹണങ്ങൾ ഉണ്ടാകുക, മറ്റു വർഷങ്ങളിൽ രണ്ടിനും നാലിനുമിടയ്ക്കു മാത്രം. എങ്കിലും ഭൂമിയിൽ ഒരേ സ്ഥാനത്ത് ഗ്രഹണം കാണാൻ കഴിയുക 300/400 വർഷങ്ങളിൽ ഒരിക്കൽ മാത്രമായിരിക്കും. ഒരു സൂര്യഗ്രഹണത്തിന്റെ സമയം ഏതാണ്ട് 7 മിനിറ്റും 30 നിമിഷങ്ങളുമായിരിക്കും.

ചന്ദ്രഗ്രഹണം: പടം 3 നോക്കുക

തല്ക്കാലം നമുക്ക് ചന്ദ്രൻ സ്വന്തം അച്ചുതണ്ടിൽ ചുറ്റുന്നില്ലെന്ന നമ്മുടെ ധാരണ ശരിയാണെന്നുതന്നെ കരുതാം; അതുകൊണ്ട് ഭൂമിയിൽനിന്ന് നമുക്ക് ചന്ദ്രന്റെ സൂര്യപ്രകാശം വീഴുന്ന ഒരു പകുതി മാത്രമേ കാണാൻ കഴിയുന്നുള്ളൂ എന്നും ചന്ദ്രന്റെ മറ്റേ പകുതി കാണാൻ കഴിയുന്നില്ല എന്നും. എങ്കിലും, ചന്ദ്രനും ഒരു നിശ്ചിത ഭ്രമണപഥത്തിൽ ഭൂമിയേ ചുറ്റിക്കൊണ്ടിരിക്കുന്നു. അതുകൊണ്ട് ഭൂമിയോടൊപ്പം ചന്ദ്രനും സൂര്യന്ചുറ്റും പ്രദിക്ഷിണം വെയ്ക്കുന്നു; ഒരു പ്രാവശ്യം ഭൂമി സൂര്യനെ ചുറ്റുന്ന സമയത്തുതന്നെ ചന്ദ്രനും ഒരു ചുറ്റ് തീർക്കുന്നു എന്നു പറയാം.

പടത്തിൽ കാണിച്ചിരിക്കുന്നതുപോലെ സൂര്യനും ഭൂമിയും ചന്ദ്രനും ഒരേ രേഖയിൽ എത്തുമ്പോഴാണ് ചന്ദ്രഗ്രഹണം ഉണ്ടാകുന്നത്. പക്ഷേ സൂര്യഗ്രഹണസമയത്ത് ചന്ദ്രൻ ഭൂമിക്കും സൂര്യനും ഇടയിലാണെങ്കിൽ ചന്ദ്രഗ്രഹണസമയത്ത് ഭൂമിയായിരിക്കും ചന്ദ്രനും സൂര്യനും ഇടയിൽ

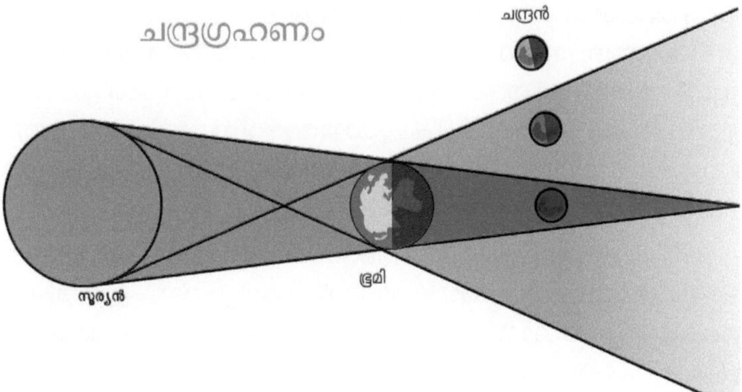

പടം 3 ചന്ദ്രഗ്രഹണം

ഉണ്ടാകുക. അതുപോലെ പടത്തിൽ നിന്ന് വ്യക്തമായി മനസ്സിലാക്കാവുന്നതുപോലെ ചന്ദ്രൻ ഭൂമിയുടെ പൂർണ്ണ മറവിലാകുമ്പോൾ (Umbra Region) മാത്രമാണ് പൂർണ്ണമായ ഗ്രഹണം സാധ്യമാകുന്നത്. ഉപഛായാ മണ്ഡലത്തിലാണെങ്കിൽ (Penumbra Region) ഭാഗികമായി വെളിച്ചം വീഴുന്നതുകൊണ്ട് പൂർണ്ണഗ്രഹണം ഉണ്ടാകുകയില്ല.

ഒരു ചന്ദ്രഗ്രഹണ സമയം ഏതാണ്ട് ഒരു മണിക്കൂറും 45 മിനിറ്റും വരെ നീണ്ടുനിന്നേക്കാം. വർഷത്തിൽ രണ്ടുമുതൽ അഞ്ചുവരെ ചന്ദ്രഗ്രഹണങ്ങൾ ഉണ്ടാകാം. ഈ കാര്യങ്ങൾ പറയുമ്പോൾ മറ്റൊരു കാര്യം കൂടി സൂചിപ്പിക്കേണ്ടതായുണ്ട്. നാം സാധാരണ കാണാറുള്ള ചന്ദ്രനുമായി ബന്ധപ്പെട്ട കറുത്തവാവ്, വെളുത്ത വാവ് (New Moon & Full moon); അതുപോലെ ചന്ദ്രക്കല- ചന്ദ്രനെ ഭാഗികമായി കാണുന്നത് (ഭാഗികമായി കാണുന്ന ചന്ദ്രനെ നാം ചന്ദ്രക്കല എന്ന് പറയുന്നു.) ഇതൊന്നും യഥാർത്ഥത്തിൽ ഗ്രഹണങ്ങളല്ല. ക്രമേണ വൃദ്ധി പ്രാപിക്കുകയും (ക്രമേണ വലുതാകുകയും) ക്ഷയിക്കുകയും (ചെറുതാകുകയും) ചെയ്യുന്നത് നമുക്ക് ചന്ദ്രനിൽ നിന്ന് പ്രതിഫലിച്ചുകിട്ടുന്ന സൂര്യപ്രകാശം ചന്ദ്രന്റെ ഏതുഭാഗത്തുനിന്ന്, എത്ര വിസ്താരത്തിൽ നിന്നാണ് എന്നതിനെ ആശ്രയിച്ചാണ്. ചന്ദൻ ഭൂമിയെ ചുറ്റിവരുമ്പോൾ, ചന്ദ്രന്റെ ഏതു ഭാഗത്ത് സൂര്യപ്രകാശം തട്ടി അത് ഭൂമിയിലേക്ക് പ്രതിഫലിക്കപ്പെടുന്നുവോ ആ സ്ഥലഭാഗത്തിന്റെ ആകൃതിയിൽ നമുക്ക് ചന്ദ്രനെ കാണാൻ കഴിയുന്നു. പ്രകാശം ഒട്ടും കാണാൻ കഴിയാത്തദിവസം അമാവാസിയും (കറുത്ത വാവ്) ചന്ദ്രന്റെ പകുതിഭാഗം മുഴുവൻ (ഭൂമിയിൽനിന്ന് നമുക്ക് കാണാൻ കഴിയുന്ന ഭാഗം) സ്ഥലവും കാണാൻ കഴിയുന്ന ദിവസം വെളുത്തവാവ് എന്നും നാം കണക്കാക്കുന്നു. ഒരു വെളുത്ത വാവും അടുത്ത വെളുത്ത വാവും തമ്മിൽ 28 ദിവസത്തെ ഇടവഴിയാണ് ഉണ്ടാകുക; അതുപോലെ രണ്ട് കറുത്തവാവുകൾ തമ്മിലും. ഇത്രയും കാര്യങ്ങൾ മനസ്സിലായപ്പോൾ രാഹുവും കേതുവും നമ്മുടെ പൂർവ്വികന്മാർ, അവർക്ക് ഗ്രഹണം എന്ന പ്രതിഭാസത്തെക്കുറിച്ച് കാര്യമായ അറിവ് ഇല്ലാതിരുന്നകാലത്ത് അവരുടെ ഭാവനയിൽ മെനെഞ്ഞെടുത്ത കഥാപാത്രങ്ങളാണെന്ന് നിങ്ങൾക്ക് മനസ്സിലായില്ലേ.

കുറിപ്പ്: ഇവിടെ കൊടുത്തിരിക്കുന്ന വിവരങ്ങൾ (പ്രത്യേകിച്ചും സംഖ്യകൾ) വളരെ കൃത്യമായികൊള്ളണമെന്നില്ല എന്നും, ഈ വിഷയങ്ങളെക്കുറിച്ച് ഒരു ശാസ്ത്രീയമായ അറിവ് പകരാനും വിഷയം പഠിക്കാൻ കൂടുതൽ താല്പര്യം ഉണ്ടാക്കാൻ ഉദ്ദേശിച്ചും മാത്രം ഉള്ളവയാണെന്നും മനസ്സിലാക്കുക.

സൂര്യന്റെ സഹോദരിയും ഒരു മന്ത്രവാദിനിയും

ഇതും റഷ്യയിൽനിന്നുള്ള ഒരു കഥയാണ്; വളരെപണ്ട് റഷ്യയുടെ പ്രാന്തപ്രദേശങ്ങളിലൊന്നിൽ ജീവിച്ചിരുന്ന ഒരു റ്റ്സാർ ചക്രവർത്തിയുടേയും അദ്ദേഹത്തിന്റെ മകൻ ഐവാൻ റ്റസാറേവിച്ചിന്റേയും കഥ. റ്റ്സാറേവിച്ച് ചെറുപ്പം മുതൽ ഒരു സംസാരശേഷിയില്ലാത്ത കുട്ടിയേപ്പോലെയായിരുന്നു; ഒന്നും സംസാരിച്ചിരുന്നില്ല. എങ്കിലും അവരുടെ കൊട്ടാരത്തിലെ കുതിരലായത്തിൽ പണിയെടുത്തിരുന്ന പരിചാരകനുമായി നല്ല അടുപ്പത്തിലും സ്നേഹത്തിലുമായിരുന്നു. റ്റ്സാറേവിച്ച് കൂടെക്കൂടെ ആ പരിചാരകന്റെ അടുത്ത് പോയിയിരിക്കുമായിരുന്നു. അയാൾ രസകരങ്ങളായ പല കഥകളും പറഞ്ഞ് കുമാരനെ സന്തോഷിപ്പിക്കുമായിരുന്നു. അന്ന്, കുമാരന് പന്ത്രണ്ട് വയസ്സ് തികഞ്ഞ ദിവസമായിരുന്നു-അന്നും കുമാരൻ പരിചാരകന്റെ അടുത്തുപോയി. പക്ഷേ അന്ന് പരിചാരകൻ പതിവിന് വിരുദ്ധമായി കഥകളൊന്നും പറയാൻ കൂട്ടാക്കിയില്ല. പകരം അയാൾ കുമാരനോട് ഒരു പ്രധാനപ്പെട്ട കാര്യമാണ് പറഞ്ഞത്

'കുമാരാ, ഞാൻ കുമാരനോട് ഒരു രഹസ്യം പറയാം. കുമാരൻ ശ്രദ്ധിച്ച് കേൾക്കണം.'

കുമാരൻ സമ്മതിച്ച് തലയാട്ടി.

'കുമാരാ, കുമാരന്റെ അമ്മ അടുത്തുതന്നെ ഒരു പെൺകുഞ്ഞിനെ പ്രസവിക്കും. അങ്ങനെ റ്റസാറേവിച്ചിന് ഒരു സഹോദരി ഉണ്ടാകും.' കുമാരൻ സന്തോഷത്തോടെ ചിരിച്ച് തലയാട്ടി.

‘പക്ഷേ കുമാരാ, ജനിക്കുന്ന കുഞ്ഞ്, കുമാരന്റെ സഹോദരി ഒരു സാധാരണ സ്ത്രീ ആയിരിക്കുകയില്ല. അവൾ വളരെ ഭയങ്കരിയായ ഒരു യക്ഷിയായിരിക്കും. മാത്രമല്ല, കുമാരാ, അവൾ നിന്റെ അച്ഛനേയും അമ്മയേയുമെല്ലാം കൊല്ലും എന്നത് തീർച്ചയാണ്. അതുകൊണ്ട്, നീ ഉടനേതന്നെ നിന്റെ അച്ഛന്റെയടുത്തുചെന്ന് ഈ ലായത്തിലുള്ളഏറ്റവും നല്ല, ഏറ്റവും വേഗത്തിൽ ഓടുന്ന കുതിരയെ ഒരു ജന്മദിന സമ്മാന മായി ചോദിച്ചു വാങ്ങിക്കണം. അങ്ങനെ നിനക്കുകിട്ടുന്ന കുതിരപ്പുറത്ത് എത്ര വേഗത്തിൽ പോകാമോ അത്രയും വേഗത്തിൽ ഇവിടെനിന്ന് പോയ്ക്കോ. അങ്ങനെ ചെയ്താൽ നിനക്ക് നിന്റെ സഹോദരിയുടെ കയ്യിൽനിന്ന് രക്ഷപ്പെടാം. നീ ഉടനെ പോയി നിന്റെ അച്ഛനെ കാണ്. നിനക്ക് നല്ലതുവരട്ടെ.’

അതുകേട്ടതും, ശരി അങ്ങനെയാകട്ടെ. നന്ദി എന്നു ആംഗ്യഭാഷയിൽ പറഞ്ഞിട്ട് കുമാരൻ അച്ഛന്റെയടുത്തേക്ക് ഓടി. അച്ഛന്റെ മുമ്പിലെത്തിയ ഐവാൻ അന്നാദ്യമായി സംസാരിച്ചു.

‘അച്ഛാ, എനിക്ക് അച്ഛൻ ഒരു സമ്മാനംതരണം. ഇന്ന് എന്റെ ജന്മദിനമല്ലേ.’

തന്റെ മകൻ ആദ്യമായി പറഞ്ഞ വാക്കുകൾ കേട്ട് റ്റ്സാർ ചക്രവർ ത്തി തികച്ചും സന്തോഷിച്ചു.

‘എന്താ മോനേ, നീയെന്താ പറഞ്ഞത്. ദൈവമേ എന്റെ മോന് സംസാരിക്കാൻ കഴിഞ്ഞല്ലോ. അങ്ങേയ്ക്കു നന്ദി. മോനേ, നിനക്കെന്താ സമ്മാനമായി വേണ്ടത്. പറ. വേഗം പറയ്. മോനെന്ത് ചോദിച്ചാലും ഈ അച്ഛൻ തരും തീർച്ച. വേഗം പറ. നിനക്ക് എന്തുസമ്മാനമാ വേണ്ടത്.’

‘അച്ഛാ, എനിക്ക് നമ്മുടെ ലായത്തിലെ ഏറ്റവും നല്ല കുതിരയെ, ഏറ്റവും വേഗത്തിൽ ഓടുന്ന കുതിരയെ സമ്മാനമായി തന്നാലും.’

‘അങ്ങനെയാകട്ടെ മോനേ! വാ. നമുക്ക് ലായത്തിൽപ്പോയി കുതിരയെ തിരഞ്ഞെടുക്കാം.’

അദ്ദേഹം കുമാരനേയും കൂട്ടിക്കൊണ്ട് കുതിരലായത്തിൽ പോയി. അവിടെയുണ്ടായിരുന്നതിൽ ഏറ്റവും നല്ല കുതിരയെ തിരഞ്ഞെടു ത്ത് കുമാരന് സമ്മാനിച്ചു. കുമാരൻ, ‘ഞാനൊരു സവാരി പോയിട്ട് വരാമച്ഛാ’ എന്നുമാത്രം പറഞ്ഞ്, തനിക്കുകിട്ടിയ കുതിരപ്പുറത്തുകയറി കണ്ണെത്താത്ത ദൂരത്തേക്ക്, എവിടേയ്ക്കെന്ന് നിശ്ചയമില്ലാതിരുന്ന ആ യാത്ര ആരംഭിക്കുകയും ചെയ്തു. അങ്ങനെ വളരെദൂരം പോയിക്ക ഴിഞ്ഞ് വഴിയരികിൽ രണ്ടുപേരെക്കണ്ടപ്പോൾ കുമാരൻ അവരോട് അന്വേഷിച്ചു.

‘നിങ്ങളാരാണ്? എവിടെ താമസിക്കുന്നു? നിങ്ങൾക്ക് ആരൊക്കെയുണ്ട്?’

‘ഞങ്ങൾ രണ്ടു വയസ്സായവരാണ്. ഞങ്ങൾക്ക് ബന്ധുക്കളായി മറ്റാരുമില്ല. രണ്ടുപേരും ഒരു പ്രത്യേകതരം തയ്യൽ പണിക്കാരാണ്.’ അവർ മറുപടി നൽകി.

‘എങ്കിൽ എന്തുകൊണ്ട് നിങ്ങൾക്ക് എന്നെ നിങ്ങളുടെകൂടെ ഒരു മകനേപ്പോലെ താമസിപ്പിച്ചുകൂടാ? ഞാൻ നിങ്ങളോടൊപ്പം ഒരു മകനേപ്പോലെ താമസിക്കാൻ തയ്യാർ. എന്താ, എന്നെ സ്വീകരിക്കാൻ നിങ്ങൾക്ക് വിരോധമുണ്ടോ ഇല്ലല്ലോ.’

‘നോക്കൂ, റ്റ്സാറേവിച്ച്. ഞങ്ങൾ ചെയ്യുന്ന ജോലി നോക്കൂ. ഇതാ ഇവിടെകിടക്കുന്ന ഈ പെട്ടി ഞങ്ങൾ രണ്ടായി പിളർന്ന് വീണ്ടും ഞങ്ങളുടെ കയ്യിലുള്ള സൂചിയും നൂലും ഉപയോഗിച്ച് തുന്നിച്ചേർക്കും. ഈ ജോലി വളരെ വേഗത്തിൽത്തന്നെ ഞങ്ങൾ ചെയ്തുതീർക്കും. അതിന് ഇനി അധികകാലം വേണ്ടിവരുമെന്ന് തോന്നുന്നില്ല. ഈ ജോലി തീർന്നുകഴിഞ്ഞാലുടനെ ഞങ്ങൾ രണ്ടുപേരും മരിക്കും. അതാണ് ഞങ്ങളുടെ വിധി. അതുകൊണ്ട് കുമാരൻ ഞങ്ങളോട് ക്ഷമിക്കൂ. ഞങ്ങൾക്ക് അങ്ങയെ സ്വീകരിക്കാൻ കഴിയില്ല.’

അതുകേട്ട് ഐവാന് വളരെ ദുഃഖം തോന്നി. ഐവാന്റെ കണ്ണുകൾ നിറഞ്ഞൊഴുകി എന്നുതന്നെ പറയാം.

‘ഓ, ശരി, അങ്ങനെയെങ്കിൽ ഞാൻ പോകട്ടെ.’

ഐവാൻ വീണ്ടും യാത്ര തുടർന്നു. തികഞ്ഞ സങ്കടത്തോടെ ഐവാൻ റ്റ്സാറേവിച്ച് വീണ്ടും വളരെദൂരം യാത്ര ചെയ്തു. അങ്ങനെ എത്തിച്ചേർന്നത് ‘വെർടോഡബ്ബ്’ എന്ന രാക്ഷസന്റെ മുമ്പിലാണ്. ഐവാൻ വെർടോഡബ്ബിനോട് (Vertodub) ചോദിച്ചു.

‘ഹേ, രാക്ഷസാ! ഞാൻ ഐവാൻ റ്റ്സാറേവിച്ചാണ്. അങ്ങ് ദയവായി എന്നെ ഒരു പുത്രനെയെന്നതുപോലെ സ്വീകരിച്ച് അങ്ങയോടൊപ്പം താമസിപ്പിച്ച് സഹായിക്കുമോ?’

‘ഓ അങ്ങനെ ചെയ്യാൻ എനിക്ക് ഇഷ്ടമേയുള്ളൂ. പക്ഷേ കുമാരാ, ഒരു പ്രശ്നമുണ്ട്. നോക്കൂ ഇനി ഇവിടെ നിൽക്കുന്ന ബാക്കി ഓക്കുമരങ്ങൾക്കൂടി പിഴുത് നിലത്തിട്ടാൽ എനിക്ക് വിധിച്ചിട്ടുള്ള ജോലി പൂർത്തിയാകും. അതുകഴിഞ്ഞാലുടൻ ഞാൻ മരിക്കുകയും ചെയ്യും. അതിന് ഇനി കുറേദിവസങ്ങൾക്കൂടി മാത്രമേയുള്ളൂ. അതുകൊണ്ട് കുമാരാ, എനിക്കു അങ്ങയെ എന്റെകൂടെ താമസിപ്പിച്ച് ഒരു പുത്രനെപ്പോലെ സംരക്ഷിക്കാൻ കഴിയുകയില്ല. എന്നോട് ക്ഷമിച്ചാലും.’

'എനിക്ക് അങ്ങയുടെ ബുദ്ധിമുട്ട് മനസ്സിലാകുന്നുണ്ട്. വിഷമിക്കേണ്ട. ഞാൻ പോകട്ടെ.' അത്രയും പറഞ്ഞ് കുമാരൻ (കരഞ്ഞുകൊണ്ട് എന്ന് പറയാം) വീണ്ടും യാത്ര തുടർന്നു. അങ്ങനെ വീണ്ടും വളരെദൂരം യാത്ര ചെയ്ത് എത്തിച്ചേർന്നത് 'വെർടോഗോർ' (vertogor) എന്ന മറ്റൊരു രാക്ഷസന്റെ അടുത്താണ്. ആ രാക്ഷസനോടും കുമാരൻ അപേക്ഷിച്ചു.

'ഹേ രാക്ഷസാ. അങ്ങെനിയ്ക്ക് അങ്ങയോടൊപ്പം ഒരു മകനേപ്പോലെ ജീവിക്കാൻ അനുവാദം തന്നാലും.' പക്ഷേ വെർടോഗോറിന്റെ മറുപടിയും സാന്ത്വനം നൽകുന്നതായിരുന്നില്ല.

'കുമാരാ. എനിക്ക് നിന്നെ എന്റെകൂടെ ഒരു മകനെപ്പോലെ സ്വീകരിച്ച് സംരക്ഷിക്കാൻ ഇഷ്ടമേയുള്ളൂ. പക്ഷേ സാഹചര്യം എന്നെ അതിനനുവദിക്കുന്നില്ല. നോക്കൂ. എന്റെ ഇവിടുത്തെ ജോലി ഈ കാണുന്ന കുറ്റൻ മലകളെയെല്ലാം മിനുക്കി നല്ല മൊട്ട മലകളാക്കി മാറ്റുകയെന്നതാണ്. ഒരു ചില മലകൾ മാത്രമാണ് ഇനി ബാക്കിയുള്ളത്. അവയുടെ ജോലിയുംകൂടി കഴിഞ്ഞാൽ ഞാൻ മരിക്കും. അതാണ് എന്റെ വിധി. അതിന് ഇനി അധികം താമസമുണ്ടാകുകയില്ല. അതുകൊണ്ട് നിന്നെ സംരക്ഷിക്കാൻ എനിക്കു കഴിയുകയില്ല. എന്നോട് ക്ഷമിക്കണം.'

അതുകേട്ട് അല്പം ഉറക്കെ കരഞ്ഞുകൊണ്ട് കുമാരൻ പറഞ്ഞു.

'സാരമില്ല. എനിക്ക് മനസ്സിലാകും. ശരി. ഞാൻ പോയിവരട്ടെ.'

കുമാരൻ വീണ്ടും യാത്ര തുടർന്നു. കുറേ ദൂരം യാത്രചെയ്ത് എത്തിച്ചേർന്നത് സൂര്യന്റെ സഹോദരിയുടെ മുന്നിലാണ്. കുമാരൻ നേരത്തെ വഴിയിൽ കണ്ടവരോട് അഭ്യർത്ഥിച്ചതുപോലെ, തന്നെ ഒരു മകനേപ്പോലെ കൂടെതാമസിപ്പിച്ച് സംരക്ഷിക്കമെന്ന് അവരോടും അഭ്യർത്ഥിച്ചു.

ആദ്യം നീ ഭക്ഷണം കഴിച്ചു വിശ്രമിക്ക്. അതിനുശേഷം മറ്റുകാര്യങ്ങൾ. അവർ കുമാരനോട് പറഞ്ഞു. കുമാരന് വേണ്ട ആഹാരവും കുടിക്കാൻ പാനീയങ്ങളുംനൽകി. പിന്നീട് കുമാരന് തന്റെകൂടെ താമസിക്കുവാൻ അനുവാദവും നൽകി. അങ്ങനെ കുമാരൻ (റ്റ്സാറേവിച്ച്) സൂര്യന്റെ സഹോദരിയോടൊപ്പം താമസിക്കാൻ തുടങ്ങി. കുമാരന് അവിടുത്തെ താമസം സുഖകരമായിരുന്നു; എല്ലാവിധത്തിലും സന്തോഷകരവും. എങ്കിലും സ്വന്തം വീട്ടിൽ എന്താണ് നടക്കുന്നത് എന്നറിയാനുള്ള ആകാംക്ഷ കുമാരനെ അസ്വസ്ഥനാക്കി. അതുകൊണ്ട് കുമാൻ അടുത്തുണ്ടായിരുന്ന ഉയരം കൂടിയ ഒരു മലമുകളിൽ കയറിനിന്ന് ദൂരത്തേയ്ക്ക്, തന്റെ അച്ഛന്റെ കൊട്ടാരം നിന്നിരുന്ന സ്ഥലത്തേക്ക് നോക്കി. അവിടെ കണ്ട കാഴ്ച ശോചനീയമായിരുന്നു. അവിടുത്തെ വൃക്ഷങ്ങളും, പൂച്ചെടികളും ഉദ്യാനവും ഒന്നും കാണാൻ കഴിഞ്ഞില്ല. എല്ലാം തിന്നും തകർത്തും

നശിപ്പിക്കപ്പെട്ടിരുന്നു. താൻ താമസിച്ച് വളർന്ന കൊട്ടാരത്തിന്റെ ഭിത്തികൾ മാത്രം നിൽപുണ്ടായിരുന്നു; ബാക്കിയെല്ലാം നശിപ്പിക്കപ്പെട്ടിരുന്നു. ആ കാഴ്ച കണ്ട് കുമാരൻ പൊട്ടിക്കരഞ്ഞു.

കുമാരൻ മലയിറങ്ങി തിരികെയെത്തിയപ്പോൾ സൂര്യസഹോദരി കുമാരനോട് ചോദിച്ചു.

'കുമാരാ, നീ എന്തിനാണ് കരഞ്ഞത്. നിന്റെ ദുഃഖത്തിന്റെ കാരണം എന്നോടു പറയൂ.'

'ഓ. ഒന്നുമില്ല. കാറ്റത്ത് എന്തോ പറന്ന് കണ്ണിൽ വീണു. അതു കൊണ്ടാണ്.' അത്രയും പറഞ്ഞിട്ട് കുമാരൻ വീണ്ടും സൂര്യസഹോദരി കാണാതെ സങ്കടപ്പെട്ട് കരഞ്ഞു. മാത്രമല്ല, താൻ കണ്ടതെല്ലാം സത്യം തന്നെയാണോ എന്നറിയാൻ വീണ്ടും അടുത്തദിവസം ഒരിക്കൽക്കൂടി മലമുകളിൽ കയറി നോക്കി. അതേ. എല്ലാം സത്യം തന്നെയായിരുന്നു. കുമാരന്റെ കണ്ണുകൾ നിറഞ്ഞൊഴുകി. കുറേ സമയത്തിനുശേഷം വീട്ടിൽ തിരികെയെത്തിയ കുമാരനോട് സൂര്യസഹോദരി ചോദിച്ചു.

'കുമാരാ, ഐവാൻ, ഇന്നും നീ കരഞ്ഞു. എന്തിനാണെന്ന് എന്നോടു പറയ്'

'ഏയ്, ഒന്നുമില്ല. കാറ്റത്ത് ഏതോ കരട് കണ്ണിൽ വീണതുകൊണ്ടാ. അത്രേയുള്ളൂ.'

കുമാരൻ പറഞ്ഞത് കേൾക്കാനിടയായ സൂര്യൻ ദേഷ്യപ്പെട്ട് കാറ്റ് അടിക്കുന്നതിന് വിലക്ക് ഏർപ്പെടുത്തി. കുറേദിവസങ്ങൾക്കുശേഷം ഐവാൻ വീണ്ടും മലമുകളിൽക്കയറി അച്ഛന്റെ കൊട്ടാരം നിന്നിരുന്ന സ്ഥലത്തേക്ക് നോക്കി. പഴയതുപോലെതന്നെ ദുഃഖിതനായ കുമാരന്റെ കണ്ണുകൾ നിറഞ്ഞൊഴുകി. വീട്ടിൽ മടങ്ങിയെത്തിയ കുമാരന് സൂര്യസഹോദരിയുടെ ചോദ്യത്തിൽനിന്ന് ഒഴിഞ്ഞുമാറാൻ കഴിഞ്ഞില്ല. സത്യം പറയേണ്ടിവന്നു. അതിനുശേഷം കുമാരൻ സൂര്യസഹോദരിയോട് പറഞ്ഞു.

'അമ്മേ, ഞാനെന്റെ സ്വന്തം കൊട്ടാരത്തിന്റെ അവസ്ഥ എന്താണെന്ന് നേരിൽപോയി അന്വേഷിച്ചിട്ട് വരാം. എനിക്ക് പോകാൻ അനുവാദം നൽകിയാലും.'

'ശരി, നീ പോയിട്ടുവാ. വെറുതെ പോയാൽപോരാ. ഒരു വീരസാഹസികനായ ചെറുപ്പക്കാരനായിട്ടുവേണം നീ അവിടേക്ക് പോകുന്നത്. എന്താ മനസ്സിലായോ?' അത്രയും പറഞ്ഞ് കുമാരന്റെ കയ്യിൽ രണ്ട് ആപ്പിളും, ഒരു ബ്രഷും ഒരു ചീപ്പും കൊടുത്തുകൊണ്ട് സൂര്യസഹോദരി കുമാരനോട് വീണ്ടും പറഞ്ഞു.

'ഇതെല്ലാം നീ കയ്യിൽ കരുതിക്കൊള്ളുക. അവസരോചിതമായി നിനക്ക് ഇവ ഉപയോഗിക്കാം. എത്ര പ്രായമായവരാണെങ്കിലും ഈ ആപ്പിളിൽ ഒരെണ്ണം കഴിച്ചാൽ അവർ വീണ്ടും ചെറുപ്പമാകും.'

അങ്ങനെ കുമാരൻ തികഞ്ഞ ആത്മവിശ്വാസത്തോടെ, സന്തോഷമായി യാത്രതിരിച്ചു. യാത്രയിൽ ആദ്യം കണ്ടത് വെർടോഗോർ എന്ന രാക്ഷസനെത്തന്നെയാണ്. കണ്ടതും രാക്ഷസൻ കുമാരനോട് പറഞ്ഞു.

'കുമാരൻ വീണ്ടും വന്നോ നോക്കു കുമാരാ. ഇനി ഒരു മലകൂടിയേ ബാക്കിയുള്ളൂ. ആ മലയുടെ ജോലികൂടി കഴിഞ്ഞാൽ എനിക്ക് മരിക്കേണ്ട സമയമാകും.'

'ഹേ, രാക്ഷസാ. അങ്ങ് വിഷമിക്കേണ്ട ഞാനങ്ങയേ സഹായിക്കാം. ഇനി വളരെക്കാലം ജീവിച്ച് അങ്ങ് അങ്ങയുടെ ജോലി തുടർന്നും ചെയ്തുകൊണ്ടേയിരിക്കണം.' അത്രയും പറഞ്ഞിട്ട് കുമാരൻ തന്റെ കയ്യിലുണ്ടായിരുന്ന ബ്രഷ് നിലത്തേക്ക് എറിഞ്ഞു. പെട്ടെന്ന് ഒരു തികഞ്ഞ അത്ഭുതമാണ് ഉണ്ടായത്. ആ സ്ഥലമെല്ലാം അനേകമനേകം മലകൾ- ആകാശം തൊട്ടുനിൽക്കുന്നത്ര ഉയരമുള്ള മലകൾ ഉണ്ടായി. എത്ര മലകൾ എന്നു ചോദിച്ചാൽ എണ്ണാൻ കഴിയാത്തത്ര എന്നു മറുപടി പറയേണ്ടിവരും. അതുകണ്ട് രാക്ഷസന് വളരെ സന്തോഷമായി. തന്റെ മരണം ഇനി അടുത്തകാലത്തൊന്നും ഉണ്ടാകുകയില്ലെന്ന് അയാൾക്ക് ബോധ്യമായി. ഐവാൻ അതിനുശേഷം യാത്ര തുടർന്നു.

അടുത്ത് കുമാരൻ കണ്ടുമുട്ടിയത് ആരെയായിരിക്കും എന്ന് നിങ്ങൾക്ക് ഊഹിക്കാൻ കഴിയും. അതേ. വെർടോഡബ്ബിനെത്തന്നെ. രാക്ഷസനെകണ്ടതും കുമാരൻ ചോദിച്ചു.

'ഹേ, രാക്ഷസാ. താങ്കൾക്ക് എന്നെ മനസ്സിലായിക്കാണുമല്ലോ. ഇല്ലേ. ഇനി എത്രനാളുകൾ കൂടിയുണ്ട് അങ്ങേയ്ക്ക് ജീവിതം'

'കുമാരാ, നോക്കു, ഇനി ഞാൻ പിഴുതിടാൻ ബാക്കിനിൽക്കുന്നത് മൂന്ന് ഓക്കുമരങ്ങൾ മാത്രം. ആ മരങ്ങൾ പിഴുതുകഴിഞ്ഞാൽ എന്റെ മരണം നിശ്ചയം'

'സമാധാനിക്കു, അങ്ങനെയൊന്നും സംഭവിക്കുകയില്ല. താങ്കൾ ഇനിയും വളരെക്കാലം ജീവിച്ചിരിക്കും.'

'അതെങ്ങിനെ?'

'നോക്കു' എന്നു പറഞ്ഞുകൊണ്ട് കുമാരൻ കയ്യിലുണ്ടായിരുന്ന ചീപ്പ് മുമ്പിൽകണ്ട നിലത്തിലേക്ക് വലിച്ചെറിഞ്ഞു. അപ്പോൾ എന്തു സംഭവിച്ചു എന്ന് നിങ്ങൾക്ക് ഊഹിക്കാവുന്നതേയുള്ളൂ. ആ സ്ഥലത്തു മുഴുവൻ ഓക്കുമരങ്ങൾ വളരാൻ തുടങ്ങി- എണ്ണമില്ലാത്തത്ര എന്നുതന്നെ

പറയാം. അതുകണ്ട രാക്ഷസൻ അതീവ സന്തോഷത്തോടെ പറഞ്ഞു.

'കുമാരാ, കുമാരൻ എനിക്ക് പുനർജീവിതം നൽകിയിരിക്കുന്നു. ഇനി ഞാൻ അടുത്തകാലത്തൊന്നും മരിക്കേണ്ടിവരില്ല. എങ്ങനെയാണ് ഞാൻ കുമാരനോട് നന്ദിപറയേണ്ടത്.'

'അതൊന്നും ഇപ്പോൾ പ്രശ്നമല്ല. ഏതായാലും അങ്ങേയ്ക്ക് സന്തോഷമായില്ലേ. തല്ക്കാലം അതുമതി. ഇനി ഞാൻ പോയി വരാം.'

കുമാരൻ തന്റെ തുടർന്നുള്ള യാത്രയിൽ പിന്നീട് കണ്ടത് മുൻപ് കണ്ട അതേ വൃദ്ധരെയാണ്. റ്റ്സാറേവിച്ച് അവർക്ക് ഓരോ ആപ്പിൾ സമ്മാനമായി കൊടുത്തു.

'നിങ്ങൾ രണ്ടുപേരും ഈ ആപ്പിൾ ഉടനേ കഴിക്കൂ. കഴിച്ചിട്ട് എന്ത് സംഭവിക്കുന്നു എന്നു നോക്കൂ. ഒട്ടും ഭയമോ സങ്കോചമോ വേണ്ട. നിങ്ങൾക്ക് നല്ലതുതന്നെയാകും ഉണ്ടാകുക. വേഗം കഴിക്കൂ.'

ആപ്പിൾ കഴിച്ച അവർ രണ്ടുപേരും അവരുടെ യൗവനം വീണ്ടുകിട്ടിയവരേപ്പോലെ സുമുഖരും ആരോഗ്യവാന്മാരുമായിത്തീർന്നു-ഓജസ്സും ചുറുചുറുക്കുള്ളവരുമായി മാറി. തികഞ്ഞ സന്തോഷത്തോടെ അവർ കുമാരന് ഒരു തുവാല സമ്മാനമായി നൽകിക്കൊണ്ട് പറഞ്ഞു.

'കുമാരാ. ഇത് ഞങ്ങളുടെ ഒരു ചെറിയ സ്നേഹോപഹാരമായി സ്വീകരിച്ചാലും. ഈ തുവാല വിടർത്തി വീശിയാൽ ഉടനേ അങ്ങ് നിൽക്കുന്നതിന് തൊട്ടുമുമ്പുള്ള സ്ഥലത്ത് ഒരു വിസ്തൃതമായ തടാകം ഉണ്ടാകുന്നതാണ്. ഇതങ്ങേയ്ക്ക് പ്രയോജനപ്പെടും.'

'ശരി. വളരെ നന്ദി.'' കുമാരൻ അവരോട് വിടപറഞ്ഞ് യാത്ര തുടർന്നു.

അധികം താമസിയാതെ സ്വന്തം കൊട്ടാരത്തിൽ എത്തി. കുമാരൻ അവിടെയെത്തിയയുടനേ കുമാരന്റെ സഹോദരി ഓടിച്ചെന്ന് കുമാരനെ കെട്ടിയണച്ച് സ്വീകരിച്ചു.

'വരൂ. വരൂ സഹോദരാ. നീ ഇത്രനാളും എവിടെയായിരുന്നു. നിന്നെ കാണാൻ ഞാനെത്രനാളായി കൊതിക്കുന്നു. നമ്മുടെ അച്ഛനും അമ്മയും മരിച്ചതിനുശേഷം എനിക്ക് നീയല്ലാതെ ഇനി മറ്റാരുണ്ട്. വാ. ഇവിടെയിരിക്ക്. ഞാൻ നിനക്ക് ഭക്ഷണത്തിന് എന്തെങ്കിലും ഒരുക്കട്ടെ. നിനക്കിഷ്ടമാണെങ്കിൽ, ഞാൻ ഭക്ഷണം തയ്യാറാക്കുന്ന സമയത്ത് നീ ഈ വീണ വായിച്ചുകൊണ്ടിരിക്ക്. ഞാനുടനേ വരാം.' അവൾ അടുക്കളയിലേക്ക് പോയി.

കുമാരൻ അവിടെയിരുന്നു. അടുത്തിരുന്ന സംഗീതോപകരണത്തിന്റെ തന്ത്രികളിൽ വിരലുകൾ തട്ടി ഒരു നേരിയ ശബ്ദം ഉണ്ടാക്കിക്കൊണ്ടിരുന്നു. അപ്പോൾ വീണയുടെ പുറകിൽ നിന്നും ഒരു കുട്ടിയെലി

ഓടിച്ചെന്ന് കുമാരനോട് മനുഷ്യഭാഷയിൽ രഹസ്യമായി പറഞ്ഞു.

'കുമാരാ. കുമാരൻ കഴിയുന്നതും വേഗം ഇവിടെനിന്നും രക്ഷപ്പെട്ടു കൊള്ളുക. കുമാരന്റെ ദുഷ്ടയായ സഹോദരി കുമാരനെ അപകടപ്പെടുത്തി ഭക്ഷണമാക്കാനുള്ള പദ്ധതി ആലോചിക്കുകയാണ്. എന്നെ വിശ്വസിക്കൂ. കുമാരൻ വേഗം പൊയ്ക്കോ.'

ഐവാൻ ഉടൻതന്നെ തന്റെ കുതിരപ്പുറത്ത് യാത്ര ആരംഭിച്ചു. കഴിയുന്നത്രവേഗത്തിൽ കുതിരയെ ഓടിച്ചു. ലക്ഷ്യം എത്രയുംവേഗം സൂര്യന്റെയും അദ്ദേഹത്തിന്റെ സഹോദരിയുടേയും വീട്ടിൽ എത്തുക എന്നതായിരുന്നു. അതിനിടയിൽ ആ കുട്ടിയെലി വീണയുടെ കമ്പികളിൽ അങ്ങോട്ടുമിങ്ങോട്ടും ചാടിനടന്ന് ശബ്ദമുണ്ടാക്കിക്കൊണ്ടേയിരുന്നു. അതുകൊണ്ട് കുറേനേരത്തേയ്ക്ക് കുമാരൻ അവിടെനിന്നും പോയ വിവരം അറിഞ്ഞില്ല.

കുറച്ചുനേരം കഴിഞ്ഞ് തന്റെ സഹോദരനെ കെണിയിൽപ്പെടുത്തി കൊന്നുതിന്നാൻ ഒരു പദ്ധതി ആലോചിച്ച് തീർച്ചപ്പെടുത്തിയതിനു ശേഷം കുമാരൻ ഇരുന്നിരുന്ന സ്ഥലത്തേക്ക് സഹോദരി എത്തി.

'അനിയാ, നീ വീണ വായിച്ചുകൊണ്ടേ ഇരിക്കുകയാണോ? വിശക്കുന്നില്ലേ? വാ. അനിയത്തി നിനക്കായി ചില നല്ല സ്വാദുള്ള ഭക്ഷണങ്ങൾ ഉണ്ടാക്കിയിട്ടുണ്ട്. വാ നമുക്കൊന്നിച്ചിരുന്ന് കഴിക്കാം.'

അപ്പോൾ കുമാരൻ അവിടെയില്ലെന്ന് മനസ്സിലാക്കിയ യക്ഷി ഒട്ടും സമയം കളയാതെ ക്രുദ്ധയായി കുമാരന്റെ പുറകെ യാത്ര തിരിച്ചു. യക്ഷി വളരെ വേഗത്തിൽ, കുമാരന്റെ കുതിരയേക്കാൾ വേഗത്തിലാണ് ഓടിയത്. അതുകൊണ്ട് അല്പസമയത്തിനുള്ളിൽത്തന്നെ അവർ കുമാരന്റെ പുറകിൽ എത്തി. യക്ഷി പുറകിൽ എത്തിയ വിവരം മനസ്സിലാക്കിയ കുമാരൻ തിരിഞ്ഞുനിന്ന് തന്റെ കയ്യിലുണ്ടായിരുനന തുവാല എടുത്ത് നിവർത്തിക്കുടഞ്ഞു. ഉടനേ കുമാരന്റെ മുമ്പിലായി ഒരു വലിയ തടാകം ഉണ്ടായി. കുമാരൻ വീണ്ടും കുതിരയെ തന്റെ ലക്ഷ്യത്തിലേക്ക് നയിച്ച് കഴിയുന്നത്ര വേഗത്തിൽ ഓടിച്ചു. യക്ഷിക്ക് വെള്ളത്തിൽക്കൂടി നീന്തി തടാകം കടന്ന് കുമാരന്റെ പിന്നിലെത്താൻ കുറേ സമയം വേണ്ടി വന്നു. എങ്കിലും അവർ വേഗംതന്നെ കുമാരന്റെ പിന്നിൽ എത്തി.

അങ്ങനെ കുമാരൻ ജീവരക്ഷാർത്ഥം യാത്രചെയ്യുന്നത് വെർടോഡബ്ബ് കണ്ടു. കുമാരനെ രക്ഷിക്കേണ്ടത് തന്റെ കടമയാണെന്ന് കരുതിയ രാക്ഷസൻ കൂറ്റൻ ഓക്കുമരങ്ങൾ വേഗംവേഗം പിഴുതെടുത്ത് ഒന്നിനുമുകളിൽ ഒന്നായി വഴിയിൽ കുറുകെയിട്ടു. അവ കടന്നു പോകാൻ യക്ഷി കുറെയേറെ ബുദ്ധിമുട്ടേണ്ടി വന്നു. എങ്കിലും വേഗം തന്നെ അവർ അതെല്ലാം ചാടിക്കടന്ന് കുമാരന്റെ പിന്നിൽ എത്തി.

അങ്ങനെ കുതിരപ്പുറത്ത് പോകുന്ന കുമാരനെയും പിന്നിൽ ഓടിയിരുന്ന യക്ഷിയേയും കാണാനിടയായ വെർടൊഗോർ വഴിയിൽ അവർക്കിടയിലായി കുറേ കൂറ്റൻ മലകൾ ഒന്നിന് പുറകെ മറ്റൊന്നായി നിരത്തിനിർത്തി. യക്ഷിക്ക് മലകൾ കയറിയിറങ്ങി മുന്നോട്ട് ഓടാൻ ബുദ്ധിമുട്ടായെങ്കിലും അവർ വീണ്ടും കുറച്ചുസമയത്തിനുള്ളിൽത്തന്നെ കുമാരന്റെ പിന്നിൽ എത്തി.

അപ്പോഴേക്കും കുമാരൻ ഏതാണ്ട് സൂര്യഗ്രഹത്തിനടുത്ത് എത്തിയിരുന്നു. യക്ഷി കുമാരന്റെ പിന്നിൽ കുമാരനെ പിൻതുടർന്നുകൊണ്ട് ആക്രോശിക്കുന്നുണ്ടായിരുന്നു.

'എടാ, നീ എന്റെ കയ്യിൽനിന്ന് രക്ഷപ്പെട്ടെന്നാണ് നിന്റെ വിചാരം. എങ്കിൽ നിനക്ക് തെറ്റി. നിന്നെ ഞാൻ വിട്ടുവെയ്ക്കത്തില്ല. നോക്കിക്കോ.' സൂര്യന്റെ (സഹോദരിയുടെയും) കൊട്ടാരവളപ്പിൽ എത്തിക്കഴിഞ്ഞ കുമാരൻ ഉച്ചത്തിൽ വിളിച്ചു.

'ഹേ, സൂര്യാ സൂര്യാ, കൊട്ടാരത്തിന്റെ മുന്നിലുള്ള വലിയ ജനാലകൾ തുറക്കൂ. വേഗം തുറക്കൂ. വേഗം വേണം. വേഗം!'

ശബ്ദംകേട്ട് സൂര്യൻ കൊട്ടാരത്തിന്റെ മുൻഭാഗത്തുണ്ടായിരുന്ന വലിയ ജനാല തുറന്നു. ഒട്ടും സമയം കളയാതെ കുമാരൻ തന്റെ കുതിരയെ ജനാലയിൽക്കൂടി അകത്തേക്ക് ചാടിച്ചു. അങ്ങനെ കുമാരൻ യക്ഷിയുടെ പിടിയിൽനിന്നും രക്ഷപ്പെട്ടു.

പക്ഷേ ദുഷ്ടയും ശക്തയുമായിരുന്ന കുമാരന്റെ യക്ഷി സഹോദരി അങ്ങനെ തിരിച്ചുപോകുന്നവളായിരുന്നില്ല. അവർ സൂര്യനോട് പറഞ്ഞു.

'ഹേ സൂര്യാ. ഞാനെന്റെ സഹോദരനുവേണ്ടിയാണ് ഇവിടെ നിൽക്കുന്നത്. എന്റെ സഹോദരനെ എനിക്ക് വിട്ടുതരുന്നതാണ് നല്ലത്. അങ്ങനെ തരുന്നതാണ് ന്യായവും.'

'എന്റെയടുക്കൽ സഹായം അപേക്ഷിച്ചുവന്ന ഈ കുമാരനെ തിരികെ തരുന്ന പ്രശ്നമില്ല.' സൂര്യൻ മറുപടി പറഞ്ഞു.

യക്ഷിയും സൂര്യനും കുറേനേരം പരസ്പരം സംസാരിക്കുകയും തർക്കിക്കുകയുമെല്ലാം ചെയ്തതിനുശേഷം സൂര്യനും സൂര്യന്റെ സഹോദരിയും കുമാരനെ യാതൊരു കാരണവശാലും വിട്ടുകൊടുക്കയില്ലെന്ന് മനസ്സിലാക്കിയ യക്ഷി മറ്റൊരടവ് പ്രയോഗിച്ചു.

'ഹേ, സൂര്യ. നമുക്ക് ഒരൊത്തുതീർപ്പിലെത്താം. നമുക്ക് ഒരു ത്രാസ് സംഘടിപ്പിക്കാം. ഇവൻ ത്രാസിന്റെ ഒരു വശത്തിരിക്കട്ടെ. മറ്റേ വശത്ത് ഞാനും ഇരിക്കാം. ഇവന്റെ ഭാഗം (വശം) ഉയർന്നുനിൽക്കുകയാണെങ്കിൽ ഇവനെ എനിക്ക് വിട്ടുതരണം. അതല്ല ഇവന്റെ

ഭാഗം താണുനിൽക്കുകയാണെങ്കിൽ നിങ്ങൾ പറയുന്ന എന്തും ഞാൻ സമ്മതിക്കാം. അവന് എന്നെ കൊല്ലണമെന്ന് തോന്നുകയാണെങ്കിൽ അങ്ങനെയുമാകാം. എന്താ നിങ്ങൾക്ക് സമ്മതമാണോ?'

സൂര്യൻ മനസ്സില്ലാ മനസ്സോടെ സമ്മതം മൂളി. അദ്ദേഹത്തിന്റെ ആവശ്യപ്രകാരം സിൽബന്ധികൾ ഒരു ത്രാസ് കൊണ്ടുചെന്ന് അവിടെ സ്ഥാപിച്ചു. ആദ്യം ത്രാസിന്റെ ഒരു ഭാഗത്ത് കുമാരൻ കയറിയിരുന്നു. മറ്റേ ഭാഗത്ത് യക്ഷി കയറിയിരിക്കാൻ തുടങ്ങുകയായിരുന്നു. പക്ഷേ അവർ ഒരു കാല് എടുത്തുവെയ്ക്കുമ്പോഴേക്കും കുമാരന്റെ ഭാഗത്തെ തട്ട് മുകളിലേക്ക് കുതിച്ചുയരുകയും കുമാരൻ മുകളിലേക്ക് വീശിയെറിയപ്പെട്ടുകയും ചെയ്തു; അതേ കുമാരൻ ആകാശത്തിന്റെ മടിത്തട്ടിലേക്കു തന്നെ എറിയപ്പെട്ടു- അങ്ങനെ കുമാരൻ ആകാശത്തിൽ, സൂര്യൻ എപ്പോഴും താമസിക്കാറുള്ള അദ്ദേഹത്തിന്റെ വീട്ടിലെ ഏറ്റവും ഉയർന്ന സ്ഥാനത്തുതന്നെ ചെന്നെത്തി എന്ന് പറയാം. അതു സൂര്യന്റെ വിശാലമായ വീട്ടിലെ വളരെ വിശാലമായ ഒരു മുറിതന്നെയായിരുന്നു എന്നു പറയാം. അവിടെനിന്നും കുമാരൻ താഴേക്ക് വരുന്ന പ്രശ്നമേ ഇല്ലായിരുന്നു.

അങ്ങനെ റഷ്യൻ ചക്രവർത്തി പദവിക്ക് അർഹനായിരുന്ന ഐവാൻ റ്റ്സാറേവിച്ച് ഇന്നും സൂര്യനോടൊപ്പം (സൂര്യന്റെ സഹോദരിയോടുമൊപ്പം) ആകാശത്തിൽത്തന്നെ ജീവിക്കുന്നു എന്ന് ആ പ്രദേശത്തെ ആളുകൾ വിശ്വസിക്കുന്നു; പക്ഷേ ദുഷ്ടയായ ആ യക്ഷി ഇന്നും ഭൂമിയിൽത്തന്നെ ജീവിക്കുന്നു എന്നും.

ഒരു കടുവയും
രണ്ട് കുട്ടികളും സൂര്യനും

ഇത് കൊറിയ നാട്ടിൽ പ്രചാരമുള്ള ഒരു കഥയാണ്. ഈ കഥയ്ക്ക് ആ നാട്ടിൽത്തന്നെ പല പാഠഭേദങ്ങളും ഉണ്ട്.

പണ്ട് പണ്ട് കൊറിയയിൽ ജീവിച്ചിരുന്ന ഒരു പാവപ്പെട്ട സ്ത്രീയും അവരുടെ രണ്ടു മക്കളും- ഒരു മകനും ഒരു മകളും പിന്നെ ഒരു കടുവയു മാണ് ഈ കഥയിലെ കഥാപാത്രങ്ങൾ. ഇതിൽ പറയുന്ന സംഭവം, മനുഷ്യർക്ക് സൂര്യനെയോ ചന്ദ്രനേയോകുറിച്ച് കാര്യമായ യാതൊരു അറിവും ഇല്ലാതിരുന്ന ഒരു കാലത്ത്, സൂര്യനും ചന്ദ്രനുമൊക്കെ എങ്ങനെ ഉണ്ടായി എന്ന് ആലോചിച്ചിരുന്ന ചില മനുഷ്യരുടെ ഭാവനയിൽ ഉദിച്ച ഒരു കഥയായി നമുക്ക് കരുതാം. എങ്കിലും കഥ വായിക്കുന്നത് ഒരു രസം തന്നെയായിരിക്കും-അല്ലേ?

ആ പാവപ്പെട്ട സ്ത്രീ ഒരു ദിവസം സ്വത്തുകാരനായ ഒരു പ്രഭു ഒരു ക്കിയിരുന്ന ഒരു സദ്യയ്ക്ക് സഹായിക്കാനായി പോയിരുന്നു. അങ്ങനെ പല സ്വത്തുകാരുടേയും വീടുകളിൽ വീട്ടുജോലികൾ ചെയ്താണ് അവർ തനിക്കും മക്കൾക്കും ആഹാരത്തിന് വേണ്ടത് സമ്പാദിച്ചിരുന്നത്. അന്ന് പ്രഭുവിന്റെ വീട്ടിലെ സദ്യ കഴിഞ്ഞ് മടങ്ങിപ്പോകുമ്പോൾ മിച്ചമു ണ്ടായിരുന്ന കേക്കിന്റെ ഒരു വലിയ കഷണം അവർക്കും കിട്ടി. തന്റെ കുട്ടികൾക്ക് കൊടുക്കാനായി ആ വൃദ്ധ കേക്കുകഷണം എടുത്ത് വീട്ടി ലേക്ക് മടങ്ങുകയായിരുന്നു.

അങ്ങനെ സ്വന്തം വീട്ടിലേക്ക് നടന്ന് പൊയ്ക്കൊണ്ടിരുന്ന വൃദ്ധയുടെ മുമ്പിൽ തികച്ചും അപ്രതീക്ഷിതമായി ഒരു കടുവ എത്തി

അവരെ തടഞ്ഞുനിർത്തി.

'ഹേ, കടുവയേ, നീയെന്തിനാ എന്നെ തടഞ്ഞുനിർത്തുന്നത്. മാറിനിൽക്ക്. എനിക്ക് വേഗം വീട്ടിലെത്തണം. എന്റെ കുഞ്ഞുങ്ങൾ വിശന്നിരിക്കുകയാ.'

'ഓഹോ, അങ്ങനെയെങ്കിൽ ഞാനും വിശന്നിരിക്കുകയാ. എനിക്ക് എന്തെങ്കിലും തിന്നാൻ തന്നാൽ ഞാൻ നിന്നെ വിടാം. അല്ലെങ്കിൽ നിന്നെത്തന്നെ തിന്നേണ്ടിവരും.'

'ഹോ. ഇതെന്തൊരു ശല്യമാ. ശരി, ഇതാ ഈ കേക്കിൽനിന്നു ഒരുതുണ്ട് നിനക്ക് തരാം. അതുതിന്നിട്ട് എന്നെ എന്റെ പാട്ടിന് വിട്.' അവർ തന്റെ കയ്യിലുണ്ടായിരുന്ന കേക്കിൽനിന്ന് ഒരു പങ്ക് കടുവയ്ക്ക് കൊടുത്തു.

കടുവ കേക്ക് കഷണം ഇഷ്ടത്തോടെ തിന്നു. എങ്കിലും വൃദ്ധയുടെ കൂടെത്തനെ കടുവ വീണ്ടും നടക്കാൻ തുടങ്ങി. കുറച്ചുദൂരം നടന്നുകഴിഞ്ഞപ്പോൾ കടുവ വീണ്ടും പറഞ്ഞു.

'ഹേ, കിഴവീ. അത്രയും തിന്നിട്ട് എന്റെ വിശപ്പടങ്ങിയില്ല. കേട്ടോ. അതുകൊണ്ട് നീ എനിക്ക് കുറച്ചു കേക്കുകൂടി താ.''

മറ്റു മാർഗ്ഗമില്ലാതെ ആ വൃദ്ധ കേക്കിൽനിന്ന് ഒരു ഭാഗംകൂടി കടുവയ്ക്ക് കൊടുത്തു. പക്ഷേ അതുകൊണ്ടും കടുവ അവരെ വിട്ടുപോകാൻ തയ്യാറായില്ല. അങ്ങനെ ഒരു നാലഞ്ച് പ്രാവശ്യമായി കടുവ അവരുടെ കയ്യിലുണ്ടായിരുന്ന കേക്കു മുഴുവനും വാങ്ങിത്തിന്നു. പിന്നീട്, കുറച്ചുദൂരം കൂടി നടന്നുകഴിഞ്ഞപ്പോൾ വൃദ്ധയുടെ കയ്യിൽ കൂടുതലായി ഭക്ഷണസാധനങ്ങൾ ഒന്നുമില്ലെന്ന് മനസ്സിലാക്കിയ കടുവ ആ സ്ത്രീ അവരുടെ വീടിന്റെ മുമ്പിൽ എത്തിയ സമയത്ത് അവരെയും കൊന്നുതിന്നു. പിന്നീട് ഒരു ശ്രമം നടത്തി. പുതിയ വേഷത്തിൽ കടുവ വൃദ്ധയുടെ വീടിന്റെ പൂമുഖത്തു കയറി അടച്ചിരുന്ന വാതിലിൽ തട്ടി വിളിച്ചു.

'മക്കളേ, കതകുതുറക്ക്. അമ്മ വന്നിരിക്കുന്നു.'

കതകിന് പിന്നിൽനിന്നുകൊണ്ട് വൃദ്ധയുടെ മകൻ ചോദിച്ചു.

'നിങ്ങളാരാണ്? നിങ്ങൾ എന്റെ അമ്മയല്ല.'

'അതെന്താ മോനേ അങ്ങനെ? വെറുതെ തമാശ പറഞ്ഞുനിക്കാതെ കതകുതുറക്ക്.'

'ഇല്ല! നിങ്ങളെന്റെ അമ്മയല്ല! അമ്മയുടെ ശബ്ദം ഇത്ര പരുഷമല്ല.!

'അതുമോനേ അമ്മയ്ക്ക് ഒരു ജലദോഷം. തൊണ്ട കെട്ടിയതുകൊണ്ടു മോന് അങ്ങനെ തോന്നുന്നതാ.'

‘എങ്കിൽ കതകിനടിയിൽക്കൂടി നിങ്ങളുടെ കൈ കാണിക്ക്. ഞങ്ങളൊന്ന് നോക്കട്ടെ’ അതുപറഞ്ഞത് വൃദ്ധയുടെ മകളായിരുന്നു.

അല്പം പ്രയാസപ്പെട്ടിട്ടാണെങ്കിലും കടുവ കതകിനടിയിൽക്കൂടി കൈകൾ കാണിച്ചുകൊടുത്തു. അപ്പോൾ വൃദ്ധയുടെ മകൻ പറഞ്ഞു.

‘ഇപ്പോൾ ഞങ്ങൾക്ക് തീർച്ചയായി. സംശയമൊന്നുമില്ല. നിങ്ങൾ എന്റെ അമ്മയല്ല. അമ്മയുടെ കൈകളിൽ ഇത്രയധികം രോമങ്ങളില്ല. മാത്രവുമല്ല അമ്മയുടെ കൈകൾ ഇത്ര കറുത്തിട്ടുമല്ല.’

‘ഓ. അതോ. ജോലിസ്ഥലത്ത് എന്റെ കയ്യിൽ എന്തോ അഴക്ക് പുരണ്ടെന്നാ തോന്നുന്നത്. ഞാനെന്റെ കൈയ്യൊന്ന് വൃത്തിയായി കഴുകിയിട്ട് നിങ്ങളെ കാണിക്കാം മക്കളേ.’ കടുവ കൈ കഴുകാനായി തിരിഞ്ഞ് നടന്നപ്പോൾ കതകിനടിയിൽക്കൂടി കുട്ടികൾ അതിന്റെ വാല് കണ്ടു.

‘അനിയത്തീ കണ്ടോ അത് നമ്മുടെ അമ്മയല്ല. തീർച്ച! അതിന് ഒരു വാലുണ്ട്. മാത്രമല്ല വാലുകണ്ടിട്ട് കടുവയുടെ വാലുപോലുണ്ട്. നമ്മളിനി എന്തു ചെയ്യും.’

കടുവ കൈകൾ വൃത്തിയാക്കിയതിനുശേഷം കുറച്ച് വെളുത്ത ചാരം കൈകളിൽ പുരട്ടി. പിന്നീട് കതകിന്റെ അടിയിൽക്കൂടി കൈകൾ കാണിച്ചുകൊണ്ട് പറഞ്ഞു.

‘മക്കളേ, ഇപ്പം നോക്ക്. അമ്മേടെ കൈകൾ പണ്ടത്തേതുപോലെയായില്ലേ. ഇനി കളിതമാശയൊക്കെ മാറ്റിവെച്ചിട്ട് വേഗം കതകുതുറക്ക്. ങ്ങാ. വേഗമാകട്ടെ.’

‘ഇല്ല. നിങ്ങൾ ഞങ്ങളുടെ അമ്മയല്ല. നീ ഒരു കടുവയാ. ഞങ്ങൾക്കറിയാം.’ കുട്ടികൾ രണ്ടുപേരും ഒന്നിച്ചു പറഞ്ഞു.

‘ഓ. അങ്ങനെയോ. ധിക്കാരികളെ എങ്കിൽ ഞാൻ കതക് ശക്തിയെടുത്ത് തള്ളിത്തുറക്കാം. വേറെ വഴിയില്ലല്ലോ. രണ്ടിനേയും ഞാനൊരു പാഠം പഠിപ്പിക്കുന്നുണ്ട്. നോക്കിക്കോ.’ കടുവ ആക്രോശിച്ചു.

‘ചേട്ടാ ഇനി നമ്മളെന്തുചെയ്യും.കടുവ അകത്തുകയറിയാൽ നമ്മളെ കൊന്നുതിന്നും. തീർച്ചയാ’

‘നമുക്ക് ഇവിടെനിന്നും ഓടി രക്ഷപ്പെടണം. വാ.’

അവൻ അനുജത്തിയേയും കൂട്ടി വീടിന്റെ പിൻഭാഗത്തുണ്ടായിരുന്ന വാതിൽ തുറന്ന് വെളിയിലേക്ക് ഓടി. കുറച്ചകലത്തായി നിന്നിരുന്ന ഒരു വലിയ മരത്തിൽ കുറേ ബുദ്ധിമുട്ടിയിട്ടാണെങ്കിലും വലിഞ്ഞുകയറി. മരത്തിന്റെ കുറേ ഉയരത്തിലുള്ള ഒരു കൊമ്പിൽ ശബ്ദമുണ്ടാക്കാതെ രണ്ടുപേരും ഇരുന്നു.

കടുവ അല്പസമയത്തിനുള്ളിൽ അവരെ അന്വേഷിച്ച് ആ മരച്ചുവട്ടിൽ എത്തി. മാത്രമല്ല, മരത്തിനടുത്തുണ്ടായിരുന്ന ഒരു കിണറ്റിൽ അവരുടെ പ്രതിച്ഛായ കണ്ട കടുവ അത് അവർതന്നെയാണെന്ന് തെറ്റിദ്ധരിച്ചു.

'എടാ. പിള്ളാരെ, അപ്പോ നിങ്ങൾ ഈ കിണറ്റിലാണ് പാത്തിരിക്കുന്നത്. അല്ലേ. ഞാൻ നിങ്ങളെ എങ്ങനെ പിടിക്കണമെന്ന് ഒന്നാലോചിക്കട്ടെ.' അല്പം ആലോചിച്ചതിനുശേഷം വീണ്ടും കടുവ പറഞ്ഞു.

'ഈ തൊട്ടി കിണറ്റിലിറക്കി നിങ്ങളെ മുകളിലേക്ക് എടുക്കാൻ കഴിയുമോയെന്ന് നോക്കട്ടെ.'

കടുവയുടെ ആ വിഡ്ഢിത്തം പറച്ചിൽ കേട്ട് അനിയത്തിക്കുട്ടിക്ക് ചിരിയടക്കാൻ കഴിഞ്ഞില്ല. ചിരി കേട്ടതും കടുവ മരമുകളിലേക്ക് നോക്കി.

'ഓഹോ. അപ്പോൾ നിങ്ങളീ മരത്തിൽ കയറിയിരിക്കുകയാണ്. അല്ലേ. രണ്ടിനേം എങ്ങനെ പിടിക്കാമെന്ന് ഞാനൊന്ന് നോക്കട്ടെ.'

കടുവ ദേഷ്യപ്പെട്ട് മരത്തിൽ കയറാൻ ശ്രമിച്ചു. പക്ഷേ കഴിഞ്ഞില്ല.

'ഏയ് പിള്ളാരെ, നിങ്ങളെങ്ങിനാ മരത്തിൽ കയറിയത്. എനിക്കുംകൂടി ആ വിദ്യ ഒന്നുപറഞ്ഞുതാ.'

'ഓ. അതോ ഞങ്ങൾ കയ്യിലും കാലിലുമെല്ലാം കുറച്ചു എണ്ണ തടവിയാണ് കയറിയത്.' സഹോദരൻ കടുവയെ കബളിപ്പിക്കുവാൻ വേണ്ടി അങ്ങനെയാണ് പറഞ്ഞത്.

കടുവ അവൻ പറഞ്ഞതുപോലെ കൈവെള്ളയിലും പിൻകാൽവെള്ളയിലുമെല്ലാം കുറച്ച് എണ്ണ തടവിയതിനുശേഷം മരത്തിൽ കയറാൻ ഒരു ശ്രമം നടത്തി. എന്തായിരിക്കും സംഭവിച്ചതെന്ന് നിങ്ങൾക്ക് ഊഹിക്കാവുന്നതേയുള്ളൂ. കടുവയുടെ മരത്തിൽ കയറാനുള്ള പരിശ്രമം കണ്ട് കുട്ടികൾ രണ്ടുപേരും ഉറക്കെയുറക്കെ ചിരിച്ചു. പക്ഷേ ചിരിക്കുന്നതിനിടയിലും കൊച്ചുസഹോദരിക്ക് സത്യം പറയാതിരിക്കാൻ കഴിഞ്ഞില്ല. അവൾ വിളിച്ചു പറഞ്ഞു.

'ഏയ്, മണ്ടൻ കടുവാ. ഞങ്ങൾ ഒരു കോടാലികൊണ്ട് മരത്തിൽ കുറച്ച് മുറിവുകൾ (വെട്ടിയുണ്ടാക്കിയ പടികൾ) ഉണ്ടാക്കി അതിൽ ചവുട്ടിയാ കയറിയത്. എന്താ മനസ്സിലായോ?'

'ഓഹോ അങ്ങനെയോ.' കടുവയും ഉടനേ ഒരു കോടാലി സംഘടിപ്പിച്ച് മരത്തിൽ ചവുട്ടി കയറാൻ സൗകര്യത്തിന് പടികൾ വെട്ടിയുണ്ടാക്കി. അതുകണ്ട സഹോദരൻ പറഞ്ഞു.

'അനിയത്തീ. നീ എന്തുമണ്ടത്തരമാ ചെയ്തത്. മരത്തിൽ കയറാനുള്ള വഴി ആ ദുഷ്ടൻ കടുവയ്ക്ക് പറഞ്ഞുകൊടുത്തില്ലേ. ഇനിയിപ്പോൾ നമ്മളെന്തു ചെയ്യും.'

'ചേട്ടൻ വിഷമിക്കേണ്ട. നമുക്ക് ദൈവത്തോട് പ്രാർത്ഥിക്കാം.' അവർ രണ്ടുപേരും മനസ്സുരുകി ദൈവത്തോട് പ്രാർത്ഥിച്ചു.

'ഹേ ദൈവമേ! ഈ ദുഷ്ടൻ കടുവയിൽനിന്ന് ഞങ്ങളെ രക്ഷിക്കൂ! ഞങ്ങൾ ജീവിച്ചിരിക്കണമെന്ന് അവിടുന്ന് കരുതുന്നുവെങ്കിൽ ഞങ്ങൾക്ക് ഇവിടെ നിന്ന് പിടിച്ചുകയറി വരാൻ പാകത്തിന് ഒരു കയർ അങ്ങയുടെ വാസസ്ഥലമായ ആകാശത്തിൽനിന്ന് ഇട്ടു തന്നാലും. അങ്ങനെ ഞങ്ങളെ രക്ഷിച്ചാലും.'

കുട്ടികളുടെ പ്രാർത്ഥനകേട്ട ദൈവം ആകാശത്തുനിന്ന് ഒരു കയർ താഴേക്ക് ഇട്ടുകൊടുത്തു. കുട്ടികൾ രണ്ടുപേരും ആ കയറിൽപിടിച്ച് സാവാധാനം മുകളിലേക്ക്, ആകാശത്തിലേക്ക് കയറി- കുറേശ്ശേക്കുറേശ്ശേ മേലോട്ട് കയറി അവർ ആകാശത്തിലെത്തി.

അതിനിടയിൽ കടുവ മരത്തിൽ കയറിയെങ്കിലും കുട്ടികളെ പിടിക്കാൻ കഴിഞ്ഞില്ല. എങ്കിലും കുട്ടികൾ ചെയ്തതുപോലെ കടുവയും ദൈവത്തോട് പ്രാർത്ഥിച്ചു.

'ദൈവമേ! എനിക്ക് വിശപ്പ് പൂർണ്ണമായും തീർന്നിട്ടില്ല. അതുകൊണ്ട് വിശപ്പടക്കാൻ ആ കുട്ടികളെ പിടിച്ചുതിന്നാൻ അങ്ങ് എന്നെ സഹായിക്കണം - അവരെ പിടിച്ചുതിന്നുക എന്നത് എന്റെ അവകാശമാണ്. അതുകൊണ്ട് ദയവുചെയ്ത് കുട്ടികളുടെ അടുത്തെത്താൻ എനിക്കും ഒരു കയറ് ഇട്ടുതന്നാലും. എനിക്ക് എന്റെ വിശപ്പടക്കാൻ ദയാനിധിയായ അങ്ങ് എന്നെ സഹായിച്ചാലും.'

ദൈവം കടുവയ്ക്കും ഒരു കയർ ഇട്ടുകൊടുത്തു. കടുവ കയറിൽപിടിച്ച് മെല്ലെ മുകളിലേക്ക് കയറാൻ തുടങ്ങി. പക്ഷേ കടുവയുടെ കഷ്ടകാലം എന്നല്ലാതെ എന്തുപറയാനാ. കയറിട്ടുകൊടുത്തപ്പോൾ ദൈവം വേണ്ടത്ര ശ്രദ്ധിച്ചിരുന്നില്ല എന്ന സത്യം മറയ്ക്കുണ്ട. കയറിന്റെ മദ്ധ്യത്തിൽ ഒരു സ്ഥലത്ത് കുറേ ഇഴകൾ പൊട്ടിയിരുന്നു. അതുകൊണ്ട് കടുവ കയറിൽപിടിച്ച് കയറിക്കൊണ്ടിരുന്നപ്പോൾ കയറിന്റെ ശക്തി കുറഞ്ഞ ഭാഗം പൊട്ടി കടുവ താഴേക്ക് വീണു; വീഴ്ചയിൽ പരുക്കുപറ്റി കടുവ ചത്തു.

ആകാശത്തെത്തിയ കുട്ടികളിൽ ആൺകുട്ടിയെ സൂര്യനായും പെൺകുട്ടിയെ ചന്ദ്രനായും ദൈവം അവരോഹിച്ചു.- തീർച്ചയാക്കി.

അങ്ങനെ ഒരു പകലും രാത്രിയും കഴിഞ്ഞപ്പോൾ സഹോദരി സഹോദരനോട് പറഞ്ഞു.

‘ചേട്ടാ എനിക്ക് രാത്രിയിൽ ഒരുപാട് പേടിയാകുന്നു. എനിക്കിങ്ങനെ രാത്രിയിൽ ഇരിക്കാൻ കഴിയുകയില്ല. ചേട്ടനെന്നെ എങ്ങനെയെങ്കിലും സഹായിക്കണം.’

‘ഓ. അങ്ങനെയോ. നീ വിഷമിക്കേണ്ട. നിനക്കുപകരം രാത്രിയിൽ ഞാൻ ചന്ദ്രനായിക്കൊള്ളാം. അതിനുപകരം പകൽസമയത്ത് നീ സൂര്യനായിക്കോ. എന്താ അങ്ങനെയായാൽ സന്തോഷമല്ലേ.’ അങ്ങനെ ആ സഹോദരീസഹോദരന്മാർ ദൈവത്തോട് അവരുടെ സ്ഥാനങ്ങൾ പരസ്പരം മാറാൻ അനുവാദം വാങ്ങി-ഇന്നും അവർ അങ്ങനെതന്നെ തുടരുന്നു. സഹോദരി സൂര്യനായും മൂത്ത സഹോദരൻ ചന്ദ്രനായും.

***

ഈ കഥയ്ക്ക് കൊറിയൻ ഭാഷയിൽത്തന്നെയുള്ള ഒരു പാഠഭേദം ഇങ്ങനെയാണ്. പണ്ട് കൊറിയയിൽ താമസിച്ചിരുന്ന മൂന്ന് സഹോദരികളുടെ കഥയായിട്ടാണ് ഈ പാഠഭേദം. ഇംഗ്ലീഷിൽ ‘The sun Godess of Korea’ എന്ന പേരിലാണ് ഈ കഥ പ്രസിദ്ധീകരിക്കപ്പെട്ടിട്ടുള്ളത്. മൂന്ന് സഹോദരിമാർ- ബ്യൂൺസൂൺ, ദായൽസൂൺ, ഹേയ്സൂൺ എന്നായിരുന്നു അവരുടെ പേരുകൾ ഒരു ദിവസം തികച്ചും അപ്രതീക്ഷിതമായി ഒരു കടുവ അവരുടെ വീട്ടിൽ കയറിച്ചെന്നു. കടുവയെക്കണ്ട് സഹോദരിമാർ പിൻവാതിലിൽക്കൂടി ഓടി രക്ഷപ്പെടുകയും അടുത്തു നിന്നിരുന്ന ഒരു മരത്തിൽക്കയറി ഒളിച്ചിരിക്കുകയും ചെയ്തു. കടുവയും പുറകേ ചെന്ന് മരത്തിൽ കയറാൻ ശ്രമിച്ചു. അതുകണ്ട് സഹോദരിമാർ ഭയന്ന് വിറച്ചു. മാത്രമല്ല, അവർ ദൈവത്തോട് പ്രാർത്ഥിച്ചു.

‘കരുണാമയനായ ദൈവമേ, ഞങ്ങളെ രക്ഷിക്കൂ. അങ്ങ് വേണ്ട സഹായം നല്കി ഞങ്ങളെ രക്ഷിച്ചില്ലെങ്കിൽ ഈ കടുവ ഞങ്ങളെ കൊന്നുതിന്നും സംശയമില്ല.’

ദൈവം അവരുടെ പ്രാർത്ഥന കേട്ടു. അദ്ദേഹം ഒരു നല്ല ഇരുമ്പുചങ്ങല മുകളിൽ, ആകാശത്തുനിന്നും അവർക്ക് പിടിക്കാവുന്നരീതിയിൽ താഴേക്ക് ഇറക്കിക്കൊടുത്തു. മൂന്ന് സഹോദരിമാരും, ഓരോരുത്തരായി, ഒരാൾക്ക് പിന്നിൽ അടുത്തയാൾ എന്ന രീതിയിൽ ചങ്ങലയിൽ പിടിച്ച് സാവധാനം മുകളിലേക്ക് കയറി-അങ്ങനെ അവർ ആകാശത്തെത്തി. മാത്രമല്ല, പിന്നീട് ദേവന്മാരുടേയും ദേവിമാരുടേയും വാസസ്ഥലമായ ആകാശത്തിൽ അവരോടൊപ്പം സന്തോഷമായി താമസിക്കുകയും ചെയ്തു. കുറേക്കാലങ്ങൾക്കുശേഷം ദൈവനിശ്ചയപ്രകാരം ബ്യൂൺസൂൺ ഒരു നക്ഷത്രമായി; ദായൽസൂൺ ചന്ദ്രനായി; ഹേയ്സൂൺ സൂര്യനും.

അങ്ങനെ സൂര്യനായതിന്റെ അടുത്ത ദിവസം രാവിലെ തന്റെ

കിഴക്കുനിന്ന് പടിഞ്ഞാറേക്കുള്ള യാത്ര ആരംഭിക്കാൻ തുടങ്ങിയപ്പോൾ ത്തന്നെ അവൾ തികഞ്ഞ സൗന്ദര്യവതിയായി ശോഭിച്ചു. അവളുടെ സൗന്ദര്യം കാണാനായി ഭൂമിയിലുള്ള മനുഷ്യർ കൂട്ടംകൂട്ടമായി അവളെ ത്തന്നെ നോക്കിനിന്നു. പക്ഷേ സത്യം പറയണമല്ലോ. ഹേയ്സൂൺ ഒരു നാണംകുണിങ്ങിപ്പെണ്ണായിരുന്നു. അതുകൊണ്ട്, അത്രയധികം ആളുകൾ അവളെത്തനെ നോക്കിനിൽക്കുന്നതുകണ്ട അവൾ നാണിച്ച് മുഖം ചുവന്നുതുടിച്ച് അമ്പരന്നുനിന്നു. അവളെ നോക്കിനിന്നിരുന്ന ആളുകളുടെയെണ്ണം കൂടിക്കൂടി വന്നതിനനുസരണം അവളുടെ മുഖം കൂടുതൽകൂടുതൽ ചുവന്നുതുടിച്ച പ്രകാശിച്ചു. ആ പ്രകാശം കൂടിയപ്പോൾ നോക്കിനിന്ന മനുഷ്യർക്ക് അവളെ നോക്കി നിൽക്കാൻ പ്രയാസമായി. മാത്രമല്ല അങ്ങനെ തുടർച്ചയായി നോക്കിനിൽക്കുന്നത് തങ്ങൾക്കുത ന്നെ നല്ലതല്ലെന്നും അത് തങ്ങളുടെ കണ്ണുകളെ ബാധിക്കുമെന്നും മനസ്സി ലാക്കിയ മനുഷ്യർ ഉച്ചത്തിൽ നിൽക്കുന്ന സൂര്യനെ നോക്കാതായി. അത് ഒരുവിധത്തിൽ ഹേയ്സൂണിന് അനുകൂലമായി. അവൾ തന്റെ നാണം വെടിഞ്ഞ് കൂടുതൽ പ്രസന്നവദനയായി- എങ്കിലും മുമ്പത്തേ പ്പോലെതന്നെ ശോഭയോടെ ആകാശത്ത് ജ്വലിച്ച് നിൽക്കുകയും യാത്ര തുടരുകയും ചെയ്തു. ഇന്നും അങ്ങനെതന്നെ തുടരുന്നു.

സൂര്യനും ചന്ദ്രനും -ഭാര്യാഭർത്താക്കന്മാരായിരുന്നപ്പോൾ

ഇത് ഫിലിപ്പയിൻസ് നാട്ടിൽ പ്രചാരത്തിലുള്ള ഒരു കഥയാണ്. ഫിലിപ്പയിൻസ് ഒരു പൂർവ്വ ഏഷ്യൻ (East Asian) രാജ്യമാണ്. പൂർവ്വ ഏഷ്യയിലുള്ള ഏതാണ്ട് 7640 ചെറുതും വലുതുമായ ദ്വീപുകൾ ഉൾക്കൊള്ളുന്ന, 30000 ചതുരശ്രകിലോമീറ്റർ വിസ്തൃതിയുള്ള ഈ രാജ്യത്തെ ജനസംഖ്യ 2020 ലെ കണക്കനുസരിച്ച് പതിനൊന്ന് കോടിക്കടുത്താണ്. ഭൂമിശാസ്ത്രപരമായി തെക്കൻചീന സമുദ്രത്തിന് (South china sea) കിഴക്കായി, വിയറ്റ്നാം, കംബോഡിയ, മലേഷ്യ മുതലായ നാടുകൾക്കും കിഴക്കായി ഇൻഡോനേഷ്യയ്ക്ക് വടക്കായിട്ടാണ് ഫിലിപ്പയിൻസിന്റെ സ്ഥാനം. മറ്റൊരു രീതിയിൽ പറഞ്ഞാൽ ചെന്ന യിൽനിന്ന് 4390 കിലോമീറ്റർ കിഴക്കോട്ട് യാത്ര ചെയ്താൽ (ഏതാണ്ട് 8 മണിക്കൂർ സമയം) ഫിലിപ്പയിൻസിലെ ഏറ്റവും വലുതും പ്രധനപ്പെട്ടതു മായ മാനില (Manila) നഗരത്തിൽ എത്താം. ആഫ്രിക്കയിൽനിന്നും മറ്റ് പൂർവ്വേഷ്യൻ നാടുകളിൽ ഓസ്ട്രേലിയ മുഖേന ഏതാണ്ട് 50000 വർഷങ്ങൾക്ക് മുമ്പുതന്നെ മനുഷ്യർ കുടിയേറി പാർത്തതുപോലെ ഫിലിപ്പയിൻസിലും എത്തിച്ചേർന്നിട്ടുണ്ടാകാം എന്ന് കരുതുന്നു. ഏതായാലും 4500 വർഷങ്ങളിൽ കുറയാത്ത ഒരു സാംസ്കാരിക പാരമ്പര്യം ഫിലിപ്പയിൻസിനും അവകാശപ്പെടാം. മറ്റ് പൂർവ്വേഷ്യൻ നാടുകളിലേതുപോലെ ഫിലിപ്പയിൻസിന്റെ സാംസ്കാരിക പാരമ്പര്യ വും ഇന്ത്യയുടേയും ചൈനയുടേയും സാംസ്കാരിക പാരമ്പര്യങ്ങളുമായി ബന്ധപ്പെട്ടതും ഇടപഴകി വളർന്നതുമാണ്. അതുകൊണ്ട് അവരുടെ നാടോടിക്കഥകളിലും പൗരാണിക വിശ്വാസങ്ങളിലുമെല്ലാം നമ്മുടെ

കഥകളുമായും വിശ്വാസങ്ങളുമായി അടുത്ത ബന്ധം കാണാൻ കഴിഞ്ഞെന്നുവരാം. ഏതായാലും നമുക്ക് ഈ കഥ എങ്ങനെയാണെന്ന് വായിച്ചുനോക്കാം. അല്ലേ.

പണ്ട് പണ്ട് ഫിലിപ്പയിൻസിലെ ജനങ്ങൾ വിശ്വസിച്ചിരുന്നത് സൂര്യനും ചന്ദ്രനും ഭാര്യാഭർത്താക്കന്മാരായിരുന്നു എന്നാണ്. സൂര്യൻ ഭർത്താവും ചന്ദ്രൻ ഭാര്യയും. അവർക്ക് വളരെയേറെ മക്കളും ഉണ്ടായിരുന്നു. ആ മക്കളാണ് ആകാശത്തിൽ കാണുന്ന നക്ഷത്രങ്ങൾ. സൂര്യന് തന്റെ മക്കളെ വളരെയേറെ ഇഷ്ടമായിരുന്നു. മക്കളെ ലാളിക്കുവാനും കയ്യിൽ വാരിയെടുത്ത് കെട്ടിപ്പിടിക്കുവാനും ഉമ്മവെയ്ക്കുവാനുമൊക്കെ അദ്ദേഹത്തിന് ആഗ്രഹമുണ്ടായിരുന്നു. പക്ഷേ അദ്ദേഹത്തിന് തന്റെ ആഗ്രഹം തുറന്ന് കാണിക്കുവാൻ കഴിഞ്ഞില്ല. കാരണം മറ്റൊന്നുമല്ല-അദ്ദേഹത്തിന്റെ സഹിക്കാനാകാത്ത ചൂടുതന്നെ. എപ്പോഴൊക്കെ അദ്ദേഹം തന്റെ കുട്ടികളെ ആരെയെങ്കിലും കയ്യിൽ കോരിയെടുത്ത് ഉമ്മവെയ്ക്കുവാൻ ശ്രമിച്ചുവോ അപ്പോഴൊക്കെ ആ കുട്ടി അദ്ദേഹത്തിന്റെ കൂടിയ ചൂടുകാരണം പൊള്ളലേറ്റ് വെന്തു മരിച്ചു. അതുകാരണം അദ്ദേഹത്തിന്റെ ഭാര്യയ്ക്കും അദ്ദേഹത്തോട് യാതൊരു കാരണവശാലും കുട്ടികളെ തൊടാൻ പാടില്ലെന്ന് കർക്കശമായിതന്നെ പറയേണ്ടിവന്നിട്ടുണ്ട്. അത് അദ്ദേഹത്തെ തീരാത്ത സങ്കടത്തിൽ ആഴ്ത്തുകയും ചെയ്തു.

അങ്ങനെയിരിക്കെ ഒരു ദിവസം ചന്ദ്രൻ വീട്ടുവേലയുടെ ഭാഗമായി കുറേ തുണികളെല്ലാം കഴുകിയിടാനായി അടുത്തുണ്ടായിരുന്ന നദിക്കരയിലേക്ക് പോയി. ആ സമയത്ത് സൂര്യൻ വീട്ടിലായിരുന്നതുകൊണ്ട് ചന്ദ്രൻ അദ്ദേഹത്തോട് കർക്കശമായിത്തന്നെ പറഞ്ഞു.

'അതേ. നിങ്ങൾ കേൾക്കാനാ. ഞാൻ നമ്മുടെ അരുവിക്കരവരെ ഒന്നുപോകുകയാ. ഈ തുണിയൊക്കെ ഒന്ന് കഴുകി ഇടണമല്ലോ. ഞാൻ പറഞ്ഞിട്ടുള്ളതു മറക്കേണ്ട. യാതൊരു കാരണവശാലും നിങ്ങൾ നമ്മുടെ കുഞ്ഞുങ്ങളെ തൊടുകയോ, എടുക്കുകയോ ഉമ്മവെയ്ക്കുകയോ ഒന്നും ചെയ്യാൻ പാടില്ല. മനസ്സിലായോ. അതേ മറ്റൊന്നും കൊണ്ടല്ല. നമ്മുടെ കുഞ്ഞുങ്ങൾക്ക് നിങ്ങളുടെ ചൂട് സഹിക്കാനാകില്ല. അതുകൊണ്ടാ നിങ്ങൾക്ക് മനസ്സിലായല്ലോ. അല്ലേ'

'അതെയതെ മനസ്സിലായി.' പക്ഷേ ചന്ദ്രൻ ജോലിയെല്ലാം കഴിഞ്ഞ് തിരികെയെത്തിയപ്പോൾ കണ്ട കാഴ്ച തികച്ചും ദുഃഖകരമായിരുന്നു. സൂര്യന് എത്ര ശ്രമിച്ചിട്ടും തനിക്ക് കുഞ്ഞുങ്ങളെ ലാളിക്കാനുള്ള മോഹം അടക്കാനായില്ല. അതുകൊണ്ട് അദ്ദേഹം തന്റെ ഭാര്യയോട് സമ്മതിച്ചതിന് വിരുദ്ധമായി ചില കുട്ടികളെ കയ്യിലെടുത്ത് ഉമ്മവെച്ചു. പക്ഷേ കഷ്ടകാലമെന്നല്ലാതെ എന്തുപറയാനാണ്. അദ്ദേഹത്തിന്റെ

ച്ചൂട് സഹിക്കാനാകാതെ ആ കുട്ടികൾ പൊള്ളലേറ്റ് മരിച്ചു. ചന്ദ്രൻ തിരികെ വീട്ടിലെത്തിയപ്പോൾ കണ്ടത് തന്റെ പൊള്ളലേറ്റ് മരിച്ചു കിടന്നിരുന്ന കുട്ടികളെയാണ്. ആ അമ്മയ്ക്ക് സങ്കടം സഹിക്കാൻ കഴിഞ്ഞില്ല. അവർ ഭർത്താവിനോട് വഴക്കടിച്ചു. ദേഷ്യം അടക്കാൻ കഴിയാതെ അടുത്തുനിന്നിരുന്ന ഒരു വാഴവെട്ടിയെടുത്ത് അതുകൊണ്ട് സൂര്യനെ തല്ലാനൊരുങ്ങി. പകരം സൂര്യൻ അടുത്തുകിടന്നിരുന്ന മണൽ വാരിയെടുത്ത് ചന്ദ്രന്റെ മുഖത്ത് എറിഞ്ഞു. സൂര്യന്റെ കയ്യിൽനിന്ന് മുഖത്തുവീണ ചൂടോടുകൂടിയ മണൽത്തരികൾ കാരണം ചന്ദ്രന്റെ മുഖത്ത് ചെറിയ ചെറിയ പൊള്ളലും കറുത്ത പാടുകളും ഉണ്ടായി. ഇപ്പോഴും അല്പം ശ്രദ്ധിച്ചുനോക്കിയാൽ നിങ്ങൾക്കും ചന്ദന്റെ മുഖത്ത് അത്തരം അനേകം ചെറിയ ചെറിയ കറുത്ത പാടുകൾ കാണാൻ കഴിഞ്ഞേക്കാം.

മണൽ മുഖത്തെറിഞ്ഞപ്പോൾ ചന്ദ്രൻ അവിടെനിന്നും ഓടി രക്ഷപ്പെടാൻ ശ്രമിച്ചു. പക്ഷേ സൂര്യനും ചന്ദ്രന്റെ പുറകേ ഓടി. അങ്ങനെ അവർ ഇന്നും ഓടിക്കൊണ്ടേയിരിക്കുന്നു; സൂര്യന്റെ കോപത്തിൽനിന്നും രക്ഷപെടാനായി ചന്ദ്രനും ചന്ദ്രനെ പിടിക്കാൻ തൊട്ടുപുറകിലായി സൂര്യനും. ചിലപ്പോൾ സൂര്യൻതൊട്ടുപറകിൽ, ഏതാണ്ട് ഉടനേ പിടിക്കപ്പെട്ടും എന്ന നിലയിൽ എത്തുമെങ്കിലും ചന്ദ്രൻ വിദഗ്ധമായി സൂര്യന് പിടികൊടുക്കാതെ രക്ഷപ്പെട്ടും; മാത്രമല്ല വീണ്ടും വളരെദൂരം മുമ്പിലാകുകയും ചെയ്യും. അങ്ങനെ അവരുടെ ഓട്ടം തുടർന്നുകൊണ്ടേയിരിക്കുന്നു. -ഇനി തുടർന്നുകൊണ്ടേയിരിക്കുമെന്നും ആ നാട്ടുകാർ വിശ്വസിക്കുന്നു.

ഈ കഥയ്ക്ക് ഫിലിപ്പയിൻസിൽത്തന്നെ മറ്റ് പല പാഠഭേദങ്ങളുമുണ്ട്. അവയിൽ കൂടുതൽ പ്രചാരത്തിലുള്ള മറ്റൊന്ന് എങ്ങനെയാണെന്ന് നോക്കാം. ഈ പാഠഭേദത്തിലും സൂര്യനും ചന്ദ്രനും ഭാര്യാഭർത്താക്കന്മാരായിരുന്നു. സൂര്യൻ കാഴ്ചയ്ക്ക് ഭംഗിയില്ലാത്തവനും എപ്പോഴും വഴക്കിടുന്ന സ്വഭാവക്കാരനും ആയിരുന്നു. ഒരുദിവസം ഏതോ കാരണത്തിനായി അവർ വഴക്കടിച്ചു. ചന്ദ്രൻ അക്രമാസക്തനായിരുന്ന സൂര്യനിൽനിന്ന് രക്ഷപെടാനായി ഓടിയെങ്കിലും സൂര്യനും പുറകെ ഓടി. അങ്ങനെ ഓടി ചന്ദ്രൻ ക്ഷീണിതയായി തുടങ്ങുമ്പോൾ, സൂര്യൻ അടുത്തെത്തുമെങ്കിലും, ചന്ദ്രൻ വീണ്ടും പിടിക്കൊടുക്കാതെ കൂടുതൽ വേഗത്തിൽ ഓടാൻ തുടങ്ങും. അങ്ങനെ അവരുടെ ഓട്ടം തുടർന്നുകൊണ്ടേയിരിക്കുന്നു.

ഈ കഥയിൽ പറയാൻ വിട്ടുപോയ ഒരു കാര്യം, അവർ മുൻപ് പറഞ്ഞവിധത്തിലുള്ള ഓട്ടം തുടങ്ങുന്നതിന് മുൻപ് അവർക്ക് രണ്ടു മക്കൾ ഉണ്ടായി എന്നതാണ്. ആദ്യത്തെമകൻ ഒരു പുരുഷനേപ്പോലെ ആയിരുന്നു. ഒരിക്കൽ ഏതോ കാരണവശാൽ സൂര്യൻ അത്യധികം കോപിഷ്ഠനായപ്പോൾ, അടക്കാനാകാത്ത ദേഷ്യത്തോടെ സ്വന്തം

മകനെ കൊന്ന് തുണ്ടുതുണ്ടുകളായി നുറുക്കി പരന്ന ആകാശത്തിലേക്ക് വലിച്ചെറിഞ്ഞു-എങ്ങനെയെന്ന് ചോദിച്ചാൽ നമ്മൾ അരിയും ഗോതമ്പും മറ്റും പക്ഷികൾക്ക് തിന്നാൻവേണ്ടി മുറ്റത്തേക്ക് ചിലപ്പോഴെക്കിലും എറിഞ്ഞ് വിതറി ഇടാറില്ലേ, അതുപോലെ. അങ്ങനെ ആകാശത്തിൽ അങ്ങിങ്ങായി വീണ സൂര്യചന്ദ്രൻമാരുടെ പുത്രന്റെ അസ്ഥിക്കഷണങ്ങളാണ് നക്ഷത്രങ്ങളായി നാം കാണുന്നത്. അവരുടെ രണ്ടാമത്തെ മകൻ ഒരു വലിയ ഞണ്ടായിരുന്നു-മലപോലെ വലിയ ശക്തിശാലിയായ ഒരു ഞണ്ട്. ആ ഞണ്ട് ഇന്നും ജീവിച്ചിരിക്കുന്നു എന്ന് ആ നാട്ടുകാർ വിശ്വസിക്കുന്നു. മാത്രമല്ല ഞണ്ടിന്റെ വലിപ്പം കാരണം അത് ഓരോ തവണയും അതിന്റെ കണ്ണുകൾ തുറക്കുകയും അടയ്ക്കുകയും ചെയ്യുമ്പോൾ ഒരു മിന്നലുണ്ടാകുന്നു. അതുപോലെ കൂടുതൽ സമയവും ആ ഞണ്ട് സമുദ്രത്തിനടിയിലുള്ള ഒരു വലിയ പൊത്തിലാണ് (കുണ്ടിലാണ്) ജീവിക്കുന്നത്. ഏതെങ്കിലും സമയത്ത് അത് പൊത്തിൽനിന്ന് വെളിയിൽ വരുകയാണെങ്കിൽ സമുദ്രത്തിലെ ജലം പൊത്തിലേക്ക് ഒഴുകും. അപ്പോൾ സമുദ്രത്തിലെ ജലനിരപ്പ് കുറയും. അങ്ങനെ ജലനിരപ്പ് കുറയുമ്പോൾ ആ സംഭവത്തെ അവർ വേലിയിറക്കം (Low Tide) എന്നു കരുതുന്നു. അതുപോലെ ഞണ്ട് തിരികെ പൊത്തിൽ കയറുമ്പോൾ വെള്ളം വെളിയിലേക്ക് ഒഴുകുകയും വേലിയേറ്റത്തിന് (high Tide) കാരണമാകുകയും ചെയ്യും. ഞണ്ട് സമുദ്രത്തിൽ അങ്ങോട്ടോ ഇങ്ങോട്ടോ സഞ്ചരിക്കുകയാണെങ്കിൽ വലിയ ഉയരത്തിലുള്ള തിരമാലകൾ ഉണ്ടാകും. ഇതെല്ലാം കേൾക്കുമ്പോൾ ആ നാട്ടുകാരുടെ ഭാവനയിലുള്ള ഞണ്ടിന്റെ വലിപ്പം നമുക്ക് ഊഹിക്കാൻ കഴിയുമല്ലോ.

ഞണ്ടും അവന്റെ അച്ഛനെപ്പോലെ ഒരു ശുണ്ഠിക്കാരനും കൂടെക്കൂടെ വഴക്കുണ്ടാക്കുന്നവനുമാണ്. അവൻ ഇടയ്ക്കിടയ്ക്ക് അവന്റെ അമ്മയോടും വഴക്കടിക്കും. ദേഷ്യം വരുന്ന സന്ദർഭങ്ങളിൽ അവന്റെ അമ്മയെവിഴുങ്ങിക്കളയാൻ ശ്രമിക്കുകയും ചെയ്യും. അങ്ങനെയുള്ള വഴക്കുകൾ കൂടെക്കൂടെ, ഏതാണ്ട് തുല്യമായ ഇടവേളകളിൽ ഉണ്ടാകാറുണ്ട്-ഇപ്പോഴും. അവൻ അമ്മയായ ചന്ദ്രനെ വായിക്കുള്ളിലാക്കാൻ ശ്രമിക്കുന്നത് ഭൂവാസികൾക്ക് കാണാൻ കഴിയും. അങ്ങനെ കാണാൻ കഴിയുന്ന സമയത്തൊക്കെ അവർ വീടിന് വെളിയിൽ ഇറങ്ങിനിന്ന് ശബ്ദമെടുക്കുകയും ചെണ്ടയോ തകരപ്പാത്രങ്ങളോ കൊട്ടി വലിയ ഒച്ചപ്പാട് ഉണ്ടാക്കുകയും ചെയ്യാറുണ്ട്- മറ്റൊന്നിനുമല്ല, ശബ്ദംകേട്ട് ഞണ്ട് ചന്ദ്രനെ വിഴുങ്ങാതെ വിട്ടിട്ട് പോകുമെന്നും അങ്ങനെ ചന്ദ്രനെ രക്ഷിക്കാൻ കഴിയുമെന്നുമുള്ള വിശ്വാസം കൊണ്ടാണ്.

ഈ കഥ വായിച്ചപ്പോൾ നേരത്തെ വായിച്ച സഞ്ജനയും ഭർത്താവായ സൂര്യനും എന്ന കഥയും രാഹുവും കേതുവും എന്ന

കഥയും ഓർമ്മയിൽ വന്നില്ലേ. ഇൻഡ്യയിലെന്നതുപോലെ മലേഷ്യ, മംഗോളിയ, ചൈന മുതലായ എല്ലാ ഏഷ്യൻ നാടുകളിലും ചന്ദ്രഗ്രഹണത്തെയും സൂര്യഗ്രഹണത്തെയും രാക്ഷസന്മാരോ വന്യജീവികളോ ചന്ദ്രനേയും സൂര്യനേയും വിഴുങ്ങാൻ ശ്രമിക്കുന്നു എന്ന സങ്കല്പവുമായി ബന്ധപ്പെടുത്തുന്ന പല കഥകളും (വിശ്വാസങ്ങളും) കാണാൻ കഴിയും. തെക്കനമേരിക്കൻ നാടായ പെറുവിൽപോലും ഈ തരത്തിലുള്ള വിശ്വാസങ്ങൾ ഇന്നും നിലനിൽക്കുന്നു എന്നതാണ് സത്യം. അതുകൊണ്ടുതന്നെ ചന്ദ്രൻ ക്ഷയിച്ചുകൊണ്ടിരിക്കുന്ന കാലത്ത് (waning period) അതായത് ചന്ദ്രൻ പൂർണ വൃത്താകൃതിയിലല്ലാതെ കലയായി ക്രമേണ ചെറുതായി വരുന്ന കാലത്ത് പെറുവിലെ ആളുകൾ വീടിന് വെളിയിൽ നിന്ന് ശബ്ദമുണ്ടാക്കുകയും അവരുടെ പട്ടികളെ തല്ലി മോങ്ങാൻ വെയ്ക്കുകയുമൊക്കെ ചെയ്യുന്ന പതിവ് ഇന്നും തുടരുന്നു. ഇതിനെക്കുറിച്ച് കൂടുതൽ വായിക്കാനും അറിയാനും താല്പര്യമുണ്ടെങ്കിൽ Karlson-ന്റെ (Journal of Religious Psychology - Nov.1914 P.164) പ്രബന്ധം വായിക്കാവുന്നതാണ്.

സൂര്യപുത്രൻ കർണ്ണൻ

മഹാഭാരതകഥയിലെ കർണ്ണനെക്കുറിച്ച് നിങ്ങൾ കേട്ടുകാണും; കർണ്ണൻ സൂര്യന്റെ മാനസപുത്രനായിരുന്നുഎന്നും. ആ കർണ്ണനെക്കുറിച്ച് അല്പം ചില കാര്യങ്ങൾ മനസ്സിലാക്കാൻ ഒരു ശ്രമം നടത്താം.

സൂരസേനൻ എന്ന യാദവരാജാവിന്റെ അതീവ സുന്ദരിയായ മകളായിരുന്ന പ്രഥ- പിന്നീട് കുന്തി എന്ന പേരിലാണ് അറിയപ്പെട്ടിരുന്നത്. അമ്മാവനായ കുന്തീഭോജൻ ദത്തെടുത്ത് വളർത്തിയപ്പോൾ കുന്തി എന്ന പേര് കിട്ടിയതാണ്. എല്ലാവരും മഹാഭാരതകഥയിലെ പാണ്ഡവന്മാരുടെ അമ്മ കുന്തിയെക്കുറിച്ചു കേട്ടുകാണും- അതേ കുന്തിതന്നെ. ഒരിക്കൽ ദുർവ്വാസാവ് മഹർഷി സൂരസേനന്റെ കൊട്ടാരത്തിൽ അതിഥിയായി ചെല്ലുകയും കുറച്ചുദിവസങ്ങൾ അവിടെ താമസിക്കുകയും ചെയ്തു. ആ സമയത്ത് കുമാരി പ്രഥ മഹർഷിക്ക് വേണ്ട എല്ലാ കാര്യങ്ങളും വളരെ നല്ലതുപോലെ ചെയ്തു- തന്റെ സേവകരെക്കൊണ്ട് ചെയ്യിപ്പിച്ചതിന് പുറമേ അദ്ദേഹത്തിന് പൂജയ്ക്ക് വേണ്ടിയിരുന്ന പൂക്കൾ താൻതന്നെ പറിച്ചുകൊണ്ടുചെന്ന് കൊടുക്കുക; പൂജയ്ക്കുവേണ്ട മറ്റ് സാമഗ്രികൾ സംഘടിപ്പിച്ച് എല്ലാം വേണ്ടതുപോലെ അടുക്കിവെയ്ക്കുക; അദ്ദേഹത്തിന് വേണ്ട സമയത്ത് ഇഷ്ടപ്പെട്ട ആഹാരം ഏർപ്പാടാക്കുക; അങ്ങനെ എല്ലാം. അതുകൊണ്ട് അദ്ദേഹം തന്റെ താമസം മതിയാക്കി തിരികെ പോകുന്ന സമയത്ത് വളരെ സ്നേഹത്തോടെയും സന്തോഷത്തോടെയും കുമാരിയെ അടുത്തുവിളിച്ച് പറഞ്ഞു.

'കുമാരീ, മകളെ, ഇവിടെ വാ. നീ കാണിച്ച സ്നേഹത്തിനും മര്യാദയ്ക്കും ഞാനെങ്ങിനെയാണ് നിന്നോട് നന്ദിപറയുക. നിന്ക്ക്

എന്തുവേണമെങ്കിലും ചോദിക്കുക- നീ ചോദിക്കുന്നതെന്തും നിനക്ക് ഞാൻ സന്തോഷത്തോടെ വരദാനമായി നൽകും.'

'എനിക്ക് അങ്ങയുടെ ആശീർവാദം മാത്രം മതി. മറ്റൊന്നും വേണ്ട.'

എങ്കിൽ ഞാൻ സ്വമേധയാ നിനക്കൊരു വരം തരാം. 'നീ എപ്പോൾ ഏത് ദേവനെ മനസ്സിൽ വിചാരിച്ച്, അദ്ദേഹത്തെ നേരിട്ട് കാണണമെന്ന് ആഗ്രഹിക്കുന്നുവോ അപ്പോൾ ആ ദേവൻ നിന്റെ മുമ്പിൽ എത്തുന്നതായിരിക്കും. മാത്രമല്ല ആ ദേവന്റെ മാനസപുത്രനായി നിനക്ക് ഒരു മകനെ ലഭിക്കുന്നതുമാണ്. എന്താ നിനക്ക് സന്തോഷമായോ.'മഹർഷി അവൾക്ക് ഉപയോഗിക്കേണ്ട ഒരു മന്ത്രം- ഇന്നത്തെ ഭാഷയിൽ, ഒരു രഹസ്യവാചകം, Code word എന്നു പറയാം-പറഞ്ഞുകൊടുക്കുകയും ചെയ്തു. പിന്നീട് അദ്ദേഹം കൂട്ടിച്ചേർത്തു.

'കുമാരീ, നീ ഈ വരം വളരെ സൂക്ഷിച്ചുമാത്രം, അത്യാവശ്യം എന്നു തോന്നുമ്പോൾ മാത്രമേ ഉപയോഗിക്കാവൂ. അങ്ങനെ ചെയ്താൽ ഇത് നിനക്ക് ഭാവിയിൽ ഉപയോഗമാകും; മറിച്ചാണെങ്കിൽ ബുദ്ധിമുട്ടുകളും. ശരി. ഇനി ഞാൻ പോകുന്നു.'

ദുർവ്വാസാവ് അവിടെ നിന്നും പോയി.

പ്രഥ കൗമാരപ്രായത്തിലുള്ള പെൺകുട്ടിയായിരുന്നു എന്നു നേരത്തെ പറഞ്ഞുവല്ലോ. ദുർവ്വാശാവ് വീട്ടിൽനിന്നും പോയി കുറേദിവസങ്ങൾ കഴിഞ്ഞപ്പോൾ കുമാരിക്ക് ഒരു കൗതുകം തോന്നി- അടക്കാനാകാത്ത ഒരാകാംക്ഷ; ദുർവ്വാശാവ് തനിക്കു നൽകിയ മന്ത്രം വാസ്തവത്തിൽ ശക്തിയുള്ളതാണോ? താൻ വിളിച്ചാൽ ഏതുദേവനും ഉടനേ അടുത്തുവരുമോ? അറിയാൻ ഒരുത്സാഹം. കുമാരി ആരും അറിയാതെ മന്ത്രം ചൊല്ലിക്കൊണ്ട് പറഞ്ഞു.

'ഹേ, സൂര്യദേവാ. മഹർഷി നൽകി മന്ത്രം ഞാൻ ജപിക്കുന്നു. അങ്ങ് ഉടനേ എന്റെയടുക്കൽ വന്നാലും!'

ഒട്ടും താമസിയാതെതന്നെ സൂര്യദേവൻ മനുഷ്യരൂപത്തിൽ, സുസ്മേരവദനനായി കുമാരിയുടെ മുന്നിൽ പ്രത്യക്ഷപ്പെട്ടു.

'കുമാരി എന്നെ കാണാൻ ആഗ്രഹിച്ചു. ഞാനിതാ കുമാരിയുടെ മുന്നിൽ എത്തിയിരിക്കുന്നു. ഞാനെന്താണ് കുമാരിക്കുവേണ്ടി ചെയ്യേണ്ടത്. പറഞ്ഞാലും.' സൂര്യദേവൻ കുമാരിയോട് പറഞ്ഞു.

സൂര്യന്റെ ജ്വലിക്കുന്ന പ്രകാശവും അതോടൊപ്പം ചൂടും കുമാരിയെ അസ്വസ്ഥയാക്കി. മാത്രമല്ല, തനിക്കുകിട്ടിയ മന്ത്രം ഒരു കൗതുകത്തിന് ഉപയോഗിച്ചുനോക്കി എന്നല്ലാതെ സൂര്യനെ തന്റെയടുത്തേക്ക്

വരുത്തണമെന്ന മോഹം കുമാരിക്കില്ലായിരുന്നു. അതുകൊണ്ട് ആകെ പരിഭ്രമിച്ചുപോയ കുമാരി പറഞ്ഞു.

'സൂര്യദേവാ. എന്നോട് ക്ഷമിച്ചാലും. അങ്ങിവിടെ വരണമെന്ന് ഞാനൊട്ടും ആഗ്രഹിച്ചില്ല. അങ്ങ് ദയവായി ഉടനേ മടങ്ങിപ്പോയാലും.'

സൂര്യൻ ചിരിച്ചുകൊണ്ട് പറഞ്ഞു.

'കുമാരീ, എനിക്കങ്ങിനെ വെറുതെ മടങ്ങിപ്പോകാൻ കഴിയുകയില്ല. കുമാരി ജപിച്ച മന്ത്രത്തിന് ഞാനിപ്പോൾ അടിമയാണ്. മന്ത്രത്തിൽ നിഷ്കർഷിച്ചിട്ടുള്ള കാര്യങ്ങൾ പൂർത്തീകരിച്ചിട്ടേ എനിക്ക് മടങ്ങിപ്പോകാൻ കഴിയൂ.'

'ഇല്ല! അങ്ങ് ഉടനേ മടങ്ങിപ്പോയാലും എനിക്ക് പേടിയാകുന്നു.'

'ശരി ഞാൻ വേഗം തന്നെ മടങ്ങിപ്പോകാം. പക്ഷേ അതിനുമുൻപ് കുമാരി എന്റെ ഈ മാനസപുത്രനെ സ്വയം സ്വീകരിച്ചാലും!' മറ്റു പോംവഴികളൊന്നുമില്ലാതിരുന്നതുകൊണ്ട് സൂര്യന്റെ മാനസപുത്രനെ കുമാരി സ്വീകരിച്ചു. സൂര്യൻ മടങ്ങിപ്പോകുകയും ചെയ്തു. അങ്ങനെ കുമാരി പ്രഥ സൂര്യന്റെ മാനസപുത്രന്റെ അമ്മയായി.

അക്കാലത്ത് വിവാഹം കഴിഞ്ഞതിനുശേഷം സ്ത്രീകൾ ഭർത്താവിന്റെ സമ്മതത്തോടെ ദേവന്മാരുടെ കുട്ടികളെ അവരുടെ മാനസപുത്രരായി സ്വീകരിക്കുന്നത് സമൂഹം അംഗീകരിച്ചിരുന്നു. മാത്രമല്ല അങ്ങ്നെ ദേവന്മാരുടെ മാനസപുത്രർക്ക് ജന്മം നൽകുന്നത് അനുഗ്രഹവും അന്തസ്സുമായും കരുതപ്പെട്ടിരുന്നു. എങ്കിലും വിവാഹത്തിനുമുൻപ് അത് അനുവദനീയമായിരുന്നില്ല. അത് സ്വന്തം പേരിനും കുടുംബത്തിനും കളങ്കമുണ്ടാക്കുമെന്നും കരുതപ്പെട്ടിരുന്നു. അതുകൊണ്ട് കുമാരി ഒരു വലിയ പ്രതിസന്ധിയിൽ അകപ്പെട്ടു എന്നു പറഞ്ഞാൽ തെറ്റാവില്ല.

കുമാരി തന്റെ വിശ്വസ്തരായ സഖിമാരോട് ആലോചിച്ച് തനിക്ക് സൂര്യനിൽനിന്ന് അദ്ദേഹത്തിന്റെ മാനസപുത്രനെ സ്വീകരിക്കേണ്ടിവന്ന കാര്യം മറ്റെല്ലാവരിൽനിന്നും മറച്ചുവച്ചു. അങ്ങനെ കുമാരി സ്വീകരിച്ച് ജന്മം നല്കിയ, ദിവ്യത്വം തുളുമ്പിനിന്ന, ശോഭനീയമായ മുഖത്തോടു കൂടിയ, രണ്ട് പ്രത്യേകതരം രക്ഷാകവചങ്ങളുമായി (ചെവികളോട് ബന്ധിക്കപ്പെട്ടിരുന്ന രണ്ട് പ്രത്യേക രക്ഷാകവചകങ്ങൾ- കർണകുണ്ഡലങ്ങൾ; അതുകൊണ്ട് കർണൻ എന്നു പേരും കിട്ടി). തേജസ്വിയായി ജനിച്ച കുട്ടിയാണ്, സൂര്യപുത്രൻ കർണൻ. പ്രഥ തനിക്കും തന്റെ കുടുംബത്തിനും ഉണ്ടാകാവുന്ന പേരുദോഷം കണക്കിലെടുത്ത്, സഖിമാരുടെ ഉപദേശപ്രകാരം, അവരുടെ സഹായത്തോടെ കുട്ടിയെ ഒരു കുടയിലാക്കി കൊട്ടാരപരിസരത്തുകൂടി ഒഴുകിയിരുന്ന അശ്വനി നദിയിൽ ഒഴുക്കിവിട്ടു.

അങ്ങനെ നദിയിൽക്കൂടി ഒഴുകിയടുത്ത കൂടയിൽനിന്ന് കുട്ടിയെ ധൃതരാഷ്ട്രമഹാരാജാവിന്റെ സാരഥി (കുതിരവണ്ടി ഓടിക്കുന്നയാൾ എന്നു പറയാം) അധിരഥനന്ദനന് കിട്ടുകയും ആ കുട്ടിയെ സ്വന്തം കുട്ടി എന്ന നിലയിൽ വളർത്തുകയുമാണ് ഉണ്ടായത്. പിന്നീട് നടന്ന കാര്യങ്ങൾ മഹാഭാരതകഥയുടെ പ്രാധാന്യം അർഹിക്കുന്ന കാര്യങ്ങളായി മാറി- കുരുക്ഷേത്രയുദ്ധം ഉൾപ്പെടെ എല്ലാം. ആ കഥകളിലേക്കൊന്നും ഇപ്പോൾ കടക്കേണ്ട. അങ്ങനെ സൂര്യപുത്രനായ കർണന് സ്വന്തം അച്ഛന്റെയും അമ്മയുടെയും സ്നേഹം കിട്ടാതെ വളരേണ്ടിവന്നു. ഇതുപറയുമ്പോൾ സൂര്യന്റെയും ചെറുപ്പകാലം അങ്ങനെതന്നെയായിരുന്നു എന്നും ഓർക്കണമെല്ലോ. ചില പൗരാണിക(ഐതിഹ) കഥകൾ പറയുന്നത് സൂര്യൻ രാത്രിദേവിയുടെ മകനായി ജനിച്ചുവെങ്കിലും അമ്മയാൽ തിരസ്കരിക്കപ്പെട്ട സൂര്യനെ എടുത്തുവളർത്തിയത് ഉഷസ് (പ്രഭാതം) ദേവിയാണെന്നാണ്.

സൂതപുത്രനായിട്ടാണ് കർണൻ വളർന്നതെങ്കിലും യുദ്ധമുറകൾ അഭ്യസിക്കുകയും വളരെ വിദഗ്ധനായ ഒരു വില്ലാളിവീരനാകുകയും ചെയ്തു. ആ കാലഘട്ടത്തിൽ ഹസ്തിനാപുരം എന്ന് പ്രസിദ്ധിപെറ്റ രാജസ്ഥാനം അനന്തരാവകാശത്തെക്കുറിച്ചുള്ള വഴക്കുകൾ നേരിടേണ്ടി വന്നു. ഹസ്തിനാപുരത്തിലെ രണ്ട് രാജകുമാരന്മാർ പാണ്ഡുവും ധൃതരാഷ്ട്രനും ആയിരുന്നു. ധൃതരാഷ്ട്രർക്ക് ജന്മനാ കാഴ്ചയില്ലായിരുന്നു. അതുകൊണ്ട് കിരീടാവകാശി പാണ്ഡുവായിരുന്നു. കിരീടാവകാശി പാണ്ഡു ആയിരുന്നുവെങ്കിലും ചില പ്രത്യേക സാഹചര്യങ്ങൾ കാരണം (ചില ശാപങ്ങൾ കാരണം) പാണ്ഡു രാജാവാകുന്നതിനുപകരം വനവാസത്തിന് തയ്യാറായി. പാണ്ഡു കുന്തിയെ വിവാഹം കഴിച്ചു. പിന്നീട് രണ്ടാം ഭാര്യയായി മാദ്രിയേയും. ധൃതരാഷ്ട്രർ ഗാന്ധാരിയേയും വിവാഹം കഴിച്ചു.

വനവാസകാലത്ത് പാണ്ഡുവിനുണ്ടായ മക്കളാണ് പാണ്ഡവർ-യുധിഷ്ഠിരൻ, ഭീമൻ, അർജ്ജുനൻ, നകുലൻ, സഹദേവൻ. പാണ്ഡുവിന്റെ അകാലത്തുണ്ടായ മരണശേഷം കുന്തിയും മക്കളും ഹസ്തിനാപുരത്തിൽ തിരികെയെത്തി. കൊട്ടാരത്തിൽതന്നെ ജീവിച്ചു. അന്ധനായിരുന്നുവെങ്കിലും പാണ്ഡുവിന്റെ അഭാവത്തിൽ ധൃതരാഷ്ട്രർ രാജാവായി. അദ്ദേഹം ഗാന്ധാരിയെ വിവാഹം കഴിച്ചു. അവർക്ക് നൂറുമക്കളുണ്ടായി. അവരാണ് കൗരവർ. അവരിൽ മൂത്തയാൾ ദുര്യോധനനായിരുന്നു.

ഹസ്തിനാപുരത്തിലെ കീഴ് വഴക്കങ്ങളനുസരിച്ച് ധൃതരാഷ്ട്രർക്കു ശേഷം കിരീടാവകാശി പാണ്ഡുവിന്റെ മൂത്ത പുത്രനായ യുധിഷ്ഠിരനായിരുന്നു. പക്ഷേ, താനാണ് കിരീടാവകാശിയെന്ന് ദുര്യോധനൻ വാശിപിടിച്ചു. അതുകാരണം പാണ്ഡവരും കൗരവരും ബദ്ധശത്രുക്കളായിത്തീർന്നു.

ആ ശത്രുത വളർന്നുവളർന്ന് വിനാശകമായിത്തീർന്ന കുരുക്ഷേത്രയുദ്ധത്തിലാണ് ചെന്നെത്തിയത്.

പാണ്ഡവരിൽ ഏറ്റവും ശക്തിമാനായിരുന്നതും യുദ്ധത്തിന്റെ അവസാനവിധി നിർണയിക്കാൻ കഴിവുള്ള യോദ്ധാവായി കരുതപ്പെട്ടിരുന്നതും അർജ്ജുനനെയാണ്. നേരത്തെ സൂചിപ്പിച്ചതുപോലെ കർണനും ഏതാണ്ട് അർജ്ജുനനോട് കിടപിടിക്കുന്ന യോദ്ധാവാണെന്ന് പരക്കെ അംഗീകരിക്കപ്പെട്ടിരുന്നു. അതുകൊണ്ട് ദുര്യോധനൻ കർണനെ തന്റെ ആത്മമിത്രമായി അംഗീകരിക്കുകയും അച്ഛന്റെ അനുവാദത്തോടെ കർണനെ ഒരംഗരാജാവായി (രാജ്യത്തിനകത്തുതന്നെയുള്ള ഒരു ചെറിയ പ്രദേശത്തിന്റെ പരിമിതമായ അധികാരങ്ങൾ മാത്രമുള്ള രാജാവ്) പ്രഖ്യാപിച്ച് സമൂഹത്തിൽ അന്തസ്സും സ്വീകാര്യതയും ഉണ്ടാക്കിക്കൊടുത്തു. അതുകൊണ്ട് കർണൻ ദുര്യോധനനോട് കടപ്പെട്ടവനാകുകയും ചെയ്തു.

സൂര്യപുത്രനായ കർണൻ വളരെയധികം ദയാശീലനും ധർമ്മനിഷ്ഠനുമായിരുന്നു. ആര് തന്നോട് എന്ത് ദാനമായി ചോദിച്ചാലും തനിക്കു കഴിയുന്നതാണെങ്കിൽ കർണൻ ഒരിക്കലും കൊടുക്കാതിരുന്നിട്ടില്ല- അങ്ങനെ ദാനം ചെയ്യുന്നത് തന്റെതന്നെ അസ്തിത്വത്തെ ബാധിക്കുന്നതാണെന്ന പൂർണബോധ്യമുള്ളപ്പോൾപോലും. അതുപോലെ ധർമ്മത്തിന് ചേരാത്ത ഒരു പ്രവർത്തിയും കർണൻ സ്വയം ചെയ്യുമായിരുന്നില്ല. പക്ഷേ വിധി അദ്ദേഹത്തെ അധർമ്മം പ്രവർത്തിക്കുന്നതിന് മടിയില്ലാതിരുന്ന ദുര്യോധനന്റെ ഭാഗത്ത് എത്തിക്കുകയും ചേർത്തുനിർത്തുകയും ചെയ്തുവെങ്കിലും അദ്ദേഹം സ്വയം അധർമ്മമായ ഒരു പ്രവർത്തിയും ചെയ്തില്ല.

പാണ്ഡവരും കൗരവരും തമ്മിൽ യുദ്ധം ഏതാണ്ട് തീർച്ചയായ സമയത്ത് കർണന്റെ ജീവിതത്തിലെ മറ്റുരണ്ട് പ്രധാന സംഭവങ്ങൾ നടന്നു. പാണ്ഡവരുടേയും കർണന്റെയും അമ്മയായ കുന്തി, യുദ്ധത്തിൽ പാണ്ഡവർ ജയിക്കണമെന്ന് തീവ്രമായി ആഗ്രഹിച്ച കുന്തി കർണനെ നേരിൽക്കണ്ടു; താനാണ് കർണന്റെ സ്വന്തം അമ്മയെന്ന് പറയുകയും തന്റെ കൗമാരപ്രായത്തിൽ ചെയ്തുപോയ തെറ്റിന് മകനോട് മാപ്പപേക്ഷിക്കുകയും ചെയ്തു. കൗരവരുടെ കൂട്ടുകെട്ട് വിട്ടിട്ട് പാണ്ഡവരോടു ഒത്തുചേരണമെന്ന് അഭ്യർത്ഥിച്ചു. കർണനും അർജ്ജുനനും തമ്മിൽ നേരിട്ട് ഒരു യുദ്ധം നടക്കാൻ ഇടംകൊടുക്കരുതെന്നും യാചിച്ചു പറഞ്ഞു. പകരം, പാണ്ഡവരുടെ അമ്മയെന്നനിലയിൽ താൻ കർണനെ സ്വന്തം മകനായി സമൂഹത്തിന്റെ മുമ്പിൽ അംഗീകരിക്കാമെന്നും കർണനെ പാണ്ഡവർ ഭരിക്കാൻ ഇടയാകുന്ന രാജ്യത്തെ രാജാവായി

വാഴിക്കാമെന്നും അതിനുള്ള സമ്മതം പാണ്ഡവരുടെ പക്കൽനിന്നും താൻ വാങ്ങിക്കൊള്ളാമെന്നും ആ അമ്മ ശപഥം ചെയ്തു. പക്ഷേ, തനിക്ക് ദുര്യോധനനോടുള്ള കടപ്പാട് മറന്ന് പാണ്ഡവപക്ഷം ചേരാൻ കർണൻ വിസമ്മതിച്ചു. എങ്കിലും സ്വന്തം അമ്മയോട് യാതൊരു വിരോധവും പ്രകടിപ്പിക്കാതെ, അമ്മയുടെ ആവശ്യങ്ങളെ മാനിച്ചുകൊണ്ട്, കർണൻ ഒരു ധർമ്മിഷ്ഠന് ചേർന്ന മറുപടിയാണ് കുന്തീദേവിക്ക് നൽകിയത്.

'അമ്മേ, ഞാനമ്മയേ ബഹുമാനിക്കുന്നു. സ്നേഹിക്കുന്നു. ഈ വൈകിയ വേളയിലെങ്കിലും അമ്മ എന്നെ സ്വന്തം മകനായി അംഗീകരിച്ചല്ലോ. എനിക്ക് വളരെയേറെ സന്തോഷമായി. ഞാനമ്മയ്ക്ക് ഒരു വാഗ്ദാനം നൽകുന്നു. വരുന്ന യുദ്ധത്തിൽ എനിക്ക് ദുര്യോധനന്റെ പക്ഷത്തുനിന്ന് യുദ്ധം ചെയ്തേ മതിയാകൂ. പക്ഷേ, യാതൊരു കാരണവശാലും അർജ്ജുനനൊഴികെ അമ്മയുടെ മറ്റൊരു മക്കൾക്കും-എന്റെ മറ്റനുജന്മാർക്ക് കുഴപ്പങ്ങളൊന്നുമുണ്ടാകാതെ (ദേഹോപായം ഉണ്ടാകാതെ) ഞാൻ സൂക്ഷിക്കാം. പക്ഷേ അർജ്ജുനനോ ഞാനോ ആരെങ്കിലുമൊരാൾ യുദ്ധത്തിൽ മരിക്കും. യുദ്ധം കഴിയുമ്പോഴും അമ്മയ്ക്ക് ഇതുവരെയുണ്ടായിരുന്നതുപോലെ, ലോകമറിയുന്ന അഞ്ചുമക്കളുണ്ടായിരിക്കും. ഇതെന്റെ വാക്കാണ്. അമ്മ എന്നെ വിശ്വസിച്ച് ദയവായി തിരികെ പോയാലും.'

ആ സമയത്ത് കർണന്റെ ജീവിതത്തിലുണ്ടായ മറ്റൊരു പ്രധാന സംഭവം സ്വന്തം അച്ഛനുമായുണ്ടായ കൂടിക്കാഴ്ചയാണ്. ജനനസമയത്ത് സൂര്യദേവൻ മകന് രക്ഷാകവചമായി ദേഹത്തോടൊട്ടിക്കിടന്നിരുന്ന കുണ്ഡലങ്ങൾ നൽകിയിരുന്നു എന്ന് നേരത്തെ സൂചിപ്പിച്ചുവല്ലോ. ആ കുണ്ഡലങ്ങൾ ദേഹത്ത് ഉള്ളടത്തോളം കാലം കർണനെ ആർക്കും കൊല്ലുവാൻ കഴിയുമായിരുന്നില്ല. അതുകൊണ്ടുതന്നെ ശ്രീകൃഷ്ണന്റെ നിർദ്ദേശപ്രകാരം, പാണ്ഡവരുടെ രക്ഷയ്ക്കും വിജയത്തിനുമായി കവചങ്ങൾ കർണനിൽനിന്ന് തട്ടിയെടുക്കാൻ അർജ്ജുനന്റെ അച്ഛനായ ഇന്ദ്രൻ ശ്രമിക്കുമെന്നുള്ള വിവരം സൂര്യദേവന് കിട്ടി. പുത്രസ്നേഹിയായിരുന്ന അദ്ദേഹം സ്വയം കർണന്റെ മുമ്പിൽ പ്രത്യക്ഷപ്പെട്ട് താനാണ് കർണന്റെ അച്ഛനെന്ന വിവരം കർണനോട് പറഞ്ഞു.

'കർണാ, മകനേ, നിന്റെ ദാനശീലം ശ്ലാഘനീയം തന്നെ. പക്ഷേ നീ സൂക്ഷിക്കണം. വരാൻ പോകുന്ന യുദ്ധത്തിൽ നിനക്ക് ജനനസമയത്ത് ഞാൻ നൽകിയ കവചങ്ങൾ നിന്നെ രക്ഷിക്കുമെന്ന് എല്ലാവർക്കും അറിയാം. അതുകൊണ്ട് ആ കവചങ്ങൾ നിന്നിൽനിന്ന് തട്ടിയെടുക്കാൻ ഗൂഢാലോചനകൾ നടക്കുന്നുണ്ട്. നീ കരുതലോടെ ഇരിക്കണം.'

'എങ്ങനെ തട്ടിയെടുക്കുമെന്നാ.'

'മകനേ, ഇന്ദ്രദേവൻ നിന്റെയടുക്കൽ ബ്രാഹ്മണന്റെ വേഷത്തിൽ വന്ന് ദാനം ചോദിക്കും- മറ്റൊന്നുമല്ല, അദ്ദേഹം ചോദിക്കുന്നത് നിന്റെ കവചകുണ്ഡലങ്ങളായിരിക്കും.'

'അച്ഛാ, അങ്ങനെ ഇന്ദ്രൻ എന്നോട് ദാനം ചോദിച്ചാൽ എനിക്ക് എന്തു സംഭവിച്ചാലും സാരമില്ലെന്നു കരുതി ഞാൻ അദ്ദേഹം ചോദിക്കുന്ന ഭിക്ഷ എന്നാൽ കഴിയുന്നതാണെങ്കിൽ കൊടുത്തിരിക്കും. അതെന്റെ ധർമ്മമാണ്. ദാനം കേൾക്കുന്നതെന്തും എന്നാൽ കഴിയുന്നതാണെങ്കിൽ കൊടുത്തിരിക്കും.'

'മകനേ. അപ്പോൾ നിന്റെ ജീവൻ....'

'ബഹുമാനപ്പെട്ട പിതാവേ, എനിക്ക് എന്റെ ജീവനേക്കാൾ വലുതാണ് വിലപിടിപ്പുള്ളതാണ് ധർമ്മനിഷ്ഠയും എന്റെ സൽപേരും. അതുകൊണ്ട് അച്ഛൻ വിഷമിക്കാതെ പോയാലും. എല്ലാം വിധിപോലെ നടക്കട്ടെ'

അങ്ങനെ അധികം താമസിയാതെ തന്റെ മുമ്പിൽ കർണകുണ്ഡലങ്ങൾ യാചിച്ചുകേട്ട പ്രച്ഛന്നവേഷധാരിയായി എത്തിയ ഇന്ദ്രന് കർണൻ തന്റെ കവചകുണ്ഡലങ്ങൾ ദേഹത്തുനിന്നു മുറിച്ചുമാറ്റി തന്റെ ദാനശീലത്തിന് ഭംഗം വരാതെ കാത്തുസൂക്ഷിച്ചു. പക്ഷേ, അങ്ങനെ ചെയ്തത് പിന്നീട് നടന്ന കുരുക്ഷേത്രയുദ്ധത്തിൽ മരണം അറിഞ്ഞുകൊണ്ടുതന്നെ കർണൻ സ്വയം ഏറ്റുവാങ്ങുകയായിരുന്നു എന്ന് പറയാം.

കർണനെപ്പോലെ ധർമ്മനിഷ്ഠനായ ഒരാൾ അധർമ്മത്തിന്റെ പക്ഷത്ത് നിൽക്കേണ്ടിവന്ന സാഹചര്യങ്ങൾ വിരളമായിട്ടെങ്കിലും നമുക്ക് കാണാൻ കഴിയും. അത്തരത്തിലുള്ളവരെ പ്രസിദ്ധിപെറ്റ ഗ്രീക്ക് തത്വജ്ഞാനി അരിസ്റ്റോട്ടിൽ (Aristotle) 'ദുർബ്ബലരാക്കപ്പെട്ട നല്ല മനുഷ്യർ' (Flawed good men) എന്ന് നിർവചിച്ചിരിക്കുന്നു. അതുപോലെയുള്ള മറ്റൊരു കഥാപാത്രമാണ് അകിലിസ് (Achilles). കർണനെപ്പോലെ ദേഹത്തോടൊട്ടിയ രക്ഷാകവചവുമായി ജീവിച്ച കഥാപാത്രവുമാണ് ഹോമർ (Homer) എന്ന ഗ്രീക്ക് കവിയുടെ ഇലിയാഡിലെ (Illiad) അക്കിലിസ്. അദ്ദേഹം ഗ്രീക്ക് രാജാവായിരുന്ന പെലെസ് (Peleus)നും തേറ്റിസ് (Thetis) എന്ന ജലദേവതയ്ക്കും ജനിച്ച മകനായിരുന്നു. തേറ്റിസിന് മകനെ ഒരമ്മയെന്ന നിലയിൽ സ്നേഹിച്ച് വളർത്താൻ താല്പര്യമില്ലായിരുന്നു. എങ്കിലും മകൻ തന്നെപ്പോലെ മരണത്തിന് അതീതനാകണമെന്ന് ആഗ്രഹിച്ച അമ്മ (ജലദേവതയ്ക്ക് ജനിച്ച മകനായിരുന്നുവെങ്കിലും അക്കിലിസ് മനുഷ്യനായിരുന്നു- അതുകൊണ്ട് മരണം അനിവാര്യമായിരുന്നു) കുട്ടിയെ ഭൂമിക്കടിയിൽ ഒഴുകുന്ന സ്റ്റിക്സ് (styx) എന്ന നദിയിലെ ജലത്തിൽ, പ്രത്യേക

സവിശേഷകളുണ്ടായിരുന്ന ജലത്തിൽ, മുക്കിയെടുത്തു. നദിയിലെ ജലത്തിന്റെ സവിശേഷ ശക്തി കാരണം എക്ലിസിന് ദേഹമാസകലം ഒരു രക്ഷാകവചം കിട്ടി. പക്ഷേ തേറ്റിസ് കുട്ടിയുടെ കാലിന്റെ ഉപ്പൂറ്റിയിൽ പിടിച്ചുകൊണ്ടാണ് ജലത്തിൽ മുക്കിയത്. കാലിൽ പിടിച്ചിരുന്ന ഭാഗം മാത്രം ജലത്തിൽ മുങ്ങാതെ പോയതുകൊണ്ട് ആ ഭാഗത്ത് (ഉപ്പൂറ്റിഭാഗം) മാത്രം കവചം കിട്ടിയില്ല. അക്ലിസിന്റെ ഉപ്പൂറ്റി മാത്രം ദുർബലമായിരുന്നു. കുറേക്കാലങ്ങൾക്കുശേഷം നടന്ന പ്രസിദ്ധിപെറ്റ ട്രോജൻ യുദ്ധത്തിൽ (Trojan War) വീരപരാക്രമങ്ങൾ നടത്തി, ഏതാണ്ട് അജയ്യനായി യുദ്ധം ചെയ്ത അക്ലിസിനെ യുദ്ധനിപുണനും, സൂര്യദേവന്റെ സ്ഥാനം അലങ്കരിക്കുകയുമൊക്കെ ചെയ്ത ഗ്രീക്ക് ദേവൻ അപ്പോളോയുടെ (Apollo) സഹായത്തോടെ ഉപ്പൂറ്റിയിൽ അമ്പെയ്താണ് കൊന്നതെന്ന് പറയപ്പെടുന്നു. ഇതാണ് ഇംഗ്ലീഷിലെ Achilles' Heels (ശക്തന്റെ ദുർബ്ബലവശം) എന്ന വിഖ്യാതമായ പദപ്രയോഗത്തിന്റെ ഉറവിടം. മഹാഭാരതകഥയിലെ സൂര്യപുത്രനായ കർണന്റെ ജീവിതവും ഗ്രീക്ക് കഥാനായകനായ അക്ലിസിന്റെ ജീവിതവും തമ്മിൽ ഒരുപാട് സമാനതകൾ കാണാൻ കഴിയും. അതൊക്കെ പഠിക്കാൻ ഇതുവായിക്കുന്ന ചിലർക്കെങ്കിലും താല്പര്യവും ജിജ്ഞാസയും ഉണ്ടാകുമെന്ന് വിശ്വസിക്കട്ടെ.

സൂര്യൻ കഥകൾ -അമേരിക്കയിൽ

ലോകത്തെങ്ങുമുള്ള മനുഷ്യർക്ക് അവരവരുടെ സാംസ്കാരിക വളർച്ചയ്ക്കനുസരണം അതാതുകാലങ്ങളിൽ അവർക്ക് പ്രകൃതിയേയും, പ്രകൃതിയിൽ അവർ കണ്ടുമുട്ടിയ പല പ്രതിഭാസങ്ങളേയും കുറിച്ച് അവരുടെ ഭാവനയിൽ രൂപപ്പെട്ട കഥകൾ ഉണ്ട്. അങ്ങനെ അമേരിക്കൻ ഭൂഖണ്ഡങ്ങളിൽ ജീവിച്ചിരുന്ന ആദിമ മനുഷ്യർക്കിടയിലും അത്തരം ധാരാളം കഥകൾ ഉണ്ടായിരുന്നു.

ഉദാഹരണത്തിന്- ഇന്ന് നാം യു.എസ്.എ. എന്ന പേരിൽ അറിയപ്പെടുന്ന, നമ്മുടെ ഭൂമിയിൽത്തന്നെ ഏറ്റവും പ്രാധാന്യത്തോടുകൂടി നാം നോക്കിക്കാണുന്ന രാജ്യത്തിലെ ആദിമ മനുഷ്യരിൽ പ്രാധാന്യം അർഹിക്കുന്ന ഒരു വിഭാഗമാണ് 'ചെറോക്കി' എന്ന പേരിൽ അറിയപ്പെടുന്ന അമേരിക്കൻ ഇന്ത്യാക്കാർ (American Indians). നമ്മുടെ രാജ്യമായ ഇന്ത്യയിൽനിന്ന് അമേരിക്കയിൽ കുടിയേറി പാർക്കുന്നവരും അവരുടെ വംശപരമ്പരയും അറിയപ്പെടുന്നത് ഇന്ത്യൻ- അമേരിക്കർ (Indian Americans) എന്നാണ്.

ഈ കഥ വായിക്കുന്നതിനുമുൻപ് ചെറോക്കികളേക്കുറിച്ചും അവരുടെ സാംസ്കാരിക പാരമ്പര്യത്തെക്കുറിച്ചും അല്പം ചിലത് അറിയാൻ ശ്രമിക്കാം.

യുണൈറ്റഡ് സ്റ്റേറ്റ്സ് ഓഫ് അമേരിക്ക (U.S.A) യിലെ തെക്കുകിഴക്കൻ വനപ്രദേശങ്ങൾ (South eastern woodlands) എന്നറിയപ്പെട്ടിരുന്ന സ്ഥലങ്ങളിൽ-ഇന്നത്തെ വടക്കൻ കരോലിന, (North Carolina)

തെക്കുകിഴക്കൻ ടെന്നീസെ, (South eastern Tennesse), ജോർജിയയുടെ (Georgia) വടക്കുപ്രദേശം, അലബാമയുടെ (Alabama) വടക്കുകിഴക്കൻ പ്രദേശം മുതലായ സ്ഥലങ്ങളിൽ ഏതാണ്ട് 4000 വർഷങ്ങൾക്കുമുമ്പുതന്നെ ജീവിച്ചിരുന്നവരാണ് ചെറോക്കികൾ; അതായത് യൂറോപ്യൻ അധിനിവേശത്തിന് വളരെ വളരെ മുൻപുമുതൽ. അവർക്ക് അവരുടെ സ്വന്തമായ ഭാഷയും സംസ്കാരവും ഉണ്ടായിരുന്നു. 1492-ൽ സ്പെയിനും പിന്നീട് പോർട്ടുഗലും, 1587-ൽ ബ്രിട്ടനും തുടങ്ങിവെച്ച അമേരിക്കൻ അധിനിവേശം മനുഷ്യരുടെ സാംസ്കാരിക ചരിത്രത്തിലെ ഒരു പ്രധാന സംഭവമായിരുന്നു. ഇന്ന് തിരിഞ്ഞുനോക്കുമ്പോൾ രാഷ്ട്രങ്ങൾ അക്കാലങ്ങളിൽ കാട്ടിയിരുന്ന ധാർഷ്ട്യത്തിന്റെ അളവ് കാണിക്കുന്നവ എങ്കിലും ഇന്ന് രസാവഹവുമായി തോന്നാവുന്ന ഒരു സംഭവത്തെക്കുറിച്ച് പറയട്ടെ. 1494-ൽ സ്പെയിനും പോർട്ടുഗലും ചേർന്ന് ഒരു ഉടമ്പടി ഉണ്ടാക്കി. ടോർഡേസിലാസ് ഉടമ്പടി (Treaty of Tordesillas) എന്ന പേരിൽ അറിയപ്പെടുന്ന ഉടമ്പടിപ്രകാരം ആ രണ്ടു രാജ്യങ്ങളും ഭൂമി മുഴുവനും അവർക്ക് മാത്രം അവകാശപ്പെടുന്ന രണ്ടു ഭാഗങ്ങളായി തീർച്ചപ്പെടുത്തി. അക്രിസ്ത്യാനികൾ കൂടുതലായി താമസിച്ചിരുന്ന കിഴക്കോട്ടുള്ള പ്രദേശങ്ങൾ മുഴുവനും പോർട്ടുഗലിനും അമേരിക്കൻ ഭൂഖണ്ഡങ്ങൾ ഉൾപ്പെടെയുള്ള പടിഞ്ഞാറൻ പ്രദേശങ്ങൾ സ്പെയിനിനും സ്വന്തമെന്ന് അവർ തീരുമാനിച്ചു.പക്ഷേ പിന്നീട് 1506-ൽ പടിഞ്ഞാറൻ പ്രദേശങ്ങളിൽ തെക്കേഅമേരിക്കയുടെ ചില കിഴക്കു ഭാഗങ്ങളുടെ (ഇന്നത്തെ ബ്രസീൽ ഉൾപ്പെടുന്ന പ്രദേശങ്ങൾ) ഉടമസ്ഥാവകാശവും കൂടി പോർട്ടുഗലിന് വിട്ടുകൊടുത്തു. അങ്ങനെയൊക്കെ ആയിരുന്നുവെങ്കിലും 1587-ൽ ബ്രിട്ടൻ തുടങ്ങിവെച്ച കൂടുതൽ വ്യാപകമായ അമേരിക്കൻ അധിനിവേശവും, സാമ്രാജ്യവൽക്കരണവും വമ്പിച്ച വിജയമായി മാറുകയും ബ്രിട്ടൻ ലോകത്തിലെ ഏറ്റവും വലിയ സാമ്രാജ്യശക്തിയായി വളരുകയും നമ്മുടെ ഇന്ത്യയുൾപ്പെടെയുള്ള പല പല നാടുകളും അവരുടെ കൊടിക്കീഴിൽ കൊണ്ടുവന്നതുമെല്ലാം ചരിത്രത്തിന്റെ ഭാഗമാണ്.

അമേരിക്കൻ ഭൂഖണ്ഡങ്ങളിൽ യൂറോപ്യൻ അധിനിവേശം ആരംഭിച്ച കാലത്ത് (1492-തുടങ്ങി) അവിടെ ഏതാണ്ട് അഞ്ചുകോടിക്കും ഏഴു കോടിക്കും ഇടയിൽ ജനസംഖ്യ ഉണ്ടായിരുന്നിരിക്കണം എന്ന് കണക്കാക്കപ്പെട്ടിരിക്കുന്നു. അവരിൽ കൂടുതൽ പ്രാധാന്യമർഹിക്കുന്ന ജനവിഭാഗങ്ങൾ-സാംസ്കാരികമായി മുൻപന്തിയിൽ നിന്നിരുന്ന ചില ജനവിഭാഗങ്ങളുടെ പേരുകൾ താഴെകൊടുക്കുന്നു.

ഓൾമെക്ക് - Olmec

മായൻ - Mayan

ടോൾടെക് - Toltec

അസ്ടെക് - Aztec

ഇൻകാ - Inca

ഈ ജനവിഭാഗങ്ങളോടൊപ്പം തന്നെ നിന്നിരുന്നു ചെറോക്കികളും. അവരെല്ലാവരുംതന്നെ വിദേശ അധിനിവേശത്തെ എതിർക്കുകയും ചെയ്തിരുന്നു. ആദ്യകാലങ്ങളിൽ സ്വർണവും വെള്ളിയും മറ്റും ശേഖരിക്കുക എന്ന ഉദ്ദേശത്തോടുകൂടി മാത്രം അമേരിക്കൻ ഭൂഖണ്ഡങ്ങളിൽ എത്തിയവർ പിന്നീട് സ്ഥലം സ്വന്തമാക്കാനും, കുടിയേറി പാർക്കാനും, പല പ്രദേശങ്ങളും തങ്ങളുടെ അധീനത്തിലും കൊടിക്കീഴിലും ആക്കാൻ ആരംഭിച്ചതോടെ തദ്ദേശവാസികളും അധിനിവേശ ശക്തികളും പരസ്പരം യുദ്ധം ചെയ്യാൻ തുടങ്ങി. അത്തരം യുദ്ധങ്ങളിൽ യൂറോപ്യൻ ശക്തികളുടെ പക്കൽ ഉണ്ടായിരുന്ന തോക്കുകളോട് കിടപിടിക്കുന്ന ആയുധങ്ങളൊന്നും തദ്ദേശവാസികളുടെ പക്കൽ ഉണ്ടായിരുന്നില്ല. അതുകൊണ്ട് ആ യുദ്ധങ്ങളിൽ വളരെയധികം തദ്ദേശവാസികൾ കൊല്ലപ്പെട്ടു. ഉദാഹരണത്തിന് 1519നും 1521 നും ഇടയ്ക്ക് അസ്ടെക്കുകളും, സ്പെയിനുകാരും തമ്മിൽ നടന്ന യുദ്ധത്തിൽ 3,40,000 അസ്ടെക്കുകൾ മരിച്ചിരിക്കാം എന്ന് കരുതപ്പെടുന്നു; അതേസമയം 500 നും 1000 നും ഇടയ്ക്കുമാത്രമായിരുന്നിരിക്കണം സ്പെയിൻകാരുടെ മരണം എന്നും അത്തരം യുദ്ധങ്ങൾക്കുപുറമെ, ആ കാലഘട്ടത്തിൽ യൂറോപ്പിൽ നിന്നും അമേരിക്കയിൽ എത്തിച്ചേർന്ന ആളുകളുടെ പക്കൽനിന്നും പകർന്നുകിട്ടിയ സംക്രമണ രോഗങ്ങളും തദ്ദേശവാസികളെ സാരമായി ബാധിച്ചു. ഇന്ന് (2020-22) കോവിഡ് 19 എന്ന മഹാമാരിയുമായി നമ്മൾ പൊരുതിക്കൊണ്ടിരിക്കുന്ന സമയത്ത് യൂറോപ്പിൽ നിന്ന് അമേരിക്കയിൽ എത്തിച്ചേർന്ന പകർച്ച വ്യാധികൾ ഏതൊക്കെയായിരുന്നു എന്നു നോക്കാം.

വ്യാധി	എത്തിയവർഷം
വസൂരി (Small pox)	1518, 1521, 1525, 1558, 1589
ടൈഫോയിഡ് (Typhoid / സന്നിപാത ജ്വരം)	1546
ഡിഫ്തീരിയ (Diphtheria)	1618
പകർച്ചപ്പനി (Influenza)	1558
പൊങ്ങൻപനി (Measles) അഞ്ചാംപനി	1614

യുദ്ധവും പകർച്ചവ്യാധികളും കാരണം 1492-ൽ ഉണ്ടായിരുന്ന തദ്ദേശവാസികളുടെ എണ്ണം (അഞ്ചുകോടിക്കും ഏഴരകോടിക്കും ഇടയ്ക്ക്) ഏതാണ്ട് എഴുപത്-എൺപത് ലക്ഷം എന്ന നിലയിലേക്ക് കുറഞ്ഞു എന്ന് കരുതപ്പെടുന്നു. ആ കാലത്ത് അമേരിക്കൻ ഭൂഖണ്ഡങ്ങളിൽ നടന്നത് വംശഹത്യയ്ക്ക് (Genocide) സമാനമായിരുന്നു എന്നു പറഞ്ഞാലും തെറ്റാവില്ല.

അങ്ങനെയൊക്കെ ആയിരുന്നുവെങ്കിലും യൂറോപ്യൻ അധിനിവേശം കാരണം തങ്ങളുടെ പൂർണമായ വംശനാശം ഉണ്ടാകരുതെന്ന് ആത്മാർത്ഥമായി ആഗ്രഹിച്ച കുറേയാളുകൾ തദ്ദേശവാസികൾക്കിടയിൽ ഉണ്ടായിരുന്നു. അവരുടെ ശ്രമം കാരണം പലപ്പോഴും, വളരെ വലിയ വിട്ടുവീഴ്ചകൾക്ക് തയ്യാറായി അവർ വിദേശികളുമായി സന്ധിയുടമ്പടികൾ ഉണ്ടാക്കി. അത്തരത്തിലുണ്ടാക്കിയ ആദ്യത്തെ ഉടമ്പടികളിലൊന്നായിരിക്കണം 'ഡിലാവേർ ഉടമ്പടി (Delaware Treaty)' എന്ന പേരിൽ അറിയപ്പെടുന്ന 1778 സെപ്തംബറിൽ ഉണ്ടാക്കപ്പെട്ട ഉടമ്പടി. പിന്നീട് യൂറോപ്യൻ രാജ്യങ്ങളിൽനിന്ന് കുടിയേറിപ്പാർത്തവർ കുറേശ്ശെയായി അവരുടെ സ്വന്തം രാജ്യങ്ങൾക്ക് രൂപം നൽകുകയും, സ്വതന്ത്ര രാജ്യങ്ങളായി രൂപാന്തരപ്പെടുകയും ചെയ്ത പശ്ചാത്തലത്തിൽ രാഷ്ട്രീയമായ പല മാറ്റങ്ങളും ഉണ്ടായി. 1776-ലാണ് ഇന്നത്തെ അമേരിക്കൻ ഐക്യനാടുകൾ (U.S.A) ബ്രിട്ടനിൽ നിന്ന് വിട്ടുമാറി സ്വതന്ത്രരാജ്യമായത്. 1821-ൽ മെക്സിക്കോയും മറ്റു പല മദ്ധ്യ അമേരിക്കൻ നാടുകളും സ്പെയിനിൽനിന്ന് സ്വതന്ത്രമായി. എന്നിരുന്നാലും തദ്ദേശവാസികൾക്ക് അവരുടെ ന്യായമായ പല അവകാശങ്ങളും നിഷേധിക്കപ്പെട്ടു. അവരെ അമേരിക്കൻ പൗരന്മാരായിപ്പോലും അധിനിവേശശക്തികൾ അംഗീകരിച്ചില്ല. ഉദാഹരണത്തിന് 1924 ലെ - Indian Citizenship Act അമേരിക്കൻ ഇന്ത്യാക്കാർക്ക് ചില പ്രത്യേക സാഹചര്യങ്ങളിൽ അമേരിക്കൻ പൗരത്വം സാധ്യമാക്കിയെങ്കിലും പല കാരണങ്ങൾകൊണ്ടും 1957 വരെയും അവർക്ക് അമേരിക്കൻ തെരഞ്ഞെടുപ്പുകളിൽ വോട്ടവകാശം നിഷേധിക്കപ്പെട്ട ചരിത്രമാണുള്ളത്. 1965 ൽ യു.എസ്.എ.യിൽ പാസ്സാക്കിയ Civil Rights Act of 1964 ഉം Voting Rights Act of 1964 ഉം Indian Civil Rights Act of 1968ഉം ആണ് അമേരിക്കൻ ഇന്ത്യാക്കാരും അമേരിക്കൻ ജനതയുടെ ഭാഗമാണെന്ന് ശരിയായും അംഗീകരിച്ചതെന്ന് പറയാം.

എങ്കിലും യൂറോപ്യൻ അധിനിവേശശക്തികളുടെ വംശഹത്യ പ്രവണത മനസ്സിലാക്കിയ തദ്ദേശവാസികളിൽ ചിലരെങ്കിലും കുടിയേറിപ്പാർത്തവരുമായി സൗഹൃദബന്ധനം സ്ഥാപിക്കാനും യുദ്ധവും

പരസ്പര വൈരാഗ്യവും ഇല്ലാതാക്കുവാനും ഒത്തുതീർപ്പുകളിൽകൂടിയും മറ്റും സാധ്യമാക്കാൻ ശ്രമം നടത്തി എന്നതും മറക്കാനാകുകയില്ല. ചിലർ വൈവാഹിക ബന്ധത്തിൽ ഏർപ്പെട്ടുകയും തദ്ദേശവാസികളും കുടിയേറ്റക്കാരും ഒന്നിണങ്ങി ജീവിക്കുന്ന ഒരു ഭാവി സ്വപ്നം കാണുകയും ചെയ്തു. അങ്ങനെയുള്ള ചിലരെയെങ്കിലും ഇന്നും അമേരിക്കൻ ഭൂഖണ്ഡങ്ങളിൽ സ്നേഹത്തോടെ ഓർക്കുന്നു. അത്തരത്തിലുള്ള രണ്ട് ഉദാഹരണങ്ങൾ ഉദ്ധരിക്കാം.

ഉദാഹരണത്തിന് പൗഹത്താൻ എന്ന ആദിവാസി മുഖ്യന്റെ മകൾ 'പൊക്കൊഹൊണ്ടാസ്'(Pocontas) ഇന്നും അമേരിക്കയിൽ ഓർക്കപ്പെട്ടുന്നു.- ആദരവോടെ, സ്നേഹത്തോടെ - പ്രത്യേകിച്ചും അമേരിക്കയിലെ വെർജീനിയ (Virginia) പോലുള്ള പ്രദേശങ്ങളിൽ. പൊക്കൊഹോണ്ടാസിനെ ഓർത്തുകൊണ്ട് ഏതാണ്ട് വർഷങ്ങൾക്കു മുമ്പ് ഞാനെഴുതിയ ഒരു ഇംഗ്ലീഷ് കവിത ഉദ്ധരിക്കുന്നു.

The hidden pond park*

My grandson, yet a child,
he and I we went to explore
the lake in the Hidden Pond Park,
away from the maddening rush.

Away from the maddening rush
of the automobiles and the noise
deafening and sickening
yet, in the heart of the city.

In the very heart of the city
a natural park it is,
a forest full of trees and bushes
pines, tulips and beeches.

---

* Note: The Hidden Pond Park is situated in springfield, in the Fairfax Country in the neighborhood of Washington D.C, U.S.A. this is written during June 2001 when the writer had occasion to stay there for about two weeks.

A natural park it is,
with narrow foot-paths
climbing up and climbing down
taking bends and turns.

Foot-paths strewn with broken twigs
crisscross the length and breadth
with wooden foot bridges
across tiny streams of water.
Waters flow down the slopes to disappear
with a murmur feeble, under the culvert
at the farther end, across the high way
commuting people and their dreams.
As I enjoyed the natural beauty
waters flowed down to disappear
just as tears down my cheeks
of reminiscenes sad; of joyous present.

I turned the pages of history to perceive
the natives of this land, the ancients,
the Algokeans, The Mayas, the Incas, the Aztecs,
people came from where, I know not.

From whee did they come, were they
the Mongoloids from Asia or elsewhere,
to invade the forests of this vast land,
this rich land of promise, I know not.

Created they, the ancients of this land,
civilizations glorious and a culture

built on love abd understanding
of human value and sentiments.

Fought they, to defend their lands, beloved,
against the onslaught of men, from lands
distant and with weapons they knew not,
men in search of gold and riches
Left they for us stories many
of unsurpassed valor and courage;
left they for us profiles of Pochohontas many
to be adored and loved for ever.

Plundered and killed were they, not in ones
but in numbers large, villages after villages
across the length and breadth of the Americas,
the newly found lands, vast and promising.

And yet, blessed is Pocohontas,
daughter beloved of the mighty Powhatan,
to have built a bridge of love and friendship
to found this nation proud and prosperous.

And down the memory lane,cherished
are the names of explores, daring men
who challenged the might oceans
in search of adventure, land and dreams.
Cherished are the names of Columbus,
Amerigo, Leon, Cortes, Smith and many more,
pioneers to get their feet on this land
destined to climb ladders to superdom.

Cherished are the memories of sons,noble,
of this land, Washington, Paine, Lincon, Roosevelt,
men of vision and forethought to set vaules;
values dear to mankind everywhere.

Came out we, from the park to sunshine,
to the busy world of automobiles and noise,
to the world of business and commerce
where men and women have no time to reminisce

Came out we to the brighter world
where men and women submerge their past
in the fusion pot of races and cultures
to shape new generations with newer values.

Yet, even in this sunshine lingers a shadow
in my mind, and I hope to see a day
when the ancients of this land, take their positions
on the social ladder, to wither the shadow.

മെക്സിക്കോയിൽ നിന്നുള്ള മലിന്ത്സിൻ എന്ന പെൺകുട്ടിയാണ്- ഒരു പ്രത്യേക കാലഘട്ടത്തിൽ സാംസ്കാരികമായും സാമ്പത്തികമായും മുൻനിരയിലെന്ന് അഭിമാനിക്കാൻ കഴിയുന്നത്ര വളർന്ന അസ്ടെക് രാഷ്ട്രത്തിലെ രാജകുമാരി മലിന്ത്സിൻ. മലിന്ത്സിനെക്കുറിച്ച് 2009-ൽ ഞാനെഴുതിയ ഒരു മലയാളം കവിത ഉദ്ധരിക്കുന്നു.

മലിന്ത്സിൻ

കേൾക്കണം കൂട്ടരേ നിങ്ങളെന്റെ കഥ
കേൾക്കണമൊരു നാളുമാശിച്ചതില്ല

ഞാനെന്റെ നാട്ടുമുടിക്കുവാനെന്റെ
കൂട്ടരെയൊന്നോടെ ഒടുക്കുവാൻ.

കേൾക്കണം ഞാനാശിച്ചതില്ലന്യന്റെ
കൊട്ടാര സൗഭാഗ്യങ്ങളക്കിടക്കിയിലെ
കാമഭോഗങ്ങളെന്ന സത്യം, മറിച്ചോ
സ്നേഹിച്ചു ഞാനെന്റെ നാട്ടാരെയെന്റെയൊപ്പം.

അന്യന്റെ സൗഭഗങ്ങൾ കവർന്നെടുക്കാന-
ന്യന്റെ നാട്ടു സ്വന്തമാക്കാനെന്തും
ചെയ്യാൻ മടിക്കാത്തവരെഴുതും
ചരിത്രമസത്യ ചരിത്രമെന്നറിയുന്ന നിങ്ങൾ.

കാമഭ്രാന്തിയെന്റെ പെറ്റമ്മ ചതിച്ചു
കൊന്നൊരസ്തെക്ക രാജന്റെ പൊൻമകൾ
കിരീടാവകാശിയെന്നെയടിമയാക്കി
വിറ്റവർ-തന്നൂ തെരുവു വേശ്യപ്പട്ടവും.

മറന്നില്ല ഞാനൊരിക്കലുമച്ചതിയെങ്കിലും
ആഗ്രഹിച്ചതില്ല ഞാനെന്റെ വംശനാശം;
മറിച്ചോ, സൂര്യദേവചരിത്ര മാർഗിയെന്റെ
വേരുകളറ്റു പോകരുതെന്നു പ്രാർത്ഥിച്ചു ഞാൻ.

അടിമയിവളാരാഞ്ഞു മാർഗ്ഗങ്ങളന്തപ്പുരത്തിലെ
ക്ഷുദ്രജന്തുക്കളെയൊട്ടുക്കാനമയപന
സംസ്കാരവേരുകൾ നിലനിർത്താൻ
കൊലനിലങ്ങളിൽ നിന്നെന്റെ കൂട്ടരെ മുക്തരാക്കാൻ.

പഠിച്ചു ഞാൻ വിദ്യകൾ, ഭാഷകൾ പലതുമാ
വെള്ളക്കാരുടെ ഭാഷയുമൊപ്പം

ദൃഢതരമാക്കിയെന്റെ മനസ്സും
അറിഞ്ഞു ഞാനീ ശരീരകാന്തി തൻ വിലയും.

അത്തരുണത്തിലെത്തിയല കടലിന്നപ്പുറത്തു
നിന്നൊരു കൂട്ടരവരുടെ തൊപ്പിയും ചട്ടയും
തീ തുപ്പുന്ന കൊടിയ ശസ്ത്രങ്ങളുമേന്തി
അരിസേനകളെയൊന്നോടെ ദഹിപ്പിക്കാൻ പോന്നോർ.

അലകടലിന്നപ്പുറത്തുനിന്നെത്തിയവർ
അവരുടെ നൂതന അസ്ത്രങ്ങൾ തീ തുപ്പിയപ്പോള
തിനു മുന്നിൽ പകച്ചു നിന്നു തളർന്നു ചത്തു
വീണെന്റെ നാട്ടാർ കൂട്ടം കൂട്ടമായി.

മർത്ത്യൻ പാപങ്ങൾ തോളിലേറ്റിയതിന്നു
പ്രായശ്ചിത്തമായി തൻ നിണം നൽകിയൊരു
ദേവന്റെ സന്ദേശമെടുത്തുവന്നവരി
യാസ്തെക്കു വർഗ്ഗത്തെയപ്പാടെ ചുട്ടെരിക്കുമത്രേ.

കനിവെഴും സർവ്വേശ്വരന്റെ മുമ്പിൽ
നമിക്കുമെന്നാലുമറപ്പില്ലവർക്ക്
മനുജരക്തം ചൊരിയാനല്പം
പൊന്നിനായെന്നറിഞ്ഞു ഞാൻ.

സ്വപ്നമൊന്നു കണ്ടു ഞാനസ്തെക്കുകൾ
നൂറ്റാണ്ടായി നേടിയ പരമ നിഗൂഢ
വിജ്ഞാന ഭണ്ഡാരവുമലകടലിന്നപ്പുറത്തെ
നൂതന ശാസ്ത്രങ്ങളുമൊത്തൊരു സംഗമം.
സ്വപ്നം കണ്ടു ഞാനിവിടെ നക്ഷത്ര കമനീയ
ലോകരഹസ്യസാരം തേടി ജീവിച്ച ഞങ്ങളു
മവിടയീശന്റെ വാത്സല്യവും ശാന്തിയും

നിറഞ്ഞു നില്ക്കുമമ്മയുമൊത്തൊരു സംഗമം.

സ്വപ്നം കണ്ടു ഞാൻ രണ്ടു സംസ്കാരങ്ങൾ
ഒത്തുചേർന്നൊരു നയോപായ സംഗമം,
രണ്ടു രാഷ്ട്രങ്ങളൊത്തു ചേർന്നൊരു
നിണമോഹരഹിത സമാധാന സൗഹൃദസംഗമം.

പറങ്കിനാട്ടു പടത്തലവൻ, മോർട്ടേസിനെ
കണ്ടു ഞാനന്നൊരു നാൾ, അവനും
ആകൃഷ്ടനായെന്റെ മെയ്യഴകിൽ; സ്വപ്ന
സാക്ഷാൽക്കാരത്തിനു പോരുമതെന്നെൻ മനം.

മനസ്സും മനസ്സുമൊന്നു ചേർന്നപ്പോൾ
വികാരതീക്ഷ്ണയതധരങ്ങൾ അളന്നളന്ന് വാങ്ങിയപ്പോൾ
ക്രോധം തനിഞ്ഞു ശരീരവും മനസ്സും
ശാന്തമായപ്പോളറിഞ്ഞു ഞങ്ങളിരുവരും.

പോർമുഖങ്ങൾ ശാന്തമായി
നവശസ്ത്രങ്ങളിറക്കിവെച്ച പറങ്കികൾ
കൈമാറി സമ്മാനങ്ങളവരുമെന്റെ കൂട്ടരും
കൈകോർത്തു നടന്നു യുവമിഥുനങ്ങൾ.

സംവത്സരങ്ങൾക്കപ്പുറമാവിയായി, തരംഗങ്ങളായി
തിരിഞ്ഞു നോക്കുമ്പോൾ സംതൃപ്തയാണു ഞാൻ
എന്റെ വംശമെന്റെ ജീനുകൾ തലയുയർത്തി
ജീവിക്കുന്നു മെക്സിക്കോ നാട്ടിലെങ്ങും.

അറിയില്ലേ? നിങ്ങൾക്കെന്നെയറിയില്ലേ?
എങ്കിലറിയണം, വംശവിരോധിയല്ല ഞാൻ
എന്റെ നാടിനു പുതുജീവനൊരു പുതുസംസ്കാരം

സ്വപ്നം കണ്ടവൾ-മലിന്ത്സിൻ ഞാൻ.

(ശ്രീ. എൻ.വി. കൃഷ്ണവാരിയരുടെ ഇതേ പേരിലുള്ള കവിത വായിക്കുക. ഇന്ന് മലിന്തസിനെക്കുറിച്ച് കിട്ടിയിട്ടുള്ള പുതിയ ചരിത്രസത്യങ്ങളുടെ വെളിച്ചത്തിൽ, ഇതിൽ ഉൾക്കൊള്ളിച്ചിട്ടുള്ള ആശയങ്ങൾ പ്രതിഫലിക്കുന്ന കവിതകളും മറ്റ് രചനകളും സാഹിത്യത്തിൽ സ്ഥാനം പിടിച്ചിരിക്കുന്നു. എൻ.വി.യുടെ കവിതയിൽ മലിന്ത്സിനെ തെറ്റായ വഴികളിൽ നടന്ന ഒരു പെൺകുട്ടിയായിട്ടാണ് ചിത്രീകരിച്ചിട്ടുള്ളത്.)

ഇനി നമുക്ക് കഥയിലേക്ക് കടക്കാം. ഇത് ചെറോക്കി ജനങ്ങൾക്കിടയിൽ പ്രചരിച്ചിരുന്ന ഒരു കഥയാണ്- സൂര്യനെയും അവരുടെ പുത്രിയേയും കുറിച്ചുള്ള ഒരു കഥ. ഈ കഥയിൽ സൂര്യൻ സ്ത്രീയാണ്. സൂര്യൻ ദിവസവും തന്റെ കിഴക്കുനിന്ന് പടിഞ്ഞാറേക്കുള്ള യാത്രയിൽ മദ്ധ്യാഹ്നസമയത്ത് (ഉച്ചസമയത്ത്) തന്റെ പുത്രിയുടെ വീട്ടിൽ ഉച്ചഭക്ഷണത്തിനായി പോകുമായിരുന്നു. സൂര്യന് മനുഷ്യരെ ഇഷ്ടമായിരുന്നില്ല. കാരണം, അവർ അനാവശ്യമായി അവരെത്തന്നെ നോക്കിനിൽക്കുകയും അവരുടെ നേരെ കണ്ണടിച്ച് കാണിക്കുകയും മറ്റും ചെയ്യുമായിരുന്നു എന്നതുതന്നെ. ഇന്നും സ്ത്രീകളെക്കണ്ടാൽ, അതും സുന്ദരിമാരായ സ്ത്രീകളെക്കണ്ടാൽ അങ്ങനെയൊക്കെ ചെയ്യുന്ന വമ്പന്മാർ നമ്മുടെയിടയിൽ ഉണ്ടല്ലോ. ഇല്ലേ. സൂര്യൻ പലപ്പോഴും അവരുടെ സഹോദരനായ ചന്ദ്രനോട് പറയുമായിരുന്നു.

'എനിക്ക് ആ മനുഷ്യരുടെ മട്ടും ഭാവവും എന്റെ നേരെ കണ്ണടിച്ചു കാണിക്കുന്ന സ്വഭാവവുമൊന്നും ഇഷ്ടപ്പെടുന്നേയില്ല; അസത്തുക്കൾ'

പക്ഷേ ചന്ദ്രന് മനുഷ്യരെ ഇഷ്ടമായിരുന്നു. അവരെപ്പോഴും തന്നെ നോക്കി പുഞ്ചിരിക്കുന്നു എന്ന് ചന്ദ്രൻ വിചാരിച്ചു; സന്തോഷിച്ചു. മനുഷ്യരുടെ അങ്ങനെയുള്ള പക്ഷപാതപരമായ പ്രവർത്തി സൂര്യനെ കൂടുതൽ ചൊടിപ്പിച്ചു; കോപിഷ്ടയാക്കി. മനുഷ്യരെ ഒരു പാഠം പഠിപ്പിക്കണമെന്ന് സൂര്യൻ തീർച്ചയാക്കി. കുറേ ആലോചിച്ചതിനുശേഷം കുറേയേറെ മനുഷ്യരെ കൊല്ലാൻ തീർച്ചയാക്കി; ഒരു പദ്ധതി ആവിഷ്കരിച്ചു. സൂര്യൻ തിരഞ്ഞെടുത്ത മാർഗം എന്തായിരുന്നു എന്ന കേൾക്കണ്ടേ. ഒരു പക്ഷേ ഈ കോവിഡ് മഹാമാരിയുടെ കാലത്ത് (2020-21) നാം ജൈവയുദ്ധതന്ത്രങ്ങളെക്കുറിച്ചെല്ലാം (Biological warfare) സംസാരിക്കുന്ന ഈ കാലഘട്ടത്തിൽ, പണ്ടുപണ്ടേ മനുഷ്യർ ഇത്തരം സാധ്യതകളെക്കുറിച്ച് അവരുടെ ഭാവനയിലെങ്കിലും കണ്ടിരുന്നു എന്നറിയുന്നത് കൗതുകകരമാണ്. അങ്ങനെ ഒരു മാർഗമാണ് സൂര്യൻ സ്വീകരിച്ചതും. സൂര്യൻ പ്രത്യേകതരം ജ്വരത്തിന് ആധാരമായ കൃമികളെ (വേണമെങ്കിൽ

വൈറസുകളെ എന്നു പറയാം) ഭൂമിയിലേക്ക് അയച്ചു. ജ്വരം മനുഷ്യർക്കിടയിൽ പടർന്നുപിടിക്കുകയും വളരെയധികം ആളുകൾ മരിക്കുകയും ചെയ്തു. തങ്ങൾക്കുണ്ടായ ദുർഭാഗ്യം സൂര്യൻ കാരണമാണെന്ന് മനസ്സിലാക്കിയ മനുഷ്യർ എങ്ങനെയെങ്കിലും പകരത്തിനുപകരം സൂര്യനെ കൊല്ലുകയെന്ന് തീർച്ചയാക്കി. അങ്ങനെ തീരുമാനമെടുത്ത മനുഷ്യർ സൂര്യനെ കൊല്ലുക എന്ന ദൗത്യം ഏല്പിക്കാനായി ഒരു മനുഷ്യനെ തിരഞ്ഞെടുത്തു. അയാളെ ചില മാന്ത്രിക വിദ്യകൾ ഉപയോഗിച്ച് വീര്യമുള്ള വിഷത്തിന്റെ ഉടമയാക്കി.-ഒരു കട്ടുവരയൻ (Rattle Snake) പാമ്പാക്കി മാറ്റി. പിന്നീട് ആ പാമ്പിന് ആകാശത്തുചെന്ന് സൂര്യപുത്രിയുടെ വീട്ടിൽ ഒളിഞ്ഞിരിക്കണമെന്നും, സൂര്യൻ ഉച്ചഭക്ഷണത്തിന് എത്തുന്ന സമയത്ത് തക്കം നോക്കി സൂര്യനെ കടിക്കണമെന്നും നിർദ്ദേശം നൽകി. പാമ്പ് എല്ലാ അർത്ഥത്തിലും എല്ലാ നിർദ്ദേശങ്ങളും അക്ഷരം പ്രതി പാലിച്ചുവെങ്കിലും പാമ്പിന് ഒരു തെറ്റുമാത്രം സംഭവിച്ചു. സൂര്യനെ കടിക്കുന്നതിനുപകരം പാമ്പ് കടിച്ചത് സൂര്യപുത്രിയെ ആയിരുന്നു. പാമ്പിന്റെ കൊടിയവിഷം ദേഹത്ത് പ്രവേശിച്ച് സൂര്യപുത്രി ഉടനെ മരിച്ചു. മാത്രമല്ല അവർ ഒരു പ്രേതമായി പ്രേതങ്ങളുടെ നാട്ടിലേക്ക് പോകുകയും ചെയ്തു; പാമ്പ് തിരികെ ഭൂമിയിലേക്കും.

ആ സംഭവങ്ങൾ സൂര്യനെ വളരെയധികം ദുഃഖിതയാക്കി. വീട്ടിനുള്ളിൽ ഏകാകിനിയായി ദിവസങ്ങൾ തള്ളിനീക്കി. മാത്രമല്ല, ഭൂമിയിലേക്കയച്ചിരുന്ന ജ്വരവാഹികളേയും തിരികെ വിളിച്ചു. അത് ഭൂമിവാസികൾക്ക് വലിയ ആശ്വാസമായി. ജ്വരം പാടെ ഇല്ലാതായി. പക്ഷേ സൂര്യൻ വീടിനുള്ളിൽത്തന്നെ ഇരിക്കാൻ തുടങ്ങി. അതോടെ ഭൂമിയിൽ സൂര്യന്റെ വെളിച്ചവും പ്രകാശവും ഇല്ലാതായി. എല്ലായിടത്തും എപ്പോഴും ഇരുട്ടുമാത്രമായിരുന്നു; അതുപോലെ തണുപ്പും. അതുകൊണ്ട് സൂര്യന്റെ കോപം തണുപ്പിക്കേണ്ടതും അവരെ സ്വാന്തനപ്പെടുത്തേണ്ടതും തങ്ങളുടെക്കൂടെ ആവശ്യമാണെന്ന് മനസ്സിലാക്കിയ മനുഷ്യർ സൂര്യപുത്രിയുടെ പ്രേതാത്മാവിനെ തേടിപ്പിടിച്ച് തിരികെ കൊണ്ടുവരാനായി ഒരു ചെറിയസംഘത്തെ നിയോഗിച്ചു. അവർ പ്രച്ഛന്നവേഷധാരികളായി പ്രേതലോകത്തേക്ക് പോകുകയും ചെയ്തു. സൂര്യപുത്രി മറ്റ് പ്രേതാത്മാക്കളോടൊപ്പം സന്തോഷിച്ച് ആടിയും പാടിയും സമയം ചിലവാക്കിയിരുന്ന ഏതോ ഒരു സമയത്ത് ആരും അറിയാതെ മനുഷ്യസംഘം അവരെ തലയ്ക്കടിച്ച് അവശയാക്കി- കൂടാതെ അവരെ പിടിച്ച് ഒരു പെട്ടിയിലാക്കി ഭൂമിയിലേക്ക് യാത്രതിരിച്ചു. യാത്രക്കിടയിൽ തനിക്ക് ശ്വാസം മുട്ടുന്നു എന്ന് സൂര്യപുത്രി പരാതിപ്പെട്ടതുകാരണം അവരേയുംകൊണ്ട് യാത്ര ചെയ്തിരുന്ന മനുഷ്യർ പെട്ടിയുടെ മൂടി ഒരല്പം തുറന്ന് കാറ്റ് കയറാൻ

സൗകര്യമുണ്ടാക്കിവെച്ചു. പക്ഷേ തുടർന്നുള്ള യാത്രയ്ക്കിടയിൽ സൂര്യപുത്രി സ്വയം ഒരു ചെറിയ ചുവന്നകിളിയുടെ രൂപം ധരിച്ച് പെട്ടിയിൽനിന്ന് രക്ഷപ്പെട്ട് തിരികെ പ്രേതഭൂമിയിലേക്ക് പറന്നുപോയി. ആ വിവരം അറിഞ്ഞ സൂര്യൻ വീണ്ടും അതീവ ദുഃഖത്തിലായി എന്നു മാത്രമല്ല തുടരെ കരയാനും തുടങ്ങി. സൂര്യന്റെ കണ്ണുകളിൽനിന്ന് നിൽക്കാതെ ഒഴുകിയ കണ്ണുനീർ ഭൂമിയിൽ ക്രമാതീതമായ മഴയ്ക്കും വെള്ളപ്പൊക്കത്തിനും പറയാനാകാത്തത്ര നാശനഷ്ടങ്ങൾക്കും കാരണമായി. സൂര്യനെ ആ ദുഃഖത്തിൽനിന്ന് കരകയറ്റാനും അവരുടെ കരച്ചിലിനും കണ്ണുനീരിനും ഒരു ശമനം ഉണ്ടാക്കുവാനും മനുഷ്യർ പല ശ്രമങ്ങളും നടത്തി. അവർ കൂട്ടംകൂട്ടമായി പല നൃത്തങ്ങളുമാടി സൂര്യനെ സന്തോഷിപ്പിക്കുവാൻ ശ്രമിച്ചു. അങ്ങനെ സൂര്യനെ സന്തോഷപ്പിക്കുവൻ മഴക്കാലങ്ങളിൽ കൂട്ടനൃത്തം ചെയ്യുന്ന പതിവ് ചെറോക്കി വംശജരുടെ ഇടയിൽ ഇന്നും തുടരുന്നു.

ഇതുപോലെയുള്ള പലപല വിശ്വാസങ്ങളും ആചാരങ്ങളും കഥകളും ചെറോക്കി വംശജർക്കിടയിൽ ഉള്ളതുപോലെ മറ്റ് അമേരിക്കൻ ഇൻഡ്യൻ വംശജർക്കിടയിലും ഉണ്ട്. അത്തരത്തിലുള്ള ഒരു കഥയാണ് മിഷിഗണിൽ (Michigan) താമസിക്കുന്ന വിന്നേബാഗോ (Winnebago) വംശജർക്കിടയിൽ പ്രചാരത്തിലുള്ള 'സൂര്യനെ കുടുക്കിയ കൊച്ചു സഹോദരൻ' (Little Brother snores the Sun) എന്ന കഥ.

പണ്ടുകാലങ്ങളിൽ, അവരുടെ വിശ്വാസപ്രകാരം, ജന്തുക്കളുടെ അഗ്രഗണ്യസ്ഥാനം ഇന്നത്തേപോലെ മനുഷ്യരായിരുന്നില്ല മൃഗങ്ങളെ വേട്ടയാടിയിരുന്നത്. മറിച്ച് മൃഗങ്ങളായിരുന്ന മുൻപന്തിയിൽ; അവരായിരുന്നു മനുഷ്യരെ വേട്ടയാടിയിരുന്നത്. ഏതോ ഒരു കാലത്ത് മൃഗങ്ങൾ മനുഷ്യരെ കൂട്ടതലായി വേട്ടയാടി വംശനാശം വരുത്തി; എല്ലാ മനുഷ്യരേയും കൊന്നു; രണ്ടുപേരെയൊഴിച്ച് എല്ലാവരേയും; ഒരു ചെറിയ പെൺകുട്ടിയേയും അവളുടെ കൊച്ചനിയനേയും ഒഴിച്ച് എല്ലാവരേയും. കുട്ടികൾ രണ്ടും മൃഗങ്ങൾ മനുഷ്യരെ വേട്ടയാടിയിരുന്ന സമയങ്ങളിൽ ഒരു ഗുഹക്കകത്ത് ഒളിച്ചിരിക്കുകയായിരുന്നു. അങ്ങനെയാണ് അവർ രക്ഷപ്പെട്ടത്. അവർക്ക് വിശന്നപ്പോൾ കൊച്ചുസഹോദരൻ ചെറിയ പക്ഷികളേയും മറ്റും പിടിക്കാൻ ശ്രമിച്ചു. ഈ ശ്രമത്തിന്റെ ഭാഗമായി അവൻ കമ്പുകൾകൊണ്ട് ഒരു വില്ലും അമ്പും ഉണ്ടാക്കി. അങ്ങനെ അമ്പും വില്ലും ഉപയോഗിച്ച് ചെറിയ പക്ഷികളെ ഉന്നംവെച്ച് എയ്തിടാനും അവൻ പഠിച്ചു. എയ്തുകിട്ടിയ പക്ഷികളുടെ തുവലുകൾ ചേർത്ത് അവൻ അവർക്ക് രണ്ടുപേർക്കും വസ്ത്രങ്ങളുണ്ടാക്കി. പക്ഷികളുടെ മാംസവും എല്ലുമെല്ലാം ചേർത്ത് ഭക്ഷണമുണ്ടാക്കി കഴിച്ചു. അങ്ങനെ ആദ്യമായി

മനുഷ്യർ മററ് ജന്തുക്കളുടെ മാംസം ഭക്ഷിക്കാൻ ആരംഭിച്ചു എന്ന് അവർ വിശ്വസിക്കുന്നു.

അങ്ങനെ അവർ ജീവിച്ചിരുന്നപ്പോൾ ഗുഹയിൽനിന്നും വെളിയിൽ വന്ന ഏതോ ഒരു ദിവസം സൂര്യന്റെ കൂടിയ ചൂടുകാരണം അവരുടെ തുവൽകൊണ്ടുണ്ടാക്കിയ വസ്ത്രങ്ങൾ കേടായി. അത് അവർക്ക് വലിയ സങ്കടമായി. മാത്രമല്ല അനിയൻകുട്ടിക്ക് സൂര്യനോട് തീർത്താൽ തീരാത്തത്ര ദേഷ്യവും പകയും തോന്നി. അവൻ ചേട്ടത്തിയോട് പറഞ്ഞു:

'പെങ്ങളെ, ആ സൂര്യന്റെ അഹംഭാവം കണ്ടില്ലേ. നമ്മളയാളെ അങ്ങനെ വെറുതെ വിട്ടാൽ ശരിയാകുകയില്ല. അയാളെ ഒരു പാഠം പഠിപ്പിക്കണം.'

'ശരി, അനിയാ. നീ എന്തുചെയ്താലും എന്നെക്കൊണ്ട് കഴിയുന്നവിധം ഞാനും സഹായിക്കാം.'

അങ്ങനെ അവർ രണ്ടുപേരും ആലോചിച്ച് ഒരു കെണി ഉണ്ടാക്കി. പിന്നീട് അനിയൻ ആ കെണിയുമായി സൂര്യൻ ദിവസവും ഉദിച്ചുയരാൻ തുടങ്ങുന്നതിനുമുൻപ് വിശ്രമിക്കുന്ന മാളത്തിലേക്ക് യാത്ര തിരിച്ചു. മാളത്തിൽ എത്തിയ അവൻ സൂര്യൻ ഉദിച്ച് ഉയരാൻ തുടങ്ങുന്ന സമയം കാത്ത് രാത്രിമുഴുവൻ അവിടെ ഒളിഞ്ഞിരുന്നു. സൂര്യൻ മാളത്തിൽനിന്ന് തന്റെ യാത്ര തുടങ്ങുന്നതിനുമുൻപ് അവൻ കെണി വേണ്ടവിധം ഒരുക്കിവെച്ച് കാത്തിരുന്നു. സൂര്യൻ എല്ലാ ദിവസത്തെയും പോലെ തന്റെ കിഴക്കുനിന്ന് പടിഞ്ഞാറേക്കുള്ള യാത്ര തുടങ്ങാനായി മാളത്തിൽനിന്ന് വെളിയിലേക്ക് കാലെടുത്തുവെച്ചപ്പോൾത്തന്നെ കെണിയിൽകുടുങ്ങി. ആ കൊച്ചു സഹോദരൻ ഉടൻതന്നെ സൂര്യനെ തന്റെ കെണിയിൽ ബന്ധനസ്ഥനാക്കുകയും ചെയ്തു. പക്ഷേ സൂര്യൻ കെണിയിൽ അകപ്പെട്ടുകാരണം സൂര്യന് മാളത്തിൽനിന്ന് വെളിയിൽ വരാനോ തന്റെ കിഴക്കുനിന്ന് പടിഞ്ഞാറേക്കുള്ള യാത്ര ആരംഭിക്കാനോ ഒന്നും കഴിഞ്ഞില്ല. അതുകൊണ്ട് ഭൂമിയിൽ വെളിച്ചമേ ഇല്ലായിരുന്നു. മുഴുവൻ സമയവും ഇരുട്ടായിരുന്നു. അത് മൃഗങ്ങളെ അസ്വസ്ഥരാക്കി- ഭയപ്പെടുത്തി. അങ്ങനെ സംഭവിച്ചതിന്റെ കാരണം അന്വേഷിച്ച അവർക്ക് മനുഷ്യക്കുട്ടി സൂര്യനെ തടവിലാക്കിയ വിവരം മനസ്സിലായി. അവർക്ക് ആ മനുഷ്യക്കുട്ടിയോട് തികഞ്ഞ ആദരവും ബഹുമാനവും തോന്നി. മാത്രമല്ല ആ സംഭവത്തിനുശേഷം മൃഗങ്ങൾ മനുഷ്യരെ മുൻനിരക്കാരായി അംഗീകരിക്കുകയും ചെയ്തു. എങ്കിലും മൃഗങ്ങൾ മനുഷ്യക്കുട്ടിയുടെ അനുവാദത്തോടെ സൂര്യനെ കെണിയിൽനിന്നും മോചിപ്പിക്കാനായി ഒരു ചുണ്ടെലിയെ നിയോഗിച്ചു. ആ കാലങ്ങളിൽ ചുണ്ടെലി വളരെ വലിയ ഭീതിജനിപ്പിക്കുന്ന ഒരു മൃഗമായിരുന്നു- വലിയ മലകൾക്കൊപ്പം ബൃഹത്തായ ശരീരവും.

എലി മനുഷ്യക്കുട്ടിയുടെ സമ്മതത്തോടെ കെണിയിൽ കരണ്ടു കരണ്ട് കുറേശ്ശെയായി കെണിയുടെ പലഭാഗങ്ങളും മുറിച്ചുമാറ്റി സൂര്യനെ മോചിപ്പിച്ചു. പക്ഷേ ആ സമയത്ത് സഹിക്കേണ്ടിവന്ന കൊട്ടും ചൂടുകാരണം എലിയുടെ ദേഹം ശുഷ്ക്കിച്ച് ഇന്നത്തെപ്പോലെയായി. സൂര്യൻ വീണ്ടും തന്റെ ദൈനംദിന ജോലികൾ ഇടതടവില്ലാതെ ചെയ്യുകയും ചെയ്തു; ഇപ്പോഴും ചെയ്തുകൊണ്ടേയിരിക്കുന്നു.

അമേരിക്കയിലെ മറ്റ് ആദിമസമൂഹങ്ങൾക്കിടയിൽ ഇത്തരം വളരെയധികം വിശ്വാസങ്ങളും കഥകളുമുണ്ടെന്ന് നേരത്തെ സൂചിപ്പിച്ചുവല്ലോ. സാംസ്കാരികമായി മുൻപന്തിയിലായിരുന്ന ഇൻക വർഗ്ഗക്കാർക്കിടയിലുണ്ടായിരുന്ന ചില വിശ്വാസങ്ങളിലേക്ക് ഒരു കണ്ണോട്ടം നടത്താം.

അമേരിക്കൻ ഭൂഖണ്ഡങ്ങളിൽ യൂറോപ്യൻ ആധിപത്യത്തിന് തുടക്കം കുറിക്കുന്നതിനു മുൻപ് അവിടെയുണ്ടായിരുന്ന സാംസ്കാരികമായി മുൻപന്തിയിൽ നിന്നിരുന്ന ഒരു ജനതയായിരുന്നു ഇൻക (Inca) വംശജർ. ഇന്നത്തെ പെറു (Peru) രാജ്യം സ്ഥിതിചെയ്യുന്ന സ്ഥലങ്ങളിൽ ജീവിച്ചിരുന്ന ഇൻക വംശജർ സമാധാനപ്രിയരായിരുന്നു. അവർ മരിച്ചവരെക്കുറിച്ചുള്ള ഓർമ്മകൾ വെച്ചുപുലർത്തുന്നവരും അവരോടുള്ള ബഹുമാനം കാത്തുസൂക്ഷിക്കുന്നവരുമായിരുന്നു. കുടുംബങ്ങളുടെ തുടർച്ചയും ബന്ധങ്ങളും പാരമ്പര്യവും വിലപ്പെട്ടതെന്നു കരുതുന്നവരും ആയിരുന്നു.

തങ്ങളുടെ വർഗത്തിന്റെ ഉത്ഭവം സൂര്യനിൽനിന്ന് ആരംഭിച്ചുവെന്ന് അവർ വിശ്വസിച്ചിരുന്നു; ഇന്നും വിശ്വസിക്കുന്നു. സൂര്യന് അവർ നല്കിയ പേരാണ് ഇന്റി (Inti). സൂര്യന്റെ ഭാര്യയായിരുന്നു ചന്ദ്രൻ. ഇൻക സാമ്രാജ്യത്തിന്റെ ചക്രവർത്തി ദൈവാംശം ഉള്ള സൂര്യന്റെ വംശത്തിൽപെട്ട ആളായിരുന്നു എന്നായിരുന്നു അവരുടെ ഉറച്ച വിശ്വാസം. സൂര്യദേവനായ ഇന്റി അദ്ദേഹത്തിന്റെ മകൻ മാൻകൊകാപാക് (Manco Capac) നെയും മകൾ മാമഒക്കൊലോ -യേയും (Mama Ocollo) സംസ്കാരത്തെക്കുറിച്ചും, സാമൂഹ്യജീവിതത്തെക്കുറിച്ചും നാഗരികതയേക്കുറിച്ചുമെല്ലാം പഠിപ്പിച്ചു. അങ്ങനെ പഠിപ്പിച്ചതിനുശേഷം അവരെ ആ വിഷയങ്ങൾ മനുഷ്യരെ പഠിപ്പിക്കാനും ഭൂമിയിൽ മനുഷ്യരുടേതായ ഒരു സാമ്രാജ്യം സ്ഥാപിക്കുവാനുമായി സൂര്യദേവൻ മക്കളെ രണ്ടുപേരെയും മനുഷ്യരൂപത്തിൽ ഭൂമിയിലേക്കയച്ചു. അയച്ചത് പിന്നീട് ഇൻക സാമ്രാജ്യത്തിന്റെ തലസ്ഥാനമായിത്തീർന്ന, ഇന്ന് കുസ്കോ എന്ന പേരിൽ അറിയപ്പെടുന്ന പ്രദേശത്തേക്കായിരുന്നു. സൂര്യദേവന്റെ (ഇന്റിയുടെ) മക്കളിൽനിന്ന് തുടങ്ങിയ പരമ്പരയിലെ പിൻഗാമികളാണ് ഇൻക സാമ്രാജ്യത്തിലെ ചക്രവർത്തിമാർ എന്ന് അവർ വിശ്വസിച്ചു.

ജന്തർമന്തർ -ഡൽഹി

നിഴൽഘടികാരം - മാച്ചുപിക്കു

സൂര്യപുത്രൻ ഭൂമിയിലെത്തിയ ദിവസം എന്ന് അവർ കരുതുന്ന ജൂൺ 24-ാം തീയതി ഇന്നും പെറുവിൽ ഒരു വലിയ ആഘോഷമായി കൊണ്ടാടപ്പെടുന്നു. ഇന്റി റെയ്മി (Inti Raimi) ദക്ഷിണ അമേരിക്കയിലെ വലിയ ആഘോഷങ്ങളിൽ രണ്ടാമത്തെ സ്ഥാനം വഹിക്കുന്നു - പെറുവിലെ കുസ്കോ നഗരത്തിൽ ആണ്ടുതോറും കൊണ്ടാടുന്നു. ഒന്നാം സ്ഥാനം ബ്രസീലിലെ റയോ ഡി ജാനെറൊ (Rio de Janerio) എന്ന നഗരത്തിൽ എല്ലാവർഷവും ഫെബ്രുവരിയിൽ ദ കാർണിവൽ (The Carnival) എന്ന പേരിൽ നടക്കുന്ന ആഘോഷമാണ്.

സൂര്യവംശം എന്ന് പറയുമ്പോൾ നമുക്ക് നമ്മുടെ മഹാഭാരതത്തിലും രാമായണത്തിലുമൊക്കെ പറയുന്ന സൂര്യവംശത്തെയും ചന്ദ്രവംശത്തെയും കുറിച്ച് ഓർമ്മവരും ഇല്ലേ? നമ്മുടെ രാജ്യത്ത് പണ്ടുപണ്ട് മുതൽക്കേ പ്രചാരത്തിലുണ്ടായിരുന്ന കഥകളിലും ഇതിഹാസങ്ങളിലുമൊക്കെ പറയപ്പെടുന്ന, ഹിന്ദുക്കൾക്കിടയിൽ ദൈവത്തിന്റെ അവതാരമായി കരുതപ്പെടുന്ന ശ്രീരാമൻ സൂര്യവംശത്തിലാണ് ജനിച്ചതെന്ന് വിശ്വസിക്കുന്നു. ഇന്ത്യൻ പൗരാണിക ഗ്രന്ഥങ്ങൾ പറയുന്നത് സൂര്യവംശത്തിന്റെ തുടക്കം കുറിച്ചത് പ്രളയകാലത്തിന് മുൻപ് ഗംഗാനദീതീരങ്ങളിലും ചുറ്റുമുള്ള പ്രദേശങ്ങളിലും ജീവിച്ചിരുന്ന ദ്രാവിഡവംശത്തിൽപെട്ട രാജാവായിരുന്ന ശ്രദ്ധദേവ മനുവിന്റെ (Shradhadeva Manu) പത്ത് മക്കളിൽ ഒരാളായിരുന്ന ഇക്ഷവാകുവാണെന്നാണ്. (Ikshvaku)

വിഷ്ണു മത്സ്യാവതാരം എടുത്ത സമയത്ത് ശ്രദ്ധദേവ മനുവിന് വരാൻ പോകുന്ന പ്രളയത്തെക്കുറിച്ച് മുന്നറിയിപ്പ് നൽകിയിരുന്നതുകൊണ്ട് അദ്ദേഹം ഒരു വലിയ വള്ളം നിർമ്മിച്ച് അതിൽ അദ്ദേഹത്തിന്റെ കുടുംബാംഗങ്ങളേയും ഋഷിമാരെയും മറ്റും പ്രളയത്തിൽനിന്ന് രക്ഷിച്ചുവെന്നും ഒരു കഥയുണ്ട്-ഏതാണ്ട് ബൈബിളിൽ പറയുന്ന നോവയുടെ വള്ളം (Noah's Ark) എന്നതിന് സമാനമായ ഒരു സംഭവം എന്നു പറയാം. അങ്ങനെ രക്ഷപ്പെട്ട മനുവിന്റെ പുത്രനായ ഇക്ഷവാകുവിൽത്തുടങ്ങി

62-ാമത്തെ സൂര്യവംശരാജാവായിരുന്ന ശ്രീരാമൻ. അതുപോലെ പ്രസിദ്ധിപെറ്റ ഭഗീരഥചക്രവർത്തി 43ാമത്തെ സൂര്യവംശചക്രവർത്തിയും. 'ഭഗീരഥചക്രവർത്തിയുടെ തപസ്സ്' എന്ന ശില്പം മഹാബലിപുരം സന്ദർശിക്കുന്നവർക്ക് കാണാൻ കഴിയും.

അങ്ങനെ ഇൻക സംസ്കാരവും വിശ്വാസങ്ങളും ശ്രദ്ധിച്ച് പഠിച്ചാൽ അതിൽ ഇന്ത്യയിലെ ഹിന്ദുസംസ്കാരവും വിശ്വാസങ്ങളും തമ്മിൽ ഒരുപാട് സമാനതകൾ കാണാൻ കഴിയും. അത്തരം സമാനചിന്തകളെ എടുത്തുകാണിക്കുന്ന ഒന്നാണ് പെറുവിലെ പുരാതന നഗരമായ മാച്ചുപിക്കു (Machu Picchu)വിലുള്ള നിഴൽഘടികാരവും ഇന്ത്യൻ തലസ്ഥാനമായ ഡൽഹിയിലുള്ള ജന്തർ മന്തറും (Jantar Mantar) 1723-ൽ ജയ്പ്പൂർ മഹാരാജാവ് സ്ഥാപിച്ച ജന്തർമന്തറും മാച്ചുപിക്കുവിലെ 1400-ാം വർഷത്തിനുമുമ്പ് എപ്പോഴൊ സ്ഥാപിക്കപ്പെട്ട നിഴൽഘടികാരവും ഭൂമിയിൽനിന്ന് കാണുമ്പോൾ സമയം മാറുന്നതിനനുസരണം സൂര്യന്റെ സ്ഥാനം അടയാളപ്പെടുത്താനും പഠിക്കാനും വേണ്ടി സ്ഥാപിക്കപ്പെട്ട ജ്യോതിർനിരീക്ഷണ കേന്ദ്രങ്ങൾ (Observatories) ആയിരുന്നു.

ഗ്രീക്ക് സംസ്കാരത്തിലെ സൂര്യസങ്കല്പങ്ങൾ

ഗ്രീക്ക് പുരാണങ്ങളിൽ ദൈവങ്ങൾ മൂന്ന് ശ്രേണികളിലായി (അടുക്കുകളിലായി) തരം തിരിക്കപ്പെട്ടിരിക്കുന്നു എന്ന് കരുതാം.

ആദ്യ ശ്രേണിയിൽ രണ്ടു ദൈവങ്ങൾ

1. ഗേയാ (Gaia) -ഭൂമി

2. യുറാനസ് (Uranus) - ആകാശം

രണ്ടാം ശ്രേണിയിൽപെട്ട ദൈവങ്ങൾ ഭൂമിയുടെയും ആകാശത്തിന്റെയും ചേർച്ചയിൽനിന്നും ഉണ്ടായവരാണെന്ന് പറയാം. ഈ ദൈവങ്ങളെ ടൈറ്റാൻ (Titan) -അതിമാനുഷർ എന്നോ അതീവ ശക്തിശാലികൾ എന്നോ കരുതപ്പെടുന്നു. ടൈറ്റാൻ ദൈവങ്ങളായി അംഗീകരിക്കപ്പെട്ടിരിക്കുന്നത് പന്ത്രണ്ടുപേരാണ്.

ടൈറ്റാൻ :

1. ഓഷിയാനസ് (Oceanus)

2. ഹൈപ്പെറോൺ (Hyperon)

3. കൊയെസ് (Coeus)

4. ക്രിയസ് (Crius)

5. ഇയാപെറ്റസ് (Iapetus)

6. നെമോസിൻ (Mnemosyne)

7. തെമിസ് (Themes)

8. ഫോബെ (Phoebe)

9. തേയ (Theia)

10. തേതിസ് (Tethys)

11. റീയ (Rhea)

12. ക്രോണസ് (Cronus)

മൂന്നാം ശ്രേണിയിൽപെട്ട ദൈവങ്ങൾ ക്രോണസിന്റെയും റീയയുടേയും ചേർച്ചയിൽനിന്നും, അതുപോലെ സീയസ് എന്ന ഒളിമ്പിയനും മറ്റു ചിലരുമായുള്ള ചേർച്ചയിൽനിന്നും ഉണ്ടായവരാണ്. അഫ്റോഡയിറ്റ് യുറാനസിന്റെ മകനാണ്. മൊത്തത്തിൽ പന്ത്രണ്ട് ഒളിമ്പിയൻ ദൈവങ്ങൾ (ചിലരുടെ അഭിപ്രായപ്രകാരം പതിനാല്- ചിലർ ഹാഡെസിനും ഹെസ്റ്റിയക്കും ഒളിമ്പിയൻ പദവി നൽകുന്നില്ല; അവരെ ദൈവങ്ങളുടെ പട്ടികയിൽ ഉൾപ്പെടുത്തിയാലും

ഒളിമ്പിയൻ

1. സീയസ് (Zeus)

2. ഹെരെ (Hera)

3. പൊസിയോഡൺ (Poseidon)

4. ഡിമെറ്റർ (Demeter)

5. അഥീന (Athena)

6. അപ്പോളൊ (Appollo)

7. ആർടെമിസ് (Artemis)

8. ആരെസ് (Ares)

9. ഹെഫ്യെതുസ് (Hephaestus)

10. അഫ്റൊഡയിറ്റ് (Aphrodite)

11. ഹെർമിസ് (Hermes)

12. ഡയോനോസിസ് (Dionysus)

13. ഹാഡെസ് (Hades)

14. ഹെസ്റ്റിയ (Hestia)

ഇവരെല്ലാം ചില പ്രത്യേക സാഹചര്യങ്ങൾ കാരണം ഗ്രീസിലെ ഏറ്റവും ഉയരം കൂടിയ പർവ്വതമായ ഒളിംപസിൽ (Olympus) താമസിച്ചാണ് പ്രവർത്തിച്ചിരുന്നത്. അതുകൊണ്ടാണ് അവരെ ഒളിംപിയർ എന്ന പേരിൽ അറിയപ്പെടാൻ തുടങ്ങിയത്.

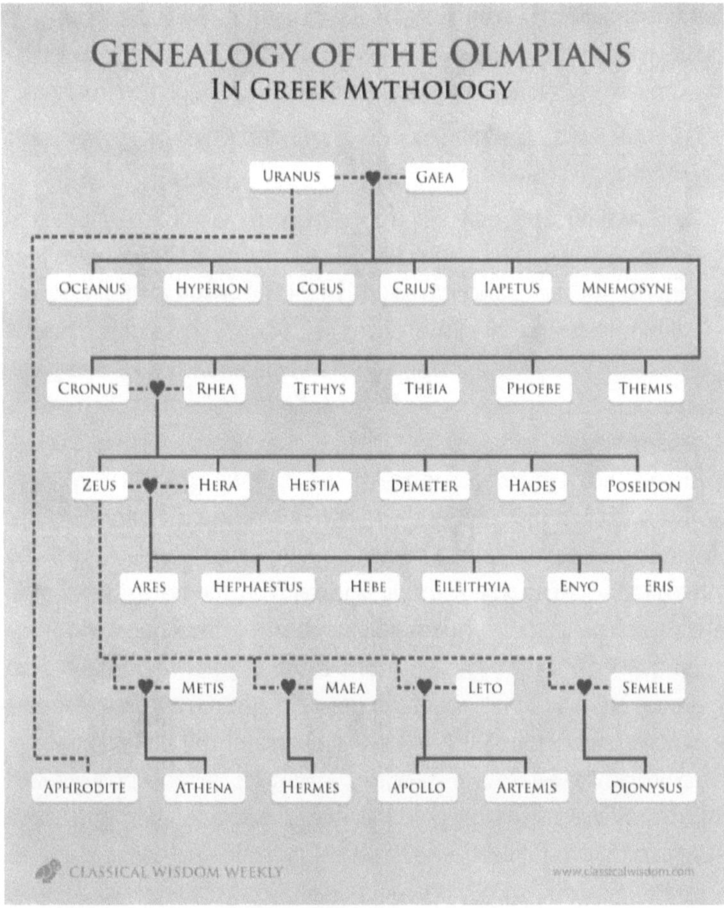

Genealogy of the Titans and Olympians

ഗ്രീക്ക് പൗരാണിക സാഹിത്യത്തിൽ സ്ഥലകാല വ്യത്യാസങ്ങൾക്കനുസരണം ഈ ദൈവങ്ങളിൽ പലരും മാറിമാറി ഓരോ ചുമതലകൾ വഹിക്കുന്നതായി കാണാം. (ഇന്ന് നമ്മുടെ മന്ത്രിമാർ ഇടയ്ക്കിടയ്ക്ക് മാറി മാറി വിവിധ തുറകളിലെ മന്ത്രിമാരായി പ്രവർത്തിക്കാറില്ലേ. അതുപോലെയെന്ന് വേണമെങ്കിൽ കരുതാം; ഒരു സ്ഥലത്ത് കാറ്റിന്റെ ദൈവം (വായുവിന്റെ ദൈവം) മറ്റൊരു സ്ഥലത്ത് മഴയുടെ ദൈവമായി അംഗീകരിക്കപ്പെട്ടുവെന്ന് വരാം- അതുകൊണ്ട് ഗ്രീക്ക് പൗരാണികസാഹിത്യം പഠിക്കുന്നവർക്ക് പലപ്പോഴും ആശയക്കുഴപ്പം ഉണ്ടാകാൻ ഇടയുണ്ട്.

പലരാലും അംഗീകരിക്കപ്പെട്ട ഒരു വംശപരമ്പരാ ചിത്രം (Genealogy of the Titans and Olympians) ഇതോടൊപ്പം

കൊടുത്തിരിക്കുന്നു. മൂന്ന് ശ്രേണികളിലുംപെട്ട ഗ്രീക്ക് ദൈവങ്ങളുടെ അല്ലെങ്കിൽ അതിമാനുഷരുടെ വംശപരമ്പരയിൽ ഓരോരുത്തരേടെയും സ്ഥാനം മനസ്സിലാക്കാൻ ഒരളവുവരെ ഈ ചിത്രം പ്രയോജനപ്പെടും.

ഈ ചിത്രത്തിൽ പ്രത്യേകം അടയാളപ്പെടുത്തിയിട്ടുള്ള നാലുപേരെ ഒളിമ്പിയരായി അംഗീകരിക്കാറില്ല.

ഗ്രീക്കുഭാഷയിൽ നമ്മുടെ സൂര്യൻ എന്ന പദത്തിന് തുല്യമായി ഉപയോഗിക്കുന്ന വാക്ക് ഇലിയേസ് (Ilios) എന്നതാണ്. ഈ വാക്കിന്റെ ഉത്ഭവം സംസ്കൃതത്തിലെ 'സൂര്യൻ,' ലാറ്റിൻ ഭാഷയിലെ 'Sol സൊൾ' പഴയകാലത്തെ ഇംഗ്ലീഷിലെ 'Swevel സ്വെൽ' തുടങ്ങിയ വാക്കുകളുടെ പരിണാമത്തിൽ നിന്നാണെന്ന് ഭാഷാപണ്ഡിതന്മാർ കരുതുന്നു. അതെങ്ങിനെയായാലും ഗ്രീക്ക് സംസ്കാരത്തിലെ സൂര്യസങ്കല്പം പലവിധത്തിലും ഇന്ത്യയിലെ സൂര്യസങ്കല്പവുമായി വളരെയധികം സമാനതകൾ ഉള്ളതാണെന്നതിന് സംശയമില്ല. ഗ്രീക്ക് സംസ്കാരത്തിൽ ഹെലിയോസാണ് സൂര്യദേവൻ- പല സ്ഥലത്തും ഹെലിയോസ് അപ്പോളൊ എന്ന പേരിലും അറിയപ്പെടുന്നു. പക്ഷേ, ഗ്രീക്ക് ഇതിഹാസങ്ങളിൽ പലയിടത്തും ഹെലിയോസിനെ സൂര്യനേദവായി ചിത്രീകരിക്കുന്നതിനുപകരം സൂര്യനെ നിയന്ത്രിക്കുന്ന, നയിക്കുന്ന ദേവന്റെ സ്ഥാനത്ത് നിർത്തുന്നതും കാണാൻ കഴിയും; ഇത് ചില ആശയക്കുഴപ്പങ്ങൾക്ക് കാരണമാകുകയും ചെയ്യുന്നു. എന്തായാലും സൂര്യദേവൻ ഒരു കുതിരരഥത്തിൽ ദിവസവും കിഴക്കുനിന്ന് പടിഞ്ഞാറേക്ക് ആകാശത്തിൽക്കൂടി യാത്ര ചെയ്യുകയും, രാത്രിയായിക്കഴിഞ്ഞാൽ ഒരു സ്വർണനിർമ്മിതമായ വള്ളത്തിൽ ഒരുല്ലാസയാത്ര എന്നതുപോലെ സമുദ്രത്തിൽക്കൂടി തിരികെ കിഴക്കോട്ട് മടങ്ങിപ്പോകുകയും ചെയ്യുമായിരുന്നു എന്ന വിശ്വാസം മറ്റുപല നാടുകളിലുമുണ്ടായിരുന്നതുപോലെ ഗ്രീസിലും നിലനിന്നിരുന്നു. നേരത്തെ സൂചിപ്പിച്ചതുപോലെ ഒന്നിൽക്കൂടുതൽ കുതിരകളെ ബന്ധിപ്പിച്ച രഥം നയിച്ചിരുന്നത് സൂര്യദേവനായ ഹെലിയോസ് തന്നെയായിരുന്നുവോ അതോ സൂര്യദേവനേയും കൊണ്ട് ഹെലിയോസ് രഥം നയിക്കുകയായിരുന്നോ എന്നതിനേക്കുറിച്ച് ആശയക്കുഴപ്പം ഉണ്ടെന്ന് നേരത്തെ സൂചിപ്പിച്ചുവല്ലോ. ഇത് പറയുമ്പോൾ ഇന്ത്യയിലെ പൗരാണിക വിശ്വാസം സൂര്യദേവന്റെ രഥം നയിച്ചിരുന്നത് അശ്വനീകുമാരന്മാരായ നകുലനും സഹദേവനും (സൂര്യപുത്രന്മാർ) കൂടിയായിരുന്നു എന്നത് മറക്കേണ്ട.

ഹെലിയോസിന് രണ്ട് സഹോദരിമാരുണ്ടായിരുന്നു;സെലീനെ (Selene -ചന്ദ്രൻ)യും ഇയോസ് (EOS പ്രഭാതം); കൂടാതെ ഫയെതോൺ (Phaethon) അദ്ദേഹത്തിന്റെ മകനായിരുന്നു. സൂര്യനാണ് തന്റെ

പിതാവെന്ന് മനസ്സിലാക്കിയ ഫയെതോൺ കിഴക്കുദിശയിലേക്ക് യാത്രചെയ്ത് അച്ഛനെ സമീപിച്ച് തന്റെ ഒരാഗ്രഹം അദ്ദേഹത്തോട് പ്രകടിപ്പിച്ചു.

'അച്ഛാ, അങ്ങ് എന്നെ അനുഗ്രഹിച്ചാലും!'

'മകനേ, നിനക്ക് എന്റെ എല്ലാ ആശീർവാദങ്ങളും'

'ശരിയച്ഛാ. അച്ഛൻ എനിക്ക്, എന്റെ ഒരു വലിയ, തീവ്രമായ ആഗ്രഹം നിറവേറ്റിത്തരണം. തരില്ലേ?'

'നീ നിന്റെ ആഗ്രഹം എന്താണെന്ന് പറയ്. എന്നാൽ കഴിയുന്ന എന്തും ഞാൻ തരാം.'

'അച്ഛൻ ദിവസവും കിഴക്കുനിന്ന് പടിഞ്ഞാറേക്ക് യാത്രചെയ്യുമ്പോൾ അച്ഛന്റെ സ്വർണരഥം നയിക്കുവാൻ എന്നെ അനുവദിക്കണം.' ഫയതോൺ പറഞ്ഞു.

'മകനെ. എന്റെ കുതിരകളെ നയിക്കുന്നത് കുറേയെറെ പ്രയാസ്സമുള്ള കാര്യമാണ്. കുതിരകളെ വേണ്ടവിധം നിയന്ത്രിക്കാൻ കഴിഞ്ഞില്ലെങ്കിൽ...'

'അച്ഛൻ അതൊന്നും പറഞ്ഞ് എന്നെ പിൻതിരിപ്പിക്കാൻ നോക്കണ്ട. എനിക്ക് അനുവാദം തന്നാൽ കുതിരകളെ നിയന്ത്രിക്കാൻ എനിക്കറിയാം.' അല്പം വിഷമത്തോടെയാണെങ്കിലും ഹെലിയോസ് മകന് കുതിരകളെ നയിക്കാൻ അനുവാദം നൽകി. അടുത്തദിവസം പ്രഭാതത്തിൽ സൂര്യൻ തന്റെ പതിവുയാത്ര തുടങ്ങിയസമയത്ത് അച്ഛനുപകരം മകൻ കുതിരകളുടെ കടിഞ്ഞാൺ പിടിച്ചുകൊണ്ട് ശോഭിച്ചുനിന്നു. പക്ഷേ ഹെലിയോസ് ഭയപ്പെട്ടത് സംഭവിച്ചു. കുതിരകൾ നിയന്ത്രണം വിട്ട് കുതിച്ച് ഓടാൻ തുടങ്ങി. ഫയതോണിന് കുതിരകളെ നിയന്ത്രിക്കാൻ കഴിഞ്ഞില്ല. സൂര്യന്റെ രഥം നിയന്ത്രണാതീതമായി ഓടാൻ തുടങ്ങിയത് ലോകത്തെയാകെ അപകടത്തിന്റെ വക്കിലേക്ക് എത്തിച്ചു. അപ്പോൾ സീയസ് (Zeus) എന്ന ഗ്രീക്കുപുരാണങ്ങളിൽ പ്രകീർത്തിക്കപ്പെടുന്ന അതിശക്തിമാനായ, ആകാശത്തിന്റെയും ഇടിമുഴക്കത്തിന്റെയും മിന്നലിന്റെയും ദൈവം, മറ്റ് ദൈവങ്ങൾക്കെല്ലാം മേലെയുള്ള ദൈവം ഇടപെട്ട് ആകാശത്തുനിന്ന് മിന്നലും ഇടിയും അയച്ച് ഫയത്തോണിനെ വീഴ്ത്തുകയും കുതിരകളെ നിയന്ത്രണത്തിൽ കൊണ്ടുവരുകയും ചെയ്തു; അല്ലെങ്കിൽ ആ സംഭവം ഒരു വലിയ ദുരന്തത്തിന് കാരണമാകുമായിരുന്നു.

ഈ കഥയുടെ മറ്റൊരു പാഠഭേദത്തിൽ നടന്നതായി പറയപ്പെടുന്ന സംഭവങ്ങൾ ഏതാണ്ട് ഒരുപോലെ തന്നെയാണെങ്കിലും സൂര്യദേവൻ

അപ്പോളൊ എന്ന പേരിലാണ് അറിയപ്പെടുന്നത്. ഫയത്തോൺ അപ്പോളൊയുടെ മകനായിട്ടും. അപകടത്തിൽ നിന്ന് സൂര്യദേവനെ രക്ഷപ്പെടുത്തിയതും ഫയത്തോണിന്റെ മരണത്തിന് കാരണമായതും സീയസിനുപകരം ജൂപിറ്റർ (Jupiter) ആയിരുന്നു.

ഇതോടൊപ്പം സൂര്യദേവനുമായി ബന്ധപ്പെട്ട മറ്റൊരു ഗ്രീക്ക് പൗരാണിക കഥകൂടി പറയട്ടെ. ഹിന്ദു പുരാണങ്ങളിൽ കാണുന്ന ചില കഥകളുമായി വളരെയധികം സമാനതയുള്ള ഒരു കഥയാണ് ഇത്. കഥയിലെ നായകൻ ഇകാറസ് (Icarus). അദ്ദേഹം നമ്മുടെ വിശ്വകർമ്മാവിന് തുല്യനായി ഗ്രീക്ക് പൗരാണിക കഥകളിലുള്ള ഡയേഡാലസ് (Daedalus-the master craftsman) ന്റെ മകനായിരുന്നു. ഡയേഡാലസിന് തന്റെ ഭാവനയിൽ രൂപം കൊടുക്കുന്ന എന്തും അല്പസമയത്തിനുള്ളിൽ നിർമ്മിക്കാനുള്ള കഴിവ് ഉണ്ടായിരുന്നു. തന്റെ അനുവാദമില്ലാതെ ഒരു സൗധം പണിതു എന്ന കാരണത്തിന് ക്രീറ്റിലെ (Crete) രാജാവ് അദ്ദേഹത്തെയും മകൻ ഇകാറസിനെയും തടവിലാക്കി. പക്ഷേ അവരങ്ങനെ തടവിൽ അടങ്ങിയിരിക്കുന്നവരായിരുന്നില്ല. തടവറയിലിരുന്നുകൊണ്ട് പക്ഷികളുടെ തൂവലുകളും മെഴുകും ഉപയോഗിച്ച് ചിറകുകൾ നിർമ്മിച്ചു. ആ ചിറകുകൾ ഉപയോഗിച്ച് അവർ രണ്ടുപേരും തടവറയിൽനിന്ന് രക്ഷപ്പെട്ടു. അങ്ങനെ പറന്ന് പുറത്തേക്ക് പോകുമ്പോൾ ഇകാറസിനോട് അദ്ദേഹത്തിന്റെ അച്ഛൻ പറഞ്ഞു.

'മകനേ, ഈ ചിറകുകളുപയോഗിച്ച് പറക്കുമ്പോൾ നാം വളരെ താഴ്ന്ന് ഭൂമിയോട് അടുത്തും അതുപോലെ വളരെ ഉയരത്തിൽ സൂര്യനോട് അടുത്തും പറക്കാൻ പാടില്ല- അങ്ങനെ പറന്നാൽ അപകടം സംഭവിക്കാൻ സാധ്യതയുണ്ട്. പ്രത്യേകിച്ചും ഉയരത്തിലേക്ക് പോകുമ്പോൾ സൂര്യന്റെ കൂടിയ ചൂടുകാരണം നാം ചിറകുകൾ ഉണ്ടാക്കാൻ ഉപയോഗിച്ച മെഴുക് ഉരുകുകയും തന്നിമിത്തം ചിറകുകളുടെ ഉറപ്പ് ഇല്ലാതാകുകയും ചെയ്തെന്ന് വരാം. അതുകൊണ്ട് നീ ശ്രദ്ധിക്കണം.'

'ശരിയച്ഛാ'

പക്ഷേ ഇകാറസിന് തന്റെ സൂര്യനെക്കുറിച്ച് കൂടുതൽ അറിയാനുള്ള ജിജ്ഞാസ കാരണവും, തന്റെ അതിരുകടന്ന ആത്മവിശ്വാസം കാരണവും കൂടുതൽ കൂടുതൽ ഉയരത്തിലേക്ക് പറക്കുവാനും കഴിയുമെങ്കിൽ സൂര്യനെ തന്റെ കൈകൾക്കുള്ളിൽ ഒതുക്കാനും മോഹം തോന്നി. അങ്ങനെ കൂടുതൽ ഉയരത്തിലേക്ക് പറന്ന ഇകാറസിന്റെ ചിറകുകളിലെ മെഴുക് ഉരുകുകയും ഇകാറസ് സമുദ്രത്തിലേക്കുവീണ് മരണപ്പെടുകയും ചെയ്തു. ഈ കഥ വായിക്കുമ്പോൾ നമുക്ക് ഇൻഡ്യയിൽ എവിടെപ്പോയാലും അറിയപ്പെടുന്ന, ഹിന്ദുമതവിശ്വാസികളുടെ പ്രിയങ്കരനായ ഹനുമാൻ

എന്ന ദേവനെ ഓർമ്മവരുന്നില്ലേ. ഹനുമാൻ വായുദേവന്റേയും അഞ്ജന എന്ന അപ്സരസ്ത്രീയുടേയും മകനായി ജനിച്ചു. അദ്ദേഹത്തിന് കുട്ടിക്കാലത്തുതന്നെ അച്ഛനായ വായുദേവനിൽനിന്നും മറ്റു ദേവന്മാരിൽനിന്നും വളരെയധികം ശക്തിയും അനുഗ്രഹവും കിട്ടുകയുണ്ടായി. ഹനുമാൻ കുട്ടിയായിരുന്നകാലത്ത് മുകളിൽ വളരെ ശോഭയോടെ തിളങ്ങിനിന്നിരുന്ന സൂര്യനെക്കണ്ടപ്പോൾ കുട്ടിമനസ്സിൽ ഒരാഗ്രഹം തോന്നി. മറ്റൊന്നുമല്ല; ഒരു പന്തുപോലെ കാണപ്പെട്ട സൂര്യനെ കയ്യിൽ കിട്ടിയാൽ അതുകൊണ്ട് കളിക്കാൻ നല്ല രസമായിരിക്കും എന്നുമാത്രം. (അത് ഒരു പഴമാണെന്ന് തെറ്റിദ്ധരിച്ചുവെന്നും ആ പഴം ഒന്നു രുചിച്ചുനോക്കാൻ ആഗ്രഹിച്ചു എന്ന ഒരു പാഠഭേദവും ഈ കഥയ്ക്കുണ്ട്.) ഹനുമാൻ ഒട്ടും കാത്തുനില്ക്കാതെ സൂര്യനെ പിടിക്കാനായി മേലോട്ട് ചാടി ഉയരത്തിലേക്ക്, സൂര്യന്റെ അടുത്തേക്ക് ഉയർന്നു. അങ്ങനെ ഉയരത്തിലേക്ക് കുതിച്ചുയർന്നുകൊണ്ടിരുന്ന ഹനുമാനെ ഇന്ദ്രദേവൻ കാണാനിടയായി. ഹനുമാൻ സൂര്യനെ കൈക്കുള്ളിലാക്കിയാൽ ഉണ്ടാകാനിടയുള്ള ദുരന്തം എത്ര എത്ര വലുതായിരിക്കുമെന്ന് മനസ്സിലാക്കിയ ഇന്ദ്രൻ സ്വന്തം ആയുധമായ വജ്രായുധം ഹനുമാന്റെ നേരെ പ്രയോഗിച്ചു. വജ്രായുധത്തിന്റെ പ്രഹരമേറ്റ ഹനുമാൻ ബോധംകെട്ട് ഭൂമിയിലേക്കുതന്നെ വീണു. സ്വന്തം മകൻ അപകടത്തിൽപെട്ട വിവരം മനസ്സിലാക്കിയ

Greek mythology - artists view of Sun's Travel from East to west (ഇതിഹാസങ്ങളിൽ സൂര്യന്റെ കിഴക്കുനിന്ന് പടിഞ്ഞാറേക്കുള്ള യാത്ര)

Indian mythology - artists view of Sun's Travel from East to West (ഇന്ത്യൻ ഇതിഹാസങ്ങൾ സൂര്യന്റെ കിഴിക്കുനിന്ന് പടിഞ്ഞറേക്കുള്ള യാത്ര. ഏഴുകുതിരകൾ മഴവില്ലിലെ ഏഴുനിറങ്ങളെ പ്രതിനിധീകരിക്കുന്നു.

വായുദേവൻ സങ്കടപ്പെട്ട് നിശ്ചലനായി. വായു നിശ്ചലനാകുകയും ഭൂമിയിൽനിന്ന് പിന്മാറുകയും ചെയ്താൽ ഉണ്ടാകാവുന്ന ഭവിഷ്യത്ത് എത്ര വലുതായിരിക്കുമെന്ന് നിങ്ങൾക്ക് ഊഹിക്കാൻ കഴിയുമല്ലൊ. അതുകൊണ്ട് മറ്റ് ദേവന്മാരും ഇന്ദ്രനുമെല്ലാം ചേർന്ന് ഹനുമാനെ ശുശ്രൂഷിക്കുകയും വായുദേവനെ സമാധാനിപ്പിക്കുകയും, ഹനുമാന് ദേവന്മാരെല്ലാം അവരുടെ കഴിവിനനുസരിച്ച് കൂടുതൽ ശക്തിനൽകുകയും അനുഗ്രഹിക്കുകയും ചെയ്തു. ആ കഥകളിലേക്കൊന്നും ഇപ്പോൾ കടക്കേണ്ട. പക്ഷേ ഈ കഥകൾ (ഫയിതോണിന്റെയും ഇകാറസിന്റെയും ഹനുമാന്റെയും സൂര്യനെ ബന്ധപ്പെടുത്തിയുള്ള കഥകൾ) വായിക്കുമ്പോൾ അവയിലെല്ലാമുള്ള അന്തർധാര സമാനങ്ങളാണെന്ന്, ഏതാണ്ട് ഒന്നുതന്നെയാണെന്ന് നമുക്ക് മനസ്സിലാകും- ഇല്ലേ.

അനുബന്ധം: ഒളിമ്പിയന്മാരെക്കുറിച്ച് ഇത്രയുമൊക്കെ കാര്യങ്ങൾ മനസ്സിലാക്കിയപ്പോൾ ഈ കാലഘട്ടത്തിൽ ലോകപ്രസിദ്ധമായിത്തീർന്നിരിക്കുന്ന ഒളിമ്പിക്ക് വിളയാട്ട് മത്സരങ്ങളെക്കുറിച്ച് ചില വിവരങ്ങൾ അറിയണ്ടേ.

ഒളിമ്പിക്ക് വിളയാട്ട് മത്സരങ്ങൾ ആരംഭിച്ചത് ഗ്രീസിലെ ഒളിമ്പസ് പർവ്വനിരകളുള്ള സ്ഥലത്ത് ഏതാണ്ട് മൂവായിരം വർഷങ്ങൾക്കുമുമ്പായിരുന്നു എന്ന്- അതായത് ഗ്രീക്കു പൗരാണികസാഹിത്യത്തിലെ ഒളിമ്പിയൻമാർ തുടങ്ങിയതാണെന്ന്, കരുതപ്പെടുന്നു. ചില രേഖാമൂലമായ തെളിവുകൾ കാണിക്കുന്നത് 776 ബിസിയിൽ (അതായത് 2022+776=2798 വർഷങ്ങൾക്കുമുമ്പുതന്നെ) ഈ മത്സരങ്ങൾ നിലവിലുണ്ടായിരുന്നു എന്നാണ്. പക്ഷെ 393 ൽ അന്നത്തെ രാജാവിന്റെ കല്പനപ്രകാരം മത്സരങ്ങൾ നിർത്തിവെയ്ക്കേണ്ടിവന്നു. പിന്നീട് ആ രീതിയിലുള്ള മത്സരങ്ങൾ പുനരാരംഭിക്കുക എന്ന ആശയം മുന്നോട്ടുവെച്ചത് 1894 ൽ പെരെ ദ കോബോർട്ടിൻ (Pierre de coubertin) എന്ന ഫ്രഞ്ച് പൗരനാണ്. അദ്ദേഹം വിളിച്ചുകൂട്ടിയ 34 നാട്ടുകളിലെ പ്രമുഖന്മാർ അദ്ദേഹം മുന്നോട്ടുവെച്ച ആശയത്തെ സ്വാഗതം ചെയ്യുകയും ഒരു ഇന്റർനാഷണൽ ഒളിമ്പിക്സ് കമ്മറ്റി - IOC ക്ക് രൂപം കൊടുക്കുകയും ചെയ്തു. ആ കമ്മറ്റിയുടെ നേതൃത്വത്തിലാണ് ഇപ്പോൾ ഒളിമ്പിക്സ്. 1986 IOC യുടെ നേതൃത്വത്തിലാണ് ഒളിമ്പിക്സ് മത്സരങ്ങൾ നടത്തുന്നത്. മത്സരങ്ങൾക്കുമുമ്പ് സത്യവാചകം (പ്രതിജ്ഞ) എടുക്കുന്ന പതിവ് 1920 ലാണ് തുടങ്ങിയത്. അതുപോലെ ഒളിമ്പിക്സ് ദീപശിഖയുടെ ആരംഭം കുറിച്ചത് 1928 ൽ ആംസ്റ്റർഡാം (Amsterdam) നഗരത്തിലാണെങ്കിലും, ഇന്നത്തെ രീതിയിലുള്ള ദീപശിഖ 1936ൽ ബെർലിനിലാണ് (Berlin) ഉപയോഗിച്ചുതുടങ്ങിയത്. നാലു വർഷങ്ങൾ ഇടവിട്ട് നടത്തുന്ന ഒളിമ്പിക്സ് വിളയാട്ടു മത്സരങ്ങളിൽ പങ്കെടുക്കുക എന്നതും മത്സരങ്ങളിൽ വിജയം കൈവരിക്കുക എന്നതും ഓരോ രാഷ്ട്രവും തങ്ങളുടെ രാഷ്ട്രത്തിന്റെ അഭിമാനമായി കരുതുന്നു.

•

ചന്ദ്രൻ കഥകൾ

ചന്ദ്രൻ

ചന്ദ്രൻ-ചന്ദ്രനെക്കുറിച്ച് പറയുമ്പോൾ നമ്മുടെ മനസ്സിൽ വരുന്ന ഒരു സാങ്കൽപ്പിക ചിത്രം അമ്പിളിയമ്മാവന്റേതാണ്. അമ്പിളിയമ്മാവൻ-അമ്പിളി അല്ലെങ്കിൽ പൂർണചന്ദ്രനെ കുട്ടികളുടെ അമ്മാവനായി സങ്കൽപ്പിക്കുന്നത് മലയാളികളുടെ മാത്രമായ ഒരു ശീലമല്ല. എല്ലാ ഇന്ത്യൻ ഭാഷകളിലും (അതുപോലെ ലോകത്തിന്റെ മറ്റ് ഭാഗങ്ങളിലും) ധാരാളം കവികളും കലാകാരന്മാരും അവരുടെ ഭാവനകൾക്കനുസരണം ഒരുപാട് ഒരുപാട് കവിതകളും കഥകളും, കുട്ടിക്കഥകളും, ചിത്രങ്ങളും ഈ സുന്ദരമായ സങ്കൽപ്പത്തെ അടിസ്ഥാനമാക്കി രചിച്ചിട്ടുണ്ട്. ഈ സങ്കൽപ്പം ആധുനികകാലത്തും വളരെയധികം സ്വീകാര്യമായി തുടർന്നു പോകുന്നു. ഇത് വായിക്കുന്ന നിങ്ങളോരോരുത്തരും ജീവിതത്തിൽ ഏതെങ്കിലും സമയത്ത് അത്തരം കഥകളും പാട്ടുകളും, കവിതകളുമൊക്കെ കേട്ടുകാണും- തീർച്ചയാണ്. എങ്കിലും ഇന്ന് അത്തരം സാങ്കൽപ്പികകഥകൾ കേൾക്കുമ്പോൾ നമുക്ക് മറ്റു ചില കാര്യങ്ങൾക്കൂടി ഓർമ്മവരും. പണ്ട് മനുഷ്യർ, ആകാശത്തിൽ അപ്രാപ്യമായ ദൂരത്തിൽ ശോഭിച്ചു നിന്നിരുന്ന അമ്പിളിയമ്മാവനെക്കണ്ട് അതിശയിച്ച്, ആ സുന്ദരമായ പ്രകാശം ആസ്വദിച്ച് നിന്നിരുന്നുവെങ്കിൽ ഇന്ന് അങ്ങിനെ നിൽക്കുമ്പോൾ കുട്ടികളുൾപ്പെടെ നമ്മുടെയെല്ലാം ഓർമകളിലേക്ക് കടന്നു വരുന്ന പല സമകാലിക സംഭവങ്ങളുമുണ്ട്. ഇന്ന് ചന്ദ്രൻ അപ്രാപ്യമായ ദൂരത്തിലല്ലെന്നും മറിച്ച് മനുഷ്യൻ സ്വന്തം കാലുകൾ പതിപ്പിച്ച് നടന്ന, ഭൂമിയേപ്പോലെ തന്നെ മറ്റൊരു സ്ഥലം മാത്രമാണ് ചന്ദ്രനെന്നും, ചന്ദ്രനിൽ നിന്ന് പാലുപോലെ ഒഴുകി

ഭൂമിയിലെത്തുന്ന ചന്ദ്രപ്രാശം (നിലാവ്) സൂര്യപ്രകാശം തന്നെയാണെന്നുമെല്ലാം ഓർക്കാതിരിക്കാൻ കഴിയുകയില്ലല്ലൊ.

ചന്ദ്രനെക്കുറിച്ചുള്ള ശാസ്ത്രീയമായ അറിവുകൾ എന്തൊക്കെയാണ്. ആരൊക്കെയാണ് ചന്ദ്രന്റെ മണ്ണിൽ നടന്നത്. അവരവിടെ എങ്ങിനെയെത്തി. വരും കാലങ്ങളിൽ നമുക്കും അവിടെ പോകാൻ കഴിയുമോ. അങ്ങിനെ പല പല ചോദ്യങ്ങളും നിങ്ങളുടെ മനസ്സിൽ കടന്നുവരും. വരില്ലേ. ഉണ്ടാവണം. അങ്ങിനെ ആധുനിക മനുഷ്യൻ ശാസ്ത്രദൃഷ്ടിയോടെ പ്രവർത്തിച്ച് മനസ്സിലാക്കിയ സത്യങ്ങൾ നാം ഉൾക്കൊള്ളുമ്പോൾ, നമ്മുടെ പൂർവ്വികർ എങ്ങിനെയൊക്കെ ചിന്തിച്ചിരുന്നു എന്നും അവർ അവരുടെ ഭാവനയിൽ മെനഞ്ഞെടുത്ത കഥകൾ ഏതൊക്കെ, എങ്ങിനെയൊക്കെ എന്ന് അറിയുന്നതും രസാവഹമായിരിക്കും. അല്ലേ. നമ്മുടെ പൂർവ്വികർ അവരുടെ ഭാവനയിൽ ചന്ദ്രനെ കേന്ദ്രീകരിച്ച് രൂപം നൽകിയ കുറെ കഥകളാണ് ഈ പുസ്തകത്തിലുള്ളത്. എങ്കിലും ആ കഥകൾ വായിക്കുന്നതിന് മുൻപ് ചന്ദ്രനെക്കുറിച്ച് ഇന്ന് നമുക്കറിയാവുന്ന കുറേ കാര്യങ്ങൾ മനസ്സിലാക്കാം. ചിലതൊക്കെ 'സൂര്യൻ കഥകൾ' എന്ന പേരിൽ ഈ പരമ്പരയിലെ 17-ാമത്തെ വാല്യമായി പ്രസിദ്ധീകരിച്ച പുസ്തകത്തിൽ സൂചിപ്പിച്ചിട്ടുണ്ട്; കാരണം സൂര്യനും ചന്ദ്രനും നമ്മുടെ ഭൂമിയുമെല്ലാം പരസ്പരം ബന്ധപ്പെട്ട് നിലകൊള്ളുന്ന സൗരയൂഥം എന്ന കുടുംബത്തിലെ അംഗങ്ങൾ തന്നെ എന്നതുതന്നെ.

ചന്ദ്രനെ സംബന്ധിച്ച ചില സത്യങ്ങൾ:

നാം പലപ്പോഴും പാൽ വെള്ളനിറത്തിൽ ശോഭിച്ച നിൽക്കുന്നതായി കാണുന്ന ചന്ദ്രന്റെ പ്രതലം വാസ്തവത്തിൽ ഇരുണ്ടതാണ്. സൂര്യനിൽ നിന്ന് ചന്ദ്രഗോളത്തിൽ വീഴുന്ന സൂര്യരശ്മികൾ പ്രതിഫലിച്ച് വരുന്ന സൂര്യപ്രകാശമാണ് നാം ചന്ദ്രന്റെ നിലാവായി കാണുന്ന വെളിച്ചം. ഭൂമിയേ ചുറ്റി വലം വരുന്ന ഒരേയൊരു നിരന്തരവും പ്രകൃതിദത്തവുമായ ഉപഗ്രഹം ചന്ദ്രൻ മാത്രമാണ്- ഇപ്പോൾ ചന്ദ്രനോടൊപ്പം മനുഷ്യനിർമ്മിതങ്ങളായ കുറേ ഉപഗ്രഹങ്ങൾ (Satelites) ഭൂമിയെ ചുറ്റുന്നുണ്ട്- പക്ഷേ അവയെല്ലാം ചന്ദ്രനുമായി താരതമ്യപ്പെടുത്തുമ്പോൾ വളരെ വളരെ ചെറുതും നിരന്തരം എന്ന് വിശേഷിപ്പിക്കപ്പെടാൻ അർഹതയില്ലാത്തവയുമാണ്. നമ്മുടെ കണ്ണുകൾക്ക് സൂര്യനും ചന്ദ്രനും ഏതാണ്ട് ഒരേ വലിപ്പത്തിൽ കാണപ്പെടുന്നു എങ്കിലും സത്യം അതല്ല. സൂര്യൻ ചന്ദ്രനേ അപേക്ഷിച്ച് ഏതാണ്ട് നാനൂറു മടങ്ങ് വലുതാണ്; പക്ഷേ സൂര്യന്റെ സ്ഥാനം ഭൂമിയിൽ നിന്ന് ചന്ദ്രന്റെ സ്ഥാനത്തേക്കാൾ നാനൂറു മടങ്ങ് ദൂരെയാണ്. ഈ ദൂരവ്യത്യാസം കാരണമാണ് നമുക്ക് സൂര്യനേയും ചന്ദ്രനേയും കിട്ടത്തിട്ടെ ഒരേ വലിപ്പത്തിൽ കാണാൻ കഴിയുന്നത്.

മറ്റൊന്ന് വർഷം തോറും ചന്ദ്രൻ ഭൂമിയിൽ നിന്ന് കൂടുതൽ ദൂരത്തിലേക്ക് മാറിക്കൊണ്ടിരിക്കുന്നു എന്നതാണ്- ഓരോ വർഷവും ചന്ദ്രനും ഭൂമിക്കും ഇടയ്ക്കുള്ള ദൂരം 3.8 സെന്റിമീറ്റർ എന്ന അളവിൽ കൂടിക്കൊണ്ടിരിക്കുന്നു. ഭൂമിയിൽനിന്ന് 384,400 കിലോമീറ്റർ ദൂരത്തിൽ സ്ഥിതി ചെയ്യുന്ന ചന്ദ്രന്റെ വലിപ്പം ഭൂമിയേ അപേക്ഷിച്ച് നാലിൽ ഒന്നാണെന്ന് പറയാം. ചന്ദ്രന്റെ വ്യാസം 3476 കിലോമീറ്ററും ഭൂമിയുടേത് 12756 കിലോമീറ്ററുമാണ്; അതുപോലെ ചന്ദ്രന്റെ ഭാരം $0.073 x 10^{24}$ കിലോഗ്രാമും ഭൂമിയുടെ ഭാരം $5.97 x 10^{24}$ കിലോഗ്രാമും ആണ്. അതായത് ചന്ദ്രന്റെ ഭാരം ഭൂമിയുടെ ഭാരത്തിന്റെ 1.2 ശതമാനം മാത്രം. ഇതേ കാരണം കൊണ്ട് ചന്ദ്രനിൽ ഗുരുത്വാകർഷണശക്തി (Force of Gravity) ഭൂമിയിലേതിനെ അപേക്ഷിച്ച് വളരെ കുറവാണ്- ഏതാണ്ട് ആറിൽ ഒന്നുമാത്രം. മറ്റൊരുവിധത്തിൽ പറഞ്ഞാൽ ഭൂമിയിൽ 60 കിലോഗ്രാം ഭാരമുള്ള ഒരാളിന്റെ ചന്ദ്രനിലെ ഭാരം 10 കിലോഗ്രാമിനടുത്തു മാത്രമായിരിക്കും. ഇതൊക്കെ എങ്ങിനെ കണക്കാക്കുന്നു എന്നത് മുതിർന്ന ക്ലാസ്സുകളിൽ പഠിക്കുന്ന വിദ്യാർത്ഥികൾക്ക് അവരുടെ ഫിസിക്സ് അദ്ധ്യാപകരോട് ചോദിച്ച് മനസ്സിലാക്കാവുന്നതാണ്. ചന്ദ്രൻ ഒരു പ്രാവശ്യം ഭൂമിക്ക് വലംവെയ്ക്കാൻ എടുക്കുന്ന സമയം 27 ദിവസങ്ങളും 7 മണിക്കൂറും 43 മിനിറ്റുമാണ്. അതേസമയം ഭൂമി സൂര്യനു ചുറ്റും പ്രദക്ഷിണം വെയ്ക്കാൻ എടുക്കുന്ന സമയം 365 ദിവസങ്ങളും 5 മണിക്കൂറും 59 മിനിറ്റും 16 സെക്കണ്ടുമാണ്. ചന്ദ്രന്റെ പ്രായം 4.53 ബില്ല്യൻ വർഷങ്ങളാണെന്ന് കണക്കാക്കപ്പെട്ടിരിക്കുന്നു. ചന്ദ്രന്റെ പ്രതലത്തിലെ മണ്ണ് വലിപ്പമുള്ള പാറക്കല്ലുകൾ അധികമുള്ളതാണെന്ന് പറയപ്പെടുന്നു. ചന്ദ്രന്റെ പ്രതലത്തിലെ മണ്ണിന്, നമ്മുടെ ഭൂമിയിലെ മണ്ണിന് ഇംഗ്ലീഷിൽ Earth എന്നോ Soil എന്നോ പറയുന്നതുപോലെ ഇംഗ്ലീഷിൽ Regolith എന്നാണ് പറയുന്നത്.

ചന്ദ്രന് ഇംഗ്ലീഷിൽ Moon എന്ന പേര് എങ്ങിനെ കിട്ടി എന്നുകൂടി പറയാം. Moon എന്നത് പഴയകാല ഇംഗ്ലീഷിലെ Mona എന്ന വാക്കിൽ നിന്ന് വന്നതാണെന്നും, ലാറ്റിൻ ഭാഷയിലെ Metric എന്ന വാക്കും (to measure-അളക്കാൻ) mensis (മാസം എന്നർത്ഥം) എന്ന വാക്കും ചേർന്ന് മാസങ്ങൾ അളക്കാൻ സഹായിക്കുന്നത് എന്ന അർത്ഥം കിട്ടുന്ന രീതിയിൽ രൂപപ്പെട്ടതുമാണെന്ന് കരുതുന്നു. പണ്ടുകാലങ്ങളിൽ ദിവസത്തിന്റെയും മാസങ്ങളുടെയും, വർഷങ്ങളുടെയും സമയപരിധികൾ നിശ്ചയിച്ചിരുന്നത് ചന്ദ്രന്റെ സ്ഥാനം കണക്കാക്കിയായിരുന്നു എന്ന് നമുക്ക് അറിയാമല്ലോ.

ചന്ദ്രനെക്കുറിച്ച് മനസ്സിലാക്കേണ്ട മറ്റൊരു കാര്യം മനുഷ്യനെ സംബന്ധിച്ച് ഇന്ന് ചന്ദ്രൻ മനുഷ്യന് എത്തിച്ചേരാൻ കഴിയുന്ന

ഒരിടമായി മാറിയിരിക്കുന്നു എന്നതാണ്-നിങ്ങളുടെ നാട്ടിൽനിന്ന് മദിരാശിയിലേക്കോ (ചെന്നൈ), ലണ്ടനിലേക്കോ, അമേരിക്കയിലേക്കോ, റഷ്യയിലേക്കോ ഒക്കെ പോകാൻ കഴിയുന്നതുപോലെ നമുക്ക് പോകാൻ കഴിയുന്ന ഒരിടം, ഒരു സ്ഥലമായി ചന്ദ്രനും അടുത്തുതന്നെ മാറും എന്നതാണ്. നേരത്തെ പറഞ്ഞ സ്ഥലങ്ങളിലേക്ക് വിമാനത്തിൽ പറന്നുപോകാൻ കഴിയുന്നതുപോലെ ചന്ദ്രനിലേക്കും ബഹിരാകാശ പേടകങ്ങളിൽ (ശൂന്യാകാശ വാഹനങ്ങൾ- Space Craft) യാത്ര ചെയ്ത് നമുക്ക് ചന്ദ്രനിൽ എത്താൻ കഴിയും. പക്ഷേ ഇത്തരം വാഹനങ്ങളുടെ നിർമ്മിതിയും അവയുടെ സുരക്ഷിതമായ യാത്രയും ഇനിയും വളർന്ന് വികസിക്കേണ്ടതായുണ്ട് അതുവരെ നാം കാത്തിരിക്കണം. എങ്കിലും ഇതിനകം ആരൊക്കെ എപ്പോഴൊക്കെ ചന്ദ്രനിൽ പോയി എന്ന വിവരങ്ങൾ മനസ്സിലാക്കാൻ ഒരു ശ്രമം നടത്താം.

ആദ്യമായി 1957 ഒക്ടോബർ നാലിനാണ് സോവിയറ്റ് യൂണിയൻ (ഇന്നത്തെ റഷ്യ എന്ന് കരുതാം) ആദ്യത്തെ ബഹിരാകാശ നൗക സ്പുട്നിക്-1 (Sputnik-1) വിക്ഷേപിച്ചത്. പക്ഷേ ശൂന്യാകാശത്തിലേക്കും ഭൂമിയുടേയും ചന്ദ്രന്റെയും ഭ്രമണപഥങ്ങളിലേക്കും എത്തിച്ചേരുവാൻ നടത്തിയ ആ ശ്രമവും പിന്നീട് പല ശ്രമങ്ങളും പരാജയപ്പെട്ടു. എങ്കിലും റഷ്യയുടെ ലൂണ-1 (Luna-1) എന്ന ശൂന്യാകാശ വാഹനം 1959 ജനവരി രണ്ടാംതീയതി ഭൂമിയുടെ ഗുരുത്വാകർഷണ ശക്തിയെ ഭേദിച്ചുകൊണ്ട് ഭൂമിയെ ചുറ്റാൻ കഴിയുന്ന ഒരു ഭ്രമണപഥത്തിൽ എത്തിയത്. അത് ഭാഗികമായ ഒരു വിജയമായിരുന്നു എന്നും ശൂന്യാകാശയാത്രയിലെ ആദ്യത്തെ കാൽവെയ്പായിരുന്നു എന്നും കരുതാം. പിന്നീട് 1959 സെപ്റ്റംബർ പന്ത്രണ്ടാംതീയതി റഷ്യ വിക്ഷേപിച്ച ലൂണാർ-2 അടുത്ത ദിവസം, അതായത് സെപ്റ്റംബർ പതിമൂന്നാം തീയതി ചന്ദ്രന്റെ മണ്ണിൽതൊട്ടു. റഷ്യൻ ശാസ്ത്രജ്ഞന്മാർ അവരുടെ പരിപാടിയെക്കുറിച്ചും പ്രതീക്ഷകളെക്കുറിച്ചും മാഞ്ചസ്റ്റർ സർവ്വകലാശാലയിലെ ശാസ്ത്രജ്ഞൻ 'ബെർനാഡ് ലോവലിനെ' (Bernard Lovell) നേരത്തേതന്നെ അറിയിച്ചിരുന്നു എന്നും, അതുകൊണ്ട് ലൂണാ-2 ചന്ദ്രന്റെ മണ്ണിൽ തൊട്ടു എന്ന വിവരം ആദ്യമായി ലോകത്തെ അറിയിച്ചത് ബെർനാഡ് ആയിരുന്നു എന്നും പറയപ്പെടുന്നു. ലൂണാ-2 മനുഷ്യരെ ചന്ദ്രനിലേക്ക് കൊണ്ടുപോയിരുന്നില്ല. തുടർന്ന് ബഹിരാകാശ യാത്രയ്ക്കും ചന്ദ്രനിൽ എത്തിച്ചേരാനും പല പരിശ്രമങ്ങളും നടന്നു. 1961 ഏപ്രിൽ പന്ത്രണ്ടാം തീയതി റഷ്യയുടെ യൂറി ഗാഗറിൻ ഒരു ബഹിരാകാശ വാഹനത്തിൽ യാത്ര ചെയ്തു, ഭൂമിയേ ചുറ്റി ബഹിരാകാശത്തിൽ യാത്ര ചെയ്ത ആദ്യത്തെ മനുഷ്യൻ എന്ന ബഹുമതിക്ക് അർഹനായി. തുടർന്ന്

ലൂണാ-9, 1966-ജനുവരി 31-ാംതീയതി ചന്ദ്രന്റെ മണ്ണിൽ ആദ്യമായി 'നിയന്ത്രിത' തറയിറങ്ങൽ- സുരക്ഷിത തറയിറങ്ങൽ- 'Sof t landing-Saf e landing' നടത്തുന്നതിൽ വിജയിച്ചു. 1970-ൽ ലൂണാ-16 ചന്ദ്രനിലെ മണ്ണ് ഭൂമിയിലേക്ക് കൊണ്ടു വരുന്നതിലും വിജയിച്ചു. എങ്കിലും മനുഷ്യനെ ചന്ദ്രനിൽ എത്തിക്കാനുള്ള ശ്രമത്തിൽ മുൻപന്തിയിൽ നിൽക്കുന്നത് അമേരിക്കയാണ്. (അമേരിക്ക എന്നു പറയുമ്പോൾ ഉദ്ദേശിക്കുന്നത് യു.എസ്.എ- U.S.A എന്ന രാജ്യത്തെയാണ്.

NASA (National Aeronautic and space Administration-നാസ) എന്നറിയപ്പെടുന്ന പ്രവർത്തനസംഘടനയുടെ കീഴിൽ അമേരിക്ക ബഹിരാകാശയാത്ര എന്ന ലക്ഷ്യത്തോടു കൂടി 1958 മുതൽ തീവ്രമായി പ്രവർത്തിച്ചു തുടങ്ങി. 1958 ജനുവരി 31-ാം തീയതി അമേരിക്കയുടെ എക്സ്പ്ലോറർ-1 (Explorer-1) ഭൂമിയെ ചുറ്റിവരുന്നതിൽ വിജയം കണ്ടു. പിന്നീട് 1961-ൽ അലൻ ഷെപ്പേർഡ് ബഹിരാകാശത്തിൽ എത്തിയെങ്കിലും അദ്ദേഹം പോയ നൗകക്ക് ഭൂമിയെ ചുറ്റി വരാൻ കഴിയുമായിരുന്നില്ല. എങ്കിലും പിന്നീട് ചന്ദ്രനിലേക്ക് പോകാൻ ഒരവസരം അദ്ദേഹത്തിന് കിട്ടി. ഭൂമിയെ ചുറ്റിവരാൻ ഭാഗ്യമുണ്ടായ ആദ്യത്തെ അമേരിക്കൻ പൗരൻ 'ജോൺ ഗ്ലെൻ'(John Glenn ആയിരുന്നു-1962 ഫെബ്രുവരി 20-ാംതീയതി. 1969 ജൂലൈ 20-ാംതീയതി അമേരിക്കയുടെ നീൽ ആംസ്ട്രോങ്ങ് (Neil Armstrong) ചന്ദ്രന്റെ മണ്ണിൽ കാൽവെച്ച ആദ്യത്തെ മനുഷ്യൻ എന്ന ബഹുമതിക്ക് അർഹനായി. അതിനുപയോഗിച്ച ബഹിരാകാശ വാഹനത്തിന് നൽകിയിരുന്ന പേര് അപ്പോളൊ-11 (Apollo-11) എന്നായിരുന്നു. ഇതുവരെയായി അമേരിക്ക ആറുപ്രാവശ്യം വിജയകരമായി ചന്ദ്രനിൽ മനുഷ്യരെ എത്തിക്കുക എന്ന ദൗത്യത്തിൽ വിജയിച്ചിട്ടുണ്ട്; ഇതുവരെ അമേരിക്കക്കു മാത്രമാണ് മനുഷ്യനെ ചന്ദ്രനിൽ എത്തിക്കുവാൻ കഴിഞ്ഞിട്ടുള്ളത്.

***

ഡിസംബർ 1972-നു ശേഷം ഒരു രാജ്യവും മനുഷ്യനെ ചന്ദ്രനിലേക്ക് അയക്കാൻ ശ്രമം നടത്തിയിട്ടില്ല. എങ്കിലും ചന്ദ്രനിലേക്കുള്ള യാത്രയ്ക്കുള്ള തയ്യാറെടുപ്പെന്ന നിലയിൽ റഷ്യക്കും അമേരിക്കയ്ക്കും പുറമേ ചൈന, നമ്മുടെ സ്വന്തം നാടായ ഇന്ത്യ, ജപ്പാൻ, യൂറോപ്യൻ രാജ്യങ്ങളുടെ കൂട്ടായ്മ, ഇസ്രേൽ മുതലായ രാജ്യങ്ങളും താൽപര്യം കാണിക്കുന്നുണ്ട്. ഇവയിൽ മുൻപന്തിയിൽ നിൽക്കുന്നത് ചൈനയും ഇന്ത്യയുമാണ്. ചൈനയുടെ വാഹനങ്ങൾ ചന്ദ്രന്റെ മണ്ണിൽ ഇറങ്ങുന്നതിൽ വിജയം വരിച്ചു കഴിഞ്ഞിട്ടുണ്ട്. ഇന്ത്യ രണ്ടുപ്രാവശ്യം ശ്രമിച്ചു. ആദ്യം വിക്ഷേപിച്ച വാഹനത്തിന് ഇന്ത്യ നൽകിയിരുന്ന പേര് ചന്ദ്രയാൻ-1. അത്

ചന്ദ്രനെ ചുറ്റിവരുക എന്ന ലക്ഷ്യം വിജയകരമായി നടത്തി. ചന്ദ്രയാൻ-1 വിക്ഷേപിച്ചത് 2008 ഒക്ടോബർ 22-ാം തീയതിയായിരുന്നു. ഉദ്ദേശിച്ചിരുന്നതുപോലെ അത് ചന്ദ്രനിൽ നിന്ന് 100 കി.മീറ്റർ ദൂരത്തിലുള്ള ഒരു ഭ്രമണപഥത്തിൽ ചുറ്റുകയും പിന്നീട് 2009-ൽ 200 കി.മീറ്റർ ദൂരത്തിലുള്ള മറ്റൊരു ഭ്രമണപഥത്തിൽ ചുറ്റുകയും ചെയ്തു. അങ്ങിനെ ചന്ദ്രയാൻ-1, 3400 പ്രാവശ്യം ചന്ദ്രനെ ചുറ്റുകയുണ്ടായി. ആ സമയമെല്ലാം അത് ചന്ദ്രനെക്കുറിച്ചുള്ള പല നിരീക്ഷണങ്ങളും വിവരങ്ങളും പടങ്ങളും ഭൂമിയിലേക്ക് അയക്കുകയുമുണ്ടായി. ആഗസ്റ്റ്-29-2009-വരേക്കും ചന്ദ്രയാൻ-1 പ്രയോജനകരമായി പ്രവർത്തിച്ചു. പിന്നീട് അത് നിയന്ത്രണവിധേയമല്ലാതെ നഷ്ടപ്പെട്ടു. ചന്ദ്രയാൻ-1 ഒരു തികഞ്ഞ വിജയമായിരുന്നു. പിന്നീട് 2019 ജൂലൈമാസം 22-ാംതീയതി ഇന്ത്യ ചന്ദ്രയാൻ-2 വിക്ഷേപിച്ചു. അത് ചന്ദ്രന്റെ മണ്ണിൽ സുരക്ഷിതമായി ഇറങ്ങുമെന്നാണ് പ്രതീക്ഷിച്ചത്. നേരത്തെ നിശ്ചയിച്ചിരുന്നതുപോലെ അത് 2019 ആഗസ്റ്റ് 20-ാംതീയതി ചന്ദ്രന്റെ ഭ്രമണപഥത്തിൽ എത്തുകയും പിന്നീട് 2019 സെപ്റ്റംബർ 6-ാംതീയതി ചന്ദ്രന്റെ പ്രതലത്തിലേക്കുള്ള യാത്ര തുടങ്ങുകയും ചെയ്തു. പക്ഷേ, നിർഭാഗ്യകരമായി, ചന്ദ്രന്റെ മണ്ണിൽ ഇറങ്ങുന്നതിന് രണ്ട് മിനിറ്റുകൾ മാത്രം സമയം ബാക്കിയുണ്ടായിരുന്ന സമയത്ത് വാഹനത്തിന്റെ മേലുണ്ടായിരുന്ന നിയന്ത്രണം നഷ്ടപ്പെട്ടു. അതുകൊണ്ട് ഒരു സുരക്ഷിത തറയിറങ്ങൽ നടന്നില്ല. എങ്കിലും ചന്ദ്രയാൻ-2 വഹിച്ചു കൊണ്ടുപോയ ഓർബിറ്റർ (Orbitter-കൃത്രിമ ഉപഗ്രഹം) ഇന്നും ചന്ദ്രന്റെ ഭ്രമണപഥത്തിൽ ചുറ്റിക്കൊണ്ടേയിരിക്കുന്നു. ഭൂമിയിലേയ്ക്ക് പല വിവരങ്ങളും നൽകിക്കൊണ്ടിരിക്കുന്നു. ഞാനിതെഴുതുന്ന സമയത്ത്- അതായത് 2021 സെപ്റ്റംബർ ആറാംതീയതി ചന്ദ്രയാൻ-2 ന്റെ ഓർബിറ്റർ ചന്ദ്രനു ചുറ്റം 9000 യാത്രകൾ പൂർണമാക്കിക്കഴിഞ്ഞിരിക്കുന്നു. ഉദ്ദേശലക്ഷ്യം പൂർണമായും നിറവേറിയില്ലെങ്കിലും ചന്ദ്രയാൻ-2 ഒരു പരാജയമായിരുന്നില്ല. അടുത്ത് 2023-ൽ ചന്ദ്രയാൻ-3 വിക്ഷേപിക്കാനാണ് ഇന്ത്യ ശ്രമിക്കുന്നത്. അതുപോലെ ചൈനയും, ജപ്പാനും, യൂറോപ്യൻ യൂണിയനും, ഇസ്റേലുമൊക്കെ ചന്ദ്രനിലേക്കുള്ള യാത്രയ്ക്ക് ശ്രമം നടത്തുന്നുണ്ട്. ഇന്ന് ആ ശ്രമങ്ങളിൽ മുന്നിൽ നിൽക്കുന്ന രാജ്യങ്ങളിൽ, അമേരിക്ക, റഷ്യ, ചൈന എന്ന മൂന്നു രാജ്യങ്ങൾക്കപ്പുറം നാലാമത്തെ സ്ഥാനം ഇന്ത്യക്കാണ്.

ബഹിരാകാശയാത്ര ഏതാണ്ട് സുഗമമായി വരുന്നതുപോലെ ചന്ദ്രനിലേക്കുള്ള യാത്രയും വളരെ വിദൂരമല്ലാത്ത ഒരു ഭാവിയിൽ സുഗമമായിത്തീർന്നേക്കാം. ഒരു പക്ഷേ ഈ നൂറ്റാണ്ടിന്റെ അവസാനമാകുമ്പോഴേക്കും ചന്ദ്രനിൽ മനുഷ്യർ താമസിക്കുന്ന നാലോ അഞ്ചോ

ഗ്രാമങ്ങളും രൂപപ്പെട്ടു എന്നു വരാം. ഒരു ടിക്കറ്റെടുത്ത് ആ ഗ്രാമങ്ങളിൽ താമസിക്കുന്ന നമ്മുടെ ബന്ധുക്കളെയോ സ്നേഹിതന്മാരെയോ കാണാനും , അല്ലെങ്കിൽ ഒരുല്ലാസയാത്രക്കോ ഒക്കെ ചന്ദ്രനിലേക്ക് പോയിവരാൻ നമ്മുടെ വരുംകാല തലമുറകൾക്ക് സാധിച്ച എന്നും വരാം; വരും എന്ന് വിശ്വസിക്കാം.

ചന്ദ്രനെക്കുറിച്ച് ഇത്രയുമൊക്കെ മനസ്സിലാക്കിയ സ്ഥിതിക്ക് ഇനി നമ്മുടെ പൂർവ്വികർക്കിടയിൽ പ്രചാരത്തിലുണ്ടായിരുന്ന ചില കഥകളി ലേക്ക് കടക്കാം.

ചന്ദ്രൻ സൃഷ്ടിക്കപ്പെട്ട കഥ

ഇത് പണ്ടുപണ്ട്-ലോകം സൃഷ്ടിക്കപ്പെട്ടുമ്പോൾ നടന്ന ഒരു സംഭവകഥയായാണ് പലരും കരുതുന്നത്. സംഭവം വാസ്തവത്തിൽ നടന്നതോ അതോ കേവലം മനുഷ്യ ഭാവനയിൽ നിന്ന് കുരുത്തതോ എന്നൊന്നും നമ്മളിപ്പോൾ ചോദിക്കേണ്ട. നടന്നത് എന്നാണ് അന്നത്തെ ആളുകൾ വിശ്വസിച്ചിരുന്നത്- അല്ലെങ്കിൽ അവരുടെ ഭാവനയിൽ രൂപം കൊണ്ടത്; അത്രതന്നെ.

ലോകം സൃഷ്ടിക്കപ്പെട്ടുമ്പോൾ ആദ്യം സൂര്യൻ മാത്രമേ ഉണ്ടായിരുന്നുള്ളൂ. ചന്ദ്രൻ ഇല്ലായിരുന്നു. അതുകൊണ്ട് ആ കാലങ്ങളിൽ എല്ലാ സമയത്തും ലോകമെങ്ങും നല്ല വെളിച്ചമായിരുന്നു. പകലും രാത്രിയെന്നുമുള്ള വ്യത്യാസം ഇല്ലായിരുന്നു. ഇരുട്ട് എന്നൊന്നും ഉണ്ടായിരുന്നില്ല. സൂര്യൻ ഒരിക്കലും അസ്തമിക്കുകയും ഇല്ലായിരുന്നു. അതുകൊണ്ട് മനുഷ്യർക്ക് വിശ്രമിക്കാനായി പ്രത്യേക സമയവും ഇല്ലായിരുന്നു. അവർ ക്ഷീണിക്കുന്നതുവരെ ജോലി ചെയ്തിരുന്നു. ക്ഷീണിക്കുമ്പോൾ അൽപ്പം വിശ്രമിക്കുക- കുറച്ചുനേരം ഉറങ്ങുക; അത്രതന്നെ. അല്ലാതെ ഇന്നത്തെപ്പോലെ പകൽ ജോലി, രാത്രിയിൽ വിശ്രമവും ഉറക്കവും എന്ന രീതി അന്നില്ലായിരുന്നു.

അങ്ങിനെയിരിക്കെ ഒരിക്കൽ ലോകസൃഷ്ടാവായ ദൈവം അവിടം സന്ദർശിക്കാനെത്തി. അദ്ദേഹം വയലുകളിൽ ജോലിചെയ്തിരുന്ന മനുഷ്യരെ കാണാനിടയായി. അവരോട് അദ്ദേഹം കുശലാന്വേഷണങ്ങൾ നടത്തുന്നതിനിടയിൽ ചോദിച്ചു.

"നിങ്ങൾ ഈ നിലം ഉഴുതത് എപ്പോഴാണ്."

"ഇന്ന്."

"ആ കാണുന്ന കുളം തോണ്ടിയത് എപ്പോളാണ്."

"ഇന്ന്."

അദ്ദേഹം വേറൊരു കർഷകനോട് ചോദിച്ചു."

" ആ കാണുന്ന സുന്ദരമായ പൂന്തോട്ടം വെച്ചുപിടിപ്പിച്ചത് ആരാണ്; എപ്പോഴാണ്."

"ഓ. അതോ. ഞങ്ങളൊക്കെത്തന്നെയാ. പിന്നെ എപ്പോഴാണെന്ന് ചോദിച്ചത് എന്തുകൊണ്ടാണാവോ. ഞങ്ങൾ ചെയ്യുന്നതെല്ലാം ഇന്നാണ്; ഇന്നുമാത്രം. ഇവിടെ ഇന്നുമാത്രമേയുള്ളു എന്ന് അവിടത്തേക്ക് അറിയില്ലെന്നുണ്ടോ."

"ഓ. ശരി.ശരി. ഓർത്തില്ല. ഇപ്പോൾ വ്യക്തമായി."

ദൈവം അവിടെ നിന്ന് കുറച്ച് മുന്നോട്ട് നടന്നപ്പോൾ ഒരു കൊച്ചുകുട്ടിയേയുമെടുത്തുകൊണ്ട് അതുവഴി വന്ന ഒരു സ്ത്രീയേ കണ്ടു. അദ്ദേഹം ആ സ്ത്രീയോട് ചോദിച്ചു.

"സഹോദരീ. ഈ കുട്ടി ജനിച്ചത് എപ്പോഴാണ്."

"ഇന്ന്."

ദൈവത്തിന് കാര്യങ്ങൾ വ്യക്തമായി. മനുഷ്യർക്ക് സമയത്തേക്കുറിച്ച് യാതൊരു ധാരണയുമില്ലെന്നും അതിനുകാരണം സമയത്തെ വിഭജിച്ച് അറിയാൻ കഴിയുന്ന വിധം പകലും രാത്രിയും എന്ന വേർതിരിവ് ഇല്ലാത്തതാണെന്നും അദ്ദേഹത്തിന് ബോധ്യമായി. അദ്ദേഹം സൂര്യനെ വിളിച്ച് നിർദ്ദേശിച്ചു.

"ഹേ. സൂര്യാ. ഭൂമിയിൽ പകലും രാത്രിയുമെന്ന വേർതിരിവ് ഇല്ലാത്തതുകൊണ്ട് മനുഷ്യർ ഒരുപാട് കഷ്ടപ്പാടുകൾ സഹിക്കേണ്ടി വരുന്നു. അതുകൊണ്ട് താങ്കൾ ഇനിയങ്ങോട്ട് ഓരോദിവസവും പകുതി സമയം മാത്രം ആകാശത്തിൽ പ്രകാശിച്ച് നിന്നാൽ മതിയാകും. വൈകിട്ടായാൽ ഏതാണ്ട് അതുവരെ പ്രകാശിച്ചുനിന്ന അത്രയും സമയം വിശ്രമിച്ചിട്ട് വീണ്ടും പ്രകാശിച്ചാൽ മതി. അങ്ങിനെ ചെയ്താൽ ഭൂമിയിൽ പകലും രാത്രിയും വേർതിരിക്കപ്പെട്ടും. അപ്പോൾ മനുഷ്യർക്ക് രാത്രി വിശ്രമിക്കേണ്ട സമയമാണെന്ന് മനസ്സിലാക്കാൻ കഴിയും. അവർ ഇപ്പോഴത്തേപ്പോലെ ക്ഷീണിച്ച് അവശരാകേണ്ടി വരില്ല. അത് അവർക്ക് വലിയ ആശ്വാസമാകും."

"ശരി. അങ്ങിനെയാകട്ടെ."

അന്നുമുതൽ വൈകിട്ടായാൽ സൂര്യൻ ഭൂമിയിൽ നിന്ന്

അപ്രത്യക്ഷനാകാൻ തുടങ്ങി. സൂര്യൻ അപ്രത്യക്ഷനായിരിക്കുന്ന സമയമത്രയും ഭൂമിയിൽ ഇരുട്ട് മാത്രമായിരുന്നു. എന്തുകൊണ്ട് അങ്ങിനെ സംഭവിച്ചു എന്ന് ഭൂമിവാസികൾക്ക് മനസ്സിലായില്ല. ഇരുട്ടിനെ അവർ ഭയന്നു. എന്തോ അപകടം സംഭവിക്കാൻ പോകുന്നതിന്റെ സൂചനയാണ് ഇരുട്ട് എന്ന് അവർ കരുതി. ഇരുട്ടായാൽ ഓടി രക്ഷപ്പെടാനും ഏതെങ്കിലും സുരക്ഷിത സങ്കേതത്തിൽ ഒളിച്ചിരിക്കാനും അവർ ശ്രമിച്ചു. അങ്ങിനെ ഓടുന്നതിനിടയിൽ പലരും കുഴികളിലും, കിണറുകളിലും പള്ളങ്ങളിലുമൊക്കെ വീണു. മറ്റുചിലർ മരങ്ങളിലും മറ്റും തട്ടി മറിഞ്ഞു വീഴുകയും ചെയ്തു; സാരമായ പരുക്കുകൾ ഉണ്ടാകുകയും ചെയ്തു; ചിലർ അപകടത്തിൽപെട്ട് മരിക്കുകയും ചെയ്തു. ചിലർ മരത്തിൽ കയറിയിരിക്കാൻ ശ്രമിച്ചു; അവരിൽ ചിലർ മരക്കൊമ്പുകളിൽ നിന്ന് വീണ് കയ്യും കാലുമൊക്കെ ഒടിഞ്ഞ സംഭവങ്ങളും ഉണ്ടായി. അങ്ങിനെ പ്രതീക്ഷിക്കാത്ത ഒരുപാട് അനിഷ്ടസംഭവങ്ങളും കഷ്ടപ്പാടുകളും ദിവസംതോറും ഉണ്ടായി. മറ്റ് മൃഗങ്ങളുടേയും, പക്ഷികളുടേയുമെല്ലാം അവസ്ഥയും വ്യത്യസ്തമായിരുന്നില്ല. അങ്ങിനെ കഷ്ടപ്പെട്ട മനുഷ്യരോട് അവരുടെ മുഖ്യൻ പറഞ്ഞു.

"ഇനിയുള്ള കാലം ഇരുട്ടായാൽ പിന്നീട് നിങ്ങൾ ഒരു ജോലിയും ചെയ്യാൻ പാടില്ല. എല്ലാവരും അവരവരുടെ സ്ഥലങ്ങളിൽ മാത്രം ഇരിക്കണം. അവിടെ വിശ്രമിക്കുകയും ഉറങ്ങുകയുമൊക്കെ ചെയ്യാം. അങ്ങിനെ ചെയ്താൽ ഉറക്കമുണർന്നു കഴിഞ്ഞാൽ നിങ്ങൾക്ക് കൂടുതൽ ഉന്മേഷത്തോടെ അടുത്ത ദിവസം ജോലികൾ ചെയ്യാനാകും."

അങ്ങിനെ അവർ ഒരു പുതിയ ജീവിതരീതിക്ക് രൂപം കൊടുത്തു. ഇരുട്ടത്ത് വിശ്രമിക്കുക എന്നത് അവർക്ക് കൂടുതൽ സുഖകരമായി അനുഭവപ്പെട്ടു. എങ്കിലും ഇരുട്ടായിക്കഴിഞ്ഞാൽ ഒന്നും ചെയ്യാതിരിക്കുക എന്നത് ബുദ്ധിമുട്ടായിരുന്നു. ആദ്യത്തെ ഒപ്പംതന്നെ അപകടങ്ങൾ ഉണ്ടായില്ലെങ്കിലും തുടർന്നും ഇരുട്ടത്ത് അവരിൽ പലരും കുഴികളിലും കുളങ്ങളിലുമെല്ലാം വീഴുകയും ചെയ്തു. അതുകൊണ്ട് ജീവിതത്തിൽ ഒരുപാട് അസ്വസ്ഥതകൾ തുടർന്നും അനുഭവിക്കേണ്ടി വന്നു.

അങ്ങിനെയിരിക്കെ ഒരു ദിവസം ദൈവം വീണ്ടും ഒരു സന്ദർശനത്തിനായി ഭൂമിയിലെത്തി. അദ്ദേഹം ചില മനുഷ്യരോട് വിവരങ്ങൾ അന്വേഷിച്ചു.

"ഇപ്പോളെങ്ങിനെയുണ്ട്. നിങ്ങൾക്ക് വിശ്രമിക്കാൻ ധാരാളം സമയം കിട്ടുന്നില്ലേ?"

"ഉണ്ട്. വിശ്രമിക്കാൻ ധാരാളം സമയം കിട്ടുന്നുണ്ട്. എങ്കിലും..." അവർ അവരുടെ തുടർന്നുള്ള ബുദ്ധിമുട്ടുകൾ അദ്ദേഹത്തോട് വിവരിച്ച് പറഞ്ഞു.

"ദൈവമേ, അങ്ങയ്ക്ക് സൂര്യനോട് പറഞ്ഞുകൂടേ; തുടർച്ചയായി ഭൂമിയിൽ നിന്ന് ഇത്രനേരം മാറിനിൽക്കാതെ ഇടയ്ക്കിടയ്ക്ക് വന്നുപോകാൻ നിർദ്ദേശിച്ചുകൂടേ. എങ്കിൽ ഞങ്ങളുടെ കഷ്ടപ്പാടുകൾ കുറഞ്ഞുകിട്ടും." അവർ ദൈവത്തോട് ചോദിച്ചു.

"ഞാനൊന്നാലോചിക്കട്ടെ." ദൈവം അങ്ങിനെയാണ് മറുപടി പറഞ്ഞത്. അദ്ദേഹം തിരികെപോയി എങ്കിലും മനുഷ്യരുടെ കഷ്ടതകളേക്കുറിച്ച് ചിന്തിക്കാതിരുന്നില്ല. കുറച്ച് ദിവസങ്ങൾക്കുശേഷം അദ്ദേഹം വീണ്ടും മനുഷ്യരെ കണ്ടു. അദ്ദേഹം അവരോട് പറഞ്ഞു.

"പ്രിയപ്പെട്ട മനുഷ്യരേ. നിങ്ങലുടെ ബുദ്ധിമുട്ടുകൾ എനിക്ക് ശരിക്കും മനസ്സിലായിരിക്കുന്നു. അതുകൊണ്ട് നിങ്ങളെ സഹായിക്കാനായി ഞാൻ സൂര്യനെപ്പോലെ മറ്റൊരു ശക്തിയെക്കൂടി സൃഷ്ടിച്ച് നിങ്ങൾക്ക് നൽകും. ആ സൃഷ്ടിയുടെ പേര് ചന്ദ്രൻ എന്നായിരിക്കും." ദൈവം ചന്ദ്രനേ സൃഷ്ടിച്ചതിനുശേഷം ചന്ദ്രനോട് നിർദ്ദേശിച്ചു.

"ഹേ. ചന്ദ്രാ. നീ ഇന്നുമുതൽ സൂര്യൻ വൈകിട്ട് വിശ്രമിക്കാൻ പോകുന്ന സമയത്ത് ആകാശത്ത് ഉദിച്ച് നിൽക്കണം. അങ്ങിനെ നിൽക്കുമ്പോൾ ഭൂമിയിലേക്ക് നിന്റെ കുളിർമ്മയുള്ള പ്രകാശം ചൊരിയണം- സൂര്യൻ വിശ്രമം കഴിഞ്ഞ് കാലത്ത് ആകാശത്തിൽ തിരികെ എത്തുന്നതുവരെ ഭൂമിയിൽ പ്രകാശം പരത്തുന്നത് നിന്റെ ജോലിയായിരിക്കും. പക്ഷേ നിന്റെ പ്രകാശം സൂര്യന്റേതുപോലെ ജ്വലിക്കുന്ന പ്രകാശം-ചൂടുന്ന പ്രകാശമായിരിക്കരുത്. മറിച്ച് നിന്റെ പ്രകാശം മിതമായതും, കുളിർമ്മയുള്ളതും, പാലുപോലെ ഒഴുകുന്ന സുഖം നൽകുന്നതുമായ പ്രകാശമായിരിക്കണം. എന്താ മനസ്സിലായോ."

"ശരി. പ്രഭോ. എല്ലാം മനസ്സിലായി. എല്ലാം അങ്ങയുടെ ഇഷ്ടം പോലെ." അങ്ങിനെയാണ് ചന്ദ്രൻ സൃഷ്ടിക്കപ്പെട്ടത് എന്ന് നമ്മുടെ പൂർവ്വികർ പറഞ്ഞിരുന്നു- പൂർവ്വികർ എന്ന് പറയുമ്പോൾ ഈ കഥ നമ്മുടെ രാജ്യത്തിലെ സാന്താൽ വംശജരുടെ ഇടയിൽ പ്രചാരമുണ്ടായിരുന്ന ഒരു കഥയാണെന്ന് മനസ്സിലാക്കുക.

ജാർഖണ്ഡ് സംസ്ഥാനത്തിലും, അസാം, ബീഹാർ, പശ്ചിമബംഗാൾ, ഛത്തിസ്ഗർ, ഒഡീസ മുതലായ സംസ്ഥാനങ്ങളിലും വസിക്കുന്ന ആദിവാസി സമൂഹമാണ് സാന്താൽ (Santhal). കൂടാതെ നേപ്പാളിലും ഭൂട്ടാനിലും സാന്താൽ വിഭാഗത്തിൽ പെട്ടവരെ കാണാം. അവരുടെ ജനസംഖ്യ 2020-ലെ കണക്കുകൾ പ്രകാരം ഏതാണ്ട് എഴുപത് ലക്ഷത്തിന് മുകളിലായിരിക്കുമെന്ന് കണക്കാക്കപ്പെടുന്നു. അവർക്ക് അവരുടേതായ സാംസ്കാരിക മൂല്യങ്ങളും ഭാഷയുമൊക്കെയുണ്ട്. ഇതുപോലെ ഇന്ത്യയുടെ പല ഭാഗങ്ങളിലും ജീവിക്കുന്ന വിവിധ

സമൂഹങ്ങൾക്കിടയിലും, ലോകത്തിന്റെ തന്നെ പല ഭാഗങ്ങളിലും സൂര്യന്റെയും ചന്ദ്രന്റെയും ഉത്ഭവത്തെക്കുറിച്ച് (സൃഷ്ടിയേക്കുറിച്ച്) പല പല രസാവഹങ്ങളായ കഥകൾ പ്രചാരത്തിലുണ്ട്.

ചന്ദ്രനിലെ മുയൽ

ഇത് കാനഡയിൽ (Canada) പ്രചാരത്തിലുള്ള ഒരു കഥയാണ്. വെളുത്ത വാവിന്റെയന്ന് (Full Moon) ശോഭിച്ച നിൽക്കുന്ന പൂർണചന്ദ്രനിലേക്ക് ഒന്ന് സൂക്ഷിച്ച നോക്കൂ. തിളങ്ങുന്ന, പാലു പോലെ വെളുത്ത് പ്രകാശിക്കുന്ന ചന്ദ്രന്റെ പൂർണവൃത്തത്തിനകത്ത് നിഴൽപോലെ എന്തോ ഒന്ന് കാണാൻ നിങ്ങൾക്ക് കഴിയും. അൽപ്പം കൂടി ശ്രദ്ധിച്ച് നോക്കിയാൽ ആ നിഴലിന് ഒരു മുയലിന്റെ ആകൃതിയാണെന്നും നിങ്ങൾക്ക് മനസ്സിലാകും. ഇതുവരെ കണ്ടിട്ടില്ലെങ്കിൽ ഇനി ഒന്ന് ശ്രമിച്ചനോക്കൂ. കാണാൻ കഴിയും. കഴിയാതെ വരില്ല.

ആ മുയൽ ചന്ദ്രനിൽ എങ്ങിനെ എത്തി എന്ന് അറിയണ്ടേ. മുയൽ ചന്ദ്രനിൽ എത്തിയത് എങ്ങിനെയെന്ന് നമുക്ക് വിവരിച്ച തരുന്ന ഈ കഥ വായിക്കാം.

പണ്ട്പണ്ട് കാനഡയിലെ വനങ്ങളിൽ ഒരു മുയൽ അതിന്റെ അമ്മൂമ്മയുമൊത്ത് താമസിച്ചിരുന്നു- കാട്ടിൽ വളരെ വളരെ ദൂരെ; മനുഷ്യരാരും എത്തിപ്പെടാത്ത ഒരു സ്ഥലത്ത്. ആ മുയൽ ഒരു മികവുറ്റ വേട്ടക്കാരനായിരുന്നു. താമസിച്ചിരുന്ന സ്ഥലത്തിന് ചുറ്റുവട്ടാരങ്ങളിൽ മാത്രമല്ലാതെ വളരെയധികം ദൂരത്തുള്ള സ്ഥലങ്ങളിലും വേട്ടക്കാരൻ മുയൽ കെണികൾ ഒരുക്കുമായിരുന്നു. മഞ്ഞുകാലത്തുപോലും ധാരാളം ചെറിയ ചെറിയ ജന്തുക്കളേയും പക്ഷികളെയുമെല്ലാം കെണിയിൽപെടുത്തി പിടിച്ച് വീട്ടിൽ കൊണ്ടുപോകുമായിരുന്നു. അവനും അമ്മൂമ്മയ്ക്കും വേണ്ടത്ര കഴിക്കാൻ ആവശ്യമുള്ളത്ര. തന്റെ വിജയകരമായ വേട്ടയാടലിനെക്കുറിച്ച് മുയൽ അഭിമാനം കൊള്ളുമായിരുന്നു. എങ്കിലും ഏതോ ഒരു സമയത്ത് അവന്റെ കെണിയിൽ ഒരു മൃഗവും പക്ഷിയും വീഴാതായി.

വീഴാതായി എന്നു പറഞ്ഞാൽ തികച്ചും ശരിയല്ല. കെണിയിൽ ഒന്നിനേയും കാണാറില്ലായിരുന്നു എന്നതുമാത്രമായിരുന്നു സത്യം. കാരണം തന്റെ കെണിയുടെ ചുറ്റിനും ശ്രദ്ധിച്ച് നിരീക്ഷ മുയലിന് തന്റെ കെണിയുടെ അടുത്തേക്ക് ഓരോ ദിവസവും വന്നിരുന്ന ജന്തുക്കളുടേയും പക്ഷികളുടേയും കാൽപ്പാടുകൾ വ്യക്തമായി കാണാൻ കഴിഞ്ഞു. കാൽ പ്പാടുകൾ കെണിയുടെ അടുത്തേക്ക് വന്ന കാൽപ്പാടുകൾ മാത്രമായി രുന്നു- തിരികെ പോകുന്ന കാൽപ്പാടുകൾ ഇല്ലായിരുന്നു. അതുകൊണ്ട് ന്യായമായും മുയൽ സംശയിച്ചത് തന്റെ കെണിയിൽ വീഴുന്ന ജന്തുക്കളെ ആരോ മോഷ്ടിക്കുന്നു എന്നാണ്. അങ്ങിനെ ദിവസങ്ങൾ കടന്നുപോയപ്പോൾ മുയലിനും അമ്മൂമ്മയ്ക്കും ഭക്ഷണം കിട്ടാതെയായി- സഹിക്കാനാകാത്ത വിശപ്പും അനുഭവപ്പെട്ടു. മുയൽ ദിവസവും കാലത്ത് സൂര്യൻ ഉദിക്കുന്നതിന് മുൻപുതന്നെ തന്റെ കെണികൾ ശ്രദ്ധിക്കാൻ തുടങ്ങി. അതികാലത്തെ തണുപ്പും മറ്റ് അസൗകര്യങ്ങളും വകവെയ്ക്കാ തെയാണ് മുയൽ കെണി നോക്കാൻ പോയിരുന്നത്. അങ്ങിനെ പല ദിവസങ്ങൾ നിരീക്ഷിച്ചപ്പോൾ ഒരു ദിവസം തന്റെ കെണിയുടെയടുത്ത് സാമാന്യം നീളമുള്ള ഒരു കാൽപ്പാട് കാണാനിടയായി. അത് തന്റെ കെണിയിൽ വീഴാൻ സാധ്യതയുള്ള ഒരു ജന്തുവിന്റെയും കാൽപ്പാ ടായിരുന്നില്ല. എങ്കിൽ ആ കാൽപ്പാടുകൾ ആരുടേതെന്ന് മുയൽ ചിന്തിച്ചു. ഏതായാലും കുറച്ചു കൂടി നേരത്തെപോയി നോക്കിയാൽ ഒരു പക്ഷെ കള്ളനെ പിടികൂടാൻ കഴിഞ്ഞേക്കുമെന്ന് മുയലിന് തോന്നി. അങ്ങിനെ ഓരോദിവസവും തലേ ദിവസത്തെക്കാൾ അൽപ്പം കൂടി മുമ്പേ പോയി കെണി പരിശോധിച്ചെങ്കിലും പ്രയോജനം ഉണ്ടായില്ല. പക്ഷേ ആ കള്ളൻ തന്നെക്കാൾ നേരത്തെ അവിടെ എത്തുന്നുവെ ന്നും കള്ളൻ നീണ്ടകാലൻ (നീണ്ട കാലുള്ളവൻ എന്ന അർത്ഥത്തിൽ നമുക്ക് അയാളെ നീണ്ടകാലൻ എന്ന് വിളിക്കാം.) തന്നെയാണെന്നും സ്ഥിരീകരിക്കാൻ കഴിഞ്ഞു.

തികച്ചും നിരാശനായ മുയൽ അമ്മൂമ്മയോട് പറഞ്ഞു.

"അമ്മൂമ്മേ. നമ്മളിനി എന്താ ചെയ്യുക. ഞാനെത്ര നേരത്തെ പോയി നോക്കിയാലും ആ കള്ളൻ എന്നേക്കാൾ നേരത്തെ നമ്മുടെ കെണിയിൽ വീഴുന്ന ഇരകളെയെല്ലാം മോഷ്ടിച്ചുകൊണ്ട് പോകുകയാ ണല്ലൊ. ഭക്ഷണം കഴിക്കാതെ ദിവസത്തിനു ദിവസം വിശപ്പും കൂടിക്കൂടി വരുന്നു. ഇനിയെന്താ അമ്മൂമ്മേ ഞാൻ ചെയ്യേണ്ടത്."

"മോനേ. നിരാശനാകരുത്. ഒരിക്കൽ കൂടി ശ്രമിച്ചു നോക്ക്."

"ശരിയമ്മൂമ്മേ."

മുയൽ അടുത്ത ദിവസം രാത്രി മുഴുവൻ തന്റെ കെണിക്കടുത്ത്

ഒളിഞ്ഞിരുന്ന് നിരീക്ഷിക്കാൻ തന്നെ തീരുമാനിച്ചു. മാത്രമല്ല, ആ നീണ്ട കാലൻ തന്റെ കെണിയുടെ അടുത്തെങ്ങാനും എത്തിയാൽ അവനെ കുടുക്കി ബന്ധനസ്ഥനാക്കാൻ പരുവത്തിന് മറ്റൊരു കെണികൂടി തയ്യാറാക്കി. അത്, അവൻ ആ പരിസരത്ത് കാലുവെച്ചാൽ, തന്റെ അമ്പു കൊണ്ട് എയ്താൽ മുറിഞ്ഞ് അവന്റെ കാലിൽ ചുറ്റുന്ന ഒരു കയറുകൊണ്ട് അവനെ ബന്ധനസ്ഥനാക്കുന്ന തരത്തിലുള്ള ഒരു കെണിയായിരുന്നു.

മുയൽ എല്ലാം വേണ്ടരീതിയിൽ തയ്യാറാക്കി വെച്ചതിനുശേഷം തന്റെ കെണിക്കടുത്തായി ആരും കാണാത്തവിധം ഒളിച്ചിരുന്നു. മുയൽ അങ്ങിനെ ഇരിക്കാൻ തുടങ്ങിയ സമയത്ത് നല്ല ചന്ദ്രപ്രകാശം ഉണ്ടായിരുന്നുവെങ്കിലും പ്രകാശം കുറേശ്ശേ കുറഞ്ഞു കുറഞ്ഞ് ഇല്ലാതാകുകയും അവിടമെല്ലാം നല്ല ഇരുട്ടാകുകയും ചെയ്തു. ആ സമയത്ത് ആകാശത്തു നിന്ന് ചന്ദ്രൻ അപ്രത്യക്ഷനാകുകയും ചെയ്തു. പക്ഷേ ആകാശത്തിലുണ്ടായിരുന്ന മറ്റ് നക്ഷത്രങ്ങളെല്ലാം അവിടെത്തന്നെ ഉണ്ടായിരുന്നു. ആകാശത്തിൽ മേഘങ്ങളില്ലായിരുന്നതുകൊണ്ട് നക്ഷത്രങ്ങൾ നല്ലതുപോലെ കാണാൻ കഴിയുമായിരുന്നു. ചന്ദ്രൻ മാത്രം എവിടെപ്പോയി എന്ന് ആലോചിച്ചുകൊണ്ട് മുയൽ അവിടെത്തന്നെ ഇരുന്നു.

അങ്ങിനെയിരിക്കുമ്പോൾ മുയലിന് ആരുടെയോ കാലൊച്ച കേൾക്കാൻ കഴിഞ്ഞു. മുയൽ കൂടുതൽ ജാഗ്രതയോടെ ശ്രദ്ധിച്ച് ഇരുന്നു. അപ്പോൾ ഒരു ജ്വലിക്കുന്ന വെളുത്ത പ്രകാശം തന്റെ കെണിയുടെ അടുത്തേക്ക് സാവധാനം അടുക്കുന്നത് മുയൽ കണ്ടു. കണ്ണഞ്ചിപ്പിക്കുന്ന ആ പ്രകാശം അൽപ്പനേരത്തേക്ക് മുയലിനെ അന്ധാളിപ്പിച്ചു; എങ്കിലും മുയൽ തന്റെ ശ്രദ്ധ വിട്ടുപോകാതെ പ്രകാശം കെണിയുടെ അടുത്തെത്തുന്നത് നോക്കി കാത്തിരുന്നു. അടുത്തെത്തിയതും തന്റെ വില്ലിൽ നിന്നും അമ്പ് തൊടുത്തുവിട്ടു. അമ്പ് കൃത്യമായും മുയൽ ഉദ്ദേശിച്ചതുപോലെ കയർ മുറിക്കുകയും പ്രകാശത്തിന്റെ ഉടമയുടെ കാലുകളിൽ ചുറ്റി അയാളെ ബന്ധനസ്ഥനാക്കുകയും ചെയ്തു.

ബന്ധനത്തിലായ ആൾ രക്ഷപ്പെടാൻ നടത്തുന്ന ശ്രമവും ഉച്ചത്തിലുള്ള അക്രോശ വാക്കുകളും മുയലിന് മനസ്സിലായി. എങ്കിലും മുയൽ സാവധാനം ബന്ധിതനായ ആളിന്റെ അടുക്കലേക്ക് ചെന്ന് അതാരാണെന്ന് അറിയാൻ ശ്രമിച്ചു. പക്ഷേ അയാൾ നിന്നിരുന്ന സ്ഥലത്തുനിന്നും വന്ന ജ്വലിക്കുന്ന വെളുത്തനിറത്തിലുള്ള പ്രകാശം മുയലിന്റെ കണ്ണുകൾക്ക് ശ്രമം കൊടുക്കുന്നതായിരുന്നു. അധികനേരം ആ പ്രകാശം നോക്കിനിൽക്കാൻ മുയലിന് കഴിയുമായിരുന്നില്ല. മുയൽ ആകപ്പാടെ ഭയപ്പെട്ടുപോയി എന്നു തന്നെ പറയാം. മറ്റൊന്നും ചിന്തിക്കാതെ മുയൽ അമ്മൂമ്മയുടെ അടുത്തേക്ക് ഓടി. നടന്ന വിവരങ്ങളെല്ലാം

വള്ളിപുള്ളി വിടാതെ അമ്മൂമ്മയോട് പറഞ്ഞു. എല്ലാം കേട്ടുകഴിഞ്ഞ് അമ്മൂമ്മ ചോദിച്ചു.

"മോനേ. ആ കള്ളൻ ഇപ്പോഴും നിന്റെ ബന്ധനത്തിൽ തന്നെയുണ്ടല്ലോ. ഇല്ലേ."

"അതേ അമ്മൂമ്മേ. ഉണ്ട്. സംശയിക്കേണ്ട. ഞാനഴിച്ചുവിടാതെ അവന് രക്ഷപ്പെട്ട് പോകാനാകുകയില്ല."

"അപ്പോൾ നീ തിരികെപ്പോയി അവൻ ആരാണെന്ന് ചോദിച്ച് മനസ്സിലാക്കണം. എല്ലാ വിവരവും സത്യസന്ധമായി പറഞ്ഞാൽ മാത്രമെ അവനെ മോചിപ്പിക്കു എന്ന് പറയണം. കൂടാതെ ഇനിയൊരിക്കലും നിന്റെ വേട്ടമൃഗങ്ങളെ മോഷ്ടിക്കില്ലെന്ന് സത്യം ചെയ്യാനും പറയണം."

"ശരിയമ്മൂമ്മേ. പക്ഷേ നേരം വെളുത്തിട്ടേ ഞാനങ്ങോട്ട് പോകുകയുള്ളൂ. ഇപ്പോൾ അവന്റെ പ്രകാശം ഒഴിച്ചാൽ മറ്റെല്ലാം ഇരുട്ടാ. അതുകൊണ്ട് എനിക്ക് പേടിയാകുന്നു, അമ്മൂമ്മേ."

"മോനേ. അങ്ങിനെ പറയുന്നത് ശരിയല്ല. പേടിക്കാനൊന്നുമില്ലന്നേ. നീ പേടിയൊക്കെ കളഞ്ഞിട്ട് ഉടനേപോയി ഞാൻ പറഞ്ഞതുപോലെ ചെയ്യ്."

പേടിച്ചാണെങ്കിലും മുയൽ തിരികെ പോയി. ആ വെളുത്ത പ്രകാശം അവിടെത്തന്നെ ജ്വലിച്ചു നിന്നിരുന്നു. മുയലിന് ആ പ്രകാശത്തിനു നേരെ കണ്ണു തുറന്ന് നോക്കാൻ കൂടി ബുദ്ധിമുട്ടായിത്തോന്നി. എങ്കിലും ഓരോ ചുവടായി കൂടുതൽ കൂടുതൽ അടുത്തേക്ക് മുയൽ പോയി. പക്ഷേ, മുയലിന്റെ കണ്ണുകൾ കുമ്പുകമാത്രമല്ല വേദനിക്കാനും തുടങ്ങി. കണ്ണുകളിൽ ഒരു നീറ്റൽ അനുഭവപ്പെട്ടു. ആ സ്ഥലത്തിനടുത്തുകൂടി ഒഴുകിയിരുന്ന ഒരു നീറ്ററവയിൽ നിന്ന് വെള്ളം കോരി കണ്ണുകളിൽ ഒഴിച്ചു- കണ്ണുകൾ കഴുകി. എങ്കിലും പ്രതീക്ഷിച്ച ആശ്വാസം കിട്ടിയില്ല. അല്പം ദ്വേഷ്യം വന്ന മുയൽ താൻ നിന്നിരുന്ന സ്ഥലത്തുണ്ടായിരുന്ന കറുത്ത കളിമണ്ണും പൊടിമണലും വാരി ഉണ്ടകളാക്കി ആ പ്രകാശത്തിന്റെ ഉത്ഭവസ്ഥാനത്തേക്ക് എറിഞ്ഞു. ഒപ്പം തന്നെ അടുത്തു കിടന്നിരുന്ന മഞ്ഞ് വാരിയെടുത്ത് ഉണ്ടകളാക്കി അതും എറിഞ്ഞു. മഞ്ഞിന്റെ തണുപ്പുകൊണ്ട് പ്രകാശം കെട്ടടങ്ങിയാലോ എന്ന് ആഗ്രഹിച്ചു. പക്ഷേ ആ പ്രകാശത്തിന്റെ ചൂടിൽ മഞ്ഞുണ്ടകൾ ഉരുകി മഴയായി തിരികെ അവിടെത്തന്നെ വീണു. പക്ഷേ മണലുണ്ടകൾ ഏതോ ഒരു ഘനമുള്ള വസ്തുവിൽ തട്ടുന്ന ശബ്ദം മുയലിന് കേൾക്കാൻ കഴിഞ്ഞു. മാത്രമല്ല, പ്രകാശത്തിന്റെ ഉറവിടത്തിൽ നിന്ന് ആരോ വേദനയെടുത്ത് കരയുന്ന

ശബ്ദവും കേൾക്കാൻ കഴിഞ്ഞു. അൽപ്പസമയത്തിനുശേഷം ആ പ്രകാശത്തിനുള്ളിൽ നിന്ന് ആരോ വിളിച്ചു പറഞ്ഞു.

"ആരാടാ എന്നെ ഇവിടെ കെട്ടിയിട്ടത്. ഉടനേ വന്ന് കെട്ടഴിച്ച് എന്നെ സ്വതന്ത്രനാക്ക്. ഞാൻ ചന്ദ്രനിലെ മനുഷ്യനാണ്. എന്നെ ഉടനെ വിട്ടില്ലെങ്കിൽ നിനക്ക് തക്ക ശിക്ഷ നൽകുന്നുണ്ട്. ഉം. ഉടനേ എന്റെ കെട്ടുകൾ അഴിച്ച് എന്നെ സ്വതന്ത്രനാക്ക്. ഇല്ലെങ്കിൽ നിന്നെയും നിന്റെ വംശത്തെയും ഇല്ലാതാക്കും." പാവം മുയൽ; അതെല്ലാം കേട്ട് തികച്ചും പേടിച്ചു പോയി. ധൃതിവെച്ച് വീട്ടിലേക്ക് ഓടി; അവിടെച്ചെന്ന് അമ്മൂമ്മയോട് എല്ലാം പറഞ്ഞു.

"അമ്മൂമ്മേ, ഞാനിപ്പോൾ എന്തു ചെയ്യും. പറയൂ അമ്മൂമ്മേ. എനിക്ക് പേടിയാകുന്നു. ഞാനെന്തു ചെയ്യണമമ്മൂമ്മേ."

സത്യം പറഞ്ഞാൽ കഥകളെല്ലാം കേട്ട അമ്മൂമ്മയ്ക്കും പേടിയായി. എന്തു പറയണമെന്നോ ചെയ്യണമെന്നോ അറിയാതെ അമ്മൂമ്മയും കുറേനേരം നിശ്ശബ്ദയായി ഇരുന്നു. പിന്നീട് മുയലിനോട് അവർ പറഞ്ഞു.

"മോനേ. ഇനി കൂടുതൽ ആലോചിച്ചിട്ട് കാര്യമില്ല. ആ ചന്ദ്രമനുഷ്യനാണ് നമ്മുടെ ഇരയെയെല്ലാം മോഷ്ടിച്ചതെന്നതിന് സംശയമില്ല. പക്ഷേ അയാളോട് മല്ലടിക്കാൻ നമുക്ക് കെൽപ്പില്ല. അതുകൊണ്ട് മോൻ ചെന്ന് അയാളുടെ കെട്ടഴിച്ചു വിട്. അതാ നല്ലത്."

"ശരി. അങ്ങിനെ ചെയ്യാം അമ്മൂമ്മേ. പക്ഷേ അയാളുടെ അടുത്തു പോയി കെട്ടഴിക്കാൻ തന്നെ എനിക്ക് പേടിയാകുന്നു."

"അതേ മോനേ. എനിക്ക് എല്ലാം മനസ്സിലാകുന്നു. പക്ഷേ എന്തുചെയ്യാനാ. അവിടെ ചെന്നാലുടനെ അയാളോട് ഉച്ചത്തിൽ; 'ഇനിമേൽ നമ്മുടെ ഭക്ഷണത്തിനുള്ള ഇരകളെയൊന്നും മോഷ്ടിക്കില്ലെന്ന് സത്യം ചെയ്താൽ കെട്ടഴിച്ചുവിടാമെന്ന്' പറഞ്ഞുനോക്ക്. അയാൾ സമ്മതിച്ചാൽ നമ്മുടെ ഭാഗ്യം."

"ശരിയമ്മൂമ്മേ."

മുയൽ വിറച്ചുവിറച്ച് ഓരോ ചുവടായി മുന്നോട്ടു നടന്ന് ആ പ്രകാശത്തിനടുത്തെത്തി. മുയലിനെക്കണ്ട ചന്ദ്രമനുഷ്യൻ അലറുന്ന സ്വരത്തിൽ വിളിച്ചു പറഞ്ഞു.

"എടാ വിഡ്ഢീ. നിനക്കറിഞ്ഞു കൂടേ ഇത് പ്രഭാതമാകാനുള്ള സമയമാണെന്ന്. സൂര്യൻ ഉദിക്കുന്നതിനു മുമ്പ് എനിക്കെന്റെ വീട്ടിൽ എത്തിയേ മതിയാകൂ. ഇല്ലെങ്കിൽ എനിക്കും നിനക്കും ഈ ഭൂമിക്കുതന്നെയും ഒരുപാട് വിനാശം സംഭവിക്കും. ഉം. ഉടനേ കെട്ടഴിച്ച് എന്നെ സ്വതന്ത്രനാക്ക്."

"ശരി. ഇനിമേൽ താങ്കൾ എന്റെ കെണിയിൽ നിന്ന് എന്റെ ഭക്ഷണം മോഷ്ടിക്കില്ലെന്ന് സത്യം ചെയ്താൽ ഞാനങ്ങയെ സ്വതന്ത്രനാക്കാം."

"അത്രേയുള്ളോ. ഞാനിതാ സത്യം ചെയ്യുന്നു. എന്റെ പാലുപോലെ വെളുത്ത പ്രകാശത്തെതൊട്ട് സത്യം ചെയ്യുന്നു. എന്താ മതിയായോ." മുയൽ ശ്രദ്ധയോടെ മെല്ലെമെല്ലെ മുന്നോട്ടുചെന്ന് ചന്ദ്രമനുഷ്യനെ ബന്ധിച്ചിരുന്ന കയറ് മുറിച്ചു. ചന്ദ്രമനുഷ്യൻ ഉടനെതന്നെ ആകാശത്തിലേക്ക് യാത്ര തിരിക്കുകയും ചെയ്തു. പക്ഷേ അങ്ങിനെ അവിടെ നിന്നും തിരികെ പോകുന്ന സമയത്ത് ചന്ദ്രൻ കൂടുതൽ പ്രകാശമുള്ളതും ചൂടുള്ളതുമായി. അതുകാരണം മുമ്പില്ലാത്ത മാതിരി മുയലിന്റെ കണ്ണുകളിൽ നിന്ന് വെള്ളം ഒഴുകാൻ തുടങ്ങി. ഒരു വിധത്തിൽ മുയൽ അവിടെനിന്നും തിരികെപോയി. വിവരങ്ങളെല്ലാം അമ്മൂമ്മയെ ധരിപ്പിച്ചു.

ഇപ്പോഴും കൂടിയ പ്രകാശം കണ്ടാൽ മുയലിന്റെ കണ്ണുകൾ ചുരുങ്ങും. കണ്ണുകളിൽ നിന്ന് കണ്ണുനീർ വരും; ചുണ്ടുകൾ വിറയ്ക്കാൻ തുടങ്ങും. അതുപോലെ പിന്നീടൊരിക്കലും ചന്ദ്രനിലെ മനുഷ്യൻ ഭൂമിയിലേക്ക് വന്നിട്ടില്ല. അദ്ദേഹം ആകാശത്തിൽത്തന്നെ നിലകൊള്ളുകയാണ്. എന്നിരുന്നാലും ചന്ദ്രൻ പൂർണ്ണമായി പ്രകാശിച്ചുനിൽക്കുന്ന രാത്രികളിൽ ഒന്ന് സൂക്ഷിച്ചുനോക്കൂ. മുയൽ വാരിയെറിഞ്ഞ കറുത്ത മണൽത്തരികൾ പറ്റിപ്പിടിച്ചതുപോലെ ചന്ദ്രന്റെ ശോഭിക്കുന്ന മുഖത്ത് കുറേയേറെ കറുത്ത ചെറിയ ചെറിയ പൊട്ടുകൾ പോലുള്ള പാടുകൾ കാണുന്നില്ലേ; കാണാൻ കഴിയും. ആ പാടുകളെല്ലാം ചേർത്ത് നോക്കിയാൽ അത് ഒരു മുയലിന്റെ ആകൃതിയിലാണെന്നും നമുക്ക് മനസ്സിലാക്കാൻ കഴിയും. നിങ്ങൾ ശ്രദ്ധിച്ചിട്ടില്ലെങ്കിൽ ഇനി അടുത്ത വെളുത്തവാവ് ദിവസം ശ്രദ്ധിച്ചുനോക്കൂ; കാണാം.

കാര്യങ്ങൾ നമ്മൾ ഇങ്ങിനെ മനസ്സിലാക്കിയെങ്കിലും മറ്റുനാട്ടുകളിലെ മനുഷ്യർക്ക് പറയാനുള്ളത് വേറേ കഥകളാണ്. ഉദാഹരണത്തിന് ജപ്പാനിൽ പ്രചാരത്തിലുള്ള ഒരു കഥ കേൾക്കാം.

ഒരു വെളുത്തവാവ് ദിവസം ഒരു കുറുക്കനും, ഒരു കുരങ്ങനും ഒരു മുയലും (അവർ അടുത്ത കൂട്ടുകാരായിരുന്നു) പാവപ്പെട്ട ഒരു ഭിക്ഷക്കാരനെ സഹായിക്കാൻ തീരുമാനിച്ചു. ഭിക്ഷക്കാരൻ പട്ടിണിയായിരുന്നു എന്ന് മനസ്സിലാക്കി ഭിക്ഷക്കാരനുവേണ്ടി കുറേ ഭക്ഷണം ശേഖരിച്ച് അയാൾക്ക് നൽകുന്നത് ഉചിതമായിരിക്കുമെന്ന് അവർ തീർച്ചയാക്കി. കുരങ്ങൻ അടുത്തുണ്ടായിരുന്ന മരങ്ങളിൽ നിന്നും പഴങ്ങൾ ശേഖരിച്ചു. കുറുക്കൻ എവിടെനിന്നോ കുറേ പാൽ മോഷ്ടിച്ചുകൊണ്ടുവന്നു. പക്ഷേ പാവം മുയൽ എത്രശ്രമിച്ചിട്ടും കുറേ പുല്ലല്ലാതെ മറ്റൊന്നും ശേഖരിക്കാൻ കഴിഞ്ഞില്ല. മുയലിന്റെ പ്രധാന ആഹാരവും പുല്ലുതന്നെയാണല്ലോ.

പക്ഷേ ഭിക്ഷക്കാരന് പുല്ല് കഴിക്കാൻ സാധിക്കില്ലല്ലൊ. ഭിക്ഷക്കാരനെ സഹായിക്കാൻ മറ്റ് മാർഗങ്ങളൊന്നും ഇല്ലല്ലൊ എന്ന് സങ്കടപ്പെട്ട മുയൽ ഭിക്ഷക്കാരന്റെ അടുപ്പിൽ ചാടിക്കൊണ്ട് പറഞ്ഞു.

"ഹേ. ഭിക്ഷക്കാരാ. അങ്ങ് എന്റെ മാംസം ഭക്ഷിച്ചുകൊള്ളുക. ഇതല്ലാതെ അങ്ങയ്ക്ക് വേണ്ട. ഭക്ഷണം തന്ന് സഹായിക്കാൻ എനിക്ക് മറ്റ് മാർഗങ്ങളൊന്നുമില്ല. ദയവു ചെയ്ത് എന്റെ മാംസം സ്വീകരിച്ച് തൃപ്ത നായാലും."

ആ ഭിക്ഷക്കാരൻ സാധാരണ ഒരു ഭിക്ഷക്കാരനായിരുന്നില്ല. അത് ചന്ദ്രൻ വേഷം മാറി വന്നതായിരുന്നു. മുയലിന്റെ സ്വന്തം ജീവൻ നൽകിയും മറ്റുള്ളവരെ സഹായിക്കാനുള്ള മനസ്സ് അറിഞ്ഞ ചന്ദ്രദേവൻ മുയലിനേയും കൂട്ടിക്കൊണ്ട് തന്റെ വാസസ്ഥലത്തേക്ക് പോയി. ഇന്നും മുയൽ ചന്ദ്രന്റെ കൂടെ അദ്ദേഹത്തോടൊപ്പം താമസിക്കുന്നു. അതു കൊണ്ടാണ് നമ്മൾ ചന്ദ്രനിലേക്ക് സൂക്ഷിച്ചുനോക്കുമ്പോൾ അവിടെ മുയലിനേയും കാണാൻ കഴിയുന്നത്.

ഇതുപോലെ ചന്ദ്രൻ എങ്ങിനെ സ്നേഹവതിയും സുന്ദരിയുമായി എന്നതിനേക്കുറിച്ചും പല കഥകളുമുണ്ട്. ഒരു കഥ കേൾക്കാം.

ഒരു ദിവസം സൂര്യനും ചന്ദ്രനും കാറ്റും അവരുടെ അമ്മാവന്റെ യും അമ്മായിയുടേയും അടുക്കൽ വിരുന്നിന് പോയി. അമ്മാവനും അമ്മായിയും ആരായിരുന്നു എന്നല്ലേ- ഇടിയും മിന്നലും. വിരുന്നുക ഴിഞ്ഞ് അവർ തിരിച്ചെത്തുന്നതും പ്രതീക്ഷിച്ച് അവരുടെ അമ്മ (ഒരു വലിയ നക്ഷത്രം) കാത്തിരിക്കുന്നുണ്ടായിരുന്നു.

സൂര്യനും കാറ്റും തൻകാര്യം മാത്രം നോക്കുന്നവരും ആർത്തി കൂടിയവരും ആയിരുന്നു. അതുകൊണ്ടുതന്നെ വിരുന്നുസ്ഥലത്ത് അവർ വിളമ്പിയതെല്ലാം ധാരാളം കഴിച്ചു എന്നല്ലാതെ അവർ തിരിച്ചുചെല്ലു ന്നതും കാത്തിരുന്നിരുന്ന അമ്മയേക്കുറിച്ച് ഓർത്തതേയില്ല. പക്ഷേ ചന്ദ്രൻ അങ്ങിനെയായിരുന്നില്ല. ചന്ദ്രൻ അമ്മയ്ക്കുവേണ്ടി സ്വാദുള്ള പല വിഭവങ്ങളും പ്രത്യേകം പ്രത്യേകം പൊതികളിൽ കരുതിവെച്ച് തിരി കെപോകുമ്പോൾ അമ്മയ്ക്കുവേണ്ടി കൊണ്ടുപോകാൻ മറന്നില്ല. അവർ മൂന്നുപേരും തിരികെയെത്തിയപ്പോൾ അമ്മ ചോദിച്ചു.

"മക്കളേ. വിരുന്നൊക്കെ എങ്ങിനെയുണ്ടായിരുന്നു. നന്നായിരു ന്നോ."

"ഓ. നന്നായിരുന്നു. എല്ലാം നല്ല സ്വാദുള്ളവയായിരുന്നു. നിറയെ കഴിക്കാനും ഉണ്ടായിരുന്നു." അവർ മൂന്നുപേരും പറഞ്ഞു.

“എനിക്ക് ഭക്ഷണം വല്ലതും കൊണ്ടുവന്നിട്ടുണ്ടോ മക്കളെ.”

“ഞങ്ങൾക്ക് വേണ്ടത് ഞങ്ങൾ കഴിച്ചു. അത്രതന്നെ. അതിനല്ലേ ഞങ്ങൾ പോയത്. അതുകൊണ്ട് ഒന്നും എടുത്തു കൊണ്ടുവന്നില്ല.” സൂര്യനും കാറ്റും അങ്ങിനെയാണ് മറുപടി പറഞ്ഞത്.

“അല്ലമ്മേ. അമ്മയ്ക്കു വേണ്ട ഭക്ഷണം ഞാൻ കൊണ്ടുവന്നിട്ടുണ്ട്. അമ്മ വന്നാട്ടെ. ഞാനെല്ലാം എടുത്തുവെയ്ക്കാം.” ചന്ദ്രൻ സ്നേഹത്തോടെ അമ്മയോട് പറഞ്ഞു. അമ്മ ഭക്ഷണം കഴിച്ചു. ഒപ്പം പറഞ്ഞു.

“മക്കളേ. അമ്മയോട് സ്നേഹം കാണിക്കാത്ത നിങ്ങളോട് എനിക്ക് പൊറുക്കാനാവില്ല. സൂര്യാ, നിന്റെ കോപവും ചൂടും കാരണം നിന്നെ മനുഷ്യർ ഇഷ്ടപ്പെടില്ല. ആരും നിന്റെ അടുത്തേക്ക് വരാൻ ഇഷ്ടപ്പെടില്ല. നിന്നെ എപ്പോഴും അകറ്റി നിർത്തും.” അതുപോലെ കാറ്റിനേയും ശപിച്ചു. പക്ഷേ ചന്ദ്രനെ ആ അമ്മ അനുഗ്രഹിച്ചു. അതുകൊണ്ടാണ് ചന്ദ്രൻ എന്നും കാഴ്ചയ്ക്ക് സുന്ദരിയായും കുളിർമ നൽകുന്നവളായും മനുഷ്യർക്ക് ഇഷ്ടപ്പെട്ടവളായും തുടരുന്നത്. ഇതും ജപ്പാനിൽ പ്രചാരത്തിലുള്ള ഒരു കഥയാണ്.

ചന്ദ്രനിലെ സുന്ദരി

ഇത് ചൈനയിൽ പ്രചാരത്തിലുള്ള ഒരു കഥയാണ്; ചൈനീസ് ചക്രവർത്തി യാവു (Yau) ജീവിച്ചിരുന്ന കാലത്ത് നടന്ന കഥ. ആ കാലത്ത് ഹോയി (Hou I) എന്ന പേരിൽ അതിശക്തനും വില്ലാളിവീരനും ആയിരുന്ന ഒരു രാജകുമാരനും അവിടെ ഉണ്ടായിരുന്നു. ആ കാലത്ത് എപ്പോഴോ ആകാശത്തിൽ പത്ത് സൂര്യന്മാർ ഒരേ സമയത്ത് പ്രകാശിക്കാൻ തുടങ്ങി. പത്ത് സൂര്യന്മാരുടേയും ഒരേസമയത്തുള്ള ജ്വലിക്കുന്ന പ്രകാശം ഭൂമിയിൽ സഹിക്കാനാകാത്ത ചൂടിന് കാരണമായി. ജലസ്രോതസ്സുകൾ (നദികൾ, തടാകങ്ങൾ, കുളങ്ങൾ അങ്ങിനെ എല്ലാം) വറ്റി. കൃഷി ഉണങ്ങി. ചെടികളും മരങ്ങളും കരിയാനും കാട്ടുതീ പടരുവാനും തുടങ്ങി. ഭയാനകമായിത്തീർന്ന പരിസ്ഥിതി കാരണം മനുഷ്യർക്കും മൃഗങ്ങൾക്കും ജീവിക്കാൻ കഴിയാതെയായി. അതുകൊണ്ട് ചക്രവർത്തി ഹോയിയോട് ആ പത്ത് സൂര്യന്മാരെയും അമ്പെയ്ത് കൊല്ലാൻ ആജ്ഞാപിച്ചു. ചക്രവർത്തിയുടെ ആജ്ഞപ്രകാരം ഹോയി ഒൻപത് സൂര്യന്മാരെ അമ്പെയ്ത് കൊന്നു. സൂര്യന്മാരുടെ നേരേ ഹോയി അമ്പെയ്തത് അദ്ദേഹത്തിന്റെ കുതിരപ്പുറത്ത് ഇരുന്നുകൊണ്ടായിരുന്നു. ഹോയിയുടെ കുതിര അതിവേഗത്തിൽ ഓടാൻ കഴിയുന്ന ഒന്നായിരുന്നു-എന്നു പറഞ്ഞാൽ കാറ്റിനേയുംകാൾ വേഗത്തിൽ ഓടാൻ കഴിയുന്ന കുതിര. സൂര്യന്മാരെ അമ്പെയ്ത് വീഴ്ത്തിയ ദിവസം അതു സംഭവിച്ചു. കുതിര സാധാരണയിലും കവിഞ്ഞ വേഗത്തിൽ കുതിച്ച് ഓടാൻ തുടങ്ങി. ഹോയിയുടെ നിയന്ത്രണത്തിനുപോലും അടങ്ങാൻ കൂട്ടാക്കാതെ കുതിര ഓടി; ഓടിയോടി കുതിര ചെന്നെത്തിയത് കുൺലൂൺ(Kunlun) പർവ്വത നിരകളിലാണ്. ആ പർവ്വതം ജാസ്പർ സമുദ്രത്തിന്റെ (Jasper

Sea) അമ്മ മഹാറാണിയുടെ വാസസ്ഥലമായിരുന്നു. ഏതായാലും അവിടെയെത്തിയതല്ലേ. ഹോയി അമ്മ മഹാറാണിയെ ചെന്നു കണ്ട് കുശലാന്വേഷണങ്ങൾ നടത്തി. അമ്മ മഹാറാണി ഹോയിക്ക് അമരത്വം കിട്ടാൻ ഉപകരിക്കുന്ന ഒരു മരുന്ന് (നമ്മുടെ പുരാണങ്ങളിലൊക്കെ പറയുന്ന അമൃത്—ദേവന്മാർ മരണമില്ലാത്തവരാകാൻ വേണ്ടി കഴിച്ച അമൃത്) നൽകി. ഹോയി അത് തന്റെ വീട്ടിൽ മറ്റാരും കാണാത്ത വിധം ഭദ്രമായി ഒളിച്ചുവെച്ചു. പക്ഷേ യാദൃശ്ചികമായി ഹോയിയുടെ ഭാര്യ ശ്ചാങ്ങ്ഗൊ (Tschango) അത് കാണാനിടയായി. അവർ അത് എന്താണെന്നറിയാൻ അല്പമെടുത്ത് രുചിച്ചുനോക്കി.

അങ്ങിനെ ശ്ചാങ്ങ്ഗൊ അല്പം അമൃത് കഴിച്ചയുടനെ അതിശയമെന്നോണം അവർ ആകാശത്തിലേക്ക് ഉയരാൻ തുടങ്ങി- ഒരു പക്ഷി നേരെ മുകളിലേക്ക് പറന്നാലെന്നതുപോലെ അവർ ഉയരത്തിലേക്ക് പറന്നു പറന്ന് മേഘങ്ങൾക്കും മുകളിൽ ചന്ദ്രനിൽ എത്തിച്ചേർന്നു. അവിടെ കൊട്ടാരം പോലെ ഒരു വീടുണ്ടായിരുന്നു. മറ്റാരും താമസമില്ലായിരുന്ന ആ വീട്ടിൽ അന്നു മുതൽ ശ്ചാങ്ങ്ഗൊ താമസിക്കാൻ തുടങ്ങി; ഇന്നും അവിടെ താമസിക്കുന്നു- ഇന്നും അവർ ചന്ദ്രനിലെ സുന്ദരിയായി ജീവിക്കുന്നു എന്നാണ് വിശ്വാസം. അങ്ങിനെയിരിക്കെ ഒരു ശരൽക്കാല രാത്രിയിൽ താങ്ങ് പരമ്പരയിലെ (Tang Dynasty) ഒരു ചക്രവർത്തി രണ്ട് മന്ത്രവാദികളെ വരുത്തി അവരോടൊപ്പം സംസാരിച്ചു. അവരിൽ ഒരു മന്ത്രവാദി തന്റെ കയ്യിലുണ്ടായിരുന്ന മുളകൊണ്ടുള്ള ദണ്ഡ് ചുഴറ്റി ആകാശത്തിലേക്ക് എറിഞ്ഞു. അപ്പോൾ സംഭവിച്ചത് ഒരതിശയം തന്നെയായിരുന്നു. ആ ദണ്ഡ് ഭൂമിയിൽനിന്ന് ആകാശത്തിലേക്ക് കയറാനുള്ള ഒരു കോണിപ്പടിയായി രൂപപ്പെട്ടു. അവർ മൂന്നുപേരും ഓരോ പടിയായി മുകളിലേക്ക് കയറി. അവർ എത്തിച്ചേർന്നത് ചന്ദ്രനിലായിരുന്നു- അവിടെ ഒരു വലിയ കൊട്ടാരത്തിന്റെ മുമ്പിൽ. കൊട്ടാരത്തിന്റെ മുമ്പിൽ വലിയ അക്ഷരങ്ങളിൽ എഴുതിവെച്ചിരുന്നത് 'പരന്നുകിടക്കുന്ന നിർമ്മലമായ തണുപ്പ് തളങ്ങൾ'- (The Spreading Halls of Crystal Cold) എന്നായിരുന്നു. കൊട്ടാരത്തിനടുത്ത് ഒരു കുറ്റൻ കൊന്നമരം (Cassia tree) പൂത്ത് പന്തലിച്ച് നിൽക്കുന്നുണ്ടായിരുന്നു. മരത്തിന്റെ കൊമ്പുകളിലിരുന്ന് ഒരു മനുഷ്യൻ ചെറിയ ചെറിയ കൊമ്പുകൾ വെട്ടിമാറ്റുന്നുണ്ടായിരുന്നു; അതു കണ്ടിട്ട് കൂട്ടത്തിലുണ്ടായിരുന്ന ഒരു മാന്ത്രികൻ പറഞ്ഞു.

"അത് ചന്ദ്രമനുഷ്യനാണ്. ആ കൊന്നമരം ഓരോ വർഷവും കൂടുതൽ കൂടുതൽ വളർന്ന് ഏതെങ്കിലും ഒരു സമയത്ത് ചന്ദ്രനെത്തന്നെ

മൂടിമറച്ചെന്ന് വരാം. അങ്ങിനെ സംഭവിക്കാതിരിക്കാൻ ഒരു മുൻകരുതലായി ആയിരം വർഷത്തിൽ ഒരിക്കൽ ചന്ദ്രമനുഷ്യൻ മരത്തിന്റെ കൊമ്പുകൾ വെട്ടിമാറ്റും."

പിന്നീട് അവർ കൊട്ടാരത്തിലെ തളങ്ങളിലേക്ക് (Halls) പ്രവേശിച്ചു. കെട്ടിടത്തിന്റെ തറയും ഭിത്തികളുമൊക്കെ സ്ഫടിക തുല്യങ്ങളായ ഏതോ വസ്തുക്കൾ ഉപയോഗിച്ച് നിർമിക്കപ്പെട്ടിരുന്നതായി അവർക്ക് തോന്നി. അവിടെ ഭിത്തികൾക്കുള്ളിൽ ചെറിയ ചെറിയ കുളങ്ങളും, അവയിൽ കാണാൻ സൗന്ദര്യമുള്ള മീനുകളും, ചെറിയ പക്ഷിക്കൂട്ടുകളും ഒക്കെ ഉണ്ടായിരുന്നു. അവയിൽ ജീവനുള്ള മീനുകൾ സന്തോഷത്തോടെ തുള്ളിച്ചാടി വിളയാടുന്നതും പക്ഷികൾ ഓടിച്ചാടി നടക്കുന്നതും അവർക്ക് കാണാൻ കഴിഞ്ഞു. ആ കാഴ്ചകളെല്ലാം നോക്കിക്കൊണ്ട് അവിടെയെല്ലാം ചുറ്റി നടക്കുന്ന സമയത്ത് കണ്ണഞ്ചിപ്പിക്കുന്ന വെളുത്ത വസ്ത്രം ധരിച്ച് അതിന്റെ മുകളിൽ മഴവില്ലിന്റെ നിറങ്ങളോട്ടു കൂടി ശോഭിച്ച ദുപ്പട്ട അണിഞ്ഞ് ചന്ദ്രനിലെ സുന്ദരി, രാജകുമാരി അവിടെയെത്തി. അവർ ചക്രവർത്തിയോട് പറഞ്ഞു.

"താങ്കൾ ഭൂമിയിൽ ചക്രവർത്തി സ്ഥാനം അലങ്കരിക്കുന്നു എന്ന് എനിക്കറിയാം. പക്ഷേ താങ്കളുടെ ഇപ്പോഴത്തെ ജീവിതം ധൂളിസമാനം ക്ഷണികമാണ്. എങ്കിലും ഇവിടെ എത്താൻ കഴിഞ്ഞത് താങ്കളുടെ വലിയ ഭാഗ്യമാണെന്ന് കരുതിയാലും. ഇവിടത്തെ ഓർമ്മകൾ അങ്ങേയ്ക്ക് എന്നും സന്തോഷവും സുഖവും തരുന്നതായിരിക്കും- അവ വരുംകാലങ്ങളിൽ അങ്ങയോടൊപ്പം ഉണ്ടാകുകയും ചെയ്യും."

അത്രയും പറഞ്ഞിട്ട് സുന്ദരി തന്റെ പരിചാരകരെ വിളിച്ചു. അവർ പറവകളെപ്പോലെ നിമിഷനേരത്തിൽ അവിടെ പറന്നെത്തി. മാത്രമല്ല, വളർന്ന് പൂത്തു നിന്നിരുന്ന കൊന്നമരത്തിന്റെ കീഴിൽ കേൾക്കാൻ സുഖമുള്ള പാട്ടുകൾ പാടി നൃത്തമാടാനും തുടങ്ങി. അവിടമെല്ലാം ഒരുത്സവ സ്ഥലം പോലെ കാണപ്പെട്ടു. ഉത്സവം കുറേനേരത്തേക്ക് (കുറേ ദിവസങ്ങൾ എന്നു പറയുന്നതായിരിക്കും ശരി) നീണ്ടുനിന്നു. ആ സംഗീത-നൃത്ത ഉത്സവം തീർന്നപ്പോൾ ചക്രവർത്തിയും മാന്ത്രികരും വന്നതുപോലെ തിരികെ ഭൂമിയിലേക്ക് മടങ്ങി.

കൊട്ടാരത്തിൽ മടങ്ങിയെത്തിയ ചക്രവർത്തി ചന്ദ്രനിൽ കേട്ട പാട്ടുകൾ മാഞ്ഞുപോകാത്തവിധം പകർത്തി സൂക്ഷിച്ചു. കൊട്ടാരത്തിന്റെ മുമ്പിൽ കൊന്നമരങ്ങളുടെ (പൂക്കുന്ന മരങ്ങളുടേയും ചെടികളുടേയും) ഒരുദ്യാനം ഉണ്ടാക്കി. എന്നും ഉദ്യാനത്തിൽ പാട്ടുകൾ വർണ്ണശബളങ്ങളായ ഓടക്കുഴലുകളിൽക്കൂടി പാടുന്നതും, സുന്ദരിമാരായ പെൺകുട്ടികൾ അണിഞ്ഞൊരുങ്ങി നൃത്തം ചെയ്യുന്നതും ഒരു പതിവാക്കി. ആ പതിവ്

താങ്ങ് ചക്രവർത്തി പരമ്പരയുടെ കാലം മുഴുവനും തുടരുകയും ചെയ്തു.

ഈ കഥയിൽ നടന്ന സംഭവങ്ങളുടെ വാസ്തവികതയേപ്പറ്റി ഒരു പരാമർശം ശരിയായിരിക്കുകയില്ല. ഇത് ഒരു കഥയാണെന്ന് മനസ്സിലാക്കി മറ്റെല്ലാം നിങ്ങൾ ആലോചിച്ച് മനസ്സിലാക്കുക.

എങ്കിലും ഒരു കാര്യം സൂചിപ്പിക്കട്ടെ. ഈ കഥ രൂപം കൊണ്ടത് 618-906 (അതായത് 1200-1500 വർഷങ്ങൾക്ക് മുമ്പ്) ഇടയിലായിരിക്കണം. കാരണം താങ്ങ് പരമ്പര ജീവിച്ചിരുന്നത് ആ കാലഘട്ടത്തിലായിരുന്നു എന്ന് ചരിത്രം രേഖപ്പെടുത്തുന്നു.

സൂര്യചന്ദ്രന്മാരുടെ യാത്ര

ഇത് സ്ലാവ് (Slav) വംശജർ എന്നറിയപ്പെടുന്ന റഷ്യയിലും, മറ്റ് കിഴക്കൻ യൂറോപ്യൻ രാജ്യങ്ങളിലും ഒരളവുവരെ അമേരിക്കയിലും കാനഡയിലും മറ്റും ജീവിക്കുന്നവരുമായ ആളുകളുടെയിടയിൽ പ്രചാരത്തിലുണ്ടായിരുന്ന ഒരു കഥയാണ്. ലോകമൊട്ടുക്കുമായി ഏതാണ്ട് 35 കോടി സ്ലാവ് വംശജർ ഉണ്ടെന്ന് കണക്കാക്കപ്പെടുന്നു. 'Fairy Tales of the slav Peasants and Herdsmen' എന്ന സമാഹാരത്തിൽ 'The Journey of the Sun and the Moon' എന്ന പേരിൽ കൊടുത്തിട്ടുള്ള കഥയാണ് ഇത്.

പണ്ടുപണ്ട് സ്ലാവ് വംശജരായ രണ്ട് ചെറുപ്പക്കാർ, ജീനും അന്നെറ്റും, പരസ്പരം ആത്മാർത്ഥ സ്നേഹത്തിലായിരുന്നു. അന്നെറ്റ് വളരെ സൗന്ദര്യവതിയും ഒരു പ്രാവിനെപ്പോലെ ഓമനത്തമുള്ളതുമായ ഒരു പെൺകുട്ടിയായിരുന്നു. എങ്കിലും അവൾ ധൈര്യശാലിയും തന്റേടവും ആത്മവിശ്വാസവും ഉള്ളവളുമായിരുന്നു- ഒരു കഴുകനേപ്പോലെ എന്നു വേണമെങ്കിൽ പറയാം. അന്നെറ്റിന്റെ അച്ഛൻ ധനികനായ ഒരു കൃഷിക്കാരനായിരുന്നു- സ്വന്തമായി ധാരാളം വസ്തുക്കളും പല കൃഷിത്തോട്ടങ്ങളും ഉണ്ടായിരുന്നു. ഒരു പ്രഭു എന്നും വിശേഷിപ്പിക്കാം. പക്ഷേ ജീനിന്റെ അച്ഛനും കുടുംബവും അങ്ങിനെ ആയിരുന്നില്ല. താരതമ്യേന ഒരു പാവപ്പെട്ട കുടുംബം- അച്ഛൻ ഒരാടു വളർത്തുകാരനും; അത്രതന്നെ. പക്ഷേ അന്നെറ്റിന് ജീനിന്റെ അച്ഛന്റെയോ കുടുംബത്തിന്റെയോ സാമ്പത്തിക സ്ഥിതിയോ സമൂഹത്തിലെ നിലയോ ഒരു പ്രശ്നമായിരുന്നില്ല; മറ്റൊന്നും കൊണ്ടല്ല- സ്വഭാവഗുണങ്ങളിൽ ജീൻ തികച്ചും സ്വീകാര്യനായ സൽസ്വഭാവിയായിരുന്നു എന്നതുകൊണ്ടുതന്നെ.

അതുപോലെ ജീനിനെ വിവാഹം കഴിക്കാനുള്ള തന്റെ ആഗ്രഹത്തിന് അച്ഛൻ എതിര് പറയുകയില്ലെന്ന തികഞ്ഞ ആത്മവിശ്വാസവും അന്നെറ്റിന് ഉണ്ടായിരുന്നു. ആ സാഹചര്യങ്ങൾ കണക്കിലെടുത്ത് അന്നെറ്റ് പറഞ്ഞതനുസരിച്ച് ഒരുദിവസം ജീൻ തന്റെ ഏറ്റവും നല്ല വസ്ത്രങ്ങൾ അണിഞ്ഞ് അന്നെറ്റിന്റെ അച്ഛനെ കാണാൻ അദ്ദേഹത്തിന്റെ വീട്ടിൽ പോയി. അന്നെറ്റിന്റെ അച്ഛൻ ജീനിനെ സ്നേഹത്തോടെ വീട്ടിലേക്ക് സ്വീകരിക്കുകയും അവനോട് സംസാരിക്കുകയും ചെയ്തു. ജീൻ പറഞ്ഞതെല്ലാം ക്ഷമയോടെ കേൾക്കുകയും ചെയ്തു. ആ സംഭാഷണത്തിന്റെ ഒടുവിൽ ജീൻ പറഞ്ഞു.

"അങ്ങയോട് എനിക്ക് ഒരു പ്രത്യേക കാര്യം പറയാനുണ്ട്."

"പറഞ്ഞോ. കേൾക്കട്ടെ."

"ഞാൻ അങ്ങയുടെ മകൾ അന്നെറ്റിനെ വളരെയധികം സ്നേഹിക്കുന്നു. ഞങ്ങൾ വിവാഹം കഴിക്കാൻ ആഗ്രഹിക്കുന്നു. അങ്ങ് ഞങ്ങളെ അനുഗ്രഹിക്കണം. ഞങ്ങളുടെ വിവാഹം നടത്തിത്തരണം."

"ഓ. അങ്ങിനെയൊ. എനിക്ക് ഒരു വിരോധവുമില്ല. പക്ഷേ ഒരു നിബന്ധനയോടെ മാത്രം."

"അങ്ങ് പറയുന്ന ഏത് നിബന്ധനയും എനിക്ക് സ്വീകാര്യമാണ്."

"എങ്കിൽ കേട്ടോളൂ. നീ സൂര്യനെ നേരിൽക്കണ്ട് അദ്ദേഹത്തോട്, എന്തുകൊണ്ട് അദ്ദേഹം പകലിലും രാത്രിയിലും ഒരുപോലെ ഭൂമിക്ക് ചൂട് നൽകുന്നില്ലെന്ന് ചോദിക്കണം. അതുപോലെ ചന്ദ്രനെക്കണ്ട് എന്തുകൊണ്ട് പകലും രാത്രിയും ഒരുപോലെ ശോഭിക്കുന്നില്ലെന്നും ചോദിക്കണം. ഈ രണ്ട് ചോദ്യങ്ങൾക്കും സൂര്യനും ചന്ദ്രനും നൽകുന്ന ഉത്തരങ്ങൾ എന്നോട് പറഞ്ഞാൽ ആ നിമിഷം നിങ്ങളുടെ വിവാഹം ഞാൻ സന്തോഷത്തോടെ നടത്തിത്തരാം. മാത്രമല്ല എന്റെ എല്ലാ സ്വത്തുക്കളും അന്നുമുതൽ നിങ്ങൾക്ക് സ്വന്തമാകും."

"ശരി. എനിക്ക് സമ്മതം. ഞാൻ ഉടനേ സൂര്യനേയും ചന്ദ്രനേയും കാണാൻ പോകുകയാണ്."

അത്രയും പറഞ്ഞ് ജീൻ അവിടെനിന്നും തിരികെ പോയി. അന്നെറ്റിനോടും സ്വന്തം അച്ഛനോടും വിവരങ്ങളെല്ലാം പറഞ്ഞതിനുശേഷം അച്ഛന്റെ അനുഗ്രഹവും വാങ്ങി ജീൻ സൂര്യനേയും ചന്ദ്രനേയും കാണാനായി യാത്ര തിരിച്ചു.

വളരെദൂരം യാത്ര ചെയ്ത് ജീൻ നേരം വൈകിയപ്പോൾ എത്തിയത് ഒരു ചെറിയ നഗരത്തിലാണ്. രാത്രി തങ്ങാൻ ഒരു സ്ഥലം തേടിയ

ജീനിനോട് സഹതാപം തോന്നിയ രണ്ടുപേർ വേണ്ട സഹായം വാഗ്ദാനം ചെയ്തു. അവരോടൊപ്പം ഭക്ഷണം കഴിച്ച് ഉറങ്ങാൻ പോകുന്നതിനു മുൻപ് അവർ ജീനിനോട് അവന്റെ നീണ്ട യാത്രയുടെ ഉദ്ദേശം തിരക്കി. ജീൻ എല്ലാം അവരോട് വിശദമായി പറഞ്ഞു.

"ഓ. താങ്കൾ സൂര്യനെ കാണാൻ പോകുകയാണ്. അല്ലേ. എങ്കിൽ ഞങ്ങൾക്കുവേണ്ടിയും ഒരുപകാരം ചെയ്യുകൂടെ." അവർ ചോദിച്ചു.

"തീർച്ചയായും. പറയൂ. നിങ്ങൾക്കുവേണ്ടി ഞാനെന്താണ് ചെയ്യേണ്ടത്. എന്തായാലും ഞാൻ തീർച്ചയായും ചെയ്തിരിക്കും."

"ഞങ്ങൾക്ക് ഈ നഗരത്തിൽ ഒന്നുരണ്ട് നന്നായി കായിക്കുന്ന പീയർ (Pear-ബേരിക്ക എന്നും പറയും) മരങ്ങളുണ്ട്. അവയുടെ പഴങ്ങൾ വളരെ സ്വാദുള്ളവയാണ്. പക്ഷേ കഴിഞ്ഞ രണ്ടുമൂന്ന് വർഷങ്ങളായി അവ കായിക്കാതെയായി. ദയവുചെയ്ത് ആ മരങ്ങൾ എന്തുകൊണ്ടാണ് കായിക്കാതായത് എന്ന് സൂര്യനോട് ചോദിക്കണം."

"തീർച്ചയായും. മാത്രമല്ല, തിരികെ വരുമ്പോൾ സൂര്യൻ നൽകുന്ന മറുപടി നിങ്ങളെ അറിയിക്കുകയും ചെയ്യാം."

അടുത്തദിവസം പ്രഭാതത്തിൽ തന്നെ ജീൻ തന്റെ യാത്ര തുടർന്നു. കാടുകളും മലകളും കടന്ന്, താഴ്‌വരകളും നദികളും കടന്ന് ജീൻ എത്തിച്ചേർന്നത് വളരെക്കുറച്ചു മാത്രം ആളുകൾ താമസിച്ചിരുന്ന ഒരു ചെറിയ ഗ്രാമത്തിലായിരുന്നു. ആ ഗ്രാമം കുടിക്കാൻ വെള്ളമില്ലാതെ കഷ്ടപ്പെടുന്ന കാലമായിരുന്നു അത്. ജീൻ അവരോട് തന്റെ യാത്രയുടെ ഉദ്ദേശം വിവരിച്ചതിനു ശേഷം ആ രാത്രി അവിടെ തങ്ങാൻ അനുവാദം ചോദിച്ചു. ജീനിന്റെ യാത്രോദ്ദേശം കേട്ട ഗ്രാമവാസികൾ അന്നു വൈകിട്ട് അവിടെ താമസിക്കാൻ വേണ്ട സൗകര്യങ്ങൾ ചെയ്തു കൊടുത്തു. അവർ ജീനിനോട് അപേക്ഷിച്ചു.

"ജീൻ, നീ സൂര്യനേയും ചന്ദ്രനേയും കാണുമ്പോൾ ഞങ്ങൾക്കുവേണ്ടി ഒരു കാര്യം അവരോട് മറക്കാതെ ചോദിക്കണം."

"തീർച്ചയായും. ഞാനെന്താണ് ചോദിക്കേണ്ടത്. പറയൂ."

"ഞങ്ങളുടെ ഈ ഗ്രാമത്തിലെ കിണറ്റിൽ നിന്ന് ഈ കാലമത്രയും ഞങ്ങൾക്ക് കുടിക്കാൻ നല്ല വെള്ളം കിട്ടിക്കൊണ്ടിരുന്നു. പക്ഷേ കഴിഞ്ഞ ഒരു വർഷമായി കിണർ വറ്റിപ്പോയിരിക്കുന്നു. കുടിക്കാൻ വെള്ളം കിട്ടാതെ ഞങ്ങൾ വലിയ കഷ്ടത്തിലായിരിക്കുന്നു. അതെന്തു കൊണ്ടാണെന്ന് നീ അവരോട് ചോദിച്ച് മനസ്സിലാക്കണം."

"തീർച്ചയായും ചോദിക്കാം. തിരികെ വരുമ്പോൾ നിങ്ങളെ കണ്ട് അവർ തരുന്ന മറുപടി നിങ്ങളെ അറിയിക്കുകയും ചെയ്യാം."

അടുത്ത ദിവസം അതികാലത്തു തന്നെ ജീൻ അവരോട് യാത്ര പറഞ്ഞ് വീണ്ടും തിരിച്ചു. അങ്ങിനെ വളരെയധികം യാത്ര ചെയ്ത് ജീൻ സൂര്യന്റെ വാസസ്ഥലത്ത് എത്തിച്ചേർന്നു. ജീൻ അവിടെ എത്തിയത് പ്രഭാതത്തിലായിരുന്നു- സൂര്യൻ തന്റെ ദിവസം തോറുമുള്ള യാത്ര തുടങ്ങുന്നതിന് ഏതാനും നിമിഷങ്ങൾ മുൻപ്. സൂര്യൻ യാത്ര തുടങ്ങുന്ന സമയത്ത് ജീൻ സൂര്യന്റെ മുമ്പിൽ ചെന്ന് അദ്ദേഹത്തോട് പറഞ്ഞു.

"ഹേ, സൂര്യാ... ഒരുനിമിഷം നിൽക്കൂ. എനിക്ക് താങ്കളോട് ഒന്നുരണ്ട് കാര്യങ്ങൾ ചോദിക്കാനുണ്ട്. ഞാൻ ഭൂമിയിൽനിന്നും ഇത്ര ദൂരം യാത്ര ചെയ്ത് ഇവിടെയെത്തിയത് ഈ ചോദ്യങ്ങൾ അങ്ങയെ നേരിട്ടുകണ്ട് ചോദിക്കാൻ വേണ്ടി മാത്രമാണ്. ദയവായി എന്റെ ചോദ്യങ്ങൾക്ക് ഉത്തരം നൽകിയിട്ട് യാത്ര തിരിച്ചാലും."

"ശരി. നിന്റെ ചോദ്യങ്ങളെന്താ. കേൾക്കട്ടെ. വേഗം വേണം. എനിക്ക് യാത്ര തിരിക്കാനുള്ള സമയമായി."

"ദയവുണ്ടായി പറഞ്ഞാലും. അങ്ങ് പകൽ ഭൂമിയ്ക്ക് ചൂടു നൽകുന്നതു പോലെ എന്തുകൊണ്ടാണ് രാത്രിയിലും ചൂടുനൽകി ഭൂമിയെ ഊർജ്ജസ്വലയാക്കാത്തത്?."

"ഓ... അതോ, ഒന്ന് ചിന്തിച്ചാൽ മനസ്സിലാക്കാവുന്ന കാര്യമല്ലേ അത്. തുടർന്ന് ഞാൻ ചൂട് നൽകിക്കൊണ്ടേയിരുന്നാൽ ഭൂമിയിൽ ചൂട് ക്രമാതീതമായി കൂടുകയും എല്ലാം ഉണങ്ങി, കരിഞ്ഞ്, ചൂടിൽ വെന്ത് വെണ്ണീറാകും അതുകൊണ്ടുതന്നെ. ശരി. ഇനി ഞാൻ പോകട്ടെ."

"ഇല്ല. ക്ഷമിക്കണം. എന്റെ ഒരു ചോദ്യത്തിനുകൂടി മറുപടി നൽകാൻ ക്ഷമ കാണിച്ചാലും."

"ഉം. വേഗം."

ജീൻ ബേരിക്ക മരങ്ങളെക്കുറിച്ചും ഗ്രാമത്തിലെ വെള്ളം വറ്റിയ കിണറുകളെക്കുറിച്ചും സൂര്യനോട് ചോദിച്ചു.

"ഓ... ഈ ചോദ്യങ്ങൾ എന്റെ സഹോദരി ചന്ദ്രനോട് ചോദിക്കൂ. അവൾ നിങ്ങൾക്ക് ശരിയായ കാരണങ്ങൾ പറഞ്ഞു തരും. ഞാൻ പോകുന്നു." അങ്ങിനെ പറഞ്ഞ് സൂര്യൻ തന്റെ യാത്ര തുടങ്ങി. ജീനും തന്റെ യാത്ര തുടർന്നു- ചന്ദ്രനെ കാണാനുള്ള യാത്ര. സൂര്യന് കുറച്ച് പിന്നിലായി ഓടിക്കൊണ്ടിരുന്ന ചന്ദ്രനെ കണ്ടുമുട്ടിയ ജീൻ ചന്ദ്രനോട് പറഞ്ഞു.

"ദയവുചെയ്ത് എന്റെ രണ്ടു മൂന്ന് ചോദ്യങ്ങൾക്ക് ഉത്തരം നൽകിയിട്ട് പോയാലും. അവിടുത്തെ സഹോദരൻ സൂര്യനും അവിടുത്തേയ്ക്കും മാത്രമേ

ഈ ചോദ്യങ്ങൾക്ക് ഉത്തരം നൽകാൻ കഴിയുകയുള്ളൂ. സൂര്യദേവനാണ് എന്നെ താങ്കളുടെ അടുത്തേക്ക് പറഞ്ഞു വിട്ടത്. അതുകൊണ്ട് ദയവുണ്ടാകണം."

"ശരി.ശരി. വേഗമാകട്ടെ. എനിക്ക് പോകാൻ നേരമായി. ഭൂമീവാസികൾ എനിക്കുവേണ്ടി കാത്തിരിക്കും. ജേഷ്ഠൻ സൂര്യനു പിന്നാലെ കൃത്യസമയത്തിനു തന്നെ ഞാനെത്തിയില്ലെങ്കിൽ അവർ അസ്വസ്ഥരാകും."

"ബഹുമാനപ്പെട്ട, പ്രിയപ്പെട്ട ചന്ദ്രാ. അവിടുന്നെന്താണ് സൂര്യനെപ്പോലെ പകൽസമയത്തും അവിടുത്തെ പ്രകാശം ഭൂമിക്ക് നൽകാത്തത്. അതുപോലെ അവിടുന്ന് ഭൂമിയ്ക്ക് അങ്ങയുടെ ചൂട് നൽകാത്തതെന്തുകൊണ്ടാണ്."

"ഓ. അതോ. ജേഷ്ഠൻ പകൽ സമയത്ത് ചെയ്യുന്നതുപോലെ രാത്രിയിലും ഭൂമിയേ ചൂടാക്കിക്കൊണ്ടിരുന്നാൽ ഭൂമിയിൽ ചെടികളും മരങ്ങളും ഇല്ലാതാകും. വലിയ വരൾച്ച ഉണ്ടാകും. ഞങ്ങൾ രണ്ടു പേരും ഭൂമിക്ക് ചൂട് നൽകാൻ തുടങ്ങിയാൽ ആ ചൂട് ഭൂമിക്ക് സഹിക്കാവുന്നതിൽ കൂടുതലാകും. അതിനുപകരം ഞാൻ ഭൂമിക്ക് നല്ല കുളിർമ്മയുള്ള പ്രകാശവും മഞ്ഞുതുള്ളികളുമൊക്കെ നൽകുന്നില്ലേ. എന്റെ മഞ്ഞുതുള്ളികൾ ഭൂമിയെ കുളിർമ്മയുള്ളതാക്കി നനയ്ക്കുന്നതുകൊണ്ടാണ് വൃക്ഷങ്ങളും ചെടികളുമെല്ലാം പൂക്കുന്നതും അവയിൽ കായ്കളും പഴങ്ങളുമൊക്കെ ഉണ്ടാകുന്നതെന്നും മനസ്സിലാക്കുക." അത്രയും പറഞ്ഞിട്ട് ചന്ദ്രൻ തന്റെ യാത്ര തുടങ്ങാൻ ധൃതി കാണിച്ചു. അപ്പോൾ ജീൻ വീണ്ടും അപേക്ഷിച്ചു.

"ദയവുചെയ്ത് ഒരു നിമിഷം കൂടി. എനിക്കുവേണ്ടി രണ്ട് ചോദ്യങ്ങൾക്കുകൂടി ഉത്തരം നൽകിയാലും."

"ഉം. വേഗം. വേഗമാകട്ടെ."

"ഞാൻ വരുന്ന വഴിയിൽ ഒരു ഗ്രാമത്തിൽ അവരുടെ ബേരക്കാമരങ്ങൾ കായ്ക്കാതായത് എന്തുകൊണ്ടാണെന്ന് അവിടുത്തോട് ചോദിക്കണമെന്ന് ആ ഗ്രാമവാസികൾ എന്നോട് പറഞ്ഞു."

"അതോ. അതെനിക്കറിയാം. കേട്ടോളൂ. ആ ഗ്രാമത്തിലെ ഗ്രാമമുഖ്യന്റെ മകൾ വിവാഹിതയാകുന്നതിന് മുൻപുവരെ ആ മരങ്ങൾ കായിച്ചിരുന്നു. വിവാഹം കഴിഞ്ഞ് അവൾക്കൊരു കുട്ടിയുണ്ടായി. കുഞ്ഞ് ഉടനേതന്നെ മരിക്കുകയും ചെയ്തു. കുട്ടിയുടെ മൃതദേഹം അവർ ആ മരങ്ങൾ നിൽക്കുന്നതിന്റെ തൊട്ടടുത്തുള്ള സ്ഥലത്താണ് അടക്കം ചെയ്തത്. അതുപോലെ അടക്കം ചെയ്യുമ്പോൾ അതീവദുഃഖിതരായിരുന്ന അവർ സാധാരണ ചെയ്യേണ്ട പതിവ് ചടങ്ങുകളൊന്നും ചെയ്തില്ല.

അന്നുമുതലാണ് ആ മരങ്ങൾ കായിക്കാതെ ആയത്. അവർ കുട്ടിയുടെ ശവശരീരം അവിടെനിന്നും മാറ്റി വീണ്ടും എല്ലാ ആചാരങ്ങളും അനുഷ്ഠിച്ചുകൊണ്ട് വേറെ എവിടെയെങ്കിലും അടക്കം ചെയ്താൽ പിന്നീട് ആ മരങ്ങൾ കായിച്ചു തുടങ്ങും. ശരി.ഇനി ഞാൻ പോകട്ടെ."

"ദയവുചെയ്ത് ഒരേ ഒരു ചോദ്യം കൂടി."

"ഉം. സമയമാകുന്നു. വേഗമാകട്ടെ."

"മറ്റൊരു ഗ്രാമത്തിൽ, ഗ്രാമവാസികൾ അവരുടെ ഗ്രാമത്തിലെ കിണറ് വറ്റിപ്പോയി എന്നും അവർ കുടിക്കാൻ പോലും ജലം കിട്ടാതെ വിഷമിക്കുന്നു എന്നും പറഞ്ഞു."

"അതെ. അവർ പറഞ്ഞത് ശരിയാണ്. എനിക്ക് ആ ഗ്രാമത്തെക്കുറിച്ച് നന്നായി അറിയാം. അവരുടെ കിണറ്റിൽ ഒരു കുറ്റൻ പോക്കാന്തവള (Toad)താമസിക്കാൻ തുടങ്ങിയിരിക്കുന്നു. ആ തവളയെ പിടികൂടി കൊല്ലുകയാണെങ്കിൽ അവർക്ക് കിണറ്റിൽ നിന്ന് ആവശ്യത്തിന് ശുദ്ധജലം കിട്ടുന്നതാണ്." അത്രയും പറഞ്ഞ്, മറ്റൊന്നും കേൾക്കാൻ നിൽക്കാതെ ചന്ദ്രൻ തന്റെ ഓട്ടം ആരംഭിച്ചു. ജീനും തന്റെ സ്വന്തം സ്ഥലത്തേക്കുള്ള മടക്കയാത്ര ആരംഭിച്ചു. വഴിയിൽ ആദ്യം എത്തിച്ചേർന്നത് വെള്ളക്ഷാമം അനുഭവപ്പെട്ട ഗ്രാമത്തിലാണ്. ജീൻ എത്തിയതും ഗ്രാമവാസികൾ കൂട്ടം കൂട്ടമായി ചെന്ന് ജീനിനോട് അവരുടെ ചോദ്യങ്ങൾക്ക് ഉത്തരം കിട്ടിയോ എന്ന് തിരക്കി. ജീൻ ചന്ദ്രൻ പറഞ്ഞ കാര്യങ്ങൾ വിശദീകരിച്ചു. നാട്ടുകാർ ഒട്ടും സമയം കളയാതെ കിണറ്റിൽ തിരഞ്ഞ്, അതിനുള്ളിൽ ഒളിച്ചിരുന്ന തവളയെ പിടിച്ച് കൊന്നു. പിന്നീട് കിണർ കഴുകി ശുദ്ധം ചെയ്തു. ഉടനെ തന്നെ കിണറ്റിൽ ധാരാളം ജലം കിണറ്റിലെ ഉറവകളിൽക്കൂടി വരാൻ തുടങ്ങി; വേഗം തന്നെ കിണറ്റിൽ നിറയെ വെള്ളം വന്നു. അതുകണ്ട ഗ്രാമവാസികൾ ആ സംഭവം ഒരുത്സവം പോലെ ആഘോഷിച്ചു. മാത്രമല്ല ധാരാളം വിലപിടിപ്പുള്ള സമ്മാനങ്ങളും- പണക്കിഴികൾ ഉൾപ്പെടെയുള്ള സമ്മാനങ്ങൾ സ്വരൂപിച്ച് ജീനിന് നൽകുകയും അവരുടെ സ്നേഹാദരങ്ങളും കൃതജ്ഞതയും ജീനിനെ അറിയിക്കുകയും ചെയ്തു. ജീൻ എല്ലാവരോടും വിടവാങ്ങി തന്റെ യാത്ര തുടർന്നു.

ജീൻ പിന്നീട് എത്തിച്ചേർന്നത് എവിടെയായിരുന്നിരിക്കും എന്നത് നിങ്ങൾക്ക് ഊഹിക്കാമല്ലോ. അതേ. സംശയിക്കേണ്ട. പീർ മരങ്ങളെക്കുറിച്ച് പറഞ്ഞ ഗ്രാമത്തിൽത്തന്നെ. അവിടെയും ജീൻ ചന്ദ്രൻ പറഞ്ഞ കാര്യങ്ങൾ വിശദമായി പറഞ്ഞു. ഗ്രാമവാസികളുടെ പ്രതികരണം വ്യത്യസ്തമായിരുന്നില്ല. ആ ഗ്രാമവാസികളും ജീനിന് വിലപിടിപ്പുള്ള സമ്മാനങ്ങൾ നൽകുന്നതിന് ഒരു ലോഭവും കാണിച്ചില്ല.

ജീനിന് തിരികെ സ്വന്തം ഗ്രാമത്തിലെത്തി അന്നെറ്റിനെ കാണാൻ തിടുക്കമായിരുന്നു. അതുകൊണ്ടുതന്നെ ജീൻ കഴിയുന്നത്ര വേഗത്തിൽ സ്വന്തം ഗ്രാമത്തിലെത്തി അന്നെറ്റിന്റെ അച്ഛനെ കണ്ടു.

അന്നെറ്റിന്റെ അച്ഛൻ ജീൻ അവന്റെ യാത്ര കഴിഞ്ഞ് തിരികെ വരുമെന്ന് കരുതിയിരുന്നില്ല. ഒരു മനുഷ്യൻ, സൂര്യനേയും ചന്ദ്രനേയും നേരിൽക്കണ്ട്, അവരോട് സംസാരിച്ചിട്ട് തിരികെ ഭൂമിയിലേക്ക് തിരികെ വരുമെന്ന് വിചാരിക്കാൻ എങ്ങിനെയാകും. അതുകൊണ്ട് തന്റെ മുമ്പിൽ ചിരിച്ചുകൊണ്ട് സന്തോഷവാനായി നിന്ന ജീനിനെക്കണ്ട് അദ്ദേഹം തികച്ചും അമ്പരന്നുപോയി.

"ഓ. നീ തിരികെ എത്തിയോ? വിവരങ്ങൾ എന്തൊക്കെയാണ്. കേൾക്കട്ടെ."

ആ സമയത്ത് അന്നെറ്റും ജീൻ വന്ന വിവരം അറിഞ്ഞ് അവിടെ ഓടിയെത്തി. അവൾ അച്ഛനെപ്പോലെയായിരുന്നില്ല ചിന്തിച്ചിരുന്നത്. അവൾ ആ കാലമത്രയും എന്നും ദുഃഖിതയായി, ശരിയായി ആഹാരപോലും കഴിക്കാതെ ജീനിന്റെ തിരിച്ചു വരവിനായി കാത്തിരിക്കുകയായിരുന്നു. അവൾക്ക് ജീൻ തന്റെ അരികിലേക്ക് തിരികെ വരുമെന്ന് വിശ്വാസമുണ്ടായിരുന്നു; ഉറപ്പായിരുന്നു. അതുകൊണ്ട് ജീൻ തിരികെ വന്ന വിവരം അവൾ തികഞ്ഞ സന്തോഷത്തോടെയാണ് സ്വീകരിച്ചത്. അങ്ങിനെ ഓടിയെത്തിയ അന്നെറ്റെ അച്ഛനോട് സംസാരിച്ചുകൊണ്ടിരുന്ന ജീനിനെയാണ് കണ്ടത്.

ജീൻ നടന്ന കാര്യങ്ങളെല്ലാം അന്നെറ്റിന്റെ അച്ഛനോട് വിവരിച്ചു. ജീൻ അച്ഛനോട് പറഞ്ഞ വിവരങ്ങൾ കേട്ട അന്നെറ്റ് അതീവ സന്തുഷ്ടയായി. വിവരങ്ങളെല്ലാം കേട്ട അന്നെറ്റിന്റെ അച്ഛന് ജീനിന്റെ അഭ്യർത്ഥന നിരസിക്കാൻ കാരണങ്ങളൊന്നും ഇല്ലായിരുന്നു. അതുകൊണ്ട് അദ്ദേഹം ജീനിനോട് പറഞ്ഞു.

"നീ ഞാൻ പറഞ്ഞതുപോലെ സൂര്യനേയും ചന്ദ്രനേയും കണ്ട് എന്റെ ചോദ്യങ്ങൾക്ക് തൃപ്തികരങ്ങളായ മറുപടിയും കൊണ്ടുവന്നിരിക്കുന്നു. മാത്രമല്ല ഒട്ടനവധി പാരിതോഷികങ്ങളും ധാരാളം സ്വത്തും സമ്പാദിച്ചിരിക്കുന്നു. അതുകൊണ്ട് എന്റെ മകളെ നിനക്ക് വിവാഹം കഴിച്ചു തരാൻ ഞാനിതാ സമ്മതിക്കുന്നു." പിന്നീട് അവരുടെ വിവാഹം വളരെ ആർഭാടമായിത്തന്നെ നടന്നു. വിവാഹത്തോടനുബന്ധിച്ച് കെങ്കേമമായ വിരുന്നും പാട്ടുകച്ചേരിയും മറ്റും ഉണ്ടായിരുന്നു. അന്ന് അവിടെ പാടിയ പാട്ടുകൾ സുഖമുള്ളവയും മനസ്സിന് സന്തോഷം നൽകുന്നവയും ആയിരുന്നു. ആ പാട്ടുകൾ ഇന്നും അവിടെയുള്ള മലകളിൽ

തട്ടി പ്രതിധ്വനിക്കുന്നുണ്ടെന്നും, തദ്ദേശവാസികളിൽ ചിലർക്കും, പുറം നാട്ടുകളിൽ നിന്ന് വരുന്ന സഞ്ചാരികളിൽ ചിലർക്കും കേൾക്കാൻ കഴിയുന്നു എന്നും ആ നാട്ടുകാർ വിശ്വസിക്കുന്നു.

ചന്ദ്രന്റെ മകളുടെ കല്യാണം

ഇത് ദക്ഷിണാഫ്രിക്കയിലെ ബാന്റു (Bantu) ഭാഷ സംസാരിക്കുന്ന ജനങ്ങൾക്കിടയിൽ പ്രചാരത്തിലുള്ള ഒരു കഥയാണ്. ഇംഗ്ലീഷിൽ ഈ കഥ 'സൂര്യ ചന്ദ്രന്മാരുടെ മകൾ- The daughter of the Sun and Moon' എന്ന പേരിലാണ് പ്രസിദ്ധീകരിക്കപ്പെട്ടിട്ടുള്ളത്. കിമാനവെസി(Kimana wezee- ആ നാട്ടിലെ രാജാവ് എന്ന് കരുതിക്കൊള്ളുക)യുടെ മകന് വിവാഹം കഴിക്കാനുള്ള സമയമായി എന്ന് അദ്ദേഹം കരുതി. അതുകൊണ്ട് മകനു ചേരുന്ന ഒരു പെൺകുട്ടിയെ കണ്ടെത്താൻ അദ്ദേഹം ശ്രമിച്ചു തുടങ്ങി. ആ വിവരം മനസ്സിലാക്കിയ അദ്ദേഹത്തിന്റെ മകൻ തറപ്പിച്ച് പറഞ്ഞു.

"അച്ഛാ. എനിക്ക് ഈ ഭൂമിയിലെ പെൺകുട്ടികളെയാരെയും വിവാഹം കഴിക്കാൻ ഇഷ്ടമില്ല. ഞാൻ സൂര്യചന്ദ്രന്മാരുടെ മകളെ വിവാഹം കഴിക്കാൻ ആഗ്രഹിക്കുന്നു. മാത്രമല്ല, തന്റെ ആഗ്രഹം കാണിച്ച് വെസിമകൻ ഒരു കത്ത് തയ്യാറാക്കുകയും ചെയ്തു. (ഇങ്ങിനെ ഒരു പ്രേമലേഖനം (Love story) കഥയിൽ ഉൾക്കൊള്ളിച്ചത് കഥ കണ്ടെത്തി ഇംഗ്ലീഷിലേക്ക് വിവർത്തനം ചെയ്തവരുടെ നർമ്മബോധം കൊണ്ടാണെന്ന് കരുതാം). തന്റെ പ്രേമലേഖനം ആകാശത്ത് എത്തേണ്ട ആളുടെ പക്കം എത്തിക്കാൻ ഒരു ദൂതനെ കണ്ടുപിടിക്കാനുള്ള ശ്രമവും തുടങ്ങി. സാധാരണ അത്തരം ജോലികൾ ചെയ്യുന്ന ബാംബിയും (ഒരു തരം മുയൽ), സൊറോക്കൊ എന്ന കൃഷ്ണമൃഗവും (Antelope) കഴുകനും ആ ദൗത്യം ഏറ്റെടുക്കാൻ തയ്യാറായില്ല. അങ്ങിനെയിരിക്കുമ്പോൾ ഒരു തവളയാണ് എഴുത്ത് യഥാസ്ഥാനത്ത് എത്തിക്കാൻ സന്നദ്ധത കാട്ടി മുന്നോട്ടുവന്നത്. പക്ഷേ ആ ജോലി

ചെയ്യാൻ തവളയ്ക്ക് കഴിയുമോ എന്നതിനേക്കുറിച്ച് വെസിമകന് സംശയമുണ്ടായിരുന്നു.

“ഹേ. തവളേ. കഴുകനും കൃഷ്ണമൃഗവുമൊക്കെ ബുദ്ധിമുട്ടാണെന്ന് പറയുന്ന ജോലി നിനക്കെങ്ങിനെ ചെയ്യാൻ കഴിയും. ചിറകുള്ള കഴുകൻ ആകാശത്തിൽ അത്ര ഉയരത്തിലേക്ക് പോകാൻ കഴിയുകയില്ലെന്ന് പറയുമ്പോൾ നിനക്കെങ്ങിനെ പോകാൻ കഴിയും. നിന്നെപ്പോലെ ഒരു വിഡ്ഢിക്ക് അതെങ്ങിനെ സാധ്യമാകും.”

“യജമാനനേ. അതൊന്നും എന്നോട് ചോദിക്കരുത്. ഞാൻ അങ്ങയുടെ ദൗത്യം അങ്ങുദ്ദേശിക്കുന്ന ആളിന്റെ അടുത്ത് എത്തിച്ചിരിക്കും. അത്രതന്നെ. ദയവായി എന്നെ വിശ്വസിച്ചാലും.” തവള പറഞ്ഞു. അങ്ങിനെ ചില്ലറ വാഗ്വാദങ്ങൾക്കുശേഷം വെസിമകൻ തവളയെത്തന്നെ ദൗത്യം ഏൽപ്പിച്ചു. പക്ഷേ ഒരു നിബന്ധന ഉണ്ടായിരുന്നു.

“ശരി. നീ തന്നെ പോ. പക്ഷേ ഒരു കാര്യം ഓർത്തോ. ഉദ്ദേശിക്കുന്നതുപോലെ എന്റെ കത്ത് എത്തേണ്ടടത്ത് എത്തിച്ചില്ലെങ്കിൽ നിനക്ക് പൊതിരെ തല്ലുകിട്ടും. മറക്കണ്ട.”

“ശരി. യജമാനനെ. എനിക്ക് സമ്മതം.”

തവളയ്ക്ക് സൂര്യചന്ദ്രന്മാരെക്കുറിച്ച് ഒരു രഹസ്യം അറിയാമായിരുന്നു. എന്താണെന്നല്ലേ. ആകാശത്ത് വേണ്ടത്ര വെള്ളം ഇല്ലായിരുന്നു. അതുകൊണ്ട് അവർക്ക് ആവശ്യമായ ജലം സംഭരിക്കാൻ അവരുടെ വീട്ടുവേലക്കാരെ ഇടയ്ക്കിടയ്ക്ക് ഭൂമിയിലേക്ക് അയക്കുമായിരുന്നു. അവർ ഭൂമിയിൽ വന്ന് കുടങ്ങളിൽ ജലം നിറച്ച് അതുമായി തിരികെ ആകാശത്തിലേക്ക് പോകുമായിരുന്നു. അങ്ങിനെ സൂര്യചന്ദ്രന്മാരുടെ വേലക്കാർ ഭൂമിയിലേക്ക് വന്നുപോയിരുന്നത് ചിലന്തികൾ നിർമ്മിക്കുന്ന ചില പ്രത്യേകതരം വലകളിൽ പിടിച്ചായിരുന്നു, എന്ന വിവരം തവള മനസ്സിലാക്കിയിരുന്നു.

ദൗത്യം ഏറ്റെടുത്ത തവള ഉടനേതന്നെ സാധാരണയായി സൂര്യചന്ദ്രന്മാരുടെ വേലക്കാരികൾ വെള്ളം പിടിക്കുന്ന കിണറ്റിൽ കയറി ഒളിച്ചിരുന്നു. വെസിമകൻ തന്നെ ഏൽപ്പിച്ചിരുന്ന കത്ത് എടുക്കാൻ മറന്നില്ല- കത്ത് വെള്ളത്തിൽ വീണ് കേടാകാതിരിക്കാൻ തന്റെ വായിലുള്ള ഒരു പ്രത്യേക സഞ്ചിയിൽ സൂക്ഷിച്ച് വെയ്ക്കുവാനും മറന്നില്ല. അടുത്ത ദിവസം തന്നെ വേലക്കാരികൾ വെള്ളം ശേഖരിക്കാനായി എത്തി. അവർ അവരുടെ കുടങ്ങൾ കയറിന്റെ അറ്റത്ത് കെട്ടി കിണറ്റിലേക്ക് ഇറക്കി. ആ തക്കം നോക്കി ആരും ശ്രദ്ധിക്കാത്തവിധം തവള ഒരു കുടത്തിനകത്ത് കയറിയിരുന്നു. പിന്നീട് നടന്നത് നിങ്ങൾക്ക്

ഊഹിക്കാം. കുടങ്ങളെല്ലാം ഭദ്രമായി സൂര്യചന്ദ്രന്മാരുടെ വീട്ടിൽ എത്തി. വേലക്കാർ കുടങ്ങൾ സാധാരണ സൂക്ഷിക്കുന്ന സ്ഥലത്ത് അടുക്കിവെച്ചിട്ട് പോയി. മറ്റാരും ശ്രദ്ധിക്കുന്നില്ല എന്ന് ഉറപ്പുവരുത്തി തവള കുടത്തിന് വെളിയിൽ എത്തി; തന്റെ കയ്യിലുണ്ടായിരുന്ന കത്ത് അടുത്തുണ്ടായിരുന്ന തീൻമേശയുടെ മുകളിൽ വെച്ചു. പിന്നീട് എന്തു സംഭവിക്കുന്നു എന്നറിയാൻ മുറിക്കുള്ളിൽത്തന്നെ ഒളിച്ചിരുന്നു.

അൽപ്പ സമയത്തിനുശേഷം സൂര്യദേവൻ അവിടെയെത്തി. തവള ആഗ്രഹിച്ചതുപോലെ അദ്ദേഹം മേശപ്പുറത്തിരുന്ന കത്ത് കണ്ടു; മാത്രമല്ല അതെടുത്ത് വായിക്കുകയും ചെയ്തു. പക്ഷേ വായിച്ചതിനുശേഷം ഒന്നും പ്രതികരിക്കാതെ കത്ത് മേശപ്പുറത്തുതന്നെ ഇട്ടിട്ട് പോകുകയും ചെയ്തു. തവള കുറേനേരം കൂടി കാത്തിരുന്നെങ്കിലും പ്രത്യേകിച്ച് ഒന്നും സംഭവിച്ചില്ല. അൽപ്പം നിരാശനായ തവള തിരികെ ഭൂമിയിലേക്ക് പോകാൻ തീരുമാനിച്ചു.

മുകളിലേക്ക് വന്നപ്പോൾ ചെയ്തതുപോലെ തവള ഒരു കുടത്തിൽക്കയറിയിരുന്നു. പതിവുപോലെ വേലക്കാരികൾ വെള്ളം പിടിക്കാൻ കുടം കിണറ്റിലിറക്കിയ സമയത്ത് തവള കുടത്തിന് വെളിയിൽ എത്തുകയും പിന്നീട് വെസിയുടെ മകന്റെ മുന്നിൽ എത്തുകയും ചെയ്തു. തവളയെക്കണ്ട വെസിമകൻ ആകാംക്ഷയോടെ ചോദിച്ചു.

“എടോ. തവളേ. താൻ പോയിട്ട് എന്തായി. നടന്ന വിവരമെല്ലാം വേഗം പറയ്.”

തവള കാര്യങ്ങൾ വിവരിച്ചു.

“എന്ത്. സൂര്യദേവൻ എന്റെ കത്ത് വായിച്ചിട്ട് ഒന്നുംതന്നെ പറഞ്ഞില്ലെന്നോ; ഒരു പ്രതികരണവും ഉണ്ടായില്ലെന്നോ. അങ്ങിനെ വരാൻ ന്യായമില്ലല്ലോ. നീ എന്താ എന്നെ കബളിപ്പിക്കാൻ ശ്രമിക്കുകയാണോ.”

“അല്ല യജമാനനേ. ഞാൻ പറഞ്ഞതെല്ലാം സത്യമാണ്. എന്നെ ദയവുചെയ്ത് വിശ്വസിച്ചാലും.”

“ശരി. ഞാൻ നിന്നെ തൽക്കാലം വിശ്വസിക്കാം. ഒരഞ്ചാറുദിവസങ്ങൾ കഴിഞ്ഞ് ഒരിക്കൽക്കൂടി ആകാശത്ത് പോകാൻ തയ്യാറായി ഇരുന്നോ.” ഏതാണ്ട് ഒരാഴ്ച കഴിഞ്ഞ് വേസിമകൻ വീണ്ടും ഒരു കത്ത് തയ്യാറാക്കി. തവളയെ വിളിച്ച് കത്ത് നൽകിയിട്ട് വേണ്ട നിർദ്ദേശങ്ങൾ കൊടുത്തു. തവള മുമ്പ് ചെയ്തതുപോലെ തന്നെ കത്ത് സൂര്യദേവന്റെ തീൻമേശയുടെ മുകളിൽ വെച്ചിട്ട് അവിടെ ഒളിഞ്ഞിരുന്നു.

സൂര്യദേവൻ ആ കത്തും കണ്ടു. അൽപ്പനേരം ആലോചിച്ചതിനുശേഷം ഒരു ചെറിയ കത്തെഴുതി മേശപ്പുറത്ത് വെച്ചിട്ട് അവിടെ നിന്നും

പോയി. തവള കത്ത് കയ്യിലെടുത്ത് തിരികെ ഭൂമിയിലെത്തുകയും അത് വേസിമകന്റെ കയ്യിൽ കൊടുക്കുകയും ചെയ്തു. കത്തിൽ സൂര്യദേവൻ എഴുതിയിരുന്നത് എന്താണെന്ന് അറിയണ്ടേ.

ആ കാലങ്ങളിൽ ബാന്റു സമൂഹത്തിൽ വിവാഹ സമയത്ത് 'പെൺപണം' എന്ന ഒരേർപ്പാടുണ്ടായിരുന്നു. ഇപ്പോൾ നമ്മുടെ നാട്ടിൽ നാം സാധാരണ കേൾക്കാറുള്ള സ്ത്രീധനം എന്ന സമ്പ്രദായം- അതായത് വിവാഹം കഴിക്കുന്നതിന് പ്രതിഫലമായി പെണ്ണിന്റെ വീട്ടുകാർ വരന് നൽകുന്ന (അല്ലെങ്കിൽ വരന്റെ വീട്ടുകാർക്ക്) തുക; അത് പണമായും, ആഭരണങ്ങളായും, വീടും വസ്തുക്കളും ഒക്കെ ആകാം. അതുപോലെ അക്കാലത്ത് വിവാഹസമയത്ത് വരൻ (അല്ലെങ്കിൽ വരന്റെ വീട്ടുകാർ) പെണ്ണിന്റെ വീട്ടുകാർക്ക് ഒരു നിശ്ചിതസംഖ്യ പണമായോ അല്ലെങ്കിൽ മറ്റ് വസ്തുക്കളായോ പെണ്ണിന്റെ വീട്ടുകാർക്ക് നൽകണമായിരുന്നു. അങ്ങിനെ നൽകുന്ന തുകക്ക് പെൺപണം (ബാൻറു ഭാഷയിൽ കിലെമ്ബ്യ- Kilembu) എന്നാണ് പറഞ്ഞിരുന്നത്. കത്തിൽ എഴുതിയിരുന്നത്, 'ഈ വിവാഹത്തെക്കുറിച്ച് എന്തെങ്കിലും പറയുന്നതിനു മുമ്പ് തന്റെ മകളെ വിവാഹം കഴിക്കാൻ ഉദ്ദേശിക്കുന്ന ആളുതന്നെ വന്ന് ആദ്യ ഉപഹാരങ്ങൾ നൽകിയാൽ പിന്നീടുള്ള കാര്യങ്ങൾ സംസാരിക്കാം' എന്നായിരുന്നു. അതും അക്കാലത്ത് ആ നാട്ടിലെ ഒരു പരിചയമായിരുന്നു.

കത്ത് കണ്ടപ്പോൾ വേസിമകന് സന്തോഷമായി- സൂര്യദേവൻ തന്റെ അഭ്യർത്ഥന സ്വീകരിക്കാൻ തയ്യാറാണല്ലോ എന്ന് മനസ്സിലാക്കാൻ കഴിഞ്ഞതിലുള്ള സന്തോഷം. ഉടനേതന്നെ അയാൾ ഒരു മറുപടി എഴുതി. മറുപടിയിലെ വാചകങ്ങൾ ഏതാണ്ട് ഇങ്ങിനെയായിരുന്നു.

"ബഹുമാനപ്പെട്ട സൂര്യദേവാ. ഞാൻ ആദ്യ പാരിതോഷികങ്ങളുമായി അങ്ങയെ വന്നുകണ്ട് സംസാരിക്കാൻ തയ്യാറാണ്. പക്ഷേ അങ്ങിനെ വരുന്നതിനു മുമ്പ് പെൺപണം എത്രയാണ് പ്രതീക്ഷിക്കുന്നതെന്ന് അറിയിച്ചാൽ നന്നായിരിക്കും. ഞാൻ അങ്ങയുടെ മകളെ വിവാഹം കഴിക്കാൻ വളരെയേറെ ആഗ്രഹിക്കുന്നു."

കത്ത് തവള മുഖാന്തിരം വീണ്ടും ആകാശത്ത് എത്തിച്ചു. ആ എഴുത്ത് കണ്ടതും സൂര്യദേവൻ തന്റെ ഭാര്യ ചന്ദ്രനേ വിളിച്ച് നടന്ന വിവരങ്ങൾ പറഞ്ഞു. വിവരങ്ങൾ കേട്ട ചന്ദ്രൻ ദേവിക്ക് (Godess Moon) സന്തോഷമായി. തന്റെ മകളെ ഇഷ്ടപ്പെട്ട് വിവാഹം കഴിക്കാൻ താൽപര്യം കാണിക്കുന്ന ഭൂമിയിൽ നിന്നുള്ള ചെറുപ്പക്കാരനെക്കുറിച്ച് കൂടുതൽ അറിയാനും, കാണാനും ഒരു തിടുക്കം മനസ്സിൽ ഉണ്ടായി. അവർ സൂര്യനോട് പറഞ്ഞു.

“എന്നാലും നമ്മളറിയാതെ നമ്മുടെ വീട്ടിൽ ഈ എഴുത്തുകൾ കൊണ്ടുവെച്ചത് ആരായിരിക്കും. അദ്ദേഹത്തെ നമുക്ക് നേരിട്ട് കാണാൻ കഴിഞ്ഞില്ലെങ്കിലും നമുക്ക് നമ്മുടേതായ ഒരാതിഥ്യമര്യാദയില്ലേ. അദ്ദേഹത്തിന് ഒരു നല്ല വിരുന്ന് നൽകേണ്ടത് നമ്മുടെ കടമയാണ്. ഞാനൽപ്പനേരം കൊണ്ട് ഭക്ഷണം തയ്യാറാക്കാം.”

“ശരി. അങ്ങിനെയാകട്ടെ ഭവതീ.” അതിനിടയിൽ സൂര്യദേവൻ ഭാര്യയോട് കൂടിയാലോചിച്ച് വീണ്ടും ഒരു കത്ത് തയ്യാറാക്കി.

അതിഥി ആരാണെന്ന് അവർക്ക് മനസ്സിലായില്ലെങ്കിലും ഭക്ഷണ സാധനങ്ങളും കത്തും തീൻമേശയുടെ പുറത്ത് നിരത്തിവെച്ചിട്ട് അവർ അകത്തേ മുറിയിലേക്ക് പോയി. ആ തക്കം നോക്കി തവള അവിടെച്ചെന്ന് തയ്യാറാക്കിവെച്ചിരുന്ന ഭക്ഷണം വയറുനിറയെ കഴിച്ചു; തൃപ്തിയായി കഴിച്ചു എന്നു തന്നെ പറയണം. പിന്നീട് സൂര്യൻ എഴുതിവെച്ചിരുന്ന കത്തുമായി തന്റെ പതിവുരീതിയിൽ ഭൂമിയിലെത്തി വേസിമകന്റെ പക്കൽ കത്ത് കൊടുത്തു.

വേസിമകൻ കത്ത് വായിച്ചു അതിലെഴുതിയിരുന്നത്, ‘പെൺപണം ഒരു ചാക്കുനിറയെ സ്വർണനാണയങ്ങൾ’ എന്നായിരുന്നു. അത്രയും വലിയ ഒരു തുക സ്വരൂപിക്കാൻ വേസിമകന് ഏതാണ്ട് ഏഴുദിവസങ്ങൾ വേണ്ടിവന്നു. പിന്നീട് ആ പണവും കൊടുത്ത് തവളയെ ഒരിക്കൽക്കൂടി ആകാശത്തിലേയ്ക്ക് അയച്ചു. തവള പതിവുപോലെ പണവും കത്തും സൂര്യന് എത്തിച്ചുകൊടുത്തു. കത്തിൽ വേസിമകൻ താൻ രണ്ടാഴ്ചയ്ക്കുള്ളിൽ തന്റെ പ്രതിശ്രുത വധുവിനെ തന്റെയൊപ്പം ഭൂമിയിലേക്ക് കൂട്ടിക്കൊണ്ടു വരുന്നതാണ് എന്ന് എഴുതിയിരുന്നു. പക്ഷേ വേസിമകൻ വിചാരിച്ചതുപോലെ ഒരാളിനെ സൂര്യചന്ദ്രന്മാരുടെ വീട്ടിൽനിന്ന് ഭൂമിയിലേക്ക് കൊണ്ടുവരുന്നത് അത്ര എളുപ്പമുള്ള ചില്ലറ ജോലിയായിരുന്നില്ല. പന്ത്രണ്ട് ദിവസങ്ങൾ കഴിഞ്ഞപ്പോൾ തവള വേസിമകനോട് ചോദിച്ചു.

“യജമാനനേ, വധുവിനെ ഭൂമിയിലേക്ക് കൂട്ടിക്കൊണ്ടു വരുന്നതിന്റെ ഒരുക്കങ്ങളൊക്കെ എത്രത്തോളമായി.”

“ഓ. തവളേ. അതോ. അത് ഞാനുദ്ദേശിച്ചതുപോലെ അത്ര എളുപ്പമല്ല. ചന്ദ്രന്റെ മകളെ എങ്ങിനെ ഭൂമിയിലേക്ക് കൊണ്ടുവരും എന്ന് ആർക്കും ഒരു പിടിയും കിട്ടുന്നില്ല. ഞാൻ സമീപിച്ചവർക്കാർക്കും അതിനുള്ള ധൈര്യമില്ല. അതുകൊണ്ട് ഞാനൊരൽപ്പം ആശയക്കുഴപ്പത്തിലാണ്.”

“ഓ. അങ്ങിനെയോ. അങ്ങ് വിഷമിക്കേണ്ട. ഞാൻ തന്നെ വേണ്ടത് ചെയ്യാം. അങ്ങ് വിഷമിക്കാതിരുന്നാട്ടെ. അങ്ങ് ഇഷ്ടപ്പെടുന്ന വധു

രണ്ടുമൂന്ന് ദിവസങ്ങൾക്കകം അങ്ങയുടെ അടുത്തെത്തും. എന്നെ വിശ്വ സിച്ചാലും."

തവള ഉടൻതന്നെ ദൗത്യം ഏറ്റെടുത്തു. ആദ്യം കിട്ടിയ അവസരം ഉപയോഗിച്ച് സൂര്യചന്ദ്രന്മാരുടെ വീട്ടിലെത്തി സൗകര്യമായ ഒരു സ്ഥലത്ത് ഒളിച്ചിരുന്നു. ഇരുട്ടിയതിനുശേഷം വീടിനകത്ത് ചുറ്റിനടന്ന് ചന്ദ്രന്റെ മകളുടെ (കുമാരി എന്ന് വിളിക്കാം.) കിടക്കമുറിയിൽ എത്തി. കുമാരി നല്ല ഉറക്കമായിരുന്നു. ആ തക്കം നോക്കി തവള കുമാരിയുടെ രണ്ട് കൃഷ്ണമണികളും, ഒന്നിന് പുറകെ മറ്റത് എന്ന വിധം, കുമാരിക്ക് വേദനയോ അലോസരമോ ഉണ്ടാക്കാതെ പിഴുതെടുത്തു. രണ്ടും ഒരു ചെറിയ തുണിയിൽ ഭദ്രമായി പൊതിഞ്ഞുവെച്ചു. ആ പൊതിയുമായി അവർ ഭൂമിയിൽ നിന്നും വെള്ളം പിടിക്കാൻ പതിവായി ഉപയോഗിച്ചിരുന്ന കുടങ്ങൾ വെച്ചിരുന്നതിനടുത്ത്, എന്നാൽ അവിടെ നടക്കുന്നതൊക്കെ അറിയാൻ പറ്റിയ ഒരു സ്ഥലത്ത് ഒളിച്ചിരുന്നു. അടുത്ത ദിവസം കാലത്ത് സമയം കുറേയേറെ ആയിട്ടും കുമാരിയെ കാണാതിരുന്ന ചന്ദ്രൻ കുമാരിയെ അന്വേഷിച്ചു.

"മോളേ. നീ എവിടെയാ. നീ എന്താ ഇന്ന് പതിവുപോലെ ഉണർന്നില്ലേ, എന്താ. നിനക്കെന്തു പറ്റി."

"അമ്മേ. അമ്മ വേഗം ഇങ്ങോട്ടു വാ. എനിക്ക് ഒന്നും കാണാൻ കഴിയുന്നില്ല." കുമാരി പരിഭ്രമിച്ച് ശബ്ദമെടുത്ത് വിളിച്ചു.

വിളികേട്ട ചന്ദ്രനും സൂര്യനും മകളുടെ കിടപ്പുമുറിയിലേക്ക് ഓടിയെത്തി. അവിടെക്കണ്ട കാഴ്ച അവർക്ക് വിശ്വസിക്കാനായില്ല. തലേദിവസം വരെ നല്ല കാഴ്ചയുണ്ടായിരുന്ന അവരുടെ മകൾ തികച്ചും അന്ധയായി എന്നത് ഒരതിശയമായി അവർക്ക് തോന്നി. അത് ദൈവകോപം കൊണ്ടായിരിക്കാമെന്ന് കരുതിയ അവർ ഉടൻ തന്നെ അങ്ങിനെ സംഭവിച്ചതിന്റെ കാരണം അറിയാനായി അവരുടെ വിശ്വസ്തരായ ഒന്നുരണ്ടു പേരെ ഒരു പേരുകേട്ട ജ്യോതിഷന്റെ അടുത്തേക്ക് അയച്ചു.

സൂര്യചന്ദ്രന്മാരുടെ ദൂതന്മാർ ജ്യോതിഷനെ കണ്ടയുടൻതന്നെ, അവർ വിവരങ്ങൾ പറയുന്നതിന് മുൻപുതന്നെ ജ്യോതിഷൻ അവരോട് പറഞ്ഞു.

"നിങ്ങളുടെ വരവിന്റെ ഉദ്ദേശം ഒരു സ്ത്രീയുടെ രോഗത്തെക്കുറിച്ച് അറിയുക എന്നതാണ്. ആ സ്ത്രീക്ക് കണ്ണുകൾക്ക് ഗുരുതരമായ അസുഖമുണ്ട്. അവിവാഹിതയും ചെറുപ്പക്കാരിയുമായ ആ സ്ത്രീ പ്രശസ്തരായ മാതാപിതാക്കളുടെ മകളാണ്. ഞാൻ പറഞ്ഞതൊക്കെ ശരിയല്ലേ. ഒരു കാര്യം കൂടി. നിങ്ങൾ എന്റെയടുത്ത് വന്നിരിക്കുന്നത് ആ കുട്ടിയുടെ

മാതാപിതാക്കളുടെ നിർദ്ദേശപ്രകാരമാണ്."

"അതെ. അങ്ങ് പറഞ്ഞതെല്ലാം വള്ളി പുള്ളി വിടാതെ അത്രയും അക്ഷരം പ്രതി ശരിയാണ്. ദയവായി ആ കുട്ടിയുടെ രോഗമുക്തിക്കായി കുട്ടിയുടെ അച്ഛനമ്മമാർ എന്താണ് ചെയ്യേണ്ടതെന്ന് ഉപദേശിച്ചാലും." അൽപ്പനേരത്തെ നിശ്ശബ്ദതയ്ക്കു ശേഷം അവർ വീണ്ടും പറഞ്ഞു.

"കണ്ണുകൾക്ക് കാഴ്ച നഷ്ടപ്പെട്ടിരിക്കുന്നത് സൂര്യചന്ദ്രന്മാരുടെ മകൾക്കാണ്. അവരെല്ലാം അങ്ങയുടെ ഉപദേശങ്ങൾക്കും നിർദ്ദേശങ്ങൾക്കും കാത്തിരിക്കുകയാണ്."

"ഓ. അങ്ങിനെയെങ്കിൽ പറയാം. കേട്ടുകൊള്ളുക. ആ പെൺകുട്ടിയെ ഭൂമിയിലുള്ള ഒരു കാമുകൻ വളരെയധികം സ്നേഹിക്കുന്നു. ആ കാമുകനേ സഹായിക്കാൻ വേണ്ടി അയാളുടെ അറിവോ സമ്മതമോ ഇല്ലാതെ ആരോ വശ്യം ചെയ്തിരിക്കുന്നു. അതാണ് കാഴ്ച നഷ്ടപ്പെടാൻ കാരണം."

"ഓഹോ. അങ്ങിനെയോ. അപ്പോൾ പ്രതിവിധി..."

"പ്രതിവിധികൾ ഒന്നും തന്നെയില്ലെന്ന് പറയാം. പക്ഷേ അങ്ങിനെ പറഞ്ഞാലും അത് ശരിയാകുകയില്ല. ഒരേ ഒരു പ്രതിവിധി ആ കുട്ടിയെ എത്രയും വേഗം ഭൂമിയിലേക്ക്, അവളെ ഇഷ്ടപ്പെടുന്ന ചെറുപ്പക്കാരന്റെ അടുത്തേക്ക് അയക്കുകയാണ്. മറ്റൊരു പ്രതിവിധിയും ഞാൻ കാണുന്നില്ല."

"ശരി. വളരെ നന്ദിയുണ്ട്. ഞങ്ങൾ വിവരങ്ങളെല്ലാം സൂര്യചന്ദ്രന്മാരെ ഉടനേതന്നെ അറിയിക്കാം."

"മറ്റൊന്നു കൂടി. സൂര്യചന്ദ്രന്മാരോട് എന്റെ ബഹുമാനത്തോടുകൂടിയ സ്നേഹാദരങ്ങൾ അറിയിക്കണം. അവരുടെ മകളെ ഭൂമിയിലേക്കയച്ചാൽ അവൾക്ക് അവിടെ, വരും കാലങ്ങളിൽ സുഖമായ ജീവിതം കിട്ടുമെന്നും, അവിടെ അവളേയും കാത്തിരിക്കുന്ന ചെറുപ്പക്കാരന്റെ മുമ്പിൽ എത്തുമ്പോൾ തന്നെ അവളുടെ കാഴ്ച തിരികെക്കിട്ടുമെന്നും ഞാൻ പറഞ്ഞതായി പറയുക."

"ശരി. ഇനി ഞങ്ങൾ പോകട്ടെ." ദൂതന്മാർ വിവരങ്ങളെല്ലാം സൂര്യചന്ദ്രന്മാരെ അറിയിച്ചു. അതെല്ലാം കേട്ടയുടനെ ചന്ദ്രൻ പറഞ്ഞു.

"ഹൊ. സമാധാനമായി. നമുക്ക് നമ്മളുടെ മകളെ കഴിയുന്നത്ര വേഗം അവളെ ഇഷ്ടപ്പെടുന്ന ആ ചെറുപ്പക്കാരന്റെ അടുത്തേക്ക് അയക്കണം. അവൾക്ക് കാഴ്ചയും ഒരു നല്ല ഭാവി ജീവിതവും കിട്ടുമെങ്കിൽ അതല്ലേ നമുക്ക് വേണ്ടത്. എന്താ. അങ്ങയുടെ അഭിപ്രായവും അതുതന്നെയല്ലേ."

“ശരി. നമ്മുടെ അഭിപ്രായം ഒരുവശത്ത്- മകളുടെ അഭിപ്രായം എന്താണെന്ന് അന്വേഷിക്കണ്ടേ.”

“അവളുടെ അഭിപ്രായം മറിച്ചാകാൻ ന്യായമില്ല. ഏതായാലും ഞാനവളോട് ചോദിക്കാം.” സൂര്യനും ചന്ദ്രനും പരസ്പരം ആലോചിച്ച്, മകളുടേയും കൂടി സമ്മതത്തോടെ ഒരു തീരുമാനത്തിലെത്തി-മകളെ കഴിയുന്നത്രവേഗം ഭൂമിയിലേക്ക് അയക്കുക എന്നതായിരുന്നു തീരുമാനം.

“നിങ്ങൾക്ക് നന്ദി. ഇനി എല്ലാവരും രാത്രി മറ്റ് ചിന്തകളൊക്കെ മാറ്റിവെച്ച് വിശ്രമിക്കാൻ (ഉറങ്ങാൻ) ശ്രമിക്കൂ. ഞാൻ മകളെ നാളെ ത്തന്നെ ഭൂമിയിലേക്ക് അയക്കാൻ വേണ്ട ഏർപ്പാടുകൾ ചെയ്യാം.” സൂര്യൻ അങ്ങിനെ പറഞ്ഞ് അവിടെനിന്നും പോയി. ചന്ദ്രനും മകളുടെ അടുത്തേക്ക് പോയി അവളെ ആശ്വസിപ്പിക്കുകയും അടുത്തദിവസം ഭൂമിയിലേയ്ക്കുള്ള യാത്രയ്ക്ക് വേണ്ട ഒരുക്കങ്ങളിൽ ഏർപ്പെടുകയും ചെയ്തു. സൂര്യൻ തന്റെ വലനെയ്ത്തുകാരായ എട്ടുകാലികളെ വിളിച്ച് വേണ്ട നിർ ദ്ദേശങ്ങൾ നൽകി.

“നോക്കൂ. നിങ്ങൾ ഈ രാത്രിയിൽത്തന്നെ വലിയതും നല്ല ശക്തി യുള്ളതുമായ ഒരു വല നിർമ്മിക്കണം. സാധാരണ വലകൾ പോലെ യാകരുത്. എന്റെ മകളുടെ ഭാരം താങ്ങാൻ കഴിയുന്നത്ര ശക്തിയുണ്ടാ യിരിക്കണം. നിങ്ങൾക്കറിയാമല്ലൊ, ആ വലയിൽ വേണം ഞങ്ങളുടെ മകളെ ഭൂമിയിലേക്ക് അയക്കാൻ.”

“ശരി ഞങ്ങൾ നല്ല ശക്തിയുള്ള വല തന്നെ നിർമ്മിക്കാം. അങ്ങയുടെ മകൾക്ക് യാതൊരു ഭയവുമില്ലാതെ പോകാൻ പറ്റിയ വല തന്നെ നിർമിക്കും.” ആകാശത്ത് ചന്ദ്രനും സൂര്യനും മകളെ ഭൂമിയിലേക്ക് അയക്കാൻ വേണ്ട ഒരുക്കങ്ങൾ നടത്തുന്ന സമയത്തുതന്നെ തവള ഭൂമി യിലെത്തി. തവള വേസിമകനെക്കണ്ട് വിവരങ്ങളൊക്കെ അറിയിച്ചു.

“യജമാനനേ. അങ്ങ് സന്തോഷിച്ചാലും. അങ്ങയുടെ ഇഷ്ടകാമുകി ഇന്നു തന്നെ ഇവിടെ, ഭൂമിയിൽ അങ്ങയുടെ അടുത്ത് എത്തും.”

“അതെങ്ങിനെ. ഇത് വിശ്വസിക്കാമോ. അതോ നീ വെറുതെ എന്നെ കബളിപ്പിക്കാൻ പറയുകയാണോ?”

“സത്യമാണ് യജമാനനേ. അങ്ങ് സന്തോഷമായി കാത്തിരുന്നോളൂ. ഒരു സംശയവും വേണ്ട.” അത്രയും പറഞ്ഞിട്ട് തവള തിരികെപ്പോയി കിണറ്റിൽ കയറിയിരുന്നു. നേരം സന്ധ്യയായപ്പോൾ സൂര്യചന്ദ്രന്മാരുടെ മകൾ കുമാരിയെ അവരുടെ ആശ്രിതർ ചിലന്തി നിർമ്മിച്ച വലയിൽ ഇരുത്തി ഭദ്രമായി ഇറക്കിക്കൊണ്ടു വന്നു. കുമാരി കിണറ്റിൽ എത്തിയ

ഉടൻ തന്നെ തവള അവരുടെ മുന്നിൽ പ്രത്യക്ഷപ്പെട്ട് പറഞ്ഞു.

"അവിടുത്തേക്ക് സ്വാഗതം. അവിടുത്തേ ഇഷ്ടപ്പെട്ട് കാത്തിരിക്കുന്ന വേസിമകന്റെ ദൂതനാണ് ഞാൻ. ഞാൻ കുമാരിയേ ഒരു വിഷമവും കൂടാതെ ഉടനേതന്നെ എന്റെ യജമാനന്റെ അടുത്തേക്ക് കൂട്ടിക്കൊണ്ടു പോകാം. മാത്രമല്ല, അദ്ദേഹത്തിന്റെ മുമ്പിൽ എത്തുന്നതിനു മുമ്പുതന്നെ കുമാരിയുടെ കണ്ണുകളുടെ കാഴ്ച കിട്ടാൻ വേണ്ട ഏർപ്പാടുകളും ചെയ്യാം." പിന്നീട് തവള സൂര്യചന്ദ്രന്മാരുടെ ആശ്രിതരോട് വിനയപൂർവ്വം പറഞ്ഞു.

"നിങ്ങൾ കുമാരിയേ ഭദ്രമായി ഇവിടെ എത്തിച്ചതിന്, കുമാരിയുടെ അച്ഛനമ്മമാർക്കും നിങ്ങളോടും എന്റെ യജമാനനുവേണ്ടി ഞാൻ നന്ദി പറയുന്നു. കുമാരിക്ക് യാതൊരു സങ്കടവും ഉണ്ടാകുകയില്ലെന്ന് നിങ്ങൾക്ക് വിശ്വസിക്കാം. ഈ വിവരം കുമാരിയുടെ അച്ഛനമ്മമാരോടും പറയണം. എല്ലാവർക്കും നന്ദി."

"ശരി. വളരെ നന്ദി. കുമാരീ, അപ്പോൾ ഞങ്ങൾ തിരികെ പോകട്ടെ. അവിടുത്തേക്ക് എല്ലാ സുഖസൗകര്യങ്ങളും സന്തോഷവും ഉണ്ടാകട്ടെ." അവർ യാത്ര തുടങ്ങുമ്പോൾ തവള വീണ്ടും പറഞ്ഞു.

"മറ്റൊരു കാര്യം. കുമാരിയുടെ അച്ഛനമ്മമാരോട് കുമാരിക്ക് ഇന്നു തന്നെ കാഴ്ച തിരികെ കിട്ടും എന്നും കൂടി പറയാൻ മറക്കരുത്. കുമാരിക്ക് എന്റെ യജമാനൻ വേസിമകനോടൊപ്പം സുഖമായി സന്തോഷ ത്തോടെ എന്നും ജീവിക്കാൻ കഴിയുമെന്നും പറയുക."

"ശരി. അപ്പോൾ ഞങ്ങൾ പോകുന്നു. കുമാരീ. വിവരങ്ങളെല്ലാം ഞങ്ങൾ അവിടുത്തെ മാതാപിതാക്കളെ അറിയിക്കാം." അവർ ആകാ ശത്തിലേക്ക് മടങ്ങി. തവള കുമാരിയേയും കൂട്ടി വേസിമകന്റെ അടുത്തേ ക്ക് പുറപ്പെട്ടു. പോകുന്നതിനിടയിൽ തവള കുമാരിയോട് പറഞ്ഞു.

"കുമാരീ. ഭർത്താവിന്റെയടുത്ത് എത്തുന്നതിനുമുമ്പ് അവിടുത്തെ കാഴ്ച തിരികെ കിട്ടണമെന്ന് ആഗ്രഹമില്ലേ."

"വേണം. തീർച്ചയായും വേണം."

"എങ്കിൽ കുമാരി കുറച്ചുനേരം കണ്ണടച്ചിരിക്കണം. യാതൊരു കാര ണവശാലും ഞാൻ പറയുന്നതുവരെ കണ്ണുകൾ തുറക്കാൻ പാടില്ല."

"ശരി."

കുമാരി കണ്ണുകളടച്ചിരുന്നു. തവള തന്റെ കയ്യിലുണ്ടായിരുന്ന കുമാരിയുടെ കൃഷ്ണമണികൾ ഓരോന്നായി കുമാരിയുടെ കണ്ണുകളിൽ പതിപ്പിച്ചു. പിന്നീട് കുമാരിയോട് പറഞ്ഞു.

"കുമാരീ. ഇപ്പോൾ സാവധാനം കുറേശ്ശെകുറേശ്ശെ കണ്ണുകൾ

തുറന്നാലും." കുമാരി കണ്ണുകൾ തുറന്നതിനുശേഷം സന്തോഷത്തോടെ പറഞ്ഞു.

"അതേ. എന്റെ കാഴ്ച പൂർണ്ണമായും തിരികെ കിട്ടിയിരിക്കുന്നു. വളരെ നന്ദിയുണ്ട്. കേട്ടോ."

അൽപ്പസമയത്തിനുള്ളിൽ അവർ വേസിമകന്റെയടുത്ത് എത്തി. വേസിമകനും ചന്ദ്രന്റെ മകളും (സൂര്യന്റെയും) പരസ്പരം കെട്ടിപ്പിടിച്ച് അവരുടെ അടക്കാനാകാത്ത സന്തോഷം പങ്കുവെച്ചു. പിന്നീട് ഒരു ശുഭ മുഹൂർത്തത്തിൽ കിമാനവെസി തന്റെ മകന്റെയും ചന്ദ്രന്റെ മകളുടേയും കല്യാണം ആർഭാടമായിത്തന്നെ നടത്തി. കുമാരിയുടെ അച്ഛനമ്മമാർ ആകാശത്തുനിന്നുകൊണ്ടു തന്നെ മകളെയും മരുമകനേയും ആശീർവദിച്ചു. കുമാരിയും വേസിമകനും വളരെക്കാലം സന്തോഷത്തോടെ എല്ലാ സുഖസൗകര്യങ്ങളോടുംകൂടി ഭാര്യാഭർത്താക്കന്മാരായി ഭൂമിയിൽത്തന്നെ ജീവിച്ചു. തവള അവരുടെ വിശ്വസ്തനായ സുഹൃത്തും വഴികാട്ടിയുമായി അവരോടൊപ്പം എന്നും ഉണ്ടായിരുന്നു എന്ന് പ്രത്യേകം പറയേണ്ടതില്ലല്ലോ.

ചന്ദ്രനിലെ കണ്ണുനീർ

ഇത് ആഫ്രിക്കൻ ഭൂഖണ്ഡത്തിലുള്ള അൽജീരിയ നാട്ടിൽ പ്രചാരത്തിലുള്ള ഒരു കഥയാണ്. കഥ ഇംഗ്ലീഷിൽ 'ചന്ദ്രനിലെ കണ്ണുനീർ- Teass on of the Moon' എന്ന പേരിൽ പ്രസിദ്ധീകരിച്ചത് എഴുത്തുകാരിയായ 'ലിൻ മെറോണി- Lynn Moroney 'എന്ന അമേരിക്കൻ ഇൻഡ്യാക്കാരിയാണ്- ലിൻ താൻ ചിക്കാസോ (Chickasaw) ദേശത്തിലെ പ്രജയാണെന്ന് അഭിമാനിക്കുന്ന ഒരു വ്യക്തികൂടിയാണെന്ന് പറയാം.

പണ്ടുപണ്ട് അൽജീരിയ നാട്ടിൽ ജീവിച്ചിരുന്ന ഒരു കുട്ടിയുടെ കഥയാണ് ഇത്. ആ കുട്ടി ഉറ്റവരോ ഉടയവരോ ആയി ആരുമില്ലാതെ, സുഹൃത്തുക്കളാരുമില്ലാതെ തനിമരമായി ജീവിച്ചിരുന്നു- അവൻ എപ്പോഴും ആഴ്ന്ന ദുഃഖത്തിലുമായിരുന്നു; എപ്പോഴും അസന്തുഷ്ടനും. എങ്കിലും ഒരിക്കൽ പോലും അവൻ കരയുമായിരുന്നില്ല; കാരണം മറ്റൊന്നുമല്ല- അക്കാലത്ത് ഭൂമിയിൽ കണ്ണുനീർ എന്നൊന്ന് ഇല്ലായിരുന്നു എന്നതുതന്നെ. അഥവാ, അബദ്ധത്തിന് ആരെങ്കിലും അതീവ ദുഃഖത്തിലായിരുന്നാൽ പോലും കണ്ണുനീർ വാർക്കുന്ന സ്വഭാവം ഇല്ലായിരുന്നു. ഭൂമിയിൽ കണ്ണുനീർ എന്നൊന്നിനെക്കുറിച്ച് ആരും കേട്ടിരുന്നതേയില്ല.

ഒരു ദിവസം രാത്രി ചന്ദ്രൻ നമ്മുടെ കഥാനായകനായ കുട്ടിയെ കാണാനിടയായി. അവന്റെ സങ്കടം കണ്ട് ചന്ദ്രന് സഹതാപം തോന്നി. ചന്ദ്രൻ താഴേക്ക് ഇറങ്ങിവന്ന് ഭൂമിയിൽ അവന്റെയടുത്ത് എത്തി; അവനെ സാന്ത്വനിപ്പിച്ചു.

"ഹേ. പയ്യാ. നീ വളരെയധികം ദുഃഖിതനാണെന്ന് എനിക്കറിയാം.

എങ്കിലും നിന്റെ കണ്ണിൽ നിന്നും ഒരു തുള്ളി കണ്ണുനീർപോലും വരുന്നില്ല. പക്ഷേ, ഞാൻ നിന്നെ സഹായിക്കാനാണ് നിന്റെയടുത്ത് വന്നിരിക്കുന്നത്. നീ എന്റെ ഉപദേശം സ്വീകരിക്കുകയില്ലേ."

കുട്ടി ചന്ദ്രൻ പറഞ്ഞതുകേട്ട് ശരിയെന്ന അർത്ഥത്തിൽ തലകുലുക്കി. ചന്ദ്രൻ വീണ്ടും പറഞ്ഞു.

"ദുഃഖം വരുമ്പോൾ കരയണം. കരഞ്ഞാൽ ദുഃഖത്തിന് ശാന്തത കിട്ടും- ആശ്വാസം കിട്ടും. കരയുമ്പോൾ കണ്ണുകളിൽ നിന്ന് കണ്ണുനീർ വരണം." അതുകേട്ട കുട്ടി ആ ഉപദേശം തനിക്ക് സ്വീകാര്യമല്ലെന്ന ഭാവത്തിൽ ഒന്നും സംസാരിക്കാതെ ചന്ദ്രനെ നോക്കി നിന്നു. അതുകണ്ട് ചന്ദ്രൻ തുടർന്ന് പറഞ്ഞു.

"അതേ, എനിക്ക് മനസ്സിലാകുന്നുണ്ട്. നിനക്ക് നിന്റെ കണ്ണുനീർ ഭൂമിയിൽ വീഴ്ത്താൻ ഇഷ്ടമില്ല. അല്ലേ? അത് നല്ലതുതന്നെ. നീ കരഞ്ഞോളൂ. കരയുമ്പോൾ നിന്റെ കണ്ണുകൾ നിറയും- കണ്ണുനീർ ഒഴുകി താഴേക്ക് വീഴും. ആ കണ്ണുനീർ ഭൂമിയിൽ വീഴാൻ ഞാൻ സമ്മതിക്കുകയില്ല. പകരം നിന്റെ കണ്ണുനീർ എന്റെ കൈകളിലും ദേഹത്തും വീണുകൊള്ളട്ടെ. കണ്ണുനീർ ഭൂമിയിൽ വീഴ്ത്താതെ ഞാനത് ആകാശത്തിലേക്ക് കൊണ്ടുപോയ്ക്കൊള്ളാം. എന്താ. അതുപോരെ. ഇനി നീ ധൈര്യമായി കരഞ്ഞുകൊള്ളുക."

ചന്ദ്രന്റെ ആ വാക്കുകൾ കേട്ട് കുട്ടി കരയാൻ തുടങ്ങി; അവന്റെ കണ്ണുകൾ നിറഞ്ഞ് ഒഴുകാനും. അവൻ ഏങ്ങലടിച്ചു കരഞ്ഞു. ഉപ്പുരസമുള്ള കണ്ണുനീർ ധാരധാരയായി അവന്റെ കവിളുകളിൽക്കൂടി ഒഴുകി. അവന്റെ കണ്ണുനീരായിരുന്ന ഭൂമിയിലുണ്ടായ ആദ്യത്തെ കണ്ണുനീർത്തുള്ളികൾ. പക്ഷേ ആ കണ്ണുനീർത്തുള്ളികൾ ഭൂമിയിൽ വീഴ്ത്താതെ ചന്ദ്രൻ സ്വയം തന്റെ കൈകളിൽ സ്വീകരിച്ചു. പിന്നീട് ചന്ദ്രൻ അവനെ അനുഗ്രഹിച്ചു.

"നിനക്കിപ്പോൾ ആശ്വാസം തോന്നുന്നില്ലേ. ഇപ്പോൾ മുതൽ ഭൂമിയിലെ മറ്റ് മനുഷ്യർ നിന്നെ സ്നേഹിച്ചു തുടങ്ങും. ഇതും ഓർമ്മയിരിക്കട്ടെ. ദുഃഖം വരുമ്പോൾ കരയണം- കണ്ണുനീരൊഴുക്കണം. അപ്പോൾ നിനക്ക് ആശ്വാസം കിട്ടും. കുറേശ്ശെ കുറേശ്ശെയായി ദുഃഖം മറക്കാനാകും. ഓർത്തിരിക്കുക. നിനക്ക് നല്ലതു വരും." ചന്ദ്രൻ ആകാശത്തേക്ക് തിരികെ പോയി. ആ സംഭവത്തിനുശേഷം ആ കുട്ടിയെ എല്ലാവരും സ്നേഹിക്കാൻ തുടങ്ങി. അവൻ മറ്റുള്ളവരേയും. അവൻ വളർന്ന് വലിയവനായി- വിവാഹം കഴിച്ചു. അവന് ഒരുപാട് മക്കളും കൊച്ചുമക്കളുമൊക്കെ ഉണ്ടായി. എല്ലാവരും ദീർഘകാലം സന്തോഷത്തോടെ ജീവിച്ചു.

അന്നു മുതൽ ചന്ദ്രൻ അവന്റെ കണ്ണുനീർ സ്വന്തം ദേഹത്ത് കൊണ്ടു നടക്കുന്നു- എപ്പോഴും. അദ്ദേഹത്തിന്റെ ദൈനംദിന യാത്രകളിൽപ്പോലും ആ കണ്ണുനീർത്തുള്ളികൾ അദ്ദേഹത്തോടൊപ്പം ഉണ്ടാകും. സംശയമുണ്ടെങ്കിൽ വെളുത്തവാവ് ദിവസങ്ങളിൽ പൂർണചന്ദ്രനിലേക്ക് ശ്രദ്ധിച്ച് നോക്കു. അവിടെ ചന്ദ്രന്റെ ഇടതുഭാഗത്തായി രണ്ട് കണ്ണുനീർത്തുള്ളികൾ കാണാമെന്ന് ആ നാട്ടുകാർ തീർത്തു പറയും; സംശയിക്കേണ്ട. നിങ്ങളും അടുത്ത വെളുത്തവാവു ദിവസം ചന്ദ്രനിലേക്ക് സൂക്ഷിച്ചുനോക്കു. ഒരു പക്ഷേ ആ കണ്ണുനീർത്തുള്ളികൾ നിങ്ങൾക്കും കാണാൻ കഴിഞ്ഞെന്ന് വരാം. ഈ കഥയോടൊപ്പം നമുക്ക് രസകരമായ, ചിരിക്കാൻ വക നൽകുന്ന മറ്റൊരു കഥകൂടി വായിക്കാം. അമേരിക്കയിലെ Smithsonian Libraries and Archives എന്ന സ്ഥാപനത്തിലെ നാടോടിക്കഥകളുടെ ശേഖരത്തിലുള്ള ഒരു കഥയാണ് ഇത്; ടിബറ്റിൽ പ്രചാരത്തിലുള്ള കഥയാണെന്ന് കരുതപ്പെടുന്നു. ഈ കഥയ്ക്ക് 'കുരങ്ങന്മാരുടെ ചന്ദ്രൻ' എന്ന് നമുക്ക് പേരിടാം.

കുരങ്ങന്മാർ ആലോചിക്കാതെ ഒരോന്നും ചെയ്യുന്നവരാണെന്ന് പറയാൻ മനുഷ്യർക്ക് - ലോകമെങ്ങുമുള്ള മനുഷ്യർക്ക് ഒരു പ്രത്യേക താൽപര്യമാണ്. അത്തരത്തിലുള്ള ആയിരമായിരം കഥകൾ ലോകത്തിന്റെ എല്ലാ ഭാഗത്തും, എല്ലാ ഭാഷകളിലും കേൾക്കാൻ കഴിയും. അത്തരത്തിൽ ഒരു കഥയാണ് ഇതും; അൽപ്പം ചിരിക്കാൻ വേണ്ടി ഒരു കഥ.

അന്നേദിവസം വെളുത്ത വാവായിരുന്നു. പൂർണചന്ദ്രൻ ഉദിച്ചുയർന്ന് പ്രകാശിച്ചു നിന്നിരുന്നു. ആ സമയത്ത് ഉയർന്ന പർവ്വതനിരകളിലെ വളർന്നുനിന്ന മരങ്ങളുടെ കൊമ്പുകളിൽ അങ്ങോട്ടുമിങ്ങോട്ടും ചാടിക്കളിച്ചുകൊണ്ടിരിക്കുകയായിരുന്നു ഒരു കൂട്ടം കുരങ്ങന്മാർ. ആ മരങ്ങളുടെ അടുത്ത് ഒരു കിണറുണ്ടായിരുന്നു. അങ്ങിനെ കുരങ്ങന്മാർ ചാടിക്കളിച്ചു കൊണ്ടിരുന്നതിനിടയിൽ ഒരു കുരങ്ങൻ യാദൃശ്ചികമായി താഴേക്കും, ആ കിണറ്റിലേക്കും നോക്കി. അപ്പോൾ കുരങ്ങൻ കണ്ട കാഴ്ച അവൻ ഉടൻ തന്നെ കൂട്ടുകാരെ അറിയിച്ചു.

"കൂട്ടുകാരേ. ഇങ്ങോട്ടു വാ. ഇവിടെ നോക്ക്. താഴെയുള്ള കിണറ്റിൽ എന്താണെന്ന് നോക്ക്. നമ്മുടെ ചന്ദ്രൻ ഇതാ കിണറ്റിൽ വീണിരിക്കുന്നു." എല്ലാ കുരങ്ങന്മാരും ഓടിയെത്തി കിണറ്റിൽ നോക്കി. ശരിയായിരുന്നു. ചന്ദ്രൻ കിണറ്റിൽ ഉണ്ടായിരുന്നു. കൂട്ടത്തിൽ പ്രായംകൂടിയ ഒരു കുരങ്ങൻ പറഞ്ഞു.

"കൂട്ടുകാരേ. പാവം ചന്ദ്രൻ. എങ്ങിനെ കിണറ്റിൽ വീണെന്നറിയില്ല. നമ്മളെങ്ങിനെയെങ്കിലും ചന്ദ്രനേ കിണറ്റിൽ നിന്നും കയറാൻ

സഹായിക്കണം."

"അതേയതേ. ഇപ്പോൾ ചന്ദ്രൻ ആകാശത്തിരിക്കേണ്ട സമയമാണ്. പാവം, എങ്ങിനെ കിണറ്റിൽ വീണെന്നറിയില്ലല്ലോ."

"കൂട്ടരെ. സമയം കളയാതെ നമുക്ക് ചന്ദ്രനെ കിണറ്റിൽ നിന്നും വെളിയിൽ കൊണ്ടുവരാനുള്ള വഴി കണ്ടെത്തണം."

"അതെയതെ. ഉടനെ എന്തെങ്കിലും ചെയ്യണം. പക്ഷേ എങ്ങിനെ എന്തു ചെയ്യും."

"ഞാനൊരുപായം പറയാം. ദാ. നോക്കൂ. ഞാൻ ഈ മരക്കൊമ്പിൽ എന്റെ പിൻകാലുകൾകൊണ്ട് ബലമായി പിടിച്ച് തല കീഴോട്ടാക്കി തൂങ്ങിക്കിടക്കും. അടുത്തയാൾ എന്റെ ദേഹത്തുകൂടി താഴേക്കിറങ്ങി വന്നാൽ ഞാനാ ചെങ്ങാതിയുടെ പിൻകാലുകളിൽ ബലമായി പിടിക്കാം. അങ്ങിനെ നമുക്ക് ഒന്നിന് മുമ്പ് മറ്റൊരാൾ എന്ന നിലയിൽ തൂങ്ങിക്കിടന്ന് നമുക്ക് ചന്ദ്രന്റെയടുത്തെത്താം. ജലനിരപ്പ് എത്തുന്ന സമയത്ത് ഇറങ്ങുന്ന കൂട്ടുകാരൻ സാമാന്യം വലിയ ഒരു തൊട്ടിയും കയ്യിൽ കരുതണം. ചന്ദ്രനെ ആ തൊട്ടിയിൽ കയറ്റി നമുക്ക് അദ്ദേഹത്തെ കിണറിന് വെളിയിൽ എത്തിക്കാം."

"ഓ. ഇതൊരു നല്ല പദ്ധതി തന്നെ. ഒന്നിച്ച് ശ്രമിച്ചാൽ നമുക്ക് ചന്ദ്രനെ നിഷ്പ്രയാസം കിണറ്റിൽ നിന്ന് പുറത്തുകൊണ്ടു വരാം."

"ദാ. ഇവിടെ അരുകിൽത്തന്നെ ഒരു തൊട്ടിയുണ്ട്. നമുക്ക് അതുപയോഗിക്കാം."

"ശരി. അങ്ങിനെയാകട്ടെ. നമുക്കെല്ലാം ഒന്നിച്ച് നമ്മുടെ പദ്ധതി നടപ്പാക്കാം."

അങ്ങിനെ വളരെ സമർത്ഥമായി കുരങ്ങന്മാർ ചന്ദ്രനെ തൊട്ടിയിലാക്കി. പക്ഷേ ആ സമയത്ത്, തൊട്ടി മുകളിലേക്ക് എടുക്കാൻ ശ്രമിച്ച സമയത്ത് എങ്ങിനെയോ തൊട്ടി തട്ടിത്തെറിച്ച് മുകളിലേക്ക്, കിണറിന് പുറത്തേക്ക് വീണു. അതേസമയം മരക്കൊമ്പിൽ തൂങ്ങിക്കിടന്ന കുരങ്ങന്റെ പിടിവിട്ട് അവരെല്ലാം കിണറിനുള്ളിൽ വീഴുകയും ചെയ്തു. അങ്ങിനെ കിണറിനുള്ളിൽ വീണ കുരങ്ങന്മാർ കിണറ്റിൽ കിടന്നു കൊണ്ട് മുകളിലേക്ക് നോക്കിയപ്പോൾ, അങ്ങ് ദൂരത്തിൽ, ഉയരത്തിൽ, ആകാശത്തിൽ പൂർണചന്ദ്രൻ ശോഭിച്ച് നിൽക്കുന്നുണ്ടായിരുന്നു. അതുകണ്ട കുരങ്ങന്മാർ സന്തോഷിച്ച് തുള്ളിച്ചാടി.

"കൂട്ടരേ. നാം നമ്മുടെ ശ്രമത്തിൽ വിജയിച്ചിരിക്കുന്നു. നമുക്ക് ചന്ദ്രനെ കിണറ്റിൽ നിന്നും മോചിതനാക്കാൻ കഴിഞ്ഞിരിക്കുന്നു.

നോക്കൂ. അദ്ദേഹം ആകാശത്തിൽ ശോഭിച്ചുനിൽക്കുന്നത് നോക്കൂ." അവർ സന്തോഷത്തോടെ ആർത്തുവിളിച്ചു. അതിനിടയിൽ അവരിൽ പ്രായംകൂടിയ കുരങ്ങൻ ചോദിച്ചു.

"ശരിയാണ്. നാം നമ്മുടെ ദൗത്യത്തിൽ വിജയിച്ചിരിക്കുന്നു. നമുക്ക് സന്തോഷിക്കാം. പക്ഷേ നാം ഇനി ഈ കിണറ്റിൽ നിന്ന് എങ്ങിനെ പുറത്തിറങ്ങും..."

"അതേ. നമ്മളെങ്ങിനെ പുറത്തിറങ്ങും." ഈ കഥ ഇവിടം കൊണ്ട് അവസാനിക്കുന്നു. എങ്ങിനെ പുറത്തിറങ്ങുമെന്ന് കുരങ്ങന്മാർ തന്നെ ആലോചിച്ച് തീർച്ചയാക്കട്ടെ. അല്ലേ.

ഈ കഥയ്ക്ക് ടർക്കിയിൽ പ്രചാരമുള്ള മറ്റൊരു പാഠഭേദമുണ്ട്. കുരങ്ങന്മാർക്കു പകരം ചന്ദ്രനെ രക്ഷിക്കാൻ ശ്രമിച്ചത് പ്രസിദ്ധിപെറ്റ വിദൂഷകൻ നസറുദ്ദീൻ ഹോക്കയായിരുന്നു.

ഒരു വെളുത്തവാവുദിവസം ഹോക്ക അടുത്തുള്ള കിണറ്റിൽ നിന്ന് വെള്ളം കോരാൻ പോയി. കിണറിലേക്ക് നോക്കിയപ്പോൾ ഹോക്ക പരിതാപകരമായ ആ കാഴ്ച കാണാൻ ഇടയായി. ഹോക്ക സ്വയം വിചാരിച്ചു. ' പാവം ചന്ദ്രൻ- എങ്ങിനെയോ കിണറ്റിൽ വീണുപോയിരിക്കുന്നു. എങ്ങിനെയെങ്കിലും ചന്ദ്രനെ സഹായിക്കണം. അദ്ദേഹത്തിനെ കിണറിൽനിന്നും പുറത്ത് കയറ്റണം.' ഹോക്ക അടുത്തു കിടന്നിരുന്ന ഒരു തൊട്ടി അവിടെത്തന്നെ കിടന്ന കയറിൽ കെട്ടി. കിണറിന് മുകളിലുണ്ടായിരുന്ന ഒരു ദണ്ഡിൽ കയറ് ചുറ്റി തൊട്ടി കിണറിലേക്ക് ഇറക്കി. അൽപ്പം ബുദ്ധിമുട്ടിയാണെങ്കിലും തൊട്ടി കിണറ്റിലെ വെള്ളത്തിൽ മുക്കി, ചന്ദ്രനെ തൊട്ടിക്കകത്താക്കി. പിന്നീട് ഹോക്ക കയറിന്റെ മറ്റേ അറ്റം കുറേശ്ശെയായി വലിച്ച് തൊട്ടി സാവധാനം മുകളിലേക്ക് കയറ്റി. തൊട്ടി നിറയെ വെള്ളമുണ്ടായിരുന്നതുകൊണ്ട് സാവധാനം കുറേശ്ശെ കുറേശ്ശെയായിട്ടാണ് ഹോക്ക തൊട്ടി മുകളിലേക്ക് വലിച്ചു കയറ്റിയത്. പക്ഷേ കഷ്ടകാലമെന്നല്ലാതെ എന്തു പറയാൻ- തൊട്ടി കിണറിന്റെ ഏതോ വളയത്തിൽ (അരുകിൽ) തട്ടുകയും കയർ പൊട്ടുകയും ചെയ്തു. തൊട്ടിയും വെള്ളവും കിണറ്റിലേക്ക് വലിയ ശബ്ദത്തിൽ വീണതും ഹോക്ക മലർന്ന് പുറകിലേക്ക് വീണതും ഒന്നിച്ചായിരുന്നു. ഹോക്കയ്ക്ക് മുതുകെല്ലിൽ സാരമായ പരുക്ക് സംഭവിക്കുകയും വലിയ വേദന അനുഭവപ്പെടുകയും ചെയ്തു. എങ്കിലും സാവധാനം കണ്ണുതുറന്ന് നോക്കിയപ്പോൾ കണ്ട കാഴ്ച ഹോക്കയ്ക്ക് സന്തോഷിക്കാൻ വേണ്ട വക നൽകി. ഹോക്ക ഉച്ചത്തിൽ സന്തോഷത്തോടെ പറഞ്ഞു.

"വീണെങ്കിലെന്ത്.മുതുകെല്ല് അല്പം മുറിഞ്ഞു. കുറച്ച് വേദനയെടുക്കുന്നു.

അത്രയല്ലേയുള്ളൂ. ഈ വേദനയൊന്നും അത്ര കാര്യമാക്കാനില്ല. എനിക്ക് ചന്ദ്രനെ സഹായിക്കാനായല്ലോ. അതുമതി. നോക്കൂ. അദ്ദേഹം വീണ്ടും ആകാശത്ത് എത്തിയിരിക്കുന്നു- ശോഭിച്ച് നിൽക്കുന്നു. ഇതിൽക്കൂടുതൽ വേറെയെന്തു സന്തോഷം. അല്ലാഹുവിന് സ്തുതി."

മറുപിറവികിട്ടിയ ചന്ദ്രൻ

ഇത് പ്രസിദ്ധരായ 'ഗ്രിം സഹോദരന്മാരുടെ' (ഗ്രിം സഹോദരന്മാർ- Brothers grimm എന്ന പേരിൽ അറിയപ്പെടുന്ന ജേക്കബും വിൽഹെമും- Jacob and Wilhem- പത്തൊൻപതാം നൂറ്റാണ്ടിൽ നാടോടിക്കഥകൾക്ക് നൽകിയ സംഭാവന വിലമതിക്കാവുന്നതിന് അപ്പുറത്താണ്. ലോകമെമ്പാടുമുള്ള വിവിധഭാഷകളിൽ നിന്നും ആയിരക്കണക്കിന് നാടോടിക്കഥകളും നാടോടിപ്പാട്ടുകളും ശേഖരിച്ച് ജർമ്മൻ ഭാഷയിലേക്ക് വിവർത്തനം ചെയ്ത് പ്രസിദ്ധീകരിച്ചു. പിന്നീട് അവയിൽ പലതും ഇംഗ്ലീഷുൾപ്പെടെ ഏതാണ്ട് 160 ഭാഷകളിലേക്ക് പലരും വിവർത്തനം ചെയ്ത് പ്രസിദ്ധീകരിച്ചിട്ടുണ്ട്.)'World of Tales' എന്ന പേരിൽ പ്രസിദ്ധീകരിക്കപ്പെട്ട ശേഖരത്തിൽ നിന്നുള്ള 'ചന്ദ്രൻ- The Moon ' എന്ന കഥയാണ് ഇത്. ഈ കഥയ്ക്ക് ഒരു ക്രിസ്ത്യൻ പശ്ചാത്തലവും ഉണ്ട്. അത് കഥ വായിക്കുമ്പോൾ മനസ്സിലാകും. കഥ നടക്കുന്ന കാലത്ത് രാത്രികളിൽ എപ്പോഴും കൂരിരുട്ടായിരുന്നു. ആകാശം ഒരു കറുത്ത വിരിപ്പുകൊണ്ട് പുതച്ച് കിടക്കുന്നതുപോലെ കാണപ്പെട്ടിരുന്നു. ചന്ദ്രൻ ഒരിക്കലും ഉദിക്കുകയോ ശോഭിക്കുകയോ ചെയ്യുമായിരുന്നില്ല. അതുപോലെ തന്നെ നക്ഷത്രങ്ങളും. പക്ഷേ ഭൂമി സൃഷ്ടിക്കപ്പെട്ട കാലത്ത് അങ്ങിനെയായിരുന്നില്ല. രാത്രികളിൽപ്പോലും ആവശ്യത്തിന് വേണ്ടത്ര വെളിച്ചം കിട്ടുമായിരുന്നു.

അങ്ങിനെയായിരിക്കുമ്പോൾ ആ രാജ്യത്തു നിന്ന്-അതായത് രാത്രികളിൽ വെളിച്ചം ഒട്ടും തന്നെ കിട്ടാതിരുന്ന നാട്ടിൽ നിന്ന് നാല് ചെറുപ്പക്കാർ അടുത്ത നാട്ടിലേക്ക് ഒരുല്ലാസയാത്ര പുറപ്പെട്ടു. അവർ കുന്നുകളും മേടുകളും പർവ്വതനിരകളും താണ്ടി മറ്റൊരു രാജ്യത്ത് എത്തിച്ചേർന്നു.

അവിടെ അതിശയിപ്പിക്കുന്ന ഒരുകാഴ്ച അവർക്ക് കാണാൻ കഴിഞ്ഞു. അവർ അന്ന് രാത്രി തങ്ങാൻ തിരഞ്ഞെടുത്ത സ്ഥലത്തിനടുത്ത് കുറച്ച് ദൂരെയായി ഒരു കൂറ്റൻ ഓക്കുമരം നിൽപ്പുണ്ടായിരുന്നു. നേരം ഏതാണ്ട് സന്ധ്യയോടടുത്തപ്പോൾ സൂര്യൻ ആകാശത്തുനിന്ന് പർവ്വതനിരകൾക്കു പിന്നിൽ മറഞ്ഞതിനുശേഷം ആ ഓക്കുമരത്തിന്റെ പിന്നിൽനിന്നും (ഏതാണ്ട് മുകളിൽ നിന്ന്) ഒരു പ്രകാശം അവിടെയെല്ലാം പരക്കുന്നത് അവർ കണ്ടു. ആ പ്രകാശം സൂര്യന്റെ പ്രകാശത്തെ അപേക്ഷിച്ച് വളരെ മൃദുവും സുഖകരവും ആയിരുന്നു- ഏതാണ്ട് പാലുപോലെ വെളുത്ത പ്രകാശം എന്ന് പറയാം. സൂര്യന്റെ പ്രകാശത്തിനൊപ്പം തേജസ്സുള്ളതായിരുന്നില്ലെങ്കിലും മറ്റ് സാധനങ്ങളും മറ്റും കാണാൻ, ഒന്നിനെ മറ്റൊന്നിൽ നിന്ന് തിരിച്ചറിയാൻ വേണ്ടത്ര പ്രകാശം ഉണ്ടായിരുന്നു. അവർ കൂടുതൽ ശ്രദ്ധിച്ച് നോക്കിയപ്പോൾ ആ പ്രകാശം വന്നത് ഓക്കുമരത്തിന്റെ മുകളിലുണ്ടായിരുന്ന സാമാന്യം വലിയ ഒരു ഗോളാകൃതിയിലുള്ള വിളക്കിൽ നിന്നായിരുന്നു എന്ന് മനസ്സിലായി. അവർ ആ വഴി ചെന്ന ചില ഗ്രാമവാസികളോട് തിരക്കി.

“സ്നേഹിതാ. അങ്ങ് ദൂരെ ആ ഓക്കുമരത്തിന്റെ മുകളിലായിക്കാണുന്ന പ്രകാശിച്ചുനിൽക്കുന്ന ആ വിളക്കിനേക്കുറിച്ച് അങ്ങേയ്ക്ക് എന്തെങ്കിലും അറിയാമോ.”

“ഓ. അതോ. അത് ചന്ദ്രനാണ്. പണ്ടെങ്ങോ ഞങ്ങളുടെ നഗരസഭയുടെ അദ്ധ്യക്ഷൻ നാല് താലർ (Thaler-താലർ എന്നത് പണ്ട് പണ്ട് റോമൻ സാമ്രാജ്യത്തിൽ ഉപയോഗിച്ചിരുന്ന ഒരു വെള്ളി നാണയത്തിന്റെ പേരായിരുന്നു- ഇന്ന് അമേരിക്കയിലും, ആസ്ട്രേലിയയിലുമൊക്കെ ഉപയോഗിക്കുന്ന ഡോളർ- Dollar എന്ന വാക്ക് താലർ രൂപപ്പെട്ട് ഉണ്ടായതാണെന്ന് കരുതപ്പെടുന്നു) നൽകി വാങ്ങിക്കൊണ്ടുവന്ന് ആ ഓക്കുമരത്തിന്റെ മുകളിൽ തൂക്കിയിട്ട വിളക്കാണതെന്ന് പറഞ്ഞു കേട്ടിട്ടുണ്ട്. ഏതായാലും ആ വിളക്ക് രാത്രികാലങ്ങളിൽ ഞങ്ങൾക്ക് വളരെയേറെ ഉപയോഗപ്രദമാകുന്നുണ്ട്. എനിക്ക് ഇതിൽ കൂടുതലായി ഒന്നും അറിഞ്ഞുകൂടാ.”അയാൾ അൽപ്പം നിർത്തിയിട്ട് വീണ്ടും പറഞ്ഞു.

“ഇത്രയും കൂടി കേട്ടിട്ടുണ്ട്. ആ വിളക്ക് ഇടയ്ക്കിടയ്ക്ക് തുടച്ച് വൃത്തിയാക്കുന്നതിനും അതിൽ കൂടെക്കൂടെ വേണ്ടത്ര എണ്ണ നിറയ്ക്കാനും നഗരസഭ വേണ്ട ഏർപ്പാടുകൾ ചെയ്തിട്ടുണ്ട്. അങ്ങിനെ തുടർന്ന് ചെയ്തുകൊണ്ടിരുന്നാലെ ആ വിളക്ക് ശോഭയോടെ കത്തുകയുള്ളു. അതിന് പ്രത്യേകം ജോലിക്കാരെ നിയോഗിച്ചിട്ടുണ്ട്. അവർക്ക് നഗരസഭയിൽ നിന്ന് ഓരോ ആഴ്ചയും ഒരു താലർ വീതം ശമ്പളമായും മറ്റും ചില വാക്കുന്നുണ്ടെന്നും പറഞ്ഞുകേട്ടിട്ടുണ്ട്.” അത്രയും പറഞ്ഞ് ആ യാത്രക്കാരൻ

അവിടെനിന്നും പോയി. അപ്പോൾ കൂട്ടുകാരിൽ ഒരാൾ പറഞ്ഞു.

"ഇതുപോലെ ഒരു വിളക്ക് നമ്മുടെ രാജ്യത്തും ഉണ്ടായിരുന്നെങ്കിൽ എത്ര നന്നായിരിക്കും. അല്ലേ കൂട്ടരേ."

"അതെയതെ. നമ്മുടെ രാജ്യത്തും ഇതുപോലെ ഒരു കൂറ്റൻ ഓക്കുമരമുണ്ട്. ആ മരത്തിന്റെ മുകളിൽ ഇതുപോലെ ഒരു വിളക്ക് തൂക്കിയിട്ടാൽ നമുക്കും രാത്രികളിൽ വേണ്ടത്ര വെളിച്ചം കിട്ടും."

"അതേ. അങ്ങിനെ സംഭവിച്ചാൽ രാത്രികളിൽ കൂരിരുട്ടിൽ ഒന്നും കാണാൻ കഴിയാതെ നമ്മുടെ നാട്ടുകാർ ഇപ്പോൾ അനുഭവിക്കുന്ന ദുരിതത്തിൽ നിന്ന് അവർക്ക് മോചനം കിട്ടും."

"ശരിയാണ്. എങ്കിൽ ഞാനൊരു കാര്യം പറയാം. ഇവിടെ ആരും അറിയാതെ ഈ വിളക്ക് ഒരു കുതിരവണ്ടിയിൽ കയറ്റി നമുക്ക് നമ്മുടെ നാട്ടിലേക്ക് കൊണ്ടുപോകാം."

"അപ്പോൾ ഇവിടെയുള്ള ആളുകൾ..."

"അവർക്ക് ഇത്തരം വിളക്കുകൾ വാങ്ങിക്കേണ്ടത് എവിടെനിന്നാണെന്ന് അറിയാമല്ലോ. അവർ പുതുതായി ഒന്ന് വാങ്ങട്ടെ എന്ന് കരുതിയാൽ മതി. അത്രതന്നെ. എന്താ എല്ലാവർക്കും സമ്മതമാണോ."

"ശരി. അങ്ങിനെതന്നെ." എല്ലാവരും ഒരേ സ്വരത്തിലാണ് അതു പറഞ്ഞത്. അൽപ്പ നിമിഷങ്ങൾക്കുശേഷം കൂട്ടുകാരിൽ ഒരാൾ പറഞ്ഞു.

"കാര്യങ്ങളൊക്കെ പറഞ്ഞിട്ട് നമ്മളിങ്ങനെ വെറുതേ ഇരുന്നാൽ പോരല്ലോ. നോക്കൂ. എനിക്ക് മരത്തിൽ കയറാൻ നല്ല വശമാണ്. ഞാനീ ഓക്കുമരത്തിൽ കയറി ചന്ദ്രനെ താഴേക്ക് ഇറക്കിക്കൊണ്ടുവരാം. അതിനിടയിൽ നിങ്ങൾ മറ്റുകാര്യങ്ങളൊക്കെ സംഘടിപ്പിക്കുക- കുതിരവണ്ടി, അങ്ങിനെ എല്ലാം." അത്രയും പറഞ്ഞ് അയാൾ ഓക്കുമരത്തിൽ കയറാൻ തുടങ്ങി. ചന്ദ്രൻ നിന്നിരുന്ന സ്ഥാനത്ത് എത്തി. കയ്യിലുണ്ടായിരുന്ന ഒരു ചെറിയ കത്തിക്കൊണ്ട് ചന്ദ്രനിൽ ഒരു ചെറിയ തുളയുണ്ടാക്കി. അതിൽക്കൂടി ഒരു കയറ് കോർത്ത് ചന്ദ്രനെ കെട്ടിയതിനുശേഷം കയറിന്റെ മറ്റേ അറ്റം നല്ല ശക്തിയോടെ അൽപ്പാൽപ്പം താഴേക്ക് വലിച്ചു- അങ്ങിനെ കുറേശ്ശെക്കുറേശ്ശെയായി, കുറച്ച് ബുദ്ധിമുട്ടിയാണെങ്കിലും ചന്ദ്രനെ താഴേക്ക് കൊണ്ടുവന്നു. അപ്പോഴേക്കും മറ്റൊരു കൂട്ടുകാരൻ എവിടെ നിന്നോ ഒരു കുതിരവണ്ടിയും ഒരു നല്ല കുതിരയേയും സംഘടിപ്പിച്ചു. നാല് കൂട്ടുകാരും ചേർന്ന് ചന്ദ്രനെ ഭദ്രമായി കുതിരവണ്ടിയിൽ കയറ്റി വെച്ചു. അതിനിടയിൽ വേറൊരു കൂട്ടുകാരൻ ഒരു നല്ല കറുത്ത തുണി (പുതപ്പ്) എവിടെ നിന്നോ കൊണ്ടുവന്ന് ചന്ദ്രന്റെ പുറത്ത് പുതപ്പിച്ചു. അത് സമയോചിതമായി എന്ന് മറ്റ് കൂട്ടുകാരും

സമ്മതിച്ചു; പുതപ്പിച്ചതുകാരണം ചന്ദ്രന്റെ പ്രകാശം വഴിയിൽ ആരും കാണുകയില്ലല്ലൊ. അങ്ങിനെ അവർ വിജയകരമായി വഴിയിൽ ആരും കാണാതെ ചന്ദ്രനെ അവരുടെ രാജ്യത്ത് എത്തിച്ചു. പിന്നീട് അവർ എന്തുചെയ്തിരിക്കുമെന്ന് ഊഹിച്ച് നോക്കൂ. അതേ. അവരുടെ നാട്ടിലെ ഏറ്റവും ഉയരം കൂടിയ ഓക്കുമരത്തിന്റെ മുകളിലത്തെ കൊമ്പിൽ ചന്ദ്രനെ തൂക്കിയിട്ടു. അന്ന് സൂര്യൻ അസ്തമിച്ചു കഴിഞ്ഞിട്ടും ആ പ്രദേശത്തെല്ലാം വേണ്ട അളവിൽ പ്രകാശം കിട്ടിയത് നാട്ടുകാരെ അത്ഭുതപ്പെടുത്തി അവരെല്ലാം വീടുകൾക്ക് പുറത്തിറങ്ങി നോക്കിയപ്പോൾ കണ്ട കാഴ്ച അവരെ തികച്ചും അതിശയിപ്പിച്ചു- ആ പ്രകാശം അവർക്ക് വലിയ സന്തോഷം നൽകി. മനുഷ്യരെല്ലാം വീടുകളിൽ നിന്ന് പുറത്തിറങ്ങി ആഘോഷിച്ചു എന്നു തന്നെ പറയാം- മനുഷ്യർ മാത്രമല്ല, മൃഗങ്ങൾക്കും പക്ഷികൾക്കുമെല്ലാം ആ പ്രകാശം ഇഷ്ടപ്പെട്ടു. അവരും അവരുടെ രീതിയിൽ ആഘോഷത്തിൽ പങ്കുചേർന്നു. മാളങ്ങളിലും മറ്റും ഒളിച്ചിരുന്ന കള്ളന്മാരും- പ്രേതങ്ങളും പിശാചുക്കളും പോലും ആ കുളിർമ്മയുള്ള, സന്തോഷം നൽകുന്ന പ്രകാശം കണ്ട് ആടാനും പാടാനും തുടങ്ങി. വിവരം അറിഞ്ഞ നാടിന്റെ രാജാവും മറ്റ് ഭരണാധികാരികളും ആ നാല് കൂട്ടുകാരേയും അനുമോദിക്കുകയും അവർക്ക് പാരിതോഷികങ്ങൾ നൽകുകയും ചെയ്തു. മാത്രമല്ല ചന്ദ്രനെ ദിവസവും തുടച്ച് വൃത്തിയാക്കി അപ്പപ്പോൾ വേണ്ടയളവിൽ എണ്ണ ഒഴിക്കുകയും മറ്റും ചെയ്യുന്ന ചുമതല അവരെത്തന്നെ ഏൽപ്പിച്ചു. അവർക്ക് അവരുടെ ജോലിക്ക് രാജ്യത്തിന്റെ ഖജനാവിൽ നിന്ന് മാസംതോറും ശമ്പളം കൊടുക്കാനുള്ള ഏർപ്പാടുകളും ചെയ്തു. മാത്രമല്ല, ചന്ദ്രൻ ആ നാല് കൂട്ടുകാർക്കും അവകാശപ്പെട്ട സ്വത്തായി കരുതപ്പെടും എന്ന് എല്ലാവരും ചേർന്ന് അംഗീകരിക്കുകയും അതിനേ അനുകൂലിച്ച് നിയമപരമായി രാജകൽപ്പന അറിയിക്കുകയും ചെയ്തു. അങ്ങിനെ കാലം കുറേ കടന്നു പോയി.

കൂട്ടുകാർക്ക് പ്രായം ഏറെയായി. അവരിൽ ഒരാൾക്ക് താൻ അടുത്തുതന്നെ മരിക്കും എന്ന തോന്നലുണ്ടായി. ആ സമയത്ത് അയാൾ ഒരാഗ്രഹം പ്രകടിപ്പിച്ചു. 'താൻ മരിക്കുമ്പോൾ, ശവസംസ്കാര സമയത്ത് ചന്ദ്രന്റെ നാലിലൊരുഭാഗം മുറിച്ചെടുത്ത് തന്റെ ശവപ്പെട്ടിയിൽ വെയ്ക്കണം' എന്നതായിരുന്നു ആ ആഗ്രഹം. അയാൾ മരിച്ചപ്പോൾ രാജാവിന്റെ അനുമതിയോടെ നഗരപിതാവ് (Mayor) ഓക്കുമരത്തിൽ കയറി ചന്ദ്രന്റെ ഒരു ഭാഗം മുറിച്ചെടുക്കുകയും അത് അയാളുടെ ശവപ്പെട്ടിയിൽ വെയ്ക്കുകയും ചെയ്തു. അങ്ങിനെ ചന്ദ്രന്റെ ഒരു ഭാഗം പോയപ്പോൾ, അവിടെ രാത്രികാലങ്ങളിൽ കിട്ടിയിരുന്ന പ്രകാശത്തിന്

മങ്ങലേറ്റെങ്കിലും വലിയ ബുദ്ധിമുട്ടുണ്ടായില്ല. പക്ഷേ അങ്ങിനെ ഓരോ കൂട്ടുകാരനും മരിച്ചപ്പോൾ ചന്ദ്രന്റെ ഓരോ തുണ്ട് ശവപ്പെട്ടികളോടൊപ്പം അധോലോകത്തേക്ക് പോകുകയും നാട്ടിൽ രാത്രികളിൽ വീണ്ടും കൂരിരുട്ടാകുകയയും ചെയ്തു. ആ അവസ്ഥ മനുഷ്യർക്കും മൃഗങ്ങൾക്കും വളരെയേറെ ബുദ്ധിമുട്ടുകളും കഷ്ടപ്പാടുകളും ഉണ്ടാക്കി.

എങ്കിലും എക്കാലത്തും പകലെന്നോ രാത്രിയെന്നോ ഭേദമില്ലാതെ കൂരിരുട്ടു മാത്രമായിരുന്ന പിശാചുക്കളുടെ ലോകത്ത് (പ്രേതങ്ങളുടെ ലോകത്തെന്നോ പാതാള ലോകത്തെന്നോ വേണമെങ്കിൽ പറയാം) രാത്രികാലങ്ങളിൽ ചന്ദ്രപ്രകാശം കിട്ടിത്തുടങ്ങിയപ്പോൾ-പാതാള ലോകത്തിലെത്തിയ ചന്ദ്രന്റെ തുണ്ടുകൾ സ്വയം പൂർവ്വസ്ഥിതിയിൽ ഒന്നാകുകയും നന്നായി പ്രകാശിക്കാൻ തുടങ്ങുകയും ചെയ്തു- ആ ലോകവാസികൾ വളരെയേറെ സന്തോഷിച്ചു. അന്നുവരെ കിട്ടാതിരുന്ന പ്രകാശം രാത്രികാലങ്ങളിൽ കിട്ടിത്തുടങ്ങിയപ്പോൾ അവർ ഉറക്കത്തിൽ നിന്ന് ഉയർത്തെഴുന്നേൽക്കാനും, ആടാനും, പാടാനുമൊക്കെ തുടങ്ങി. കള്ളും തേനും വീഞ്ഞുമെല്ലാം വേണ്ടത്രയളവിൽ കുടിക്കാനും ആർത്തട്ടഹസിച്ച് കൂത്താടാനും തുടങ്ങി. അവരുണ്ടാക്കിയ ശബ്ദവും കോലാഹലവും ഭൂമിയിലും അങ്ങ് സ്വർഗലോകത്തിലുമെല്ലാം കേൾക്കാനും മനുഷ്യരുടേയും ദൈവങ്ങളുടേയും സ്വൈര്യം കെടുത്താനും തുടങ്ങി.

ആ കാലത്ത് സ്വർഗത്തിന്റെ രക്ഷകനോ കാവൽക്കാരനോ ഒക്കെയായി പ്രവർത്തിച്ചിരുന്നത് വിശുദ്ധ പീറ്റർ (Saint Peter) ആയിരുന്നു. പാതാളലോകത്ത് നടന്ന അട്ടഹാസവും കൂത്തുമൊക്കെ സഹിക്കാനാകാതെ വന്നപ്പോൾ, അവിടെ എന്തോ വിപ്ലവസമാനമായ സംഗതികൾ നടക്കുന്നു എന്ന തോന്നലുണ്ടായപ്പോൾ ആ പ്രക്രിയകൾ അടിച്ചമർത്താനായി അദ്ദേഹം തന്റെ സ്വർഗത്തിലെ സൈന്യത്തെ അങ്ങോട്ടയച്ചു. പക്ഷേ അവർക്ക് പാതാളത്ത് ക്രമസമാധാനം പുനഃസ്ഥാപിക്കാൻ കഴിഞ്ഞില്ല. അതുകൊണ്ട് വിശുദ്ധ പീറ്റർ തന്നെ തന്റെ കുതിരപ്പുറത്ത് പാതാള ലോകത്തേക്ക് പുറപ്പെട്ടു. അവിടെ അദ്ദേഹം ഉയർത്തെഴുന്നേറ്റ മരിച്ചവരേയും, പ്രേതങ്ങളേയും പിശാചുക്കളേയുമെല്ലാം തന്റെ വരുതിക്കുള്ളിൽ കൊണ്ടുവരികയും പഴയകാലങ്ങളിലേപ്പോലെ അടങ്ങിയൊതുങ്ങി ശബ്ദകോലാഹലങ്ങളുണ്ടാക്കാതെ മര്യാദയായി കഴിയാൻ നിർബന്ധിക്കുകയും ചെയ്തു. അനുസരിക്കുകയല്ലാതെ അവർക്ക് മറ്റു വഴികളൊന്നുമില്ലായിരുന്നു. അവർ ഇന്നും പാതാളലോകത്ത് അടങ്ങിയൊതുങ്ങി കഴിയുന്നു.

പുണ്യാളൻ ചന്ദ്രനെ തന്റെ കൂടെ എടുത്തു കൊണ്ടു വന്ന് ആകാശത്ത് തൂക്കിയിടുകയും ചെയ്തു. അങ്ങിനെ ഇന്നു നാം ആകാശത്ത് കാണുന്ന ചന്ദ്രൻ വിശുദ്ധ പീറ്റർ തൂക്കിയിട്ട ചന്ദ്രൻ തന്നെയാണെന്ന വിശ്വാസം നിലനിൽക്കുന്നു.

ചന്ദ്രൻ എങ്ങിനെ ഇത്ര സുന്ദരനായി

ഈ കഥയുടെ ഉത്ഭവം അത്ര വ്യക്തമല്ല, എങ്കിലും 'Chinese folks and folk stories' എന്ന പേരിൽ ' Mary Hayes Davis ഉം Chow- Leung- ഉം' ചേർന്ന് 1908-ൽ മൊഴിമാറ്റം ചെയ്ത് പ്രസിദ്ധപ്പെടുത്തിയ പുസ്തകത്തിലുള്ള ഒരു കഥയാണ് ഇത്. അതുകൊണ്ട് ഇത് ചൈനയിൽ പ്രചാരത്തിലുണ്ടായിരുന്ന ഒരു കഥയാണെന്ന് അനുമാനിക്കാം.

കഥ പറയുന്നതിനു മുൻപ് മറ്റൊരു കാര്യം കൂടി പറയട്ടെ. വേറെ വേറെ നാട്ടുകളിൽ ചന്ദ്രൻ പുരുഷനായും സ്ത്രീയായും ചിത്രീകരിക്കപ്പെട്ടിട്ടുണ്ട്. ഉദാഹരണത്തിന് ഗ്രീക്ക് പൗരാണിക കഥകളിൽ സൂര്യൻ ദേവനും (പുരുഷൻ) ചന്ദ്രൻ ദേവതയും (സ്ത്രീ)- സൂര്യൻ അപ്പോളൊയും ചന്ദ്രൻ ആർട്ടെമിസും. അതേപോലെ ഗ്രീസിൽ നിന്നും വളരെയധികം ദൂരത്തിൽ, ദക്ഷിണ അമേരിക്കയിലെ അസ്ടെക്കുകൾ (Astecs) ചന്ദ്രനെ കോയോലാഖ (Coyolxauhqui) എന്ന ദേവിയും സൂര്യനെ ഹ്യൂറ്റ്സിലേപോടല (Huitzilaxochtli) എന്ന ദേവനായും കരുതിയിരുന്നു. നമ്മുടെ നാട്ടിൽ കൂടുതൽ സന്ദർഭങ്ങളിലും ചന്ദ്രനെ പുരുഷനായിട്ടാണ് ചിത്രീകരിച്ചിട്ടുള്ളത്; മാത്രമല്ല അദ്ദേഹത്തിന് 27 ഭാര്യമാരും ഉണ്ടായിരുന്നു. ആ കഥ പിന്നീട് പറയാം.

ഇന്ന് നാം ചന്ദ്രനെ ഒരു സുന്ദരനായാണ് കണക്കാക്കുന്നത്- പ്രത്യേകിച്ചും അദ്ദേഹത്തിന്റെ ശോഭിച്ചുനിൽക്കുന്ന വട്ടമുഖവും, പ്രകാശം പകർന്നു നൽകുന്ന കുളിർമയുമെല്ലാം സന്തോഷദായകങ്ങളായി

കരുതപ്പെടുന്നു. പക്ഷേ ആ കാലത്ത്- ഈ കഥയിൽ പറയുന്നതനുസരിച്ച്, ഏതാണ്ട് 6000 വർഷങ്ങൾക്കുമുമ്പ് അങ്ങിനെയായിരുന്നില്ല. ആ കാലത്തിനു മുൻപ് ചന്ദ്രന്റെ മുഖം കറുത്തിരുണ്ട് വർക്കത്തില്ലാത്ത ഒന്നായിരുന്നു- ആരും കാണാൻ ഇഷ്ടപ്പെടാത്ത ഒരു മുഖം. ആ സത്യം ചന്ദ്രനും അറിയാമായിരുന്നു. അതുകൊണ്ട് അദ്ദേഹം എന്നും ദുഃഖിതനും ആയിരുന്നു. എന്നാൽ അതിനെല്ലാം ഒരവസാനം ഉണ്ടായതും വിരൂപിയായിരുന്ന ചന്ദ്രൻ സുന്ദരനും സുമുഖനും ആയതും ഒരു രാത്രിയിൽ നടന്ന സംഭവം കാരണമാണ്. ആ സംഭവമാണ് ഈ കഥയിൽ പ്രതിപാദിക്കുന്നത്.

തന്റെ പ്രസന്നതയില്ലാത്ത, ആകർഷണീയത്വമില്ലാത്ത മുഖത്തെക്കുറിച്ച് ചന്ദ്രൻ എന്നും വ്യാകുലനായിരുന്നു- അതോർത്ത് അദ്ദേഹം എപ്പോഴും സങ്കടപ്പെട്ടിരുന്നു. മാത്രമല്ല, തന്റെ ദുർഭാഗ്യത്തെക്കുറിച്ച് അദ്ദേഹം തന്റെ സുഹൃത്തുക്കളോട് പറയുകയും ചെയ്യുമായിരുന്നു. സുഹൃത്തുക്കൾ എന്ന് പറയുമ്പോൾ അദ്ദേഹത്തിന് വിരലിൽ എണ്ണാവുന്നത്ര- ഒന്നോ രണ്ടോ സുഹൃത്തുക്കൾ മാത്രമേ ഉണ്ടായിരുന്നുള്ളൂ. കാരണം അദ്ദേഹത്തോട് ചെങ്ങാത്തം കൂടാൻ അധികമാരും ഇഷ്ടപ്പെട്ടിരുന്നില്ല എന്നതുതന്നെ. സുഹൃത്തുക്കളിൽ മുഖ്യത്വം വഹിച്ചിരുന്നവർ ആകാശത്തുതന്നെ ഉണ്ടായിരുന്ന ചില നക്ഷത്രങ്ങളും ഭൂമിയിൽ വിടർന്നു നിൽക്കുന്ന പൂക്കളുമായിരുന്നു.

അന്നൊരുദിവസം ചന്ദ്രൻ തന്റെ തീരാത്ത സങ്കടത്തെക്കുറിച്ച് നക്ഷത്രങ്ങളോട് പറഞ്ഞു.

“കൂട്ടുകാരെ. ഞാൻ വളരെയധികം ദുഃഖിതനാണെന്ന് നിങ്ങൾക്കൊക്കെ അറിയാമല്ലോ. എനിക്ക് ഇങ്ങിനെ ഒരു ദുർമുഖനായി ജീവിക്കാൻ ഒട്ടും താൽപര്യമില്ല. ഇങ്ങിനെ ചന്ദ്രനായി നീണ്ടകാലം തുടരാൻ എന്നെക്കൊണ്ടാവില്ല. ഞാനും നിങ്ങളെപ്പോലെ ഒരു നക്ഷത്രമായി ജനിച്ചിരുന്നുവെങ്കിൽ എന്ന് എപ്പോഴും ആഗ്രഹിച്ചു പോകുന്നു. നിങ്ങളിൽ ഏറ്റവും ചെറിയ നക്ഷത്രമായിരുന്നാൽപോലും എനിക്ക് സന്തോഷത്തോടെ ജീവിക്കാൻ കഴിയുമായിരുന്നു. പക്ഷേ എന്തുചെയ്യാം. എന്റെ കഷ്ടകാലം. ആർക്കും എന്നെ ഇഷ്ടപ്പെടുന്നില്ല.”

നക്ഷത്രങ്ങൾ നിറഞ്ഞ സഹതാപത്തോടെ ചന്ദ്രനോട് പറഞ്ഞു.

“സ്നേഹിതാ. അങ്ങ് പറയുന്നത് ഞങ്ങൾക്ക് മനസ്സിലാകുന്നുണ്ട്. അങ്ങയുടെ സങ്കടം ന്യായമായതുമാണ്. പക്ഷേ ഞങ്ങളെങ്ങിനെ അങ്ങയെ സഹായിക്കും. ഞങ്ങൾക്ക് അതിനുള്ള ഒരുപായവും അറിയില്ലല്ലോ; അതിനുള്ള കഴിവും ഇല്ല.”

ചന്ദ്രൻ പിന്നീടൊരവസരത്തിൽ ഭൂമിയിലെ പൂക്കളോട് പറഞ്ഞു.

“കണ്ടാൽ ചന്തമുള്ള പൂക്കളേ നിങ്ങൾ എത്ര ഭാഗ്യവാന്മാരും ഭാഗ്യവതികളുമാണ്. എല്ലാവരും നിങ്ങളെ ഇഷ്ടപ്പെടുന്നു. നിങ്ങളുടെ സൗന്ദര്യവും സൗമ്യതയും എല്ലാവരേയും ആകർഷിക്കുവാനും സന്തോഷിപ്പിക്കുവാനും പോന്നവയാണ്. പക്ഷേ എന്റെ കാര്യം. ആരും എന്നെ ഇഷ്ടപ്പെടുന്നില്ല. എനിക്കും ഈ ചന്ദ്രൻ എന്ന നിലമാറി നിങ്ങളെപ്പോലെ ഒരു പൂവാകാൻ കഴിഞ്ഞെങ്കിൽ എന്ന് ഞാനെന്നും ആഗ്രഹിക്കും. പക്ഷേ എന്തുചെയ്യാം. എന്റെ വിധി ഇങ്ങിനെയായിപ്പോയി. “

പൂക്കൾ ചന്ദ്രനോട് നക്ഷത്രങ്ങൾ പറഞ്ഞതുപോലെതന്നെ പറഞ്ഞു.

“ചന്ദ്രാ. കൂട്ടുകാരാ. അങ്ങയുടെ സങ്കടം കണ്ട് ഞങ്ങളും വിഷമിക്കാത്ത ദിവസമില്ല. അങ്ങയുടെ സങ്കടം ഞങ്ങൾക്ക് മനസ്സിലാകുന്നു. പക്ഷേ ഞങ്ങൾ നിസ്സഹായരാണല്ലോ. അങ്ങയെ സഹായിക്കാൻ ഒരു മാർഗവും ഞങ്ങൾക്ക് അറിയില്ലല്ലോ.”

“അതേ. എനിക്കറിയാം. എന്റെ ഭാഗ്യദോഷത്തിന് നിങ്ങൾക്ക് എന്തു ചെയ്യാൻ കഴിയും. ഞാൻ വെറുതെ പറഞ്ഞുവെന്നേയുള്ളൂ.”

അപ്പോൾ ഒരു പൂവ് പെട്ടെന്ന് എന്തോ ഓർത്തിട്ടെന്നതുപോലെ പറഞ്ഞു.

“സുഹൃത്തേ. ചന്ദ്രാ. അങ്ങയെ സഹായിക്കാൻ ഞങ്ങൾക്ക് കഴിയുകയില്ലെന്നത് സത്യം തന്നെ. എങ്കിലും ഞാനൊരു കാര്യം അങ്ങയോട് പറയാൻ ആഗ്രഹിക്കുന്നു.

ചന്ദ്രൻ തികഞ്ഞ ആകാംക്ഷയോടെ ചോദിച്ചു.

“സഹോദരീ. എന്താ. കോൾക്കട്ടെ. പറയൂ.”

“ഞാനും എന്റെ കുറെ കൂട്ടുകാരും താമസിക്കുന്നത് ഇവിടെ അടുത്തുള്ള ഒരു വിശാലമായ ഉദ്യാനത്തിലാണ്. ഞങ്ങളുടെ താമസ സ്ഥലത്തിനടുത്താണ് ലോകത്തിലെ ഏറ്റവും സുന്ദരിയായ പെൺകുട്ടി താമസിക്കുന്നത്. അവൾ വളരെ സുന്ദരിയാണെന്ന് മാത്രമല്ല, അവളെപ്പോഴും സുസ്മേരവദനയാണ്. എല്ലാവരോടും സ്നേഹത്തോടെ പെരുമാറുന്നവളുമാണ്. ഞങ്ങൾക്കെല്ലാം അവളോട് വളരെയേറെ സ്നേഹമാണ്- എല്ലാവർക്കും അവളെ ഇഷ്ടമാണ്. അങ്ങ് അവളെ പരിചയപ്പെട്ടാൽ നന്നായിരിക്കും എന്ന് എന്റെ മനസ്സ് പറയുന്നു.”

“അവളുടെ പേരെന്താണ്.”

“അവളുടെ പേര് ‘സേഹ്നിയ- Tseh-Nio’ എന്നാണ്”.

“ശരി. ഞാനവളെ പരിചയപ്പെടാൻ ശ്രമിക്കാം. പറഞ്ഞതിന് നന്ദി.”

പിന്നീടൊരുദിവസം ചന്ദ്രൻ സേഹ്നിയയെ കണ്ടു. കണ്ടയുടൻ തന്നെ ചന്ദ്രന് ആ സുന്ദരിയോട് ബഹുമാനവും സ്നേഹവും തോന്നി. സ്വയം പരിചയപ്പെടുത്തിക്കൊണ്ട് ചന്ദ്രൻ സേഹിനിയോട് പറഞ്ഞു.

"നീ വളരെ സുന്ദരിയായിരിക്കുന്നു. സൗമ്യശീലയും. എനിക്ക് നിന്നെ വളരെ ഇഷ്ടമായി."

"ഓ. അങ്ങിനെയോ. കോൾക്കാൻ സുഖമുണ്ട്."

"ഞാൻ വെറുതെ പറയുകയല്ല. നീ തീർച്ചയായും വളരെ സുന്ദരിയാണ്. ഞാനിപ്പോൾ വിചാരിക്കുകയാണ്, എനിക്കും നിന്നെപ്പോലെ സൗന്ദര്യമുള്ള, കാഴ്ചയ്ക്ക് ഇമ്പം തോന്നിപ്പിക്കുന്ന ഒരു മുഖം കിട്ടിയിരുന്നുവെങ്കിൽ എന്ന്. സ്നേഹിതേ, കഴിയുമെങ്കിൽ എന്നോട് പറയൂ, നിനക്ക് എങ്ങിനെയാണ് ഇത്രയധികം സൗന്ദര്യവും നല്ല സ്വഭാവവും ആരെയും ആകർഷിക്കുന്ന, മോഹിപ്പിക്കുന്ന സൗമ്യതയും കിട്ടിയതെന്ന്."

"ഹേ. ഞാനങ്ങിനെ പ്രത്യേകിച്ചൊന്നും ചെയ്യാറില്ല. പക്ഷേ ഒരു കാര്യം. ഞാനെന്നും നല്ല സ്വഭാവമുള്ള ആൾക്കാരുടെ ഒപ്പമാണ് താമസിച്ചിരുന്നത്. ഒരു പക്ഷേ അവരുമായുള്ള പരിചയമായിരിക്കും എന്നെയും സൗമ്യശീലയാക്കിയത്. പിന്നെ, ഞാനെപ്പോഴും വിചാരിക്കുന്നത് നമ്മുടെ ഗുണമാണ് നമ്മളെ സൗന്ദര്യമുള്ളവരാക്കുന്നത് എന്നാണ്."

"നീ പറഞ്ഞത് ശരിയാണ്. ഞാനാഗ്രഹിക്കുന്നത് എനിക്കും നിന്നെപ്പോലെ ഒരാളുടെ കൂടെ ജീവിക്കാൻ കഴിഞ്ഞിരുന്നുവെങ്കിൽ എന്നാണ്." അൽപ്പം നിർത്തിയിട്ട് ചന്ദ്രൻ വീണ്ടും തുടർന്ന് പറഞ്ഞു.

"സഖീ. വിരോധമില്ലെങ്കിൽ നിനക്ക് എന്റെ കൂടെ വന്ന് എന്നോടൊപ്പം താമസിച്ചു കൂടേ. ഞാൻ നിന്നെ അത്രയധികം ഇഷ്ടപ്പെടുന്നു."

"ശരി. നമുക്ക് അതൊക്കെ പിന്നീട് സംസാരിക്കാം. ഞാനിപ്പോൾ പോകട്ടെ." അത്രയും പറഞ്ഞ് സേഹ്നിയ അവിടെ നിന്ന് പോയി. എങ്കിലും ആ കൂടികാഴ്ചയ്ക്കുശേഷം ചന്ദ്രൻ കൂടെക്കൂടെ ആ സുന്ദരിയെ കാണുന്നതും അവരോട് സംസാരിക്കുന്നതും ഒരു പതിവാക്കി. എല്ലാ രാത്രിയും ചന്ദ്രൻ മറക്കാതെ സുന്ദരിയെ കാണാൻ പോയിത്തുടങ്ങി. ചന്ദ്രന് അവളെ കാണാതെ ഒരു ദിവസം പോലും തള്ളിനീക്കാൻ കഴിയാതെയായി; അങ്ങിനെയൊരു മാനസികാവസ്ഥയിലായി. അങ്ങിനെയിരിക്കെ ഒരു ദിവസം ചന്ദ്രൻ സേഹ് നിയയോട് ചോദിച്ചു.

"ഭവതിക്ക് വിരോധമില്ലെങ്കിൽ നമുക്കൊന്നിച്ച്, ഒരുമിച്ച് ആകാശത്തിൽ ജീവിച്ചുകൂടേ."

“ഓ. ഞാനൊന്നാലോചിക്കട്ടെ.” കുറേ ദിവസങ്ങൾക്കുശേഷം സേഹ്നിയ തന്റെ അമ്മയോട് പറഞ്ഞു.

“അമ്മേ. എനിക്ക് ചന്ദ്രനെ ഇഷ്ടമായിത്തുടങ്ങിയിരിക്കുന്നു. ഞാൻ ആകാശത്തു പോയി അദ്ദേഹത്തോടൊപ്പം താമസിച്ചാലോ എന്ന് ആലോചിക്കുകയാണ്. അങ്ങിനെ ചെയ്താൽ അമ്മയ്ക്ക് വിരോധമാകുക യില്ലല്ലോ.”

“ഓഹോ. അങ്ങിനെയോ.” അത്ര മാത്രമാണ് അമ്മ പ്രതികരി ച്ചത്. പക്ഷേ അമ്മ എതിർപ്പൊന്നും കാണിക്കാതിരുന്നതുകൊണ്ട് സേഹ്നിയ അവരുടെ കൂട്ടുകാരോടൊക്കെ പറഞ്ഞു.

“കൂട്ടുകാരെ. എനിക്ക് ചന്ദ്രനെ ഇഷ്ടമാണ്. ഒരു പക്ഷേ അടുത്തൊരു ദിവസം ഞാനാകാശത്ത് പോയി അദ്ദേഹത്തോടൊപ്പം താമസി ക്കാൻ- ഒരു പക്ഷേ അദ്ദേഹത്തെ വിവാഹം കഴിച്ച് താമസിക്കാൻ തുടങ്ങിയെന്നു വരാം.”

“ഓ. അങ്ങിനെയോ. അമ്പടി, കേമീ. നിന്റെ അമ്മയ്ക്ക് ഈ വിവരം അറിയാമോ.”

“ങ്ങാ. ഞാനമ്മയോടും പറഞ്ഞു. അമ്മയുടെ അരികിൽ നിന്നും പ്രത്യേകിച്ച് പ്രതികരണമൊന്നും ഉണ്ടായില്ല. അതിനർത്ഥം അമ്മ യ്ക്ക് സമ്മതമാണെന്നല്ലേ.” കുറച്ച ദിവസങ്ങൾക്കുശേഷം സേഹ്നി ആരോടും പറയാതെ ആകാശത്തേക്ക് പോയി; ചന്ദ്രനോടൊപ്പം സ്ഥിര താമസവും തുടങ്ങി. അവളെ വീട്ടിൽ കാണാതെ വന്നപ്പോൾ അവളുടെ അമ്മ കൂട്ടുകാരോട് തിരക്കി.

“കുഞ്ഞുങ്ങളേ, നിങ്ങളാരെങ്കിലും എന്റെ മോളേ കണ്ടോ. അവളെ ഇവിടെയെങ്ങും കാണാനില്ല.”

“അമ്മേ. അമ്മ വിഷമിക്കണ്ട. അവൾ ഇതിനകം ആകാശത്തു പോയി ചന്ദ്രനെ വിവാഹം കഴിച്ചിട്ടുണ്ടാകും. അവൾ പോയ വിവരം ഞങ്ങൾക്ക് അറിയില്ലെങ്കിലും അങ്ങിനെ ചെയ്യുമെന്ന് അവൾ ഞങ്ങളോട് നേരത്തെ തന്നെ പറഞ്ഞിരുന്നു. അമ്മയോടും പറഞ്ഞെ ന്നാണ് അവൾ ഞങ്ങളോട് പറഞ്ഞത്.”

“അതെയതെ. എന്നോടും പറഞ്ഞിരുന്നു. അങ്ങിനെയെങ്കിൽ എനിക്ക് വിഷമമില്ല. അവൾ നന്നായിരുന്നാൽ മാത്രം മതി.”

അതിനുശേഷം ഏതാണ്ട് ഒരു വർഷം കഴിഞ്ഞിട്ടും സേഹ്നി ഭൂമിയി ലേക്ക് തിരികെ വന്നില്ല. അവളുടെ അമ്മയും കൂട്ടുകാരും മറ്റ് മനുഷ്യരും പരസ്പരം പറഞ്ഞു.

"സേഹ്നി ആകാശത്ത് ചന്ദ്രനെ വിവാഹം കഴിച്ചു താമസിക്കുക യാണ്. സംശയമില്ല."

"അതെയതെ. സംശയമില്ല. അതുകൊണ്ടാണ് ഇപ്പോഴൊക്കെ ചന്ദ്രനും സേഹ്നിയെപ്പോലെ സുമുഖനും സൗമ്യനുമായിത്തുടങ്ങിയിരി ക്കുന്നത്. സമ്പർക്ക ഗുണം തന്നെ. സംശയിക്കേണ്ട."

"അതെയതെ. സമ്പർക്കഗുണം. അതങ്ങിനെയല്ലേ വരൂ. സംശയി ക്കേണ്ട."

അന്നു മുതൽ ചന്ദ്രൻ തികഞ്ഞ സുന്ദരനും സുസ്മേര വദനനും മനുഷ്യർക്ക് മനസ്സിന് സുഖവും സന്തോഷവും കുളിർമ്മയും നൽകുന്നവ നായി മാറി. ഇന്നും അങ്ങിനെ തന്നെ തുടരുന്നു. മാത്രമല്ല മനുഷ്യരെല്ലാം ചന്ദ്രനെ സ്നേഹിക്കുവാനും തുടങ്ങി. അതുകൊണ്ടാണല്ലോ ചന്ദ്രനെ കുട്ടികളുടെ അമ്പിളിമാമനോ അമ്പിളിയമ്മാവനോ ഒക്കെയായി സാഹി ത്യകാരന്മാരും കവികളും പ്രകീർത്തിക്കുന്നത്. ഈ കഥ പ്രചാരത്തിലു ള്ള സ്ഥലങ്ങളിലെ മനുഷ്യർ പറയുന്നത് ഒരു കാലത്ത് ലോകത്തിലെ ഏറ്റവും കൂടുതൽ സുന്ദരിയായിരുന്ന സേഹ്നിയെപ്പോലെ ചന്ദ്രനും സുന്ദരനായിരിക്കുന്നു എന്നാണ്.

ചന്ദ്രന്റെ ഇരുപത്തേഴ് ഭാര്യമാർ

ഇന്ത്യയിൽ ചന്ദ്രൻ പുരുഷനായിട്ടാണ് സങ്കൽപ്പിക്കപ്പെടുന്നത്. പണ്ടുകാലത്ത് അതായത് വേദങ്ങളും മറ്റും രചിക്കപ്പെടുന്നതിനും മുൻപ് (ഏതാണ്ട് മൂവായിരമോ നാലായിരമോ വർഷങ്ങൾക്ക് മുമ്പ്) ആകാശത്തെ ഏതാണ്ട് 27 (ഇരുപത്തിയേഴ്) ഭാഗങ്ങളോ മുറികളോ ആയി വിഭജിച്ചിരുന്നതായും ഓരോ മുറിയിലും നക്ഷത്രദേവതകൾ താമസിച്ചിരുന്നു എന്നും ഒരു സങ്കൽപ്പമുണ്ടായിരുന്നു. ഇന്നമുറി ഇന്നയാൾക്ക് എന്ന് നിർബന്ധമില്ലായിരുന്നു- അവർ സൗകര്യാനുസരണം മുറികൾ മാറുമായിരുന്നു. താമസിച്ചിരുന്ന ഇരുപത്തേഴ് ദേവതമാരും ദക്ഷപ്രജാപതി എന്ന ആദികാല ചക്രവർത്തിയുടെ മക്കളായിരുന്നു. അവർ സുന്ദരികളുമായിരുന്നു. ദക്ഷപ്രജാപതി തന്റെ ഇരുപത്തേഴ് മക്കളേയും സുന്ദരനും സുമുഖനുമായിരുന്ന ചന്ദ്രന് വിവാഹം ചെയ്തുകൊടുത്തു. ആ സുന്ദരിമാർക്കും ചന്ദ്രനേ ഇഷ്ടമായിരുന്നു- അതുകൊണ്ട് വിവാഹത്തിനും. അങ്ങിനെ ചന്ദ്രന്റെ ഭാര്യമാരായിത്തീർന്ന സുന്ദരികൾ ആരൊക്കെ ആയിരുന്നു എന്നല്ലേ. അവർക്ക് പലർക്കും ഒന്നിൽ കൂടുതൽ പേരുകൾ ഉണ്ടായിരുന്നു. സർവ്വസാധാരണമായി ഉപയോഗിക്കുന്ന പേരുകൾ പട്ടികരൂപത്തിൽ കൊടുക്കുന്നു.

പേര്	മറ്റു പേരുകളിൽ ചിലത്
1. അശ്വതി	അശ്വനി
2. ഭരണി	-
3. കാർത്തിക	കിർത്തിക
4. രോഹിണി	-

5. മകയിരം	-
6. തിരുവാതിര	ആർദ്ര
7. പുണർതം	-
8. പൂയം	പൂശം
9. ആയില്യം	-
10.മകം	മഘം
11.പൂരം	പൂർവ്വഫൽഗുനി
12.ഉത്രം	ഉത്രഫൽഗുനി
13.അത്തം	ഹസ്ത
14.ചിത്തിര	ചിത്ര
15.ചോതി	സ്വാതി
16.വിശാഖം	വിശാഖ
17.അനിഴം	അനുരാധ, രാധ
18.തൃക്കേട്ട	ജേഷ്ഠ
19.മൂലം	മൂല
20.പൂരാടം	പൂർവ്വാഷാഢ
21.ഉത്രാടം	ഉത്തരഷാര
22.തിരുവോണം	ശ്രാവണ
23.അവിട്ടം	ധനിഷ്ത
24.ചതയം	ശതാഭിഷ
25.പൂരുരുട്ടാതി	പൂർവ്വ ഭദ്രപാദ
26.ഉത്രട്ടാതി	ഉത്തര ഭദ്രപാദ
27.രേവതി	-

ഒരുദ്ദേശ രീതിയിൽ പറഞ്ഞാൽ നമ്മുടെ പഞ്ചാംഗത്തിലെ ഓരോ ദിവസവും ഈ നക്ഷത്ര ദേവതകളിൽ ഏതെങ്കിലും ഒരു ദേവതയുടെ സ്വാധീനത്തിലാണെന്ന് പറയാം. ചിലപ്പോൾ ഒരു ദിവസത്തിന്റെ കുറേ സമയം ഒരു ദേവതയുടെ സ്വാധീനത്തിലും ബാക്കി സമയം മറ്റൊരു ദേവതയുടെ സ്വാധീനത്തിലും ആയെന്ന് വരാം. നമ്മുടെ പ്രത്യേകിച്ചും ഹിന്ദുക്കളുടെയിടയിൽ വ്യാപകമായി ഉപയോഗിക്കുന്ന ചന്ദ്രാധിഷ്ഠിത പഞ്ചാംഗം (Lunar Calandar) ഏതു ദിവസം ഏത് ദേവതയുടെ സ്വാധീനത്തിലാണെന്ന് അടയാളപ്പെടുത്തിയിരിക്കും. (ചന്ദ്രാധിഷ്ഠിത

പഞ്ചാംഗം ഹിന്ദുക്കൾക്കിടയിൽ മാത്രമല്ല പ്രചാരത്തിലുള്ളത്. ലോകമൊട്ടുക്കും ഇസ്ലാം മതവിശ്വാസികളും വ്യാപകമായി ഇത്തരം പഞ്ചാംഗങ്ങൾ ഉപയോഗിക്കുന്നുണ്ട്- അവരുടെ പഞ്ചാംഗങ്ങളിൽ ദേവീസ്വാധീനം കാണുകയില്ലെന്നു മാത്രം.) ഇന്ന് തിരുവോണമാണ്; തിരുവാതിരയാണ്; അല്ലെങ്കിൽ ഉത്രാടമാണ് എന്നൊക്കെ പറയാറില്ലേ; അതുമല്ലെങ്കിൽ നമ്മുടെ ഓരോരുത്തരുടേയും ജന്മനക്ഷത്രം എന്നു പറയുകയില്ലേ- ആ പേരുകളെല്ലാം ചന്ദ്രന്റെ ഭാര്യമാരുടെ പേരുകൾ തന്നെയാണ്.

ചന്ദ്രന്റെ ഇരുപത്തേഴ് ഭാര്യമാരും തികഞ്ഞ സുന്ദരികളായിരുന്നു; എങ്കിലും ചന്ദ്രന് ഭാര്യമാരിൽ കൂടുതലിഷ്ടം രോഹിണിയോടായിരുന്നു; അങ്ങിനെ മറ്റ് സഹോദരിമാർക്കും തോന്നിത്തുടങ്ങി. അവർ അവരുടെ സംശയത്തിന് തെളിവായി ചൂണ്ടിക്കാട്ടിയത് ചന്ദ്രൻ രോഹിണിയോടൊപ്പം കൂടുതൽ സമയം ചിലവഴിക്കുന്നു എന്നാണ്. പലപ്പോഴും അത് സത്യവുമായിരുന്നു. അവർ അവരുടെ പരാതി, സങ്കടം അച്ഛൻ പ്രജാപതിയോട് പറയുകയും ചെയ്തു. മരുമകൻ തന്റെ മക്കളോട് പക്ഷപാതപരമായി പെരുമാറുന്നത് ശരിയല്ലെന്ന് മരുമകനേ പറഞ്ഞു മനസ്സിലാക്കാൻ ശ്രമിച്ചു. ചന്ദ്രൻ അദ്ദേഹത്തിന്റെ ഉപദേശം മാനിക്കുന്നില്ലെന്ന് മനസ്സിലാക്കിയ പ്രജാപതി ചന്ദ്രനെ ശപിച്ചു.

“ഹേ, ചന്ദ്രാ. നീ എന്റെ മക്കളോട് പക്ഷപാതം കാണിക്കുന്നത് എന്തുകൊണ്ടാണ്. നിന്നെ ഞാൻ ശപിക്കുന്നു. നിനക്ക് അപക്ഷയരോഗം (പാഴാക്കൽ രോഗം- Wasting disease) ഉണ്ടാകട്ടെ.” അന്നുതൊട്ട് ചന്ദ്രൻ കുറേശ്ശെ ക്ഷയിക്കാൻ തുടങ്ങി. രോഗം ചന്ദ്രനെ കുറേശ്ശെയായി കാർന്നു തിന്നാൻ തുടങ്ങിയതോടെ ചന്ദ്രൻ ബ്രഹ്മാവിന്റെ ഉപദേശ പ്രകാരം ശിവഭഗവാനെ ശരണം പ്രാപിച്ചു. ശിവഭഗവാൻ തന്റെ ഭക്തനെ സഹായിക്കാൻ ശ്രമിച്ചു. അദ്ദേഹം ചന്ദ്രനെ സ്വന്തം ജടക്കുള്ളിൽ (കെട്ടിവെച്ച തലമുടി) ഇരുത്തി. അങ്ങിനെ പ്രജാപതിയുടെ ശാപത്തിൽ നിന്ന് താൽക്കാലിക മോചനം നൽകി. അങ്ങിനെയാണ് ശിവന് സോമശേഖരൻ എന്ന പേര് ഉണ്ടായത്. എങ്കിലും ശാപം ശാപമായിത്തന്നെ നിലനിൽക്കുമല്ലോ. അതുകൊണ്ട് ശിവനും പ്രജാപതിയും സംസാരിച്ച് ഒരൊത്തു തീർപ്പിലെത്തി. ചന്ദ്രൻ പകുതി ദിവസങ്ങളിൽ ക്ഷയിക്കും; പിന്നീട് അടുത്ത പകുതി ദിവസങ്ങളിൽ (അതായത് 15 ദിവസങ്ങൾ) ക്രമേണ വികസിച്ച് പൂർവ്വസ്ഥിതിയിലേക്ക് എത്തുകയും ചെയ്യും. ആ പ്രക്രിയ തുടർന്നു കൊണ്ടേയിരിക്കും. ഇന്നും തുടർന്നു കൊണ്ടിരിക്കുന്നു. അതുകൊണ്ടാണ് വെളുത്തവാവ് ദിവസം കഴിഞ്ഞ് ചന്ദ്രൻ കുറേശ്ശെക്കുറേശ്ശെ ദിവസം തോറും ചെറുതാകുകയും (ചന്ദ്രക്കല

ശ്രദ്ധിക്കുക.) കറുത്തവാവുദിവസം നിഷ്പ്രഭനാകുകയും പിന്നീട് കുറേശ്ശെക്കുറേശ്ശെ പുഷ്ടി പ്രാപിച്ച് വീണ്ടും വെളുത്തവാവു ദിവസം പൂർണ്ണതയിൽ എത്തുന്നതും. ചന്ദ്രന്റെ ഈ മാറ്റങ്ങൾക്ക് മറ്റൊരു സാരസ്യമായ പശ്ചാത്തലം കൂടിയുണ്ട്. നേരത്തെ പറഞ്ഞ സംഭവത്തിനുശേഷം ചന്ദ്രൻ ഓരോ രാത്രിയും ഓരോ ഭാര്യമാരോടൊപ്പം ചിലവഴിക്കുന്നു. പക്ഷേ തനിക്ക് ഏറ്റവും ഇഷ്ടപ്പെട്ട രോഹിണിയുടെ കൂടെ കഴിയുന്ന ദിവസം ചന്ദ്രൻ കൂടുതൽ സന്തോഷവാനും പ്രസന്നനും ആയിരിക്കുന്നതാണ്. മറ്റ് ഭാര്യമാരുടെ അടുത്തേക്ക് പോകുമ്പോൾ (രോഹിണിയുടെ അടുത്തുനിന്നും കൂടുതൽ ദൂരത്തേക്ക് പോകുമ്പോൾ) അദ്ദേഹത്തിന് അപക്ഷയം സംഭവിക്കുന്നു- എങ്കിലും കറുത്ത വാവുദിവസം കഴിഞ്ഞുള്ള യാത്രയിൽ (രോഹിണിയുടെ സങ്കേതത്തോട് അടുക്കുംതോറും) അദ്ദേഹം കൂടുതൽ സന്തോഷമുള്ളവനാകുകയും പുഷ്ടി പ്രാപിക്കാൻ തുടങ്ങുകയും ചെയ്യുന്നു.

ചന്ദ്രൻ അങ്ങിനെ തന്റെ ഇരുപത്തിയേഴ് ഭാര്യമാരുടേയും അടുത്ത് ഒരു വട്ടം ചിലവഴിക്കുന്ന സമയം ചന്ദ്രന് ഒരു പ്രാവശ്യം ഭൂമിയേ ചുറ്റി വരാൻ വേണ്ട സമയം തന്നെയാണ്. കൃത്യമായിപ്പറഞ്ഞാൽ 29 ദിവസം 12 മണിക്കൂർ 44 മിനിറ്റ് 3 സെക്കന്റ്. അതുകൊണ്ടാണ് ഒരു വെളുത്തവാവും അടുത്ത വെളുത്തവാവിനും ഇടയിലുള്ള സമയം മുപ്പതു ദിവസങ്ങളായിരിക്കുന്നത്.

സൂര്യ ചന്ദ്രന്മാരുടെ മക്കളുടെ നടക്കാതെ പോയ കല്ല്യാണം

സൂര്യൻ വളരെ വളരെ ജോലിത്തിരക്കുള്ള ആളാണെന്ന് എല്ലാവർക്കും അറിയാം- ആഫ്രിക്കൻ ജനതയ്ക്കും അത് നന്നായി അറിയാമായിരുന്നു. ദിവസവും അദ്ദേഹത്തിന് തന്റെ വള്ളത്തിൽ കിഴക്കുനിന്ന് പടിഞ്ഞാറു വരെ യാത്ര ചെയ്ത് ഭൂമിയിൽ എന്തൊക്കെയാണ് നടക്കുന്നതെന്ന് നിരീക്ഷിക്കേണ്ടതായുണ്ടായിരുന്നു. പ്രഭാതത്തിൽ ഒരു കരടിയാണ് അദ്ദേഹത്തിന്റെ വള്ളം വലിച്ച് മുന്നോട്ട് കൊണ്ടു പോകുന്നത്. എങ്കിലും ഏതാണ്ട് മദ്ധ്യാഹ്നമാകുമ്പോഴേക്കും കരടി ക്ഷീണിക്കും. പിന്നീട്, മദ്ധ്യാഹ്നം കഴിഞ്ഞാൽ ഒരു ആൺ റെയിൻ ഡീയർ (Reindeer Bull) ആ ജോലി ഏറ്റെടുക്കും. സായന്തനമായാൽ ഇരുട്ടുന്നതുവരെ ഒരു പെൺ റെയിൻ ഡീയറും (Reindeer Doe). ആ സമയമത്രയും ഭൂമിയേ നിരീക്ഷിക്കുന്നതിനു പുറമെ ഭൂമിയിൽ ജീവനുള്ള എല്ലാത്തിനും അവർക്കു വേണ്ട ഊർജം പകർന്നു കൊടുക്കണം. അവർക്ക് വേണ്ടത്ര വെളിച്ചം കൊടുക്കണം. അദ്ദേഹം സഹായം എത്തിച്ചെങ്കിൽ മാത്രമേ മനുഷ്യർക്കും, മൃഗങ്ങൾക്കും, പറവകൾക്കും, മരങ്ങൾക്കും, ചെടികൾക്കും, പുല്ലിനുമൊക്കെ ആരോഗ്യത്തോടെയും വേണ്ടത്ര ശക്തിയോടെയും ജീവിക്കാൻ കഴിയൂ. പക്ഷേ ആ ജോലികളെല്ലാം വിശ്രമമില്ലാതെ ചെയ്തു തീർക്കുമ്പോഴേക്കും സന്ധ്യയാകും. സൂര്യൻ സ്വയം ക്ഷീണിച്ച് അവശനാകുകയും ചെയ്യും. ആ സമയത്ത് അദ്ദേഹത്തിനും വിശ്രമം ആവശ്യമാണ്. അതിനായി അദ്ദേഹം നല്ല തണുപ്പുള്ള കടലിലെ ജലത്തിൽ മുങ്ങും. ആ സമയത്ത് ഒന്നുറങ്ങിയാലെന്ന് മാത്രമായിരിക്കും അദ്ദേഹത്തിന്റെ മനസ്സിലെ ആഗ്രഹം. പക്ഷേ

ആ സമയത്ത് അദ്ദേഹത്തിന്റെ മകൻ 'പെയ്‌വാക്കി' (Peivalke- സൂര്യ രശ്മി) അദ്ദേഹത്തെ ശല്യപ്പെടുത്താൻ തുടങ്ങും.

"അച്ഛാ. അച്ഛൻ എന്നെക്കുറിച്ച് ഒന്നും ഓർക്കാറില്ലേ."

"അതെന്താ മോനേ അങ്ങിനെ ചോദിച്ചത്."

"അല്ല. എനിക്ക് വിവാഹം കഴിക്കേണ്ട പ്രായമായെന്ന വിവരം അച്ഛൻ മറന്നു പോയെന്ന് തോന്നുന്നല്ലോ."

"അതെ. നിനക്ക് വിവാഹ പ്രായമായി. അതെനിക്കറിയാം."

"എങ്കിൽ അച്ഛൻ എനിക്കുവേണ്ടി ആരെയെങ്കിലും കണ്ടുവെച്ചിട്ടു ണ്ടോ- അന്വേഷിക്കുന്നുണ്ടോ."

"ശരിയാണ് മകനെ. ഇതുവരെ നിനക്ക് അനുയോജ്യയായ ഒരു വധുവിനെ കണ്ടെത്താൻ കഴിഞ്ഞിട്ടില്ല. മോനെ, നീ ആരെയെങ്കിലും കണ്ടുവെച്ചിട്ടുണ്ടോ."

"ഇല്ലച്ഛാ. ഭൂമിയിൽ വിവാഹത്തിന് യോഗ്യരായ വിവാഹപ്രായമായ എല്ലാ ചെറുപ്പക്കാരികളോടും എന്റെ കയ്യിലെ സ്വർണചെരുപ്പ് ഇട്ടു നോക്കാൻ പറഞ്ഞു. പക്ഷേ ഈ ചെരുപ്പുകൾ അവരുടെ ആരുടേയും കാലുകൾക്ക് ചേരുന്നില്ല. ഈ ചെരുപ്പുകൾ ചേരാത്ത ആരെയെങ്കിലും ഞാൻ വിവാഹം കഴിച്ചാൽ അവർക്ക് എന്റെ കൂടെ ആകാശത്തിൽ പറന്നു നടക്കാൻ കഴിയുകയില്ലല്ലോ."

"അത് ശരിയാണ് മോനേ. പക്ഷേ നീ തെറ്റായ സ്ഥലത്താണ് അന്വേഷിച്ചതെന്ന് തോന്നുന്നു. ആകാശത്തു തന്നെ ജീവിക്കുന്ന ഒരു പെൺകുട്ടിയായിരിക്കും നിനക്ക് ചേർന്നവൾ." സൂര്യൻ അൽപ്പനിമി ഷങ്ങൾക്കു ശേഷം വീണ്ടും പറഞ്ഞു.

"മോനേ. ഞാൻ ചന്ദ്രനോട് ഒന്നന്വേഷിച്ചു നോക്കട്ടെ. അവൾക്ക് ആരെയെങ്കിലും അറിയാമായിരിക്കും. മാത്രമല്ല എന്റെ ഓർമ്മ ശരി യാണെങ്കിൽ അവൾക്കും ഒരു മകളുണ്ട്. ഇപ്പോൾ വിവാഹപ്രായമാ യിക്കാണണം. "

"ഓ. അങ്ങിനെയോ."

"അതെ മോനെ പെയ്‌വാക്കെ. അവൾ നമ്മളോടൊപ്പം സമ്പന്ന യല്ലെന്നത് ശരിയാണ്. പക്ഷേ അത് സാരമില്ലെന്ന് കരുതാം. എന്റെ അറിവ് ശരിയാണെങ്കിൽ അവളുടെ മകൾ സുന്ദരിയാണ്. നിനക്കിഷ്ട പ്പെടും." സൂര്യൻ അന്ന് സന്ധ്യവരെ കാത്തിരുന്നു. അതായത് ചന്ദ്രൻ ഉദിക്കുന്നതുവരെ കാത്തിരുന്നു. ചന്ദ്രനെക്കണ്ടതും സൂര്യൻ ചന്ദ്രനോട് ചോദിച്ചു.

“അയൽപക്കക്കാരി, സഹോദരീ, നിനക്ക് വിവാഹപ്രായമായ സുന്ദരിയായ ഒരു മകളുണ്ടെന്ന് ഞാൻ കേട്ടത് ശരിയല്ലേ.”

“അതെ. എനിക്ക് അങ്ങിനെ ഒരു മകളുണ്ട്. അവൾക്ക് വിവാഹപ്രായവും ആയിരിക്കുന്നു.”

“എങ്കിൽ എനിക്ക് വിവാഹപ്രായമായ ഒരു മകനുണ്ട്. അവർക്കു തമ്മിൽ വിവാഹം ആലോചിച്ചാലെന്താ നിനക്ക് വിരോധമില്ലല്ലോ. അവന്റെ പേര് പെയ്വാക്കെ എന്നാ. അതുകേട്ടപ്പോൾ ചന്ദ്രന്റെ മുഖത്ത് സന്തോഷത്തിനുപകരം അൽപ്പം മ്ലാനതയാണത് കണ്ടത്. ചന്ദ്രൻ പറഞ്ഞു.

“എന്റെ മകൾക്ക് പ്രായമായെങ്കിലും അവളിന്നും ആകൃതിയിൽ വളരെ ചെറുതാണ്. എന്റെ കൈകളിൽ എടുക്കാവുന്നത്ര ഭാരമേ അവൾക്കുള്ളു. ആ അവസ്ഥയിൽ അവളെ വിവാഹം കഴിച്ചുകൊടുക്കുക... “ചന്ദ്രൻ സംശയം പ്രകടിപ്പിച്ചു. ഒരു കറുത്തിരുണ്ട മേഘത്തെ വരുത്തി മകളുടെ മുഖം മറച്ചു പിടിക്കാൻ നിർദ്ദേശിക്കുകയും ചെയ്തു.

“ഓ. അത് ഒരു വലിയ പ്രശ്നമല്ല. ഞങ്ങളുടേത് വേണ്ടത്ര സമ്പത്തുള്ള കുടുംബമാണെന്ന് നിനക്കറിയാമല്ലോ. വിവാഹത്തിനുശേഷം നിന്റെ മകൾക്ക് ഞങ്ങൾ ധാരാളം പോഷകവസ്തുക്കളുള്ള ആഹാരം നൽകിക്കൊള്ളാം. അവൾ അതിശീഘ്രം തന്നെ വേണ്ടത്ര പുഷ്ടി പ്രാപിച്ചു കൊള്ളും. അതിനെക്കുറിച്ച് നീ വിഷമിക്കേണ്ട. അതുകൊണ്ട് ആദ്യം എന്റെ മകൻ പെയ്വാക്കെ നിന്റെ മകളെ കാണട്ടെ. അവന് അവളെ ഇഷ്ടപ്പെടുന്നോ എന്നറിയട്ടെ... ഇഷ്ടപ്പെട്ടാൽ നമുക്കീ വിവാഹം അങ്ങു നടത്തിക്കളയാം.”

“അയ്യോ. അതെ... നിങ്ങളുടെ മകന്റെ ചൂട് എന്റെ മകൾക്ക് സഹിക്കാൻ ആകുമോ എന്നറിഞ്ഞു കൂടാ. അതുകൊണ്ട് അവളെ നിങ്ങളുടെ മകൻ കാണുന്നത് പിന്നീടൊരവസരത്തിലാകാം. ഇപ്പോൾ വേണ്ട. അതാ നല്ലതെന്ന് എനിക്ക് തോന്നുന്നു.”

“ച്ഛെ ച്ഛെ. അങ്ങിനെയൊന്നും പേടിക്കേണ്ട. അതൊക്കെ ഞാനവനെ പറഞ്ഞ് മനസ്സിലാക്കാം. അവൻ നിന്റെ മകളെ യാതൊരുവിധത്തിലും കഷ്ടപ്പെടുത്തുകയില്ല. ഞാനുറപ്പ് തരുന്നു.”

“അതുമല്ല...”

ചന്ദ്രൻ അൽപ്പം സങ്കോചത്തോടെ പറയാൻ തുടങ്ങിയത് ഇടയിൽ നിർത്തി.

“എന്താ. നിനക്ക് മറ്റെന്തോ പറയാനുണ്ടെന്ന് തോന്നുന്നല്ലോ. എന്താണെങ്കിലും പറയ്. കേൾക്കട്ടെ.”

"അല്ല. അതുപിന്നെ... അവൾക്ക് മറ്റൊരാലോചന വന്നിട്ടുണ്ട്. ...സത്യം പറയാമല്ലോ...ഞാൻ വടക്കുദിശയിലെ പ്രകാശം 'നൈന'യ്ക്ക് (Nainnas of Northern lights) വാക്കു കൊടുത്തിട്ടുണ്ട്.

അതു കേട്ടപ്പോൾ സൂര്യന് തികഞ്ഞ ദേഷ്യം തോന്നി. സൂര്യൻ അൽപ്പം ഉച്ചത്തിൽത്തന്നെ പറഞ്ഞു.

"അപ്പോൾ അതാണ് കാര്യം. ഇപ്പോ മനസ്സിലായി നിന്റെ മനസ്സിലിരുപ്പ്. കേവലം നിസ്സാരനായ ഒരു പ്രകാശത്തുണ്ടിനുവേണ്ടി നീ എന്റെ അഭ്യർത്ഥന നിരസിക്കുകയാണ് അല്ലേ. നിനക്കെന്താ അറിയില്ലേ, ഞാനാണ് ഈ ലോകത്തിനു മുഴുവനും പ്രകാശവും ഊർജവും നൽകുന്നതെന്ന്. ഞാനെല്ലാവർക്കും ജീവൻ നൽകുന്നു. സമ്പത്തും ശേഷിയും വേണ്ടത്ര ഉള്ളവനാണ് ഞാനും എന്റെ വീട്ടിലെ ഓരോരുത്തരുമെന്ന് അയൽപക്കക്കാരിയായിട്ടും നീ മറന്നു പോയിരിക്കുന്നു അല്ലേ."

"താങ്കൾ പറയുന്നതൊക്കെ ശരിയായിരിക്കാം. പക്ഷേ സായന്തനമാകുമ്പോൾ അങ്ങയുടെ കഴിവൊക്കെ എവിടെ പോകുന്നു എന്ന് അങ്ങു പറഞ്ഞില്ലല്ലൊ. അതെന്തേ. അയൽപക്കക്കാരിയായ എനിക്കും അങ്ങയെക്കുറിച്ച് എല്ലാം അറിയാമെന്ന് അങ്ങും മറക്കണ്ട." ചന്ദ്രനും അൽപ്പം ചൊടിച്ചു പറഞ്ഞു.

"ഓഹോ."

"അതെ. രാത്രിയാകുമ്പോൾ അങ്ങയുടെ വീര്യമൊക്കെ പോകുന്ന വിവരം അറിയാമെന്ന് അങ്ങേയ്ക്ക് അറിഞ്ഞു കൂടെന്നുണ്ടോ. പിന്നെ, വടക്കുദിശയിലെ പ്രകാശം അങ്ങിനെയല്ല. അങ്ങയ്ക്കുള്ളത്ര പ്രകാശം ഇല്ലെങ്കിലും മഞ്ഞുകാലത്തും രാത്രിയിലുമൊക്കെ സ്ഥിരതന്മയോടെ നൈന പ്രകാശം നൽകുന്നു."

ചന്ദ്രന്റെ ആ വാക്കുകൾ സൂര്യനെ കൂടുതൽ ദേഷ്യം പിടിപ്പിച്ചു. അദ്ദേഹം കോപം കൊണ്ട് അലറിയെന്നു തന്നെ പറയാം. അദ്ദേഹം വളരെയേറെ ചൂടുകൂടിയ അസ്ത്രങ്ങൾ (arrows-rays) ചന്ദ്രന്റെ നേരെ എറിഞ്ഞു. ചന്ദ്രൻ സുരക്ഷക്കായി കുറച്ച് മാറി മറഞ്ഞു നിന്നു.

"ഓഹോ. അങ്ങിനെയോ. നീ എന്നെ ധിക്കരിക്കാൻ തന്നെ തീരുമാനിച്ചു അല്ലേ. എങ്കിൽ ഞാനൊന്നു നോക്കട്ടെ. നിന്റെ മകളെ എന്റെ മകന് കല്യാണം കഴിപ്പിക്കാമോ എന്ന് നോക്കട്ടെ. അതെ. നിന്റെ മകളെ എന്റെ മകനേ കൊണ്ടുതന്നെ കല്യാണം കഴിപ്പിക്കും. തീർച്ച. നിനക്ക് തടയാൻ കഴിയുമോയെന്ന് ഒന്ന് ശ്രമിച്ചു നോക്ക്."

സൂര്യന്റെ പരാക്രമണം കാരണം കാറ്റ് ശക്തിയായി ആഞ്ഞടിക്കാൻ തുടങ്ങി. കടലിൽ തിരമാലകൾ കൂടുതൽ കൂടുതൽ ഉയരത്തിലാകാൻ

തുടങ്ങി. ഭൂമിതന്നെ ഭയന്ന് വിറച്ചതുപോലെ തോന്നി- ഭൂമിയിലെ എല്ലാ വസ്തുക്കളും കലുങ്ങി. മനുഷ്യരും മൃഗങ്ങളുമെല്ലാം വേനൽക്കാലത്ത് അഭയം പ്രാപിക്കാറുള്ള മലഞ്ചെരിവുകളിലും ഗുഹകളിലുമൊക്കെ ഒളിഞ്ഞിരുന്നു. ചന്ദ്രൻ തക്കം കിട്ടിയ അവസരം നോക്കി രാത്രിയിലെ ഇരുട്ടിലേക്ക് ഓടി മറഞ്ഞു. മാത്രമല്ല തന്റെ മകളെ കടലിന്റെ നടുക്കുണ്ടായിരുന്ന സൂര്യന്റെ കണ്ണിൽപ്പെടാൻ സാധ്യതയില്ലായിരുന്ന ഒരു ചെറിയ ദ്വീപിൽ ഒളിപ്പിച്ച് താമസിപ്പിച്ചു. ആ ദ്വീപിൽ ഒരു വയസ്സായ മനുഷ്യനും അയാളുടെ ഭാര്യയും മാത്രമായിരുന്നു താമസം. അവരേ ചന്ദ്രന് വിശ്വാസമായിരുന്നു.

സൂര്യൻ തന്റെ ആക്രോശങ്ങളൊക്കെ കഴിഞ്ഞ് ക്ഷീണിച്ച എന്നു തന്നെ പറയാം. അപ്പോഴേക്കും കാറ്റിന്റെ ശക്തിയും തിരമാലകളുടെ ചീറ്റലും കുറഞ്ഞു. ആ സമയത്ത്-പ്രകൃതി അൽപ്പം ശാന്തമായ സമയത്ത് ആ വൃദ്ധദമ്പതികൾ പൂവരശുമരത്തിന്റെ (Birch Tree) ഉണങ്ങിയ പുറംതൊലി ശേഖരിക്കാനായി അടുത്തുണ്ടായിരുന്ന കാട്ടിലേക്ക് പോയി. അവിടെ പൂവരശു മരത്തിന്റെ കൊമ്പിൽ ഒരു വെള്ളിത്തൊട്ടിൽ തൂങ്ങിക്കിടക്കുന്നത് അവരുടെ കണ്ണിൽപ്പെട്ടു. അവർ തൊട്ടിൽ താഴേക്കിറക്കി അതിൽ നോക്കുമ്പോൾ അതിനകത്ത് കുട്ടികളാരും ഉള്ളതായി തോന്നിയില്ല.

വൃദ്ധൻ ഭാര്യയോട് പറഞ്ഞു.

“എടിയേ. ഇതിനകത്ത് കുട്ടികളൊന്നും ഇല്ല.”

“ഓ. അങ്ങിനെയോ. എങ്കിൽ പിന്നെ നമുക്ക് കിട്ടിയ മരത്തോലും കൊണ്ട് തിരികെ പോകാം.”

“ശരി.”

അപ്പോളാണ് തൊട്ടിലിൽ നിന്നും ഒരു കുട്ടി കരയുന്ന ശബ്ദം കേട്ടത്. അവർ വീണ്ടും തൊട്ടിലിൽ ശ്രദ്ധിച്ചുനോക്കി. അപ്പോൾ തൊട്ടിലിൽ നിന്ന് വളരെ നേരിയ ഒരു ശബ്ദം ഒരു കരച്ചിൽ കേട്ടു.

“ഇത് നേക്കിയ. (നേസിയ എന്നും പറയും-Niekia) ഞാനിവിടെയില്ലാ; എങ്കിലും സൂക്ഷിച്ചുനോക്കൂ. ഞാനിപ്പോൾ ഇവിടെയുണ്ട്.”

വൃദ്ധദമ്പതിമാർ വീണ്ടും തൊട്ടിലിൽ നോക്കി. അപ്പോൾ കാഴ്ചയ്ക്ക് മനുഷ്യക്കുട്ടി പോലെയുള്ള, എന്നാൽ വളരെ ചെറിയ വലിപ്പം മാത്രമുള്ള ഒരു കുട്ടി ആ തൊട്ടിലിൽ കിടക്കുന്നത് അവർ കണ്ടു. ആ കുട്ടിയുടെ ദേഹത്തുനിന്ന് മനുഷ്യക്കുട്ടികൾക്ക് കാണാത്ത ഒരു പ്രകാശം അവിടെയെല്ലാം പരക്കുന്നതും അവർ കണ്ടു. അവർ തൊട്ടിയോടെ ആ കുട്ടിയെ അവരുടെ വീട്ടിലേക്ക് എടുത്തുകൊണ്ടു പോയി. അവർ കുട്ടിയെ

സ്നേഹിച്ച് ലാളിച്ച് വളർത്തി. അവർക്ക് സ്വന്തമായി മക്കളില്ലല്ലോ എന്ന ദുഃഖം മറന്ന് അവർ ആ കുട്ടിയെ സ്വന്തം മകളായി വളർത്തി. അവർ അവളെ നേക്കിയ എന്ന പേരു തന്നെയിട്ട് വിളിച്ചു. നേക്കിയയും അവരെ സ്വന്തം അച്ഛനും അമ്മയും എന്ന രീതിയിൽ സ്നേഹിച്ചു. അവർ പറഞ്ഞതനുസരിച്ച് ജീവിച്ചു. അവർ നിർദ്ദേശിച്ചതുപോലെ എല്ലാ കാര്യങ്ങളും ചെയ്തു. പക്ഷേ രാത്രികളിൽ മാത്രം അവൾ അച്ഛനമ്മമാർ അറിയാതെ വീടിനു പുറത്തിറങ്ങി നിന്ന് ചന്ദ്രനെ നോക്കി നിൽക്കുമായിരുന്നു. ആ സമയത്ത് അവൾ സാധാരണയിൽ കൂടിയ വെളിച്ചത്തോട്ടു കൂടി പ്രകാശിച്ച് നിൽക്കുമായിരുന്നു. അതുപോലെ അവൾ പല കൈവിരുതുകളും, റെയ്ൻഡീയറിന്റെ തുകലുകൊണ്ട് പുതപ്പും മറ്റും തുന്നാനും, മുത്തുകളും പവിഴങ്ങളും കൊണ്ട് വസ്ത്രങ്ങളിൽ ചിത്രത്തയ്യൽ ചെയ്യാനും അങ്ങിനെ പലതും പഠിച്ചു. മാത്രമല്ല, നമ്മുടെ കുട്ടികൾ കള്ളനും പോലീസും കളിക്കുന്നതുപോലെ 'നേക്കിയ ഇവിടെയില്ല' എന്ന് പറഞ്ഞ് അവരുടെ മുമ്പിൽ നിന്ന് അപ്രത്യക്ഷയാകുകയും പിന്നീട് 'നേക്കിയ ഇവിടെയുണ്ട്' എന്നു പറഞ്ഞ് അവരുടെ മുമ്പിൽ പ്രത്യക്ഷപ്പെട്ട് അവരെ സന്തോഷിപ്പിക്കുകയും ചെയ്യുന്ന രീതിയിൽ കളിക്കുമായിരുന്നു. അവർ അവളെ ഓമനിച്ച് 'നേക്കിയ, നേക്കിയാ എന്ന് കൂടെക്കൂടെ വിളിക്കുമായിരുന്നു.

അങ്ങിനെ നേക്കിയ വളർന്ന് സൗന്ദര്യവതിയായ ഒരു യുവതിയായി. അവളുടേത് വട്ടമുഖമായിരുന്നു. കണ്ടാൽ പൂർണചന്ദ്രനെപ്പോലെ വട്ടത്തിൽ; കവിളുകൾ ചെറിപഴം പോലെയോ ബെറി പഴങ്ങൾ പോലെയോ ഉരുണ്ട് റോസ് നിറത്തിലുള്ളവയായിരുന്നു. മാത്രമല്ല ആ മുഖം എപ്പോഴും ചിരിച്ച് പ്രസന്നമുഖി എന്ന് പറയാൻ പ്രേരിപ്പിക്കുന്നത്ര സുന്ദരവും ആയിരുന്നു. അവളെക്കുറിച്ചുള്ള വിവരങ്ങൾ കുറേശ്ശെ ആ ദ്വീപിന് പുറത്തും എത്തി. അക്കൂട്ടത്തിൽ സൂര്യനും അവളെക്കുറിച്ച് കേട്ടു. സൂര്യൻ സ്വയം പറഞ്ഞു.

"ഓ. അങ്ങിനെയോ. അത്ര സുന്ദരിയായ, വിവാഹപ്രായമായ ഒരു പെൺകുട്ടിയുണ്ടെങ്കിൽ അവൾ എന്റെ മകന് അനുയോജ്യമായിരിക്കും. തീർച്ച."

സൂര്യൻ മകനെ വിളിച്ചു പറഞ്ഞു.

"മോനെ പെയ്‌വാക്കേ, ഭൂമിയിൽ ഒറ്റപ്പെട്ട ഒരു ചെറിയ ദ്വീപിൽ നിനക്ക് യോജ്യയായ ഒരു പെൺകുട്ടിയുണ്ട്. നീ അവിടെപ്പോയി അവളെ കാണുക. നിനക്ക് ഇഷ്ടപ്പെട്ടുകയാണെങ്കിൽ നമുക്ക് അവളുടെ മാതാപിതാക്കളെ വിവാഹ അഭ്യർത്ഥനയുമായി സമീപിക്കാം."

"ശരിയച്ഛാ. ഞാനിപ്പോൾത്തന്നെ പോകാം."

പെയ്വാക്കെ ആ ദ്വീപിലേക്ക് പറന്നെത്തി. ആ വൃദ്ധദമ്പതികളുടെ വീട്ടിൽക്കയറി വിളിച്ചു.

"ഇവിടെ ആരുമില്ലേ."

"ഉണ്ടല്ലോ. ഞങ്ങളിവിടെത്തന്നെയുണ്ടല്ലൊ. മോനെന്താ വേണ്ടത്. പറഞ്ഞാലും."

"നിങ്ങളുടെ മകളെവിടെ. അവളുടെ പേരെന്താ. അവളെ ഇങ്ങോട്ട് വിളിക്ക്."

മോനേ. അവളുടെ പേര് നേക്കിയാ."

തികച്ചും അക്ഷമനായിരുന്ന പെയ്വാക്കെ ആ വൃദ്ധദമ്പതികൾ പറഞ്ഞതൊന്നും ശ്രദ്ധിക്കാതെ വിളിച്ചു.

"ഹേ. നേക്കിയാ. നീ എവിടെയാ. ഇങ്ങോട്ടൊന്നിറങ്ങി വാ. നിന്നെ ഞാനൊന്നു കാണട്ടെ."

"ഞാനിവിടെയില്ല- എങ്കിലും ഞാനിതാ ഇവിടെത്തന്നെയുണ്ട്." നേക്കിയ അങ്ങിനെ പറഞ്ഞുകൊണ്ട് അകത്തെ മുറിയിൽ നിന്ന് പുറത്തേക്ക് വന്നു. നേക്കിയയെക്കണ്ട പെയ്വാക്കെയ്ക്ക് അവളെ ആദ്യനോട്ടത്തിൽത്തന്നെ വളരെയേറെ ഇഷ്ടപ്പെട്ടു.

"ഹേ. നേക്കിയ. നീ വളരെ വളരെ സുന്ദരിയാണല്ലൊ. നിന്നെ എനിക്ക് ഒരുപാടൊരുപാട് ഇഷ്ടമായി." നേക്കിയ മറുപടിയൊന്നും പറയാതെ അൽപ്പം നാണിച്ച് നിന്നു.

"നേക്കിയ. നോക്കു. എനിക്കുവേണ്ടി ഒരു കാര്യം ചെയ്യൂ. ദയവായി ഈ ചെരുപ്പുകൾ നിന്റെ കാലിൽ ഇട്ടുനോക്കു." നേക്കിയ പകുതി മനസ്സോടെ ചെരുപ്പുകൾ വാങ്ങി കാലുകളിൽ ഇടാൻ ശ്രമിച്ചു. പക്ഷേ ചെരുപ്പുകൾ അവളുടെ കാലുകൾക്ക് ചേരുന്നവയായിരുന്നില്ല.

"ഹൌ. ഹൌ. ഈ ചെരുപ്പുകൾ എന്റെ കാലിൽ കടിക്കുന്നു, എനിക്ക് വേദനിക്കുന്നു." നേക്കിയ ശബ്ദമെടുത്തു.

"ഓ. അതു സാരമില്ല. കുറച്ചു ദിവസങ്ങൾ ഇട്ടു പരിചയിച്ചാൽ അവ നിന്റെ കാലുകൾക്ക് ചേരും. സംശയിക്കേണ്ട." എന്ന് പറഞ്ഞുകൊണ്ട് പെയ്വാക്കെ അവളുടെ അടുത്തേക്ക് ചെന്നു. അവളെ കൈകളിൽ തൂക്കിയെടുക്കുക എന്നതായിരുന്നു പെയ്വാക്കെയുടെ ഉദ്ദേശം. അത് മനസ്സിലാക്കിയ നേക്കിയ "ഞാനവിടെയില്ല; ഇവിടെയില്ലാ" എന്ന് ഉച്ചത്തിൽ പറഞ്ഞുകൊണ്ട് ചെരുപ്പുകൾ അവിടെത്തന്നെ ഇട്ടിട്ട് ഓടി മറഞ്ഞു. പിന്നീട് അവിടെയൊക്കെ തിരക്കിയിട്ടും അവളെ കാണാൻ കഴിഞ്ഞില്ല. അവൾ എവിടെ എങ്ങിനെ അപ്രത്യക്ഷയായി എന്ന്

ആർക്കും ഒരു പിടിയും കിട്ടിയില്ല. നിരാശനായി പെയ്വാക്കെ അന്നേ ദിവസം ആകാശത്തിലേക്ക് മടങ്ങിപ്പോയി.

ഓടി ഒളിച്ച് നേക്കിയ അടുത്തുള്ള ഉയർന്ന മരങ്ങൾ നിബിഢമായി വളർന്നു നിന്നിരുന്ന ഒരു കാട്ടിലാണ് എത്തിച്ചേർന്നത്. കാട്ടിനുള്ളിൽ നല്ല ഇരുട്ടായിരുന്നു. എങ്കിലും രാത്രി ചന്ദ്രനുദിച്ചപ്പോൾ ചന്ദ്രന്റെ പ്രകാശരശ്മികൾ മരങ്ങൾക്കിടയിൽക്കൂടി അവൾക്ക് കാണാൻ കഴിഞ്ഞു. ആ രശ്മികൾ അവൾക്ക് മാർഗനിർദേശം നൽകുന്നു എന്ന് അവൾക്ക് തോന്നി. ആ രശ്മികൾ നയിച്ച പാതയിൽക്കൂടി അവൾ വനത്തിൽക്കൂടി, മലകൾ കയറിയിറങ്ങി നടന്ന് എത്തിയത് കടലോരത്തുണ്ടായിരുന്ന വിജനമെന്ന് തോന്നിച്ച ഒരു സ്ഥലത്തുണ്ടായിരുന്ന ഒരു ഒറ്റപ്പെട്ട വീട്ടിലായിരുന്നു. നേക്കിയ ആ വീടിനുള്ളിൽ കയറി അവിടെയെല്ലാം നോക്കി. ആരും ആ വീട്ടിൽ ഉണ്ടായിരുന്നില്ല. എങ്കിലും വീടിനകം ഒട്ടും വൃത്തിയുണ്ടായിരുന്നില്ല. അവൾ ഒരു തൊട്ടിയിൽ വെള്ളം പിടിച്ച് വീടിനകം കഴുകിത്തുടച്ച് വൃത്തിയാക്കി. ആ ജോലികളെല്ലാം ചെയ്തു കഴിഞ്ഞപ്പോഴേക്കും അവൾ തികച്ചും ക്ഷീണിച്ചു കഴിഞ്ഞിരുന്നു. അതുകൊണ്ട് അവൾ സ്വയം നീണ്ടുമെലിഞ്ഞ ഒരാകൃതി സ്വീകരിച്ച് ഭിത്തിയോട് ഒട്ടിച്ചേർന്നു കിടന്ന് ഉറങ്ങി. ആ സ്ഥിതിയിൽ അവളെ ഭിത്തിയിൽ നിന്നും ഭിന്നമായി ആർക്കും തിരിച്ചറിയാൻ കഴിയുമായിരുന്നില്ല.

നേരം വൈകി ഏതാണ്ട് ഇരുട്ടാൻ തുടങ്ങിയപ്പോൾ ഭടന്മാരുടെ ഭാരം കൂടിയ ചെരുപ്പുകളുടെ ശബ്ദം കേട്ടു തുടങ്ങി. നേക്കിയ ശ്രദ്ധിച്ചപ്പോൾ വെള്ളിപോലെ തിളങ്ങുന്ന പടച്ചട്ടകളണിഞ്ഞ അജാനബാഹുക്കളായ ഭടന്മാർ മുറിക്കകത്തേക്ക് കയറുന്നത് കണ്ടു. അവർ വടക്കുദിശയിലെ പ്രകാശ ഭടന്മാരാണെന്നും അവരുടെ നേതാവായി കൂടെയുണ്ടായിരുന്നത് നൈനയായിരുന്നു എന്നും നേക്കിയ മനസ്സിലാക്കി.

“ഹേ. കൂട്ടരേ, ഇന്ന് നമ്മുടെ ഈ വീടിനകം നല്ല ശുദ്ധിയും വെടിപ്പും ഉള്ളതായിട്ടുണ്ടല്ലോ. നിങ്ങൾക്ക് മനസ്സിലാകുന്നില്ലേ. ഒരു നല്ല വീട്ടമ്മ ഇവിടെ വന്നിട്ടുണ്ടാകണം. ഇല്ലെങ്കിൽ വീട് ഇത്ര അടുക്കും ചിട്ടയുമുള്ളതാകാൻ ന്യായമില്ല. വീട്ടിൽ ആരെങ്കിലുമുണ്ടോ എന്ന് നോക്കു കൂട്ടുകാരേ.” നൈനയാണ് അതു പറഞ്ഞത്. അദ്ദേഹത്തിന്റെ കൂട്ടുകാർ വീടിനകത്ത് തിരഞ്ഞു നോക്കിയിട്ട് പറഞ്ഞു.

“വീടിനകത്ത് ആരെയും കാണാനില്ലല്ലോ. നേതാവെ.”

“അങ്ങിനെ വരാൻ തരമില്ല. ആരോ വന്നിട്ടുണ്ട്. തീർച്ച. അവർ ഇവിടെ എവിടെയോ ഒളിച്ചിരിക്കുന്നുണ്ടാകണം. സംശയമില്ല. അവളുടെ നോട്ടം എന്റെമേൽ പതിക്കുന്നതുപോലെ എനിക്ക് തോന്നുന്നു.”

സഹോദരന്മാർ (കൂട്ടുകാർ ശരിക്കും സഹോദരന്മാരും ആയിരുന്നു.) ആഹാരം കഴിക്കാനിരുന്നു. അവരുടെ പക്കലുണ്ടായിരുന്ന ആഹാരം പങ്കിട്ട് എല്ലാവരും കഴിച്ചു. പിന്നീട് അവർ ചില കളിതമാശകൾ പങ്കിട്ടു. കളികൾ കൂടുതലും യുദ്ധമുറകളുമായി ബന്ധപ്പെട്ടവയായിരുന്നു- ഒരുതരം കാര്യമല്ലാതെയുള്ള യുദ്ധമുറകളുടെ അനുകരണം. അതുകൊണ്ട് വാളുകൾ കൂട്ടിമുട്ടുന്ന തരത്തിലുള്ള ശബ്ദവും, ചിലപ്പോൾ തീപ്പൊരികൾ പറക്കുന്ന തരത്തിലുള്ള വെളുത്ത, നീലിച്ച് കറുത്ത പ്രകാശ സ്ഫുലിംഗ ങ്ങളുമൊക്കെ കാണാമായിരുന്നു. കുറച്ചുനേരത്തെ കളികൾക്കുശേഷം ഓരോരുത്തരായി പാട്ടുപാടി അവിടെനിന്നും മടങ്ങിപ്പോയി. പക്ഷേ നൈന മാത്രം ഒരു മങ്ങിയ നിഴൽപോലെ വീടിനകത്ത് കുറച്ചുനേരം കൂടി നിന്നു. നൈന ഉറക്കെ ശബ്ദമെടുത്ത് പറഞ്ഞു.

"ഹേ, സ്ത്രീയേ നീ ഈ വീടിനകത്തു തന്നെ ഉണ്ടെന്ന് എനിക്കറിയാം. നീ എവിടെയാണ് മറഞ്ഞിരിക്കുന്നത്. ഭയമില്ലാതെ എന്റെ മുമ്പിൽ വാ. ദയവായി എന്റെ മുമ്പിൽ വാ. നീ പ്രായം കൂടിയ സ്ത്രീയാണെങ്കിൽ നിന്നെ ഞാൻ എന്റെ അമ്മയുടെ സ്ഥാനത്ത് സ്വീകരിക്കാം. അതല്ല സമപ്രായ ക്കാരിയാണെങ്കിൽ എന്റെ സഹോദരിയായി, അതുമല്ല എന്നെക്കാൾ പ്രായം കുറഞ്ഞ യുവതിയാണെങ്കിൽ എന്റെ ഭാര്യയായി, ഞാനിഷ്ടപ്പെ ടുന്ന ഭാര്യയായി സ്വീകരിക്കാം." അൽപ്പനേരത്തെ നിശബ്ദതയ്ക്കുശേഷം വളരെ മൃദുലമായ ശബ്ദത്തിൽ നേക്കിയ പറഞ്ഞു.

"ഞാനിവിടെയുണ്ട്."

അതു പറയുമ്പോൾ അവൾ ഒരു നേരിയ വെളിച്ചം പോലെ- പ്രഭാ തത്തിലെ ഉദിച്ചു വരുന്ന മങ്ങിയ വെളിച്ചത്തിൽ നൈനയുടെ മുമ്പിൽ പ്രത്യക്ഷപ്പെട്ട് നിന്നു.

"ഓ. നേക്കിയ അപ്പോൾ അത് നീ തന്നെയായിരുന്നു അല്ലേ. ഞാനൂഹിച്ചു. ഞാൻ നിന്നെ വളരെയധികം ഇഷ്ടപ്പെടുന്നു. നേക്കിയ നീ എന്നെ വിവാഹം കഴിക്കുമോ. എന്റെ ഭാര്യയാകാൻ നിനക്ക് സമ്മ തമാണോ." വളരെ താണ, നേരിയ ശബ്ദത്തിൽ നേക്കിയ പ്രതികരിച്ചു.

"ഇഷ്ടമാണ് നൈനാ. എനിക്ക് സമ്മതം."

പക്ഷേ അപ്പോഴേക്കും സൂര്യന്റെ തീക്ഷ്ണ രശ്മികൾ അവിടെ എത്തിക്ക ഴിഞ്ഞു. സൂര്യന്റെ രശ്മികളുടെ മുമ്പിൽ നിൽക്കാൻ കഴിയാതെ നൈന അവിടെ നിന്നും രക്ഷപ്പെട്ടു. ഓടി പോകുമ്പോൾ നൈന പറയുന്നുണ്ടാ യിരുന്നു.

"ഞാൻ തിരികെ വരും, നേക്കിയാ. നീ എനിക്കുവേണ്ടി കാത്തി രിക്കുകയില്ലേ. ഞാൻ തീർച്ചയായും തിരികെ വരും." അന്നു മുതൽ

നൈനയും സഹോദരന്മാരും ദിവസവും സായന്തനമാകുമ്പോൾ ആ വീട്ടിലേക്ക് പറന്നെത്തും. രാത്രി അവിടെ ചിലവഴിച്ച് വെളുപ്പായാൽ തിരികെ പോകുകയും ചെയ്യും. നേക്കിയ പലപ്പോഴും പറഞ്ഞുനോക്കി- അഭ്യർത്ഥിച്ചു.

"നൈനാ നീ ഇവിടെ നിന്നും പോകാതിരിക്കൂ. ഒരു ദിവസമെങ്കിലും മുഴുവൻ സമയവും എന്റെ കൂടെ ഇവിടെ താമസിക്കൂ."

"ഇല്ല. എനിക്കതിന് കഴിയുകയില്ല. ദയവായി എന്നെ നിർബ ന്ധിക്കരുത്. അങ്ങ്, സമുദ്രങ്ങൾക്കപ്പുറം, സമുദ്രങ്ങൾക്കു മുകളിൽ ആകാശത്തിൽ നടക്കുന്ന യുദ്ധം എന്നെയും പ്രതീക്ഷിക്കുന്നു. എനിക്ക് അതിൽനിന്ന് വിട്ട് ഇവിടെ നിൽക്കാനാവില്ല."

നേക്കിയ നൈനയെ അവിടെ നിർത്താൻ പല വഴികളും ആലോചിച്ചു. പരീക്ഷിച്ചു. അവൾ റെയിൻഡീയർ (reindeer) തോലുകൊണ്ട് തിരശ്ശീലകൾ നെയ്ത് അതിൽ ചിത്രത്തയ്യൽ വേലകൾ ചെയ്ത് മോടി പിടിപ്പിച്ചു. ക്ഷീരപഥത്തിന്റെയും (Milky way- ആകാശ ത്തിലെ നക്ഷത്ര പംക്തികളുടെ വീഥി) മറ്റും ചിത്രങ്ങളാണ് തുന്നിപ്പിടി പ്പിച്ചത്. അവ നൈനക്ക് ഇഷ്ടപ്പെടുമെന്ന് നേക്കിയ കരുതി. അത്തരം തിരശീലകൾ (Curtains) അവൾ അവരുടെ വീടിന്റെ മച്ചിന് കീഴിൽ തൂക്കിയിട്ടു.

അന്നും നൈനയും സഹോദരന്മാരും പതിവുപോലെ അവിടെയെ ത്തി. അവരുടെ പതിവ് പരിപാടികൾ (ഭക്ഷണം കഴിക്കുക, ആട്ടവും പാട്ടുമൊക്കെ നടത്തുക) കഴിഞ്ഞ് വിശ്രമിക്കാനായി കിടന്നു. നേരം വെളുത്തു തുടങ്ങിയപ്പോൾത്തന്നെ നൈനയുടെ കൂട്ടുകാർ തിരികെ പോയെങ്കിലും അന്ന് നൈന കുറച്ചു കൂടുതൽ നേരം ഉറങ്ങി. ഉണരാൻ അൽപ്പം വൈകി. എപ്പോഴോ കണ്ണു തുറന്ന് നോക്കിയപ്പോൾ ചുറ്റും ആകാശത്തിന്റെ പ്രതീതി- ക്ഷീരപഥവും നക്ഷത്രങ്ങളുമൊക്കെ കണ്ട തുപോലെ ഒരു തോന്നൽ; അതുകൊണ്ട് നേരം വെളുക്കാറായില്ല എന്ന് ധരിച്ചു. അങ്ങിനെ ഒരു തോന്നൽ ഉണ്ടായതുകൊണ്ട് അൽപ്പനേരം കൂടി ഉറങ്ങാമെന്ന് കരുതി. (നൈനയേ പകൽ സമയത്തും അവിടെ നിർത്തുക എന്നതായിരുന്നുവല്ലോ നേക്കിയയുടെ ഉദ്ദേശവും.)

നേക്കിയ പതിവുപോലെ ഉണർന്നു. നൈന കിടന്നുറങ്ങുന്നത് കാണുകയും ചെയ്തു. അവൾ വീടിന് വെളിയിൽ എങ്ങിനെ ഉണ്ടെന്ന് നോക്കാനായി കതകു തുറന്ന് പുറത്തേക്ക് ഇറങ്ങി. ആ സമയത്ത് കതക് അടയ്ക്കാൻ അവൾ മറന്നുപോയി. അൽപ്പനേരത്തിനുശേഷം നൈന കണ്ണു തുറന്ന് നോക്കിയപ്പോൾ തുറന്നു കിടന്ന കതകിൽക്കൂടി നീലാകാശത്തിൽ ഉദിച്ചുയരാൻ തുടങ്ങുന്ന സൂര്യനേയും അദ്ദേഹത്തിന്റെ

രശ്മികളും കണ്ടു. ഉടനെത്തന്നെ നൈന ധൃതിപ്പെട്ട് എഴുന്നേറ്റ് ഓടി മറയാൻ ശ്രമിച്ചു. പക്ഷേ അതിനകം സൂര്യനും നൈനയെ കണ്ടു കഴിഞ്ഞിരുന്നു. സൂര്യൻ തന്റെ ചുട്ടുപൊള്ളുന്ന അമ്പുകൾ (രശ്മികൾ) എയ്ത് നൈനയെ ബന്ധിച്ചു. അതുകണ്ട നേക്കിയ ഓടിച്ചെന്ന് നൈനയുടെ മുമ്പിൽ ഒരു മറ (രക്ഷാകവചം) പോലെ നിന്ന് നൈനയെ രക്ഷിച്ചു. എങ്കിലും അപ്പോഴേക്കും നൈന ശക്തി ക്ഷയിച്ച ഒരു നിഴൽ മാത്രമായി തീർന്നിരുന്നു. ആ നിഴൽ ആകാശത്തിൽ ക്രമേണ അലിഞ്ഞു ചേർന്ന് കാണാതാകുകയും ചെയ്തു.

കോപം അടക്കാനാകാതെ സൂര്യൻ നേക്കിയയെ അവളുടെ തലമുടിയിൽ പിടിച്ച് തൂക്കിയെടുത്ത് അവളെ ചുട്ടെരിക്കാനുള്ളത്ര ദേഷ്യത്തിൽ മകനേ വിളിച്ചു.

"പെയ്‌വാക്കേ. മോനെ. നീ ആഗ്രഹിച്ച നേക്കിയ ഇതാ ഇവിടെയുണ്ട്." മറുപടിയെന്നോണം നേക്കിയയും ഉച്ചത്തിൽ ഇടറുന്ന സ്വരത്തിൽ പറഞ്ഞു.

"ഹേ. സൂര്യാ. നിങ്ങളെന്നെ കൊല്ലുമായിരിക്കും. അതിൽ കൂടുതലൊന്നും ചെയ്യുകയില്ലല്ലോ. എന്നാലും ഞാൻ നിങ്ങളുടെ മകനെ വിവാഹം കഴിക്കുകയില്ല. ഇതു തീർച്ച. എന്റെ ശപഥം."

കോപം അടക്കാനാകാതെ സൂര്യൻ നേക്കിയയെ ഓടിയെത്തിയ ചന്ദ്രന്റെ അടുത്തേക്ക് വീശിയെറിഞ്ഞു. ചന്ദ്രൻ അവളെ സ്വന്തം കൈകളിൽ സ്വീകരിച്ച മാറോടണച്ച് പിടിച്ചു. ഇന്നും ചന്ദ്രൻ നേക്കിയയെ മാറോട് ചേർത്ത് പിടിച്ചിരിക്കുന്നു എന്ന വിശ്വാസം നിലനിൽക്കുന്നു. നേക്കിയയുടെ നിഴൽ ചന്ദ്രന്റെ മുഖത്ത് ഇപ്പോഴും കാണാനുണ്ടെന്ന വിശ്വാസവും നിലനിൽക്കുന്നു. സൂക്ഷിച്ച് നോക്കൂ. ഒരു പക്ഷേ നിങ്ങൾക്കും നേക്കിയയുടെ നിഴൽ ചന്ദ്രനിൽ കാണാൻ കഴിഞ്ഞേക്കാം.

നേക്കിയ ഇന്നും ആകാശത്തിൽ, സമുദ്രങ്ങൾക്കു മുകളിൽ, വിദൂരതയിൽ വടക്കുദിശയിലെ പ്രകാശം നോക്കി കഴിയുന്നു- അവൾക്ക് ആ പ്രകാശത്തിൽ നിന്നും കണ്ണെടുക്കാൻ കഴിയുന്നില്ല. അവൾ ആ പ്രകാശത്തെ അത്രയധികം സ്നേഹിക്കുന്നു- ഒരു നിത്യ കാമുകിയെപ്പോലെ.

കുറിപ്പ്:

ഈ കഥയിൽ സൂര്യരശ്മികളെ സൂര്യന്റെ മകനായും ചന്ദ്രന്റെ പ്രകാശത്തെ ചന്ദ്രന്റെ മകളായും സങ്കൽപ്പിച്ചിരിക്കുന്നതുപോലെ വടക്കുദിശയിലെ പ്രകാശത്തെ നൈനയായും അദ്ദേഹത്തിന്റെ കൂട്ടുകാരായും സങ്കൽപ്പിച്ചിരിക്കുന്നു. പക്ഷേ വടക്കുദിശയിലെ പ്രകാശം

എന്ന പ്രകൃതിയിൽ കാണുന്ന പ്രതിഭാസത്തെക്കുറിച്ച് നമുക്ക് വ്യക്തമായ ധാരണ കാണുകയില്ല. ഏതാണ്ട് മുപ്പതിനായിരം വർഷങ്ങൾക്കു മുമ്പു മുതൽ അറിയപ്പെട്ടു തുടങ്ങിയത് എന്ന് കരുതപ്പെടുന്ന ഈ പ്രകൃതി-പ്രതിഭാസത്തെക്കുറിച്ച് ശാസ്ത്രീയമായ രീതിയിൽ ചിന്തിച്ചു തുടങ്ങിയത് പേരുകേട്ട് ഇറ്റാലിയൻ ശാസ്ത്രജ്ഞൻ ഗലീലിയോയാണ്. 1619-ൽ അദ്ദേഹമാണ് ഇതിന് 'അറോറ ബോറിയലിസ്' (Aurora Borealis) എന്ന പേര് നൽകിയതും- (ഗ്രീസിലെ പ്രഭാതദേവിയായ 'അറോറ- Aurora'യുടെയും (നമ്മുടെ ഉഷസ്) വടക്കൻ കാറ്റിന്റെ ദേവനായ ബോറിയാസിന്റെയും (Boreas) പേരുകൾ ചേർത്ത് രൂപപ്പെടുത്തിയ പേര്. ഈ പ്രതിഭാസത്തെക്കുറിച്ച് കൂടുതൽ മനസ്സിലാക്കാൻ ആഗ്രഹിക്കുന്നവർക്കു വേണ്ടി ഇംഗ്ലീഷിൽ തയ്യാറാക്കിയ ഒരു ചെറിയ കുറിപ്പും ഇതോടൊപ്പം കൊടുക്കുന്നു. ഈ കുറിപ്പിൽ വടക്കേ അമേരിക്കയിൽ ഒരു കാലത്ത് ഈ പ്രതിഭാസത്തെ ചുറ്റിപ്പറ്റി രൂപംകൊണ്ട ഒരു കഥയെക്കുറിച്ചും (ഒരു സങ്കൽപ്പം) പരാമർശിക്കുന്നുണ്ട്. മനുഷ്യർ എങ്ങിനെയൊക്കെ കഥകൾ മെനഞ്ഞെടുക്കുന്നു (സൃഷ്ടിക്കുന്നു) എന്ന് ചിന്തിക്കുന്നതും രസാവഹമാണ്. അല്ലേ.

The northern lights, or the polar lights, or the aurora borealis, are the beautiful dancing waves of light that have captivated people for millennia. It is a natural light display in Earth's sky, predominantly seen in high-latitude regions (around the Arctic and Antarctic). Auroras display dynamic patterns of brilliant lights that appear as curtains, rays, spirals or dynamic flickers covering the entire sky. But for all its beauty, this spectacular light show is a rather violent event.

Energized particles from the sun slam into Earth's upper atmosphere at speeds of up to 45 million mph (72 million km/h), but our planet's magnetic field protects us from the onslaught. As Earth's magnetic field redirects the particles toward the north Pole, the dramatic process transforms into a cinematic atmospheric phenomenon that dazzles and fascinates scientists and sky- watchers.

Though it was Italian astronomer Galileo Galilei who coined the name "aurora borealis" in 1619-after the Roman goddess of dawn, Aurora, and the Greek god of the north wind, Boreas- the earliest suspected record of the nothern lights is in a 30,000 year old cave painting in France.

Since that time, civilizations around the world have marveled at the celestial phenomenon, ascribing all sorts of origin myths to the dancing lights. One North American Inuit legend suggests that the northern lights are spirits playing ball with a walrus head, while the Vikings thought the phenomenon was light reflecting off the armor of the Valkyrie, the supernatural maidens who brought warriors into the afterlife.

Early astronomers also mentioned the northern lights in their records. A royal astronomer under Babylon's King Nebuchadnezzar II inscribed his report of the phenomenon on a tablet dated to 567 B.C; while a Chinese report from 193 B.C. also notes the aurora, according to NASA. The science behind the northern lights wasn't theorized until the turn of the 20th century. Norwegian scientist Kristian Birkeland proposed that electrons emitted from sunspots produced the atmospheric lights after striking the Earth's magnetic field. The theory would eventually prove correct, but not until long after Brikeland's death.

എന്തുകൊണ്ട് സൂര്യനും ചന്ദ്രനും ആകാശത്ത് താമസിക്കുന്നു

ഇത് ആഫ്രിക്കയിലെ നൈജീരിയയിൽ എഫിക്ക് വംശജർ (Efic people) പറയാറുള്ള ഒരു കഥയാണ്. പണ്ടു പണ്ട് സൂര്യനും ചന്ദ്രനും ജീവിച്ചിരുന്നത് ഇന്നത്തെപ്പോലെ ആകാശത്തിലായിരുന്നില്ല. നമ്മളെപ്പോലെ അവരും ഭൂമിവാസികളായിരുന്നു. ചന്ദ്രൻ സൂര്യന്റെ ഭാര്യയായിരുന്നു. സൂര്യനും ചന്ദ്രനും വെള്ളവും അടുത്ത കൂട്ടുകാരുമായിരുന്നു. സൂര്യൻ കൂടെക്കൂടെ വെള്ളത്തെക്കാണാൻ അദ്ദേഹത്തിന്റെ വീട്ടിൽ പോകുമായിരുന്നു. പക്ഷേ വെള്ളം ഒരിക്കലും സൂര്യന്റെ വീട്ടിലേക്ക് പോകുമായിരുന്നില്ല. സൂര്യൻ വെള്ളത്തെ പല പ്രാവശ്യം ക്ഷണിച്ചു.

“എടാ. വെള്ളമേ, ഞാനെത്ര പ്രാവശ്യം നിന്നെ ഇവിടെ നിന്റെ വീട്ടിൽ വന്നു കാണുന്നു. നീ എന്താ എന്റെ വീട്ടിലേക്ക് ഒന്നു വരാത്തത്.”

“വരാമെടാ. സമയമൊത്തു വരണ്ടേ. അൽപ്പം ക്ഷമിക്ക്. ഞാൻ വരാം.”

“എന്റെ ഭാര്യ ചന്ദ്രനും കൂടെക്കൂടെ ചോദിക്കാറുണ്ട്-എന്താ നിങ്ങൾ മാത്രം കൂട്ടുകാരനേക്കാണാൻ കൂടെക്കൂടെ പോകുന്നുണ്ടല്ലോ; പക്ഷേ കൂട്ടുകാരൻ ഇങ്ങോട്ടു വന്നു കാണുന്നില്ലല്ലോ. എന്തേ, കൂട്ടുകാരനും ഇങ്ങോട്ടൊന്നു വന്നുകൂടേ എന്ന്- അതുകൊണ്ട് നീ ഒരു ദിവസം നിന്റെ ബന്ധുക്കളേയും കൂട്ടി എന്റെ വീട്ടിലേക്ക് വിരുന്നിന് വരണം.”

“എടാ കൂട്ടുകാരാ, സൂര്യാ. ഞാനൊരു സത്യം പറയട്ടെ. പരിഭവം

തോന്നരുത്. എനിക്ക് ഒരുപാട് ബന്ധുക്കളുണ്ട്. അവരെയൊക്കെ കൂട്ടിക്കൊണ്ടു വന്നാൽ നിന്റെ വീട്ടിൽ വേണ്ടത്ര സ്ഥലം ഉണ്ടാകുകയില്ല. സത്യം പറഞ്ഞാൽ ഞാനതു കൊണ്ടാ നിന്റെ വീട്ടിൽ വരാതിരിക്കുന്നത്."

"ഓ. അങ്ങിനെയോ. നോക്കട്ടെ. വഴിയുണ്ടാക്കാമോന്ന് നോക്കട്ടെ."

"അതെ. ഞാൻ നിന്റെ വീട്ടിലേക്ക് വിരുന്നിന് വരണമെങ്കിൽ നീ ഒരു വലിയ വീട് പണിയിക്കണം. ഒക്കുമോ എന്നൊന്ന് ശ്രമിച്ചുനോക്ക്."

"നോക്കട്ടെ." അതും പറഞ്ഞ് സൂര്യൻ സ്വന്തം വീട്ടിലേക്ക് മടങ്ങി. തിരികെ വീട്ടിലെത്തിയ സൂര്യൻ ചന്ദ്രനോട് വെള്ളം പറഞ്ഞ കാര്യങ്ങൾ സംസാരിച്ചു. അപ്പോൾ ചന്ദ്രൻ പറഞ്ഞു.

"അതെയതെ. നമുക്കും അങ്ങയുടെ സുഹൃത്ത് പറഞ്ഞതുപോലെ ഒരു വലിയ വീട് പണിയിക്കണം. വിസ്തൃതമായ മുറ്റവും, നിറയെ മുറികളുമൊക്കെയുള്ള ഒരു വീട്. മാത്രമല്ല വെള്ളത്തെയും അദ്ദേഹത്തിന്റെ ബന്ധുക്കളേയും സുഹൃത്തുക്കളേയും നമ്മുടെ വീട്ടിലേക്ക് വിരുന്നിന് വിളിക്കാൻ ഉചിതമായ ഒരു സന്ദർഭവും ആലോചിച്ച് കണ്ടെത്തണം."

"അതെ. അതുവേണം. ഏതായാലും നമുക്ക് ആദ്യം വീടിന്റെ പണി ആരംഭിക്കാം. അല്ലേ."

"അതെ. താമസിപ്പിക്കണ്ട." അങ്ങിനെ അവർ ഒരു വലിയ വീടിന്റെ പണി ആരംഭിച്ചു.

"നമ്മുടെ വീട്ടിൽ അതിഥികൾക്ക് താമസിക്കാൻ ധാരാളം മുറികളും സന്തോഷത്തോടെ തുറന്ന സ്ഥലത്തിരുന്ന് സംസാരിക്കാൻ പാകത്തിന് വീടിന് മുമ്പിൽ തുറന്ന വിശാലമായ മുറ്റവും ചുറ്റിനും ഒന്നാന്തരം പൂന്തോട്ടങ്ങളുമൊക്കെ ഉണ്ടായിരിക്കണം." ചന്ദ്രന്റെ അഭിപ്രായത്തോട് സൂര്യനും പൂർണയോജിപ്പായിരുന്നു. ഒന്നരണ്ട് മാസത്തെ കഠിന പ്രയത്നത്തിനുശേഷം അവർ മനസ്സിൽ കണ്ട വിശാലമായ, വിസ്താരമേറിയ, എല്ലാവിധ സൗകര്യങ്ങളുമുള്ള പുതിയ വീടിന്റെ പണി തീർത്തു. അപ്പോൾ ചന്ദ്രൻ പറഞ്ഞു.

"അടുത്തയാഴ്ച നമ്മുടെ വിവാഹത്തിന്റെ വാർഷികമല്ലെ. ആ ദിവസം നമുക്ക് വെള്ളത്തേയും അദ്ദേഹത്തിന്റെ ബന്ധുക്കളേയും സുഹൃത്തുക്കളേയും നമ്മുടെ വീട്ടിലേക്ക് വിരുന്നിന് ക്ഷണിച്ചാലോ."

"അതെ. അതൊരു നല്ല കാര്യമാ നീ പറഞ്ഞത്. മാത്രമല്ല, വിവാഹത്തിന്റെ വാർഷികാഘോഷത്തിനെന്ന് പറഞ്ഞ് ക്ഷണിച്ചാൽ അവന് ക്ഷണം നിരസിക്കാൻ കഴിയുകയില്ല. തീർച്ച. ഞാൻ ഉടനെപോയി അവനെ ക്ഷണിക്കാം."

“അദ്ദേഹത്തിന്റെ ബന്ധുക്കളേയും മറ്റും ക്ഷണിക്കാൻ മറക്കരുതേ. അവരേയും കൂട്ടിക്കൊണ്ടു വരണമെന്ന് പ്രത്യേകം പറയണം.” ചന്ദ്രൻ പുറകിൽ നിന്ന് വിളിച്ചു പറഞ്ഞു.

“ഇല്ല. മറക്കില്ല. നീ മറ്റ് ഏർപ്പാടുകളെല്ലാം വേണ്ടതുപോലെ ചെയ്തോ.”

സൂര്യൻ വെള്ളത്തിന്റെ ആസ്ഥാനത്തു ചെന്ന് കൂട്ടുകാരനേ വിരുന്നിന് ക്ഷണിച്ചു.

“എടാ. ഇന്ന് ഞാൻ നിന്നെ എന്റെ പുതിയ വലിയ വീട്ടിലേക്ക് ക്ഷണിക്കാൻ വന്നതാ. ഇത്തവണ നിനക്ക് ഒഴിവു കഴിവുകൾ ഒന്നും പറയാൻ കഴിയുകയില്ല.”

“ഓ. അങ്ങിനെയെങ്കിൽ കേൾക്കട്ടെ.”

“എടോ. നാളേക്ക് അടുത്ത ദിവസം ഞങ്ങളുടെ വിവാഹ വാർഷികമാ. അതിന് ക്ഷണിക്കാനാണ് ഞാനിപ്പോൾ വന്നത്. മാത്ര മല്ല, ഞങ്ങളുടെ പുതിയ വലിയ വീടിന്റെ പാലുകാച്ചൽ ചടങ്ങും അന്നു തന്നെയാ. നീ പറഞ്ഞതുപോലെയൊക്കെ ധാരാളം സൗകര്യമുള്ള ഒരു വലിയ വീടാണ് ഞങ്ങൾ പണിതിരിക്കുന്നത്. അതുകൊണ്ട് നീ നിന്റെ എല്ലാ ബന്ധുക്കളേയും കൂട്ടുകാരേയും കൂട്ടി അന്ന് ഞങ്ങളുടെ പുതിയ വീട്ടിൽ എത്തണം. ഇത് ഞങ്ങളുടെ രണ്ടുപേരുടെയും ആഗ്രഹമാണ്. ഒഴിവുകഴിവുകളൊന്നും പറയരുത്.”

“നിങ്ങൾ ഇത്രമാത്രം നിർബന്ധിച്ച് ക്ഷണിക്കുമ്പോൾ ഞാൻ വന്നല്ലേ പറ്റൂ; വരാം സ്നേഹിതാ. ഞാൻ തീർച്ചയായും വരാം.”

നിശ്ചിത ദിവസം പറഞ്ഞിരുന്ന സമയത്തു തന്നെ വെള്ളം സൂര്യ ചന്ദ്രന്മാരുടെ പുതിയ കൊട്ടാര സദൃശ്യമായ വീട്ടിൽ, വിശാലമായ മുറ്റവും പൂമുഖവും മറ്റുമുണ്ടായിരുന്ന വീട്ടിൽ അദ്ദേഹത്തിന്റെ ബന്ധുക്ക ളേയും സ്നേഹിതരേയും കൂട്ടിക്കൊണ്ട് എത്തി. വെള്ളം കതകിൽ മുട്ടി. സൂര്യനാണ് കതക് തുറന്നത്. സൂര്യനെ കണ്ടതും വെള്ളം ചോദിച്ചു.

“എടാ കൂട്ടുകാരാ. എനിക്ക് അകത്തേക്ക് വരാമോ. എന്റെ ബന്ധുക്ക ളും സുഹൃത്തുക്കളും എന്നോടൊപ്പമുണ്ട്. എല്ലാവരും കൂടി അകത്തേക്ക് വന്നാൽ നിങ്ങൾക്ക് ബുദ്ധിമുട്ടാകുകയില്ലല്ലോ.”

“ഛെ ഛെ. യാതൊരു ബുദ്ധിമുട്ടുമില്ല. ഞങ്ങളല്ലേ നിന്നെയും നിന്റെ ബന്ധുക്കളേയും സ്നേഹിതരേയുമൊക്കെ ക്ഷണിച്ചത്. നിങ്ങൾ വന്നത് ഞങ്ങൾക്ക് വലിയ സന്തോഷത്തിന് വകയായി. എല്ലാവരും അകത്തേ ക്ക് വന്നാലും.” അപ്പോഴേക്കും ചന്ദ്രനും ഓടിയെത്തി അവർക്ക് സ്വാഗതം പറഞ്ഞു.

“സഹോദരീ, ഞങ്ങൾ അകത്തേക്ക് വരട്ടെ. എന്റെ സുഹൃത്തുക്കളും ബന്ധുക്കളുമെല്ലാം വന്നിട്ടുണ്ട്.ഒന്നും രണ്ടും പേരല്ല. ഒരു വലിയ കൂട്ടം തന്നെയുണ്ട്. മാത്രമല്ല അവരിൽ പലർക്കും വേണ്ടത്ര അച്ചടക്കമില്ല എന്നു കൂടി പറയണമല്ലോ. എല്ലാവരും കൂടി അകത്തേക്കു വന്നാൽ......”

“ഏയ്. അത്രയൊന്നും വിഷമിക്കേണ്ട. എത്ര പേരു വന്നാലും അകത്ത് സ്ഥലമുണ്ടാകും. അത്ര വിശാലമായ വീടാണ് ഞങ്ങൾ പണി ഞ്ഞിട്ടുള്ളത്.” ചന്ദ്രൻ അൽപ്പം ഗമയോടെ തന്നെ പറഞ്ഞു.

വെള്ളവും അദ്ദേഹത്തിന്റെ ബന്ധുക്കളും സുഹൃത്തുക്കളും ഓരോ രുത്തരായി സൂര്യചന്ദ്രന്മാരുടെ വീട്ടിലേക്ക് കയറാൻ തുടങ്ങി. അത് ഒരു വലിയ ഒഴുക്കു തന്നെയായിരുന്നു. പലതരം മീനുകളും മറ്റ് ജല ജന്തുക്കളും വെള്ളത്തോടൊപ്പം ഓരോരുത്തരായി വീടിനുള്ളിലേക്ക് കയറാൻ തുടങ്ങി. കൂടെത്തന്നെ ചെറിയ ചെറിയ കാട്ടരുവികളും , നദികളും, കടലുകളും, സമുദ്രങ്ങളും, കുളങ്ങളും, കിണറുകളും ഒന്നിനുപു റകെ ഒന്നായി അകത്തേക്ക് കയറാൻ തുടങ്ങി.

നിങ്ങൾക്ക് ഊഹിക്കാൻ കഴിയുന്നില്ലേ; ഒരു ജലപ്രളയം പോലെ വെള്ളം വീടിനകത്തേക്ക് കയറിയാൽ- ഒരു ഉരുൾപൊട്ടലിന്റെ ഭയാന കതയോടെ വലിയ സമുദ്രങ്ങളിലെ ജലമുൾപ്പെടെ എല്ലാ ജലവും ആ വീടിനകത്തേക്ക് കയറിയാൽ എങ്ങിനെയിരിക്കുമെന്ന്- ആ വീട് എത്ര വലുതായിരുന്നാൽ പോലും. അവിടെയെങ്ങും ആർക്കും നിൽക്കാൻ സ്ഥലമില്ലാതായ സ്ഥിതിയിൽ സൂര്യനും ചന്ദ്രനും അവരുടെ വീടിന്റെ മച്ചിൽ കയറി നിന്നു. പക്ഷേ വീണ്ടും വീണ്ടും വെള്ളവും അദ്ദേഹത്തിന്റെ ബന്ധുക്കളും സുഹൃത്തുക്കളും അകത്തേക്ക് കയറിക്കൊണ്ടിരുന്നതുകൊ ണ്ട്, ജലനിരപ്പ് മച്ചുവരെ ഉയർന്നപ്പോൾ മറ്റു മാർഗങ്ങളൊന്നുമില്ലാതെ സൂര്യനും ചന്ദ്രനും ആകാശത്തേക്ക് പോകാൻ തയ്യാറായി. അപ്പോഴും വെള്ളം അവരോട് ചോദിച്ചു.

“കൂട്ടുകാരേ. എന്റെ ബന്ധുക്കളും സുഹൃത്തുക്കളുമെല്ലാം ഒന്നടങ്കം അകത്തേക്ക് കയറുന്നത് നിങ്ങൾക്ക് ബുദ്ധിമുട്ടുണ്ടാക്കുന്നുണ്ടോ. ഉണ്ടെങ്കിൽ പറയൂ. ഞാനവരോട് ഇനി വീടിനുള്ളിലേക്ക് വരണ്ട എന്ന് വിലക്കാം.” ക്ഷണിച്ചു വരുത്തിയവരല്ലേ. അവരോട് വീടിനക ത്തേക്ക് വരണ്ട എന്നു പറയുന്നത് ശരിയല്ലല്ലോ. അതുകൊണ്ട് അവർ രണ്ടുപേരും ഒരേ സ്വരത്തിൽ പറഞ്ഞു.

“ഏയ്. അങ്ങിനെയൊന്നുമില്ല. അവരെല്ലാം ഞങ്ങൾ ക്ഷണിച്ചിട്ട് വന്നവരല്ലേ. അവർ വരട്ടെ. ഞങ്ങൾക്ക് സന്തോഷമേയുള്ളൂ.” അങ്ങിനെ പറഞ്ഞുവെങ്കിലും സത്യാവസ്ഥ മറ്റൊന്നായിരുന്നു. വെള്ളം വീണ്ടും ഇരച്ചു കയറിക്കൊണ്ടിരുന്ന സാഹചര്യത്തിൽ മറ്റു മാർഗങ്ങളൊന്നുമില്ലാതെ

അവർ ആകാശത്തേക്ക് യാത്ര തിരിച്ചു. ഉയരങ്ങളിലേക്ക് പോയി, കാർമേഘങ്ങൾക്കും മുകളിലേക്ക് പോയി അവർ ആകാശത്ത് വെള്ളത്തിന് എത്താൻ കഴിയാത്തത്ര ഉയരത്തിൽ ചെന്നെത്തി. അവർ അവിടെ താമസിക്കാൻ ഇഷ്ടപ്പെട്ട സ്ഥലം തിരഞ്ഞെടുത്ത് അവിടെ താമസിക്കാൻ തുടങ്ങി. ഇന്നും അവർ അവിടെത്തന്നെ തുടർന്നും താമസിക്കുന്നു. അത്രതന്നെ. ഇപ്പോൾ മനസ്സിലായില്ലേ, സൂര്യനും ചന്ദ്രനും എന്തുകൊണ്ട് ആകാശത്തൽ താമസിക്കുന്നുവെന്ന്.

ഇതോടൊപ്പം രസാവഹമായ മറ്റൊരു കഥ കൂടി പറയാം. ഇത് ഓസ്ട്രേലിയയിലെ ഗോത്രവർഗ്ഗക്കാർക്കിടയിൽ പ്രചാരത്തിലുണ്ടായിരുന്ന ഒരു കഥയാണ്- ആമി ഫ്രെഡ്മാൻ എന്ന എഴുത്തുകാരി ഇംഗ്ലീഷിലേക്ക് പുനരാഖ്യാനം ചെയ്ത് 'The Fish Became the Moon ' എന്ന പേരിൽ പ്രസിദ്ധീകരിച്ച കഥ.

പണ്ട് പണ്ട്, സ്വപ്നകാലം (Dream Time) എന്ന് പറയപ്പെടുന്ന കാലത്ത് ഓസ്ട്രേലിയയിലെ മനുഷ്യർ അവരുടെ ഭാവനയിൽ മെനഞ്ഞെടുത്ത ഒരു കഥയാണ് ഇത്. ആ കാലങ്ങളിൽ പ്രകൃതിയിൽ കണ്ട എല്ലാ പ്രതിഭാസങ്ങൾക്കും സൃഷ്ടി ചരിത്രങ്ങൾ കഥാരൂപത്തിൽ അവർ മെനഞ്ഞെടുത്തു. അതുപോലെ തന്നെ അവരുടെ ഭാവനയിൽ അവർ കണ്ട ഓരോ ജീവിക്കും (ജീവനില്ലാത്തവയ്ക്കും) സർവ്വസാധാരണമായി മറ്റേത് ജീവിയായി രൂപം മാറാനും പെരുമാറാനും കഴിയുമായിരുന്നു. അതായത് ഒരു വലിയ ഓക്കമരത്തിന് ഒരു ഞൊടിയിടയിൽ പൂത്തു തഴച്ചു നിൽക്കുന്ന ഒരു ലില്ലിച്ചെടിയായി സ്വയം മാറാനും ഒരു എമു പക്ഷിക്ക് ഒരു സിംഹമോ, കടുവയോ അല്ലെങ്കിൽ ഒരു മയിൽ പക്ഷിയോ അതുമല്ലെങ്കിൽ ഒരു മനുഷ്യനോ ആയി സ്വയം മാറാനും; വലിയ ഒരു മരുഭൂമിക്ക് സുന്ദരിയായ ഒരു മനുഷ്യ സ്ത്രീയായോ അല്ലെങ്കിൽ അജാനബാഹുവായ, ശക്തിമാനായ ഒരു പുരുഷനായോ ഒക്കെ മാറാൻ കഴിയുമായിരുന്നു. എല്ലാം ഒരേ സ്രോതസ്സിൽ നിന്ന് ഉത്ഭവിച്ചതാണെന്നും അതുകൊണ്ട് രൂപമാറ്റങ്ങൾ സഹജമാണെന്നും സാധ്യമാണെന്നും അവർ വിശ്വസിച്ചിരുന്നു. ഭൂമി ഉണ്ടാകുന്നതിന് മുമ്പ് ജീവിച്ചിരുന്ന നമ്മുടെ പൂർവ്വികന്മാർ, ഭൂമി ഉണ്ടായിക്കഴിഞ്ഞപ്പോൾ ഇവിടെയെത്തി മണ്ണിലും, ആകാശത്തിലും, മേഘങ്ങളിലും, എല്ലാ ജീവജാലങ്ങളിലും എല്ലാ നദികളിലും, മലകളിലും സർവ്വത്ര എല്ലാത്തിലും ജീവ എന്ന ശക്തി (ഹിന്ദുക്കളുടെയിടയിൽ പറയുന്ന ജീവാത്മാവ് എന്നതുപോലെ ഒരു ശക്തി എന്ന് കരുതിക്കൊള്ളുക) നട്ടു. കുഴിച്ചിട്ടു എന്നും പറയാം. ആ ശക്തി ത്രസിക്കുമ്പോൾ, ചലിക്കുമ്പോൾ പുതിയ പുതിയ സൃഷ്ടികൾ ഉണ്ടാകുന്നു എന്നും അവർ വിശ്വസിച്ചിരുന്നു. ആ

വിധത്തിലുള്ള സംഭവങ്ങൾ-കഥകൾ പലപ്പോഴും സ്വപ്നത്തിലോ ഭാവനയിലോ മാത്രം ഒതുങ്ങി നിൽക്കുന്നു. എങ്കിലും അപൂർവ്വം സന്ദർഭങ്ങളിൽ അത്തരം സംഭവങ്ങളെക്കുറിച്ച് ആളുകൾ ഉറക്കെ പറയുകയും ചെയ്യുമായിരുന്നു. രണ്ട് സഹോദരിമാർ അവർ കണ്ടറിഞ്ഞ അത്തരത്തിലുള്ള ഒരു സംഭവമാണ് ഇത്.

അന്നൊരു ദിവസം ആ രണ്ട് സഹോദരിമാർ അവർ താമസിച്ചിരുന്നതിനടുത്ത് ഉണ്ടായിരുന്ന ഒരു ചെറിയ ദ്വീപിലേക്ക് നീന്തിക്കയറി. വളരെ നല്ല ഒരു ദിവസമായിരുന്നു അത്. വേണ്ടത്ര സൂര്യപ്രകാശം. ഒരു ചെറിയ കുളിർമയുള്ള കാറ്റ്. സഹോദരിമാർ തികച്ചും ഉന്മേഷവതികളായിരുന്നു. നീന്തി ദ്വീപിലെത്തിയ അവർ കരയിൽ വെള്ളത്തിനടുത്തായി ഓരത്ത് മലർന്നു കിടന്നു. അങ്ങിനെ ആകാശത്തിലേക്ക്- മഴക്കാറുകളൊന്നുമില്ലാത്ത തെളിഞ്ഞ ആകാശത്തിലേക്ക് ഇളം സൂര്യനേയും നോക്കി കിടക്കാൻ നല്ല സുഖമുണ്ടായിരുന്നു. അധികം ചൂടില്ലാത്ത സൂര്യരശ്മികൾ ദേഹത്ത് തടവുന്നത് നല്ല അനുഭവം തന്നെയായിരുന്നു. ഒരു സഹോദരി പറഞ്ഞു.

“ഹാ. എത്ര നല്ല ദിവസം. വളരെ സുഖമുണ്ട്. അല്ലേ ചേച്ചീ. നമ്മളെ ശല്യപ്പെടുത്താൻ ഇവിടെ ആരുമില്ല. അതുകൊണ്ട് എത്രനേരം വേണമെങ്കിലും ഇങ്ങിനെ കിടക്കാം. ചേച്ചിക്കും ഇഷ്ടപ്പെടുന്നില്ലേ. എന്താ ചേച്ചീ. ഞാൻ പറയുന്നത് ശരിയല്ലേ.”

“മണ്ടത്തരം പറയാതെ അനിയത്തീ. ഇങ്ങിനെ ഒരുപാടു നേരം ഇവിടെ കിടന്നാൽ കുറച്ചു കഴിയുമ്പോൾ വിശന്നു തുടങ്ങും. അപ്പോൾ നമ്മളെന്തു കഴിക്കും.”

അനിയത്തി എഴുന്നേറ്റിരുന്ന് പറഞ്ഞു.

“മണ്ടത്തരം പറയുന്നത് ഞാനല്ല ചേച്ചീ.” അവൾ വെള്ളത്തിലേക്ക് വിരൽ ചൂണ്ടിക്കൊണ്ട് തുടർന്നു.

“വിശന്നാൽ കഴിക്കാൻ ദാ നോക്ക്- ആ വെള്ളത്തിലുള്ള മീനുണ്ട്. എന്താ. അതുപോരേ.”

ആ സമയത്ത് സാമാന്യം വലിയ ഒരു മീൻ അൽപ്പം മുമ്പിലായി വെള്ളത്തിൽ അൽപ്പം ഉയരത്തിൽ കുതിച്ചു ചാടി വീണ്ടും വെള്ളത്തിലേക്കു തന്നെ ഊളിയിട്ട് പോയി. ഉടൻ തന്നെ അവളും തന്റെ കയ്യിലുണ്ടായിരുന്ന ഒരു കൂർത്ത അറ്റമുള്ള കമ്പ് (കുന്തം എന്നും പറയാം) എടുത്തുകൊണ്ട് വെള്ളത്തിലേക്ക് ചാടി. കുന്തം കൊണ്ട് മീനിന്റെ പള്ളയ്ക്ക് കുത്തി. പിന്നീട് അവൾ വിളിച്ചു പറഞ്ഞു.

"ചേച്ചീ. ചേച്ചിയും കൂടെ വാ. വന്നെന്നെ സഹായിക്ക്." രണ്ടു പേരും ചേർന്ന് മീനിനെ പിടിച്ച് കരയിലിട്ടു. പിന്നീട് അവർ രണ്ടു പേരും ചേർന്ന് കുറച്ച് ഉണങ്ങിയ മരക്കൊമ്പുകളും മറ്റും ശേഖരിച്ച് തീകൂട്ടി. മീനിനെ ആ തീയുടെ പുറത്ത് വെച്ചു; മീൻ തീയിൽ ചുട്ടെടുത്ത് തിന്നാണ് അവർ ശീലിച്ചിരുന്നത്. ഒരു സഹോദരി പറഞ്ഞു.

"അനിയത്തീ. വേകുന്ന മീനിന്റെ നല്ല മണം. നന്നായി വേകട്ടെ. അതിനിടയിൽ നമുക്ക് മീനിന്റെ കൂടെത്തിന്നാൻ എന്തെങ്കിലും പച്ച ക്കറി സാധനങ്ങൾ (കിഴങ്ങോ കായോ ഒക്കെയാകാം ഉദ്ദേശിച്ചത്) ശേഖരിക്കാം. വാ."

അവർ രണ്ടുപേരും അടുത്തുണ്ടായിരുന്ന കുറ്റിക്കാട്ടിൽ നിന്ന് കുറച്ച് കായ്കളും കിഴങ്ങുകളും ശേഖരിച്ച് തിരികെയെത്തിയപ്പോൾ അവിടെക്ക ണ്ട കാഴ്ച അവിശ്വസനീയമായിരുന്നു. തീയിലിട്ട പോയ മീൻ അവിടെ ഉണ്ടായിരുന്നില്ല. മാത്രമല്ല മീൻ അടുത്തുണ്ടായിരുന്ന ഒരു മരത്തിൽ കയറി വേഗം വേഗം മേലോട്ട് പോകുന്നതും കണ്ടു. ചത്ത മീൻ മരത്തിൽ കയറുകയോ. അതിശയം എന്നല്ലാതെ അതിന് മറ്റെന്തു പറയും. അവരുടെ കൺമുമ്പിൽത്തന്നെ മീൻ വേഗം വേഗം മേലോട്ട് കയറി.

"ചേച്ചീ. ആ മീൻ മേലോട്ട് കയറുന്നതു കണ്ടാൽ നമുക്കിനി അതിനെ കിട്ടത്തില്ലെന്നാ തോന്നുന്നത്."

"ഹേ. നീ വിഷമിക്കേണ്ട. അത് മരത്തിന്റെ മുകളിലെത്തുമ്പോൾ മരത്തിന്റെ കൊമ്പുകൾ ഇളപ്പമുള്ളതും വേണ്ടത്ര ശക്തിയില്ലാത്തവയും ആകും. അപ്പോൾ കൊമ്പൊടിഞ്ഞ് നിൽക്കക്കള്ളിയില്ലാതെ അത് താഴേക്ക് തന്നെ വീഴും."

പക്ഷേ സംഭവിച്ചത് അവർ വിചാരിച്ചതുപോലെ ആയിരുന്നില്ല. മരത്തിന്റെ ഏറ്റവും മുകളിലെത്തിയ മീൻ പിന്നീട് ആകാശത്തിലേക്ക് പൊങ്ങിപ്പൊങ്ങി ഉയരത്തിലേക്ക് പോകുന്നതാണ് അവർ കണ്ടത്. മാത്രമല്ല മീൻ ക്രമേണ ഉരുണ്ട് ഒരു നല്ല വൃത്താകൃതിയിലാകുകയും ചെയ്തു. അങ്ങിനെ ഉയർന്നുയർന്ന് വൃത്താകൃതിയിൽ, ഒരു തളികപോലെ പ്രകാശിച്ച കണ്ട മീൻ സമയം പോയതിനനുസരിച്ച് അവർ നിന്നിരു ന്ന ദ്വീപിനപ്പുറത്ത്, അവരുടെ സ്വന്തം വീടുണ്ടായിരുന്ന സ്ഥലത്തിനും അപ്പുറത്ത് ഉണ്ടായിരുന്ന ഉയർന്ന മലനിരകളുടെ പിന്നിലേക്ക് മറഞ്ഞു പോയി. അപ്പോഴേക്കും ആ രാത്രിയും കഴിഞ്ഞ് നേരം പരപരാ വെളുത്തു തുടങ്ങിയിരുന്നു.

സഹോദരിമാർ അവിടെത്തന്നെ സമയം ചിലവഴിച്ചു. നേരം സന്ധ്യയാകാൻ തുടങ്ങിയപ്പോൾ, സൂര്യൻ അസ്തമിച്ചു തുടങ്ങിയപ്പോൾ,

ആകാശത്ത് എതിർദിശയിൽ ആദ്യം ഒരു ചെറിയ പ്രകാശവും പിന്നീട് കുറെശ്ശെ ഉദിച്ചു വന്ന ആ മീനിനേയും അവർക്ക് കാണാൻ കഴിഞ്ഞു. മീൻ തലേദിവസത്തെ അത്രതന്നെ വൃത്താകൃതിയിൽ ആയിരുന്നില്ല. ഒരുഭാഗത്ത് അരൽപ്പം ക്ഷതം സംഭവിച്ചിരുന്നതുപോലെ ഉണ്ടായിരുന്നു. എങ്കിലും ആ മീൻ കുറേശ്ശെ ഉയരുകയും പിന്നീട് തലേദിവസത്തെപ്പോലെ കിഴക്കുദിശയിൽ നിന്ന് സഞ്ചരിച്ച് പടിഞ്ഞാറുദിശയിലെത്തുകയും വെളുപ്പായതോടെ പർവ്വതനിരകൾക്ക് പിന്നിൽ മറയുകയും ചെയ്തു. സഹോദരിമാർ ആ കാഴ്ച കാണാനുള്ള കൗതുകം കൊണ്ട് അവിടെത്തന്നെ തുടർന്നും കുറേ ദിവസങ്ങൾ താമസിച്ച് മീനിനെ നിരീക്ഷിച്ചു. ഓരോ ദിവസവും സന്ധ്യയോടു കൂടി മീൻ അതിന്റെ ആകാശയാത്ര തുടർന്നു. പക്ഷേ ഓരോ ദിവസവും തലേദിവസത്തെ അപേക്ഷിച്ച് മീനിന്റെ വൃത്താകൃതി ക്ഷയിച്ചുകൊണ്ടേയിരുന്നു. അങ്ങിനെ വലുപ്പം കുറഞ്ഞു കുറഞ്ഞ് ഒരു ദിവസം മീനിനെ കാണാതാകുകയും ചെയ്തു.

സഹോദരിമാർ തങ്ങളുടെ വീട്ടിലേക്ക് മടങ്ങി. നടന്ന കാര്യങ്ങളെല്ലാം ഗ്രാമവാസികളോടെല്ലാം വിശദമായി പറഞ്ഞു. അടുത്ത ദിവസം സന്ധ്യയോടുകൂടി ആകാശത്തിലേയ്ക്ക് നോക്കിയ അവർ കണ്ടത് ഒരു ചെറിയ പ്രകാശം മാത്രമാണ്-കിഴക്കുനിന്നും പടിഞ്ഞാറേക്ക് രാത്രിയിൽ യാത്ര ചെയ്ത ഒരു പ്രകാശം. പക്ഷേ ഓരോ ദിവസവും ആ പ്രകാശം വലുതായിക്കൊണ്ടേയിരുന്നു. ക്രമേണ പൂർണ വൃത്താകൃതിയിലാകുകയും ചെയ്തു. പെൺകുട്ടികൾ പറഞ്ഞ കഥ സത്യമാണെന്നും ആ മീൻതന്നെയാണ് ആകാശത്തിൽ യാത്ര ചെയ്ത പ്രകാശമെന്നും അവർ അംഗീകരിച്ചു. അവർ അതിന് 'ബാലു' (ബാലു എന്ന ചന്ദ്രൻ) എന്ന ഓമനപ്പേരും നൽകി. അങ്ങിനെ നമ്മുടെ ചന്ദ്രൻ രൂപഭേദമുണ്ടായ മീൻതന്നെയാണെന്ന് അവർ വിശ്വസിക്കുന്നു.

ചന്ദ്രനെക്കുറിച്ചുള്ള ആധുനിക സാങ്കൽപ്പിക കഥകൾ

ചന്ദ്രൻ എന്നും മനുഷ്യരുടെ ഭാവനയ്ക്ക് പ്രചോദനം നൽകിയിരുന്ന, ഇന്നും നൽകുന്ന ഒരു പ്രതിഭാസമാണ്- പണ്ടും ഇന്നും. അത്തരം ഭാവനകളിൽ രൂപം കൊണ്ട പല കഥകളും നാം കേട്ടു കാണും. പക്ഷേ ഇപ്പോൾ പറയാൻ പോകുന്നത് അങ്ങിനെ കേട്ടിട്ടുള്ള പഴയകാല കഥകളിൽപ്പെടുന്ന ഒന്നല്ല. മറിച്ച് കഴിഞ്ഞ നാനൂറ് വർഷങ്ങളിൽ മനുഷ്യർ ചന്ദ്രനെക്കുറിച്ച് ഏതെല്ലാം വിധത്തിൽ ചിന്തിക്കാൻ തുടങ്ങി- പുതിയ ശാസ്ത്രീയ അറിവുകളുടെ വെളിച്ചത്തിൽ അവരുടെ ഭാവനയിൽ ചന്ദ്രനെക്കുറിച്ച് വളർത്തിയെടുത്ത പുതിയ സങ്കൽപ്പങ്ങൾ എങ്ങിനെ യൊക്കെ എന്നതിനെക്കുറിച്ച് ചെറിയ തോതിലുള്ള ഒരവലോകന മാണ് ഉദ്ദേശിക്കുന്നത്. ചന്ദ്രനേയും സൂര്യനേയും സംബന്ധിച്ച ശാസ്ത്ര സത്യങ്ങളെക്കുറിച്ച് അൽപ്പം ചിലതെല്ലാം നേരത്തെ സൂചിപ്പിച്ചിട്ടുണ്ട് (ഈ പരമ്പരയിലെ സൂര്യൻ കഥകൾ എന്ന വാല്യത്തിലും നോക്കുക). ചന്ദ്രനെക്കുറിച്ചുള്ള പല ശാസ്ത്രസത്യങ്ങളും ആര്യഭട്ടൻ മുതലായ നമ്മുടെ പൂർവ്വികർ നേരത്തെത്തന്നെ പറഞ്ഞിരുന്നുവെങ്കിലും പ്രസിദ്ധ ഇറ്റാലിയൻ ശാസ്ത്രജ്ഞൻ ഗലീലിയോയുടെ ശക്തിയേറിയ ദൂരദർശനിയിൽ ക്കൂടിയുള്ള പഠനങ്ങളാണ് ചന്ദ്രൻ നമ്മുടെ ഭൂമിയെപോലെ തന്നെ ഒരു സ്ഥലമാണെന്ന വിശ്വാസം മനുഷ്യർക്കുണ്ടാക്കിയത്. ആ അറിവിന്റെ പശ്ചാത്തലത്തിൽ മനുഷ്യർ ചന്ദ്രനെ ഒരു പുതിയ രീതിയിൽ കാണാനും ചന്ദ്രനിലെ ജീവികളെയും ജീവിതത്തെക്കുറിച്ചും മനുഷ്യൻ ചന്ദ്രനിൽ എത്തിച്ചേർന്നാൽ എങ്ങിനെയിരിക്കും എന്നതിനെക്കുറിച്ചും അവരുടെ ഭാവനയിൽ പലതിനും രൂപം കൊടുക്കാനും തുടങ്ങി. 1959-ൽ റഷ്യയുടെ

ലൂണ-4 എന്ന മനുഷ്യനിർമ്മിതമായ ഗ്രഹം (പേടകം) ചന്ദ്രനെ പ്രദിക്ഷണം വെച്ചതു മുതൽ 1970-ൽ ലൂണ-16 ചന്ദ്രന്റെ മണ്ണ് ഭൂമിയിലേക്ക് കൊണ്ടുവന്നതും 1969-ൽ മനുഷ്യൻ (അമേരിക്കയുടെ നീൽ ആംസ്ട്രോങ്ങ് ചന്ദ്രന്റെ മണ്ണിൽ കാൽവെച്ചതുമെല്ലാം നേരത്തെയുണ്ടായിരുന്ന ചന്ദ്രനെക്കുറിച്ചുള്ള കാഴ്ചപാടുകളിൽ, ചന്ദ്രനെക്കുറിച്ചുണ്ടായിരുന്ന ഭാവനകൾക്ക് വലിയ മാറ്റം ഉണ്ടാക്കിയത് സ്വാഭാവികം മാത്രമാണല്ലൊ. ആ സംഭവ വികാസങ്ങൾ ഉൾക്കൊണ്ടു കൊണ്ട് മനുഷ്യർ അവരുടെ ഭാവനയിൽ വരുത്തിയ വ്യതിയാനങ്ങൾ ആ സംഭവങ്ങൾക്കുശേഷം എഴുതപ്പെട്ട ശാസ്ത്രസാങ്കൽപ്പിക കഥാ സൃഷ്ടികളിൽ വേണ്ടത്ര പ്രതിഫലിച്ചു - പ്രതിഫലിച്ചുകൊണ്ടേയിരിക്കുന്നു.

1638-ൽ ജോൺ വിൽകിൻസ് (John Wilkins) എഴുതിയ 'The Discovery of world in the Moon' ചന്ദ്രനിൽ മനുഷ്യർക്ക് സമാനരായവർ ജീവിക്കുന്നുണ്ടാകാം എന്ന സങ്കൽപ്പത്തിന് ഊക്കം കൂട്ടി. 1638-ൽ പ്രസിദ്ധീകരിക്കപ്പെട്ട ഫ്രാൻസിസ് ഗോഡ്വിൻ (Francis Godwin) എഴുതിയ 'ചന്ദ്രനിലെ മനുഷ്യൻ' (The Man in the Moon) എന്ന പുസ്തകം വളരെ ശ്രദ്ധേയമായി. അത് ആദ്യത്തെ ശാസ്ത്രസാങ്കൽപ്പിക കഥയാണെന്ന് (Science Fiction) പലരും അഭിപ്രായപ്പെടുന്നുമുണ്ട്. കഥയിലെ നായകൻ, സ്പാനിഷ് പൗരൻ ഡൊമിങ്ങ് ഗോൺസലെസ്(Domingo Gonsales) നടത്തിയ ഒരന്വേഷണ യാത്രയുടെ കഥയാണ് ഇതിലെ ഉള്ളടക്കം. ക്രിസ്റ്റഫർ കൊളംബസ് (Christopher Colombus) 1490-കളിൽ നടത്തിയ യാത്രപോലെ ഒരു യാത്ര. യാത്രയിൽ സെന്റ് ഹെലീന (St. Helena) ദ്വീപിൽ എത്തിച്ചേർന്ന ഗോൺസാലെസ് അവിടെ അരയന്നത്തെപോലെയുള്ള ഒരു പ്രത്യേകതരം പക്ഷിയെ കണ്ടു. ധാരാളം ഭാരം തൂക്കിക്കൊണ്ട് ഉയരത്തിലേക്കും ദൂരദിക്കുകളിലേക്കും പറക്കാൻ കഴിവുള്ള ഒരു പക്ഷി. ഗോൺസാലെസ് അതിൽ ഒരു പക്ഷിയുടെ പുറത്തു കയറി ചുറ്റുമുള്ള ദ്വീപുകൾ കണ്ടതിനുശേഷം സ്പെയിനിലേക്ക് മടങ്ങാൻ ശ്രമിച്ചു. പക്ഷേ ആ പക്ഷി അദ്ദേഹത്തിന്റെ നിർദ്ദേശങ്ങൾക്ക് വഴങ്ങാതെ കൂടുതൽക്കൂടുതൽ ഉയരത്തിലേക്ക് പറന്ന് എത്തിയത് ചന്ദ്രന്റെ തറയിലാണ്. അവിടെ അദ്ദേഹം കണ്ടതും കേട്ടതുമായ വസ്തുതകളുടെ ഒരു വിവരണമാണ് ഈ പുസ്തകമെന്ന് പറഞ്ഞാലും തെറ്റാവില്ല. ചെടികളും മരങ്ങളും വിവിധതരം മൃഗങ്ങളും ഒക്കെയുണ്ടായിരുന്ന ഒരു സ്ഥലമായിരുന്നു അദ്ദേഹം കണ്ട ചന്ദ്രന്റെ പ്രതലം. മാത്രമല്ല, എല്ലാവിധത്തിലും സ്വീകാര്യമാകുന്ന തരത്തിലുള്ള ഒരാദർശ മാനവ സംസ്കാരം അദ്ദേഹത്തിന് അവിടെ കാണാൻ കഴിഞ്ഞു. അവിടെ ജീവിച്ചിരുന്നവർ

ഭൂമിവാസികളെ അപേക്ഷിച്ച് ഉയരം കൂടിയവരായിരുന്നു. അവരെല്ലാം ക്രിസ്തുമതവിശ്വാസികളായിരുന്നു എന്നും അദ്ദേഹം മനസ്സിലാക്കി.

ഇത് പറയുമ്പോൾ 1835-ൽ ന്യൂയോർക്ക് സൺ (Newyork Sun) പ്രസിദ്ധീകരിച്ച ചില ലേഖനങ്ങളേക്കൂടി ഓർക്കണമല്ലോ. ആൻഡ്രൂ ഗ്രാന്റ് (Andrew Grant) എഴുതിയ ലേഖനങ്ങളിൽ (അവ എഴുതിയത് റിച്ചാർഡ് ലോക്കെ- Richard Locke ആണെന്നും പറയപ്പെടുന്നു) ഹെർഷൽ (Herschel) എന്ന ജ്യോതിശാസ്ത്രജ്ഞൻ ചന്ദ്രനിൽ കണ്ട കാര്യങ്ങൾ പറയുന്നുണ്ട്. എന്തൊക്കെ ആണെന്നല്ലെ. മരങ്ങൾ തിങ്ങി വളരുന്ന വനങ്ങളും, ആ വനങ്ങളിൽ കാട്ടുപോത്ത്, വാലില്ലാത്ത കുരങ്ങന്മാർ, ഒറ്റക്കൊമ്പുള്ള യൂനിക്കോൺ (Unicorn), നീർനായ്ക്കൾ മുതലായവയെപ്പോലെ പലതും കാണാൻ കഴിഞ്ഞു. അതിലൊക്കെ അതിശയകരമായി അദ്ദേഹത്തിന് തോന്നിയത് കാഴ്ചയിൽ മനുഷ്യരെപ്പോലുള്ള എന്നാൽ പറക്കാൻ കഴിയുന്ന ഒരുതരം എലികളെ കാണാൻ കഴിഞ്ഞതാണ് (Human Bats). അവർ മനുഷ്യരെപ്പോലെ ചിന്തിക്കുകയും പ്രവർത്തിക്കുകയുമൊക്കെ ചെയ്തിരുന്നു. അതുകൊണ്ടായിരിക്കണമല്ലോ ആ മനുഷ്യ എലികൾ ചന്ദ്രനിൽ ഒരു ദേവാലയം പണിഞ്ഞത് എന്ന് അദ്ദേഹം പറയുന്നു. അത്തരം നിരീക്ഷണങ്ങളെല്ലാം തന്നെ സാങ്കൽപ്പികങ്ങളാണെന്നും വസ്തുതാപരങ്ങളല്ലെന്നും ലോക്കെയെപ്പോലുള്ളവർ ചൂണ്ടിക്കാട്ടുകയും ചെയ്തിട്ടുണ്ട്. എന്നിരുന്നാലും ചന്ദ്രനിൽ ജീവനുണ്ടെന്നും, ഉണ്ടായേക്കാമെന്നുള്ള അഭിപ്രായം തുടർന്നും നിലനിന്നുപോരുന്നു. 1901-ൽ പ്രസിദ്ധിപെറ്റ എഴുത്തുകാരൻ എച്ച്. ജി. വെൽസ് (H.G. Wells) 'The First Men in the Moon' എന്ന കൽപ്പിത കഥയിൽ (Novel) ചന്ദ്രനിലുള്ള ഒരു തരം വിചിത്ര ജീവികളെക്കുറിച്ച് പ്രതിപാദിക്കുന്നു. ഒരു പക്ഷേ ഭൂമിയെപ്പോലെതന്നെ മനുഷ്യന് ഉപയോഗ യോഗ്യമാക്കി രൂപപ്പെടുത്തിയെടുക്കാൻ കഴിഞ്ഞേക്കാവുന്ന ഒരു പ്രതലവുമുള്ള സ്ഥലമാണ് ചന്ദ്രൻ എന്ന അറിവ് മനുഷ്യരുടെ ഭാവനകൾക്ക് വളരാനും വികസിക്കാനും ധാരാളം അവസരങ്ങൾ നൽകുന്നു. അതുകൊണ്ടു തന്നെ ചന്ദ്രനിൽ എത്തിച്ചേരുന്ന മനുഷ്യർ കാണാൻ ഇടയുള്ള കാര്യങ്ങളെക്കുറിച്ചും മനുഷ്യർക്ക് ചന്ദ്രനിൽ ഏതൊക്കെ രീതിയിൽ പ്രവർത്തിക്കാനാകും എന്നതിനെക്കുറിച്ചുമെല്ലാം പ്രതിപാദിക്കുന്ന അനേകം കൽപ്പിത കഥകൾ ഇതിനകം പ്രസിദ്ധീകരിക്കപ്പെട്ടു കഴിഞ്ഞിട്ടുണ്ട്. അങ്ങിനെ പ്രസിദ്ധീകരിക്കപ്പെട്ടിട്ടുള്ള ചില പുസ്തകങ്ങളുടെ വിവരം ഇവിടെ കൊടുക്കുന്നു- ഇംഗ്ലീഷിൽ.

ഇത്തരം പുസ്തകങ്ങൾ അധികവും ഇംഗ്ലീഷിലാണ്. മറ്റ് ഭാഷകളിൽ ഇല്ലെന്നല്ല; എങ്കിലും നമ്മുടെ മലയാളമുൾപ്പെടെയുള്ള ഇന്ത്യൻ ഭാഷകളിൽ ഉണ്ടോ എന്ന് നല്ല നിശ്ചയമില്ല. ഇവിടെ കൊടുത്തിട്ടുള്ള

വിവരങ്ങൾ ഇംഗ്ലീഷ് പുസ്തകങ്ങളുടേത് മാത്രമാണ്. പുസ്തകങ്ങളിലെ പ്രതിപാദ്യ വിഷയങ്ങൾ വായിച്ചാൽ മനുഷ്യന്റെ ഭാവന എങ്ങിനെയൊക്കെ ചിറകുകൾ വിടർത്തി പറക്കുമെന്ന് അനുമാനിക്കാവുന്നതാണ്. അത്തരം ഭാവനകൾക്ക് ശാസ്ത്രീയമായ പശ്ചാത്തലവും ദീർഘദർശന സ്വഭാവവും ഉള്ളവയാണെങ്കിൽ അവ ഭാവി തലമുറയേ ചിന്തിക്കുവാനും ഗവേഷണ ബുദ്ധിയോടെ, കൗതുകത്തോടെ നോക്കിക്കാണാനും പ്രേരകമാകും. നാടോടിക്കഥകളെയും, പൗരാണിക കഥകളേയുമൊക്കെ ഈ കൺനോട്ടത്തോടെ വായിക്കുവാനും പഠിക്കുവാനും പരിശീലിക്കുക; അവയിൽ നിന്ന് നമ്മുടെ മുന്നോട്ടുള്ള യാത്രയ്ക്ക് വേണ്ടത് അവരവരുടെ ചിന്തയ്ക്കും ഭാവനാശക്തിക്കും അനുയോജ്യമായ രീതിയിൽ സ്വീകരിക്കുക എന്ന സമീപനം വളരെയധികം ഗുണം ചെയ്യും.

1. **The Moon is a Harsh Mistress**
   Robert A. Heinlein 1966

In 2075, the Moon (Luna) is used as a penal colony by Earth's government, with three million inhabitants (called" Loonies") living in underground cities. Most Loonies are criminals, political exiles, or their descendants, Inhabitants of the colony revolt against weak rule from Earth, stops export of wheat to earth and after long struggle and fight gains political independence.

2. **Artemis**
   Andy weir 2017

The novel takes place in the late 2080s in Artemis, the first and so far only city on the Moon. It follows the life of porter and smuggler jasmine'Jazz" Bashara as she gets caught up in a conspiracy for control of the city and centers round a plot of bribery-how one gets succumbed to a life-changing sum of money to carry out criminal activities.

3. **New Moonlan**
   McDonald 2015

It is the first of a three- part series that also includes Wolf Moon and Moon Rising. The novel explores the dangerous intrigue that surrounds the powerful corta dynasty, one of the five families who control industry on the Moon. There is only contract law and no criminal law, and everything from marriage to divorce to murder is infinitely negotiable.

4. **The Moon Colony**
William Dixon Bell 1937

Discuss the possibility of Terraforming another world, and the methods by which this might be accomplished Terraforming is a hypothetical process of deliberately modifying the atmosphere, tempearture, surface topography or ecology of aplanet, moon, or other body to be similar to the environment of Earth to make it habitable by Earth- like life. The novel is also one of the earliest to mention the use of solar power generators on the Moon and Robert Goddard's work on liquid fuel rockets.

5. **A Fall of Moondust**
Arthur C. Clarke 1961

By the 21st century the Moon is visited by tourists who can afford the trip. One of its attractions is a cruise across the lunar sea named the Sea of Thirst filled with an extremely fine dust which almost flows like water. A specially designed 'boat" named the Selene skims over the surface of the dust; But on one cruise it sinks about 15 metres below the surface of the dust hiding the vessel from view, and trapping it beneath the dust. Immediately there are potentially fatal problems for the crew and passengers inside. Captain Pat Harris and stewardess Sue Wilkins try to rescue the passengers.

6. **Red Moon**
Kim Stanley Robinson 2018

The novel is set in China and on the Moon. In 2047 Fred Fredericks is sent to the Moon to deliver a quantum communications device. Upon his arrival he is mearly killed but cannot remember what happened. He is held for murdering the official to who he was delivering the device. A journalist helps Fredericks and the dissident leader Qi, who is due to give birth soon, escape back to Earth. They are pursed by Chinese authorities who believe that Qi will lead a revolution of disaffected workers and displaced migrants to overthrow the Party leadership. After a series of chases and escapes, Fredericks and Qi return to the moon. Where a wealthy Chinese businessman building his own ideal colony and a lunar city outside government control. One faction of the Chinese leadership orders missile strikes on the Moon to kill Fredericks and Qi, but flee to a remote lunar shelter, where Qi gives birth as millions of Chinese workers gather in Beijing to start the revolution.

7. **Earthlight**
Arthur C. Clarke 1955

A government agent is looking for a suspected spy at a major observatory on the Moon. The context is strong tension between Earth (which controls the Moon) and independent settlers elsewhere in the Solar System sometime in the 22nd century. There have been no wars for the last 200 years. The government agent is a mild- mannered accountant who does not like the task. He notices the beauty of the Moon under 'earthlight'; the Earth in the sky far bigger than the moon in the skies of Earth. The story proceeds with very few violent incidents, though it does climax in a space battle.

8. **The First Men in the Moon**
H.G.Wells 1951

This is the story of a journey to the Moon by the two protagonists: a businessman Mr. Bedford and an eccentric scientist Mr. Cavor. Bedford befriends Cavor when he learns he is developing a new material, cavorite, which can negate the force of gravity. Cavorite is thought of as a possible source of "Wealth enough to work any sort of social revolution we fancied and own the whole world". On the surface of the Moon the two men discover a desolate landscape, but as the Sun rises, the thin, frozen atmosphere vaporises and strange plants begin to grow with extraordinary rapidity. Bedford and Cavor leave the capsule, but in romping about get lost in the rapidly growing jungle. They hear for the first time a mysterious booming coming from beneath their feet. They encounter "great beasts", "monsters of mere fatness", that they dub "mooncalves", and five-foot-high "Selenites" tending them. At first they hide and crawl about, but growing hungry partake of some "monstrous coralline growths" of fungus that inebriate them. They wander drunkenly until they encounter a party of six extraterrestrials, who capture them. The insectoid lunar natives (referred to as "Selenites", after Selene, the moon goddess) are part of a complex and technologically sophisticated society that lives underground, but this is revealed only in radio communications received from Cavor after Bedford's return to Earth.

9. **From the Earth to the Moon**
(Original in French Language)
Jules Verne 1865

It tells the story of the Baltimore Gun Club, a post-American civil War society of weapons enthusiasts, and their attempts to build an enormous space gun and launch three people-the Gun Club's president, his Philadelphian armor- making rival, and a French poet- in a projectile with the goal of a Moon landing.

10. **Around the Moon.**
(Original in french Language)
Jules Verne 1870

The story is also notable in that verne attempted to do some rough calculations as to the requirements for the cannon and in that, considering the comparative lack of empirical data on the subject at the time, some of his figures are remarkably accurate. However, his scenario turned out to be impractical for safe human space travel since a much longer barrel would have been required to reach escape velocity while limiting acceleration to survivable limits for the passengers.

The character of Michel Ardan, the french member of the party in the novel, was inspired by the real-life photographer Felix Nadar. After a long struggle in the end, the projectile is successfully launched, but the destinies of the three astronauts are left inconclusive. The sequel, Around the Moon, deals with what happens to the three men during their voyage from the Earth to the Moon.

www.ingramcontent.com/pod-product-compliance
Ingram Content Group UK Ltd.
Pitfield, Milton Keynes, MK11 3LW, UK
UKHW041829031026
15587UKWH00002B/654

9 789355 178015